வால்காவிலிருந்து
கங்கை வரை

வால்காவிலிருந்து
கங்கை வரை

ராகுல் சாங்கிருத்யாயன்

தமிழில்: அ. மங்கை

வாசகர்
வட்டம்

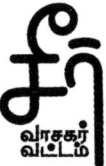

வால்காவிலிருந்து கங்கை வரை

ஆசிரியர்: ராகுல் சாங்கிருத்யாயன்

தமிழில்: அ. மங்கை

முதல் பதிப்பு: நவம்பர் 2025
மறுஅச்சு: டிசம்பர் 2025

வெளியீடு எண்: 9

வெளியீடு: சீர் வாசகர் வட்டம்

முகவரி: சீர், எண்: 11, தமிழ் நகர், இரண்டாவது தெரு, மருத்துவக் கல்லூரி சாலை, தஞ்சாவூர் - 613004.
கைபேசி: 9566331195, 9600652285, 9865252105

அச்சுக்கோப்பு: வி. தனலட்சுமி

அச்சாக்கம்: ஆதவன் பிரிண்டர்ஸ், போரூர், சென்னை - 600116.

பக்கங்கள்: 424

விலை: ரூ. 150

ISBN: 978-81-993460-3-1

இந்நூல்
முதன் முதலில்
தமிழாக்கம் செய்த
இருவருக்கும்

ராகுல சாங்கிருத்தியாயனின்
வால்கா விலிருந்து கங்கை வரை

தமிழாக்கியவர்கள்:
கண. முத்தையா
ஆ. ஞானகுருபரன்

பதிப்புரை

நல்ல வாசகர்களிடம் உங்களுக்கு மிகப்பிடித்த நூல் எது என்று கேட்டால் எல்லோருமே சிறிதும் தயங்காமல் சொல்லும் நூல் 'வால்காவிலிருந்து கங்கை வரை'. அப்படி கடந்த 70 ஆண்டுகளாக தமிழ் வாசிப்புலகம் கொண்டாடித் தீர்த்த நூல் ராகுல்ஜியின் இந்நூல்.

இந்திய மொழிகளில் வெளிவந்த நூல்களில் மிகச்சிறந்ததும் தனித்துவமானதும்கூட. இருபது அத்தியாயங்களில் மனிதகுல வரலாற்றை, வளர்ச்சியைச் சுவைபட எளிதாகச் சொல்லும் இந்நூலை எல்லோரது கைகளுக்கும் கொண்டு சேர்க்க விரும்பியே சீர் வாசகர் வட்டம் இந்த மொழியாக்கத்தைச் செய்து தருமாறு தோழர் அ. மங்கையிடம் கேட்டுக்கொண்டோம்.

மிக நேர்த்தியோடும் கவித்துவமான மொழியோடும் நமக்கு இந்த நூலை மொழியாக்கம் செய்து தந்துள்ள தோழர் அ. மங்கைக்கு தமிழ்ச்சமூகம் என்றென்றும் நன்றிக்குரியது.

100 ரூபாய்க்கு மக்கள் பதிப்பாக 'வால்காவிலிருந்து கங்கை வரை' என்று இப்பதிப்பு குறித்த அறிவிப்பை வெளியிட்ட 24 மணி நேரத்திற்குள் 15,000க்கும் அதிகமான படிகள் முன்பதிவு செய்யப்பட்டிருப்பது தமிழ்ப்பதிப்புலகில் முன் எப்போதும் நடைபெறாத

அரிய நிகழ்வு. இது வாசகர்கள் சீர் வாசகர் வட்டத்தின்மீது வைத்துள்ள நம்பிக்கையைக் காட்டுகிறது. எங்கள் பணியை உணர்ந்து தமிழகம் முழுவதுமிருந்து தன்னார்வலர்களாக கைகோர்த்துள்ள அனைவருக்கும் எமது அன்பு. மக்கள் பதிப்பாக வெளியிட நன்கொடை வழங்கியவர்களுக்கு நன்றி பாராட்டுகிறோம்.

எதிர்பார்த்தபடியே தமிழ் வாசிப்புலகின் எல்லைகளை இந்நூல் விரிவாக்கி இருப்பது பெருமகிழ்ச்சிக்குரியது. இந்தச் சங்கிலியில் இன்னும் பலரையும் இணைத்துக்கொண்டு தொடர்ந்து பயணிப்போம். வாசிப்பின் வழியிலான சமூக மாற்றத்திற்குத் தொடர்ந்து பணிசெய்வோம்.

சென்னை-64
18.11.2025

தோழமையுடன்
தம்பி
சீர் வாசகர் வட்டம்

நன்றி

வாசிப்பின் சுகத்தைக் 'குறுஞ்செய்தி தலைமுறை'க்கு அறிமுகப்படுத்தும் பெரும் முயற்சியில் ஈடுபடும் சீர் வாசகர் வட்டம் குழுவிற்கு, குறிப்பாக கவிஞர் தம்பிக்கு நான் பெரிதும் நன்றிக்கடன் பட்டுள்ளேன்.

அதிலும் Leftword பதிப்பகம் 2021இல் 'வால்காவிலிருந்து கங்கை வரை' ஆங்கில மொழியாக்கத்தை வெளியிட்டது. இந்நூலில் தோழர் டாங்கே மராத்தி பதிப்புக்கு எழுதிய முன்னுரை மொழியாக்கம் செய்யப்பட்டு இடம்பெற்றிருந்தது. இதில் பல வரலாற்றுக் குறிப்புகள் இடம்பெற்றுள்ளன. இந்நூலைப் பார்த்த நாள் முதல் என் அடிமனதில் இந்நூலைத் தமிழில் கொண்டுவரவேண்டும் என்கிற ஆசை நீறுபூத்த நெருப்பாக இருந்தது. அதை நிறைவேற்றக் கிடைத்த பெருவாய்ப்பாக இந்த வெளியீடு அமைகிறது. மக்கள் பதிப்பாக அனைவருக்கும் எட்டக்கூடிய வகையில், செம்மையான வடிவத்தில் வருவது மனநிறைவைத் தருகிறது.

இன்றைய சூழலில் நம் நாட்டில் பூதாகரமாக பெருத்து வரும் அடிப்படைவாத அரசியலுக்கு,

மாற்றான இயக்கவியல் சிந்தனையையும் வரலாற்று அறிவையும் உணர்ச்சிவெழுச்சி தரும் வாதங்களையும் பொதிந்து வைத்திருக்கும் பெட்டகம் இந்நூல்.

விட்டுவிட்டு நடந்த மொழியாக்கப் பணிகளில் என்னைவிட என்மீது நம்பிக்கை வைத்து காத்திருந்த தம்பிக்கு என் நன்றி. இந்த நூல் மீது எனக்கு இருக்கும் பித்தை உணர்ந்து இப்பணிக்குத் தார்க்குச்சி போட்ட அரசுவின் தோழமை என்னை இன்றும் நகர்த்துகிறது. பொன்னியும் சிபியும் எனது கிறுக்குத்தனங்களை அப்படியே ஏற்பது எனது பேறு. மனம் நன்றியால் நிறைகிறது.

கல்மரம், பெருங்குடி **அ. மங்கை**
சென்னை - *96*
18.11.2025

முதல் பதிப்பிற்கான ஆசிரியர் முன்னுரை

தொடக்கத்தில் மனிதர்கள் இன்று நாம் காணும் இடங்களில் எல்லாம் இருக்கவில்லை; இன்றைய சூழலை அடைய பல மோதல்களை எதிர்கொண்டு வளர்ச்சி அடைய வேண்டி இருந்தது. எனது 'மனித சமூகம்' (மானவ் சமாஜ்) நூலில் அறிவியல் ரீதியாக மனித சமூகம் பெற்ற பரிணாம வளர்ச்சியைக் குறித்து எழுதியுள்ளேன். அதன் பொருண்மையை அனைவருக்கும் விளங்கும் வகையில் எளிமையாக வழங்க வேண்டும் என்ற விழைவின் பலன்தான் இந்த நூல். இந்திய வாசகர்களுக்கு எளிதில் தொடர்பு கொள்ளக்கூடிய இந்தோ - ஐரோப்பிய இனத்தவர் குறித்ததாக இந்த நூல் அமைகிறது. இந்த இனத்தின் முன்னோர் பலப்பல நூற்றாண்டுகளுக்கு முன்னரே எகிப்து, அசிரியா, சிந்து சமவெளி பகுதிகளில் வாழ்ந்தவர்கள். அவற்றை முழுமையாக வழங்குவது படைப்பாளிக்கும் வாசகர்க்கும் பெரும் சவால். எனவே, வெவ்வேறு கட்டத்தில் மனித சமூகம் இருந்த வரலாற்றைக் கூடியவரை துல்லியமாகக் காட்ட முயற்சி செய்திருக்கிறேன். ஆனால், முதன்முதல் மேற்கொள்ளப்படும் முயற்சி ஆதலால், தவறுகள் ஏற்பட நிறைய வாய்ப்புகள் உண்டு. இதன் அடிப்படையில் பிற படைப்பாளிகள் தெளிவான, விரிவான சித்திரிப்பை வழங்க முன்வந்தால் எனது முயற்சி வெற்றி அடைந்ததை எண்ணி, நான் பெரிதும் மகிழ்வேன்.

இந்நூலில் உள்ள பந்துல மல்லன் கதையை நான் 'சிம்ம சேனாதிபதி' என்ற நாவலாக விரித்து எழுதியுள்ளேன்.

மத்திய சிறை, ஹஜாரி பாக்
23, பிப்ரவரி 1942

ராகுல் சாங்கிருத்யாயன்

இரண்டாம் பதிப்பிற்கான ஆசிரியர் முன்னுரை

வெளியிடப்பட்ட ஏழெட்டு மாதங்களில் மறுபதிப்பு வருவது படைப்பாளி என்ற வகையில் மிகுந்த நிறைவு அளிக்கிறது. கூடுதலாக, இப்படைப்பு பழமைவாதிகள் மத்தியில் எதிர்ப்பைக் கிளப்பி இருப்பது இன்னும் மகிழ்ச்சி. அவர்கள் உளறலாகவும் ஏச்சாகவும் அதனைக் கொட்டுகிறார்கள். இப்போது அவை சிறிது அடங்கி இருக்கிறதெனக் கருதுகிறேன். சில பெருமதிப்பிற்குரிய சிந்தனாவாதிகள் தங்கள் சினத்தை அடக்கும் முயற்சியில் தோற்றுப் போய், பண்டிதத்தனமாக வாய்ச்சாலம் பேசும் விமரிசனங்களைக் கிளப்பி என்னைப் பதில் அளிக்குமாறு சவால் விட்டிருக்கிறார்கள். பொதுவாக, எனக்கு எழுத மறுப்பதில் விருப்பம் இல்லை; ஆனால், எதிர்த்து எழுத வேண்டிய சரக்கு எதுவும் அந்த விமரிசனங்களில் இருந்தால்தானே எழுத முடியும்! இந்நூலின் ஒவ்வொரு கதைக்கும் என்னிடம் போதுமான தரவுகள் உள்ளன: பல்வேறு மொழிகள் சார்ந்த ஒப்பியல் மொழியியல், பானையோடுகள், கல்வெட்டுகள், தாமிரம், பித்தளை, இரும்பு போன்ற உலோகங்களிலான பட்டயங்கள்; வாய்மொழிப் பாடல்கள், கதைகள், பழக்க வழக்கங்கள், சடங்குகள் எனப் பல கிடைக்கின்றன. இதனை எழுதும்போது அந்தத் தரவுகள் பற்றிய குறிப்புகளைப் பின்னிணைப்பாக வழங்க வேண்டும் என விரும்பினேன். ஆனால், அது கடும் உழைப்பைக் கோரும் பணி; மிகுந்த காலமும் எடுக்கும். எனவே, அதனைச் செய்ய முடியவில்லை. செய்திருந்தாலும், இந்த நூலில் சேர்க்க முடியாது நூல் இரண்டு மடங்கு அதிக பக்கங்கள் போகும். ஆனால், அதனை எப்படி வழங்குவது என்பதைச் சிந்திக்கத்தான் போகிறேன்.

இந்த இரண்டாம் பதிப்பில் நான் எந்தப் பெரிய மாற்றமும் செய்யவில்லை. அங்கங்கு சிறு அளவு செம்மையாக்கி இருக்கிறேன். ஒவ்வொரு கதைக்கும் ஒரு படம் இணைக்க வேண்டும் என விரும்பினேன். போர்ச்சூழல் அதற்கு இடம் அளிக்கவில்லை.

அலகாபாத் **ராகுல் சாங்கிருத்யாயன்**

4, நவம்பர் 1943

இந்திய மொழிகளில் எழுதப்பட்ட ஈடிணையற்ற நூல்

- பிக்கு ஆனந்த் கௌசல்யாயன்

இந்தி இதழ்களில் வால்காவிலிருந்து கங்கை வரை நூலில் உள்ள சில கதைகளை நான் படித்திருக்கிறேன். அவை ஒரு நூலாக வெளியிடப்பட்டபோது அதன் முதல் பிரதி எனக்குத்தான் கிடைத்தது எனக் கருதுகிறேன். நான் முழு நூலையும் ஒரு முறை வாசித்து இருக்கிறேன்; அதில் உள்ள சில கதைகளைப் பல முறை வாசித்துள்ளேன்; அவற்றில் பலவற்றைப் பலதரப்பட்ட மக்களுக்கு உரக்க வாசித்தும் இருக்கிறேன். எனக்கிருந்த விமரிசனம் இவற்றுள் பல கதைகளாக இல்லாமல், வரலாறாக இருக்கின்றன என்பதுதான். கதை என்பது எளிதாகவும் இலேசாகவும் இருக்க வேண்டும்; ஆனால், இவற்றுள் பல அறிவுச் சுமையால் அழுத்தப்பட்டுள்ள கதைகள். இதனை நான் ராகுல்ஜிக்கும் எழுதினேன். அதற்கு அவர், இக்கதைகள் வரலாற்றை மக்கள் வாசிக்கும்வண்ணம் இருந்தால், அதுவே போதும் என்று பதில் சொன்னார்.

வால்காவிலிருந்து கங்கை வரை பாராட்டப்படுவதை நான் கேட்டிருக்கிறேன். நானும் பாராட்டியுள்ளேன். ஆனால், உலக இலக்கியம் அறிந்த மகாராட்டிர அறிஞர் ஒருவர் "இந்த இந்தி நூலுக்கு இணையாக இந்திய மொழிகளில் வேறெந்த நூலும் இல்லை" என்று சொல்லிய கருத்தை வாசித்தபோது எனது இந்தி மொழிப்பற்று கொண்ட மனம் உண்மையிலேயே மகிழ்ச்சியில் நடனமாடியது.

ஆனால், நேற்று ஒருவர் விஸ்வபந்துவில் வந்த ஒரு செய்திக் குறிப்பை அனுப்பி வைத்திருந்தார். அதில் 'ஸ்ரீ சுவாமிஜி' என்பவர் "நிர்வாணத்தை ஆதரிக்கும் வேத மறுப்பாளர் ராகுல்" என்று எழுதி இருந்தார். அவர் ஏன் புனைபெயரில் ஒளிந்து கொள்ள வேண்டும்? 'சுவாமிஜி' என்று பெயர் வைத்துக் கொள்வது வேறொரு விவாதத்திற்கான பொருள்!

ஒரு குறிப்பிட்ட நூலை விரும்புவதும் விரும்பாததும் அவரவர் தனிப்பட்ட ஈடுபாட்டைப் பொருத்தது. எல்லோரும் ஒரே மாதிரி ஒரு நூலை அணுகவேண்டியதில்லை. வால்காவிலிருந்து கங்கை வரை நூல் மட்டும் என்ன விதிவிலக்கா?

ஆனால், இந்த சுவாமிஜி இந்த நூலைத் தடை செய்ய மக்கள் முயற்சிக்க வேண்டும் என்று சொல்வதை எப்படிப் பார்ப்பது? அவரது இந்த ஆவல், நம்மை மதிக்கிறதா? அவமதிக்கிறதா? அறிவுஜீவித் தனத்தின் மூலம் பொய்க் கருத்துகளைப் பரப்புவதில் ஆரியசாதி கைதேர்ந்தது என நாம் தொடர்ந்து கேள்விப்பட்டிருக்கிறோம். "வாதம் - எதிர்வாதம் மூலம்தான் உண்மையான அறிவைக் கண்டடைய முடியும்" என்பதுதானே ஆரிய முன்னோர்களின் அறிக்கை.

ராகுல்ஜியின் புதுயுகப் படைப்பான இந்த நூலை நான் நன்கறிவேன்; அசாதாரண சிந்தனையாளர் ஒருவரின் வாழ்நாட்கால உழைப்பின் பலன் இந்த நூலின் படைப்பில் உருப்பெற்றுள்ளது என்பதை நான் அறிவேன். அவரது முடிவுகள் தவறானவை என்றால், அவற்றை நிரூபிக்கலாம். கட்டற்ற சிந்தனையாளர்கள் உண்மையுடனும் நேர்மையாகவும் இருக்க விரும்பினால் அதைத் தவிர வேறு வழி ஏதும் இல்லை. இந்த நூலின் முதல் நான்கு கதைகள் - நிஷா, திவா, அமிர்தாஸ்வன், புரூகூதன் - வரலாற்றுக்கு முந்தைய பொ.ஆ.மு. 6000 முதல் 2500 வரை நடப்பவை; எனவே அவை கதைகள்தான். எனவே, அவற்றில் கற்பனைக்குப் பெரும்பங்கு உண்டு. ஆனால், அவை வெற்றுக் கற்பனை மட்டும் அல்ல. அக்கதைகளின் தனித்துவமும் சிறப்பும் ராகுல்ஜி இந்தோ - ஐரோப்பிய, இந்தோ - பெர்ஷிய மொழிக்கூற்றியல் ஏங்கெல்ஸின் துறையில் கொண்ட புலமையின் விளைவு. குடும்பம், தனிச்சொத்து, அரசு - தோற்றமும் வளர்ச்சியும் நூல் அனைவருக்கும் தெரிந்த ஒன்று. இந்தக் கதைகளைத் தடை செய்யும் முன் நாம் அந்த நூலைத் தடை செய்ய வேண்டும்.

அடுத்த நான்கு கதைகள் - புரூதான், அங்கிரா, சுதாஸ், பிரவாஹன். அக்கதைகள் இலக்கிய மூலங்களை அடிப்படையாகக் கொண்டவை. வேதம், பிராமணம், மகாபாரதம், புராணங்கள், அத்தகதா எனப்படும் பாளி மொழியில் இயற்றப்பட்ட பௌத்தம் தொடர்பான உரைகள் ஆகியவை இந்தக் கதைகளின் அடிநாதம்.

'சுதாஸ்' கதை ரிக் வேதத்தை அடிப்படையாகக் கொண்டது; 'பிரவாஹன்' சந்தயோகா, பிரகதாரண்ய உபநிடதம், பௌத்தர்களின்

அத்தகதா ஆகிய நூல்களைத் தழுவி உருவாக்கப்பட்டது. அக்கதை பௌத்தர் - பௌத்தரல்லாதோர் ஆகிய இரு சாராரையும் உசுப்பிவிடும் கதை. இந்த நான்கு கதைகளும் பொ.ஆ.மு. 2000 - 700 ஆண்டுகளில் ஏற்பட்ட சமூக மாற்றங்களைச் சொல்பவை. நாம் இன்னும் புத்தரின் காலத்திற்குக் கூட வரவில்லை என்பதை வாசகர்கள் நினைவில் கொள்ள வேண்டும்.

'பந்துல மல்லன்' (பொ.ஆ.மு. 460) கதை முழுதும் பௌத்த நூல்களில் இருந்து உருவானது. அதில் இருக்கும் கருத்துகளின் அளவு பெரிது. அதற்கென ராகுல்ஜி 'சிங் சேனாதிபதி' என்ற நாவல் ஒன்றை எழுத வேண்டிவந்தது.

'நாகதத்தன்' பத்தாவது கதை. கௌடில்யரின் அர்த்த சாத்திரம், கிரேக்கப் பயண நூல்கள், கே.பி.ஜெயஸ்வால் எழுதிய 'ஹிந்து பாலிடி' அல்லது பள்ளி, கல்லூரிகளில் பயிற்றுவிக்கப்படும் வின்சென்ட் ஸ்மித் எழுதிய வரலாற்று நூல் ஆகியவற்றைப் படித்தவர்கள் நாகதத்தன் கதையில் பல வரலாற்றுத் தகவல்கள் இருப்பதை அறிய முடியும்.

பதினோராவது கதையான 'பிரபா' தனிக் கதையாகவும் பரவலான புகழ் பெற்ற கதையாகும். அக்கதைக்கு உரமாக விளங்குபவை: அஸ்வகோஷின் 'புத்தசரிதம்', 'சௌந்தரானந்தம்' ஆகிய இரு சமஸ்கிருத நாடகக் காப்பியங்கள், வின்டர்னிட்ஸின் 'இந்திய இலக்கிய வரலாறு', ரைஸ் டேவிட்டின் 'பௌத்த இந்தியா' ஆகிய நூல்கள். அந்தக் கதை பொ.ஆ.மு 50இல் நடப்பதாகப் புனையப்பட்டுள்ளது.

'சுபர்ணா - யௌதேயன்' பனிரெண்டாவது கதை. குப்தர் காலத்தில் நடப்பது. அதற்கான சில தரவுகள் குப்தர் காலக் கல்வெட்டுகளில் இருந்து எடுக்கப்பட்டுள்ளன. காலத்துக்கும் கற்கப்படும் 'ரகுவம்சம்', 'குமாரசம்பவம்', 'அபிஞான சாகுந்தலம்' ஆகிய நூல்கள், பாணிணி, சீனப் பயணி பாஹியான் ஆகியோரும் இக்கதைக்குத் துணையாக இருந்துள்ளனர்.

பதிமூன்றாவது கதையான 'துர்முகன்' அம்பினைப் போல நம்மைத் துளைப்பது. அதற்கான ஆதாரங்கள் 'ஹர்ஷ சரிதம்', 'காதம்பரி', ஹுயான் சுவாங், இ - ஷிங் போன்றோரின் பயண நூல்கள் ஆகியவை. நாம் என்ன செய்ய முடியும்?

பொ.ஆ. 1200இல் நடக்கும் பதினான்காம் கதை 'சக்கரபாணி.' அதற்கான மூலங்களை ஸ்ரீ ஹர்ஷரின் 'நைதம்' எனும் காவியம்,

சமஸ்கிருத மொழியில் எழுதப்பட்ட தத்துவ நூல் மற்றும் பல ஆவணங்கள் மற்றும் கல்வெட்டுகள் ஆகியவற்றில் காணலாம்.

'பாபா நூர்தீன்' தொடங்கி 'சுமேர்' வரை உள்ள ஆறு கதைகள் பத்து முதல் இருபதாம் நூற்றாண்டு வரை நடப்பவை. அவையும் பிற கதைகள் போலவே வரலாற்றுபூர்வமான ஆதாரங்கள் கொண்டவை. ஆனால், அக்கதைகள் குறித்து எவருக்கும் எந்த மறுப்பும் இருப்பதாகத் தெரியவில்லை. அவை சமீப காலத்தைச் சேர்ந்தவையாக இருப்பதால் அவற்றில் சிக்கல் இல்லை போலும். நாம்தான் கடந்த காலத்தை வழிபடுபவர்கள் ஆயிற்றே!

இந்த விமரிசனத்தை எழுதி உள்ளவர், இந்த நூலில் உள்ள கதைகள் சொல்லும் முடிவுகளை ஏற்கவோ மறுக்கவோ இல்லை. அதைச் செய்வதற்கு ராகுல்ஜி அளவுக்கு இல்லையென்றாலும் 'சுவாமிஜி' போன்றவர்கள் ஓரளவுக்கு ஆய்வு செய்யவேண்டும். இந்தக் கதைகள் 'வெறும் அபத்தமானவை' அல்ல; ஆழ்ந்த கல்வியின் அடிப்படையில் படைக்கப்பட்டவை என்பதைப் புரிந்து கொள்ளவே இம்மாதிரி எழுதி உள்ளார்.

சில நாட்களுக்கு முன்பு, சில தற்குறி ஜைனர்கள் இதே போல ஆச்சார்யா தர்மானந்த கோசாம்பி அவர்களது கருத்துகளுக்கு மறுப்பு தெரிவித்து இப்படித்தான் கூச்சலிட்டனர். ஒரு சமணப் பண்டிதர் "நாங்கள் கோசாம்பிக்கு ஆதரவாக வாக்குமூலம் அளிக்கிறோம்" என்றார். அதற்கு தேவையேயில்லாமல் போயிற்று.

நமது பழம் நூல்களும் அவற்றை உருவாக்கிய முனிவர்களும் துறவிகளும் ராகுல்ஜிக்கு ஆதரவாகத் தமது வாக்குமூலங்களை வழங்குகிறார்கள். "அவர் சரியாகத்தானே சொல்லியிருக்கிறார்! உண்மையைக் காட்டிலும் சிறந்த அறம் உண்டோ?"

(1942; பின்னிணைப்பு - அலகாபாத்,
கிதாப் மகால், 2007, பக்: 343 - 6)

ராகுல் சாங்கிருத்யாயன்:

தமிழ்ச்சூழல் - உரையாடல்

ராகுல்ஜி இந்திய அறிஞர்கள் வரிசையில் தனித்த புலமையாளர். இதுவரை இவரது பத்து நூல்கள் தமிழில் மொழியாக்கம் செய்யப்பட்டுள்ளன. இவர் ஏறக்குறைய முப்பது மொழிகளுக்கு மேல் அறிந்தவர். சிறுவயது முதல் நாடோடியாக வாழும் முறையை விரும்பி ஏற்றுக் கொண்டவர். அவரது வாழ்க்கையை 1893-1915, 1916-1927, 1928-1937, 1938-1944, 1945-1963 என்ற கால ஒழுங்கில் பிரித்துப் பார்க்க முடியும்.

தன்னுடைய பதின்பருவங்களில் வீட்டாருக்குத் தெரியாமல், கால்நடையாகவே பயணம் செய்யும் வழக்கத்தைக் கொண்டிருந்தார். கிடைப்பதை உண்டு, பட்டினி வாழ்க்கை பற்றிக் கவலைப்படாத மனநிலை அவருக்கு இளம் வயதிலேயே உருப்பெற்று விட்டது. இதன் விளைவாக இளந்துறவியாகவும் வாழத்தொடங்கினார். மடங்களுக்குச் செல்லத் தொடங்கினார். அங்கேயே தங்கவும் செய்தார். 1913-14 ஆம் ஆண்டுகளில் தமிழகத்தில் உள்ள அனைத்துக் கோயில்கள், மடங்கள் ஆகியவற்றுக்கு வருகை புரிந்துள்ளார். சென்னைக்கு அருகில் திருமழிசையில் உள்ள வைணவ மடத்தில் நான்கு மாதங்கள் தங்கியிருந்துள்ளார். முறையான கல்வி பெற்றவரும் இல்லை. செல்லும் இடங்களில் உள்ள மடங்களில் பாடம் கேட்பதை வழக்கமாகக் கொண்டிருந்தார். திருமழிசையில் உள்ள சமசுகிருத பாடசாலையில் சமசுகிருதம் படித்தார். துறவிகளைப் போல் உடை உடுத்திக்கொண்டார்; மனதளவில், ஊர்சுற்றுவதற்காக அவர் தேர்வு செய்து கொண்ட முறை இது. ஆனால், துறவு மனநிலை அவருக்கு முழுமையாக இருந்ததெனக் கூறமுடியவில்லை. விரும்பிய நட்புகளை நெருக்கமான உறவாகவும் நடத்தினார். இவ்வாறான வாழ்க்கை மூலம், பல்வேறு மொழிகளைக் கற்பது, பாளி, பிராகிருதம், சமசுகிருதம் ஆகிய மொழிகளில் உள்ள நூல்களைத் தேடி எடுத்து வாசிப்பது என்பதை வழக்கமாகக்

கொண்டிருந்தார். இளம்வயதில் இவ்வகையான மனநிலை என்பது ஊர் சுற்றுவதற்கு உதவியது. ஏறக்குறைய இருபது வயது வரை இவ்வகையான வாழ்முறையை மேற்கொண்டார்.

இளம்வயதில் உருவான இம்மனநிலை, பிற்காலங்களில் நேபாளம், திபெத், இலங்கை, ஜப்பான், சோவியத் நாடு ஆகிய பல இடங்களுக்கும் பயணம் செய்து தமது பௌத்த அறிவு, இடதுசாரித் தத்துவம் சார்ந்த மரபு ஆகியவற்றைக் கற்றறிவதற்கு உதவியது என்று சொல்ல முடியும். பல்வேறு சமய அறிஞர்களிடம் பாடம் கேட்டல், வாதங்களில் ஈடுபடுதல் போன்ற பழக்கங்களைச் சுமார் நாற்பது அகவை வரை கொண்டிருந்தார். இவ்வகையான அறிவுசேகர மனநிலையே அவரைச் சிறந்த புலமையாளராக வளர்த்தெடுத்தது. இளமை தொடங்கி இறுதிக்காலம் வரை அறிவுத்தேடல் என்பதே அவரது வாழ்க்கையாக அமைந்தது.

★ ★ ★

1915ஆம் ஆண்டு முதல் பிரித்தானியர்களுக்கு எதிரான இந்திய அரசியல் போராட்டம் புதிய பரிமாணங்களை உள்வாங்கத் தொடங்கியது. காந்தியடிகள் (1869-1948) தன்னை இந்திய அரசியல் போராட்டத்தில் இணைத்துக் கொண்ட காலமிது. 1920களில் காந்தியடிகள் ஒத்துழையாமை இயக்கம் என்னும் போராட்டத்தை அறிவித்தார். ஆளும் பிரித்தானிய அரசுக்கு எதிரான இப்போராட்டத்தில் இந்திய இளைஞர்கள் பங்கேற்கத் தொடங்கினர். ஒத்துழையாமை இயக்கத்தில் பங்கேற்றதன் மூலம் புதிய அரசியல் பார்வையை உள்வாங்கினர். பல்வேறு சமய மடங்கள், ஆரிய சமாஜம் போன்ற அமைப்புகள் வழி பெற்ற அனுபவங்களுக்கு முற்றிலும் மாறுபட்ட மனநிலை ராகுல்ஜிக்கு உருவாயிற்று. அரசியல் பார்வை உடைய மனிதராக 1930களில் உருவானார். 1933இல் இவர் எழுதிய 'பொதுவுடைமைதான் என்ன?' என்ற சிறு நூல், இவரது அரசியல் பார்வையின் புதிய போக்கைக் காண்பதற்கு உதவுகிறது. இதுவரை ஊர்சுற்றும் துறவியாகவும் இந்திய விடுதலைப் போராட்டத்தில் பங்கேற்றவராகவும் அறிந்திருந்தோம். இப்போது அவர் புதிய உலகப் பார்வையைத் தமக்குள் உருவாக்கிக் கொண்டவராக அறிய முடிகிறது. 1917இல் நடந்த சோவியத் புரட்சி தனக்குள் தாக்கத்தை ஏற்படுத்தியதாகப் பின்னாட்களில் கூறியுள்ளார். ஆனால், 1930களில் இடதுசாரி கருத்துருவை, குறிப்பாக மார்க்சியம் குறித்துப் பேசுபவராக, எழுதுபவராக அவர் உருப்பெற்று விட்டதை அறியமுடிகிறது.

1920களில் இந்தியாவில் உருவான இடதுசாரி இயக்கம், 1930களில் அமைப்புகளாக வடிவம் பெற்றன. இதனை அறிந்த பிரித்தானியர், 1934இல் இடதுசாரி இயக்கங்களுக்குத் தடை விதித்தனர். தமிழ்ச்சூழலில் ம. சிங்காரவேலர் (1860-1946), ஈ.வெ.ரா பெரியார் (1879-1973), ப. ஜீவானந்தம் (1908-1963) ஆகியோர் இந்தக் காலங்களில் இடதுசாரி சிந்தனை மரபோடு செயல்படத் தொடங்கினர். இந்திய அளவில் விவசாய இயக்கங்கள் உருவாகின. 1936இல் அகில இந்திய விவசாய இயக்கம் அமைப்பாகச் செயல்படத் தொடங்கியது.

மேற்குறித்த அரசியல் சூழலில் ராகுல்ஜி இடதுசாரி இயக்கத்தில் தன்னை இணைத்துக் கொண்டார். விவசாய இயக்கங்களுடன் செயல்பட்டார். வங்காளம், பீகார் பகுதிகளில் நடந்த விவசாயப் போராட்டங்களில் பங்கேற்றார். இவ்வகையில் தன்னை முழுநேர அரசியல் போராளியாக வடிவமைத்துக் கொண்டார். கம்யூனிஸ்ட் கட்சி உறுப்பினராக இருந்தார். இத்தகைய போராட்டங்களில் பங்கேற்றதன் விளைவாக, பிரித்தானிய அரசு அவரைச் சிறைப்பிடித்தது. 1940-42 காலங்களில் இருபத்தொன்பது மாதங்கள் சிறையில் வாழ்ந்தார். இந்தக் காலம், ராகுல்ஜி என்ற அறிஞன், இவ்வளவு காலம் பெற்றிருந்த அறிவுப்பரப்பை புலமைத்துவ நூல்களாக வடிவமைக்கும் வாய்ப்பை உருவாக்கிற்று. சிறையில் ஏழு நூல்களை எழுதினார். 'மனித சமுதாயம்', 'தத்துவ திசைகாட்டி', 'வால்காவிலிருந்து கங்கை வரை', 'சிந்துவிலிருந்து கங்கை வரை' 'ராகுல்ஜியின் சுயசரிதை' ஆகிய பிற அந்நூல்கள். இதில் 'வால்காவிலிருந்து கங்கை வரை' தமிழில் 1949இல் மொழியாக்கம் செய்யப்பட்டு இன்றுவரை அந்நூல் பற்றிய உரையாடல் தொடருகிறது. தமிழில் இதுவரை ஆறு மொழியாக்கங்கள் வெளிவந்துள்ளன. பேரா. அ. மங்கை அவர்களால் ஏழாவதாக மொழியாக்கம் செய்யப்பட்டு, சீர் வாசகர் வட்டம் மக்கள் பதிப்பாக வெளியிடுகிறது.

'வால்காவிலிருந்து கங்கை வரை' எனும் இருபது கதைகள் அமைந்துள்ள ராகுல்ஜியின் நூல் எந்த அடிப்படையில் அமைந்துள்ளது என்பதை பின்வருமாறு தொகுத்துக் கொள்ளலாம்.

- மார்க்சிய தத்துவமரபை உள்வாங்கிய ராகுல்ஜி, மனித சமூக வரலாறு குறித்த ஆய்வுகளில் ஈடுபடத் தொடங்கினார். ஏங்கெல்ஸ் (1820-1895) உருவாக்கிய 'குடும்பம்-தனிச்சொத்து-அரசு ஆகியவற்றின்

தோற்றம்' எனும் நூல், உலக அளவில், மனித சமூக வரலாற்றை இயக்கவியல் பொருள்முதல்வாத மரபில் ஆவணப்படுத்தியது. இந்த மரபில் இந்தோ - ஐரோப்பிய நிலப்பகுதிகளில் வாழ்ந்த மனிதர்களின் வரலாற்றைப் பதிவு செய்யத் திட்டமிட்டுள்ளார். இந்நூலில் இந்தியா என்று அழைக்கப்படும் நிலப்பகுதியில் வாழும் மனிதர்களின் செயல்பாடுகளைப் பேசியுள்ளார்.

- தொல்பழங்குடி மனிதர்களின் படிப்படியான வளர்ச்சி எவ்வாறு உருவானது; அவர்களது வாழ்முறையில் இயற்கையின் இடம் எத்தகையது; குடி மற்றும் இனக்குழு உருவாக்கம் எவ்வாறு உருப்பெற்றது ஆகிய பல செய்திகளைப் புனைவு போலச் செய்துள்ளார். நிகழ்வுகளைச் சொல்வதற்குப் புனைவு மொழியைப் பயன்படுத்தியுள்ளார்.

- தாய்வழிச் சமூகத்தின் பெண் தலைமை புறவய மாற்றங்கள் ஏற்பட்டபோது ஆண் தலைமை கைக்கு மாறிய விதம்; அதனால் ஏற்பட்ட பாலினப் பாகுபாடுகள் ஆகியவற்றை அம்பலப்படுத்துகிறார். ஆனாலும், பெண் அறிவார்ந்த, நிலைத்த மனிதாய விழுமியங்களுக்காக தொடர்ந்து வாதிடுபவளாக வாழ முயற்சிப்பதையும் காட்டுகிறார்.

- அரச உருவாக்கம் என்பது, இனக்குழுக்களில் இருந்து, குடியாட்சி, முடியரசு ஆகிய மாற்றங்களைக் கால வளர்ச்சியில் பெறுவது குறித்துப் பேசுகிறார். இதில் மனித சமூக வளர்ச்சி மற்றும் சீரழிவுகள் குறித்தும் பேசுகிறார்.

- பௌத்த மரபு இந்திய சமூகத்தில் செயல்பட்ட வரலாறுகள் குறித்துப் பேசுகிறார். புத்தர் உருவாக்கிய சமய மரபு சார்ந்த உரையாடல்களை முன் வைக்கிறார். இந்திய வரலாற்றில் பௌத்தத்தின் வகிபாகம் முதன்மையான உரையாடலாக அமைந்துள்ளது.

- இந்திய வரலாற்றில் பார்ப்பனியம் எனும் கருத்துநிலை எவ்வாறெல்லாம் அதிகார சக்தியாகச் செயல்பட்டது; அதன் மூலம் இந்திய சமூகம் உள்வாங்கிய சீரழிவான பொருண்மைகள் யாவை என்பதைக் குறித்துப் பேசுகிறார்.

- இஸ்லாமிய சமயத்தைப் பின்பற்றியவர்கள் இந்திய வரலாற்றில் நடத்திய குறுக்கீடுகள், இதன் மூலம் இந்து X முஸ்லீம் எனும் முரண்பாடு உருவான பின்புலம் ஆகியவற்றைப் பேசுகிறார்.

- பிரித்தானிய அரசு இந்திய மண்ணில் ஆட்சி நடத்தியதன் மூலம், இந்திய சமூகம் உள்வாங்கிய மாற்றங்கள், எதிர்கொண்ட கெடுவிளைவுகள் ஆகிய பலவற்றையும் பதிவு செய்கிறார்.

- காந்தியம் எனும் கருத்துநிலை இந்திய சமூகத்தில் எப்படிச் செயல்பட்டது; அதன் விளைவுகள் எத்தகையன என்பதான உரையாடல்களை முன்வைத்துள்ளார்.

- இந்தியாவில் வெகுமக்கள் புரட்சி நடக்கவேண்டியதன் தேவை, அதற்கான வழிகாட்டுதல்களை, மார்க்சிய தத்துவ மரபு மூலம் எவ்வாறெல்லாம் பெறமுடியும் எனப் பேசுகிறார்.

இந்தோ - ஐரோப்பிய நிலப்பகுதியில் உள்ள ஆறுகளான வால்கா, கங்கை ஆகியவற்றைக் குறியீடாகக் கொள்கிறார். ஏறக்குறைய ஏழாயிரம் ஆண்டுகாலச் சமூக வரலாற்றைப் பேசுகிறார். இவ்வரலாற்றை ஒவ்வொருவரும் அறிந்து கொள்ளவேண்டும் என்ற அடிப்படையான நோக்கத்துடன் செயல்பட்டுள்ளார்.

1942இல் ராகுல்ஜி 'மனித சமுதாயம்' எனும் நூலை எழுதினார். இதற்கு ஏங்கெல்ஸ் நூலை அடிப்படையாகக் கொண்ட அதே தருணத்தில், இந்தியச் சமூகத்தில் உள்ள மனிதர்கள் குறித்த வரலாறாக உருவாக்கினார். பொதுநிலையில் மனித சமுதாய வரலாற்றிலிருந்து இந்திய மனித சமுதாயத்தைப் புரிந்து கொள்வது எவ்வாறு என்பதே ராகுல்ஜியின் நோக்கமாக இருந்துள்ளது. மனித சமூக வரலாற்றைக் கோட்பாட்டு அடிப்படையில் எழுதிய இந்நூல் எளிமையாக எல்லோராலும் புரிந்து கொள்ள இயலுமா என்ற கேள்வியைத் தனக்குள் எழுப்பிக்கொண்டு, அதனை எளிமையாக எழுத மேற்கொண்ட செயல்தான் 'வால்காவிலிருந்து கங்கை வரை' எனும் நூல்.

தொல்பழங்குடி மனிதர்களைச் சில பாத்திரங்களாகக் கட்டமைத்துக் கொண்டுள்ளார். அதில் பெண் பாத்திரம்தான் தலைமையாக இருந்தது என்று பதிவு செய்கிறார். இதன்மூலம் தாய்வழிச் சமூகம் செயல்பட்டதைச் சொல்கிறார். இங்கு குடும்பம்

ஆண் - பெண் என்ற இருமையில் அமையவில்லை; மாறாக, பெண் பாத்திரத்தின் தலைமையின் கீழ் அனைவரும் செயல்பட்டதான வரலாற்றை அழகான புனைவாக ராகுல்ஜி எழுதியுள்ளார்.

இவ்வகையில் அமைந்த குடிகள் காலவளர்ச்சியில் பல்வேறு மாற்றங்களை உள்வாங்குகின்றன. விலங்கினங்களைப் பழக்குதல், தீயைப் பயன்படுத்துதல், உலோகப் பயன்பாடு ஆகியவை உருவாகின்றன. கற்களைப் பயன்படுத்துவதைவிட உலோகப் பயன்பாட்டின் தனிக் கூறுகள் நடைமுறையில் உருவாவதைக் காண்கிறோம். வேட்டையாடி வாழ்ந்த முறை படிப்படியாக மாறி, ஓரிடத்தில் தங்கும் சூழல் உருவாகிறது. நீர் மேலாண்மையை அறிகின்றனர். பயிரிடுதல் தொடங்குகிறது. உணவாகத் தானியம் இடம் பெறுகிறது. குடி என்பது படிப்படியாக இனம் என்று மாற்றம் பெறுகிறது.

இனம் என்ற மாற்றம் புதிய அடையாளங்களை உருவாக்குகிறது. தொல்பழங்குடி மக்கள் என்பவர்கள் இனமரபு சார்ந்த வளர்ச்சியைப் பெறும்போது, 'ஆரியம்' என்ற அடையாளம் உருவாகிறது. இவர்கள் ஆரியர்கள் என்று அழைக்கப்படுகின்றனர். இவர்கள் நாடோடி வாழ்க்கையிலிருந்து படிப்படியாக மாறி, ஒரு இடத்தில் தங்கும்போது, இவர்களைப் போலிருக்கும் பிறிதொரு குழுவோடு தொடர்பு உருவாகிறது. இவர்களுக்குள் ஆதிக்கப் போர் தொடங்குகிறது. இது மனித சமூக முரணாக அமைகிறது. அந்த முரணைப் பின்னர் ஆரியர் X அசுரர் என்னும் வகையில் ராகுல்ஜி கட்டமைத்துக் காட்டுகிறார். இதன்வழி ஒவ்வொரு இனக்குழுவும் பெற்றிருக்கும் தனிப்பட்ட வளர்ச்சித் தன்மைகளால், அவற்றுக்குள் உருப்பெறும் அதிகார மரபுகளை அறிய முடிகிறது. இதன் பிற்கால வளர்ச்சிப் பரிமாணங்கள் விரிவானவை. இதன் தொடக்கம் குறித்த உரையாடலை ராகுல்ஜி இந்த நூலில் செய்துள்ளார்.

மனித சமூக நிர்வாக அமைப்பில் பெண் தலைமைத்துவம் படிப்படியாக இல்லாமல் போதல் நடக்கிறது. ஆண் தலைமைத்துவம் உருவாகிறது. இதன் வளர்ச்சியே அரசு உருவாதல் ஆகும். இவ்வகையான அரசு உருவாதல் என்பது குறிப்பிட்ட மக்கள் குழு அரசாகச் செயல்படும் மரபு இருந்தபோது அதனைக் குடியரசு என்கிறோம். அது மக்களாட்சி. ஆனால், மேற்குறித்த நிலைக்கு மாற்றாக, குறிப்பிட்ட சிலர் நிர்வாக அதிகாரத்தைக் கையில் எடுத்துக் கொள்வர். இவ்வகையான அதிகார மரபு என்பது அரசு உருவாக்கம் என்பதற்கு அடிப்படையாக அமைகிறது. குடிகளின்

அரசு, தனிப்பட்ட மனிதர்களின் அரசாக உருவாகிறது. ராகுல்ஜி எந்தெந்த பகுதி மக்களிடம் குடியரசு இருந்தது; அது பின்னர் படிப்படியாக மாறி முடியாட்சியாக உருவானது என்ற வரலாற்றை இக்கதைகளில் பேசுகிறார். இவ்வகையில் மௌரிய அரசு, குப்த அரசு ஆகிய பிற பேரரசுகள் இந்தியச் சமூகத்தில் உருவானதை ராகுல்ஜி இந்நூலில் பதிவு செய்கிறார்.

அரச உருவாக்கத்தோடு சமயம் / மதம் உருவாக்கமும் நிகழ்ந்தேறுகிறது. இதில் இந்திய சமூகத்தைப் பொருத்தவரை பௌத்த மரபு முதன்மையானது. அதனை உருவாக்கிய புத்தர் முக்கியமானவர். ராகுல்ஜி அடிப்படையில் பௌத்த அறிஞர். நேபாளம், திபெத், இலங்கை ஆகிய பிற இடங்களில் உள்ள பௌத்த, சமண, சாங்கியச் சுவடிகளை வாசித்தவர். பௌத்தமரபில் ஈடுபாடு உடையவர். புத்தரின் கருத்துக்களை ஏற்கும் மனநிலை உடையவர். இந்தப் பின்புலத்தில் பௌத்தம் தொடர்பான உரையாடல்கள் இடம் பெறுவதைக் காணலாம்.

அரச உருவாக்கத்தோடு, புரோகித மரபும் உருவாகிறது. புரோகிதர்கள் என்பவர்கள் ஆரிய மரபோடு தொடர்புடையவர்கள். இவர்களைப் பார்ப்பனர்கள் என்று அழைக்கிறோம். இவர்கள் அரச உருவாக்கம் சார்ந்து, அரசுகளோடு நெருக்கமான உறவு உடையவர்களாக வடிவம் பெறுகின்றனர். சமூகத்தில் பார்ப்பனியம் எனும் ஆதிக்க கருத்துமரபு உருப்பெறுகிறது. ஆரியம் எனும் கருத்து மரபினர், அம்மரபு இல்லாதவர்கள் எனும் பிரிவுகள் உருவாகின்றன. ஆரியர் அல்லாத மரபில் அசுரர்கள் இடம் பெறுகின்றனர். ஆரியர் X அசுரர் எனும் முரண்பாடு சமூக அமைப்பில் உருவாகிறது. ராகுல்ஜி இவ்வகையில் உருவாகும் பார்ப்பனியம் பற்றிப் பேசுகிறார். பார்ப்பனியம் பௌத்த மரபுக்கு எதிரானதாகக் கட்டமைக்கப்படுகிறது. இந்த முரண் எவ்வாறெல்லாம் இந்தியச் சமூகத்தில் நடைமுறைச் செயலாக அமைகிறது என்னும் உரையாடலையும் ராகுல்ஜி முன்வைக்கிறார்.

பார்ப்பனியப் பின்புலத்தில் உருவான வேதமரபுகள், இலக்கிய மரபுகள், புலவர்கள் ஆகிய அனைத்துக் கூறுகளையும் ராகுல்ஜி பேசுகிறார். வசிட்டர், விசுவாமித்திரர், யக்ஞவல்யர் ஆகிய பிறர் பற்றிய குறிப்புகள் உள்ளன. இந்தப் பின்புலத்தில் உருவான சொர்க்கம்-நரகம், மறுபிறவி, பிரம்மம் ஆகியவை பொய்யானவை; மூடநம்பிக்கைகள் என்றும் ராகுல்ஜி பார்ப்பனிய மரபின் தொடர்ச்சியாகப் பேசுகிறார். இதற்கான பல்வேறு

கற்பனைப் பாத்திரங்கள், உண்மைப் பாத்திரங்கள் ஆகியவற்றைப் படைத்துக் காட்டியுள்ளார். பௌத்த மரபில் உருவான அஸ்வகோஷ் போன்றவர்களைச் சிறப்பாகப் பேசியுள்ளார்.

பௌத்த மரபு, பார்ப்பனிய மரபு என்ற வரிசையில் இஸ்லாமிய மரபும் இந்தியச் சமூகத்தில் உருவாகிறது. இஸ்லாமிய அரசர்கள் ஆட்சி புரிகின்றனர். அதில் அக்பர் போன்றவர்கள் அரசர்களாக இருக்கின்றனர். மௌரியர், குப்தர், மொகலாய அரசர்கள் என்ற முடியரசுகள், இந்தியச் சமூகத்தில் உருவாக்கிய பல்வேறு கூறுகளை ராகுல்ஜி பதிவு செய்துள்ளார். இஸ்லாமிய மரபில் மதமாற்றம் குறித்த உரையாடல், இஸ்லாமியர்கள் குடியேறிய மண்ணில் எதிர்கொள்ளும் சிக்கல்கள், அதனை எதிர்கொண்ட முறைகள் எனப் பல பரிமாணங்களை ராகுல்ஜி பதிவு செய்துள்ளார்.

பிரித்தானியர்கள் ஆட்சிமுறையில் உள்ளூர்வாசிகளான ஜமீந்தார்கள், பாளையக்காரர்கள் ஆகிய பலரின் சுரண்டலைப் பற்றிய பதிவுகளைச் செய்துள்ளார். இவர்கள் மக்களைச் சுரண்டி, பிரித்தானியர்களிடம் கொடுக்கும் முறை குறித்தும் பேசுகிறார். ஐரோப்பிய புத்தொளி மரபு, பிரித்தானிய ஆட்சியாளர்களால் இந்திய மண்ணில் ஏற்படுத்திய மாற்றங்கள், அதனை இந்திய மக்கள் எதிர்கொண்ட முறைமை ஆகிய பல கூறுகளை ராகுல்ஜி பதிவு செய்துள்ளார். இவ்வாறு நவீனகால சமூக வரலாற்று ஆவணமாகவும் ‘வால்காவிலிருந்து கங்கை வரை’ அமைவதைக் காண்கிறோம்.

காந்தியம், அம்பேத்கரியம் ஆகிய சொல்லாடல்கள், அதன் பின் உள்ள தத்துவ மரபுகள் ஆகியவை குறித்தும் ராகுல்ஜி இந்நூலில் பேசுகிறார். காந்தியத்தை விமரிசன பூர்வமாக முன்வைக்கிறார். அம்பேத்கர் கருத்துக்களைப் பதிவு செய்கிறார். அதனையும் விமரிசனபூர்வமாகவே முன்வைக்கிறார். இம்மரபுகளுக்கெல்லாம் மாற்றாக மார்க்சிய தத்துவ மரபு சார்ந்த புரட்சியைத் தீர்வாக முன்வைக்கிறார். இவ்வகையில் இந்த ஆக்கம் சமகாலத்தன்மையை உயிரோட்டமாகக் கொண்டிருப்பதைக் காண்கிறோம். தொடர்ந்து உரையாடுவதற்கான வெளியை ராகுல்ஜி இந்த ஆக்கத்தின் மூலம் உருவாக்கியுள்ளார்.

ராகுல்ஜி இந்த இருபது கதைகளைத் தொடர்ந்து எழுதிய ‘சிந்து முதல் கங்கை வரை’ (1942) என்ற ஆராய்ச்சி நாவல், இந்திய வரலாற்றைத் தொல்லியல் தரவுகள் சார்ந்து பேசுகிறது. ‘வால்காவிலிருந்து கங்கை வரை’ என்ற படைப்பை எழுதும்போது,

பௌத்த மரபு சார்ந்து அதில் ஒருபகுதி முழுமையாக அமையவில்லை என்றும், அதனை விரிவுபடுத்தவே ‘சிந்து முதல் கங்கை வரை’ எழுதியதாகவும் கூறுகிறார்.

‘வால்காவிலிருந்து கங்கை வரை’ என்ற படைப்பின் முன்னுரையில் பின்வருமாறு எழுதுகிறார்.

“இந்திய வாசகர்களுக்கு எளிதில் தொடர்புகொள்ளக்கூடிய இந்தோ - ஐரோப்பிய இனத்தவர் குறித்ததாக இந்த நூல் அமைகிறது. இந்த இனத்தின் முன்னோர் பலப்பல நூற்றாண்டுகளுக்கு முன்னரே எகிப்து - அசிரியா, சிந்து சமவெளி பகுதிகளில் வாழ்ந்தவர்கள். அவற்றை முழுமையாக வழங்குவது படைப்பாளிக்கும் வாசகர்க்கும் பெரும் சவால்” *(முன்னுரை)*

என்று குறிப்பிடுகிறார். இருப்பினும் ‘சிந்து முதல் கங்கை வரை’ நாவலில் ஓரளவு அந்த முயற்சியை மேற்கொள்கிறார்.

மேற்குறித்தப் பின்புலத்தில் ‘சிந்து முதல் தாமிரபரணி வரை’ என்று ஒரு ஆக்கத்தை உருவாக்க முடியும். ராகுல்ஜி பாளி, பிராகிருதம், சமசுகிருதம் ஆகியவற்றில் உள்ள தரவுகளை முதன்மையாகக் கொண்டு, சிறைச்சாலையில் இருந்து இந்த ஆக்கங்களைப் படைத்துள்ளார். அவருக்கு சிந்து சமவெளி குறித்த விரிவான தகவல்கள் கிடைக்க வாய்ப்பில்லை. இன்று நிகழ்ந்துள்ள திராவிடர் என்ற இனத்தின் முன் வரலாறுகள் குறித்த அகழ்வாய்வுகள், மரபணு ஆய்வுகள், இன்னபிற புதிய வரலாற்றுப் புரிதலைத் தருகின்றன. இதைச் சார்ந்து ‘வால்காவிலிருந்து கங்கை வரை’ போல ‘சிந்துவிலிருந்து தாமிரபரணி வரை’ என்ற ஆக்கத்தை உருவாக்கும் தேவை தமிழ்ச் சமூகத்திற்கு உண்டு. இந்த ஆக்கம், ராகுல்ஜி ஆக்கத்தின் வேறொரு பரிமாணமாக அமையும். அப்படியான ஆக்கத்தை உருவாக்க உந்துதலாக அமையும் ராகுல்ஜியை கொண்டாடுவோம்.

வீ. அரசு

கல்மரம், பெருங்குடி
சென்னை - *96.*
17.11.2025

உள்ளடக்கம்

1. நிஷா — 27
2. திவா — 43
3. அமிர்தாஸ்வன் — 61
4. புரூகூதன் — 78
5. புரூதான் — 100
6. அங்கிரா — 112
7. சுதாஸ் — 130
8. பிரவாஹன் — 150
9. பந்துல மல்லன் — 168
10. நாகதத்தன் — 188
11. பிரபா — 215
12. சுபர்ண யௌதேயன் — 247
13. துர்முகன் — 268
14. சக்கரபாணி — 286
15. பாபா நூர்தீன் — 305
16. சுரையா — 324
17. ரேக்கா பகத் — 343
18. மங்கள் சிங் — 363
19. சப்தர் — 383
20. சுமேர் — 404

1. நிஷா

நிலப்பகுதி : வால்கா நதியின் மேற்கரை
இனம் : இந்தோ - ஐரோப்பியர்
காலம் : பொ. ஆ. முன். 6000

மனித இனத்தின் தொடக்க காலம். கிட்டத்தட்ட 360 தலைமுறைகளுக்கு முந்தைய மனித இன வாழ்வியலுக்கு நம்மை இட்டுச் செல்லும் கதை இது. வெண்ணிறத் தோல் கொண்ட இந்தியர்கள், ஈரானியர்கள், ஐரோப்பியர்கள் ஓரினமாக வாழ்ந்த காலம்.

1

நண்பகல் நேரம். பல நாட்களுக்குப் பின் சூரிய ஒளியின் அருள் கிடைத்திருக்கிறது. இருந்தாலும், ஐந்து மணி நேரம் மட்டுமே இருக்கும் கதிரவனின் ஒளியில், கதகதப்போ சக்தியோ இல்லை; ஆயினும் கருமேகம், பனிப்பொழிவு, மூடுபனி, பெரும் காற்று எதுவும் இல்லாமல் இருந்தது. பகலவன் தன் கதிர்களை எங்கும் பரப்பி, மென்சூட்டை வழங்குகிறான். கண்களும் மனமும் குதூகலிக்கின்றன. சுற்றிலும் தெரிவது என்ன! நீல வானத்தின் கீழ் பனி போர்த்திய பூமி, கற்பூர வெண்மையாக இருக்கிறது. கடந்த இருபத்து நான்கு மணி நேரத்தில் புதிய பனிப்பொழிவு இல்லை. எனவே பூமியில் படர்ந்து இருக்கும் பனி, கட்டியாக உறையத் தொடங்கி இருந்தது. ஆனால், பூமிப் பரப்பின் எல்லா பகுதியையும் ஒன்று போல பனிப்படலம் மூடவில்லை. வடக்கிலிருந்து தெற்காக பல மைல் தூரத்திற்கு வெள்ளிக்கோடு ஒன்று கோணல்மாணலாக தகதகவென்று ஓடிக்கொண்டு இருந்தது. இருபுறமும் இருந்த மலைக் குன்றுகள் அடர்ந்த காடுகளை ஒட்டியபடி தொலைதூரத்தில் தெரிந்தன.

அந்தக் காடுகளை நெருக்கத்தில் பார்க்கலாமா? இரு வகை மரங்கள் நிறைய இருக்கின்றன. வெள்ளை நிற பட்டை கொண்ட,

ராகுல் சாங்கிருத்யாயன்

தற்போது இலைகளற்ற பெர்ச் மரங்கள் மற்றும் நெடிதுயர்ந்த பைன் மரங்கள். பைன் மரங்களின் கிளைகள் செங்கோணமாக விரிந்து இருந்தன; அதன் ஊசி முனை போன்ற இழைகள் கரும்பச்சை நிறத்தில் பளிச்சிட்டன. மரங்களின் கிளைகளில் படிந்திருந்த பனி உறைந்து ஆங்காங்கே கட்டியாகி இருந்தன; அவை கறுப்பு - வெள்ளை நிறக் கோலங்களாகத் தென்பட்டன.

வேறென்ன? எல்லாத் திசைகளிலும் நிசப்தம் அச்சுறுத்தியது. சிள்வண்டின் ரீங்காரமோ, பறவைகளின் கூட்டொலியோ, விலங்குகளின் அரவமோ கேட்கவில்லை.

மலை உச்சியில் உள்ள தேவதாரு மரத்தில் ஏறிப் பார்ப்போம். பனிப்பாளம், தேவதாரு மரங்கள் தவிர வேறு ஏதாவது தெரிகிறதா எனப் பார்ப்போம். பெரிய மரங்கள் தவிர வேறு எதுவுமே வளரவில்லையோ? புற்கள், புதர்களுக்கு இங்கு இடமில்லையோ? சரியாகச் சொல்ல முடியவில்லை. புவிக் கோளத்தின் இரு கட்ட பனிக்காலங்கள் முடிந்திருக்கின்றன; இப்போது மூன்றாவது கட்டத்தில் இருக்கிறோம். இந்த நெடுமரங்களின் வேர்கள் பனி படர்ந்த பூமியில் எத்தனை ஆழம் வேர் விட்டிருக்கின்றன என அளக்க முடியாது. பனிரெண்டு அடி அல்லது அதைவிடக் கூடுதல் ஆழம் இருக்கலாம். இந்த ஆண்டு பனிப்பொழிவு மிக அதிகம். எல்லோரும் அதைப்பற்றிக் குறை சொல்லுகிறார்கள்.

இந்த மர உச்சியில் இருந்து தெரிவதெல்லாம் பனிப்படலம், அடர்வனம், உயர்ந்து தாழும் மலைத்தொடர். ஆனால், அதென்ன மலையின் மறுபுறத்தில் புகை எழுகிறதே! எந்த நடமாட்டமும் இல்லாத, நிசப்தம் நிறைந்த காட்டுப் பகுதியில் புகை கிளம்புவது வியப்புதான். என்னவென்று நேரே போய்ப் பார்த்துத் தெரிந்து கொண்டால்தான் நம் ஆர்வம் தணியும்.

மேகக்கூட்டம் இல்லாத தெளிவான வானம் இருந்ததால், புகை எழும்பிய இடம் அருகில் இருப்பது போலப்பட்டது. உண்மையில் அது மிகத் தொலைவில் இருந்தது. அருகில் நெருங்கி விட்டோம். கொழுப்பும் மாமிசமும் தீயில் வாட்டப்படும் மணம் நம் நாசியை எட்டுகிறது. இப்போது குரல்களும் கேட்கின்றன; குழந்தைகளின் ஒலி! நாம் மெதுவாக, அரவம் ஏதுமின்றி, மூச்சு விடும் ஓசைகூடக் கேட்காதபடி நடக்க வேண்டும். அவர்கள் அறிந்தால், என்ன செய்வார்களோ? நாய்களை ஏவி விடுவார்களோ? நமக்குத் தெரியாது.

சின்னச் சின்ன குழந்தைகள் - அரை டசன் இருக்கும். எட்டு வயது இருக்கக் கூடிய குழந்தையில் இருந்து, ஒரு வயது மழலை வரை இருந்தனர். அனைவரும் ஒரே வீட்டில். இயற்கையில் அமைந்த மலைக்குகைதான் 'வீடு'. அதன் இருமருங்கும், உட்புறமும் எத்தனை தூரம் நீண்டது என நம் கண்களால் அறிய முடியாது. கும்மிருட்டு. நாம் பார்க்க முயற்சி செய்யாமல் இருப்பதே நல்லது. ஒரு கிழவி மட்டும்தான் அங்கிருந்த பெரியவர். அவரது சணல் பிரி அல்லது புகை போன்று இருந்த தலைமுடி சடை பிடித்துக் கிடந்தது. அவள் முகத்தை மூடிய முடியை அவள் ஒதுக்கியபோது வெண்ணிறப் புருவங்கள் தெரிந்தன; முகம் முழுதும் சுருக்கங்கள், உள்ளிருந்து வளர்வன போன்று இருந்தன. பாட்டியும் குழந்தைகளும் உள்ள பகுதியில் இருந்து புகையும் வெப்பமும் பரவி குகையை நிரப்புகின்றன.

பாட்டியின் உடலில் ஆடை இல்லை; அவளது வற்றிய கரங்கள் பாதங்களுக்கு அருகில் ஓய்ந்து கிடக்கின்றன; குழி விழுந்த கண்கள்; நீலநிறக் கண்மணிகள் வெறுமையாக இருப்பது போலத் தோன்றின. ஆனாலும், அவற்றின் ஆழத்தில் இன்னமும் ஒளி மிளிர்ந்தது. அவற்றின் ஒளி முழுமையாக மங்கி விடவில்லை என அவை அறிவித்தபடி இருந்தன. அவள் செவிகள் நன்கு இயங்கிக் கொண்டிருந்தன. குழந்தைகளின் குரல்கள் அவளுக்கு அத்துபடி. ஒரு குழந்தை அழத்தொடங்கியதும், அவள் அதன் திசையில் தன் விழிகளைத் திருப்புகிறாள். ஒரு பையனும் பெண்ணும் - இருவருக்கும் இரண்டு வயது அல்லது சற்று கூட இருக்கலாம். ஒரே விதமான வடிவத்தில் இருந்தனர். இருவருக்கும் சிறிது பொன்னிறம் படிந்த வெண்முடி. பாட்டியின் தலைமுடி போல இருந்தாலும், அவர்களின் தலைமுடி பளபளப்பாகவும் உயிர்ப்புடனும் இருந்தது. குழந்தைகளின் உடல்வாகு பருமனாக, மென்மஞ்சள் கலந்த பளபளப்பான தோலுடன் இருந்தது. பெரிய, ஆழமான நீலநிறக் கண்கள். சிறுவன் விடாமல் அழுது கொண்டிருக்க, சிறுமி வாயில் திணித்த எலும்புத்துண்டை உறிஞ்சியபடி இருந்தாள். பாட்டி நடுங்கும் குரலில், "வா, இங்க வாங்க!" என்றாள்.

அகின் நின்ற இடத்தில் இருந்து அசையாமல் இருந்தான். ஒரு எட்டு வயது சிறுவன் அங்கு வந்து அவனை அப்படியே தூக்கிக்கொண்டு போய் பாட்டியிடம் விட்டான். அந்தச் சிறுவனின் முடி பொன்னிறமாக இருந்தது. நீண்டு இருந்த அவன் முடி சடை விழுந்து இருந்தது. அவனும் தலை முதல் பாதம் வரை எந்த ஆடையும் அணிந்திருக்கவில்லை. உடம்பும் கொழுகொழுவென்று

திரண்டு இருக்கவில்லை. அதோடு உடலில் ஆங்காங்கே கருப்பு நிறக்கோடுகளாக அழுக்குப் படிந்திருந்தது. அவன் குட்டிப் பையனைத் தன் கால்களில் அமர்த்தியபடி, "பாட்டி, ரோச்னா, அகின் கையில் இருந்த எலும்பைப் பிடுங்கி விட்டாள். அகின் அழுகிறான்" என்றான்.

பிறகு அவன் அங்கிருந்து போய் விடுகிறான். பாட்டி அகினைத் தன் மெலிந்த கரங்களால் அணைத்துத் தூக்குகிறாள். அவனது அழுகை நிற்கவில்லை. அழுக்கடைந்த கன்னங்களில் கண்ணீர்க்கோடு ஒன்று தெரிகிறது. அகினை முத்தமிட்டு, தடவிக் கொஞ்சியபடி, "அகின்! அழாதே! ரோச்னாவை அடிச்சிடலாம், சரியா?" என்றாள். அவள் கையால் குகையின் தரையில் அடிக்கிறாள். பல்லாண்டுகள் எண்ணெய் படர்ந்த வெறுந்தரை. அப்படியும் அவன் தேம்பியபடி இருந்தான்; கண்ணீர் வடிந்தபடியே இருந்தது. பாட்டியின் அழுக்குக் கைகள் அவன் அழுகையைத் துடைக்க முயன்று முகத்தில் தெரிந்த செம்மை படர்ந்த பகுதிகளையும் சீராகக் கறுப்பாக்கின. கடைசியாக அவனைத் தேற்ற, வற்றிய தன் முலைகளில் ஒன்றை அவன் வாயருகில் வைத்தாள். அவள் முலைகள் காய்ந்த அரைப் பரங்கிக்காய்கள் போல அவள் சுருங்கிய உடம்பில் தொங்கிக் கொண்டிருந்தன. அகின் முலைக்காம்பில் வாயை வைத்ததும் அழுகை நின்றது.

அச்சமயம், வெளியில் பேச்சரவம் கேட்டது. அகின் வாயில் இருந்த உலர்ந்த முலைக்காம்பை எடுக்காமலே அத்திசை நோக்கித் திரும்பினான். "அ... கி... ன்..." என்ற மென்மையான இனிமை மிக்கக் குரல் கேட்டது. அகின் மீண்டும் அழத் தொடங்கினான். உள்ளே நுழைந்த இரண்டு பெண்களும் தலையில் சுமந்து வந்த விறகுக்கட்டுகளை மூலையில் வைத்துவிட்டு, ஒருவர் ரோச்னாவிடமும் இன்னொருவர் அகினிடமும் ஓடி வந்தனர். அகின் உரத்த குரலில், "அம்மா" என அழத்தொடங்கினான். அவன் தாய் தனது வலது கையால் வலப்புற மார்ச்சீலையை விலக்கினாள். வெள்ளை எருதின் தோலினால் ஆன அவளது ஆடை முள்ளம்பன்றியின் முள் ஒன்றினால் கட்டப்பட்டிருந்தது. மெல்லிய உடம்பு. குளிர்காலத்தில் உணவுப் பஞ்சம் இருப்பதனால் அப்படி இருக்கலாம். ஆனால், நேர்த்தியான உடல்வாகு அவளுக்கு. அங்கிருந்த குழந்தைகளைப் போலவே பளபளப்பான நிறம்; ஒளி வீசும் தெளிவான கன்னங்கள்; அவளது மங்கலான பொன்னிற தலைமுடி, சடை பிடிக்காமல் அவள் நெற்றியில் தளர்வாகப் புரண்டது; பரந்த மார்பகத்தில் செந்நிற நுனியுடன் அவளது

முலைகள் நின்றன; வளைந்த இடை, ஆரோக்கியமான பிட்டம், உருண்டு திரண்ட தொடைகள், கடும் உழைப்பிற்குப் பழகிய - கலப்பை போல வளைந்து புடைத்த கெண்டைக்கால் அவளுக்கு இருந்தது. பதினெட்டு வயது நிரம்பிய இந்த இளம்பெண் அகினைத் தூக்கி அவனது கண்கள், வாய், கன்னங்கள் எங்கும் முத்தமிட்டாள். அகின் சிவந்த உதடுகளுக்கிடையே வெண்மையான பற்கள் பளிச்சிட, அரைக்கண் மூடியபடி, கன்னங்களில் குழி விழச் சிரித்தான். அப்பெண் கீழே கழற்றிப் போட்ட தோல் விரிப்பில் அமர்ந்து, தன் முலைகளை அகினின் மென் வாயில் வைத்தாள். அவன் கைகளால் முலையைப் பற்றிக்கொண்டு உறிஞ்சத் தொடங்கினான். உடன் வந்த இன்னொரு பெண்ணும் ஆடையேதும் இன்றி ரோச்னாவைத் தூக்கிக்கொண்டு அவளருகில் அமர்ந்தாள். முகச்சாடையைப் பார்த்தால் அவ்விருவரும் சகோதரிகள் என்பது புரியும்.

2

குகைக்குள் அவர்கள் பேசிக்கொண்டிருக்க, நாம் வெளியே வந்து சுற்றிலும் பார்ப்போம். பனி படர்ந்த நிலத்தில் ஒரு திசையில் மட்டும் தோல்கள் சுற்றப்பட்ட காலடிச் சுவடுகள் தடமிட்டு இருந்தன. நாமும் அதனைப் பின்தொடர்வோம். அத்தடம் வளைந்து சென்று மறுபுறம் உள்ள மலைக்காட்டை அடைந்தது. மூச்சிரைக்க ஏறினாலும் புதுப்புது காலடிச் சுவடுகள் முளைத்தவண்ணம் இருந்தன. ஒரு நேரம் வெண்ணிற பனி படர்ந்த நிலங்கள்; அடுத்து மலை முகட்டை ஒட்டிய அடர் காடு; பிறகு புதியதொரு பனிவயல்; மீண்டும் மரங்கள் அடர்ந்த மலைச்சரிவு என விரிந்துகொண்டே போனது. கடைசியில் அடிவாரத்தில் இருந்து அண்ணாந்து பார்த்தால், மரங்கள் இல்லாத மலை வரம்பைக் காணமுடிந்தது. அங்குப் பனிமூட்டம் உயர்ந்து நீல வானத்தைத் தொட்டது; நீலத் திரையின் பின்னணியில் நிழல் உருவங்களாகத் தெரிந்த மனித உருவங்கள் மலைச்சரிவின் மறுபுறம் மறைந்து விடுவார்கள் போலத் தோன்றியது. அவர்களது முதுகில் ஒளிர்விட்ட சூரிய வெளிச்சத்தினால்தான் அவர்களைக் காணமுடிந்தது. அவர்களின் உடல் மீது போர்த்தப்பட்டிருந்த எருமைத் தோலாடை வெண்பனி நிறத்தில் இருந்தன. அவர்களது கரங்களில் இருந்த ஆயுதங்களும் அதே வெண்ணிறத்தில் இருந்தன. பரந்த பனிவயல்கள் ஊடே அந்த ஆயுதங்களை இனம் காண்பது கடினம்.

சற்றே நெருங்கிப் பார்த்தால், அவர்களின் தலைமைப் பொறுப்பில் ஒரு பெண் இருப்பது தெரிகிறது. அவளுக்கு நாற்பதில் இருந்து ஐம்பது வயதிற்குள் இருக்கும். திடகாத்திரமாக இருந்தாள். ஆடையேதும் மூடாத அவளது வலது கரம் ஒன்று போதும் அவளது வலிமையைப் பறைசாற்ற; அவளது தலைமுடி, முகம், உறுப்புகள் அனைத்தும் நாம் குகையில் கண்ட இரு பெண்களைப் போலவே, ஆனால், பெரிதாக இருந்தன. இடது கரத்தில் நான்கைந்து அடி உயரம் கொண்ட பூர்ச்ச மரக்கொம்பு ஒன்றை வைத்திருந்தாள். அது பருத்து, கூர்மையான முனையுடன் இருந்தது. வலக்கையில், கூர் தீட்டப்பட்ட கற்கோடரி ஒன்றைப் பிடித்திருந்தாள். அது தோல் வாரால் இறுக்கிப் பிணைக்கப்பட்ட மரப்பிடியுடன் இருந்தது. அவளைத் தொடர்ந்து நான்கு ஆண்களும் இரண்டு பெண்களும் நடந்தனர். அதில் ஓர் ஆண் தலைமை ஏற்றுச் செல்லும் பெண்ணைவிட மூத்தவராக இருப்பார்; மற்ற ஆண்கள் இருபத்தாறு வயது இளைஞர்களில் இருந்து, பதினான்கு வயது சிறுவன் வரை இருக்கலாம். பெரியவருக்கு மற்றவர்கள் போலவே வைக்கோல் நிற நீண்ட முடி, அதே நிறத்தில் கட்டை மீசை, அடர்ந்த தாடி முகம் எங்கும் பரவி இருந்தது. அவரும் அப்பெண்ணைப் போலவே கட்டுமஸ்தான உடல்வாகு கொண்டிருந்தார்; கரங்களில் அவளைப் போலவே ஆயுதங்கள் ஏந்தி இருந்தார். இரு இளைஞர்களும் அவரைப் போலவே தாடி, மீசையுடன் இருந்தனர்; வயதில் மட்டும் இளையவர்கள். பெண்களில் ஒருத்திக்கு இருபத்திரண்டு வயது; இன்னொருத்திக்கு கிட்டத்தட்ட பதினாறு இருக்கும். குகைவாசிகளில் நாம் கண்ட பாட்டி மற்றும் பிறர் முகங்களைப் பார்த்த நமக்கு இவர்களைக் கண்டதும் எந்த அய்யமும் ஏற்படாது. அந்த வயதான மூதாட்டி உருவாக்கிய மனிதர்கள்தான் இந்த ஆண்களும் பெண்களும் என்பது நிச்சயம்.

அவர்கள் கரங்களில் ஏந்தியிருந்த மரம், எலும்பு, கல்லால் ஆன ஆயுதங்கள் மற்றும் அவர்களது அசைவுகளைக் கண்டால், அவர்கள் எந்த நோக்கத்தில் வந்திருக்கிறார்கள் என்பது நமக்கு விளங்கும்.

தலைமை தாங்கும் பெண்ணை நாம் அம்மா என்று அழைக்கலாம். அவள் மலை முகட்டில் இருந்து இடதுபுறம் திரும்பினாள். எல்லோரும் அமைதியாக பின் தொடர்ந்தனர். பனிப்பாளங்களில் அவர்கள் நடந்தபோது தோலால் மூடப்பட்ட பாதங்கள் சிறு ஓசைகூட எழுப்பவில்லை. அவர்கள் சென்ற பாதையில் பெரும் குகைவாயில் தோன்றியது. சுற்றிலும்

பாறைகள் கிடந்தன. வேட்டைக்காரர்கள் மிகுந்த எச்சரிக்கையுடன் மெதுவாக நகர்ந்தனர்; எடுத்து வைக்கும் ஒவ்வொரு அடியையும் நீண்டு நெடிதாக வைத்தனர். கரங்கள் பாறையில் பிடிமானம் தேடின. அம்மா முதலில் குகை வாயிலை அடைந்தாள். வாயில் அருகில் இருந்த பனித்துகள்களை உன்னிப்பாக பார்த்தாள். எந்தவித தடயமும் இல்லை. பிறகு அவள் தனியாக குகைக்குள் நுழைந்தாள். சில அடிகள் உள்ளே சென்றதும் குகை ஒருபுறமாக வளைந்தது; ஒளி மங்கியது. கண்கள் அந்த மங்கலான ஒளிக்குப் பழகும் வரை காத்திருந்து தொடர்ந்தாள். சற்று உள்ளே போனதும், மூன்று கரடிகள் - ஒரு ஆண், பெண், குட்டி - ஆழ் உறக்கத்தில் இருப்பதைக் கண்டாள். தலைகளை நிலத்தில் புதைத்து, உயிர் இருப்பதற்கான எந்தவித அசைவும் இன்றி, இறந்துவிட்டவை போல நித்திரையில் கிடந்தன கரடிகள்.

அம்மா ஓசை எழுப்பாமல் தன் குழுவினருடன் வந்து சேர்ந்தாள். அவளது முகத்தின் ஒளி அவள் 'கண்டுபிடிப்பை' அறிவித்தது. தன் சுண்டு விரலைக் கட்டைவிரலுடன் கீழே அழுத்தி, மற்ற மூன்று விரல்களைக் காட்டினாள். இரண்டு ஆண்கள் ஆயுதங்களுடன் அவளைப் பின்தொடர்ந்தனர். மற்றவர்கள் மிகுந்த எதிர்பார்ப்புடன் அசைவேதுமின்றி காத்திருந்தனர். குகைக்குள், அம்மா ஆண் கரடி அருகில் நின்று கொண்டாள்; மூத்த ஆண், பெண் கரடி அருகில் போய் நின்று கொண்டார்; இளைஞன் குட்டிக் கரடி அருகில் நின்றான். பிறகு, ஒரே கணத்தில் அவர்களது அம்புகள் உயர்ந்து வீச்சுடன் கரடிகளின் விலாப்புறத்தில் இருந்து இதயம் வரை ஊடுருவின. அவை உசும்பக்கூட இல்லை. கரடிகளின் ஆறுமாத உறக்கநிலை முடிய இன்னும் ஒரு மாத காலம் இருந்தது. அம்மாவிற்கும், அவரது கூட்டத்திற்கும் இது தெரிய வாய்ப்பில்லை; எனவே அவர்கள் மிகுந்த எச்சரிக்கையுடன் இருந்தனர். இன்னும் மூன்று நான்கு முறை ஆண் கரடியின் வயிற்றுப் பகுதியில் குத்தியபின்தான், அதனைத் திருப்பினர். பிறகு எந்த அச்சமும் இன்றி கரடிகளின் முன்னங்கால்கள், மூக்குப் பகுதிகளைப் பற்றி இழுத்தபடி குகை வாயிலுக்கு வந்தனர். உரக்கச் சிரித்துப் பேசியபடி மகிழ்ந்தனர்.

அம்மா பெரிய கரடியை மல்லாக்கப் பரத்தினாள்; தன் தோலாடையில் இருந்து கற்கோடரியை எடுத்தாள்; காயம்பட்ட இடத்தில் இருந்து வயிற்றுப் பகுதியில் இருந்த கரடியின் தோலைக் கிழித்தாள். வலிமை மிக்க அனுபவம் நிறைந்த கரங்களால்தான் கற்கோடரியால் அத்தனை துல்லியமாக உரோமம்

நிறைந்த தோலை உரிக்க முடியும். கரடியின் இருதயத்தின் ஒரு மென்மையான துண்டை வெட்டி வாயில் போட்டுக் கொண்ட அம்மா, இன்னொரு துண்டைப் பதினான்கு வயது சிறுவனின் வாயில் ஊட்டினாள். மற்றவர்கள் கரடியைச் சுற்றி அமர்ந்திருக்க, அம்மா கரடியின் இருதயத்தில் இருந்த சதைப் பகுதிகளை வெட்டி அனைவருக்கும் பகிர்ந்தளித்தாள். முதல் கரடியின் இருதயம் வெட்டப்பட்ட பின், பதினாறு வயது நிரம்பிய இளம்பெண் நகர்ந்து சென்று ஒரு பிடி பனிக்கட்டியை வாயில் போட்டுக் கொண்டாள். அம்மா இரண்டாவது கரடியின் இருதயத்தை வெட்டத் தயாரானாள். வயதான மனிதனும் வெளியே வந்து வாயில் சிறிது பனிக்கட்டியைப் போட்டுக் கொண்டார். பிறகு, இளம்பெண்ணின் கைகளைப் பிடித்தார். தொடக்கத்தில் சற்றே சுணங்கிய அப்பெண் பிறகு அமைதியானாள். அவர், அவள் தோள்களை அணைத்தபடி ஒரு புறமாகச் சென்றார்.

அவர்கள் இருவரும் மீண்டும் கரடிகள் இருக்கும் இடம் திரும்பியபோது இருவர் கைகளிலும் நிறைய பனிக்கட்டி இருந்தது; அவர்களது கன்னங்கள், கண்களில் புதியதொரு நிறம் தெரிந்தது. பெரியவர், "நான் வெட்டுகிறேன் அம்மா, நீங்கள் அயர்வா இருக்கீங்க" என்றார்.

அம்மா கோடரியை அவரிடம் கொடுத்துவிட்டுத் திரும்பி இருபத்து நான்கு வயது இளைஞனின் முகத்தை வருடினாள். அவன் கரம் கோர்த்தபடி வெளியே சென்றாள். மூன்று கரடிகளின் இருதயங்களையும் அவர்கள் உண்டு முடித்தனர். கரடிகள் நான்கு மாதங்களாக உணவேதும் இன்றி உறங்கியபடி இருந்ததால், அவற்றின் இருதயத்தை ஒட்டி கொழுப்பு அதிகம் காணப்படவில்லை. குட்டியின் சதை மென்மையாகவும் சுவையாகவும் இருந்ததால், அதனை எல்லோரும் விரும்பி உண்டனர். பிறகு அனைவரும் அடுத்தடுத்து படுத்துச் சற்று ஓய்வு எடுத்தனர்.

இப்போது அவர்கள் வீடு திரும்ப வேண்டும். ஆண், பெண் கரடிகளின் கால்கள், தோல் வாரால் மரக்கொம்பு ஒன்றுடன் பிணைத்துக் கட்டப்பட்டது; ஒவ்வொன்றையும் இரண்டு ஆண்கள் தோள்களில் சுமந்தனர். குட்டியை ஒரு பெண் தூக்கிக் கொண்டாள். அம்மா, கற்கோடரியைப் பிடித்தபடி முன்னே நடந்தாள்.

இந்தக் காட்டுமிராண்டிக் கால மக்களுக்கு கடிகார நேரம் தெரியாமல் இருக்கலாம்; ஆனால், அன்றைய இரவு நிலவொளி

படரும் இரவாக இருக்கும் என்பது தெரிந்திருந்தது. அவர்கள் சற்றுத் தொலைவு கடந்தவுடன் தொடுவானில் கதிரவன் சரியத் தொடங்கியது. சூரியன் சட்டென மறையவில்லை. அந்திவானம் பல மணி நேரம் படர்ந்து இருந்தது. அது முழுமையாக மறைந்தபோது, நிலவொளி பூமி, வானுலகம் அனைத்திலும் கோலோச்சியது.

அவர்களது குகை வீடு இன்னும் வெகு தொலைவில் இருந்தது. திடீரென, வெட்ட வெளியில் அம்மா நடப்பதை நிறுத்தினாள்; கவனமாகக் காது கொடுத்துக் கேட்டு ஒரு ஒலியை உணர்ந்து அறிந்தாள். அனைவரும் மௌனமாக நின்றனர். பதினாறு வயது இளம்பெண், இருபத்தாறு வயது இருக்கக்கூடிய இளைஞனின் அருகில் சென்று, "கிர்ர்... கிர்ர்... வ்ரிக, வ்ரிகம்" என்றாள். அம்மாவும் ஆமோதித்தபடி, "வ்ரிக்... வ்ரிக்" என்றாள். பிறகு "தயாராகுங்கள்" எனக் கட்டளையிட்டாள்.

வேட்டையாடிய விலங்கு கீழே வைக்கப்பட்டது. எல்லோரும் கைகளில் ஆயுதங்களை உறுதியாகப் பிடித்தபடி, எல்லா திசைகளையும் கண்காணித்தபடி நெருங்கி நின்றனர். திடீரென, ஏழெட்டு ஓநாய்கள் கொண்ட கூட்டம் தம் நாக்குகளைத் தொங்கவிட்டபடி அவர்களை நோக்கிப் பாய்ந்து வந்தது; அவர்களை நெருங்கியதும் உறுமியபடி வட்டமிட்டன. வேட்டைக்காரர்கள் கைகளில் இருந்த மரக்கொம்பு, கற்கோடரிகளைக் கண்டு அவை சற்றே தயங்கின. அதற்குள் கூட்டத்தின் நடுவில் இருந்த சிறுவன் தன் மரக்கொம்புடன் கட்டப்பட்டிருந்த மெல்லிய மரக்குச்சியை எடுத்து, இடுப்பில் இருந்த தடித்த தோல் வாரோடு பிணைத்து வில்லம்பு ஒன்றைத் தயார் செய்தான். அத்துடன் தன் உடலில் ஒளித்து வைத்திருந்த கூர்முனை கொண்ட கல் அம்புகளையும் எடுத்து அருகில் இருந்த இருபத்து நான்கு வயதான இளைஞனிடம் கொடுத்து அவனைக் கூட்ட நடுவில் இழுத்தான். அவனது இடத்தில் சிறுவன் நின்று கொண்டான். இளைஞன் வாரை இறுக்கி அம்பைச் சுண்டியபோது, ஓநாய்க் கூட்டத்தின் பக்கவாட்டில் இருந்த ஓர் ஓநாயைத் தாக்கியது. கீழே விழுந்த ஓநாய், சமாளித்தபடி மீண்டும் எழுந்து வேகமாகத் தாக்க முனைந்தபோது இளைஞன் மேலும் ஒரு அம்பைத் தொடுத்தான். இம்முறை ஓநாய் பிழைக்கவில்லை. அசைவற்றுக் கிடந்த ஓநாயைக் கண்ட மற்ற ஓநாய்கள் அதன் அருகில் வந்தன; அதன் உடலில் இருந்து பீறிட்ட சூடான குருதியை நக்கி உண்டன; அதனைத் துண்டு துண்டாக்கி உண்ணத் தொடங்கின.

அவை விருந்தில் ஆழ்ந்து இருப்பதைக் கண்ட வேட்டைக்காரர்கள், தங்கள் கரடிகளைச் சுமந்துகொண்டு ஓசையின்றி நடக்கத் தொடங்கினர். இம்முறை அம்மா பின்புறம் இருந்தாள். அவ்வப்போது திரும்பிப் பார்த்தபடி வந்தாள். இன்று பனிப்பொழிவு இல்லை; எனவே நிலவொளியில் அவர்களது காலடித் தடங்களை வைத்துக்கொண்டு நடக்க முடிந்தது. குகையை அடைய இன்னும் ஒரு மைல் தொலைவு இருக்கும்போது, ஓநாய்க் கூட்டம் மீண்டும் அவர்களை எட்டியது. இரண்டாம் முறையாக அவர்கள் வேட்டையைக் கீழே வைத்துவிட்டு ஆயுதங்களை ஏந்தினர். வில்லாளி பல அம்புகளைத் தொடுத்தார்; ஓநாய்கள் ஒரு கணம்கூட ஓரிடத்தில் நிற்காததால், அம்புகள் எதுவும் அவைகளைத் தாக்கவில்லை. ஓநாய்கள் சற்று நேரம் அவர்களுக்குப் போக்குக் காட்டின. பிறகு நான்கு ஓநாய்கள் பதினாறு வயதுப் பெண் மீது தாவின. அவளருகில் இருந்த அம்மாவின் ஈட்டி ஓர் ஓநாயின் வயிற்றில் ஊடுருவியது. ஆனால், மற்ற மூன்று ஓநாய்களும் அவள் தொடைகளைக் கவ்வி, கீழே தள்ளி, அவளது வயிற்றுப் பகுதியைக் கடித்துக் குடலை வெளியே இழுத்தன. அனைவரின் கவனமும் அந்த இளம்பெண்ணைக் காப்பதில் இருந்தபோது, மீதம் இருந்த மூன்று ஓநாய்களும் இருபத்து நான்கு வயதான இளைஞனின் முதுகுப்புறம் பாய்ந்தன. அவன் தன்னைப் பாதுகாத்துக் கொள்ள எந்த வாய்ப்பும் இல்லாத நிலையில், அவனைக் கீழே தள்ளிக் குதற ஆரம்பித்தன. அவனது நண்பர்கள் அவனருகில் நின்று கொண்டிருக்கும் நேரத்தில், பெண்ணின் உடல் முப்பது, நாற்பது அடி தொலைவு இழுத்துச் செல்லப்பட்டது. இளைஞன் இறுதி மூச்சு வாங்கிக் கொண்டிருந்தான்; அவன் அருகில் காயம்பட்ட ஓநாய் கிடந்தது. கூட்டத்தில் ஒருவன், இறக்கும் நிலையில் இருந்த ஓநாயின் தாடையில் ஈட்டியைச் செருகினான். இன்னொருவன் கீழ்த் தாடைகளை அழுத்திப் பிடித்தான்; மற்றவர்கள் காயத்தை அழுத்தி அதில் ஊறும் குருதியை உறிஞ்சிக் கொண்டிருந்தனர். அம்மா இவற்றையெல்லாம் பார்த்தபடி இருந்தாள். ஓநாயின் கழுத்து நரம்பை வெட்டி அவர்கள் எளிதாக குருதி பருக உதவினாள். இதெல்லாம் சில நொடிகளில் நடந்தேறி விட்டன. பெண்ணின் உடலைத் தின்று முடித்தவுடன் ஓநாய்கள் மீண்டும் தாக்குதலுக்கு வரும் என அவர்கள் அறிவார்கள். செத்துக் கொண்டிருந்தவனை அப்படியே விட்டுவிட்டு மூன்று கரடிகள், ஓர் ஓநாயைச் சுமந்தபடி ஓட்டமும் நடையுமாகத் தங்கள் குகையைப் பாதுகாப்பாக அடைந்தனர்.

நெருப்பு சடசடவென ஓசையுடன் எரிந்து கொண்டிருந்தது. அதன் சிவந்த ஒளியில் குழந்தைகளும் இரு பெண்களும் உறங்கிக் கொண்டிருந்தனர். பாட்டி அவர்கள் வரும் ஓசையைத் தெரிந்து கொண்டாள். நடுங்கும் குரலில் ஆழ்ந்த ஒலியுடன், "நிஷா! வந்தாச்சா?" என்றாள்.

"உம்ம்" என்றபடி அம்மா முதலில் தன் ஆயுதங்களை ஒரு புறம் அடுக்கி வைத்தாள். பிறகு தனது தோலாடையை அவிழ்த்து விட்டு நிர்வாணமாக வந்தாள். மற்றவர்கள் வேட்டையை இறக்கி வைத்துவிட்டு அவரவர் தோலாடையை நீக்கிவிட்டு தீயின் கதகதப்பும் ஒளியும் தமது உடலில் படுமாறு அமர்ந்தனர்.

அதற்குள் உறங்கிக் கொண்டிருந்தவர்கள் விழித்துக் கொண்டனர். ஒரு சிறு சத்தம் கேட்டாலும் எழுவதற்கு குழந்தைப் பருவத்தில் இருந்தே பழக்கப்பட்டிருந்தனர். கிடைக்கும் வளங்களை மிகுந்த கவனமாக பராமரித்ததனால்தான் அம்மாவால் இவ்வளவு காலம் தன் குடும்பத்தை உயிருடன் வைத்திருக்க முடிந்தது. முயல், மான், காட்டெருமை, ஆடு, வெள்ளாடு போன்றவற்றை வேட்டையாடுவது குளிர்காலம் தொடங்கும் முன்பே முடிந்துவிட்டது. அந்த விலங்குகள் எல்லாம் வெப்பம் நிறைந்த தொலைதூர தென் பகுதிகளுக்கு இடம் பெயர்ந்து விட்டன. அம்மாவின் குழுவும் கொஞ்சம் தெற்கே நகர்ந்து போயிருக்க வேண்டும். அப்போது பதினாறு வயதுப் பெண்ணின் உடல்நலம் குன்றி இருந்தது. அக்காலச் சமூக நியதிப்படி ஒரு உயிருக்காக குழுவினர் அனைவரது உயிர்களையும் பணயம் வைப்பது அம்மாவுக்கு அழகல்ல. ஆனால், அம்மாவின் மனம் பலவீனப்பட்டு விட்டது. இன்று அவர்கள் ஒரு உயிருக்குப் பதிலாக இரண்டு உயிர்களை இழந்து விட்டனர். விலங்குகள் திரும்பி வர இன்னும் இரு மாதங்களாவது ஆகும். அதற்குள் இன்னும் எத்தனை உயிரிழப்புகள் நேரிடும் எனச் சொல்லமுடியாது. மூன்று கரடிகள், ஓர் ஓநாயை வைத்துக்கொண்டு இந்தக் குளிர்காலத்தைக் கடத்த முடியாது.

வெறும் வயிற்றுடன் தூங்கப் போன குழந்தைகள் மகிழ்ச்சி அடைந்தனர். அம்மா ஓநாயின் இருதயத்தை வெட்டி அவர்களுக்கு ஊட்டத் தொடங்கினாள். அவர்கள் உதட்டைச் சப்பிக்கொண்டு விருந்தை ருசித்தபோது, அம்மா ஓநாயின் தோலை நேர்த்தியாக உரித்தெடுத்தாள். உரோமம் அடர்ந்த தோல் மிகவும் பயன்பாடு மிக்கது. மாமிசம் பகிர்ந்து அளிக்கப்பட்டபோது மிதமிஞ்சிய பசியில் இருந்தவர்கள் இறைச்சியை அப்படியே உண்டனர்;

பிறகு நெருப்புக் கங்குகளில் வாட்டிச் சாப்பிட்டனர். வாட்டிய இறைச்சியில் தம் பங்கைக் கேட்டு எல்லோரும் அம்மாவை நச்சரித்தனர். "இன்னைக்கு நல்லா வயிறு முட்டச் சாப்பிடுங்க; நாளையிலேர்ந்து அதிகம் இருக்காது" என்றாள்.

பிறகு குகையின் ஒரு மூலையில் இருந்து நான்கு உப்பிய சவ்வுப் பையை எடுத்து வந்தாள். "இதோ, மது. இன்றிரவு குடித்து, ஆட்டம் போட்டு களித்திருங்கள்."

மதுபையில் இருந்து குழந்தைகள் ஒரு மிடறு அருந்த அனுமதிக்கப்பட்டனர். வளர்ந்தவர்களுக்குக் கூடக் கிடைத்தது. தள்ளாட்டக் களிப்பு தொடங்கியது. கண்கள் சிவந்தன; சிரிப்பு வெடித்துக் கிளம்பியது. ஒருவர் பாடினார். வயதான மனிதர் இரண்டு கம்புகளைத் தட்டத் தொடங்கினார். மற்றவர்கள் ஆடத் தொடங்கினர். உற்சாகம் பொங்கும் இரவாக அன்றிரவு அமைந்தது. அவர்களுக்குத் தலைவர் என்று அம்மா இருந்தார்; ஆனால், அவளது ஆட்சி அநீதியானது அல்ல. பாட்டி, வயதான மனிதர் தவிர, மற்ற அனைவரும் அம்மாவின் குழந்தைகள். அம்மாவும் வயதானவரும் பாட்டியின் பிள்ளைகள். எனவே 'எனது', 'உனது' என்ற பேச்சுக்கே அங்கு இடமில்லை. 'சொந்தம்', 'சொத்து' என்பவையெல்லாம் வருவதற்கு இன்னும் பல காலம் இருந்தது. அம்மாவுக்கு எல்லா ஆண்கள் மீதும் சம உரிமை இருந்தது என்பது உண்மை. அம்மாவின் மகனும் கணவனுமான இளைஞனின் மரணம் அவளைப் பாதிக்கவில்லை என்று சொல்ல முடியாது. ஆனால், அக்கால வாழ்முறை கடந்த காலத்தை அசை போட அனுமதிக்கவில்லை; அவர்களது நிலைமையில் நிகழ்காலத்தை மட்டுமே சிந்திக்க முடிந்தது. அம்மாவுக்கு இப்போது இரண்டு 'கணவன்மார்' மட்டுமே மிச்சம்; மூன்றாவதாக பதினான்கு வயது சிறுவன் வளர்ந்து வருவான். அவள் தலைமையில் வசிக்கும் குழந்தைகளில் எத்தனை பேர் வளர்ந்து கணவன் நிலைக்கு வருவார்கள் எனச் சொல்ல முடியாது. அம்மாவிற்கு இருபத்தாறு வயது இளைஞன் மீது ஈர்ப்பு இருந்ததால் மற்ற மூன்று இளம் பெண்களுக்கும் வயதானவர் மட்டுமே மிஞ்சினர்.

குளிர்காலம் முடியும் தறுவாயில் பாட்டி மீளாத துயிலில் ஆழ்ந்தார். ஓநாய்கள் மூன்று குழந்தைகளை இழுத்துச் சென்று விட்டன. பனிப்பாளங்கள் உருகத் தொடங்கியபோது, வயதானவர் நீர்ச்சுழலில் அடித்துச் செல்லப்பட்டார்.

பதினாறு பேர் கொண்ட குடும்பத்தில் ஒன்பது பேர்கள் மட்டுமே எஞ்சினர்.

3

வசந்தகாலம். வெகுகாலம் இறந்து கிடந்த இயற்கை தன்னைப் புதியதொரு வாழ்வுக்காக உருமாற்றிக் கொண்டிருந்தது. ஆறு மாதங்களாக காய்ந்து கிடந்த பூர்ச்ச மரங்களில் இலைகள் முளைவிடத் தொடங்கின. பனி கரையத் தொடங்கியது; பூமிப்பரப்பில் பசுமை படரத் தொடங்கியது. ஈர மண்வாசமும் தாவரங்களின் மணமும் காற்றில் கலந்து போதையேற்றியது. சடம் போலான புவிக்கோளத்தில் மீண்டும் உயிர்ப்பு நிறைந்தது. மரக்கிளைகளில் பறவைகள் குரலெடுத்துக் கூவின; சிள்வண்டு இடைவிடாது ஆர்ப்பரித்தது; உருகி ஓடும் பனிநதிகளின் கரைகளில் அமர்ந்திருக்கும் ஆயிரக்கணக்கான நீர்ப்பறவைகள் மிக எளிதாக தம் உணவைக் கொத்தின; அன்னப் பறவைகள் காம விளையாட்டுகளில் ஈடுபட்டுக் களித்தன. பசுமை மூடிய மலைக் காடுகளில் மான் கூட்டங்கள் தாவியோடி மேய்ந்து கொண்டிருந்தன; ஆடுகள், வெள்ளாடுகள், கலைமான்கள், மாடுகள் நிறைந்திருந்தன; அங்குமிங்கும், அவற்றை இரையாக்கும் ஆவலோடு சிறுத்தைகளும் ஓநாய்களும் திரிந்து கொண்டிருந்தன.

குளிர் காலத்தில் உறைந்து கிடந்த நீரோடைகள் மீண்டும் ஓடத் தொடங்கியதும் ஒரே இடத்தில் நகர முடியாமல் தங்கி இருந்த மனிதக் கூட்டங்களும் நகரத் தொடங்கின. ஆயுதங்கள், தோல், குழந்தைகள், வீட்டுக்கான நெருப்பு அனைத்தையும் சுமந்து கொண்டு மனிதர்கள் திறந்த வெளிகளை நோக்கிப் போய்க் கொண்டிருந்தனர். நாள்பட நாள்பட தாவரங்கள் மற்றும் விலங்குகள் போலவே மனிதர்களின் சக்தியும் கூடத் தொடங்கியது; அவர்களது சுருங்கிய தோள்களுக்கு இடையே சதையும் கொழுப்பும் படிய ஆரம்பித்தன. சில சமயங்களில் அவர்களின் வேட்டை நாய்கள் ஆட்டையோ வெள்ளாட்டையோ வீழ்த்தின; சில சமயங்களில், அவர்களே பொறி வைத்தோ, அம்பு அல்லது ஈட்டியினால் தாக்கியோ வேட்டையாடினர். அதுதவிர மீன் கிடைத்தது. இந்தப் பருவத்தில் வால்கா நதியின் மேற்கரையில் வலைகள் வெறுமையாக இருக்கவே இருக்காது.

இரவுகள் குளிர்ச்சியாக இருந்தாலும் பகல் பொழுதுகள் போதிய வெப்பத்துடன் இருந்தன. நிஷா அம்மாவாக இருந்த குடும்பம் அவர்களை ஒத்த பிற குழுக்களோடு வால்கா நதிக்கரையில் தங்கியது. அக்காலத்தில் அம்மாதான் முதன்மை;

அப்பா இல்லை. யாருக்கு யார் அப்பா எனச் சொல்வது கடினமாக இருந்த காலம். நிஷா எட்டு பெண் மக்கள், ஆறு ஆண் மக்களைப் பெற்றாள். அதில் இப்போது - அவளது ஐம்பத்தைந்தாவது வயதில் - நான்கு பெண்களும் மூன்று ஆண்களும் உயிருடன் இருக்கிறார்கள். அவர்கள் நிஷாவின் குழந்தைகள் என்பது உறுதி - ஏனெனில் அவள்தான் பெற்றெடுத்தாள். ஆனால், அப்பா யார் என்பதை உறுதியாகச் சொல்ல முடியாது. நிஷாவின் தாயான பாட்டி இக்குடும்பத்தை அவளுக்கு முன் தலைமை ஏற்று நடத்தினாள். பாட்டியின் காலத்தில் அவருக்குப் பல கணவன்மார்கள் இருந்தனர் - சிலர் அவளது சகோதரர்கள்; சிலர் அவளது மகன்கள். பல சமயங்களில் நிஷாவுடன் ஆடிப்பாடும் பலர் - சிலர் உடன் பிறந்தோர், சிலர் மகன்கள் - அவளது காதலைப் பெறுவதில் வெற்றி கண்டுள்ளனர். பிறகு, நிஷா தலைவர் ஆனவுடன், அவளது சகோதரர்கள், மகன்கள் யாரும் மாறிக்கொண்டே இருக்கும் அவளது இச்சைகளுக்கு மறுப்பு தெரிவித்தது இல்லை. அதனால்தான், அவளது உயிருடன் உள்ள ஏழு குழந்தைகளின் தந்தை யார் என்பதைத் தீர்மானிக்க முடியவில்லை. நிஷாவின் குடும்பத்தில் அவள்தான் மூத்தவள்; வலிமையானவள்; அதிகாரம் கொண்டவள். ஆனால், இது வெகுகாலம் நீடிக்காது. இன்னும் ஓரிரு ஆண்டுகளில் அவள் வயதான பாட்டி ஆகிவிடுவாள். அவளது மகள்களில் வலிமை மிக்க லேகா அவளது இடத்தை ஏற்பாள். அது நடக்கும்போது லேகாவிற்கும், அவளது சகோதரிகளுக்கும் பலத்த சண்டை நடக்கும். தனது குடும்பம் அழிந்து போகாமல் காப்பது ஒவ்வொரு தலைமைத் தாயின் கடமை. ஒவ்வொரு ஆண்டும் சிலர் ஓநாய்கள் அல்லது சிறுத்தைகளுக்குப் பலியாவார்கள்; கரடிகளின் கூறிய நகங்களால் தாக்கப்படுவார்கள்; எருமைகளின் கொம்புகளுக்கு இரையாவார்கள்; வால்காவின் வெள்ளத்தில் அடித்துச் செல்லப்படுவார்கள். லேகாவின் சகோதரிகளில் ஓரிருவர் தமது தனிக்குடும்பங்களை அமைப்பதில் வெற்றி பெறுவார்கள். இத்தகைய குடும்பங்களின் பெருக்கம், இப்போது ஒரு பெண் தலைமையில் குழு இயங்குவது போல, ஒரு ஆண், பெண்களும் அடங்கிய குழுவின் தலைமைப் பொறுப்பில் வரும்போது முடிவுற்றுவிடும்.

தன் மகள் லேகா அடுத்தடுத்து வேட்டைகளில் வெற்றி பெறுவதை நிஷா கவனித்து வந்தாள். மலையேறுவதில் லேகா மானைப் போல வேகம் கொண்டவள். ஒருநாள் மலை உச்சியில் தேன் கூடு ஒன்றைக் கண்டார்கள். பாறைகளுக்கு மத்தியில்

இருந்த அதனைத் தேன் சுவைக்கும் கரடிகூட எட்ட முடியாது என நினைத்தார்கள். ஆனால், லேகா பல கழிகளை ஒன்றுடன் ஒன்று கட்டி, இரவு வேளையில் பல்லியைப் போல ஊர்ந்து சென்று, தீவட்டியால் கொட்டும் தேனீக்களை விரட்டிவிட்டு, கூட்டில் ஒரு துளையிட்டாள். அடியில் தொங்கவிட்ட தோல்பையில் சுமார் முப்பது சேர் தேன் சேர்ந்தது. லேகாவின் இந்தத் தீரச்செயல் அக்கம் பக்கத்தார், எல்லோர் மத்தியிலும் அவளுக்குப் பாராட்டை ஈட்டியது. ஆனால், நிஷா அதில் மகிழ்ச்சி அடையவில்லை. லேகா சைகை காட்டியதும் வீட்டில் இருந்த இளைஞர்கள் அதற்கேற்ப ஆட ஆர்வம் காட்டுவதை நிஷா கவனித்தாள். நிஷாவின் ஆசைப் பார்வைகளை அவர்கள் அதிகம் வரவேற்கவில்லை. இப்போதைக்கு நிஷாவிற்கு எதிராகப் பேச துணிவு இல்லாமல் இருந்தனர், அவ்வளவுதான்.

இந்த நிலைமைக்குத் தீர்வு காண வேண்டும் என நிஷா சிறிது காலமாகவே யோசித்து வந்தாள். சில சமயங்களில், லேகாவைத் தூக்கத்தில் இருக்கும்போது கழுத்தை நெரித்துக் கொன்றுவிடலாமா என்றுகூடத் தோன்றும். ஆனால், லேகாவின் வலிமையை நிஷா அறிவாள். தனியாளாக மகளை வெல்ல முடியாது என அவளுக்குப் புரிந்தது. யாரையாவது உதவி கேட்கலாம்; ஆனால், அவர்கள் ஏன் இதற்கு உடந்தையாக இருக்க வேண்டும்? குடும்பத்தில் இருந்த ஆண்கள் அனைவரும் லேகாவின் காதலையும் கவனத்தையும் பெறவே ஆசைப்பட்டார்கள். நிஷாவின் மற்ற மகள்களும் இந்த விஷயத்தில் ஒத்துழைக்க விரும்ப மாட்டார்கள். அவர்களுக்கு லேகா மீது பயம். இந்த முயற்சியில் தோல்வி ஏற்பட்டால், லேகாவின் கரங்களால் மோசமான சாவை எதிர்கொள்ள வேண்டி வரும் என்ற அச்சம்.

நிஷா நினைவில் ஆழ்ந்தபடி தனியாக அமர்ந்திருந்தாள். திடீரென அவள் முகம் மலர்ந்தது - லேகாவை வெற்றி கொள்ள ஒரு வழி பிறந்துவிட்டது.

சூரியன் உதித்து மூன்று மணி நேரம் கடந்திருக்கும். எல்லாக் குடும்பங்களும் அவரவர் கூடாரத்திற்குப் பின்னால், கதிரவனின் கதகதப்பை உடலில் வாங்க வாகாக ஆடையேதும் இல்லாமல் உட்கார்ந்தோ, படுத்துக்கொண்டோ இருந்தன. நிஷா தனது கூடாரத்தின் வாயிற்புறம் இருந்தாள். அவளருகில் லேகாவின் மூன்று வயது மகன் விளையாடிக்கொண்டு இருந்தான். நிஷாவின் கையில் இருந்த தொன்னையில் அருஞ்சிவப்பு நிற ஸ்ட்ராபெர்ரி

பழங்கள் இருந்தன. வால்கா நதி அருகில் ஓடியபடி இருந்தது. நிஷாவின் முன்னால் இருந்த பகுதி சரிவாக நதியின் ஆழமான பகுதிக்கு இறங்குவதாக இருந்தது. நிஷா ஒரு பழத்தைக் கீழே போட்டாள்; குழந்தை ஓடிச் சென்று அதை எடுத்துச் சாப்பிட்டான். நிஷா இன்னொரு பழத்தை இன்னும் சற்று தூரம் போகுமளவு போட்டாள்; அடுத்தடுத்து வேகமாக பழங்களை வீசினாள்; அவள் எறிய எறிய, குழந்தை ஓடி ஓடிப் பொறுக்கினான். கடைசியாக, கால் சறுக்கி விரைந்தோடும் வால்கா நதியில் 'தடாலென' விழுந்தான்.

பார்வை ஆற்றில் பதிந்ததும், நிஷா அலறினாள். லேகா சற்றுத் தொலைவில்தான் இருந்தாள். மகன் காணாமல் போனதும் ஓடி வந்தாள். அவன் பாதி மூழ்கியபடி மிதந்து கொண்டிருந்தான். லேகா ஆற்றில் குதித்து அவனைப் பிடித்து விட்டாள். குழந்தை நிறைய தண்ணீர் குடித்துவிட்டதால், வலுவற்று இருந்தது. வால்காவின் பனிச்சில்லிப்பு அவன் உடலை ஈட்டி போலக் குத்தியது. கடும் முயற்சி செய்துதான் லேகா கரை நோக்கி நீந்த முடிந்தது. ஒரு கையில் குழந்தையுடன், மற்ற கை, கால்களால் நீந்த முயற்சித்துக் கொண்டிருந்தாள். அச்சமயத்தில் இரு பலம் மிக்க கரங்கள் தன் கழுத்தை இறுக்குவதை லேகா உணர்ந்தாள். என்ன நடக்கிறதென லேகாவிற்கு எளிதாகப் புரிந்தது. நிஷா தன்னிடம் நடந்து கொள்ளும் முறையில் மாற்றங்கள் ஏற்பட்டுள்ளதை அவள் சில காலமாகவே கவனித்து இருந்தாள். இன்றோ, நிஷா அவளது பாதையில் கிடக்கும் முள்ளைப் போல களைய முடிவு செய்துவிட்டாள். நிஷாவுக்குத் தன் வலிமையைக் காட்ட லேகாவால் முடிந்தது; ஆனால், குழந்தை ஒரு கையைக் கட்டிவிட்டது. லேகா தன் வலிமையைத் திரட்ட முயல்வதை உணர்ந்த நிஷா அவளை நீருக்குள் இழுக்கத் தொடங்கினாள். லேகாவின் தலை நிஷாவின் மார்பகத்தில் அழுந்தி இருந்தது; லேகா மூழ்குவதை அறிந்தாள். அவள் மேலெழும்பப் போராடியபோது குழந்தை அவள் கையில் இருந்து நழுவியது. அதற்குள் நிஷா, லேகாவைச் செயலற்றவளாக ஆக்கிவிட்டாள். திடீரென லேகாவின் விரல்கள் நிஷாவின் தொண்டையை நெருக்கின. லேகா உணர்விழந்து விட்டாள்; நிஷாவால் தன்னைக் கீழ் இழுத்துச் செல்லும் பாரத்துடன் நீந்த முடியவில்லை. அவளும் போராடிப் பார்த்தாள்; முடியவில்லை. இருவரும் ஒன்றாக பிணைப்புண்டு வால்காவில் கலந்தனர்.

இருப்பவர்களில் பலசாலியான ரோச்னா, நிஷா குடும்பத்தின் தலைமைத் தாய் ஆனாள்.

2. திவா

நிலப்பகுதி : வால்காவின் நடுக்கரை

இனம் : இந்தோ - ஸ்லோவாக்கியர்

காலம் : பொ.ஆ.முன். 3500

225 தலைமுறைகளுக்கு முற்பட்ட ஆரிய இனம் ஒன்றின் கதை இது. அப்போது வெண்ணிறத் தோல் கொண்டிருந்த இந்தியா, ஈரானியர்கள், ரஷியர்கள் ஒரே இனமாக இருந்தனர். அந்த இனம் இந்தோ ஸ்லோவாக்கிய இனம் அல்லது 'நூறு குடும்பங்கள்' என வழங்கப்பட்டன.

1

"திவா! சுட்டெரிக்கிறது வெயில். வேர்த்து ஊற்றுகிறது பார் இந்த உடலெங்கும். வந்து இந்தக் கல்லில் கொஞ்சம் உக்காரு."

"சரி, சூர்ஷரவா!" என்றபடி அவனருகில் வந்து அமர்ந்தாள் திவா. பெரிய பைன் மர நிழலில் இருந்த தட்டையான பாறையொன்றில் இருவரும் அமர்ந்திருந்தனர்.

கோடைக் காலத்தில் மதிய வெயிலில் மான் ஒன்றைத் துரத்திக் கொண்டு ஓடியதால், திவாவின் நெற்றியில் வியர்வை முத்துகள் பளபளத்ததில் வியப்பொன்றும் இல்லை. ஆனால், அச்சூழல் எத்தகைய களைப்பையும் போக்கிவிடும். மலையடிவாரம் முதல் உச்சி வரை பசுமை போர்த்து இருந்தது; பெரிய பைன் மரங்கள் தமது கிளைகளைப் பரப்பி, கூர்மையான இலைகளால் சூரியனின் சுட்டெரிக்கும் கதிர்களை முறியடித்தன; மரங்களின் அடியிலும், இடையிடையேயும் பலவித செடிகளும் கொடிகளும் வளர்ந்து இருந்தன. சற்று நேர ஓய்வுக்குப் பின் இளம் ஜோடியின் களைப்பு நீங்கியது. சுற்றிலும் உள்ள தாவரங்களின் வண்ணங்களிலும் மணங்களிலும் மகிழ்ச்சி அடையத் தொடங்கினர். இளைஞன் தன்

வில், அம்பு, கற்கோடரி அனைத்தையும் பாறையில் வைத்துவிட்டு பூக்களைப் பொறுக்கத் தொடங்கினான். தெள்ளிய ஆறு அமைதியாக ஓடிக்கொண்டிருந்த கரையில் வளர்ந்த செடிகளில் வெள்ளை, ஊதா, சிவப்பு நிற மலர்கள் சிரித்தன. இளம்பெண்ணும் தன் ஆயுதங்களை வைத்துவிட்டு அவளது நீண்ட பொன்னிறக் கூந்தலை தன் கைகளால் அளைய ஆரம்பித்தாள்; அவள் தலை இன்னமும் ஈரமாக இருந்தது. வால்கா நதி அமைதியாக கீழ் நோக்கிப் புரண்டு ஓடுவதைக் கவனித்தாள். பறவைகளின் உற்சாகமான வழிகள் அவளது கவனத்தை ஈர்த்தன; அவள் திரும்பியபோது அவளது பார்வை பூக்களை எடுத்துக் கொண்டிருக்கும் இளைஞன் மீது விழுந்தது. அவனது முடியும் பொன்னிறத்தில் இருந்தது. ஆனால், அவள் அவனது தலைமுடியைத் தனதுடன் ஒப்பிட விரும்பவில்லை. அவன் முடி கவர்ச்சியாக இருப்பதாகப்பட்டது. அவனது அடர்த்தியான மீசையும் பொன்னிறத்தில் இருந்தது. அதற்கு மேல் அவனது மூக்கு, கன்னங்கள், நெற்றி ஆகியவை பளீரிட்டன. அப்பெண்ணின் பார்வை மயிரடர்ந்த அவனது வலிமையான கரங்களில் படர்ந்தது. முன்னொரு நாள், இதே கரங்களில் இருந்த கோடரியால் ஒரே அடியில் நீண்ட தந்தம் கொண்ட காட்டுப் பன்றியின் முதுகைப் பிளந்தது அவளுக்கு நினைவுக்கு வந்தது. அன்று இந்தக் கைகள் எத்தனை வலிமையாகத் தோன்றின; இன்று பூக்களைப் பறிக்கும்போது எத்தனை மென்மையாகத் தோன்றுகின்றன! இப்போதும், தசைப்பிடிப்பு மிக்க கைகளில் உள்ள நரம்புகள் கைகள் இறுகும்போது புடைத்து அவனது வலிமையைக் காட்டின.

ஓடிப் போய் அவனது கரங்களைப் பற்ற வேண்டும் போலிருந்தது திவாவிற்கு. அவை அவளை அத்தனை ஈர்த்தன. அவனது தொடைகளை உற்றுப் பார்த்தாள்; உருண்டு திரண்ட தசைநார்களைக் கண்டாள். அவை கொழுப்பினால் திரண்டிருக்கவில்லை; தசைகள் திரண்டு, உறுதியான கெண்டைக்கால்கள், மெலிந்த கணுக்கால்கள் - எல்லாமே அவளுக்குக் களிப்பூட்டின. சூர் - கதிரவன் சில சமயங்களில், திவாவின் காதலைப் பெறும் விருப்பத்தைக் காட்டியதுண்டு; சொற்களால் அல்ல, முகபாவத்தினால். சில நேரங்களில், நடனங்களில் தன் திறமைகளைக் காட்ட முனைந்ததுண்டு. திவா அடிக்கடி தன் இனத்தில் உள்ள பல்வேறு இளைஞர்களின் கைகளைக் கோர்த்தபடி நடனம் ஆடி, உதடுகளில் முத்தமிட்டபடியோ, அவர்கள் மடியில் தலை வைத்தபடியோ இருந்திருக்கிறாள். அப்போதெல்லாம் சூர் ஒரு முத்தம், அணைப்பு,

நடனத்துக்கான கைகோர்த்தல்கூடக் கிடைக்காமல் ஏமாற்றம் அடைந்திருக்கிறான்.

இப்போது அவன் அவளை நோக்கி கை நிறைய மலர்களோடு வந்து கொண்டிருக்கிறான். அவனது நிர்வாண உடலின் முழு மலர்ச்சியையும் கண்டபடி, அவனது விரிந்த மார்பு, குறுகிய இடை கொண்ட உருவத்தைக் கண்டுணர்ந்தபோது அவளுள் சிறு வருத்தம் ஏற்பட்டது. ஏன் அவள் இதுவரை சூர் பற்றி நினைக்கவில்லை? உண்மையில் அவள் மேல் குற்றம் சொல்ல முடியாது; சூர் வெட்கப்பட்டுக்கொண்டு வாய் திறவாமல் இருந்ததுதான் தப்பு. 'தட்டினால்தானே கதவு திறக்கும்.'

சூர் நெருங்கியதும் திவா புன்னகைத்தபடி, "இந்த மலர்கள் எவ்வளவு அழகு! எப்படிப்பட்ட மணம்!" என்றாள்.

"அவற்றைக் கோர்த்து உனது பொன்னிற முடியில் சூடினால் அவை இன்னும் அழகு பெறும்."

"சூர், எனக்காகவா கொண்டு வந்திருக்கிறாய்?"

"ஆமாம். பூக்களைப் பார்த்து உன்னையும் பார்த்தபோது எனக்கு நீர்த்தேவதைகள் நினைவுதான் வந்தது."

"நீர்த்தேவதைகளா?"

"ஆம். அவைகளுக்கு நம்மீது பிடித்தம் இருந்தால் நமது விருப்பங்களையெல்லாம் நிறைவேற்றும்; கோபம் கொண்டாலோ, உயிருடன்கூட விட்டு வைக்காது."

"அப்ப, நான் எந்த மாதிரி தேவதை, சூர்?"

"கோவமில்லாத..."

"ஆனால், உங்கிட்ட நான் எப்பவுமே மகிழ்ச்சியை காட்டினது இல்லையே" என்றபடி திவா பெருமூச்செறிந்தாள். சட்டென மௌனமானாள்.

"இல்ல திவா. நீ எங்கிட்ட கோபப்பட்டதே இல்ல எப்பவும். நாம குழந்தைகளா இருந்தது உனக்கு நினைவிருக்கா?"

"அப்பவும் நீ கூச்ச சுபாவம் கொண்டவன்தான்."

"ஆமா. ஆனா, நீ கோவிச்சுக்கிட்டதில்ல."

"நானா வந்து உன்னை முத்தமிட்டிருக்கேன் அப்ப."

“அவை எவ்ளோ இனிப்பானவை.”

“எனக்கு மார்பு பெரிசானப்பறம், நம்ம இனத்தில இருக்கிற வாலிபர்கள் எல்லாம் என்னைத் தேடி வர ஆரம்பிச்சாங்க. நானும் ஒன்ன மறந்தே போயிட்டேன்” என்றாள் வருத்தமாக.

“அது உன் தப்பு இல்ல, திவா.”

“அப்ப, யார் தப்பு?”

“என் தப்புதான். நமது இனத்து இளைஞர்கள் உன்னிடம் முத்தம் கேட்டு கெஞ்சும்போது நீ முத்தம் கொடுத்தாய்; அணைப்புக் கேட்டால், கொடுத்தாய். நமது இனத்தில் உள்ள வேட்டையில் சிறந்த, ஆட்டத்தில் திறமையான, வலுவான உடல் கொண்ட யாருக்கும் நீ ஏமாற்றம் தந்தது இல்லை.”

“ஆனா, நீ அப்படிதானே இருக்க சூர்? வேகமா இயங்குகிற, நேர்த்தியா வேலை செய்கிற, வலுவான உடல் கொண்டவனாக இருக்க. உன்னை நான் ஏமாத்திட்டேன்.”

“நான்தான் என்னோட ஆசைய காட்டிக்கிட்டதே இல்லயே, திவா.”

“வார்த்தைல சொல்லல. குழந்தைகளா நாம விளையாடும் போதுகூட நீ உன் விருப்பத்தை வாய்விட்டுச் சொன்னது இல்ல; ஆனா, அப்ப திவாவுக்குப் புரிஞ்சது. அப்புறம் திவா, அவளோட சூர் பத்தி மறந்திட்டா. சுடரொளி, எப்பவாவது ஒளிர்விடும் கதிரவனை மறக்கலாமா? கூடாது. திவா இப்ப சூரை மறக்கவே மாட்டா.”

“சரி. நாம ரெண்டு பேரும் முன்ன இருந்த சூர் - திவாவாக இருப்போம்.”

“ஆமாம். நான் உன்னை முத்தமிடப்போகிறேன்.”

இருவரும் குழந்தைகள் போல முத்தமிட்டுக் கொண்டனர்; ஆடையின்றி இருந்த இரு அழகான உருவங்களும் உதடுகளைக் கவ்வியபடி இருந்தன. பிறகு திவா, ஆளிவிதையின் பூக்கள் போல இருந்த சூருடைய நீலக் கண்களுக்குள் ஊடுருவிப் பார்த்தாள்.

“நீ என் சொந்த அம்மாவின் மகன்; இருந்தும் நான் உன்னை மறந்து விட்டேன்.”

அவள் கண்கள் பனித்தன. தன் கன்னங்களால் அவளது கண்ணீரைத் துடைத்த சூர், “இல்லை. நீ என்னை மறக்கவில்லை. நீ

வளரத் தொடங்கியதும் உன் குரல், கண், உடம்பு எல்லாமே வேற மாதிரியா தெரிஞ்சது. நான் உன்னிடம் இருந்து விலகி ஓடிட்டேன்.”

“உன் நெனப்பு என்னை விட்டுப் போகல, சூர்.”

“உம்... ம்...”

“என்னைப் பாத்து இனிமே பயப்பட மாட்டேன்னு சொல்லு.”

“மாட்டேன்... வா, பூக்களைத் தொடுப்போம்.”

சூர் ஒரு நீண்ட தண்டில் இருந்து நாரை எடுத்துத் தனது சிவப்பு, வெள்ளை, ஊதாப் பூக்களைக் கட்ட ஆரம்பித்தான். அழகு மிக்க மாலையாக உருவாக்கினான். பிறகு திவாவின் முடியை ஒன்று சேர்த்து அவள் முதுகில் படர விட்டான். வெப்பம் மிக்க நாட்கள் என்பதால் வால்கா கரையில் வாழ்ந்த இளம் ஆண்களும் பெண்களும் ஆற்றில் குளித்து, நீந்திக் களித்தனர். எனவே திவாவின் முடி பொலிவுடன், சிக்கு சிடுக்கு இல்லாமல் இருந்தது. சூர், தான் கட்டிய மாலையை மூன்று பட்டைகள் கொண்ட வட்டமாக திவாவின் முடியில் தொங்க விட்டான். கடைசியில் அவளது நெற்றியில் தவழ்வது போல ஊதா மலர்கள் மத்தியிலும் இரு புறங்களிலும் ஒரு வெள்ளை மலர் தொங்குவது போல அலங்கரித்தான். திவா இன்னும் பாறையில் அமர்ந்து இருந்தாள். சூர் சற்றுத் தள்ளிப் போய் அவள் முகத்தைப் பார்த்தான். என்ன அழகு! இன்னும் கொஞ்சம் தள்ளிப் போனான்; அங்கிருந்து மலர்களின் மணத்தை நுகர முடியவில்லை. திரும்பி வந்து அவள் அருகில் அமர்ந்து தன் கன்னத்தை அவள் உடலோடு சேர்த்தான். திவா தனது கூட்டாளியின் கண்களை முத்தமிட்டாள். தன் வலக்கரத்தை அவனது தோளில் வைத்தாள். சூர், இடக்கரத்தால் திவாவின் இடையைப் பற்றி “பூக்கள் முன்பைவிட அழகாகி விட்டன” என்றான்.

“பூக்களா, நானா?”

பதில் சொல்லத் தெரியாமல் சூர் சற்றுத் தயங்கிப் பின் சொன்னான்: “நான் கொஞ்சம் தூரமாகப் போய் உன்னைப் பார்த்தேன். நீ அழகாக இருந்தாய். இன்னும் தொலைவு போய்ப் பார்த்தேன்; நீ இன்னமும் அழகாக இருப்பதைக் கண்டேன்.”

“வால்காவின் அக்கரையில் இருந்து பார்த்தால்...?”

“அய்யோ, அவ்வளவு தூரத்தில் வேண்டாம்” என்றான் சூர் சற்று அதிர்ச்சியுடன். “நான் ரொம்ப தள்ளிப் போனால், உன் வாசம் குறைகிறது; உன் முகம் மங்கலாகத் தெரிகிறது.”

"சரி, அப்ப உனக்கு என்ன வேணும் - தூரத்திலேர்ந்து பாக்கணுமா? கிட்ட இருக்கணுமா?"

"கிட்டக்க திவா! ஒளி மிக்க கதிரவன் பகலுடன் இருப்பது போல."

"இன்று என்னுடன் ஆடுவாயா?"

"கண்டிப்பா."

"என்னுடன் தங்குவாயா?"

"நிச்சயம்."

"இரவு முழுக்க?"

"முழுக்க."

"அப்படின்னா, இன்னிக்கு நான் வேறு எந்த வாலிபனுடனும் தங்க மாட்டேன்" என்று அவனை அணைத்தபடி சொன்னாள் திவா.

அதற்குள், இளைஞர்களும் பெண்களும் கொண்ட வேட்டைக் குழு ஒன்று அங்கு வந்தடைந்தது. அவர்களது குரல்கள் கேட்ட பின்பும் இருவரும் அணைப்பில் இருந்து அகலவில்லை. புதிதாக வந்தவர்கள் அருகில் வந்ததும் ஒரு குரல் கத்தியது -

"திவா! இன்னைக்கு உன் கூட்டாளியாக சூரைத் தேர்ந்தெடுத்து விட்டாயா?"

"ஆமாம். சூர் இந்தப் பூவெல்லாம் அலங்கரிச்சு இருக்கான், பாரு!"

"சூர் அழகா பூ வச்சு விட்டுருக்கான். என் தலையிலையும் வச்சு வீடு" என்றாள் ஒரு பெண்.

"இன்னிக்கு கிடையாது; இன்று சூர் என்னுடையவன். நாளைக்கு."

"நாளைக்கு சூர் என்னோட இருப்பான்."

"நாளைக்கா? ஊஹும்... அப்பவும் அவன் என்னுடையவனாதான் இருப்பான்."

"சூர் தினமும் உன்னோட இருக்கணுமா திவா? அது முறையில்லையே?"

"தினமும் இல்ல" என்று இழுத்தாள். தன் தவறை உணர்ந்த திவா, "இன்றும் நாளையும், சகோதரி" என்றாள்.

நேரம் செல்லச் செல்ல தேர்ந்த வேட்டைக்காரர்கள் வரத் தொடங்கினார்கள். ஒரு பெரிய கருப்பு நாய் ஓடி வந்து சூரின் கால்களை நக்கத் தொடங்கியது. சூருக்குத் தான் வேட்டையாடிய ஆடு நினைவுக்கு வந்தது. திவாவின் காதில் இரகசியமாக ஏதோ முணுமுணுத்துவிட்டு சூர் ஓடினான்.

2

அவர்கள் குலம் தங்கியிருந்த குடியிருப்பு வைக்கோல் கூரை வேயப்பட்ட பெரிய குடிசை. கற்கோடரிகள் கூர்மையானவைதான்; ஆனால், இத்தனை பெரிய மரங்களை வெட்ட அவை மட்டும் போதாது. அவர்களது கோடரிகள் நிறைய வேலைகளைச் செய்திருந்தபோதிலும் இருப்பிடத்தைக் கட்டியவர்கள் வலுவான மரங்களை வெட்ட நெருப்பையும் பயன்படுத்தினார்கள். அந்தப் பெரிய குடிசை - ஆமாம் அதை அப்படித்தான் சொல்ல வேண்டும். மொத்த நிஷா-குடியும் தங்குவதற்கேற்றபடி பெரிதாகக் கட்டப்பட்டிருந்தது. நிஷா எனும் பெயர் கொண்ட பழங்கால மூதாயின் வழித்தோன்றல்கள் அவர்கள்! எல்லாக் குடிகளும் ஒரே கூரையின் கீழ் வசித்தனர்; வேட்டையாடினர்; பழங்கள், தேன் ஆகியவற்றைச் சேகரித்தனர். குடித்தலைவி சொல்வதற்கு அனைவரும் பணிந்தனர். நிர்வாகக் குழு குடியை வழி நடத்தினர். நிர்வாகம் என்றால் அனைத்தும் அடங்கும். எந்தத் தனி நபர் வாழ்க்கைக் கூறுகளும் பொது வாழ்வில் இருந்து தப்பிக்க முடியாது: வேட்டை, நடனம், காதல் செய்தல், வீடு கட்டுதல், தோலைக் கொண்டு ஆடை செய்தல், எல்லாப் பணிகளிலும் குழுவின் வழிகாட்டல் இருந்தது. நிர்வாகப் பொறுப்பில் தலைமைத் தாய்மார்கள் உயர் பொறுப்புகளில் இருந்தனர்.

இந்தப் பெரிய குடிசையில் நூற்று ஐம்பது பேர் கொண்ட நிஷா-குடி வசித்தது. அவர்களை ஒரே குடும்பம் அல்லது ஒரு தாய் உயிருடன் இருந்தால் அவர்களுக்குப் பிறந்த குழந்தைகளைக் கொண்ட பல துணைக் குடும்பங்கள் கொண்ட குடி என்று சொல்லலாம். எனவே ஒவ்வொருவரும் அவரவர் தாயின் பெயரால் அழைக்கப்பட்டனர். திவாவிற்குக் குழந்தைகள் பிறந்தால், அவளது அம்மா உயிருடன் இல்லையெனில், அக்குழந்தைகள் திவாவின் மகன் அல்லது திவாவின் மகள் என வழங்கப்பட்டனர். அவர்கள் கொண்டு வரும் கறி அல்லது பழங்கள் அவர்களுக்கு மட்டும் உரியதல்ல. குடியில் இருந்த அனைத்து ஆண்களும் பெண்களும்

அவர்களுக்குக் கிடைத்த அனைத்து வளங்களையும் ஒன்றாகச் சேர்த்துப் பகிர்ந்து கொண்டனர். ஒன்றும் கிடைக்கவில்லை என்றால் எல்லோரும் மொத்தமாக உணவின்றி இருப்பார்கள். தனி மனிதர்களுக்கு, குடிக்கு அப்பாற்பட்டது எந்த உரிமையும் இல்லை. குடியின் ஆணைகள், வழக்கங்களுக்கு அடிபணிவது அவர்களுக்குத் தமது உள்ளுணர்வைப் பின்பற்றுவது போல இயல்பாகப் பட்டது.

அந்தப் பெரிய குடிசை, அதுவும் தற்காலிக வசிப்பிடம்தான். வேட்டை மிருகங்கள் அவர்கள் இடத்தில் இருந்து நகரத் தொடங்கியதும் கனிகளும், வேர்களும் கிடைப்பதற்கு அரிதாக ஆனவுடன் இந்தக் குடி வேறு புதிய பகுதிக்கு இடம்பெயர வேண்டும். பழங்கால அனுபவம் மூலம் அவர்களுக்கு வேட்டை எங்கு கிடைக்கும், எப்போது கிடைக்கும் என்பது தெரிந்து இருந்தது. அவர்கள் இடத்தை விட்டுப் போனதும் கூரை சரிந்துவிடும்; மர அல்லது கற்சுவர்கள் சில காலம் நிற்கும். புது வேட்டைத் தளத்தில் அவர்கள் புதிய குடிசை கட்டுவார்கள்; கூரை வேய்வார்கள். அதன் ஒரு பகுதி குடியின் சேமிப்புகளை வைக்க; இன்னொரு பகுதி சமைக்க; விலங்குகளின் மண்டையோடுகளைப் பாத்திரங்களாகப் பயன்படுத்துவதோடு, அவர்கள் தம் கைகளால் மண் பாத்திரங்கள் வனைந்தனர். கறியை சில வேளைகளில் சமைக்காமல் அப்படியே உண்டனர்; புதிதாக வேட்டையாடிய இறைச்சியைச் சில சமயங்களில் நெருப்பில் வாட்டிச் சமைத்தனர். உலர்ந்த இறைச்சியைச் சமைப்பது அனுமதிக்கப்படவில்லை. வால்காவின் இப்பகுதியில் நிறைய தேன் கிடைத்தது. எனவே தேன் எடுப்பவர்களை அடிக்கடி சந்திக்க முடிந்தது. நிஷா-குடியினருக்கு தேன் மீது அதீத ஈடுபாடு. தேனாகவும் சாப்பிட்டனர்; தேன் ஊறிய கள்ளாகவும் அருந்தினர்.

அதென்ன இசையின் ஒலி? ஆண்களும் பெண்களும் தெளிவான குரலில் பாடிக் கொண்டிருந்தனர். தோலை ஆடையாக ஆக்க அடித்துப் பதனித்துக் கொண்டிருக்கிறார்களோ? எல்லா வேலைகளையும் கூட்டாகச் செய்வது மட்டுமின்றி, களிப்போடும் செய்தனர். கூட்டு உழைப்பின் ஒரு பகுதியாக இசை இருந்தது. குரல்களை இணைத்துக் கூட்டாகப் பாடும்போது உழைப்பின் களைப்பும் மறைந்தது. ஆனால், இப்போது கேட்கும் ஒலி உழைப்பின் பாட்டாகத் தோன்றவில்லை. பெண் குரல்களின் மென்மையான இசை வெள்ளமென ஓட, இடையிடையே ஆண்களின் ஆழமான கரகரப்புக் கலந்த சுருதி கலந்தது. அருகில் சென்று பார்க்கலாம்!

பெரிய குடிசையின் தடுக்கப்பட்ட பகுதியில் குடியின் ஆண்கள், பெண்கள், குழந்தைகள், வயோதிகர்கள், விடலைப் பருவத்தினர் அனைவரும் கூடியிருந்தனர். நடுவில் பைன் மரத் துண்டுகள் கொண்டு நெருப்பு உருவாக்கப்பட்டு எரிந்து கொண்டிருந்தது; மேற்கூரையில் வானம் தெரியும்படி ஒரு திறந்த இடைவெளி இருந்தது. அவர்கள் குழுவாகப் பாடிக் கொண்டிருந்ததில் சில ஒலிகளை இனம் காண முடிந்தது: ஓ... ஓ... ஒ... க... ன... அ... ஆ... ய... யா...

மத்தியில் இருந்த தீயை அவர்கள் வழிபடுவது போலத் தோன்றியது. குடித்தலைவியும் குடிக் குழு உறுப்பினர்களும் தீயில் இறைச்சி, கொழுப்பு, கனிகள், தேன் ஆகியவற்றைப் போடத் தொடங்கினர். இந்தப் பருவத்தில், அவர்கள் குடிக்கு வேட்டை நிறையக் கிடைத்தது; கனிகளும், தேனும் அதிகம் கிடைத்தன; விலங்குகள், மனிதர்கள் மூலம் அவர்கள் குடி சார்ந்தவர்கள் தாக்கப்படவில்லை. எனவே, முழு நிலா நாளான இன்று அவர்கள் அக்னி எனப்படும் நெருப்புத் தெய்வத்திற்கு தம் நன்றியையும் வணக்கத்தையும் தெரிவித்துக் கொண்டிருக்கின்றனர். குடித்தலைவர்கள் எரியும் தீயில் கோப்பை கோப்பைகளாக கள்ளை ஊற்றினர். குடியினர் அனைவரும் நெருப்பைச் சுற்றி பிறந்த வண்ணம் நிர்வாணமாக நின்று கொண்டிருந்தனர். இது குளிர்காலம் அல்ல; வெப்பம் இருக்கும் பருவத்தில், உடல் மீது அவர்களது தோலைத் தவிர வேறு ஒரு தோலைப் போர்த்துவது வசதி குறைவாகத்தானே இருக்கும். எவ்வளவு கரவு செறிவான உடல்கள்! ஒரு தொப்பையும் பெருத்திருக்கவில்லை; தோலை மீறிய சதைப் பகுதி எதுவும் தொங்கவில்லை. இதுதான் அழகு; ஆரோக்கியம்! எல்லோர் முகங்களும் ஒரே சாயலில் இருந்தன - எல்லோரும் நிஷாவின் தந்தையர், சகோதரர், மகன்களின் குழந்தைகள்தானே! அவர்களின் உடல் நலமும், வலிமையும் அனைவருக்கும் ஒன்று போல இருந்தன. உறுதியற்ற, வலுவற்றவர்கள் இந்த வாழ்க்கையில் - இயற்கை மற்றும் விலங்குகளின் கோரப்பிடியில் இருந்து - தப்பிப் பிழைக்க முடியாது.

குடித்தலைவி எழுந்து குடிசையின் விரிந்த பகுதிக்கு வந்தாள். குடியினர் அனைவரும் மண்ணால் மெழுகப்பட்ட தரையில் அமர்ந்தனர். கள் நிரம்பிய தோற்பைகள் வந்தபடி இருந்தன; கோப்பைகள் நிரம்பியபடி இருந்தன. சிலர் மண்டையோட்டுக் குடுவை, சிலர் எலும்பு அல்லது கொம்பில் குடையப்பட்ட கோப்பை, பைன் இலைகளால் நேயப்பட்ட தொன்னை

வைத்திருந்தனர். இளைஞர்கள் - யுவன், யுவதிகள், வயது முதிர்ந்த ஆண்கள் - பெண்கள், தாத்தா - பாட்டிகள் ஆகிய அனைவரும் சாப்பிட்டுக் குடிக்கத் தொடங்கினர். ஒவ்வொரு குழுவும் தனித்தனியே இருந்தன; ஆனால், அப்படித்தான் இருக்க வேண்டும் என்று விதியேதும் இல்லை. மூப்படைந்த பெண்கள் தம் இளமைப் பருவத்தில் தாம் அனுபவித்த வாழ்க்கை இன்பங்களை நினைத்துப் பார்த்தனர்; இப்போது வாழ்வை ருசிப்பது இளைஞர்களின் காலம் என்பதை அறிந்திருந்தனர். சில பெண்கள் மூப்படைந்த வயோதிகர்களுக்குக் கள்ளை ஊற்றிக் கொடுக்கத் தயாராகவும் இருந்தனர். அவர்கள் மத்தியில் இளம் ஆண்களும் பெண்களும் புடை சூழ திவா அமர்ந்து இருந்தாள். அவள் கை ரிபூவின் தோளில் கிடந்தது; அவள் அருகில் சூர் அமர்ந்து இருந்தான்.

உணவு, பயணம், பாடல், ஆடல், அத்துடன் அதே பெரிய அறையில் ஒருவர் மடியில் ஒருவராகக் கிடக்கும் காதலர்கள்... காலையில் எழுந்ததும் சிலர் - ஆண்களும் பெண்களும் வீட்டு வேலைகளைச் செய்வார்கள்; சிலர் வேட்டைக்குச் செல்வர்; அல்லது கனிகளைச் சேகரிக்கச் செல்வர்; கன்னங்கள் சிவந்த குழந்தைகள் தாய்மாரின் மடியில் கிடப்பார்கள்; அல்லது மர நிழல்களில் விரிக்கப்பட்ட தோல் போர்வையில் படுத்திருப்பர்; அல்லது சற்று வயது கூடிய குழந்தைகளின் தோள்களில் சவாரி செய்தபடியோ, மடிகளில் அமந்தபடியோ இருப்பர்; பல குழந்தைகள் குதித்தபடி வால்கா கரை மணலில் விளையாடியபடி இருப்பார்கள்.

இந்தக் காலகட்டத்து வயோதிகர்கள் நிஷாவின் காலத்து மக்களைவிட அமைதியாகவும் நிறைவாகவும் இருந்தனர். கூடி ஒரு தாயின் தலைமையில் இயங்கவில்லை; உயிரோடு வாழும் பல தாய்மார்களின் குடும்பங்கள் சேர்ந்து ஒரு குடி அல்லது குடும்பமாக இயங்கின. தனியொரு தாயின் தடையற்ற அதிகாரம் நடைமுறையில் இல்லை. குடிமைக் குழுதான் வழி நடத்தியது. இங்கு நிஷா தன் மகளை வால்காவில் மூழ்கடித்துக் கொல்ல வேண்டிய தேவையேதும் இல்லை.

3

திவா நான்கு மகன்கள், ஐந்து மகள்களைப் பெற்றாள். நாற்பத்து ஐந்து வயதில் நிஷா-குடியின் குடித்தலைவியாக ஆனாள். கடந்த இருபத்தைந்து ஆண்டுகளில் நிஷா-குடி மூன்று மடங்கு பெருகியுள்ளது. அதற்காக ஒவ்வொரு முறையும் சூர் அவளைப் பாராட்ட முத்தமிட்டபோது அவள், "எல்லாம் அக்னி தேவனின்

கருணையால் நடக்கிறது. சூரிய பகவானின் பெருமையால் நடக்கிறது. அக்னி, சூரியன் ஆகிய கடவுளரின் பாதுகாப்பு இருப்பவர்கள் போகுமிடமெல்லாம் வால்கா நதி போலத் தேனோடும்; மான் கூட்டங்கள், தேவதாரு மரங்கள் இடையே மேய்வதற்கு இடைவிடாது வந்தபடி இருக்கும்" என்பாள்.

ஆனால், நிஷா-குடிக்கு நிறைய சவால்கள் பெருகிக் கொண்டிருந்தன. இடமாற்றத்தின்போது எங்கு சென்றாலும், முன்பிருந்த காட்டுப் பகுதி போல நிறைவு அளிக்காது. பொதுக்குடிசை மூன்று மடங்கு பெரிதாகத் தேவைப்பட்டது; வேட்டை நிலமும் மும்மடங்கு தேவைப்பட்டது. தற்போது அவர்கள் தமது இருப்பிடத்தை அடுத்து இருந்த வேட்டை நிலத்தை அடுத்து உஷா-குடியின் இடம் இருந்தது. இரு குடிகளுக்கும் இடையில் பொதுவான காடு இருந்தது. சில சமயம் நிஷா-குடியினர் பொதுக்காட்டிலும் உஷா-குடியின் எல்லைப்பகுதிக்குள்ளும் சென்றனர். குடிமைக் குழு உஷா-குடியுடன் மோதல் ஏற்படக் கூடும் எனக் கருதினர்; ஆனால், அதனை எப்படித் தவிர்ப்பது என அறியாமல் இருந்தனர்.

ஒரு நாள் திவா குடிமைக் குழு கூட்டத்தில், "கடவுள் நிறைய மக்களை நமக்கு வழங்கியுள்ளார்; இத்தனை வாய்களுக்கும் உணவளிப்பது காட்டின் கடமை. காட்டில் உள்ளவை அனைத்தும் கிடைக்காவிட்டால், எல்லோர் வயிற்றையும் நிரப்ப முடியாது. நிஷா-குடி வால்கா நதியில் உள்ள மீன்கள் இல்லாமல் வாழ முடியாது; அதுபோலவே, காட்டு மரங்களுக்கு இடையே வசிக்கும் கரடி, ஆடு, மாடுகள், குதிரை ஆகியவற்றை விட்டுக்கொடுக்க முடியாது" என்றாள்.

உஷா-குடி இவர்களின் அநீதியான நடைமுறையைக் கண்டது. ஓரிரு முறை இரு குழுக்களும் சந்தித்துப் பேச்சுவார்த்தை நடத்தினர். பழங்காலத்தில் இருந்தே இரு குடியினருக்கும் பகைமை இருந்ததையும், உஷா-குடி ஒவ்வொரு குளிர்காலத்திலும் இப்பகுதிக்கு வருவதையும் நினைவுபடுத்தினர். ஆனால், பட்டினிக் கொடுமைக்கு முன் நிஷா-குடி நியாயத்தைப் பற்றி நினைக்கும் நிலையில் இல்லை. மற்ற விதிகள் வலுவிழக்கும்போது காட்டு விதிகள்தான் எடுபடும். இரு குடிகளும் போருக்கான ஆயத்தங்களை மெதுவாகச் செய்யத்தொடங்கினர். ஒரு குடியில் இருந்து மறு குடிக்கு எந்தத் தகவலும் போகாது. ஏனெனில், ஒவ்வொரு குடியும் அவர்களுக்கு உள்ளேயே மணந்து, வாழ்ந்து மடிந்தது.

நிஷா-குடியினர் சிலர் அருகில் இருந்த பகுதியில் வேட்டைக்குச் சென்றபோது உஷா-குடியினர் சிலரால் தாக்கப்பட்டனர். அவர்கள் தாக்குப் பிடித்துப் போரிட்டனர். ஆனால், அவர்கள் போருக்குத் தயாராக வரவில்லை; எண்ணிக்கையிலும் குறைவாகவே இருந்தனர். எனவே அவர்கள் தம் பக்கத்தில் இறந்தவர்களின் உடல்களை அங்கேயே விட்டுவிட்டு, காயம்பட்டவர்களை தூக்கிக்கொண்டு தமது குடிக்குத் திரும்பினர். குடித்தலைவி திவா அவர்கள் கதையைக் கேட்டாள். குடிமைக்குழு இதனை விவாதிக்கக் கூடியது; இறுதியாக குடியின் மக்கள் அனைவரும் ஒன்று கூடினர். ஒவ்வொரு விவரமும் தெரிவிக்கப்பட்டது; மாண்டவர்களின் பெயர்கள் ஓதப்பட்டன; காயம்பட்டவர்கள் கொண்டுவரப்பட்டனர்; அவர்களின் தாய்மார்கள், சகோதரிகள், மகள்கள் பழிக்குப் பழி வாங்கக் கோரினர். இரத்தத்துக்கு இரத்தம் என வஞ்சம் தீர்க்காவிட்டால், அது குடியின் அறத்திற்கு மாறானது; அதனை மீறுவதைப் பற்றி நினைத்தும் பார்க்கவியலாது. இறந்தவர்களுக்கான வஞ்சம் தீர்த்தல் நிறைவேற வேண்டும் என உறுதிமொழி எடுத்தனர்; நடனத்திற்கான இசை போர் இசையாக மாறியது. குழந்தைகளையும், மூத்தோரையும் பராமரிக்க சிலரை மட்டும் விட்டுவிட்டு மற்றவர்கள் போருக்குக் கிளம்பினர். வில்லம்பு, கற்கோடரி, மர ஈட்டி, கதை ஆகிய ஆயுதங்கள் ஏந்தி, தம் உடலைக் காப்பதற்கு ஏற்ற தடித்த தோலாடைகளை அணிந்து கொண்டு கிளம்பினர். இசைக்கருவி ஏந்தியவர்கள் முதலில் செல்ல, ஆயுதம் ஏந்திய ஆண்களும் பெண்களும் பின்தொடர்ந்தனர். திவா குடித்தலைவி என்ற வகையில் தலைமை தாங்கினாள். இசைக்கருவிகளின் பேரோசை காடெங்கும் எதிரொலித்தது; கலவரம் வெடித்தது; பறவைகளும் மிருகங்களும் அதிர்ச்சியில் அங்குமிங்கும் மிரண்டு ஓடின.

தங்கள் எல்லையைக் கடந்து இடைப்பட்ட பகுதியில் நுழைந்தனர். எந்த எல்லைக்கோடும் இல்லாமலேயே ஒவ்வொருவருக்கும் தமது எல்லை தெரிந்திருந்தது. அதைப்பற்றி பொய் எதுவும் சொல்ல முடியாது. பொய் சொல்லும் கலை மனிதக் கூட்டத்திற்கு இன்னமும் அறிமுகம் ஆகாத காலம் அது. அதனைக் கற்பது மிகக் கடினமான பணி! உஷா-குடியைச் சேர்ந்த வேட்டையாடிக் கொண்டிருந்தவர்கள் தங்கள் குடிக்குத் தகவல் தெரிவித்தனர். அவர்களும் களம் இறங்கினர். அவர்கள் தமது உரிமைக்காகப் போர்க்களத்தில் இறங்கியுள்ளனர். தமக்குரிய வேட்டை நிலத்தைப் பாதுகாக்க வேண்டும் என்பதுதான் அவர்கள்

விருப்பம். ஆனால், எதிராளிகள் எது சரி எது தவறு எனச் சிந்திக்கும் நிலையில் இல்லை. உஷா-குடியின் எல்லைக்குள் இரு படைகளும் மோதின. கூரான அம்புகள் காற்றைத் துளைத்தன; கற்கோடரிகள் ஒன்றோடொன்று பொருதின; ஈட்டிகளும் கதைகளும் மோதின. ஆயுதங்கள் உடைந்து போனாலோ காணாமல் போனாலோ போர் வீரர்கள் - ஆண்களும் பெண்களும் - வெறுங்கைகள், கற்கள் கொண்டு போரிட்டனர்; அல்லது கீழே கிடந்த கற்களை எடுத்து சண்டையிட்டனர்.

நிஷா-குடி பகைவர்களைவிட இரண்டு மடங்காக இருந்தது. எனவே உஷா-குடிக்கு வெற்றி கிட்ட வாய்ப்பே இல்லை. ஆனால், ஒரு சிறுவன் இருக்கும்வரை போரிடுவது தவிர வேறு வழியில்லை. போர் தொடங்குகையில் பகல்பொழுது தொடங்கி மூன்று மணி நேரம் கழிந்திருக்கும். உஷா-குடியில் மூன்றில் இரண்டு பங்கினர் காட்டில் கொல்லப்பட்டனர்; காயம்பட்டவர்கள் கொல்லப்படவில்லை. ஆதிக்குடியின் போர்விதிகளின்படி காயம்பட்ட உடலைத் தாக்குவது முறையல்ல. உயிர் தப்பிய கடைசி ஒரு பகுதியினர் வால்கா கரைக்கு ஓடிச் சென்று கடைசி மூச்சு வரை எதிர்த்தனர். சில தாய்மார்கள் குழந்தைகள், வயோதிகர்களுடன் தப்பித்து ஓட முயன்றனர். ஆனால், காலம் கடந்து விட்டது. வெறிகொண்ட எதிரிகள் அவர்களைப் பின்தொடர்ந்து தாக்கினர்; பால்குடி பாலகரை பாறைகளில் மோதிக் கொன்றனர்; மூப்படைந்த ஆண்கள், பெண்களின் கழுத்தில் கல்லைக் கட்டி வால்கா நதிக்குள் மூழ்கடித்தனர். உஷா-குடியின் வசிப்பிடத்தில் இருந்த இறைச்சி, கனிகள், தேன், கறி மற்றும் பிற மதிப்பு மிக்க பொருட்களைக் கைப்பற்றினர். பிறகு உயிருடன் இருந்த பெண்கள் குழந்தைகளை குடிசைக்குள் வைத்துப் பூட்டி அதற்குத் தீ வைத்தனர். நெருப்பில் தவித்தவர்களின் உயிர் ஓலங்கள் கேட்டு நிஷா-குடியினர் உற்சாகம் அடைந்தனர்; அக்னி தேவனுக்கு நன்றி தெரிவித்து தமது கடவுளருக்கும் தமக்கும் எதிரிகள் சேமித்து வைத்திருந்த உணவையும் கள்ளையும் ஆகுதி ஆக்கினர்.

திவா குதூகலத்தின் உச்சத்தில் இருந்தாள். மூன்று பெண்களின் மழலைகளை அவர்கள் மார்பில் இருந்து பிடுங்கி பாறையில் மோதியிருந்தாள்; அவற்றின் மண்டையோடுகள் உடைந்த ஓசை கேட்டு பேய்ச்சிரிப்பு சிரித்தாள். விருந்திற்குப் பின் ஆட்டம் தொடங்கியது. அங்கிருந்த நெருப்பின் ஒளியில் திவா தன் இளைய மகன் வாசுவுடன் ஆடிக் கொண்டிருந்தாள். அசைவுகளின்போது சில கணங்கள் அவர்களது நிர்வாண உடல்கள் முத்தமிட்டுக் கொண்டன;

அணைத்துக் கொண்டன; அல்லது விலகிச் சுற்றிவந்து நடனத்தின் சைகைகளைச் செய்தன. வாசு அன்றைய இரவு குடித்தலைவியின் இணையாகத் தேர்ந்தெடுக்கப்பட்டுள்ளான் என்பது எல்லோருக்கும் தெரிந்தது. வெற்றியின் திளைப்பில் வெறிகொண்டு இருந்த தாயின் காம இச்சையைப் புறக்கணிக்க வாசுவிற்கு மனம் வரவில்லை.

அக்குடியின் வேட்டை நிலம் முன்பைவிட நான்கு மடங்கு பெரிதானது. குளிர்காலத்தில் எங்கு வசிப்பது என்ற கவலை இல்லாமல் போனது. இறந்து போன உஷா-குடியினர் பேய்களாக மாறி உயிருடன் இருக்கையில் சாதிக்க முடியாததை இப்போது பெற முயல்வது மட்டும் அவர்களைத் தொல்லைப்படுத்தியது. கொளுத்தப்பட்ட குடிசை பேய் பிசாசுகளின் இருப்பிடமாகியது; நிஷா-குடியினர் எவரும் தனியாகவோ கூட்டாகவோ அந்த இடத்தைக் கடக்க அஞ்சினர். பல சமயங்களில், வேட்டைக்குச் செல்லும்போது நூற்றுக்கணக்கான நிர்வாண உடல்கள் நெருப்பைச் சுற்றி ஆடுவதை அவர்கள் கண்டனர். இடத்தை விட்டுப் பெயரும்போது அவர்கள் அந்த இடத்தைக் கடக்க வேண்டி வந்தது. முழுக் குடியினரும் பட்டப் பகலில் அந்த இடத்தைக் கடந்தனர். இருள் சூழ்ந்த இரவுகளில், திவா பால்குடி மழலைகள் பூமியைப் பிளந்து கொண்டு அவள் கரங்களைக் கவ்விக் கொள்வதாக நினைத்து அலறிக் கொண்டு எழுவது இப்போதும் சில வேலைகளில் நடக்கிறது.

4

திவா எழுபது வயதைக் கடந்து வாழ்ந்தாள். அவள் இப்போது குடித்தலைவியாக இல்லை. ஆனால், மூப்புக் காலத்திலும் அவள் மிகுந்த மரியாதையுடன் நடத்தப்பட்டாள். அவள் தலைமைப் பொறுப்பில் இருந்த இருபது ஆண்டுகளில் பெருத்துக் கொண்டிருந்த குடியின் வளர்ச்சிக்குப் பெரும் பங்காற்றியிருந்தாள். அக்காலத்தில் அவர்கள் வெளியாட்களோடு பலமுறை சண்டையிட வேண்டி வந்தது; இறுதி வெற்றி அவர்களுக்குக் கிடைத்தாலும் பல இழப்புகளைச் சந்திக்க வேண்டியிருந்தது. தற்போது, பல மாதங்களுக்குத் தேவையான வேட்டை நிலங்கள் அவர்களிடம் இருந்தன. திவாவைப் பொருத்தவரை, அவள் கரங்களால் கொல்லப்பட்ட மழலைகள் இன்றும் அவள் கனவுகளில் அச்சுறுத்தின; ஆனாலும், இவையெல்லாம் 'பகா'வின் - யோனிக் கடவுளின் - அருள்!

குளிர்காலம் தொடங்கிவிட்டது. வால்கா நதி உறைந்து போனது; பலமாதப் பனிப்பொழிவினால் போர்த்தப்பட்ட நதி வெள்ளித் துகள்களால் ஆன பாதை அல்லது தூய்மைப்படுத்தப்பட்ட பருத்தி போல மின்னியது. நதிக்கு அப்பால், உயிர்த்துவம் அற்ற அசைவுகளை முடக்கும் உறைபனி காடுகளில் கனமாகப் படிந்திருந்தது. நிஷா-குடி இப்போது மேலும் பன்மடங்கு பெருகியுள்ளது; எனவே, மேலதிக உணவு தேவைப்பட்டது. அதே சமயம், உழைப்பதற்கு கூடுதல் கரங்கள் கிடைத்தன; வேலைக்கான நாட்களில் பெருமளவு உணவைச் சேகரிக்க முடிந்தது. குளிர்காலத்திலும் ஆண்களும் பெண்களும் பழக்கப்பட்ட வேட்டை நாய்களோடு வேட்டைக்குச் சென்றனர். அவர்கள் புதியதொரு வேட்டை முறையையும் கண்டுபிடித்துள்ளனர். அவர்கள் வேட்டையாடிய விலங்குகள் - மான், கால்நடை, குதிரைகள் - தமது உணவைத் தேடி காடு விட்டுக் காடு அலைந்து கொண்டிருப்பதைக் கண்டனர். மண்ணில் விதைகள் உதிரும்போது அவை முளைப்பதைக் கவனித்தனர். அதனால், ஈரமண்ணில் புற்படுக்கைகளை உருவாக்கினர். புற்கள் முளைக்கத் தொடங்கியதும் விலங்குகள் அதனை மேய்வதற்காகக் கூடுதல் காலம் தங்கின.

ஒரு நாள், ரிக்ஷ்ஷரவாவின் வேட்டை நாய் ஒரு முயலைத் துரத்திக்கொண்டு ஓடியது; அவனும் அதன் பின்னால் ஓடினான். அவன் உடம்பு முழுதும் வேர்த்துக் கொட்டியது; தனது கனமான தோல் சட்டையைக் கழற்றித் தோளில் போட்டுக்கொள்ள ஒரு கணம் நின்றுவிட்டுத் தொடர்ந்து ஓடினான். அவன் பார்வையில் இருந்து நாய் மறைந்து விட்டது; ஆனால், பனியில் அதன் தடங்கள் தெளிவாகத் தெரிந்தன. மூச்சு வாங்கியதால், ரிக்ஷ விழுந்து கிடந்த மரக்கட்டை ஒன்றின் மீது சற்றே ஓய்வெடுக்க உட்கார்ந்தான். மீண்டும் மூச்சு சீராகும் முன்பே, தொலைவில் நாயின் குரைப்பு கேட்டது. உடனே எழுந்து ஓடத் தொடங்கினான். குரைப்பொலி அருகில் கேட்கத் தொடங்கியது. அருகில் சென்றதும், ரிக்ஷ பைன் மரத்தில் சாய்ந்தபடி ஒயிலாக நின்று கொண்டிருந்த அழகிய இளம் பெண்ணொருத்தியைக் கண்டான். வெள்ளை நிறக் கம்பளி ஆடை போர்த்தியிருந்தாள்; தலையில் அணிந்திருந்த வெள்ளைத் தொப்பிக்கு வெளியே அவளது பொன்னிற தலைமுடி அலைபாய்ந்தது. அவள் அருகில் முயல் ஒன்று செத்துக் கிடந்தது. ரிக்ஷ அருகில் வந்ததும் நாய் மேலும் குரைத்தபடி அவனருகில் வந்தது. ரிக்ஷ அப்பெண்ணின் முகத்தைை உற்று நோக்கினான்.

அவள் புன்னகைத்தபடி, "நண்பனே! இது உங்கள் நாய்தானே?" என்றாள்.

"ஆம். என் நாய்தான். நான் உங்களைச் சந்தித்ததே இல்லையே?"

"நான் குரு-இனத்தவள்!"

"குரு இனமா?"

ரிக்ஷ சிந்தனையில் ஆழ்ந்தபடி நின்றான். அவன் குடிக்கு அருகில் இருக்கும் குடி குரு-இனம். இரு குடிகளுக்கும் இடையே பல ஆண்டுகளாக மோதல் இருந்து வந்தது. சில நேரங்களில் சண்டையும் நடந்திருக்கிறது. குரு-இனம் உஷா-குடியைவிட புத்திசாலியாக நடந்து கொண்டனர். போரிட்டு வெல்ல முடியாது என்பதை அவர்கள் உணர்ந்திருந்தனர்; ஆனாலும், அவர்கள் நம்பிக்கையோடு போரில் இறங்கி, தங்கள் கரங்களின் வலிமை மூலம் வெற்றி கிடைக்காவிடினும், உயிர் பிழைக்கத் தங்கள் கால்களின் விரைவை நம்பினர். நிஷா-குடிப் போர்வீரர்கள் குரு-இனத்தை அழிக்க வேண்டும் என உறுதி எடுத்து இருந்தனர்; ஆனால், இன்று வரை அதனை முழுமையாகச் செய்யமுடியவில்லை.

ரிக்ஷ அமைதியாக இருப்பதைக் கண்ட அப்பெண், "உங்கள் நாய் இந்த முயலை அடித்தது; நீங்கள் எடுத்துக் கொள்ளுங்கள்" என்றாள்.

"ஆனால், குரு-குடியின் வேட்டை மண்ணில் கொல்லப்பட்டுள்ளது."

"ஆமாம். ஆனால், நான் நாயின் எசமானைப் பார்க்கக் காத்திருந்தேன்."

"காத்திருந்தீர்களா?"

"இந்த முயலை அவரிடம் கொடுப்பதற்காக…"

குரு என்ற பெயரைக் கேட்டதும் ரிக்ஷ மனதில் வெறுப்புணர்வு கிளர்ந்தது; ஆனால், அப்பெண்ணின் இதமான பேச்சைக் கேட்டதும் அது தணியத் தொடங்கியது.

நட்பு உணர்வு மேலிட, "முயலுடன் என் நாயையும் திருப்பிக் கொடுத்திருக்கிறீர்கள். இந்த நாய் எனக்கு மிகவும் மதிப்பு வாய்ந்தது" என்றான்.

"அருமையான வேட்டை நாய். எமது குடியில் இருப்பதிலேயே மிகச் சிறந்தது. என் குரல் கேட்டதும் ஓடிவரும்."

"அதன் பெயர் என்ன?"

"சம்பு."

"உங்கள் பெயர்?"

"ரிக்ஷஷரவா, ரோச்னாவின் மகன்."

"ரோச்னா! எனது அம்மாவின் பெயரும் ரோச்னாதான். ரிக்ஷ, அவசரம் இல்லையென்றால், இங்கு கொஞ்ச நேரம் இருங்களேன்."

ரிக்ஷ தனது அம்பையும் சட்டையையும் அருகில் வைத்துவிட்டு அவள் காலருகில் அமர்ந்தான்.

"உன் அம்மா இப்போ உயிருடன் இல்லையா?"

"இல்லை. நிஷா-குடியுடன் நடந்த போரில் கொல்லப்பட்டாள். என் மீது அதீத அன்பு வைத்திருந்தாள்."

இதைச் சொல்லும்போது, அப்பெண்ணின் கண்களில் கண்ணீர் வழிந்தது. ரிக்ஷ அவள் கண்ணீரைத் துடைத்து விட்டான்.

"இந்தச் சண்டைகள் கொடுமையானவை."

"எவ்வளவு அன்பானவர்களைக் காவு கொள்கிறது!"

"இன்னமும் முடிந்தபாடில்லையே."

"ஒரு இனம் முழுமையாக அழியாமல் எப்படி இந்தப் போர் முடியும்? நிஷா-குடி இன்னொரு தாக்குதலைத் தொடங்கப் போவதாகச் சொல்கிறார்கள். அவர்கள் எல்லாம் உங்களைப் போல இளைஞர்களாக இருப்பார்கள், இல்லையா ரிக்ஷ?"

"குரு-குடியில் உங்களைப் போன்ற இளம் பெண்கள் இருப்பார்கள், இல்லையா?"

"ஆனாலும், நாம் ஒருவரை ஒருவர் கொல்ல வேண்டும். ஏன் அப்படி ரிக்ஷ?"

இன்னும் மூன்று நாட்களில் குரு-குடியைத் தாக்கும் திட்டம் இருப்பது ரிக்ஷ நினைவில் வந்தது. அவன் வாய் திறக்கும் முன் அவள், "ஆனால், இப்போது நாங்கள் போரிடப் போவதில்லை" என்றாள்.

ராகுல் சாங்கிருத்யாயன் ● 59

"அப்படியா? குரு-இனத்தவர் எதிர்த்துச் சண்டையிடப் போவதில்லையா?"

"எங்கள் எண்ணிக்கை மிகவும் குறைந்துவிட்டது. வெல்ல முடியும் என்ற நம்பிக்கை எங்களுக்கு இல்லை."

"அப்ப, என்னா செய்வீர்கள்?"

"வால்கா கரையை விட்டு அகன்று விடுவோம். இந்த நதி எத்தனை நெருக்கமானது - வால்கா எனும் தாய்! நாங்கள் இதனை மறுபடி பார்க்கவே மாட்டோம். அதனால்தான், நான் இங்கு வந்து உட்கார்ந்து, உறங்கியபடி இருக்கும் நதியைப் பல மணி நேரம் உற்று நோக்கியபடி இருக்கிறேன்."

"வால்காவை மறுபடி நீங்கள் பார்க்கவே முடியாதா?"

"அதில் நீந்தவும் முடியாது. வால்காவின் ஆழமான நீரில் நீந்துவது எப்பேர்ப்பட்ட மகிழ்ச்சி அளிப்பது!" அப்பெண்ணின் கன்னங்களில் கண்ணீர் உருண்டோடியது.

"எத்தகைய துன்பம் இது. கொடுமை" என்றான் ரிக்ஷ.

"ரோச்னாவின் மகனே! இதுதான் குடிகளின் விதி."

"காட்டின் விதியும் அதுதான்!"

3. அமிர்தாஸ்வன்

நிலப்பகுதி : மத்திய ஆசியா - பாமிர்
இனம் : இந்தோ - ஈரானியர்
காலம் : பொ.ஆ.முன். 3000

200 தலைமுறைகளுக்கு முந்தைய ஆரியர் இனம் குறித்த கதை. வெளுத்த தோல் கொண்ட இந்தியர்களும் ஈரானியர்களும் ஒரே இனமாக - மக்கள் கூட்டமாக - வாழ்ந்த காலம். 'ஆரியன்' என்ற சொல் அவர்களுக்குப் பொதுவான பெயராக இருந்தது. கால்நடை வளர்ப்பு அவர்களது வாழ்வாதாரமாக இருந்தது.

1

காஷ்மீரத்தின் அழகைத் தெரிந்தவர்கள் ஃபர்கானா எனப்பட்ட இன்றைய உஸ்பெகிஸ்தான் பற்றிக் கற்பனை செய்து கொள்ள முடியும். அதன் பசுமையான மலைகள், நெளிந்தோடும் நீரோடைகள், பொங்கும் ஊற்றுகள் ஆகியவை பேரழகு மிக்கவை. குளிர்காலம் முடிந்து வசந்தகாலம் தொடங்கியிருந்தது. அதனால், இந்த மலைப் பள்ளத்தாக்கு சொர்க்கபூமியாக மாறிக்கொண்டிருந்தது. மேய்ப்பர்கள் தமது மலைக்குகைகள் அல்லது கல் வீடுகளை விட்டு வெளியே வந்து பரந்த புல்வெளிகளை அடைந்தனர். பெரும்பாலும் சிவப்பு வண்ணம் தோய்க்கப்பட்ட குதிரை உரோமத்தாலான அவர்கள் குடிசைகளில் இருந்து புகை மேலெழும்பியபடி இருந்தது. குடிசைகளில் ஒன்றில் இருந்து ஓர் இளம்பெண் வெளியே வந்தாள். தோளில் தொங்கிய தண்ணீர்ப்பையுடன் அவள் பாறைகளில் ஊடாகப் பாய்ந்தோடிய நீரோடை நோக்கிச் சென்று கொண்டிருந்தாள். குடிசையில் இருந்து சில அடிகள் எடுத்து வைத்ததுமே அவள் எதிரே ஒருவர் வந்தார். அவளைப் போலவே அவரும் வெண்ணிற தோலாடை அணிந்திருந்தார்; அதன்

இரு முனைகளும் வலது தோள்புறம் கட்டப்பட்டு இருந்தது; அதனால், அவரது வலது கரம், தோள், வலப்புற விலாப் பகுதி, முழங்காலுக்குக் கீழே உள்ள கால்பகுதி தவிர பிற உடல் பாகங்கள் மூடப்பட்டு இருந்தன. அவரது முடி பழுப்பு நிறமாக இருந்தது; தலைமுடியும் தாடியும் சீராக சீவப்பட்டு இருந்தன.

அவனைக் கண்டதும் அந்த அழகிய பெண் நின்றாள். எதிர் வந்த மனிதன் சிரித்தான்.

"சோமா! இன்றைக்குத் தண்ணீர் எடுக்க இவ்வளவு தாமதமாகப் போகிறாயே?"

"ஆமாம், ரிஜ்ரஸ்வா... தாமதம்தான். நீ எப்படி இந்தப் பக்கம் சுற்றுகிறாய்?"

"சுற்றவில்லை... உன்னைப் பார்க்கவே வந்து கொண்டிருந்தேன், கண்ணே!"

"என்னிடமா? இவ்வளவு காலம் சென்ற பின்பு?"

"சோமா, இன்னைக்கு மறுபடி உன் நினைவு வந்தது."

"அது சரி... நான் தண்ணி எடுத்திட்டு வீட்டுக்குப் போகணும். அமிர்தாஸ்வன் சாப்பிட உக்காந்திட்டான்."

பேசிக்கொண்டே நீரோடையை அடைந்து தண்ணீர் எடுத்துக்கொண்டு வீடு திரும்பினார்கள். "அமிர்தாஸ்வன் பெரியவனா வளர்ந்திருப்பான், இல்ல?"

"ஆம். நீ அவனப் பாத்து பல ஆண்டுகள் ஆகுது."

"நாலு வருஷம் இருக்கும்."

"பனிரெண்டு வயசு ஆச்சு அவனுக்கு. உண்மையிலேயே, உன்னை மாதிரிதான் இருக்கான், ரிஜ்ரஸ்வா!"

"இல்லாம? அப்ப நான் உன் காதலர்களில் ஒருவன் அல்லவா? இத்தனை வருஷமா எங்க வளர்ந்தான்?"

"அவன் மாமாவுடன் - வாக்ஸிக் மக்கள் மத்தில."

குடிசைக்குள் போன அப்பெண், அவளது கணவன் கிரிச்சஸ்வனிடம் விருந்தினர் வரவைப் பற்றிச் சொன்னாள். அமிர்தாஸ்வன் பின்தொடர இருவரும் குடிசை வாயிலுக்கு வந்தனர்; ரிஜ்ரஸ்வன் வணக்கம் சொன்னான்.

"நலமா, நண்பனே?"

"அக்னிக்கு நன்றி சொல்லும் அளவுக்கு நன்றாக இருக்கிறேன். வாங்க, வாங்க. இப்பதான் சோமபானத்தைத் தேன், மரைக்குதிரை பால் சேர்த்து நொதிக்க வைத்துக் கொண்டிருந்தோம்."

"தேனும் சோமபானமும்... இவ்வளவு காலையிலா?"

"குதிரைகளை மேய்க்கக் கிளம்பிக் கொண்டிருந்தேன். வெளியில் சவாரிக்குத் தயாராக குதிரை நிற்பதைப் பார்க்க வில்லையா?"

"இன்று மாலைக்குள் திரும்ப வேண்டாமா?"

"வரணும். அதனாலதான் எதுக்கும் இருக்கட்டும் என்று தோல் பை நிரம்ப சோமபானம், வாயூறும் மென்மையான குதிரை இறைச்சி எல்லாம் கட்டி வச்சிருக்கேன்."

"குதிரைக் கறியா?"

"எனக்கு அந்த அளவு வசதி இருக்கு. அக்னி தேவன் எனது மந்தையைப் பெருக்கி இருக்கிறான். பெரும்பாலும் குதிரைகள்தான் வளர்க்கிறேன்."

"சோம்பேறி என்ற பொருள் கொண்ட உனது பெயர் - கிரிச்சஸ்வன் - பொருள் இழந்து விட்டது போலிருக்கிறது."

"என் பெற்றோர்கள் காலத்தில் எங்களிடம் ரொம்பக் குறைவான குதிரைகளே இருந்தன; அதனால, அப்படி பேர் வச்சாங்க."

"ஆனா, இப்ப உன்னை ரித்தஸ்வன் - அதிகக் குதிரைகள் கொண்டவன் - என்று அழைக்கவேண்டும்."

"நல்லது. உள்ள வா."

"இந்தப் பசும் புல்வெளியில், பைன் மர நிழலில் உட்காரலாமா?"

"சரி. சோமா, வெளியில எடுத்திட்டு வா. நண்பனை சோமபானம், இறைச்சி விருந்தில் குளிப்பாட்டுவோம்."

"ஆனா, கிரிச்சஸ்வா! நீ மேய்ச்சலுக்குப் போகப்போவதாகச் சொன்னாயே?"

"ஓ, நாளைக்குப் போகலாம். வந்து உக்காரு ரிஜ்ரஸ்வா!"

சோமா சோமபானம், கோப்பைகளைக் கொண்டு வந்தாள். அமிர்தாஸ்வன் இரு நண்பர்களுக்கு மத்தியில் அமர்ந்து

கொண்டான். சோமா கையில் இருந்தவற்றைத் தரையில் வைத்து விட்டு, "இருங்கள், ஒரு கம்பளம் கொண்டு வருகிறேன்" என்றாள்.

ரிஜ்ரஸ்வன், "வேண்டாம். மென்மையான இந்தப் புல்வெளி கம்பளத்தைவிட அருமை" என்றான்.

"ரிஜ்ர், உனக்கு இறைச்சியை உப்பிட்டு வேக வைத்தால் பிடிக்குமா? சுட்டால் பிடிக்குமா? எட்டு மாத இளம் குதிரையின் இறைச்சி; மென்மையாக இருக்கும்."

"இளம் குதிரை இறைச்சியைச் சுட்டால் எனக்குப் பிடிக்கும், சோமா! சில வேளைகளில், நான் குதிரைக்குட்டியை முழுசா நெருப்பில் வாட்டுவதுண்டு. நிறைய நேரம் எடுக்கும். ஆனா, கறி அருமையா இருக்கும். சோமா, எனது கோப்பையை உன் உதட்டால் முதல்ல இனிப்பாக்கணும், சரியா?"

"ஆமாமாம். ரிஜ்ர் கனகாலத்துக்கு அப்புறம் வந்திருக்கான்."

"சீக்கிரமா வந்திடறேன். நெருப்பு சூடா இருக்கு; கறி வாட்ட ரொம்ப நேரம் பிடிக்காது."

ரிஜ்ரஸ்வன், கிரிச் கிண்ணத்தில் வேகவேகமாக பானத்தை ஊற்றி விழுங்குவதைக் கண்டான். "ஏன் இத்தனை வேகம்?"

"சோமா கையில் இருந்து சோமபானம்! இது சாகாவரம் அளிக்கும் அமிர்தம். இதனைக் குடிப்பவர்களுக்கு மரணம் இல்லை. பானம் அருந்தி இறவா வாழ்வு வாழு."

"சாகா வரமா? நீ போகும் வேகத்தில் இன்னும் கொஞ்ச நேரத்தில் சொரணை இல்லாமல் கிடப்பாய்."

"ரிஜ்ர், இந்த பானம் எனக்கு எவ்வளவு பிடித்தமானது என்று நீ அறியமாட்டாய்."

சோமா மூன்று தோல் தட்டுகளில் வாட்டிய இறைச்சியை வைத்துக் கொண்டு வந்தாள்.

"அப்போ, உனக்கு சோமாவைப் பிடிக்காதா?"

"சோமாவும் சோமபானமும்" என்றான் கிரிச்சஸ்வன். அவன் குரல் குழறியது; கண்கள் சிவந்தன. "இன்னைக்கு அதைப் பற்றி உனக்குத்தான் கவலை இல்லையே!"

"ஆமாம். இன்று நான் நமது விருந்தாளிக்கு உரியவள். ரிஜ்ர்-க்கு."

“விருந்தாளியா? உன் பழைய நண்பனா?” என்று சிரித்தபடிக் கேட்க முயற்சித்தான் கிரிச்சஸ்வன்.

சோமாவின் கையைப் பிடித்து தன்னருகில் உட்கார வைத்தான் ரிஜ்ரஸ்வன்; ஒரு கோப்பையை அவள் உதட்டருகில் கொண்டு சென்றான். அவள் ஓரிரு வாய் குடித்துவிட்டு, “ரிஜ்ர், இந்தா, நீ குடி. இந்த நாளுக்காக எத்தனை காலம் காத்திருந்தோம்!” என்றாள்.

ரிஜ்ர் ஒரு மூச்சில் அக்கோப்பையை முடித்துவிட்டுக் கீழே வைத்தான். “உன் உதடுகள் பட்டவுடன், இன்னும் இனிப்பாகி விட்டது, சோமா!” என்றான்.

கிரிச்சஸ்வன் குடித்த பானத்தின் விளைவு தெரிய ஆரம்பித்தது. அவசரம் அவசரமாக தன் கிண்ணத்தை நிரப்பிக் கொண்டு, சோமா முன் நீட்டியபடி திக்கித் திக்கி, “சோ... மமா... இதையும் இனிப்பாக்கு” என்றான்.

அவள் கிண்ணத்தைத் தன் உதட்டில் உரசிவிட்டு அவனிடம் கொடுத்தாள். பெரியவர்களின் உணர்ச்சிப்பெருக்கு மிக்க பேச்சில் ஆர்வம் இல்லாத பையன் அவன் வயதொத்த குழந்தைகளைத் தேடி ஓடினான். கிரிச்சஸ்வன் தள்ளாடும் தலையுடன் கண்களைச் சிமிட்டியவாறு, “சோ... சோமா... நான் பாட்டு பாடட்டுமா?” என்றான்.

“பாடு. குரு-குடியில் உன்னைப் போலப் பாடக் கூடியவர் யாரு இருக்கா?”

“ச... ரி... என்... ன மாறி பாடகர் யா... ரும்... மம் இல்ல! அப்ப... கேளுங்க... குடி... குடி...சோம்...”

“போதும், கிரிச்சஸ்வா! உன் பாட்டு எல்லா பறவைகள், விலங்குகளைக் காட்டில் இருந்து விரட்டுது பாரு.”

“சர்... த்த்...தா...ன்ன்.”

பகல் பொழுதில் இப்படி சோமபானம் அருந்துவது நிச்சயம் சாகாவரம் பெறும் வழி அல்ல. பொதுவாக, அந்திவேளையில்தான் சோமபானம் அருந்துவார்கள். ஆனால், கிரிச்சஸ்வனுக்கு குடிப்பதற்கு எந்தச் சாக்குக் கிடைத்தாலும் போதும். அவனது உணர்வுகள் மயங்கி மயக்க நிலை அடைந்ததும், மற்ற இருவரும் கிண்ணங்களைக் கீழே வைத்துவிட்டு நீரோடையை அடுத்து உள்ள பாறைகளில் ஓய்வெடுக்கச் சென்றனர். அங்கு

மலைக்கு இடையில் உள்ள பகுதியில் நீர் புரண்டோடியது; அந்த நிலத்தில் கற்களும் கூழாங்கற்களும் கிடந்தன; தண்ணீர் அவற்றின் மீது முட்டிமோதி லேசான சிணுங்கலுடன் ஓடியது. அங்குமிங்கும், கற்களுக்கு இடையில் பளபளவென ஒளிர்விடும் செதில்கள் கொண்ட மீன்கள் பார்த்தபடி இருந்தன. கரையில் இருந்த காய்ந்த பகுதியில் சால், பைன் மற்றும் பல வித மரங்கள் அடர்ந்து வளர்ந்திருந்தன. பறவைகளின் ஒலியில் இசை லயம் இருந்தது; மென்மையான நறுமணம் பரப்பிய மலர்களின் வருடும் மூச்சில் இனிமை இருந்தது. விண்ணுலகை ஒத்த இந்தச் சோலையில் பல ஆண்டுகள் பிரிந்திருந்த காதலர்கள் தமது காதலைப் புதுப்பித்துக் கொண்டிருந்தனர்.

அவர்கள் நினைவில் பொன்னிறக் கூந்தல் கொண்ட பதினாறு வயது சோமாவின் உருவம் நிழலாடியது; அப்போது வசந்த கால விழாவுக்காக ரிஜ்ரஸ்வன் வாக்ளிக் மக்கள் வசிக்கும் நிலப்பகுதியில் இருந்த தனது மாமா வீட்டுக்குச் சென்றிருந்தான். சோமா அவனது மாமா மகள். ரிஜ்ரஸ்வன் அவளது காதலர்களில் ஒருவனாக இருந்தான். அவளது காதலர்கள் போட்டி வைத்தார்கள்; அதில் கிரிச்சஸ்வன் மாலையை வென்றான்; பிறரைப் போலவே, ரிஜ்ரஸ்வனும் தோல்வியை ஏற்க வேண்டியதாயிற்று. இப்போது சோமா, கிரிச்சஸ்வனின் மனைவி; ஆனால், அப்போதிருந்த கட்டுப்பாடுகள் உருவாகாத காலத்தில், பெண்கள் ஆண்களின் அசையும் சொத்தாக இருக்க சம்மதிக்கவில்லை. இயல்பாக தனக்குப் பிடித்த காதல் உறவுகளில் ஈடுபட அவளுக்கு உரிமை இருந்தது. விருந்தினர் அல்லது நண்பனுக்குத் தன் மனைவியை வரவேற்பின் பகுதியாக வழங்குவதும் மதிப்பிற்குரிய நடைமுறையாக இருந்தது. இன்றைக்கு, சோமா ரிஜ்ரஸ்வனின் காதலிதான்.

மாலையில் வசிப்பிடத்தில் இருந்த எல்லா ஆண்களும் பெண்களும் குடித்தலைவரின் பரந்த முற்றத்தில் கூடினர். சோமபானம், கள், மணம்மிக்க மாட்டு, குதிரை இறைச்சிகள் வந்தபடி இருந்தன. குடித்தலைவர் தனக்கு மகன் பிறந்திருப்பதைக் கொண்டாட விருந்து வழங்கிக் கொண்டிருந்தார். கிரிச்சஸ்வன் போதை தெளிந்து நடமாடும் நிலையில் இல்லை. ரிஜ்ரஸ்வனும் சோமாவும் விழாவில் அவன் சார்பாகப் பங்கேற்றனர். குடி, பாட்டு, ஆட்டம் நள்ளிரவில் வெகுநேரம் கேளிக்கைகளைத் தொடர வைத்தது. எப்போதும் போல, சோமாவின் பாடல்களும் ரிஜ்ரஸ்வனின் ஆட்டமும் குரு-குடியினரின் பாராட்டைப் பெற்றன.

2

“மதுரா, உனக்குக் களைப்பாக இல்லையா?”

“இல்ல. எனக்கு குதிரை ஏற்றம் ரொம்ப பிடிக்கும்.”

“ஆனால், அந்தப் படையினர் உன்னைக் கொடூரமாகக் கடத்திச் சென்றார்களே?”

“ஆமாம். வாக்ளிக் இன ஆண்கள் பக்தா இனத்தில் இருந்த இளம்பெண்களையும் ஆநிரைகளையும் கவர்ந்து செல்ல வந்தார்கள்.”

“ஆநிரை கவர்தல் இரு பிரிவினருக்கு இடையே நெடுங்காலப் பகையைத் தூண்டுகிறது. ஆனால், பெண்களைக் கவர்தல் உருவாக்கும் பகை அதிக காலம் நீடிப்பதில்லை. எப்படி இருந்தாலும், ஒரு மாமனார் மருமகனிடம் சமரசம் செய்து கொள்ளாமல் இருக்க முடியுமா?”

“உங்கள் பெயர் என்னன்னுகூட எனக்கு இன்னும் தெரியாது.”

“அமிர்தாஸ்வன். குரு இனத்தைச் சேர்ந்த கிரிச்சஸ்வன் மகன்.”

“ஓ அப்படியா! குரு என் மாமாவின் இனம்.”

“நல்லது. மதுரா! இப்ப நீ பாதுகாப்பாக இருக்கிறாய். எங்கு போக விரும்புகிறாய்?”

அவள் முகத்தில் மகிழ்ச்சியின் கீற்று ஓடி மறைந்தது. அமிர்தாஸ்வன் புரிந்து கொண்டான். பேச்சைத் திசைதிருப்பும் நோக்கில், “சில பக்தா இனப் பெண்கள் எங்கள் கிராமத்திற்கும் வந்திருக்கிறார்கள்” என்றான்.

“அவர்களை எல்லாம் கட்டாயப்படுத்தி சிறை பிடித்தார்களா?”

“இல்லை. பெரும்பாலானவர்கள் எங்கள் அம்மாக்களின் உடன்பிறந்தவர்களின் மகள்கள்.”

“அதானே! ஆனா, இந்த மாதிரி பெண்களைக் கடத்தி திருடுவதும் கொல்வதும் கொடுமையாக படுகிறது.”

“மதுரா! நானும் அப்படித்தான் நினைக்கிறேன். அப்படிச் செய்தால், ஆணுக்கும் பெண்ணுக்கும் இடையில் காதல் இருக்கிறதா என்பதுகூடத் தெரியாமல் போய்விடும்.”

"மாமன் மகளைக் கட்டுவது நல்லது. கொஞ்சமாவது முன்னரே இருவருக்கும் பரிச்சயம் இருக்கும்."

"உனக்கு அந்த மாதிரிக் காதலர் இருந்தாரா, மதுரா?"

"இல்ல. என் அப்பாவுக்கு சகோதரிகள் யாரும் இருக்கவில்லை."

"அப்ப, வேற காதலன்?"

"தொடர்ச்சியா யாரும் இல்ல."

"உனக்கு என்னுடன் களித்திருக்க சம்மதமா?" குழப்பத்தில் அவள் கண்கள் தாழ்ந்தன.

"மதுரா! பெண்கள் யாருக்கும் சொந்தமாக இல்லாத ஒரு நாடு இருக்கிறது; அங்கு பெண்கள் அவர்களுக்கு மட்டுமே உரியவர்கள்" என்றான் அமிர்தாஸ்வன்.

"புரியல, அமிர்தாஸ்வன்."

"யாரும் அவர்களைக் கடத்திட்டு போக முடியாது; யாரும் வாழ்நாள் முழுக்க மனைவியாக ஆக்கிக்க முடியாது. ஆணும் பெண்ணும் சமமானவர்கள்."

"இருபாலரும் ஆயுதங்களைப் பயன்படுத்த முடியுமா?"

"ஆம். பெண்கள் சுதந்திரமானவர்கள்."

"அமிரித்... அய்யோ, மன்னிக்கணும் அமிர்தஸ்வா - அந்த நாடு எங்க இருக்கு?"

"அமிரித் என்றே கூப்பிடு, மதுரா! அந்த நாடு மேற்கே வெகு தொலைவில் இருக்கு."

"நீ அங்க போயிருக்கிறாயா அமிரித்?"

"ஆமாம். ஒரு பெண் அங்கே வாழ்க்கை முழுதும் சுதந்திரமானவள். காட்டில் உலவும் மான், உச்சியில் பறக்கும் பறவைகள் போல விட்டு விடுதலை பெற்றவள்."

"ரொம்ப நல்ல நாடாக இருக்க வேண்டும். யாரும் அங்கு பெண்ணைச் சிறைபிடிக்க மாட்டார்களா?"

"உயிருள்ள எதுவும் புலியைப் பிடிக்குமா?"

"ஆண்கள்? அவங்க எப்படி இருந்தாங்க?"

"அவர்களும் சுதந்திரமா இருந்தாங்க."

"அப்ப குழந்தைங்க?"

"மதுரா, நம்மிடம் இருக்கும் குடும்பத்தில் இருந்து அங்கு வேறானது. மொத்த கிராமமும் ஒரு குடும்பம்தான்."

"ஆனா, அங்க அப்பாவுக்கு என்ன வேலை?"

"ஆண்கள் தந்தையர் அல்ல. ஒரு பெண் ஒரு ஆணின் மனைவி அல்ல; அவள் விருப்பப்படி உறவு கொள்ளலாம்."

"அப்படின்னா, யாருக்கும் அப்பா யாருன்னு தெரியாது!"

"குடும்பத்தில் உள்ள எல்லா ஆண்களும் அப்பாக்கள்தான்."

"என்ன மாதிரி பழக்கவழக்கம்!"

"அதனாலதான், பெண்கள் சுதந்திரமா இருக்க முடியுது. அவங்க போரிடறாங்க; வேட்டைக்குப் போறாங்க."

"மக்கள் கால்நடை, குதிரைகளை வளர்க்கிறாங்களா?"

"இங்க மான்கள் திரியிற மாதிரி அங்க அவை காட்டுக்குள் திரியுது."

"ஆடு, வெள்ளாடு?"

"அவர்களுக்கு மேய்ச்சலைப் பற்றி ஒன்றும் தெரியாது. வேட்டை, மீன், காட்டில் கிடைக்கும் காய்கனி ஆகியவைதான், அவங்க உணவு."

"வேற ஒண்ணும் இல்லையா? அப்ப பால்?"

"மழலையா இருக்கும்போது அம்மாகிட்ட கிடைக்கிற பால்தான்."

"குதிரையேற்றம்?"

"தெரியாது. விலங்குகளின் தோலால் செய்த ஆடை மட்டும்தான் தெரியும்."

"நிறைய சிரமங்கள் இருக்கும் அவங்களுக்கு, இல்லயா?"

"ஆனால், பெண்களுக்கு ஆண்களுக்கு நிகரான உரிமை இருக்கிறது; உணவு சேகரித்தல், கற்கோடரிகள், அம்பு ஆகியவற்றோடு வேட்டை, எதிரிகளைத் தாக்குதல் ஆகிய அனைத்திலும் பங்கு எடுக்கிறார்கள்."

"எனக்குப் பிடிச்சிருக்கு. நானும் போர்த்தொழில் பயின்று இருக்கிறேன். ஆனால், ஆண்கள் போல போருக்குப் போவதற்கு எங்க வாய்ப்பு?"

"இங்கு, அந்த வேலையை ஆண்கள் எடுத்துக் கொண்டார்கள். கால்நடை, குதிரை மேய்த்தல் ஆகிய வேலைகளை ஆண்கள் செய்வதால், அவர்கள் பெண்களை வீட்டுப் பராமரிப்பாளராக - விலங்குகளைப் பழக்குபவர்களாக அல்ல - ஆக்கிவிட்டனர்."

"அதோட, பெண்களைக் கவரப்படும் பொருட்களாகவும் ஆக்கிட்டாங்க. அமிரித்! அந்த நாட்டில பெண்கள் எப்போதும் சிறைப்படுத்தப்பட்டதே இல்லையா? மெய்யாலுமா?"

"ஆண், பெண் இருபாலரும் குடிக்குள்ளேயே வாழ்கிறார்கள்; மனைவியாகக் கொடுப்பதோ, வெளியில் இருந்து பெண்களை எடுப்பதோ கிடையாது."

"நல்ல வழமை."

"இங்கு நடக்காத ஒண்ணு."

"அப்ப, இங்கு இளம்பெண்கள் கட்டாயப்படுத்தி கவரப்பட வேண்டும், அப்படித்தானே?"

"உம்... ம்ம், ஆனா, நீ என்ன சொல்ற மதுரா?"

"எதைப் பத்தி?"

"என் காதல் பத்தி."

"அமிரித், நான் உன் கட்டுப்பாட்டில இருக்கேன்."

"ஆனா, உன்னை வலியக் கூட்டிட்டுப் போக எனக்கு விருப்பம் இல்லை."

"போர்களில் பங்கெடுக்க என்னை அனுமதிப்பாயா?"

"என்கிட்ட அதிகாரம் இருக்கிற வரை - கட்டாயம்."

"வேட்டைக்கு?"

"என்னால முடியும் வரை."

"ஏன் அப்படி?"

"ஏனெனில், நான் குடித்தலைவர் ஆணைகளுக்குக் கட்டுப்பட வேண்டும். மதுரா! என்னைப் பொருத்தவரை உன்னை எப்போதும் சுதந்திரப் பிறவியாக மதிப்பேன்."

"என் விருப்பம் போல் காதல் செய்ய?"

"நம் காதல்தான் நமது உறவை உறுதி ஆக்குகிறது. ஆனாலும், சரி. நீ சுதந்திரமாக காதலிக்கலாம்."

"அமிரித், அப்படின்னா, உன் காதலை ஏற்க நான் தயார்."

"குரு-குடிக்கா? பக்தா இனக் குடியிருப்புக்கா? எங்க போகலாம்?"

"உன் விருப்பம்."

அமிரித் குதிரையைத் திருப்பினான். மதுரா காட்டிய வழியில் பக்தா இனம் வசிக்கும் கிராமத்தை அடைந்தனர். கிராமத்தில், சில கூடாரங்களில், யாராவது கொல்லப்பட்டிருந்தனர்; சிலவற்றில் காயம்பட்டவர்கள் இருந்தனர்; சில குடிசைகளில் பெண்கள் கவரப்பட்டிருந்தனர். எல்லா புறமும் ஒப்பாரி ஒலி. மதுராவின் அம்மா கண்ணீர் உகுத்தபடி இருக்க, அப்பா அவரை ஆறுதல் படுத்திக் கொண்டிருந்தார். அந்த நேரத்தில் குதிரை அவர்களின் வேயப்பட்ட குடிசை முன் வந்து நின்றது.

அமிர்தாஸ்வன் இறங்கியதும், மதுரா குதிரையில் இருந்து குதித்தாள். அவனை வெளியில் காத்திருக்கச் சொல்லிவிட்டு உள்ளே போனாள். திடீரென மகள் வந்ததும் பெற்றவர்களால் நம்ப முடியவில்லை. பிறகு, அம்மா அவளை ஆரத்தழுவி கண்ணீரால் குளிப்பாட்டினாள். சற்று அமைதி அடைந்ததும் அப்பா நடந்ததைப் பற்றிக் கேள்வி கேட்கத் தொடங்கினார். மதுரா நடந்ததை விவரித்தாள்.

"வாக்ளிக் இன ஆண்கள் பக்தா பெண்களைக் கவர்ந்து சென்றனர். என்னைப் பிடித்த ஆள் மற்றவர்களிடம் இருந்து பின் தங்கிவிட்டான். எனக்கு வாய்ப்புக் கிடைத்ததும் நான் குதிரையில் இருந்து கீழே குதித்து விட்டேன். அவன் மறுபடி என்னைப் பிடித்துக் குதிரையில் ஏற்ற முயற்சித்தான். நான் அவனோடு போராட்டம் நடத்திக் கொண்டிருந்தபோது குதிரையில் வந்த ஓர் இளைஞன் அவனிடம் சவால் விடுத்துக் கீழே தள்ளினான். அவர் குரு இனத்தைச் சேர்ந்தவர். அவர்தான் என்னை மீண்டும் வீட்டுக்கு அழைத்து வந்தார்."

"கொள்ளையடிக்கப்பட்ட பொருளாக உன்னை அவர் கருதவில்லையா?"

“கட்டாயப்படுத்தி என்னைக் கவர்ந்து செல்ல அவர் விரும்பவில்லை.”

“ஆனாலும், நம் வழக்கப்படி நீ அவருக்கு உரியவள்.”

“எனக்கும் அவரைப் பிடித்திருக்கிறது, அப்பா!”

அவள் தந்தை வெளியில் வந்து அமிர்தாஸ்வனை வரவேற்றார். வீட்டுக்குள் அழைத்துச் சென்றார். கிராமத்தவருக்கு இந்தச் சம்பவம் புரிபடவில்லை. ஆனால், அவன் மதுராவைத் தன் மாமனார் வீட்டில் இருந்து அழைத்துச் சென்றபோது அவர்களின் மதிப்பையும் பரிவையும் ஈட்டி இருந்தான்.

3

அமிர்தாஸ்வன் அவர்களுடைய குரு முகாமின் தலைவராக உயர்ந்தான். எண்ணிக்கையில் பெருத்த கால்நடை, குதிரைகளுக்குச் சொந்தக்காரனாக இருந்தான். மதுராவும் அவர்களது நான்கு மகன்களும் மந்தைகள் பராமரிப்பு மற்றும் வீட்டைப் பார்த்துக்கொண்டனர். அது தவிர, கிராமத்தில் இருந்த சில ஏழைக் குடும்பங்களும் இவர்களது வேலைகளில் உதவின. வேலைக்காரர்களாக அல்ல; குடும்ப உறுப்பினர்களாக. ஒரு குரு இன்னொரு குருவிடம் சமத்துவமாகத்தான் நடந்து கொள்ள வேண்டும். அமிர்தாஸ்வனின் நாடோடி முகாமில் சுமார் ஐம்பது குடும்பங்கள் இருந்தன. குடித்தலைவர் அவர்களுக்குள் நடக்கும் மோதல்கள், சண்டைகள் எல்லாவற்றையும் தீர்த்து வைக்க வேண்டும். நீர், சாலை மற்றும் பிற பொதுவான பணிகள் குடித்தலைவர் பொறுப்பில் அடங்கும். எப்போதும் தொடரும் போர் அபாயத்தின்போது தளபதியாக பொறுப்பு எடுப்பது குடித்தலைவரின் மிக முக்கியமான கடமை. போரில் பெறும் வெற்றிதான் ஒருவருக்கு குடித்தலைவர் எனும் மதிப்பை அளித்தது.

அமிர்தாஸ்வன் துணிவு மிக்க வீரன்; பக்தா, வாக்ளிக் மற்றும் பிற இனங்களோடு நடந்த பல போர்களில் தனது தீரத்தைக் காட்டியுள்ளான். மதுராவுக்குக் கொடுத்த வாக்கையும் காப்பாற்றினான். அவள், அவனுடன் சரிக்குச் சரியாக கரடி, ஓநாய், புலி வேட்டையில் மட்டும் அல்லாது போர்களிலும் பங்கேற்றாள். அவர்களது குடியில் சிலர் இதனை விரும்பவில்லை என்பது உண்மை; அவர்கள் பார்வையில் பெண்ணின் இடம் வீடுதான்.

அமிர்தாஸ்வன் முதன்முதல் குடித்தலைவராகத் தேர்ந்தெடுக்கப்பட்டபோது குரு முகாம் அதனை பெரும் விழாவாகக் கொண்டாடியது. அம்மாதிரி நாட்களில் இளம் ஆண்களும் பெண்களும் தற்காலிக உறவுகளில் திளைக்கலாம். கோடைக்காலம் ஆனதால், கால்நடைகளும் குதிரைகளும் ஆற்றுப் பள்ளத்தாக்கிலும் குன்றுகளிலும் மேய்வதற்காக அவிழ்த்து விடப்பட்டிருந்தன. குடிகள் பகைவர்கள் இருப்பதை மறந்து விட்டிருந்தார்கள். அவர்களின் மந்தை வளம், எதிரிகளின் எண்ணிக்கையைப் பெருக்கியிருந்தது. வால்காவின் கரைகளில் வசித்தபோது குரு-குடியினரிடம் எந்த விலங்குகளும் இல்லை; அக்காலத்தில், அவர்களது வாழ்க்கை காடுகளை நம்பி இருந்தது; வேட்டை, தேன், தோல் ஆகியவை கிடைக்கவில்லை என்றால் பட்டினி கிடக்க வேண்டியதுதான். இப்போது அவர்கள் முன்பு வேட்டையாடிய சில விலங்குகளை - கால்நடை, குதிரை, ஆடு, வெள்ளாடு, கழுதைகள் - வளர்ப்புப் பிராணிகளாகப் பழக்கி இருந்தனர். இவற்றின் மூலம் உரோம ஆடைகள், இறைச்சி, பால், தோல் ஆகியவற்றைப் பெற்றனர். இப்பெண்கள் நூல் நூற்பதிலும் போர்வைகள் நெய்வதிலும் கைதேர்ந்தவர்கள் ஆகினர். ஆனால், இத்திறன் சமூகத்தில் அவர்களது பழைய மதிப்பைப் பாதுகாக்க உதவவில்லை. ஆண்கள் ஆண்டனர்; பெண்கள் அல்ல. அதிகாரம் குடித்தலைவி அல்லது குடிமைக் குழுவிடம் இருக்கவில்லை; போர்க்கலையில் வல்ல குடித்தலைவனிடம்தான் இருந்தது. அவர் தமது குடிக்களின் உணர்வுகளுக்கு மதிப்புக் கொடுத்தாலும், பெரும்பாலும் தாமேதான் முடிவுகளை எடுத்தார். சொத்தைப் பொறுத்தவரை, தாய்வழிச் சமூகம் இருந்த காலத்தில் மொத்த குழுவும் ஒன்றாக உழைத்து வாழ்ந்தனர்; இப்போது ஒவ்வொரு குடும்பமும் தனித்த கால்நடை வளங்களைப் பெற்றிருந்தன; அதன் வளமும் வறுமையும் அக்குடும்பத்தை மட்டுமே சாரும்; ஆயினும், கடும் சிரமங்கள் வந்தபோது குடி மீண்டும் பழைய வாழ்முறைக்குத் திரும்பியது.

குடித்தலைவர் அமிர்தாஸ்வன் அளித்த கேளிக்கை விருந்தில் மூழ்கியிருந்த குடியினர் மந்தைகளைப் பற்றிய யோசனையில் இருக்க வாய்ப்பே இல்லை. இசைக்கேற்ப நடன அசைவுகளில் திளைத்திருந்த இளைஞர்கள் சோமபானம், அழகிய யுவதிகள் தவிர வேறு எந்தச் சிந்தனையும் இல்லாமல் இருந்தனர். மூன்றாம் சாமம் கடந்தது; ஆட்டம் முடிவதாக இல்லை. திடீரென, எல்லாப் பக்கங்களில் இருந்தும் நாய்கள் குரைக்கும் சத்தம்

ராகுல் சாங்கிருத்யாயன் ● 73

கேட்டது; பள்ளத்தாக்கின் மேற்குப்புறம் கேட்டது போலத் தோன்றியது. அமிர்தாஸ்வன் கண்களில் பளபளப்பு தோன்றும் அளவு களிப்புக்காகக் குடிப்பவர்களில் ஒருவன்; தன்னை மறந்து போதையில் ஆழ்வதை விரும்பாதவன். நாய்களின் குரைப்பைக் கேட்டதும் அவன் மெதுவாக எழுந்து தன் கதாயுதத்தைக் கையில் எடுத்துக் கொண்டு நீரோடையின் கரையோரமாக சத்தம் வரும் திசையில் நடக்கத் தொடங்கினான். சற்றுத் தொலைவு நடந்து பகலவன் மறைந்த மலை அடிவாரத்தை அடைந்தபோது நிலவொளியில் ஒரு பெண் எதிரே வருவதைக் கண்டான். அவள் நெருங்கவும், அவன் நின்றான். அது மதுரா.

மதுரா மிகுந்த கவலையோடு பெருமூச்சு வாங்கியபடியே - "புரூ-குடியினர் நமது கால்நடைகளைக் கவர்ந்து செல்கிறார்கள்" என்றாள்.

"ஆநிரை கவர்ந்து போகிறார்களா? நமது இளைஞர்கள் எல்லாம் குடித்துவிட்டுக் கிடக்கிறார்கள்! எவ்வளவு தொலைவு போனாய், மதுரா?"

"என்ன நடக்கிறது என்பதை அறியும் தூரம் போனேன்."

"எல்லாக் கால்நடைகளையும் ஓட்டிச் செல்கிறார்களா?"

"வெகுநேரமாக அவற்றை ஒன்று திரட்டியிருப்பார்கள் எனப் படுகிறது."

"மதுரா, நீ என்ன நினைக்கிறாய்?"

"காலம் தாழ்த்த முடியாது."

"ஆனால், நம் இளம் ஆண்களால் நிலையாக நிற்கக்கூட முடியாதே!"

"உங்களைப் பின் தொடரக் கூடியவர்களைத் திரட்டிக்கொண்டு, நீங்கள் கள்வர்களைத் தாக்கச் செல்ல வேண்டும்."

"சரி. அப்படியே செய்யலாம். ஆனால், மதுரா! நீ என்னுடன் வர வேண்டாம். அரைவாசிப் பாதிப்பேரின் போதை இந்தத் தகவலைக் கேட்டதும் தெளிந்துவிடும்; மற்றவர்களுக்குத் தயிர் கொடு. தன்னிலைக்குத் திரும்பியதும் அவர்களை எனக்குத் துணையாக அனுப்பிக் கொண்டிரு."

"இளம் பெண்கள்?"

“குடித்தலைவர் என்ற அதிகாரத்தைக் கொண்டு அவர்களையும் போரில் பங்கெடுக்கச் சொல்லலாம். மறந்து போன பழைய மரபை நாம் புதுப்பிப்போம்.”

“சரி. நான் போரில் முன்னே வர மாட்டேன். நீ வேகமாகப் போ!”

குடித்தலைவர் ஆணைப்படி இசை நின்றது. கேளிக்கையில் ஆழ்ந்திருந்த ஆண்களும் பெண்களும் அவரைச் சூழ்ந்து கொண்டார்கள். கால்நடைகளும் குதிரைகளும் கொள்ளையடிக்கப் பட்ட செய்தியைக் கேட்டதும் சிலரது போதை உடனே தெளிந்தது. காதல் பார்வைகள் எல்லாம் மாறி அவர் முகங்கள் இறுகின.

“குரு குலத்தின் ஆண்கள், பெண்களே! நமது எதிரிகளான புரு-குடியினரிடம் இருந்து நமது வளங்களை மீட்க வேண்டும். கடினமான போராக அமையப் போகிறது. குதிரையேறத் தயாராக உள்ள அனைவரும் உங்கள் ஆயுதங்களை எடுத்துக்கொண்டு என்னைப் பின்தொடருங்கள். போதை தெளியாதவர்கள் மதுராவிடம் இருந்து தயிர் அருந்தி, வலிமை பெற்றதும் விரைவாக வந்து எம்முடன் சேர்ந்து கொள்ளுங்கள். பெண்களே! இன்று இரவு போரில் பங்கேற்க உங்களுக்கு நான் அனுமதி தருகிறேன். நமது மூதாதையர் சொல்லிக் கேட்டபடி குரு-குலப் பெண்கள் முற்காலத்தில் தமது ஆண்களோடு இணைந்து போரிட்டனர் என நாம் அறிவோம். இன்றிரவு, உங்கள் குடித்தலைவனாகிய நான் - அமிர்தாஸ்வன் - என்னைப் பின்தொடரும்படி ஆணையிடுகிறேன்” என்று இடியொத்த குரலில் கர்ஜித்தான்.

ஒரு கணத்தில் நாற்பது குதிரைகள் தயாராகின. புருக்கள் அவர்கள் கவர்ந்த கால்நடைகளைப் பள்ளத்தாக்கின் மேற்புறமாக விரட்டிக் கொண்டிருந்தனர். குரு-குடியினர் இரண்டு மணி நேரம் கடினமாக சவாரி செய்து அதிகாலையில் அவர்களை எட்டினர். புருக்கள் சேகரித்த கால்நடை, குதிரைக் கூட்டத்தை மலைச் சரிவில் ஏற்றுவது எளிதானதல்ல. அவர்கள் தங்களது சவுக்குகளைப் பாறைகளில் ஓங்கி அடித்து விலங்குகளை முன்னே செல்ல அச்சுறுத்தினர். அமிர்தாஸ்வன் அவர்கள் நூறு பேராவது இருப்பார்கள் என்பதைக் கவனித்தான்; தனது நாற்பது பேர் கொண்ட படையைக் கொண்டு அவர்களுடன் போரிடலாமா என்றெல்லாம் அவன் சிந்திக்கவில்லை.

வளைந்த முனை கொண்ட தன் ஈட்டியைக் கையில் பற்றியபடி அவன் தாக்குவதற்குக் கட்டளையிட்டான். அரைவாசிக்கும்

மேல் பெண்களைக் கொண்ட குரு வீரர்கள் குதிரைகளில் தாவிச் சென்றார்கள். புரூ வீரர்கள் தம்மில் சிலரை மந்தைகளைக் கட்டுப்பாட்டில் வைத்துப் பாதுகாக்க விட்டுச் சென்றனர்; பிறர் மலைச்சரிவில் இறங்கி நீரோடையை அடுத்த சமவெளியில் தாக்குதலை எதிர்நோக்கிக் காத்திருந்தனர். அமிர்தாஸ்வன் அவனது உண்மையான வலிமையை இப்போதுதான் காட்டினான்; அவனும் அவன் குதிரை அம்ரித்தும் ஒரே பிறவியாக இருந்தனர். கலைமான் கொம்பு பூட்டிய அவன் ஈட்டியால் குத்தப்பட்ட எவரும் அடுத்த முறை ஈட்டித் தாக்குதலுக்கு தேவையின்றி, குதிரைச் சேணத்தில் இருந்து தலை குப்புற விழுந்தனர். புரூக்கள் வில், அம்பு, இருந்த கற்கோடரிகளை நம்பி விட்டனர்; எதிரிகளான குரு-குடியைப் போல அவர்களிடம் ஈட்டிகள் இருந்திருந்தால், குருவினர் தாக்குப் பிடித்திருக்க முடியாது. ஒரு மணி நேரத்திற்கு மேல் சண்டை தொடர்ந்தது; குரு படையில் மூன்றில் ஒரு பங்கினர் செயல்பட முடியாமல் இருந்தபோதும் அவர்கள் தாக்குதலை நிறுத்தவில்லை. எண்ணிக்கைக் குறைவு பற்றி அவர்கள் கவலைப்படுவது நியாயம். ஆனால், சரியாக அக்கணத்தில் முப்பது குதிரை வீரர்கள் உற்சாகமாகக் களத்தில் நுழைந்தனர். அது அவர்கள் நண்பர்களின் வேகத்தைத் தட்டி எழுப்பியது; புரூ படையினர் விரைவில் வீழத் தொடங்கினர். அவர்கள் முடக்கப்பட்டதை அறிந்த மந்தைக் காவலில் இருந்த புரூக்கள் உதவிக்கு வந்தனர். ஆனால், அப்போது மதுரா மேலும் நாற்பது ஆண், பெண் படையினரோடு வந்து சேர்ந்தாள். மேலும் ஒன்றரை மணி நேரத்திற்கு கடும் யுத்தம் நடைபெற்றது. பெரும்பாலான புரூ-குடியினர் கொல்லப்பட்டனர்; அல்லது காயப்பட்டனர். மற்றவர்கள் தப்பித்து ஓடத் தொடங்கினர்.

காயம்பட்ட புரூ வீரர்களை முடிக்கும் வரை குரு படையினர் அவ்விடத்திலேயே இருந்தனர். பிறகு எட்டு மைல் தூரம் மலையில் ஏறி புரூ வசிப்பிடத்தை அடைந்தனர். அவர்களது வருகையை உணர்ந்த புரூவினர் தமது கொட்டகைகளை விட்டு ஓடினர். அவர்களது கால்நடை சுற்றிலும் மேய்ந்து கொண்டிருந்தது. ஆனால், குரு படையினர் முதலில் எதிரிகளைக் கணக்கில் எடுக்க வேண்டி இருந்தது. புரூக்கள் படுமோசமாக மாட்டிக் கொண்டனர்; மலையில் ஏறித் தப்புவது சாத்தியமில்லை. குறுகலான பள்ளத்தாக்கு; மலைப்பகுதி கடினமான ஏற்றம்; இருந்தும் சில ஆண்களும் பெண்களும் குதிரைகளில் ஏறி தம் உயிரைக் காத்துக் கொள்ள அப்பாதையில் சென்றனர். சிறிது தூரத்தில் குதிரை ஏற முடியாத உயரத்தை எட்டினர். அவர்கள் இறங்கி நடக்கத்

தொடங்கினர்; ஆனால், குரு படையினர் துரத்தி வந்தனர். வயோதிகர்கள், பெண்கள், குழந்தைகள் ஆகியோர் வேகமாக ஏற முடியவில்லை. அவர்கள் தப்பிக்க ஒரு வாய்ப்பு கொடுப்பதற்காக, புரூ போர்வீரர்கள் குறுகலான பாதையில் அரண் அமைத்து நின்றனர். தமது பெரும் எண்ணிக்கையைப் பயன்படுத்த முடியாமல் குரு படையினர் பாதைகளைச் சீராக்குவதில் காலம் செலவிட்டனர். இரு தரப்பும் இப்போது காலால் நடந்து கொண்டிருந்தன; புரூக்கள் ஒரு சிலர் மட்டுமே மிஞ்சி இருந்தனர். அவர்களால் சில நாட்களுக்கு எஞ்சி இருந்த தம் குடியைக் காக்க முடிந்தது. பிறகு, அவர்கள் சில துணிவான பெண்களைக் கூட்டிக் கொண்டு, சிரமமான மலைப்பாதையில் ஏறி, தமது பள்ளத்தாக்கை விட்டு, மலையைக் கடந்து தென்புறமாகச் சென்றனர். குரு-குடியினர் சில குழந்தைகள், பெண்கள், முதியவர்களை மூலை முடுக்குகளில் தேடிக் கைப்பற்றினர்; அவர்கள் தம் உயிரைக் காக்க ஒளிந்து இருந்தனர். இந்தத் தந்தைமை யுகத்தில் அடிமைகளை வைத்துக் கொள்ளும் வழக்கம் இருக்கவில்லை; எனவே ஆண்கள் அனைவரும் – குழந்தைகள் முதல் முதியவர் வரை – கொல்லப்பட்டனர்; பெண்கள் கைப்பற்றப்பட்டனர். கால்நடைகள் குரு-குடிக்குச் சொந்தமானது. பசுமை ஆற்றின் மேற்பகுதியில் இருந்து கீழ்ப்பகுதி வரை உள்ள பள்ளத்தாக்கு குரு-குடியின் மேய்ச்சல் நிலமாயிற்று. குடித்தலைவர் இன்னும் ஒரு தலைமுறைக்கு ஆண்கள் ஒன்றுக்கும் மேற்பட்ட பெண்களை மணம் முடிக்கலாம் என ஆணையிட்டார். முதன்முதலாக, குரு-குடியில் பலதார மணம் உருவாகியது.

4. புரூகூதன்

நிலப்பகுதி	:	வட்சு நதிக்கரை - தஜிகிஸ்தான்
இனம்	:	இந்தோ - ஈரானியர்
காலம்	:	பொ.ஆ.முன். 2500

180 தலைமுறைகளுக்கு முற்பட்ட ஆரிய இனம் குறித்த கதை. இவர்களின் வழித்தோன்றல்கள் சிலர் இந்தியாவிற்கு இடம்பெயரும் காலம். இக்கால கட்டத்தில் விவசாயம், தாமிரம் பயன்பாடு நடைமுறைக்கு வந்து விட்டது. அடிமை முறையும் ஆரியர்களுக்குள் வந்து விட்டது. ஆனால், அவர்கள் அதனை மறக்க முயற்சி செய்து கொண்டிருந்தனர்.

1

வட்சு நதி மலைப் பள்ளத்தாக்கில் சலசலத்து ஓடிக் கொண்டிருந்தது. வலது கரையில் நீரை ஒட்டியபடி, மலைகள் நெடிது உயர்ந்தன; இடது புறத்தில், நிலம் சற்றே சரிவாகி பரந்த பள்ளத்தாக்கு இருந்தது. தொலைவில் இருந்து பார்த்தால், உயர்ந்த கரும்பச்சை பைன் மரங்கள் அடர்ந்து காணப்பட்டன; அருகில் சென்று பார்த்தால், மரங்களின் கிளைகள் அம்பு போல கூர்முனை கொண்டு இருப்பதைக் காணமுடியும்; அடிமரத்தில் பரந்த கிளைகள் மேலே செல்லச் செல்ல குறுகி வளர்ந்தன. அவற்றின் அடியில் பலவிதத் தாவரங்களும் குறு மரங்களும் வளர்ந்து கொண்டிருந்தன. கோடைப் பருவம் முடியும் காலம்; மழை வரும் அறிகுறி இல்லை. அந்த ஒரு மாத காலம், வட இந்தியாவில் உள்ள சமவெளிகளில் மக்கள் கடும் கோடை வெப்பத்தில் அலைப்புறுவர். ஆனால், ஏழாயிரம் அடி உயர்ந்த இந்த மலைப் பள்ளத்தாக்கில் கோடை வெப்பம் ஊடுருவ வாய்ப்பு இல்லை. நதிக்கரையின் இடப்புறத்தில் இருந்து இளைஞன் ஒருவன் வந்து கொண்டிருந்தான். அவன் கம்பளியாலான மேலங்கி ஒன்றை அணிந்திருந்தான்; அதன் மேல்

இடுப்பில் கட்டியிருந்த வார் பல மடிப்புகளை உருவாக்கியிருந்தது; கம்பளியாலான காற்சட்டையும் பின்னப்பட்ட காலணிகளும் அணிந்திருந்தான். தொப்பியைக் கழற்றி தன் முதுகுப் பையின்மீது தொங்கவிட்டிருந்தான்; எனவே, அவனது நீண்ட பொன்னிற முடி முதுகில் புரண்டு அவ்வப்போது காற்றில் அலை பாய்ந்தது. ஒரு செம்புக்கத்தி குறுந்தோல் உறையில் போடப்பட்டு அவனது இடுப்பில் தொங்கியது. சிறு மரக்கிளைகளால் பின்னப்பட்ட கூம்பு வடிவப் பையொன்றில் இழுத்துக் கட்டப்படாத வில், நிறைய அம்புகள் மற்றும் பிற பொருட்களோடு அவன் முதுகில் தொங்கியது. அவனது கரத்தில் ஒரு கம்பு இருந்தது. மலையில் ஏறுவது கடினமாக ஆகிக்கொண்டிருந்தது. நிற்கும் போதும் ஓய்வெடுக்கும்போதும் முதுகில் தூக்கிய கோணிப்பைக்குக் கம்பை முட்டுக் கொடுத்து நின்றான். அவனுக்கு முன்னால் ஆறு கொழுத்த செம்மறி ஆடுகள் சென்றன. அவற்றின் முதுகில் உலர்ந்த தானிய மணிகள் நிறைந்த குதிரை உரோமத்தால் செய்யப்பட்ட பைகள் இருந்தன. அவனுக்குப் பின்னால் செந்நிற முரட்டு நாய் ஒன்று தொடர்ந்தது. சிட்டுக் குருவிகள் எழுப்பும் மெல்லிய ஓசை மலையில் பட்டு எதிரொலித்தது. அதைக் கேட்டு எழுச்சி பெற்ற இளைஞன் நடந்துகொண்டே விசிலடிக்க ஆரம்பித்தான்.

மேற்புறம் உள்ள பாறையில் பட்டு குமிழியிட்டு தெறித்த தண்ணீர், வெள்ளி நீரோடையாக ஒழுகியது. நீர் கீழே விழுவதற்காக யாரோ பாறையை இடையில் பிளந்து ஒரு மரத்தைக் குழாய் போல அமைத்திருந்தனர். மேல்மூச்சு வாங்க ஏறிய ஆடுகள் பாறைக்கு அடியில் இருந்த நீரை அருந்தத் தொடங்கின; அருகில் கரையோரம் படர்ந்து இருந்த திராட்சைக் கொடிகளில் பழக் குலைகள் இருந்ததை இளைஞன் கண்டான்; தன் சுமையை இறக்கி வைத்துவிட்டு அப்படியே உட்கார்ந்து பழங்களைப் பறித்து உண்ணத் தொடங்கினான். திராட்சை புளிப்பாகவும் சற்று கசப்பாகவும் இருந்தது. அவை பழுக்க இன்னும் ஒரு மாதம் ஆகும். ஆனால், அந்தப் பயணிக்கு அதுவே போதுமானதாகப்பட்டது; ஒவ்வொன்றாக உறிஞ்சி ருசிக்கத் தொடங்கினான். அவனுக்குப் பெரும் தாகம்; உடனே சில்லென்ற நீர் குடிப்பது நல்லதல்ல; சற்று நேரம் காத்திருந்தான்.

ஆடுகள் தாகம் அடங்கியதும் பச்சைப் பசேலென்று இருந்த புல்வெளியை நோக்கி நகரத் தொடங்கின. முரட்டு நாய்க்கு வெக்கை தாங்கவில்லை; தன் எசமான், ஆடுகள் எதையும்

பொருட்படுத்தாமல், நீரோடை விழும் இடத்தில் தேங்கி இருந்த நீரில் போய் உட்கார்ந்து கொண்டது. விரைவில் அதன் வயிறு ஊது குழாய் போல இறங்கிவிட்டது; திறந்திருந்த அதன் வாயில் இருந்து தொங்கிய நீண்ட நாக்கு நடுங்கியது. இளைஞனும் நீர் ஒழுகும் இடத்தில் தன் வாயை வைத்து உறிஞ்சி தாகத்தைத் தீர்த்துக் கொண்டான்; முகம் கழுவி, எரிந்த கண்களைக் குளிர்ந்த நீரால் துடைத்து, முன்புறம் விழும் முடியின் வேர் வரை நீரில் படுமாறு குளிர்வித்துக் கொண்டான். பொன்னிற அரும்பு மீசை துளிர்க்கத் தொடங்கி இருந்தது; விரைவில் அது உதடு, கன்னம் வரை பரவும்.

ஆடுகள் நிறைவாக மேய்ந்து கொண்டிருப்பதைக் கண்டு தன் பொதி அருகில் அமர்ந்தான். காதுகள் விறைக்க, கூர்ந்து அவனையே பார்த்துக் கொண்டிருந்த நாயின் பார்வையைப் புரிந்துகொண்டு, தனது சாக்கின் மூலையில் இருந்து உலர்ந்த உப்புக் கண்டத் துண்டு ஒன்றைத் தேடி எடுத்தான். இடுப்பில் தொங்கிய தோல் உறையில் இருந்து செம்புக் கத்தியை எடுத்து அதனை இரு துண்டுகளாக்கி தானும் உண்டு, நாய்க்கும் அளித்தான். அப்போது மரத்தாலான மணியின் ஓசை கேட்டது; தூரத்தில் ஒரு கழுதை புதர்களுக்குள் வருவது தெரிந்தது; பிறகு இரண்டாவது கழுதை; அதற்குப் பின் பதினாறு வயது மதிக்கத்தக்க ஒரு இளம்பெண், அவனைப் போலவே உடை அணிந்து, முதுகில் ஒரு பையுடன் வந்தாள். அவன் மெலிதாக விசிலடித்தான். ஏதாவது சிந்தனையில் இருக்கும்போது விசிலடிப்பது அவனுக்கு மூச்சு விடுவது போல இயல்பான பழக்கமாக இருந்தது. அந்த ஒலி பெண்ணின் காதில் விழுந்தது; அவள் அவன் இருக்கும் திசையில் திரும்பிப் பார்த்தாள். அவனைச் சுற்றிலும் இருந்த செடிகள் அவனை மறைத்திருந்தன. அவன் இருக்கும் இடத்தில் இருந்து சுமார் முப்பது அடி தூரத்தில் இருந்த அவளது கவர்ச்சியான முகம் அவனை ஈர்த்தது. அவள் எந்தப் பக்கமாகப் போகிறாள் என்றறிய பொறுமை இழந்து காத்துக் கொண்டிருந்தான். நதியின் மேற்பகுதியில் அவன் அறிந்தவரை எந்தக் குடியிருப்பும் இல்லை; எனவே அவளும் அவனைப் போலவே ஒரு பயணியாக இருக்கலாம்.

அழகான அந்நியரைக் கண்டதும் நாய் குரைக்கத் தொடங்கியது; இளைஞன் அதட்டியதும் தன் இடத்தில் சுருண்டு படுத்துக் கொண்டது. பெண்ணின் கழுதைகள் நீர் அருந்தத் தொடங்கின; அவளும் தன் முதுகுப் பொதியை அவிழ்க்கத் தொடங்கினாள். இளைஞன் அருகில் வந்து அவள் சுமையைத் தனது வலிமை மிக்க

கைகளால் இறக்கி வைத்தான். தன் நன்றியைப் புன்னகையால் பகிர்ந்து கொண்ட அப்பெண்,

"என்ன வெக்கை!" என்றாள்.

"அவ்வளவாக இல்லை; ஆனால், ஏறி வரும்போது உடல் வெப்பம் கூடும். கொஞ்சம் ஓய்வு எடுத்தால் வியர்வை தணியும்."

"இப்ப, பகல் பொழுதுகள் நன்றாக இருக்கின்றன."

"இன்னும் பத்துப் பதினைந்து நாட்களுக்கு மழை வரும் என்ற பயம் இல்லை."

"மழைகூடப் பயம் இல்ல. பாதையெல்லாம் நீரோடைகள் பெருகி, சேறாகி வழுக்கி விடும்."

"கழுதைகளுக்கும் சிரமம் கூடும்."

"எங்கள் வீட்டில் ஆடுகள் இல்லை; அதனால், கழுதைகளைக் கூட்டி வர வேண்டியதாயிற்று. அது சரி, நீங்க எந்தப் பக்கமா போறீங்க?"

"மலை உச்சியில் உள்ள தண்டாவிற்குப் போகிறேன். அங்குதான் எங்கள் கால்நடைகள் - ஆடுகள், குதிரைகள் - எல்லாம் இருக்கின்றன."

"நானும் அங்கேதான் போகிறேன். உலர்ந்த தானியங்கள், சோளம், பழங்கள் எடுத்துக்கொண்டு போகிறேன்."

"யாரு பிராணிகளை அங்கே பார்த்துக் கொள்கிறார்கள்?"

"என் கொள்ளுத்தாத்தா, அப்புறம் என் கூடப் பிறந்தவங்க."

"என்ன? கொள்ளுத்தாத்தாவா? அவருக்கு ரொம்ப வயசாகி இருக்குமே?"

"ஆமாம்! அவர மாதிரி வயசானவர எங்கேயும் பாக்க முடியாது."

"பின்ன எப்படி அவரு மந்தைய பாத்துக்கிறாரு?"

"அவர் இன்னமும் நல்ல வலுவா இருக்காரு. முடி, புருவம் எல்லாம் நரைச்சுப் போச்சு. ஆனா, பல் புத்தம் புதுசா இருக்கு. அவரைப் பாத்தா, ஐம்பது அல்லது ஐம்பத்தைந்துக்கு மேல சொல்ல முடியாது."

"அவர வீட்டில வச்சு பாத்துக்க வேண்டாமா?"

“அவரு ஒத்துக்க மாட்டாரு. நான் பொறக்கிறதுக்கு முன்னாடிலேர்ந்தே அவரு கிராமத்துக்கு உள்ள வந்தது இல்ல.”

“எப்பவுமேவுமா?”

“அவருக்கு வரப் பிடிக்கல. கிராமம் மேல அவருக்கு வெறுப்பு. மனுஷன் ஒரு இடத்தில நிலையா தங்கறதுக்கு பிறக்கல அப்படிங்கிறாரு. ரொம்ப காலத்துக்கு முந்திய கதையெல்லாம் சொல்வாரு. சரி, உன் பேர் என்ன?”

“புரூகூதன். புரூ குலத்தைச் சேர்ந்த மாத்ரியின் மகன். சகோதரி! உன் பெயர்?”

“ரோச்னா. மாத்ர இனம்.”

“அப்படின்னா, எங்க அம்மா வழி உறவு. மேல் மாத்ரமா? கீழ் மாத்ரமா?”

“மேல் மாத்ரம்.”

புரூ இனத்தின் கிராமங்கள் வட்சு நதியின் இடக்கரையில் இருந்தன. நதியின் கீழ்ப்புறம் சமவெளியில் விரியும் பகுதிகளில் மாத்ர இனத்தினர் ஆக்கிரமித்திருந்தனர். அதே போல, வலக்கரையில் மேல்பகுதியில் மாத்ர மக்கள் வசித்தனர்; கீழ்ப்புறத்தில் பர்ஷுக்கள் வாழ்ந்தனர். நிலப்பகுதி, மக்கள் கூட்டம் ஆகியவற்றைப் பொருத்தவரை, புரூக்கள் மாத்ரர்களை விடத் தாழ்ந்தவர்கள் இல்லை. மாத்ர குடியினரில் புரூ இனத்தவர் வசிக்கும் இடத்திற்கு கீழுள்ள சமவெளிகளில் வாழ்பவர்கள் கீழ் மாத்ரர் என்று அழைக்கப்படுவார்கள்.

இருவரும் பெயர் சொல்லி அறிமுகம் ஆனதும் நெருக்கமான உறவினர் போல உணர்ந்தனர்.

“ரோச்னா! நம்மால் இன்றைக்கு தண்டா போய்ச் சேர முடியாது. நீ எப்படி இது போலத் தனியாகக் கிளம்பி வந்தாய்?”

“இரவில் சிறுத்தைகளிடம் இருந்து கழுதைகளைப் பாதுகாப்பது சிரமம் என்று எனக்குத் தெரியும். இருந்தாலும் வயதானவருக்கு உணவு கொடுக்க வேண்டுமே? அவருக்கு என்மேலே அத்தனை நம்பிக்கை. யாரையாவது வழியில் சந்திப்பேன் என்றும் எதிர்பார்த்தேன், புரூகூத். நிறைய பேர் தண்டா நோக்கிப் போவார்கள். அதோடு, நெருப்பு பற்ற வைத்தால் தப்பித்து விடலாம் என நினைத்தேன்.”

“பயணத்தில் எப்படி தீ மூட்டுவாய்? நெருப்புக் குச்சி வைத்திருக்கிறாயா ரோச்னா?”

“ஆமாம்.”

“அப்பகூட ரெண்டு குச்சிகளை உரசி அக்னி கடவுளைக் காண்பது அத்தனை எளிதல்ல. பரவால்ல. என்னிடம் ஒரு புனிதக் குச்சி இருக்கு. எங்க தாத்தா காலத்திலேர்ந்து, எங்க குடும்பத்தில் இருக்கு. அதன் மூலம் உருவாக்கப்பட்ட தீயில் பல பூசைகளும் பலிகளும் நடத்தப்பட்டுள்ளன. அக்னி தேவனுக்கான மந்திரங்கள் எனக்கு அத்துபடி. அதனால் அவரை விரைவில் வரவைக்க முடியும்.”

“நாம இப்ப இரண்டு பேர். சிறுத்தைகள் தைரியமா கிட்ட வராது.”

“நம்ம ஷாகியும் இருக்கு.”

“ஷாகியா?”

“இதோ, இந்தச் செந்நிற உரோமம் கொண்ட எனது நாய்.”

சொல்லியபடியே, புரூகூத் அதைக் கூப்பிட்டான். நாய் அருகே வந்து எசமானை நக்கிக் கொடுத்தது. ரோச்னாவும் அழைத்தாள். அவளருகே போய் முகர்ந்து பார்த்துவிட்டு, வாலை ஆட்டியபடி முதுகை நீவிவிட வாட்டமாக அவள் காலடியில் படுத்துக் கொண்டது.

“ரோச்னா, இவன் ரொம்ப புத்திசாலியான நாய்.”

“வலுவாகவும் இருக்கு.”

“ஆமாம். ஓநாய், கரடி, சிறுத்தை எதுக்கும் பயப்படாது.”

அதற்குள் ஆடுகளும் கழுதைகளும் நன்கு மேய்ந்து, களைப்பு நீங்கி இருந்தன. இரு பயணிகளும் தம் பயணத்தைத் தொடர்ந்தனர். நாயும் பின்தொடர்ந்தது. மலைப்பாதை செங்குத்தாக இல்லாமல், சுற்றிச் சுற்றி போனாலும் ஏறுவது கடினமாகவே இருந்தது. எனவே அவர்கள் எச்சரிக்கையாக அடி மேல் அடி வைத்தே நடந்தனர். அவ்வப்போது, புரூகூத் தரையை ஒட்டிக் கிடந்த ஸ்ட்ராபெர்ரி, கிளாக்காய் ஆகியவற்றைப் பொறுக்கினான். இருவரும் பகிர்ந்து உண்டனர். ஆனால், அவை செங்காயாக இருந்தன.

இருவரும் பேசிக்கொண்டு மலை வரை நடந்தனர். ஆழமான புதர்ச்செடிகளுக்கு ஊடாக ஓடும் நீரோடை ஒன்றை அடைந்தபோது

சூரியன் இறங்கத் தொடங்கி விட்டான். அதன் அருகில் ஒரு திறந்தவெளி இருந்தது; அங்கு நெருப்பு மூட்டப்பட்ட தடயங்கள் இருந்தன; குதிரைச் சாணமும் கிடந்தது. புரூகூத் குனிந்து சாம்பலைக் கிளறியதும், அடியில் சிறு கங்கு தெரிந்தது.

மகிழ்ச்சியாக, "ரோச்னா" எனக் கூவினான். இன்றைய இரவைக் கழிக்க இதைவிட நல்ல இடம் கிடைக்காது. அருகில் தண்ணீர் இருக்கு; நிறைய புல் இருக்கு; காய்ந்த மரமும் இருக்கு. காலையில் இங்கிருந்து கிளம்பிய பயணிகள் விட்டுச் சென்ற தீக்கங்கும் சாம்பல் பூத்துக் கிடக்கு."

"ஆமாம், புரூகூத். இதைவிட நல்ல இடம் கிடைக்காது. இங்கு தங்குவோம். அடுத்த நீரூற்றுக்குப் போவதற்கு முன் இருட்டிவிடும்."

புரூகூத் மண்டியிட்டபடி, தன் முதுக்குச் சுமையை ஒரு பாறையில் இறக்கி வைத்தான்; பிறகு ரோச்னாவின் சுமையையும் இறக்கினான். இருவருமாகக் கழுதைகளின் முதுகில் இருந்த பொதிகளை இறக்கி, அவற்றை அவிழ்த்து விட்டனர். அவை ஓரிரு முறை தரையில் விழுந்து புரண்டுவிட்டு புல்லை மேயத் தொடங்கின. ஆடுகளைப் பிடித்து நிறுத்தி சுமைகளை இறக்குவதற்கு சற்று நேரம் எடுத்தது. பிறகு, ரோச்னா தோல் பை ஒன்றை எடுத்துக் கொண்டு ஓடைக்குச் சென்று தண்ணீர் எடுக்கப் போனாள்.

புரூகூத் சுள்ளி, இலைகள் போட்டு நெருப்பைப் பற்ற வைத்துப் பிறகு அதன் மேல் மரத்துண்டுகளை வைத்து நன்கு படர்ந்து எரிய விட்டான். தண்ணீர் வந்ததும் நெருப்பின் மேல் தனது செம்புப் பாத்திரத்தை வைத்து, பசுவின் தொடைப் பகுதி இறைச்சியைக் கத்தியால் அரிந்தான்.

"ரோச்னா, நாளை மாலைக்குள் உச்சிக்குப் போய்ச் சேர்ந்து விடுவோம். அங்கிருந்து உங்கள் மேய்ச்சல் நிலம் பக்கத்தில்தானே?"

"தண்டாவில் இருந்து ஆறு மைல் தூரம் இருக்கும்."

"நான் போக வேண்டிய இடம் கிழக்காக பனிரெண்டு மைல் தொலைவு இருக்கும். "அப்ப, உங்கள் கொள்ளுத்தாத்தாவும் மந்தையும் இருக்கும் இடம் வழியில் வரும், இல்ல ரோச்னா?"

"ஆமாம்! அவரைப் பாக்கலாம். நீங்க எப்படி சந்திக்க முடியும்னு நினைச்சிட்டு இருந்தேன்."

“இன்னும் ஒரு நாள் பயணம்தானே? கால் பகுதி தொடை போதும். இது மாட்டின் பின்னங்கால் தொடைக்கறி, ரோச்னா.”

“என்னிடம் கழுதையின் அரைப்பகுதி கால் மாமிசம் இருக்கு. இந்தப் பருவத்தில் இறைச்சியை அதிக நேரம் வைத்திருந்தால் நாறத் தொடங்கிவிடும், இல்ல?”

“அதை உப்பு போட்டு சமைத்தால் நல்லா இருக்கும்.”

“ஆமாம். எங்கிட்ட கொஞ்சம் வெல்லப்பாகு இருக்கு. கறி, பாகு, உலர்ந்த தானியம் போட்டு நல்லா சூப் வைக்கலாம். நாம தூங்கப் போறதுக்குள்ள தயாராகிடும்.”

“நான் தனியா இருந்தா சூப்பெல்லாம் செய்ய மாட்டேன். ரொம்ப நேரம் எடுக்கும். ஆனா, நாம மிருகங்களைக் கட்டி வைத்தபடியே பேசிட்டு இருக்கலாம்.”

“கொள்ளுத்தாத்தாவுக்கு நான் வைக்கிற சூப் மிகவும் பிடிக்கும். இந்தத் தாமிரப் பாத்திரம் நல்லா இருக்கு.”

“தாமிரம் மதிப்பு வாய்ந்தது, ரோச்னா! இந்தப் பாத்திரம் ஒரு குதிரை மதிப்புக்கு ஈடானது. பயணத்தின்போது வசதியாக இருக்கு.”

“உங்கள் குடும்பம் நிறைய மிருகங்கள் கொண்டதா இருக்கணும்.”

“ஆமா, நிறைய. தானியமும் கணிசமா இருக்கு. அதனால்தான், குதிரைக்கு ஈடான தாமிரப் பாத்திரம் வைச்சுக்க முடியுது. இதோ, கறியை வெட்டிட்டேன். உப்புப் போட்டு இதைத் தண்ணில வேக வை. நான் போய் அங்க எரிஞ்சிட்டு இருக்கிற மரத்தையும் கொண்டு வரேன். அப்புறம், நாம் புல் வெட்டிப் போட்டு கழுதைகளையும் ஆடுகளையும் இந்த இடைவெளில கட்டணும். சிறுத்தைக்கு கன்றுக்குட்டியைவிட கழுதைதான் ருசி, தெரியும்தானே! ஷாகி... வா, இந்தத் துண்டை நக்கிட்டு இரு.”

புரூகூத் கொஞ்சம் இறைச்சியோடு இருந்த எலும்புத் துண்டை நாய்க்குப் போட்டான். நாய் வாலாட்டியபடி எலும்புத் துண்டை தரையில் அழுத்தி பற்களால் உடைக்க முயற்சி செய்யத் தொடங்கியது.

புரூகூத் தன் மேலங்கி, இடைவார் ஆகியவற்றைக் கழற்றினான். கையில்லாத சட்டை அவனது கட்டான மார்பு, பழுப்பு நிறக்

கைகள், இருபத்து நான்கு வயது இளைஞனின் வலுவான உடலைக் காட்டியது. அவன் வேலை செய்யத் தொடங்கியதும் அவன் மேனி மென்மயிர் சிலிர்த்தது. தன் மூட்டையில் இருந்த அரிவாளை எடுத்துப் புல்லை வெட்டி ஒரு கட்டு கட்டி கழுதைகள் முன் போட்டான். அவற்றின் காதுகளைப் பிடித்து இழுத்து வந்து தரையில் அடித்திருந்த முளையில் கட்டினான். பிறகு, அதைப் போலவே ஆடுகளையும் கட்டினான்.

வேலைகளை முடித்ததும் தீயின் அருகில் வந்து அமர்ந்தான். ரோச்னா வெந்த கறித் துண்டுகளைப் பாத்திரத்தில் இருந்து எடுத்து தோல் விரிப்பில் வைத்துக் கொண்டிருந்தாள். புரூகூத் தன் மூட்டையில் இருந்து ஒரு தோலால் சுற்றப்பட்ட அழகான மரக்கோப்பையையும் மதுப்பையையும் எடுத்தான். அப்போது ஒரு புல்லாங்குழல் வெளியே விழுந்தது. புரூகூத் பதறிப் போய் அதை எடுத்து, தன் துணியில் துடைத்து தோல் உறைக்குள் வைத்தான். கைக்குழந்தை தவறி கீழே விழுந்தால், தாய் அதற்கு ஊறு ஏற்படும் எனப் பதைபதைப்பதைப் போல இருந்தது அவன் செயல். ரோச்னா இதனைக் கவனித்தாள்.

"புரூகூத், நீ புல்லாங்குழல் வாசிப்பாயா?" என்றாள்.

"ரோச்னா, இது என் உயிர். என் வாழ்வு இதோடு ஒன்றி இருப்பதாக நான் உணர்கிறேன்."

"கொஞ்சம் வாசி. கேட்கிறேன்."

"இப்பவா? சாப்பிட்ட அப்புறமா?"

"இப்ப கொஞ்சம் வாசியேன்."

"சரி."

புரூகூத் குழலைத் தன் உதட்டில் பொருத்தி, எட்டு விரல்களால் அதன் துளைகளை வருடத் தொடங்கினான்; அந்திமாலை அமைதி படரத் தொடங்கி இருந்த நிலையில், இனிய இசை எங்கும் அற்புதமாகப் படரத் தொடங்கியது; நெடும் மரங்களின் நிழலில் பரவி தொடுவானில் தெறித்து மீண்டும் எதிரொலித்தது. ரோச்னா மெய் மறந்து இசையில் இலயித்து இருந்தாள். ஊர்வசியை விட்டுப் பிரிந்த சோகத்தில் புரூரவன் இசைக்கும் பாடல் அது. பாடல் முடிந்ததும், ரோச்னாவிற்கு வானத்தில் இருந்து பூமியில் விழுந்தது போல இருந்தது.

கண்களில் நிறைந்த உவகைக் கண்ணீருடன் ரோச்னா, "புரூகூத், என்ன இனிமை உன் குழல்! அப்படி ஒரு லயம். நான்

இதுவரை இந்த மாதிரி வாசிப்பைக் கேட்டதில்லை. அப்பப்பா! எப்படிப்பட்ட பாட்டு! இசை!" என்றாள்.

"நிறைய பேர் சொல்றாங்க, ரோச்னா! குழலை எடுத்து உதட்டில் வைத்ததும், எல்லாம் மறந்து போகிறது. என்ன நடக்கிறதென்றே புரியவில்லை. என் புல்லாங்குழல் என்னிடம் இருக்கும் வரை, இந்த உலகில் எனக்கு வேறெதுவும் தேவையில்லை."

"சரி, வா, புரூ... கறி ஆறிவிடும்."

"ஆம். இதோ, என் அம்மா கிளம்பும்போது கொடுத்த திராட்சை ரசம். கொஞ்சம்தான் இருக்கு. ஆனா, இறைச்சியோடு சாப்பிட நல்லா இருக்கும்."

"உனக்கு மதுவென்றால் ரொம்ப விருப்பமா?"

"அப்படிச் சொல்ல மாட்டேன். அதிகமா குடித்தால், நிறுத்தவே முடியாது. என் கண்கள் பளிச்சிடும் அளவு குடித்து விட்டால், அப்புறம் ஒரு வாய்கூடத் தொட மாட்டேன்."

"நானும் அப்படித்தான் புரூ. குடியில் நிலை தவறித் தள்ளாடுபவர்களைப் பார்க்கவே எனக்குப் பிடிக்காது" என்று சொல்லியபடி, தனது மரக்கோப்பையை எடுத்து வந்தாள் ரோச்னா.

கறியில் மூன்றில் ஒரு பங்கு நாய்க்குக் கொடுத்துவிட்டு இருவரும் மது அருந்தி, உணவையும் முடித்தார்கள். இருள் கவிந்தது. எரியும் மரக்கட்டைகளும், அதைச் சுற்றி உள்ள வட்டத்தையும் தவிர எதுவும் புலனாகவில்லை. சிள்வண்டு, சிறு பூச்சிகளின் சத்தம் மட்டும் கேட்டன. இரண்டு பேரும் உரையாடியபடி, அவ்வப்போது குழலிசையில் ஆழ்ந்தபடி இருந்தனர். ஒருவழியாக, தானியம் முழுக்க வெந்து சூப் தயாராயிற்று. இருவரும் தம் கோப்பைகளில் அதனைச் சூடாகக் குடித்தனர். இருவரும் உறங்க இரவு வெகு நேரம் ஆயிற்று. ரோச்னா தோல் விரிப்புகளால் தனது படுக்கையைத் தயார் செய்தாள்; உடையை நெகிழ்த்தத் தொடங்கினாள். புரூகூத் தீ அணையாமல் இருக்க கூடுதல் மரக்கட்டைகளைப் போட்டு, மிருகங்களுக்கு இன்னும் கொஞ்சம் புல் போட்டான். பிறகு காட்டு உயிரிகளுக்கு தன் வழிபாட்டைச் சொல்லிவிட்டு, தன் துணிகளைக் களைந்துவிட்டுப் படுத்து உறங்கினான்.

மறுநாள் காலை கண் விழித்ததும், இருவரும் ஒரே இரவில் உடன் பிறந்த சகோதர - சகோதரியாக உணர்ந்தனர். ரோச்னா எழுந்ததும், புரூகூத்தால் "சகோதரி, உன் முகத்தில் முத்தம் கொடுக்க விரும்புகிறேன்" என்று சொல்லாமல் இருக்க முடியவில்லை.

“உனக்கொரு முத்தம் கொடுக்க விரும்புகிறேன். நாம் இந்த உலகில் நமக்கென ஒரு சகோதர - சகோதரியைக் கண்டுபிடித்துள்ளோம்.”

புரூகூத், ரோச்னாவின் கலைந்த முடியைக் கோதிவிட்டு, அவள் கன்னங்களில் முத்தமிட்டான். இருவர் கண்களும் பனித்தன; ஆனால், இருவரும் தம் மகிழ்ச்சியைப் பார்வையால் பரிமாறிக் கொண்டனர்.

குளித்துவிட்டு தானியம், உலர்ந்த இறைச்சி உண்டு, விலங்குகள் மீது பொதிகளை ஏற்றிவிட்டு பயணத்தைத் தொடர்ந்தனர். வழியில் இரண்டு மூன்று முறை ஓய்வெடுக்க நின்றனர். ஆனால், பேசிக் கொண்டே சென்றதில் நேரம் விரைவாகக் கடந்தது; தண்டா வந்து சேர்ந்து விட்டதைக்கூட அவர்கள் உணரவில்லை. பிறகு முதியவரின் இடத்திற்குச் சென்றனர். ரோச்னா, புரூகூத்தை அறிமுகம் செய்தாள்; முதியவர் அவனை வரவேற்றார்; புரூக்களின் வீரதீரத்தைப் பாராட்டினார்.

2

தண்டாவில் ஒரு சிறிய மாத்ரர் கிராமம் இருந்தது. பெரும்பாலும் கூடாரங்கள் அல்லது கூரை வேயப்பட்ட குடிசைகளாக இருந்தன. அங்கிருந்து சரிந்த பகுதியிலும் கீழே தெரிந்த மலைப் பகுதியிலும் அடர்த்தியான பைன் மரக்காடுகள் தவிர வேறெதுவும் தெரியவில்லை. ஆனால், மேலே செல்லும் மலைப்புறத்தில் மரங்களின் சுவடே இல்லை; நிலம் சமதளமாக பச்சைப் பசேலென்று புற்கம்பளம் விரித்தது போல இருந்தது. இந்தப் பசும் வெளியில் ஆங்காங்கே ஆடுமாடுகள், குதிரைகள் மேய்ந்து கொண்டிருந்தன. இளம் கன்றுகளும், கழுதைக் குட்டிகளும் துள்ளிக் குதித்து ஒன்றையொன்று நீவி விளையாடிக் கொண்டிருந்தன. இப்பரந்த வெளியைப் பார்த்தபடி இருந்த முதியவர், “மனிதன் ஒரே இடத்தில் அடைந்து கிடக்கப் பிறக்கவில்லை” என்றார். புல் கிடைப்பது அருகி விட்டால், அவர் வேறு இடத்திற்குச் சென்று விடுவார். இங்கு பால், தயிர், வெண்ணெய், இறைச்சி எல்லாம் நிறையக் கிடைத்தது. கூடாரத்தில் நிறைய பொருட்கள் சேமிப்பில் இருந்தன. பதினைந்து, இருபது நாட்களுக்கு ஒரு முறை கிராமத்தில் இருந்து யாராவது வந்து வெண்ணெய், இறைச்சி ஆகியவற்றை எடுத்துச் செல்வர். குளிர்காலத்தில், பனி படரத் தொடங்கிய

பின்னும், அவர் விருப்பத்திற்கு இருக்க விட்டால், முதியவர் அங்கேயே தங்கி விடுவார்; ஆனால், மந்தைகள் பனியை உண்ண முடியாதே! எனவே சற்று வளைந்து வளைந்து செல்லும் பாதையில் சென்று காட்டிற்குள் சென்று விடுவார். மிருகங்கள் கிராமத்திற்குச் சென்றுவிடும். நீங்களும் கிராமத்திற்குப் போகலாமே என்று சொல்லிவிட்டால், பார்வையாலேயே நம்மைக் கொன்று விடுவார்.

இரு பயணிகளும் அவரது கூடாரத்தை அடையும்போது இன்னும் சூரிய வெளிச்சம் இருந்தது. பொதிகளை இறக்கி வைத்து விட்டு, மரக் கிண்ணங்களில் முதியவர் பரிமாறிய குதிரைப் பாலில் தயாரிக்கப்பட்ட கள்ளை மூன்று, நான்கு கிண்ணங்கள் பருகியதும் களைப்பெல்லாம் பறந்துவிட்டது. மாலையில் ரோச்னாவின் சகோதரர், சகோதரி, இன்னும் சில மேய்ப்பர்கள் தங்கள் கால்நடைகள், குதிரைகளோடு வந்து சேர்ந்தனர். ரோச்னா, புரூகூத்தின் புல்லாங்குழல் வாசிப்பு பற்றிப் பெருமையுடன் சொல்லச் சொல்ல, முதியவர் அவனுக்கு விடைகொடுக்க விரும்பவில்லை. அவர் பெரும் உற்சாகம் அடைந்தார். யாவரும் இசையில் திளைத்தனர். இரவில் நடனம் தொடங்கியதும், புரூகூத் தனது மாயாஜாலத்தை மீண்டும் நிகழ்த்தினான்.

மறுநாளும் முதியவர் அவனை அத்தனை சீக்கிரத்தில் வழியனுப்ப விரும்பவில்லை. மதிய உணவுக்குப் பின்னர், புரூகூத்தின் மூட்டைக்கு அருகில் இருந்த செப்புப் பாத்திரத்தைக் கண்டதும், அவர் பேசத் தொடங்கினார்.

“இந்தச் செம்பு... உழப்பட்ட நிலங்கள்... இவற்றைப் பார்த்தால் என் ரத்தம் கொதிக்கிறது. வட்சு நதிக்கரையில் இவை வரத் தொடங்கியதில் இருந்து எங்கும் அக்கிரமங்களும் ஒழுங்கின்மைகளும் பரவத் தொடங்கிவிட்டன. தெய்வங்கள் கோவத்தில் உள்ளன. மேலும் மேலும் தொற்றும் கவலைகளும் பெருகுகின்றன” என்றார்.

“தாத்தா, இதெல்லாம் முன்பு இல்லையா?”

“இது எதுவும் இல்லை, மகனே! என் இளம்பருவத்தில்தான் வரத் தொடங்கின. என் தாத்தா இவற்றின் பெயரைக்கூடக் கேட்டதில்லை. அந்தக் காலத்தில் எல்லாக் கருவிகளும் கல், எலும்பு, கொம்பு, மரம் ஆகியவற்றால்தான் செய்யப்பட்டன.”

“எப்படி மரத்தை வெட்டினார்கள்?”

“கற்கோடரியால்தான்.”

“நிறைய நேரம் எடுத்திருக்கும்; சரியாகவும் வெட்ட முடியாதே.”

“எல்லாவற்றுக்கும் இப்படி அவசரப்படுவதுதான் எல்லா வேலைகளையும் கெடுத்துவிட்டது. இந்தக்காலத்தில், நீங்கள் இரண்டு மாதம் இறைச்சி தரக்கூடிய, உங்களின் ஆயுசில் அரைவாசிக்காலம் சுமக்கக்கூடிய குதிரையைக் கொடுத்துவிட்டு ஒரு செம்புக் கோடரி வாங்கத் தயாராக இருக்கிறீர்கள்; பிறகு அதை வைத்துக் கொண்டு காடுகளை அழித்து பாலைவனங்களாக ஆக்குகிறீர்கள்; அல்லது கிராமங்கள் மீது தாக்குதல் நடத்தி சுவடில்லாமல் ஆக்குகிறீர்கள். காடுகளில் உள்ள மரங்கள் போல கிராமங்கள் பாதுகாப்பு இன்றி இருப்பதில்லை. அங்கும் உங்களிடம் இருப்பது போலக் கூர்மையான கோடரிகள் உள்ளன. இந்தச் செப்புக் கோடரி போர்களை இன்னும் கொடூரமாக ஆக்கியுள்ளது. அவற்றால் ஏற்படும் காயங்கள் நச்சுத்தன்மை மிக்கவை. கூரம்புகள் முன்பு கல்லால் செய்யப்பட்டன; அவற்றின் கூர்மை சற்றுக் குறைவாக இருக்கலாம்; தேர்ந்த வில்லாளியின் கையில் அவை மிகவும் பயனுடையதாக இருந்தன. இப்ப, இந்த செப்புக் கோடரி வந்து விட்டதால், சின்னக் குழந்தைகூட புலி வேட்டைக்குப் புறப்படுகின்றது. வில்வித்தையில் தேர்ச்சி பெற வேண்டிய அவசியமே இல்லையே இப்போது.”

“தாத்தா, ஒரு விஷயத்தில் நான் நீங்க சொல்வதை ஒத்துக்கறேன். மனிதர்கள் ஒரே இடத்தில் அடைந்து கிடக்கப் பிறந்தவர்கள் அல்ல.”

“அய்யோ... நினைச்சுப் பாரு, தம்பி! தினம் நாம ஒரே இடத்தில மலம் கழிக்கிறோம். இன்னிக்கு நம்ம கூடாரம் இங்க இருக்கு. சுத்தி நம்ம மிருகங்கள் மேயுது. அதுங்க, நாம, எல்லாரும் செய்யுற அசுத்தங்கள் பெரிய குவியலா சேர்றதுக்கு முன்னாலயே, நாம இடத்தை விட்டு மாறிடுவோம். நிறைய பசுமையான புல் இருக்கிற மண்ணு, தண்ணி, காத்து எல்லாம் சுத்தமா இருக்கிற இடத்துக்குப் போயிடுவோம்.”

“எனக்கும் அந்த மாதிரி எடம்தான் பிடிக்கும். என் குழல் அங்க இன்னும் இனிமையா ஒலிக்கும்.”

“ரொம்ப சரி, தம்பி! முன்பெல்லாம் இந்த மாதிரி கூடாரங்கள் நாலஞ்சு இருந்தா கிராமம் என்று சொல்வோம்; அந்த இடத்தில மூணு மாசத்துக்கு மேல தங்க மாட்டோம். வருஷம் முழுக்க என்ற

பேச்சுக்கே இடமில்ல. ஆனா, இப்ப இருக்கிற கிராமங்கள் நூறு தலைமுறையா பிள்ளைகள், பேரப் பிள்ளைகள் வாழ்கிற மாதிரி கட்டப்படுது. கல், மரம், மண் வச்சு சுவர்கள் எழுப்பி காற்று உள்ள வராத மாதிரி கட்டறாங்க. வீடுகளைக் கல், மரம், கீற்று வச்சு மூடறாங்க. எப்படி காற்று உள்ள வரும்? இந்தக் காலத்தில, சனங்க அக்னி, வாயுன்னு கடவுள்களைப் பத்திப் பேசறாங்க; ஆனா, அவங்க மனசில நிசமான மரியாதை இல்ல. அதான் நிறைய நோய்கள் பரவுது. சாமிங்க கோவமா இருக்கிறது தப்பு இல்லையே? நியாயம்தானே?"

"தாத்தா! இந்தச் செம்புக் கோடரி, ஈட்டி, வாள் போன்ற ஆயுதங்கள் வேண்டான்னு விட்டா, நாம் எப்படி நம்மைப் பாதுகாக்க முடியும்? எதிரிகள் ஒரே நாளில் நம்மை அழித்துவிட மாட்டார்களா?"

"நீ சொல்வதை ஒத்துக்கறேன். இந்தக் கீழ் மாத்ரர்களும் பார்ஷுக்களும் இரண்டு மாத சாப்பாட்டுக்கும் அரைவாசி ஆயுள் பயணத்துக்கும் உதவக்கூடிய குதிரையை மகிழ்ச்சியா விற்றுவிட்டு, அதில வாங்கிய செம்பு ஆயுதங்களை வைத்து என்ன செய்கிறார்கள்? நம் பூமியின் மார்பைக் கீறுகிறார்கள். இந்த வட்சு நதி எதுவரை பாயுதுன்னு எனக்குத் தெரியாது. யாருக்குமே தெரியாது. ஆனா, பொய்யும் புரட்டும் பேசறவங்க பூமியின் கடைசியில் இருக்கிற எல்லையற்ற தண்ணீர் கூடப் போய் நம்ம நதியும் கலந்து விடும் என்கிறார்கள். நமக்குத் தெரிந்து, கீழ் மாத்ரர்கள் - பார்ஷுக்கள் வாழும் இடத்தில் இருந்து வட்சு நதி சமவெளியில் பாய்கிறது. அதைத் தாண்டி இருக்கும் நிலம் கடவுளர்க்கு எதிரிகள் வாழும் பகுதி. அங்க, மிக நீண்ட கால்கள் கொண்ட சிறு மலைகள் அளவு பெரிய விலங்குகள் இருப்பதாகச் சொல்கிறார்கள். அதோட பேரு என்ன... வரவர மறதி அதிகமா ஆயிடுச்சு."

"ஒட்டகம், தாத்தா! மலையளவெல்லாம் இல்லை; ஒரு முறை, கீழ் மாத்ர இளைஞன் ஒருவன் இளம் ஒட்டகத்தில் இங்கு வந்தான். ஆறு மாத ஒட்டகம் என்று சொன்னான். நம்ம குதிரை அளவுதான் இருந்தது."

"ஓ! வெளி பிரதேசங்கள் போய்வரும் ஆட்கள் பொய் சொல்லவும் கற்றுக் கொண்டு வருகிறார்கள். அது... அது பேரு என்ன சொன்ன?"

"ஒட்டகம்."

"ஆமாம். அதோட கழுத்து மிக நீளமானது; வட்சு நதியின் ஒரு கரையில் இருந்து கழுத்தை நீட்டி மறு கரையில் இருக்கிற புல்லை மேயும்... அப்படின்னு சொல்றாங்க. அதுவும் பொய்தானே?"

"ஒட்டகத்தின் கழுத்து குதிரையின் கழுத்தைவிட நீளமாக இருந்தது உண்மைதான். அதுக்காக, அடுத்த கரையில இருக்கிற புல்லை மேயும் என்பதெல்லாம் கட்டுக்கதை."

"இந்தப் புரட்டல்காரக் கும்பல் - கீழ் மாத்ரர் - பர்ஷுக்கள் - செம்புக் கோடரி, வாள்களைப் பரவலாக ஆக்கிவிட்டது. அந்த மாதிரி ஆயுதங்களைக் கொண்டு பர்ஷுக்கள், மேல் மாத்ரர்களாகிய எங்களைத் தாக்கினார்கள், எங்க அப்பா காலத்தில. அப்ப, இரண்டு குதிரைக்கு ஒரு செம்புக் கோடரி என்று நாங்கள் கீழ் மாத்ரர்களிடம் வாங்க வேண்டி வந்தது."

"கற்கோடரிகள், செம்பு ஆயுதங்கள் முன்னால் தாக்குப் பிடிக்க முடியாமல் போயிருக்கும் இல்லையா?"

"ஆமாம், மகனே! நாங்கள் வலு இழந்து உலோக ஆயுதங்கள் பெற வேண்டி இருந்தது. அதுவரைக்கும் மேல் மாத்ரர்களுக்கும் புரூக்களுக்கும் மோதலே இருந்தது இல்லை. ஆனால், பர்ஷுக்களும் கீழ் மாத்ரர்களும் எப்போதுமே கொள்ளையடிப்பதில் விருப்பம் கொண்டவர்கள். பழைய விதிகளைப் புறக்கணித்து புதியவற்றைத் தேடுபவர்கள். அதனால், எங்கள் இனமும் அதையே செய்ய வேண்டிவந்தது. எங்களைக் காப்பாற்றிக் கொள்ள வேண்டுமே! அவர்கள் இந்த உலோக ஆயுதங்களைக் கைவிடும் வரை, நாங்களும்விட முடியாது; அது தற்கொலைக்குச் சமானம். ஆனால், எல்லா இடங்களிலும் தாமிரம் பரவுவது கேடு மகனே! அதில் அய்யம் இல்லை. இந்த அக்கிரமத்தை பரப்பறவங்க இந்த ரெண்டு இனங்கள்தான்; அவங்களுக்கு கடவுள் அருள் கிடைக்காது. நரகத்திலதான் விழுவாங்க. அவர்கள் நாசமா போவாங்க! அவர்கள் போல இருக்கவும், அவர்களைப் பத்தின பயத்திலயும்தான் நாங்க எங்க கிராமத்தில் கல், மண்ணைப் பூசி வீடுகளைக் கட்டுறோம். முன்னெல்லாம், கூடாரங்கள் கொண்ட முகாம்தான் எங்க வசிப்பிடம்; இன்னைக்கு இங்க, நாளைக்கு எங்கயோ! வட்சு நதிப் பள்ளத்தாக்கில் அப்படித்தான் இருந்தது. இவங்க அதையெல்லாம் உடைச்சிட்டாங்க. உலோகக் கற்கள் வைத்து பூமித்தாயின் மார்பைக் கீற எப்படித்தான் மனசு வருதோ! யாரும் இந்த மாதிரி அக்கிரமம் பண்ணியதில்ல. நாம் பூமியை அம்மான்னு சொல்றோம் இல்லையா, தம்பி?"

“ஆமாம், தாத்தா! நாங்க பூமியைத் தாய் என்கிறோம்; தெய்வம் என்கிறோம். வழிபடுகிறோம்.”

“ஆனால், இந்தக் கொடுமைக்காரர்கள் பூமித்தாயின் மார்பைத் தம் கையாலயே காயப்படுத்திட்டாங்க. அவங்க செய்யறதுக்கு - ஏதோ சொல்றாங்களே, அது பேரென்ன, மறந்திட்டேன்.”

“விவசாயம். உழவு.”

“ஆமாம். விவசாயமாம். அறுவடையாம். கோதுமை, நெல், பார்லி என்று விதைக்கிறார்களாம். இதெல்லாம் கேள்விப்பட்டதே இல்லை. எம் முன்னோர் பூமியின் உடலில் ஒரு கீறல்கூட உருவாக்கியதில்லை; பூமித்தாயை எவ்வகையிலும் அவமானப்படுத்தியதில்லை. பூமி நமது மந்தைகளுக்குப் புல் தருகிறது; அவள் காடுகள் விதவிதமான கனிகளைத் தருகிறது. அவை தின்னத் தின்னக் குறையாது. ஆனால், மாத்ரர்கள் செய்த பாவச்செயலால், அவர்களைப் பார்த்து நாமும் அந்தக் குழியில் விழுந்ததால், என்ன ஆயிற்று? ஆளுயரம் வளர்ந்த புற்கள் எங்கே? பழங்கால பசுக்கள் போல பெருத்த மாடுகள் எங்கே? அவை ஒட்டுமொத்த மாத்ரர் இனத்திற்கும் ஒரு நாள் உணவாகுமே! முன்பு இருந்தது போன்ற மாடுகள், குதிரைகள், ஆடுகள் எங்கே? காடுகளில் திரியும் கரடி, மான்கள்கூட முன்பு போல வளர்த்தியாக இல்லை. மனிதர்களும் நீண்ட நாட்கள் வாழ்வதில்லை. எல்லாம் பூமித்தாயின் சினத்தினால்தான் மகனே!”

“தாத்தா, நீங்கள் இதுவரை எத்தனை குளிர்காலங்கள் பார்த்திருப்பீர்கள்?”

“நூற்றுக்கு மேல் இருக்கும். எங்கள் முகாமில் முன்பு கூடாரங்கள்தான். இப்ப, கிராமத்தில் மண்ணும் கல்லும் கொண்டு சுவரெழுப்பப்பட்ட நூறு வீடுகள் இருக்கின்றன. உழவு நிலங்கள் இல்லாமல் இருந்தபோது, எங்கள் முகாம் முழுதும் சுதந்திரமாக சுற்றித் திரிந்தது. கோதுமை விவசாயம் தொடங்கியதும், அதை மான், மற்றும் பிற விலங்குகளிடம் இருந்து காப்பாற்ற வேண்டி உள்ளது. வயல்கள் மனிதர்களைக் கட்டிப் போடும் முளைகளாகிவிட்டன. ஆனால், மனிதன் ஒரே இடத்தில் அடைந்து கிடக்கப் பிறந்தவன் அல்ல மகனே! மாத்ரர் - பர்ஷுக்கள் மனிதர்களுக்கென தெய்வங்கள் உருவாக்கிய இருப்பை மாற்றி விட்டார்கள்.”

“தாத்தா! இப்போ நாம விரும்பினாலும் விவசாயத்தைக் கைவிட முடியாதே? தானியங்கள்தான் நமக்கு பாதி உணவாக இருக்கிறது.”

“அது சரிதான். ஆனா, நம் மூதாதையர் தானியங்களைச் சாப்பிடவில்லை. தெற்கே ஐம்பது மைல் தொலைவில் காட்டுக் கோதுமை விளையும்; அதுவா முளைத்து, பழுத்து, உதிர்ந்து விடும். மாடுகள் அதைத் தின்று கூடுதல் பால் கறக்கும். குதிரைகள் அதனை உண்டு வலுவானதாக வளரும். எங்கள் மந்தைகள் ஆண்டுதோறும் அங்குப் போகும். பூமித்தாய் அதை மனிதர்கள் உண்ண வழங்கவில்லை. நம் வயல்களில் வளரும் கோதுமை மணிகளைவிட அவை சிறியதாக வளரும். அவை விலங்குகளுக்கானவை. நமக்கு உணவளிக்க இந்தப் பசுக்கள், குதிரைகள், ஆடுகள், செம்மறிகள் தவிர காடுகளில் வேட்டையில் கிடைக்கும் கரடி, மான், காட்டுப் பன்றி எனப் பல இருக்கின்றன. திராட்சை மற்றும் விதவிதமான கனிகள் இருக்கின்றன. பூமித் தாய் இவற்றை எல்லாம் நம் வளத்திற்காக வாரி வழங்கி உள்ளாள். ஆனா, இந்த மாத்ரர் - பர்ஷுக்கள் - அவங்க நாசமாய் போக - நமது மரபுகளைக் கைவிட்டுப் புதுசா வழி கண்டுபிடிச்சிருக்காங்க. அதனால், மானுடத்தின் மீது தெய்வங்களின் கோபம் வந்ததுதான் மிச்சம். மகனே! இனிமேல் வட்சு நதிக்கரை மக்களின் விதி என்ன ஆகும் என எனக்குத் தெரியவில்லை. என்னைப் பொறுத்தவரை, நான் இருபத்தைந்து ஆண்டுகளாக இந்தத் தண்டாவை விட்டு வேறெங்கும் போகவில்லை. குளிருக்கு, கொஞ்சம் கீழே இருக்கிற குடிசைக்குப் போவேன். நான் ஏன் நமது முன்னோர் கட்டி எழுப்பிய மரபுகளை உடைப்பவர்களோடு போய் இருக்க வேண்டும்? நம் முன்னோரின் சொற்கள் என் மனதில் காலம்காலமாகப் பதிந்து கிடக்கிறது; தேவைப்படுபவர்கள் இங்கு வந்து அதைத் தெரிந்து கொண்டு போகிறார்கள். ஆனால், அவர்களது சொற்களை மதிக்காதவர்கள் நாளுக்கு நாள் பெருகி வருகிறார்கள். இப்போது, வயலில் கிடைப்பது போதாது என்று மாத்ரர் - பர்ஷுக்கள் நதிக்கரை மக்களின் உணவு, உடைகளைக் கொடுத்துவிட்டு எதை வாங்கி வருகிறார்கள்? - குதிரையைக் கொடுத்து செம்புப் பாத்திரம்! பஞ்சம் வந்தால், அந்தப் பாத்திரம் சாப்பாடு போடுமா? புரூக்கள் வயிற்றுக்கு உணவின்றி, உடலைப் போர்த்த துணியின்றி இருப்பார்கள்; அவர்கள் வீடுகளில் இந்த உலோகப் பாத்திரங்கள் நிறைந்திருக்கும். ச்சே!”

“கீழ் மாத்ர இனப் பெண்கள் வெண்ணிற, மஞ்சள் வண்ண நகைகளைக் காது, கழுத்தில் அணிந்து கொள்வதாகவும் கேள்விப்பட்டேன். ஒரு தோடு, ஒரு குதிரையின் விலையாம்! அதை ‘பொன்’ என்றும் ‘வெள்ளி’ என்றும் சொல்கிறார்கள்.”

“அவர்களை அடக்க ஆளில்லை. வட்சு நதிக்கரை மக்களை அழித்து விடுவார்கள். நம்மிடம் கொஞ்சநஞ்சம் இருக்கும் உணவு, உடைகளையும் விட்டு வைக்க மாட்டார்கள். நமது இனப் பெண்களும் அவர்களைப் போலவே இரண்டு குதிரைக்கு நிகரான வளையங்களை காதில் மாட்டிக் கொள்வார்கள். அக்னி தேவா! கொஞ்சம் கருணை காட்டு! இந்த மனிதர்கள் மத்தியில் இனியும் இருக்க வைக்காதே. என் மூதாதையர் இருக்கும் இடத்திற்கு என்னை அழைத்துச் சென்றுவிடு!”

“அதைவிடக் கொடுமையான இன்னொன்றும் இருக்கு தாத்தா! அவர்கள் எங்கிருந்தோ மனிதர்களைச் சிறைப்படுத்திக் கொண்டுவந்து, அவர்களைச் செம்புக் கோடரிகள், வாள்கள் செய்யக் கட்டாயப் படுத்துகிறார்கள். அக்கைதிகள் மிகச் சிறந்த உழைப்பாளிகள்; ஆனால், அவர்களது எசமானர்கள் அம்மக்களை விலங்கினும் கேடாக நடத்துகிறார்கள்; அவர்களுக்கு வேண்டும் வரை வைத்துக் கொள்கிறார்கள்; பிறகு விற்று விடுகிறார்கள். அவர்களைத்தான் விவசாயம், கம்பளி நெசவு, பிற வேலைகள் அனைத்திற்கும் பயன்படுத்துகிறார்கள். அவர்களை ‘அடிமைகள்’ என்று அழைக்கிறார்கள்.”

“மனிதர்களை வாங்குவதும் விற்பதுமா? உடைகளை வாங்குவதும் விற்பதும் தவறு என்று நாங்கள் நினைப்பது உண்டு. இந்தக் கொடுமைக்கார மாத்ரர்கள் இத்தனை தரம் தாழ்ந்து போவார்கள் என நம் முன்னோர்கள் கனவில்கூட நினைத்திருக்க மாட்டார்கள். ஒரு விரல் அழுகத் தொடங்கிவிட்டால், அதை வெட்டி எறிவது தவிர வேறு வழியில்லை; விட்டால் முழு உடலையும் புழுக்க வைத்துவிடும். தம்பி! நாம் வட்சு நதிக்கரையில் அவர்களை வாழ விடுவது மிகப் பெரிய பாவம். அதனைக் காண நான் இனி இருக்க மாட்டேன்.”

தாத்தாவின் பேச்சு புரூகூத்தைக் கவர்ந்தது. ஆனாலும், புதிய கருவிகள் இல்லாமல் மானுட, விலங்கு எதிரிகள் மத்தியில் வாழ்வது கடினம் என்ற அவனது நம்பிக்கை மாறவில்லை.

மூன்றாவது நாள் புரூகூத் விடைபெற்றபோது முதியவர் அவனது நெற்றி, கண்களைத் தொட்டு வாழ்த்தினார். ரோச்னா அவனை வழியனுப்பக் கூடவே வெகுதூரம் வந்தாள். பிரிய வேண்டிய நேரம் வந்தபோது, இருவர் கன்னங்களிலும் கண்ணீர் வழிந்தது.

3

தாத்தா சொன்னது பலித்தது, இருபத்தைந்து ஆண்டுகளுக்குப் பிறகு. கீழ் மாத்ரர் - பர்ஷுக்கள் எந்த வரன்முறையும் இன்றி புரூ-மேல் மாத்ரர்களைச் சுரண்டினார்கள். மேலமாத்ர - புரூ இன ஆண்களும் பெண்களும் சுதந்திரம் கொண்டவர்கள்; அவர்கள் துணிகள், கம்பளிகள் நெசவில் கைதேர்ந்தவர்கள். ஆனால், அவர்களது உணவு, உடை ஆகிய செலவுகளும் இருந்ததால், அவர்களது பொருட்கள் கூடுதல் விலைமதிப்பு கொண்டவையாக இருந்தன. அதே சமயம் அவை சீரிய நேர்த்தியுடன் இருந்தன. கீழ் பகுதியில் வசித்தவர்கள் இவற்றை அடிமைகளைக் கொண்டு தயாரித்தனர்; அவை சற்று மட்டமாக இருந்தன; ஆனால், விலை குறைவாக இருந்தது. வர்த்தகர்கள் ஒட்டகங்கள், குதிரைகள் மீதேறி, அடிமைகள் உருவாக்கிய பொருள்களோடு அடுத்துள்ள நிலப்பகுதிகளுக்குச் சென்றனர். அவர்களது விற்பனை சூடு பறந்தது. அதோடு, செம்புப் பாத்திரங்கள் மேல்நதிக்கரை வாசிகளுக்கும் இன்றியமையாதவையாக ஆகிவிட்டன. ஆண்டுக்காண்டு அவற்றின் விலையும் குறைந்து வந்தது. மண், மரப் பாண்டங்களைவிட செம்புக் கலங்கள் நீண்ட காலம் தாக்குப் பிடித்தன. கால் நூற்றாண்டுக்கு முன்பு ஒரு சில வீடுகளில் மட்டுமே செம்புப் பாத்திரங்கள் இருந்த நிலை மாறி, அவை இல்லாத வீடுகள் அருகத் தொடங்கின. பொன், வெள்ளிப் பயன்பாடும் பெருகத் தொடங்கியது. இப்பொருட்களைப் பெற அவர்கள் தம்மிடம் இருந்த உணவு, போர்வைகள், தோல், குதிரை, கால்நடை ஆகியவற்றைப் பரிவர்த்தனை செய்ய வேண்டி வந்தது. எனவே அவர்களது வளங்கள் தொடர்ந்து குன்றத் தொடங்கின.

சில மேல்நதிக்கரை மக்கள் வணிகம் செய்ய முயன்றனர். கீழ் நதிக்கரைவாசிகள் தம்மை ஏமாற்றுவதாகக் கருதி இந்த முயற்சியில் ஈடுபட்டனர். ஆனால், வட்சு நதி அவர்களது நிலப்பகுதியில் ஓடியதால், அவர்கள் அந்த வழியை இவர்களுக்கு விடாமல் அடைத்து வைக்கத் தொடங்கினர். சில நேரங்களில் அதனால் மோதல்கள் ஏற்பட்டன. புரூ-மேல் மாத்ர இனத்தவர் மாற்று வழி கண்டுபிடிக்க பெரிதும் முயன்றனர். அதில் தோல்விதான் கண்டனர்.

இந்தச் சிக்கலில் கீழ் நதிக்கரையினர் தமக்குள் ஒற்றுமை இல்லாமல் இருக்க, மேல் நதிக்கரையினர் ஒன்றுபட்டு நின்றனர். எந்த நேரம் தாக்குதல் வந்தாலும், தம்மைத் தற்காத்துக் கொள்ளத் தயாராக இருந்தனர். புரூகூத் இந்த மோதல்களில் தன் வீரத்தாலும்

அறிவுத் திறமையாலும் மக்கள் மனதைக் கவர்ந்தான். முப்பது வயது நிறைவதற்குள் புரூகூத் புரூ இனத்தின் தலைவராகத் தேர்ந்தெடுக்கப்பட்டான்.

கீழ் மாத்ரர் - பர்ஷுக்களின் அநியாய வர்த்தகத்திற்கு முடிவு கட்டாமல் தன் மக்களுக்கு விடிவு கிடைக்காது என புரூகூத் உணர்ந்தான். செம்பின் பயன்பாடு நாளுக்கு நாள் வளர்ந்து கொண்டே இருந்தது. ஆயுதங்கள், சமையல் கலங்கள், ஆபரணங்கள் தவிர அன்றாட பரிவர்த்தனைக்கும் மக்கள் செம்பைத்தான் விரும்பினார்கள். இறைச்சி அல்லது போர்வைக்குப் பதிலாக செம்பு வாள் அல்லது கத்தியைப் பெறவே அனைவரும் விரும்பினர். புரூகூத் தன் இன மக்கள் அனைவரையும் ஒன்று சேர்த்து, கீழ் நதிக்கரை மக்களின் அநீதியான வர்த்தக முறைகளால்தான் நட்டம் ஏற்படுகிறது என்பதை விளக்கினான். அவர்களை அழிக்காவிட்டால், ஒரு கட்டத்தில் அவர்களின் கைப்பாவைகளாக வாழ நேரிடும் என்பதை அனைவரும் உணர்ந்தனர். கீழ் மாத்ரர்களின் அடிமைகளாகக்கூட மாற நேரிடும். அதே போன்ற புரிதல் புரூ-மேல் மாத்ரர் தலைவர்கள் ஒன்றிணைந்து ஆலோசனை நடத்திய போதும் உருவானது. இரு இனத்தவர்களின் படைத்தளபதியாக புரூகூத் தெரிவு செய்யப்பட்டான். இந்தப் பதவிக்கு 'இந்திரன்' எனப் பெயரிட்டனர். புரூகூத் வரலாற்றில் முதல் இந்திரன் பதவியைப் பெற்றான்.

புரூகூத் தனது படையைத் திரட்ட முனைந்தான். புதிய பட்டம் கிடைத்ததும் முதல் வேலையாக தனது பாதுகாப்பின் கீழ் ஓரிரு உலோக ஆயுதங்கள் செய்யும் தொழிலாளர்களைக் கொண்டுவந்தான். மேல் நதிக்கரை மக்கள் அவர்களை நட்புடன் வரவேற்றனர்; அவர்கள் உதவியுடன் செம்பு வேலைகள் செய்யப் பழகிக் கொண்டனர். இப்படிப் பல கைவினைஞர்கள் உருவானார்கள். எதிரிகளான அண்டைப் பகுதியினர், அடிமைகளைத் திரும்பப் பெற பலவாறு முயன்றனர். ஆனால், வணிகத்தில் தொடர்ந்து ஈடுபட்டதால், அவர்களது போர்த்திறம் குறைந்துவிட்டது. போரில் தோற்றதும், அவர்கள் தம் பகைவர்களுக்குச் செம்பு விற்பனை செய்வதில்லை என முடிவெடுத்தனர். ஆனால், விரைவில் அது அவர்களின் வணிகத்திற்கு வேட்டு வைத்துவிடும் எனக் கண்டார்கள். புரூ-மேல் மாத்ர இனத்தவர் ஏற்கனவே வாங்கிச் சேர்த்திருந்த பாத்திரங்கள், கலங்களை உருக்கி ஆயுதங்களாகச் செய்ய முடியும் என உணர்ந்தனர். ஒரு தலைமுறைக் காலம்

அவர்கள் தன்னிறைவுடன் வாழ முடியும் என்பது அவர்களுக்குப் புரிந்தது.

இறுதியாக, இந்திரனும் அவர் சார்ந்த இரு இனத்தவரும் எதிரிகளை அழித்துவிட வேண்டும் என்ற முடிவிற்கு வந்தனர். புரூகூத்தும் உலோக வேலையில் தேர்ச்சி பெற்று இருந்தான். அவனது ஆலோசனையின் பேரில் வாள், ஈட்டி, அம்பு ஆகியவற்றில் சில மாற்றங்கள் செய்யப்பட்டன. தனது படையில் இருந்த சிறந்த வீரர்களைப் பாதுகாக்க நிறையக் கேடயங்கள் தயாரித்தனர்.

இரண்டு இனத்தவருள் ஒரு இனத்தவரை முதலில் சமாளிப்பது என்ற முடிவுக்கு புரூகூத் வந்தான். பர்ஷுக்களை முதலில் எதிர்கொள்ள முடிவெடுத்தனர். குளிர்காலத்தில், அவர்கள் வெளிப் பிரதேசங்களில் வர்த்தகத்தில் ஈடுபட்டுக் கொண்டிருப்பார்கள். அதுதான் தக்க சமயம் என இந்திரன் முடிவெடுத்தார். இந்திரன், தன் படை வீரர்களுக்கு தந்திரத்துடன் களமாடக் கற்றுக் கொடுத்திருந்தார். இருதரப்பிலும் பலகாலப் பகைமை இருந்த போதிலும், கீழ் நதிக்கரைவாசிகள் இப்படித் திடீரென, மோசமானத் தாக்குதல் வரும் எனச் சிறிதும் எதிர்பார்க்கவில்லை. அத்தாக்குதல் வட்சு பள்ளத்தாக்கில் அவர்களது சுவடே இல்லாமல் ஆக்கும் என எண்ணவில்லை. இந்திரன் அவரது நேரடித் தலைமையின் கீழ், அவரே தேர்ந்தெடுத்த வீரர்களுடன் தாக்குதலைத் தொடங்கினார். இந்தப் படையெடுப்பின் காரணத்தை பர்ஷுக்கள் விரைவில் புரிந்து கொண்டனர். என்ன நடக்கிறது என்பதை உணர்ந்தபோது தமது உயிர்களைக் காப்பாற்றிக் கொள்ளக் கடுமையாக போராடினர். வெவ்வேறு கிராமங்களில் இருந்த படைகளை ஒன்று சேர்க்கக் கூட அவர்களுக்கு நேரம் இல்லாமல் போயிற்று. ஒவ்வொரு கிராமமாகக் கைப்பற்றப்பட்டது; ஆயிரக்கணக்கான மக்கள் கொன்று குவிக்கப்பட்டனர்; யாரையும் சிறைபிடிக்கவில்லை. இந்தப் பயங்கர அழிவுச் செய்தி கீழ் மாத்ரர்களுக்கு அக்கரை சென்று சேரும் முன் அவர்களுக்குத் தம்மைப் பாதுகாத்துக் கொள்ள காலம் இல்லை. இன்னும் சில கிராமங்கள் மட்டும் மிஞ்சி இருந்தன; அவற்றைக் கைப்பற்றப் போதுமான படைகளை விட்டுவிட்டு இந்திரன் புரூகூத் குரு இனத்தின் எல்லைக்குள் நுழைந்தார். கீழ் மாத்ரர்கள் துணிந்து எதிர்த்தனர்; ஆனால், அவர்களுக்கும் பர்ஷுக்களுக்கு இருந்த சிக்கல்கள் இருந்தன. இரு இனத்தவருள் ஒரு ஆடவன்கூட உயிர் தப்பவில்லை; பெண்டிர் வெற்றி பெற்ற இனப் பெண்களோடு சேர்த்துக் கொள்ளப்பட்டனர். பிடிபட்ட அடிமைகள் தமது நாடுகளுக்குத் திரும்பும் விருப்பம் தெரிவித்தால்

அனுமதிக்கப்பட்டனர். உயிர் தப்பிய சில ஆண்களும் பெண்களும் வட்சு பள்ளத்தாக்கை விட்டு மேற்கு திசையில் தப்பியோடினர். பிற்காலத்தில் அவர்களது வழித்தோன்றல்கள் ஈரான் நாட்டில் பர்ஷு, மாத்ர என்ற பெயர்களுடன் புகழுடன் வாழ்ந்தனர். இந்திரன் புரூகூத்தின் தலைமையில் அவர்களது முன்னோருக்கு நடந்த அழிவை அவர்களால் மறக்க முடியவில்லை. எனவேதான் ஈரானியர்கள் இந்திரனைத் தமது படு மோசமான எதிரி என்று கருதுகின்றனர். ஒட்டுமொத்த வட்சு பள்ளத்தாக்கும் மேல் மாத்ரர் – புரூக்கள் வசமாயிற்று. நதியின் இரு கரைகளையும் அவர்கள் சமமாகப் பகிர்ந்து கொண்டார்கள்.

புதிதாக வந்த வழிமுறைகளை மாற்றிப் பழைய மரபுகளை மீண்டும் நிலை நிறுத்த அவர்கள் பெரிதும் உறுதியோடு முயன்றனர். ஆனாலும், செம்புக் கருவிகளை விட்டு, கல் கருவிகளுக்குத் திரும்புவது இயலாமல் போயிற்று. செம்பு பெறுவதற்காக மலைப் பள்ளத்தாக்கை விட்டு வெளிப் பகுதிகளில் வணிகம் செய்ய வேண்டியதாயிற்று.

இருந்தும் அடிமை முறையை அவர்கள் அனுமதிக்கவில்லை; வெளிப்பகுதிகளில் இருந்து வரும் எவரையும் நிரந்தரமாக பள்ளத்தாக்கில் தங்கவும் அனுமதிக்கவில்லை. பலப்பல நூற்றாண்டுகள் கழிந்தன; இந்திரன் புரூகூத் யார் நினைவிலும் இல்லை; அல்லது அவரை ஒரு தெய்வமாக ஆக்கிவிட்டனர்; அவர்களது இனம் பல்கிப் பெருகியது; எனவே அங்கேயே இருப்பது கடினமாயிற்று. பலர் தெற்கு நோக்கி இடம்பெயரத் தொடங்கினார்.

முன்பு, ஒவ்வொரு இனமும் சுதந்திரமாக இருந்தது. தலைமைப் பொறுப்பு என்ற ஒன்று இருந்தாலும், சமூகத்தின் ஆதரவு அவசியமாக இருந்தது. ஆனால், வட்சு நதிப் பகுதியில் நடந்த போர் பல சமூகங்களுக்கு ஒரு தளபதியாக இந்திரனைப் படைத்துவிட்டது.

5. புரூதான்

நிலப்பகுதி : மேல் சுவாதம்

இனம் : இந்தோ - ஆரியர்

காலம் : பொ.ஆ.முன். 2000

170 தலைமுறைகளுக்கு முன்பு ஆரியர் - அசுரர் இடையே தொடங்கிய மோதல் இது. மலைப்பகுதியில் வாழ்ந்த ஆரியர்கள் அடிமை முறையை ஏற்காமல் இருந்த காலம் அது. செம்பு, பித்தளை போன்ற உலோகப் பயன்பாடும் வர்த்தகமும் பெருகிய காலம்.

1

பசுமை போர்த்திய மலைகள், பெருக்கெடுக்கும் நீரோடைகள், கண்ணுக்கெட்டிய தொலைவு வரை தலை விரித்தாடும் சோளக்கதிர்கள் நிறைந்த வயல்கள் என சுவாத நதியின் இடது கரை அழகே உருக்கொண்ட பகுதியாக திகழ்ந்தது. ஆனால், ஆரியர்கள் பெருமையாக கூறிக் கொண்டது கற்சுவர்களும் தேவதாரு மரக் கூரைகளும் கொண்ட தமது வீடுகளைப் பற்றிதான். அதனால்தான் அப்பகுதி 'அழகிய வீடுகள் கொண்ட பகுதி' - சுவாதம் - எனப்பட்டது. வட்சு நதிக்கரைகளை விட்டு இடம்பெயர்ந்த ஆரியர்கள் குறுகலான பாமிர் மலைப்பகுதி, கடக்க முடியாத கரடுமுரடான ஹிந்துகுஷ் பாறைகள், குனார் மற்றும் பஞ்சகோரா நதிகள் ஆகியவற்றைக் கடந்து சுவாதம் வந்து சேர்ந்திருந்தனர். ஆரிய இனத்தவர் நினைவில் அந்தப் பயணத்தின் சுவடுகள் நீடித்தன; அதுதான் மங்களபுரத்தில் (மங்களூர்) இன்றுவரை தொடரும் இந்திரவிழாவாக நீடிக்கிறது. சிக்கலான பாதைகளில் தம்மைக் காப்பாற்றிய இந்திரனுக்கு நன்றி சொல்லும் விழா அது.

மங்களபுரத்தின் புரூ குலத்தோர் தமது வீடுகளை தேவதாரு மரத் தோகைகள், வண்ண வண்ணப் பதாகைகள் கொண்டு

அலங்கரித்திருந்தனர். புரூதான் புதிய வகை செந்நிறக் கொடிகளைத் தன் வீட்டில் தொங்கவிட்டிருந்தான்; அண்டைவீட்டுச் சுமேதன் வியந்து அதனைத் தொட்டுப் பார்த்தான்.

“நண்பா புரூ! இந்தக் கொடிகள் வழவழவென்று மிருதுவாக இருக்கின்றனவே! இம்மாதிரி துணிகள் இங்கு நெய்யப்படுவ தில்லையே? இத்தனை மிருதுவான ரோமங்கள் கொண்ட ஆடுகள் வேறுவகையாக இருக்க வேண்டும், இல்ல?”

“சுமேத், இது ஆட்டு ரோமத்தால் நெய்யப்பட்டது அல்ல.”

“அப்ப?”

“இது மரத்தில் விளையும் உரோமம். நமது ஆடுகளிடம் ரோமம் இருப்பது போல காட்டில் உள்ள மரத்தில் இது முளைக்கிறது. அப்படித்தான் நான் கேள்விப்பட்டேன். இதுவரை, அந்த மரத்தை நான் காணவில்லை.”

“மரங்களில் உரோமம் விளைவது எத்தனை மகிழ்ச்சியானது. இங்கும் அம்மரங்களை வளர்க்க முடியாதா?” என்றபடி, தக்களியைத் தன் தொடையில் உருட்டி உரோமத்தை நூலாக நூற்கத் தொடங்கினான்.

“தெரில. அந்த மரம் வளர எத்தனை வெப்பம் அல்லது குளிர் தேவை எனத் தெரியாதே. ஆனா, அவங்களுக்கு இறைச்சி ஒண்ணும் மரத்தில காயக்கிறதில்ல, சுமேத்!”

“உரோமம் காய்க்கும் மரம் உள்ள நிலம் இருக்குன்னா, மாமிசம் காய்க்கும் மரம் எங்காவது இருக்கலாம்! சரி, இந்தத் துணி எத்தனை விலை?”

“கம்பளியை விடக் குறைவுதான்; ஆனா, அந்த அளவு உழைக்காது.”

“எங்க வாங்கின?”

“அசுரர்களிடம் இருந்து. இங்கிருந்து ஐம்பது கோசம் தூரத்தில் அவர்களோட நாடு இருக்கு. இந்தத் துணியால செய்த ஆடைகளைத்தான் அவங்க அணியறாங்க.”

“இவ்வளவு மலிவாக இருந்தால், நாமும் இதையே அணியலாமே?”

“இது குளிர்காலத்துக்குச் சரிப்படாது.”

“அப்படீன்னா அவங்க மட்டும் எப்படி இதைப் போட்டுக்கிறாங்க?”

“அவங்களுக்குக் குளிர் குறைவு. அங்க பனி பெய்யறதே இல்ல.”

“நீ ஏன் எப்பவும் வியாபாரத்துக்குத் தெற்குப் பகுதிக்குப் போற? கிழக்கு, மேற்கு, வடக்குப் பகுதிகளுக்குப் போக மாட்டேங்கிற?”

“தெற்கில் நல்ல இலாபம் கிடைக்குது; நிறைய விதவிதமான பொருட்கள் வாங்கலாம். ஆனால், வெப்பம்தான் தாங்காது. ஒரு மிடறு தண்ணீருக்கு நாக்கு தவிக்கும். அதுமட்டும்தான் சிக்கல்.”

“புரூதான், அந்த மக்கள் எப்படிப்பட்டவங்க?”

“குள்ளமா, மாநிறத்தில, அழகா இருக்க மாட்டாங்க; மூக்கு வெளிலயே தெரியாம அமுங்கி, தட்டையா இருக்கும். அதைவிட அவர்களிடம் மோசமான வழக்கம் ஒன்று இருக்கு - மனிதர்களை வாங்கி விற்பது.”

“என்ன? மனிதர்களை விற்பதா?”

“அவங்கள ‘அடிமைகள்’ என்று சொல்றாங்க.”

“அடிமைகளுக்கும், எசமானர்களுக்கும் உருவத்தில் வேறுபாடு இருக்கா?”

“இல்லை. அடிமைகள் பாவப்பட்ட ஏதிலிகள்; அவங்க உடம்பு, உயிர் எல்லாம் எசமானருக்கு உரியது.”

“அய்யோ! அந்த மாதிரி மக்கள் என் கண்ணில் படாமல் இந்திரன் காப்பாற்றுவானாக!”

“அது சரி, இன்னும் தக்களியை சுத்திக்கிட்டு இருக்க? வேள்விக்கு போக நேரம் ஆச்சே!”

“போகாம? இந்திரன் அருளால் கொழுத்த கால்நடைகளும் நல்ல சோமபானமும் நமக்குக் கிடைக்கின்றன. இந்திரவிழாவில் எவராவது கலந்து கொள்ளாமல் இருப்பாங்களா?”

“உன் மனைவி எப்படி இருக்காங்க? வெளில அவங்கள பாக்கவே முடியறதில்ல, இப்பல்லாம்?”

“அதில உனக்கென்ன குத்துது, உம்ம்?”

“எனக்கென்ன அதில சிக்கல். நீதான் வயதான பருவத்தில் இளம்பெண்ணைக் காதலித்தாய், சுமேத்?”

“அம்பது வயசு ஒரு வயசா?”

“அம்பதுக்கும் இருபதுக்கும் இடையில் நிறைய வித்தியாசம் இருக்கு.”

“அவ அப்ப மறுத்திருக்கலாமே?”

“அப்போ, நீ மீசைய முறுக்கிட்டு தாடிய அழகுபடுத்திட்டு பதினெட்டு வயது ஆள் மாதிரி போய் நின்ன. உஷாவோட பெற்றோர் உன் மந்தைகள் மேலதான் கண்ணா இருந்தாங்க; உன் வயசைக் கண்டுக்கல.”

“புரூ! இந்தப் பேச்சை நிறுத்து. இந்த விடலைப் பசங்களுக்கு எப்போதுமே...”

“சரி. விட்டேன். பாரு, இசை முழங்கத் தொடங்கி விட்டது. வேள்வி தொடங்கப் போவுது.”

“உன்னால நானும் தாமதமா போறேன்; திட்டு எனக்குதான் கிடைக்கும்.”

“கிளம்பு. உஷாவை அழைத்துக் கொண்டு போகலாம்.”

“ஆமாம், அவள் என்ன? இவ்வளவு நேரம் வீட்டிலயா இருக்கப் போகிறாள்?”

“சரி, தக்களியை வச்சிட்டு வா. போவோம்.”

“இதை எடுத்திட்டு வந்தா வேள்வி ஒண்ணும் தடைபடாது.”

“உன்னோட இந்த வேலையெல்லாம்தான் உஷாவுக்குப் பிடிக்கல.”

“மங்களபுரத்து வாலிபர்கள் அவளைச் சும்மா விட்டீங்கன்னா, அவளுக்கு என்னைப் பிடிக்கும்.”

நண்பர்கள் இருவரும் உரையாடியபடியே, நகருக்கு வெளியே இருந்த வேள்விச்சாலையை அடைந்தனர். புரூதானைக் கண்ட இளம் ஆண்களும் பெண்களும் புன்முறுவல் செய்தனர்; அவனும் கண்ணைச் சிமிட்டியபடியே அவர்களைப் பார்த்துச் சிரித்தான். ஒருமுறை சுமேதன் அதைக் கண்டுவிட்டான். ஆத்திரத்தில் பொருமத் தொடங்கினான்.

"இந்தப் பசங்க மங்களபுரத்துக்கே களங்கம்."

"என்ன ஆச்சு, நண்பா?"

"நண்பனாவது ஒண்ணாவது! என்னக் கேலி பண்ற?"

"அவன் ஒரு போக்கிரி, உனக்கே தெரியும். அதை ஏன் நீ பெரிசா எடுத்துக்கற?"

"ஒரு கௌரவமான ஆளைக்கூட இங்க என்னால பாக்க முடியல."

வேள்விச்சாலையைச் சுற்றிப் பெரிய மைதானம். அதில் மேடைகள், தூண்கள் ஆங்காங்கே எழுப்பப்பட்டிருந்தன. அவை தேவதாரு இலைகள் மற்றும் பூமாலைகளால் அலங்கரிக்கப்பட்டு இருந்தன. வேள்வி மேடைக்கு அருகில் நகரத்து ஆண்களும் பெண்களும் நின்று கொண்டிருந்தனர். மாலையில் நடக்கும் மங்களாபுரம் திருவிழாவில்தான் கூட்டம் அலைமோதும். புரூ இன மக்கள் அனைவரும் அங்கு இருப்பார்கள்; சுவாத நதியின் மறுகரையில் இருந்து மாத்ரர்களும் கலந்து கொள்வார்கள்.

உஷா நண்பர்கள் இருவரும் வருவதைக் கண்டாள். ஓடிவந்து சுமேதனின் கைகளைப் பிடித்துக்கொண்டு இளம் காதலியைப் போல கொஞ்சத் தொடங்கினாள்.

"அன்பு சுமேதா! காலையில் இருந்து தேடித் தேடிக் களைத்துப் போனேன். உன் சுவடே தெரியல."

"நான் என்ன செத்தா போயிட்டேன்?"

"இப்படிப் பேசாதே சுமேதா. உயிருடன் இருக்கும்போதே விதவை ஆக்கிவிடாதே."

"புரூ இனத்தில் விதவைகளுக்கு இளம் மைத்துனர்களுக்கா பஞ்சம்?"

"கணவன் உயிருடன் இருக்கும்போதும் அண்ணிமார்கள் மைத்துனர்களை விரும்புவது இல்லையா என்ன?" என்றான் புரூதான்.

"அதானே! என்னை முட்டாளாக்க ஓடி வருகிறாள். காலையிலேயே வீட்டை விட்டுக் கிளம்பி விட்டாள். எத்தனை வீடுகளில் இருந்து அவளுக்கு அழைப்புகள் வந்ததென்று கணக்கே கிடையாது. இன்னைக்கு மாலை ஒருவன், 'என்னோடு ஆட

வர்றியா?' என்பான்; இன்னொருத்தன் ஆடப் போட்டி போடுவான். சண்டை வரும்; இரத்தம் சிந்தப்படும்; சுமேதன் பேரில் வந்து எல்லாம் விடியும்."

உஷா அவன் கையை நழுவ விட்டாள். அவளது முகபாவம் மாறியது. கடுமையான குரலில், "அப்ப, என்னைப் பெட்டிக்குள் அடைச்சு வெக்க நினைக்கிறியா? அதுக்கு வேற ஆளப் பாரு. உன் மூலைல போய் உக்காரு, நான் என் வழில போறேன்" என்றாள்.

புரூதானை நோக்கி ஓர் இரகசியப் புன்னகையை வீசிவிட்டு, உஷா வேள்வி மேடைக்கருகில் இருந்த கூட்டத்திற்குள் மறைந்தாள்.

வட்சு நதிக்கரையில் முற்காலத்தில் செய்ததைப் போல இன்று ஒரு நாள் சுவாத நதிக்கரையில் இந்திரனுக்கு பெரிய குதிரை ஒன்று பலியாக வழங்கப்படும். அவர்கள் இனத்தில் இருந்த அனைவரிடமும் உள்ள குதிரைகளில் இருந்து அக்குதிரை தேர்ந்தெடுக்கப்படும். இப்பகுதியில் குதிரை மாமிசம் பொதுவாக உண்ணப்படுவதில்லை; ஆனால், இந்த ஆண்டுக்கு ஒரு முறை நடக்கும் விழாவில் வழிபாடு நடத்தி வழங்கப்படும் இறைச்சியை அனைவரும் பக்தியோடு பெற்றுக் கொள்வார்கள். ஜனபதி - மக்கள் தலைவர் - எனப்படும் இனக்குழுவின் தலைவர் தமது குழுவுடன் இந்த வேள்வியை நடத்த வந்திருக்கிறார். வட்சு நதிக்கரையில் இந்திரனுக்கு நடத்தப்படும் வழிபாட்டுக்குரிய சடங்குகள் அனைத்தும் அவர்களுக்கு அத்துபடி; உச்சரிக்க வேண்டிய மந்திர உச்சாடனங்களும் மனப்பாடமாகத் தெரியும். புனித நீர் தெளிப்பதில் தொடங்கி, பலியிடும் வரை அனைத்தும் இசை முழங்க, மந்திரங்கள் ஒலிக்க செய்து முடிக்கப்பட்டன. பிறகு அதன் தோல் உரிக்கப்பட்டு, மாமிசம் துண்டுதுண்டாக வெட்டப்பட்டு, சில பகுதிகள் அப்படியேவும், சில தேவையான சமையல் பொருட்கள் சேர்த்தும் தீயில் இடப்பட்டு இந்திரனுக்கு அளிக்கப்பட்டன. மாலையில் மீதியுள்ள அனைத்து இறைச்சியும் பகிர்ந்து அளிக்கப்பட்டது.

அதற்குள் மைதானம் முழுதும் கூட்டம் நிரம்பி வழிந்தது. மக்கள் தமது சிறந்த ஆடை ஆபரணங்களை அணிந்து வந்தனர். பெண்கள் தங்கள் அங்கிகளுக்கு மேல் மிருதுவான வண்ணம் தோய்த்த மேலாடைகளை அணிந்து வந்தனர்; இடுப்பில் அணிந்திருந்த, பலவண்ணங்களில் தையல் வேலை செய்யப்பட்ட இடுப்புப் பட்டி மேலாடையைக் கட்டியது; பெரும்பாலோனவர் காதுகளில் தங்கத் தோடுகள் மின்னின; வசந்தகாலத்தின் இறுதி

நாட்களாக இருந்ததால் பள்ளத்தாக்கு முழுதும் மலர்கள் பூத்துக் குலுங்கின; பெண் – ஆண், இருபாலரும் தங்கள் கூந்தலில் மலர்கள் சூடி அலங்கரித்தனர். இந்த விழாவின்போது காதல் இன்பத்திற்கு கட்டுதிட்டம் எதுவும் கிடையாது. இரவு தொடங்கியதும், இன்றைய விழாவுக்காக சிறப்பாக அலங்காரங்கள் செய்து கொண்டு வந்த உஷா புரூதானின் கைகளை இறுகப் பற்றினாள். அதைக் கண்ட சுமேதனின் முகம் தொங்கிப் போயிற்று. அவன் என்ன செய்ய முடியும் இன்று? இந்திர விழாவின்போது யாரையும் கடிந்து கொள்ளக்கூட முடியாது. சென்ற ஆண்டு ஜனபதியுடன் இதனால் மோதல் ஏற்பட இருந்தது. எனவே சுமேதன் தன் முகத்தைத் திருப்பிக் கொண்டான்.

அன்றிரவு சோமரசம் பெருக்கெடுத்து கரை புரண்டது. சோமபானம், பல கிராமங்களில் இருந்து கொண்டு வரப்பட்ட ருசிமிக்க குதிரை, மாட்டுக்கறி ஆகியவை குவிக்கப்பட்டிருந்தது. எங்கும் இளைஞர்கள் காதல் திளைப்பில் ஆழ்ந்து மகிழ்ந்திருந்தனர். ஒரு வாய் கறி சாப்பிட்டு, ஒரு கோப்பை சோமரசம் அருந்திவிட்டு, இசைத்துக் கொண்டிருந்த ஒலிக்கேற்ப நடனமாடி முடித்துவிட்டு, இன்னொரு கிராமத்து மக்களின் வரவேற்பை ஏற்கச் சென்று கொண்டிருந்தனர். மொத்த குடியும் இதற்கான தயாரிப்புகளைச் செய்திருந்தது. நடனமாடப் பரந்த வெளி காத்திருந்தது. இந்திர விழா இளமையைப் போற்றும் விழா; அன்று மட்டும் இரவும் பகலும் எந்தக் கட்டுப்பாடும் கிடையாது.

2

மேல் சுவாத நதிக்கரையில் கால்நடை மந்தைகள், தானியங்கள் ஆகியவற்றுக்குப் பஞ்சம் இல்லை. எனவே அங்கு வாழ்ந்த மக்கள் செழிப்புடனும் நிறைவுடனும் வாழ்ந்தனர். பிற பொருட்களில் அவர்களுக்கு முக்கியமாக தேவைப்பட்டது செம்பு. ஆடம்பரமான பொருட்களில் தங்கம், வெள்ளி நகைகள் ஆகியவற்றுக்கான தேவை அதிகரித்துக்கொண்டே வந்தது. அந்தப் பொருட்களை இப்பகுதியில் வழங்குவதற்காக அசுரர்கள் ஆண்டுதோறும் சுவாதம், கூபா (காபூல்) நதிகள் சங்கமிக்கும் பகுதியில் தற்காலிகக் குடியிருப்புகளை அமைத்தார்கள்.

பின்னர் இப்பகுதிக்கு ஆரியர்கள் புஷ்கலாவதி எனப் பெயரிட்டனராம். அப்பெயர் இன்றும் தொடர்கிறது. குளிர்கால

மத்தியில் சுவாதம், பஞ்சகோரா மற்றும் பிற பள்ளத்தாக்குகளில் வசிக்கும் அனைத்துக் குடிகளும் - புரூ, குரு, காந்தாரர், மாத்ரர், மல்லா, ஷிவி, உஷினர் மற்றும் பிறர் - தமது குதிரைகள், கம்பளிப் போர்வைகள், பிற பொருட்கள் ஆகியவற்றோடு வந்து புஷ்கலாவதியை அடுத்த சமவெளியில் தமது கூடாரங்களை அமைத்தனர். அசுரர் குடி வணிகர்களும் தத்தம் பொதிகளோடு அங்கு வந்தனர். பண்டமாற்று முறையாக வர்த்தகம் செய்தனர். பல நூற்றாண்டுகளாக நடந்து வரும் முறை இது.

இந்த ஆண்டு புரூ இனத்தவர் புரூதானின் தலைமையில் புஷ்கலாவதிக்கு வந்திருந்தனர். சில வருடங்களாக மலைவாழ் இனத்தவர் மத்தியில் அசுரர் இனத்தவர் அவர்களை ஏமாற்றி வருவதாக ஒரு புகார் இருந்து வந்தது. அசுரர் நகரசார் வணிகர்கள்; அவர்கள் தேர்ந்த வர்த்தகர்கள் என்பதில் அய்யமில்லை. எனவே அவர்கள் மலைவாழ் மக்களைக் கோமாளித்தனமான காட்டுமிராண்டிகள் என்று கருதினர். ஆனால், குதிரைகளில் பயணித்த, பழுப்பு நிற முடியும், நீலக் கண்களும் கொண்ட ஆரியர்கள் தம்மை எந்த வகையிலும் நகர்வாழ் அசுரரைக் காட்டிலும் குறைவானவர்கள் என்பதை ஏற்க மாட்டார்கள். காலப்போக்கில், புரூதானைப் போலவே பல ஆரியர்கள் அசுரர்களின் மொழியைக் கற்றுக்கொண்டு அவர்களோடு கலந்து பழக வாய்ப்புகள் கிடைத்த பின்னர்தான், அசுரர்கள் ஆரியரை விலங்கினம் போலக் கருதியதை அறிந்து கொண்டார்கள். அவ்விரு இனங்களுக்கும் இடையே பகைமை வளர இதுவே தொடக்கப் புள்ளியாக ஆயிற்று.

அசுரரது நகரங்கள் சிறப்பாக உருவாக்கப்பட்டிருந்தன. சுட்ட செங்கற்களால் கட்டப்பட்ட கட்டிடங்கள், தண்ணீர்க் குழாய்கள், குளியல் இடங்கள், சாலைகள், கிணறுகள் என அனைத்தும் வடிவமைக்கப்பட்டிருந்தன. ஆரியர்கள்கூட புஷ்கலாவதி நகரத்தின் அழகை மறுக்க முடியாது. அசுர இனப் பெண்கள் பலர் வடிவாக இருப்பதையும் ஆரியர் மறுக்கவில்லை; ஆனால், அவர்களின் தட்டை மூக்கு, முடி, உடலமைப்பு ஆகியவற்றைக் குறை கூறவும் தவறவில்லை. தங்களது மங்களாபுரத்தின் சூழல், தேவதாரு மரங்கள் நிறைந்த மலைகள் வளையமிட, பல வண்ண மாடங்கள், வரிசையாக கட்டப்பட்டுள்ள வீடுகள் ஆகியவை எந்த விதத்திலும் புஷ்கலாவதி நகருக்கு குறைந்தது என எப்போதும் ஒத்துக் கொள்ள மாட்டார்கள். அங்கு ஒரு மாதத்திற்கு மேல் ஆரியர்கள் தங்க முடியாது. தமது வீட்டை மனம் நாடும். புஷ்கலாவதியிலும் சுவாத நதி ஓடியது; ஆனால், தமது இடத்தில் அத்தண்ணீரின்

மணம் வேறாக இருந்ததாகக் கருதினர். அந்தத் தெள்ளிய நீரை அசுத்தப்படுத்த அசுரர் தொட்டாலே போதும் எனக் கூடச் சொன்னார்கள். எப்படியானாலும், ஆரியர்கள் அசுரரைத் தமக்குச் சமமானவராகக் கருத முன் வரவில்லை. அதிலும், அசுரர் பக்கத்தில் உள்ள அடிமைக் கூட்டம், அவர்களது கூரைகளில் அமர்ந்து கொண்டு தம் உடலை விலை பேசும் பெண்கள் ஆகியோரைப் பார்த்தபோது ஆரியருக்கு அசுரர் மீது எந்த மதிப்பும் உருவாகவில்லை.

தனிப்பட்ட முறையில், இரு இனத்தவருக்கும் இடையில் பல நட்புகள் முகிழ்த்தன. அசுரர் இன அரசர், வெகுதொலைவில் சிந்து நதிக்கரையில் உள்ள நகரத்தில் இருந்தார். புரூதான் அவரைக் கண்டதில்லை. ஆனால், அரசரது உள்ளூர் பிரதிநிதியைக் கண்டுள்ளார். குள்ளமாக, குண்டாக இருந்த அவர் சோம்பேறி; கடும் போதை காரணமாக அவரது கனமான கண் இமைகள் மூடிமூடித் திறந்தவண்ணம் இருந்தன; அவரது உடம்பு முழுதும் தங்கம், வெள்ளி ஆபரணங்கள் நிறைந்திருந்தன. அவரது காதுகள் துளையிடப்பட்டு கழுத்து வரை தொங்கின. புரூதானின் பார்வையில் அவர் அழகற்றவர், முட்டாள். இந்த நிர்வாக அதிகாரி, அரசனின் மைத்துனர் என்று கேள்விப்பட்டிருந்தான்; அதனால்தான் இந்தப் பொறுப்பு அவருக்கு வழங்கப்பட்டிருந்தது என்றும் அறிந்தான். இப்படிப்பட்ட அதிகாரியைப் பிரதிநிதியாக வைத்திருக்கும் அரசன் மீதும் புரூதானுக்கு மதிப்பு ஏற்படவில்லை.

பல ஆண்டுகளாக தொடர்ந்து அசுரர் சமூகத்துடன் தங்கிப் பழகியதால் புரூதான் அவர்களது பலவீனங்களையும் தெரிந்து கொண்டான். உயர் நிலையில் உள்ள அசுரர் இனத்தவர் அறிவில் சிறந்தவராக இருந்தாலும், கோழைகளாக இருந்தனர். எதிரிகளை எதிர்கொள்ள படைவீரர்களின் வலிமை, அடிமைகளின் வலு ஆகியவற்றையே நம்பி இருந்தார்கள். வலுவற்ற பகைவரை வீழ்த்த இது உதவும்; ஆனால், வலிமையான எதிரிக்கு முன் அவர்களால் முகம் கொடுக்க முடியாது. அரசரும், அவரது அதிகாரிகளும் சுகபோக வாழ்வை அனுபவிப்பதை மட்டும்தான் தம் இலட்சியமாகக் கொண்டிருந்தனர். ஆட்சியாளர் ஒவ்வொருவருக்கும் நூற்றுக்கணக்கான பரத்தையர் மற்றும் அடிமைப் பெண்கள் இருந்தனர். எல்லாப் பெண்களையும் அவர்கள் அடிமைகளாகத்தான் நடத்தினர். தற்சமயம், அரசரின் அந்தப்புரத்தில் அசுரர்களால் கடத்தப்பட்ட ஆரியப் பெண்கள் பலர் இருந்தனர். அவரது நல்லகாலம், அரசரின் தலைநகர் எல்லைப்பகுதியில் இருந்து வெகு தொலைவில் இருந்தது; எந்த ஆரியரும் அதுவரை போகவில்லை.

எனவே ஆரிய இனப் பெண்கள் சிறைபிடிக்கப்பட்டதை ஆதாரமற்றதாகக் கருதினர்.

புஷ்கலாவதி கடைகளில் இருந்து விதவிதமான அணிகலன்கள், பருத்தி, துணி, ஆயுதங்கள் போன்ற பல பொருட்கள் சுவாதப் பள்ளத்தாக்கு மட்டுமின்றி, குனார் பகுதியில் இருந்த நாடோடி இன முகாம்களுக்கும் பரவி இருந்தன. சுவாதம் பகுதி வாழ் பெண்கள் அசுரர் இன கைவினையாளர்களின் அற்புதமான அணிகலன்கள் மீது பித்துப் பிடித்து இருந்தனர். அப்பெண்களும் வர்த்தகர்களுடன் புஷ்கலாவதி நகருக்கு வரத் தொடங்கினர். சுமேதன் இறந்துபட்டதால் உஷா விதவை ஆக்கப்பட்டாள்; பிறகு கணவரின் உறவுமுறை கொண்டவரான புரூதானின் மனைவியானாள். அவளும் இந்த ஆண்டு புஷ்கலாவதிக்கு வந்திருந்தாள். அந்நியரின் கூடாரங்களில் நிறைய அழகிய முகங்கள் தென்பட்டதை அதிகாரியின் ஆட்கள் கண்டனர்; அவர் உடனே பயணிகள் ஊர் திரும்பும்போது, மலைப்பகுதியில் நுழைந்த உடன் அவர்களைத் தாக்கிவிட்டுப் பெண்களைக் கவரத் திட்டம் தீட்டினர். மலைவாழ் மக்கள் போர்க்கலையில் கைதேர்ந்தவர்கள் என்று அவர் நன்கு அறிவார்; ஆனால், அவர் மூளையில் கிஞ்சித்தும் அறிவும் இல்லாததால், இப்படிப்பட்ட முட்டாள்தனமான திட்டம் தீட்டினார்.

நகரத்தின் பெரு வணிகர்கள் நிர்வாக அதிகாரி மீது காழ்ப்பு கொள்ளக் காரணம் இருந்தது. அதிகாரி சமீபத்தில் புரூதானின் நண்பரான வணிகரின் அழகிய இளம் மகளை வலுக்கட்டாயமாக இழுத்துச் சென்று அவரைப் பரத்தையாக மாற்றி விட்டார். அந்த வணிகரது வீடு உஷாவுக்கும் பழக்கம். அவரது மனைவி சொல்லும் ஒரு சொல்கூடப் புரியாவிட்டாலும், புரூதானை மொழிபெயர்ப்பாளராகக் கொண்டு தொடர்பு கொண்டாள்; வணிகரின் மனைவியின் இயல்பான நட்பும் கிடைத்ததால், உஷாவும் அவரும் அருமையான தோழமை உணர்வுடன் இருந்தனர்.

ஆரியர்கள் கிளம்புவதற்கு இரு நாட்கள் முன்பு அந்த வணிகர் மதிப்பு மிக்க வாடிக்கையாளரான புரூதானுக்கு அன்பு செலுத்தும் வகையில் ஒரு விருந்திற்கு ஏற்பாடு செய்தார். விருந்து நடந்து கொண்டிருக்கும்போது புரூதானின் காதில் அதிகாரியின் திட்டத்தை இரகசியமாகத் தெரிவித்தார். அன்றிரவு புரூதான், தனது குழுவின் முக்கிய தலைவர்களை ஒன்று சேர்த்தான். போதுமான ஆயுதங்கள் இல்லாதவர்கள் அவற்றை வாங்கிக் கொள்ள வேண்டும்; சந்தைக்கு

எடுத்து வந்த குதிரைகள், கனமான பொருட்கள் எல்லாம் விற்றுத் தீர்ந்து விட்டன; அவர்களது சவாரிக் குதிரைகளும், அவர்கள் வாங்கிய அணிகலன்கள், சில உலோகப் பொருட்கள் மட்டுமே கைவசம் இருந்தன; எனவே பாரத்தைப் பற்றிய கவலை இல்லை. பெண்களைப் பொருத்தவரை, சுவாதம் பகுதிப் பெண்கள் அலங்காரப் பொருட்களில் ஈர்ப்பு கொள்ளத் தொடங்கி இருந்தாலும் பாடல், ஆடலுடன் போர்க்கலையிலும் அவர்களுக்குப் பயிற்சி இருந்தது. வரும் ஆபத்து பற்றி அறிந்ததும், அவர்கள் தங்கள் வாள், கேடயத்துடன் அணியமாகினர்.

புரூதானுக்குக் கிடைத்த தகவல், அசுரர் படைவீரர்கள் எல்லையைக் கடக்கும் இடத்தில், செங்குத்தான மலைக் கணவாயில் அவர்களைத் தடுத்து நிறுத்துவர்; பின்புறத்திலும் படை ஒன்று நிறுத்தப்பட்டு வளைக்கப்படுவர் என்பதாகும். தாக்குதலை எதிர்கொள்ள புரூதான் இயன்ற அளவு முன்னெச்சரிக்கைகளை எடுத்தான். இல்லையெனில் பஞ்சகோரா, குனார், சுவாதம் பகுதிகளில் இருந்து வந்தவர்கள் தனித்தனியாகப் புறப்பட்டிருப்பார்கள்; அடுத்தவர் பற்றி அக்கறை எடுத்திருக்க மாட்டார்கள்; இப்போது அனைவரும் ஒன்றாகத் திட்டமிட்டனர். எதிரிகளுக்கு அய்யம் ஏற்படாதபடி ஓரிரு நாட்கள் இடைவெளியில் புஷ்கலாவதியில் இருந்து புறப்பட்டனர். ஆனால், கணவாயில் நுழையும் முன்பு எல்லோரும் ஒன்று சேர்ந்தனர்.

நான்கைந்து மைல் தொலைவு இருக்கும்போது, புரூதான் இருபத்தைந்து வீரர்களை முன் செல்லுமாறு அனுப்பினார். அவர்கள் கணவாய்க்குள் நுழைந்ததும், அசுர வீரர்களின் அம்புத் தாக்குதல் தொடங்கியது. குதிரை வீரர்கள் திரும்பி வந்து தளபதியிடம் தகவல் கொடுத்தனர். தாக்குதல் நடத்தத் திட்டமிட்டிருப்பது உறுதியாயிற்று. புரூதான், பின்னால் இருந்து சூழ்ந்துள்ள சேனையை முதலில் வெல்லத் திட்டமிட்டான். அசுரர்கள் ஆரியரிடம் இருந்து ஆண்டுதோறும் ஆயிரக்கணக்கில் குதிரைகள் வாங்கிய போதும் தங்களைத் தேர்ந்த குதிரைவீரர்களாகப் பயிற்றுவித்துக் கொள்ளவில்லை. எனவே, பின்புறம் உள்ள படையை வெல்வது எளிது.

குதிரைப்படை அங்கேயே நின்றது. பாதுகாவலுக்குச் சிலரை விட்டுவிட்டு, புரூதான் வீரர்களுடன் எதிரிகளை எதிர்கொள்ளத் திரும்பினான். எந்த முன்னறிவிப்பும் இன்றித் திடீரென இப்படித் தாக்கப்படுவோம் என அசுரர் படை எதிர்பார்க்கவில்லை. ஆரியரின்

நீண்ட குத்தீட்டி, வாள்களுக்கு முன்பு, அசுரர் படையால் வெகு நேரம் தாக்குப் பிடிக்க முடியவில்லை. அவர்களை வெறுமனே தோற்கடிப்பதோடு விட்டுவிட ஆரியப்படை விரும்பவில்லை. ஆரியர் மீது - ஆரிய இனப் பெண்கள் மீது - கண் வைத்தால் என்ன நடக்கும் என அசுரர்களுக்கு படிப்பினை வழங்க விரும்பியது. அசுரர் படை ஓடத் தொடங்கியதும், புரூதான் தன் படையோடு விரட்டத் தொடங்கினான். புஷ்கலாவதி நகரை நோக்கிச் செல்லத் தொடங்கினான்; படைவீரர்கள் போலவே, அதிகாரியும் இந்தத் தாக்குதலை எதிர்பார்க்கவில்லை. தமது படைகளைத் திரட்டவும் காலம் இருக்கவில்லை. அசுரர் கோட்டை, அதிகாரியுடன் ஆரியர் கைவசம் வந்தது.

அசுரர்களின் துரோகத்தால் ஆரியர்கள் வெறி கொண்டனர். ஈவிரக்கம் இன்றி கண்டவர் அனைவரையும் வெட்டிச் சாய்த்தனர். அதிகாரி, நகர் மன்றத்திற்கு இழுத்து வரப்பட்டு மக்கள் கண் முன்னே துண்டுத்துண்டாக வெட்டப்பட்டார். பெண்கள், குழந்தைகள், வணிகர்கள் ஆகியோரைத் தாக்காமல் விட்டனர். அடிமை முறை இருந்திருந்தால், ஆரியர்கள் இத்தனை பேரை வெட்டி இருக்க மாட்டார்கள். நகரத்தின் பல பகுதிகள் தீக்கிரையாக்கப்பட்டன.

அசுரர்களின் முதல் அழிவு இது. இரு இனங்களுக்கிடையே துவந்த போராட்டம் தொடங்கியது. இதையே தேவர் - அசுரர் மோதல் என ஆரிய தொன்மங்கள் வழங்கத் தொடங்கின.

கணவாயில் இருந்த அசுரர் படையையும் அழித்துவிட்டு, மலைப்பகுதி மக்கள் தத்தம் எல்லைகளுக்குப் பிரிந்து சென்றனர். புரூதான் வீடு திரும்பினான்.

கொஞ்ச காலத்திற்கு புஷ்கலாவதியில் வணிகம் நடைபெறவில்லை. ஆரியர், அசுரர் பொருட்களை வாங்க மறுத்தனர். ஆனால், எத்தனை காலம்தான் செம்பும் பித்தளையும் இல்லாமல் இருக்க முடியும்?

6. அங்கிரா

நிலப்பகுதி : காந்தாரம் - தட்சசீலம்
இனம் : இந்தோ - ஆரியர்
காலம் : பொ.ஆ.முன். 1800

சுமார் 152 தலைமுறைகளுக்கு முன் வட - மேற்கு இந்தியாவில் நடந்த தொடக்க கால ஆரியர் - அசுரர் மோதல்களைக் காட்டும் கதை இது.

1

"இந்தப் பருத்தி ஆடைகளால் பயன் இல்லை; குளிர்காலத்தில் குளிரில் இருந்து காப்பதில்லை; மழைக்காலத்தில் தாங்குவதும் இல்லை" என்றபடி தொப்பலாக நனைந்த தன் மேலங்கியைக் கழற்றிவிட்டு, கம்பளிப் போர்வையைப் போர்த்தியபடி சொன்னான் ஓர் இளைஞன்.

உடன் இருந்த மற்றொருவன், "கோடைக்கு இது சுகமாக இருக்கிறதே" என்றபடி தன் மேலங்கியைக் கழற்றி கதவின் மீது போட்டான். இருட்டுவதற்கு இன்னும் நேரம் இருந்தது. ஆனால், அதற்குள் விருந்தினர் இல்லத்தில் இருந்த அனல் மூலையில் கூட்டம் கூடிவிட்டது. இரண்டு இளைஞர்களும் புகைந்து கொண்டிருந்த நெருப்பின் பக்கம் உட்காராமல், கம்பளியைப் போர்த்திக்கொண்டு சன்னல் அருகில் அமர்ந்தனர்.

முதலாமவர்: "இன்னும் ஒரு யோஜனை தூரம் - பத்து மைல் - பயணம் செய்திருந்தால், நாளை காலைக்குள் காந்தாரம் போய்ச் சேர்ந்திருக்கலாம். இந்த மழையும் காற்றும் விடலையே?"

இரண்டாமவர்: "இந்தக் குளிர்கால மழை ரொம்ப சிரமம்தான். ஆனால், மேகம் பொழியவில்லை என்றால், நம் விவசாயிகள் இந்திரனின் காதை அடைக்கும் அளவு மந்திரம் ஓத ஆரம்பித்து

விடுவார்கள்; கால்நடை மேய்ப்பவர்களும் புலம்பத் தொடங்கி விடுவார்கள்.”

முதலாமவர்: “ஆமாம்பா, நம்மள மாதிரி பயணிகள்தான் இந்த மழையை வெறுக்கிறோம். யாரும் தொடர்ந்து பயணம் செய்வதும் இல்லையே?” எதிரில் இருந்தவரின் பின் கழுத்தில் இருந்த ஆழமான வடுவைக் கவனித்தபடி, “சரி, உங்கள் பெயர் என்ன?” எனக் கேட்டார்.

“பாலன். மாத்ரா இனம். பாலா மாத்ரன். நீங்க?”

“வருண். சௌவீரன். அப்படின்னா, கிழக்கில் இருந்தா வருகிறாய்?”

“ஆம். மாத்ரர் பகுதியில் இருந்து. நீ தெற்கில் இருந்தா வருகிறாய்? அங்கு அசுரர்கள் இன்னும் ஆரியரோடு போரிட்டுக் கொண்டிருக்கிறார்களாமே? அப்படியா?”

“கடலோரப்பகுதியில் மட்டும். அங்கு இன்னும் ஒரு நகரம் அவர்களுக்கு இருக்கிறது. நமது இந்திரன் எப்படி அவர்களுடைய நூற்றுக்கணக்கான கோட்டைகளை வீழ்த்தினார் என உனக்குத் தெரிந்திருக்கும் என நம்புகிறேன்.”

“அவர்கள் கோட்டைகள் செம்பினால் கட்டப்பட்டதாகச் சொல்கிறார்களே?”

“அவர்களிடம் நிறைய செம்பு இருக்கு. ஆனா, கோட்டை கட்டுற அளவுக்கு இல்ல. இந்த மாதிரி கட்டுக்கதை எல்லாம் எப்படி பரவுதுன்னு புரியல. அவர்கள் செவ்வக வடிவில் உள்ள செங்கற்களை வைத்துக் கட்டடம் கட்டுகிறார்கள்; நகரத்தைச் சுற்றி உள்ள மதில்களும் அப்படித்தான். அந்தச் செங்கல் செவ்வண்ணத்தில் இருக்கிறது; அதுக்கும் உலோகத்துக்கும் தொடர்பே இல்ல. செங்கல்லை உலோகம்னு சொன்னா அபத்தம்.”

“வருண்! அசுரர்களின் செம்புக் கோட்டைகள் பற்றி தொடர்ச்சியா பேசப்பட்டுக்கொண்டுதான் இருக்கு.”

“நமது இந்திரன் அதனை அழிக்க எடுத்த முயற்சிகள் அதிகம். அதனால, அப்படிச் சொல்றாங்க போல; உலோகத்தால கட்டின மாதிரி அவ்வளவு வலுவானவை அசுரர் கோட்டைகள்.”

“அதே மாதிரி சம்பரன் வீர தீரத்தைப் பற்றியும் கேள்விப் படுகிறோம். அவன் வீடு கடல் மத்தியில் இருக்கிறதாம்; அவனோட ரதம் வானத்தில் பறந்ததாம்.”

“அய்யோ, இந்தப் பறக்கிற ரதம் எல்லாம் புரூடா. போர்க்கலையில் அசுரர்கள் பலவீனமாக இருக்கிற ஒரு கூறு குதிரையேற்றம். இன்னிக்கும், அவங்க திருவிழாக்களில் மாடுகள் பூட்டிய இரதங்கள்தான் பயன்படுத்தறாங்க; குதிரைகள் பூட்டியது அல்ல. பாலா, நமது குதிரைகளால்தான் நம்மால் அசுரர்களின் நகரங்களை அழிக்க முடிந்தது என்பேன். சம்பரன் இறந்து இருநூறு ஆண்டுகள் ஆகிவிட்டன. அவனிடம் குதிரைகள் பூட்டிய ரதம் கூட இருந்திருக்காது; அப்புறம் எங்கே பறக்கிற ரதம், ஹூம்?”

“சம்பரன் சாதாரண பகைவன் என்றால், நமது இந்திரன் அவனை வென்றதை ஏன் இத்தனை போற்றுகிறோம்?”

“ஏன்னா, சம்பரன் மாபெரும் வீரன். சௌவீர நகரில், அவன் பயன்படுத்திய செம்புக் கவசத்தைப் பார்த்திருக்கிறேன். தங்கம் பதிக்கப்பட்ட கவசம். அதீத வலுவானது; பெரும் கனம். பெரும்பாலும் அசுரர்கள் குள்ளமானவர்கள். ஆனால், சம்பரன் பெரிய உருவம்; நல்ல உயரம்; பரந்த மார்பு; திடகாத்திரம் மிக்கவன். நம் இந்திரன் மாகவன் ஒல்லியான உருவம் கொண்ட வேகமான இளைஞன். சிந்து நதிக்கரையில் உள்ள பழங்கால அசுரர் கோட்டையை இப்பகூட நீ பார்க்கலாம்; அந்தக் கோட்டைக்குள் நூறு விற்போர் வீரர்களைக் கொண்டு, ஆயிரம் எதிரிகளைத் தடுத்து நிறுத்தலாம். அந்தக் கோட்டைகள் தகர்க்க முடியாதவை. அத்தகைய கோட்டைகளை அழிக்க நமது இந்திரன் மாகவன் பேருறுதி கொண்டவராக இருந்திருக்க வேண்டும்.”

“வருண்! தெற்கே அசுரர்களுக்கு இன்னும் வலிமை இருக்கிறதா?”

“கடற்கரையில் இருந்த அவர்களோட கடைசிக் கோட்டை வீழ்த்தப்பட்டது. உன்கிட்ட சொல்லலையா நான்? அந்தப் போரில் நான் நேரடியாக பங்கெடுத்துக் கொண்டேன்.”

இதைச் சொல்லும்போது, சூரிய வெப்பத்தால் கருத்த அவன் கன்னங்கள் ஒளிர்ந்தன. வருண் தனது நீண்ட பொன்னிறக் கூந்தலைப் பின்புறம் விசிறியபடி மகிழ்ச்சியாக மறுபடி சொன்னான், “அசுரர்களின் கடைசி நகரம் வீழ்ந்தது!”

“உங்கள் தலைவன் – இந்திரன் – யார்?”

“நாங்கள் இந்திரன் பதவியை நீக்கிவிட்டோம்.”

“என்ன? நீக்கிட்டீங்களா?”

“ஆமாம். தெற்கில் வசிக்கும் ஆரியர் அந்தப் பதவியைக் கண்டு பயப்படத் தொடங்கி விட்டார்கள்.”

“ஏன்?”

“இந்திரனின் கடமை போரில் தலைமை ஏற்பதுதான், இல்லையா?”

“ஆமாம்.”

“ஆரியர்கள் தமது படைத் தளபதிகளை அரசனாகக் கருதுவதில்லை. போர்க்காலத்தில் அவருக்குப் பணிந்து நடப்போம். மக்கள் சபைதான் ஆரியருக்கு மேலானது. ஒவ்வொரு ஆரியனுக்கும் தமது கருத்துகளைச் சுதந்திரமாகப் பகிர்ந்து கொள்ள அந்த சபையில் உரிமை உண்டு.”

“கட்டாயமா உண்டு.”

“அசுரரிடம் அப்படி இல்லை. அவர்களுக்கு தளபதி அல்லது அரசந்தான் எல்லாம். அவருக்கு மிஞ்சி யாருக்கும் அதிகாரம் கிடையாது. எந்த மக்கள் சபையையும் அவர் மதிப்பதும் இல்லை. அவர் சொல்வதற்கு பணிய வேண்டும்; இல்லையென்றால் மரணம்தான்.”

“அம்மாதிரி தலைவனை நாம் எப்போதும் ஏற்க மாட்டோம்.”

“அசுரர்கள் எப்போதுமே இந்த மாதிரி அரசர்களை ஏற்றுக் கொண்டு இருந்திருக்கிறார்கள். அரசனைக் கடவுளாக நினைக்கிறார்கள். மனிதனாகக் கருதுவதில்லை. அரசன் உயிருடன் இருக்கும்போதே எப்படியெல்லாம் அவரை வழிபடுகிறார்கள் என்று தெரிந்தால் நம்பக்கூட மாட்டாய்.”

“ஹும், அசுரர் இனப் பூசாரிகள் எப்படி அவங்க மக்களை ஏமாத்துறாங்கன்னு நான் என் கண்ணாலயே பாத்திருக்கேன்.”

“மக்களை அவர்கள் கழுதைகளை விடக் கேவலமாகத்தான் நடத்துவார்கள். அதோடு, அசுரர்கள் ஆண் - பெண் குறிகளை வழிபடும் லிங்க பூசை பற்றி கேள்விப்பட்டிருப்பாய். கலவி இன்பம் தரும் இனத்தைப் பெருக்கும் குறிகள் என்பதால் அப்படிச் செய்கிறார்கள். ஆனால், அதற்காக அவற்றைக் கும்பிடுவது; களிமண், கல் ஆகியவற்றால் அந்த உருவங்களைச் செய்து வழிபடுவது... அது எவ்வளவு அறிவீனம்?”

“அதிலென்ன அய்யம்?”

“அசுர அரசர்களும் இந்த வழிபாட்டைச் செய்பவர்கள். எனக்கென்னவோ, அதெல்லாம் வெறும் வேடம் எனப்படுகிறது. அசுர அரசர்களும் பூசாரிகளும் முட்டாள்களல்ல; ஆரியரை விடப் புத்திக் கூர்மை உடையவர்கள். அவர்களிடம் இருந்து நாம் கற்றுக் கொள்ள வேண்டியது நிறைய. அப்போதுதான், அம்மாதிரி நகரங்களை உருவாக்க முடியும். நமது பழங்கால ஆரியர் நிலத்தில் அவர்களது கடைகள், தாமரை பூக்கும் தடாகங்கள், நெடிதுயரும் கட்டடங்கள், அகன்ற வீதிகள் போன்றவற்றைப் பார்க்க முடியாது. வடக்கு சௌவீர நகரம் சிறிது காலம் முன்புதான் கைப்பற்றப்பட்டது; இப்போது பாழடைந்து கிடக்கிறது; அதை ஆரியரால் செப்பனிடக் கூட முடியவில்லை; பழைய மாதிரி பொலிவு மிக்கதாக ஆக்க முடியவில்லை. சம்பரன் மேற்பார்வையில் கட்டப்பட்ட நகரமாம் அது. தேவலோகம் போல இருக்கிறது.”

“தேவலோகமா?”

“ஆமாம். அப்படித்தான் விவரிக்கணும். இந்த உலகத்தில் அதற்கு இணையான வேறொரு நகரமும் இல்லை. எடுத்துக்காட்டாக, ஒரு குடும்பத்துக்கான வீட்டைப் பார்ப்போம் - ஒன்றிரண்டு வரவேற்பறை, புகைபோக்கியுடன் கூடிய தனிச் சமையல் அறை, பொருட்கள் சேமித்து வைக்கும் அறை, முற்றத்தில் செங்கற்களால் சுவரெழுப்பப்பட்ட கிணறு, குளியலறை, படுக்கையறை எல்லாம் இருக்கும். சாதாரண குடிமக்களுடைய இரண்டு அல்லது மூன்று அடுக்கு மாடி வீடுகளை நான் பார்த்திருக்கிறேன். அதை எப்படி வர்ணிப்பது என்று எனக்குத் தெரியவில்லை. அதனால்தான் தேவலோகம் என்கிறேன்.”

“கிழக்கேயும் சில அசுரர் நகரங்கள் உள்ளன. ஆனால், அவை நமது மாத்ரர் பகுதியில் இருந்து வெகு தொலைவில் இருக்கின்றன.”

“நான் அவற்றைப் பார்த்திருக்கிறேன். நண்பா, அசுரர் நம்மைவிட அறிவில் சிறந்தவர்கள் என்பதை நாம் ஏற்றுக் கொண்டாக வேண்டும். கடல் பற்றிக் கேள்விப்பட்டிருக்கிறாயா?”

“கடல் என்ற பெயர் மட்டும்தான் தெரியும்.”

“பேரைக் கேட்டோ, வர்ணனைகள் கேட்டோ கடல் பற்றி உணர முடியாது. அதன் கரையில் நின்றுகொண்டு, கடலை உற்றுப் பார்க்கும்போதுதான் அதனைப் புரிந்து கொள்ள முடியும். கண்முன்னால் நீல நிற நீர் நீலவானம் வரை நீளும்.”

“வருண், அதெப்படி தண்ணீர் வான் வரை பாயும்?”

"பாயுதே. கண்ணுக்கெட்டியவரை பரந்து, பனைமரங்கள் உயரத்துக்கு உயர்ந்து வானைத் தொடுகிறது. இரண்டும் ஒரே நீளம்; கடல் நீர் ஆழ் நீளம். எல்லையற்றக் கடலில் அச்சமின்றி பெரும் படகுகளில் பல மாதங்கள், ஆண்டுகள் பயணம் மேற்கொண்டு கடலில் இருந்து பலவித உயரிய இரத்தினங்களை கொண்டு வருகிறார்கள் அசுரர்கள். அசுரர்களின் திறமைக்கும் துணிவிற்கும் அது இன்னொரு சான்று. ஆனால், இதையெல்லாம்விட நீ கேள்விப்பட்டிராத ஒன்று இருக்கிறது நண்பா! அசுரர்களால் வாய் திறந்து பேசாமலே உரையாட முடியும்."

"எப்படி? வாயே திறக்காமல்...?"

"ஆம். வாயால் பேசாமல். களிமண், கல், தோல் என எதைக் கொடுத்தாலும் அசுரர் அதில் சில குறிகளை வரைவார்கள்; அதை மற்றவர்கள் புரிந்து கொள்வார்கள். நாம் இரண்டு மணி நேரம் பேசிச் சொல்ல முடியாததை, அவர்கள் ஐந்து அல்லது பத்து குறிகள் மூலம் சொல்லி விடுவார்கள். ஆரியர் இதனை இதுவரைக் கற்றுக் கொள்ளவில்லை. இப்போது அவற்றைக் கற்றுக் கொள்ள முயல்கிறார்கள்; பல ஆண்டுகள் செலவழித்தாலும், அதில் முழுமையாகத் தேர்ச்சி பெறுதல் கடினம்."

"அப்ப நெசமாவே அசுரர் நம்மைவிட புத்திசாலிகள்தான். சந்தேகமே இல்லை."

"ஆமாம். எல்லா இடத்திலேயும் அவர்களது பொற்கொல்லர், கைவினைஞர், தச்சர், கொல்லர், நெசவாளிகள் ஆகியோரைப் பார்க்கிறோமே! நம்மைவிட அவர்கள் சிறந்தவர்கள் என்பதற்கு வேறென்ன சாட்சி வேண்டும்?"

"அசுரர்கள் வீரர்கள் என்றும் சொல்கிறாயா?"

"வெகுசிலர் துணிச்சல் மிக்கவர்கள். அவர்கள் குழந்தைகள் நம்மவர் போல இல்லை; பால்குடி மறந்ததும் வாளெடுத்து விளையாடுவதில்லை. அசுரர்களில் போர்வீரர்கள் தனிக் குழு; அதே போலதான் கைத்தொழில் செய்பவர், வர்த்தகர், அடிமைகள் ஆகியோர். போர்வீரர்கள் குடியைச் சேர்ந்தவர் தவிர மற்றவர்கள் போர்க்கலை பயில்வதில்லை; அவர்கள் பிற குழுக்களைத் தாழ்வாகக் கருதுகிறார்கள்; அடிமைகளை - ஆண், பெண் இருபாலரையும் - மிருகங்களை விடக் கேவலமாக நடத்துகிறார்கள். அடிமைகளை எசமானவர்கள் விற்கலாம்; வாங்கலாம்; அடிமைகளின் உயிர், உடல் எல்லாமே எசமானருக்கானது."

“அசுரர்களில் எத்தனை பேர் போர்க்கலை பயின்ற குழுவினர்?”

“நூற்றில் ஒருவர் இருக்கலாம். நாற்பது சதவீதம் அடிமைகள்; இன்னொரு நாற்பது சதவீதம் அரை அடிமைகள் - அவர்களது கைவினைஞர்கள், விவசாயிகள் எல்லாம் - பாதி அடிமைகள்தான்; பத்து சதவீதம் வணிகர்கள்; மற்றவர்கள் வேறு பணிகளை மேற்கொள்பவர்கள்.”

“அதான் ஆரியர்களால் அவர்களைத் தோற்கடிக்க முடிந்தது.”

“ஆமா, அது ஒரு முக்கிய காரணம். இன்னொன்னு, அவங்க அரசரைத் தெய்வமாகக் கொண்டாடியதும் மக்களுக்கு மேலாக அவரைக் கருதியதும்தான்.”

“ஆரியராகிய நாம் அப்படிச் செய்யவே மாட்டோம்.”

“அதனால்தான் நாங்கள் இந்திர பதவியை நீக்க வேண்டி வந்தது. மாகவனுக்குப் பிறகு வந்த ஒரு இந்திரன், அசுரர்களின் அரசர் போல இருக்க விரும்பியதால் அதனை நீக்கினோம்.”

“தன் விருப்பப்படி ஆரியர்களை ஆள்வதற்கா?”

“ஆமாம். அவன் மட்டும் அல்ல; அப்புறம் இன்னொருத்தன். அவர்கள் விரும்பியதைப் பெற உதவும் சில ஆரியர்கள்.”

“அவர்களுக்கு உதவியாகவா?”

“அவரவர் குடும்ப நலனுக்காகச் செய்யத் தொடங்கினர். அதனால் சௌவீரர் இனி யாரையும் ‘இந்திர’ பதவிக்கு நியமிப்பது இல்லை என முடிவு செய்தனர். அதோடு, மேகங்களின் தெய்வம் இந்திரன் என வழங்கப்படுவதால், அது வேறு குழப்பமாகிவிடும், அல்லவா?”

“சௌவீரர் முடிவு மிக நல்லது நண்பா!”

“ஆயினும் ஆரியர் மத்தியில் சிலர் நம் பெயருக்குக் களங்கம் விளைவிக்கத் தொடங்கி இருக்கிறார்கள். அசுரரின் ஒவ்வொரு அசைவையும் பாராட்டுகிறார்கள். அவர்களிடம் போற்றுதலுக்குரிய பல சாதனைகள் உள்ளன; நான் அவற்றை மதிக்கிறேன்; நாம் அவற்றைக் கடைபிடிக்கக் கற்றுக் கொள்ள வேண்டும். அவர்களது ஆயுதங்களை நமதாக்கிக் கொண்டோம். அவர்களது எருதுகள் பூட்டிய இரதத்தை வைத்துதான், நம் இந்திரன் மாகவன் குதிரைகள் பூட்டிய இரதத்தைத் தயாரித்தார். குதிரைகள் மீது இருந்துகொண்டு போரிடுவதைவிட, இரதத்தில் இருந்து போரிடுவது வசதி; எத்தனை

அம்பறாத்தூணிகளை வேண்டுமென்றாலும் வைத்துக் கொள்ளலாம். பகைவரது அம்புகள் தாக்காதவண்ணம் கவசம் அணியலாம். அசுரர்களின் கவசங்கள், ஈட்டி, கதாயுதம் ஆகியவற்றில் இருந்து நாம் நிறையக் கற்றுக் கொண்டுள்ளோம். அவர்களது நகரங்களில் இருந்தும் பலவற்றை எடுத்துக் கொள்கிறோம். கடல் பயணங்கள் மேற்கொள்வதையும் நாம் பழக வேண்டும். செம்பு, ஆபரணங்கள், இன்னும் பல அருமையான பொருட்கள் கடல் கடந்து வருகின்றன. அந்த வர்த்தகம் முழுதும் அசுரர்களின் கையில்தான் இருக்கிறது. அசுரர் தயவில்லாமல் இருக்க வேண்டுமென்றால் கடல் வர்த்தகத்தில் நாம் தேர்ச்சி பெற வேண்டும். இத்தனை இருந்தாலும், லிங்க வழிபாடு போன்ற அசுரர் பழக்க வழக்கங்கள் நமக்கு ஆபத்தானவை; அவற்றை முற்றாகத் தவிர்க்க வேண்டும்.''

“ஆரியர் எவரும் லிங்க பூசை செய்ய விரும்ப மாட்டார்கள்.''

“உறுதியாகச் சொல்ல முடியாது நண்பா! சில ஆரியர்கள் நாமும் அசுரர்கள் போல பூசாரிகள் கூட்டம் உருவாக்க வேண்டும் என்கிறார்கள். நம் மத்தியில் இப்போது போர்வீரர்கள், வணிகர்கள், விவசாயிகள், கைவினை ஆற்றுவோர் என்று தனித்தனி பிரிவுகள் இல்லை. எல்லோரும் எல்லா வேலையும் செய்யலாம். அசுரர்கள், ஒவ்வொரு வகுப்பையும் பிரித்துள்ளார்கள். ஆரியர் மத்தியில் புரோகிதர்கள் வந்துவிட்டால், சில ஆண்டுகளில் நம் மத்தியிலும் லிங்க பூசை தொடங்கிவிடும். அசுரர் பூசாரிகள் தந்திரசாலிகள். நம் ஆட்களும் பேராசைப்பட்டு அவர்கள் செய்வதையெல்லாம் செய்யத் தொங்கி விடக் கூடும்.''

“வருண், அதையெல்லாம் நாமும் செய்தால் நமக்கு நாசம்தான்!''

“கடந்த இருநூறு ஆண்டுகளாக, அசுரர்களுடன் கொண்ட தொடர்பு காரணமாக நம்மிலும் பல தீமைகள் நுழைந்து விட்டன. நம் மூத்தோர் செய்வதறியாது மலைத்து நிற்கின்றனர். நமது சீரிய ஒழுக்கங்களை நல்ல முறையில் போதித்தால் நமது மக்கள் சீரழிய மாட்டார்கள் என்ற நம்பிக்கை எனக்கு இருக்கிறது. காந்தார நகரத்தில் அங்கிரா என்ற கற்றறிந்த முனிவர் இருப்பதாகச் சொல்கிறார்கள். ஆரியரை ஆரிய சீலத்துடன் வாழும் முறைகளைப் பயிற்றுவிக்கிறார் என அறிந்தேன். வாளெடுத்து ஆரியரைக் காக்க பணிபுரிந்து விட்டேன்; தற்போது ஆரியத்துவத்தைக் காப்பாற்ற என்னால் இயன்றதைச் செய்ய விரும்புகிறேன்.''

“என்ன வியப்பு! நானும் அங்கிரா முனிவரைப் பார்க்கத்தான் போய்க் கொண்டிருக்கிறேன். அவரிடம் போர்க்கலை பயில விருப்பம்.”

“அப்படியா? பாலா, கிழக்கில் ஆரியர் நிலைமைப்பற்றி எதுவும் சொல்லலையே நீ?”

“கிழக்கில் ஆரியர்கள் காட்டுத்தீ போலப் பரவி வருகிறார்கள். காந்தாரத்தைத் தாண்டி உள்ள பகுதியில் மாத்ரர்கள் இருக்கிறோம். அதற்கு அப்பால், மல்லர்கள்; அதே போல குரு, பாஞ்சாலர், மற்றும் பிற இனத்தவர்கள் ஒவ்வொருவரும் தமது எல்லைகளை விரிவுபடுத்தியுள்ளனர்.”

“ஆரியர்கள் எண்ணிக்கை அப்பகுதிகளில் அதிகமாக இருக்க வேண்டும்.”

“அப்படிச் சொல்ல முடியாது. செல்லச் செல்ல அசுரர்கள், மற்ற இனத்தவர் ஆகியோர் அதிகமாக இருக்கின்றனர்.”

“வேறெந்த இனங்கள்?”

“அசுரர்கள் செம்பு கலந்த மாநிறத்தவராக இருக்கின்றனர். கிழக்கில் கோல் இனத்தவர் முழுதும் கருப்பு நிறம் கொண்டவர்கள். அவர்களுள் சிலர் கிராமங்களில் வசிக்கின்றனர்; சிலர் மான்களைப் போல காடுகளில் வாழ்கின்றனர். காடுகளில் வசிக்கும் கோல் இனத்தவரின் ஆயுதங்கள் பெரும்பாலும் கற்களால் ஆனவை.”

“அப்படின்னா, ஆரியர்களுக்கும் பிற இனத்தவர்களுக்கும் இடையில் கடும் மோதல்கள் இருக்கும்.”

“நேரடிப் போர்கள் இப்போது கொஞ்சம் குறைவுதான். நமது குதிரைகளைக் கண்டவுடன் ஓட்டம் பிடித்து விடுகிறார்கள்; ஆனால், இரவு நேரங்களில் நமது குடியிருப்புகளைத் தாக்குகிறார்கள். எனவே நாம் அவர்களுக்குப் பாடம் கற்பிக்கக் கொடூரமாக நடந்து கொள்ள வேண்டியுள்ளது. அசுரர், கோல் இன கிராமங்கள் பல பாழடைந்து கிடக்கின்றன. அவர்கள் கிழக்கு முகமாகப் போய்க் கொண்டிருக்கிறார்கள்.”

“பாலா, உங்கள் மத்தியிலும் அசுரர் வழக்கங்கள் வேரூன்றக்கூடிய ஆபத்து இருக்கிறது, அப்படித்தானே?”

“மாத்ரர், மல்லர் மத்தியில் அந்த அபாயம் இல்லை; தூரக் கிழக்குப் பகுதிகள் பற்றி எனக்குத் தெரியவில்லை. எங்கள் பகுதியில், ஆரியர் அல்லாதோர் காடுகளில்தான் வாழ்கிறார்கள்.”

இருள் கவிந்த பின்பும் இரு நண்பர்களும் உரையாடிக் கொண்டிருந்தனர். விடுதிக் காப்பாளர் இரவு உணவு பற்றிக் கேட்க வராமல் இருந்திருந்தால், இருவரும் பேச்சை நிறுத்தி இருக்க மாட்டார்கள். பயணிகள் நலனுக்காக கிராமமே இந்த விடுதியை நடத்தியது. பொன்னிறக் கூந்தல் கொண்ட ஆரியருக்கு மட்டும் என்பது சொல்லப்படாத விதி. உணவு எடுத்து வராதவர்கள் அங்கு உலர்ந்த தானியமும் பசு இறைச்சி சூப்பும் பெறலாம். தமக்கான உணவுப் பொருட்கள் எடுத்து வரும் பயணிகள் அதைக் கொடுத்தால் விடுதியில் உணவு தயாரித்துத் தருவார்கள்; அல்லது அதற்கு இணையாக ஏதேனும் பொருட்கள் கொடுப்பார்கள். அந்த விடுதி சோமபானத்திற்குப் பெயர் பெற்றது. வருண், பாலா இருவரும் வறுத்த மாட்டுக்கறி, மது அருந்தி தம் நட்பை வலுப்படுத்திக் கொண்டனர்.

2

அங்கிரா என்ற முனிவர் சிந்து நதிக்குக் கிழக்கே இருக்கும் காந்தாரா நகர மக்கள் மத்தியில் மதிப்புமிக்கத் தலைவராக உயர்ந்து வாழ்கிறார். புஷ்கலாவதி நகரம் அழிக்கப்பட்ட பின்னர் அசுரர்கள் பின்வாங்கத் தொடங்கினர்; அடுத்த தலைமுறையில் குனார் நதிப் பகுதியில் வசித்த ஆரியர்கள், இன்றைய காந்தாரத்தின் மேற்குப் பகுதியைக் கைப்பற்றிய பின்பு அங்கு எஞ்சியிருந்த அசுரர்களும் அந்தப் பகுதியைக் காலி செய்துவிட்டுச் சென்றுவிட்டனர். சிந்து நதியின் கிழக்குப் பகுதியைக் காந்தாரா, மாத்ரா இனத்தவர் படையெடுத்து வென்று தமக்குள் பகிர்ந்து கொண்டு முப்பதாண்டுகள்தான் ஆகின்றன. ஜீலம் - சிந்து நதிக்கு இடைப்பட்ட பகுதியைக் காந்தாரர் எடுத்துக் கொண்டனர்; ஜீலம் - ராவி நதிகளுக்கிடைப்பட்ட பகுதியை மாத்ரர் எடுத்துக் கொண்டனர். காலப்போக்கில் அப்பகுதிகள் வெற்றிவாகை சூடிய மக்கள் பெயரால் அறியப்படலாயிற்று.

ஆரியருக்கும் அசுரருக்கும் இடையே தொடங்கிய மோதலில் இருதரப்பினரும் மனிதத்தன்மையற்ற குரூரத்துடன் மோதிக் கொண்டனர். அதன் காரணமாக, காந்தாரா பகுதியில் ஒரு அசுரர்கூட மிஞ்சவில்லை; மாத்ரர் மத்தியில் வெகுசிலர் மிஞ்சினர். காலப்போக்கில், எல்லைப்புறத்தில் அசுரர்களின் எதிர்ப்பு வலுவிழந்தது. பகைவர்களும் அவர்களை நடத்தும் விதத்தில் குரூரத்தன்மை குறைந்தது. அது மட்டுமின்றி வருண்

சொன்னது போல, ஆரியர்களுக்கு அசுரர் பண்பாட்டின் மீது ஈடுபாடும் பெருகத் தொடங்கியது.

வட்சு நதிக்கரை வழிவந்த ஆரிய மரபுகளில் ஆழமான புலமை மிக்கவராக அங்கிரா இருந்தார். ஆரியத்துவத்தின் தூய்மை, பழக்க வழக்கங்கள், நம்பிக்கைகள் ஆகியவை மறைந்து விடக்கூடாது என்பதில் பெரும் அக்கறை கொண்டிருந்தார். அதனால், வழக்கில் இருந்து எவ்வாறோ மறைந்து போன குதிரைக்கறி உண்ணும் மரபை அவர் மறுபடி கால்நடை மேய்ப்பவர்களிடம் அறிமுகப்படுத்தி வந்தார். ஆரிய மரபில் அவருக்கு இருந்த பற்று, அறிவுப் புலமை, போர்க்கலைத் தேர்ச்சி ஆகியவை பலவாறு பாராட்டப்பட்டன. வெகு தொலைவில் இருந்துகூட ஆரிய இளைஞர்கள் அவரிடம் மாணாக்கராகப் பயில வந்தனர். அங்கிரா போட்ட விதை விருட்சமாகி தட்சசீலம் என்ற பள்ளியாக வளரும் என்பதையோ, அதன் பலனைப் பெற ஆயிரக்கணக்கான மைல்கள் பயணித்து ஆரியத்துவம் பற்றிக் கற்க விரும்புவோர் வருவார்கள் என்பதையோ அந்தக் காலத்தில் அறிந்திருக்க முடியாது.

அறுபத்தைந்து வயதான அங்கிரா வெள்ளை முடி, இடை வரை தொங்கும் வெண்ணிற தாடி, அமைதி தவழும் மோன முகத்துடன் அனைவரையும் ஈர்க்கக் கூடியவராக இருந்தார். எழுதுகோல், மை, ஓலைகள் எல்லாம் உருவாக இன்னும் பல நூற்றாண்டுகள் இருந்தன. அங்கிராவின் ஆசிரியம் முழுதும் வாய்மொழியில்தான் நடந்தன. மாணாக்கர், பழம் பாடல்கள், கதைகளை மீண்டும் மீண்டும் சொல்லி நினைவில் பதித்துக் கொண்டனர். வெகுதொலைவில் இருந்து வரும் மாணாக்கர் தமக்கான உணவுப் பொருட்களை எடுத்து வர இயலவில்லை; எனவே அங்கிரா அவர்களது உணவு, உடைக்கான ஏற்பாடுகளைச் செய்ய வேண்டி இருந்தது. தனது நிலங்களை அதற்கென அளித்ததுடன், மாணாக்கரைக் கொண்டு காட்டைத் திருத்தி விளைநிலமாக ஆக்கினார் அங்கிரா. அந்தப் புதிய நிலங்களில் போதுமான கோதுமை அறுவடை செய்து ஆண்டு முழுதும் உணவளிக்க ஏதுவாக இருந்தது. சோலைகளும், பழத் தோட்டங்களும் உருவாகாத காலம் அது; ஆனால், பழம் வரக்கூடிய பருவத்தில் அங்கிரா மாணவருடன் காட்டுக்குள் சென்று பழங்களைச் சேகரித்தார். நிலத்தை உழும்போதும், விதைப்பு, அறுவடைக் காலத்திலும், பூக்கள், பழங்கள், விறகு ஆகியவற்றைச் சேகரிக்கும்போதும் வட்சு அல்லது சுவாதம் நதிக்கரைகளில் இயற்றப்பட்ட பாடல்களை இசைப்பார்கள். அங்கிராவின் குதிரை வளர்ப்பு பண்ணை காந்தாரத்தில் மிகப் பெரியதாக இருந்தது.

தனது மாணவர்கள், தெரிந்தவர்கள் மூலம் பல இடங்களில் இருந்து சிறப்பான குதிரைகளைக் கண்டறிந்து அவற்றின் குட்டிகளைத் தன் பண்ணையில் வளர்த்தார். அவருடைய வளர்ப்பில் உருவான சிந்தி வகை குதிரைகள், பின்னாளில் புகழ் வாய்ந்தவையாகக் கருதப்பட்டன. அது தவிர, அங்கிராவிடம் ஆயிரக்கணக்கான ஆடு, மாடுகள் இருந்தன. அறிவார்ந்த பணிகளோடு மாணவர்கள் உடல் உழைப்பிலும் ஈடுபட வேண்டும் என்பது அவரது விதி; அவரும் அதில் பங்கெடுத்தார். எல்லோருடைய உணவு, உடைக்கான தேவைகளை நிறைவு செய்ய வேறு வழி ஏதும் இல்லை.

தட்சசீலத்தின் கிழக்கே இருந்த மலைகள் பசுமையானவை; செழிப்பானவை; நீர்ச்சத்து மிக்கவை. வருணும் பாலாவும் இன்று சில இளைஞர்கள் உடன் வர, அங்கிராவுடன் புல்வெளிகளைப் பார்வையிட வந்திருந்தனர். கூடாரங்களுக்கு அருகில் செந்நிறத் தோல் கொண்ட இளம் கன்றுகள் மேய்ந்து கொண்டிருந்தன; அங்கிரா முனிவரும் மாணாக்கரும் புல்வெளியில் அமர்ந்திருந்தனர். அங்கிராவின் ஒரு கையில் கம்பளி பந்து இருந்தது; மறு கையில் பெரிய மர தக்களியில் நூற்றுக் கொண்டிருந்தார். இன்னும் சிலரும் நூற்றுக்கொண்டும், கம்பளி இழைகளை வெட்டிக்கொண்டும், விரல்களால் ஆட்டு உரோமத்தின் சுருக்கங்களை நீவியபடியும் இருந்தனர். அங்கிரா பல பழைய, புதிய செய்திகளை விளக்கிக் கொண்டிருந்தார்; ஆரியர், ஆரியர் அல்லாதார் சடங்குகள், பழக்கங்கள், எத்தகைய கலைகளைக் கற்றுத் தேற வேண்டும், எவற்றை விலக்க வேண்டும் என்று சொல்லிக் கொண்டிருந்தார்.

அங்கிரா: ‘புதியனவற்றை எல்லாம் தள்ள வேண்டும்; பழையன அனைத்தையும் ஏற்க வேண்டும் என்பது மடமை. அத்தகைய கருத்தை நடைமுறைப்படுத்துவது சாத்தியம் அல்ல. கல்லால் ஆன ஆயுதங்கள் இருந்த காலத்தில் வட்சு பள்ளத்தாக்கில் வசித்த ஆரியர்கள் பலருக்குப் புதிய செம்பு ஆயுதங்கள் மீது ஒவ்வாமை இருந்திருக்கும் என்பதில் அய்யம் இல்லை.”

அங்கிராவின் விருப்பத்திற்குறிய மாணவராக இருந்த வருண், “கற்களால் ஆன கருவிகளால் எப்படி அவ்வளவு வேலைகள் செய்தார்கள்?” என்றான்.

“மகனே! இன்று செம்புக் கருவிகள் வைத்திருக்கிறோம்; நாளை அதைவிடக் கூர்மையான ஒன்று கண்டுபிடிக்கப்படும். செம்புக் கருவியால் எப்படி வேலைகள் செய்தார்கள் என்று மக்கள் வியப்பு அடைவார்கள். அந்தந்தக் காலத்தில் கிடைக்கும் கருவிகள்

கொண்டு மனிதர் தம் பணிகளைச் செய்ய வேண்டும். கல்லால் ஆன ஆயுதங்கள் கொண்டு போர் நடந்தபோது இரு தரப்பிடமும் கல் ஆயுதங்கள்தான் இருந்தன; பிறகு, ஒரு தரப்பு செம்பு பயன்படுத்த முனைந்தவுடன், வேறு வழியின்றி மறுதரப்பும் அவற்றைப் பெற வேண்டியதாயிற்று. இல்லையெனில் இந்த உலகில் வாழ இடம் கிடைத்திருக்காது. அதனால்தான் புதியவை என்பதற்காக அவற்றை விலக்கக் கூடாது என்றேன். புதியன இல்லாவிட்டால் என்னால் இத்தனை குதிரைகள், கால்நடைகளை வளர்த்து, அருமையான குட்டிகளைப் பெற்றிருக்க முடியாது. நான் குறிப்பிட்ட வகைகளைத் தேர்ந்தெடுத்து வளர்த்தேன்; முப்பத்தைந்து ஆண்டுகளுக்குப் பின்பு மந்தை எப்படிப் பெருத்திருக்கிறது, பார்த்தீர்களா?

அசுரர்களிடம் அருமையான விவசாயம் செய்யத் தேவையான பாசன முறைகள் இருந்தன. மலையருவிகளில் இருந்து கால்வாய்கள் வெட்டி நிலத்திற்குப் பாய்ச்சினார்கள்; காந்தாரத்தில் நாமும் அதைப் பயன்படுத்தினோம். அதே போல நகர அமைப்பு, மருத்துவம் ஆகியவற்றிலும் நல்ல முறைகள் இருந்தன. அவற்றையும் ஏற்றுக் கொண்டோம். உணவு, உடை, தற்காப்பு ஆகியவற்றில் புதிய மாற்றங்கள் வந்தால், அவை யாரிடம் இருந்து வருகின்றன என்றெல்லாம் பேதம் பார்க்காமல் அவற்றை நாம் ஏற்க வேண்டும். அசுரர்கள் சுவாதத்தில் இருந்தபோது, ஆரியருக்கு பருத்தி ஆடை பற்றித் தெரியவே தெரியாது. இப்போது கோடையில் அதன் வசதி கருதி நாம் எல்லோரும் பருத்தி அணிகிறோம்.

ஆனால், வேறு பல கூறுகளை நாம் நஞ்செனக் கருதி ஒதுக்க வேண்டும். அசுரர்களின் லிங்க வழிபாடு வெறுக்கத்தக்கது. அவர்களிடம் உள்ள குலப் பிரிவினைகளை நாம் அண்டவிடக் கூடாது; அது வந்துவிட்டால் மக்கள் தமக்குள் உயர்வு - தாழ்வு இருப்பதாக உணரத்தலைப்படுவர்; நமது நாட்டைப் பாதுகாக்க அனைவரும் ஆயுதம் ஏந்த வேண்டும் எனச் சொல்ல முடியாது. அசுரர்களுடன் இரத்த உறவு வைத்துக் கொள்ளக்கூடாது. ஏனெனில், பிறகு ஆரியருக்குள்ளும் உயர்வு - தாழ்வு வேறுபாடுகள், தொழில் மற்றும் கைவினைக்கு ஏற்ப பிரிவினைகள் ஆகியவை புகுந்து விடும்.''

''அசுரர்களுடன் மன உறவு கொள்வது தவறு என்று எல்லா ஆரியரும் கருதுகிறார்களா?'' என பாலா கேட்டான்.

''அப்படித்தான் நினைக்கிறார்கள். ஆனால், அதைக் குறித்துக் கவனமாக இருப்பதில்லை. அசுரர், கோல் ஆகிய இனப் பெண்களுடன் உறவு வைத்திருக்கும் ஆரியர் இல்லையா, என்ன?''

“எல்லைப்புறங்களில் உறவு கொள்கிறார்கள் என்கிறார்கள்; அசுரர் நகரங்களில் உள்ள விலைமாதர் குடியிருப்புக்குச் செல்வது ஆரியர் மத்தியில் சாதாரணமாக இருக்கிறதாம்.”

“அப்புறம் என்ன நடக்கும்? இனங்கள் கலந்து போகும். அசுரர் மத்தியில் நம் இனக் குழந்தைகள் பிறப்பார்கள். நாம் வேறு வழியின்றி ஏமாற்றப்பட்டோ, அல்லது உறுதியாகத் தெரியாததாலோ அவர்களை ஏற்றுக் கொள்ள வேண்டிவரும். நமது சுத்த இரத்தம் என்ன ஆகும்? நமது புனிதத்தைக் காத்துக் கொள்ள நாம் - ஆண், பெண் - மிகுந்த கவனமாக இருக்க வேண்டும். மேலும், அடிமை முறை நமது நிலப்பகுதியில் நுழைந்து விடாமல் எச்சரிக்கையாக இருக்க வேண்டும்; அது வந்துவிட்டால் சுத்த ஆரிய இனம் இல்லாமல் போய்விடும்.”

“எல்லாவற்றையும் விடப் பேரபாயம் அசுரர்களிடம் உள்ள அரசாட்சி முறையும் அதில் இருந்து முளைத்த புரோகிதர் முறையும். அசுரர்களுக்கு எந்த உரிமையும் கிடையாது; அரசர் ஆணைக்கேற்ப நடப்பதுதான் அவர்களது கடமை. எல்லாப் பொது நிகழ்வுகளும் கடவுளரால் தீர்மானிக்கப்பட்டு, பூவுலகில் அரசர்களால் நடத்தப்படுபவை என மக்களை நம்ப வைக்கிறார்கள் இந்த புரோகிதர்கள். எனவே மக்கள் சுதந்திரமாகப் பேசவோ, நடக்கவோ முடியாது. அரசன் பூவுலகின் கடவுள் என நம்ப வேண்டும். சௌவீர இனத்தவர் இந்திரப் பதவியை நீக்கிவிட்டார்கள் என்று அறிந்து பெருமகிழ்ச்சி அடைந்தேன். ஆரியர் மத்தியில் இந்திரனுக்கு அசுரர்களின் அரசர் போன்ற அதிகாரம் இருந்தாலும், அவர் மக்களை ஆள முடியாது; மக்களால் தேர்ந்தெடுக்கப்பட்ட வீரர் இந்திரன் அவ்வளவுதான். இருப்பினும் அந்தப் பதவியில் ஆபத்து இருக்கிறது; நம்மில் சிலர் ஆரியர் மத்தியில், அசுரர்களைப் போன்ற அரசாட்சி உருவாக்க முற்படுகின்றனர்.”

“ஆரியரது வாழ்முறை பாதுகாக்கப்பட வேண்டும் என்றால், தனி மனிதர் எவரிடமும் ஆளும் உரிமை கொடுக்கக்கூடாது. அசுரர்களின் மதத்தை ஆரியர்கள் வெறுக்கிறார்கள்; ஆனால், அரசர்கள் உருவாகி விட்டால், கூடவே புரோகிதர்களும் உருவாகி விடுவார்கள். பிறகு ஆரியருக்கு விடிவே கிடையாது. மக்களைப் புறம் தள்ளி அரசர்கள் கேளிக்கையில் ஈடுபடுவார்கள்; தெய்வங்களைத் தன் பக்கம் இழுக்க புரோகிதருக்கு லஞ்சம் கொடுப்பார்கள்; அரசருக்கும் புரோகிதருக்கும் இடையில் மக்கள் அடிமைகள் ஆவார்கள்.”

“நமது ஆதி ஆரியத்துவத்தின் வலிமையை எப்பாடுபட்டாவது தக்க வைக்க வேண்டும். நமது இனத்தவர் பிறழத் தொடங்கினால், அவர்களை நாம் சமூகத்தில் இருந்து விலக்கிவிட வேண்டும்.”

3

தெற்கு சௌவீர் பகுதியில் இருந்து வருணுக்கு கவலை தரும் தகவல்கள் வந்தவண்ணம் இருந்தன. அசுரர்களின் கடைசி கோட்டையைப் பிடித்தபின் ஆரியருக்குள் நிறைய கருத்து முரண்கள் தலைகாட்டத் தொடங்கியுள்ளதாகத் தெரிந்தது. வருண் தனது ஆசிரியருடன் சௌவீரத்தின் சிக்கல்கள் பற்றிப் பல கோணங்களில் விவாதித்து வந்தான். அங்கிரா, சௌவீரத்தில் தொடங்குவது அத்துடன் நிற்காது; பிற ஆரியர் பகுதிகளுக்கும் பரவும் எனத் தொடர்ந்து சொன்னார். தொடக்கத்தில் இருந்தே ஆரியர்கள் மக்கள்தான் தனிநபர்களைக் காட்டிலும் அதிகாரம் கொண்டவர்கள் என நம்பினர்; அசுரர்கள் மத்தியில் அரசனுக்கு இருந்த கட்டற்ற அதிகாரம் ஆரியர் தலைவர்களையும் கவரத் தொடங்கியது. அதிகாரம், சுய கேளிக்கைகள் ஆகியவற்றில் ஈடுபாடு வரத் தொடங்கியது. இந்த இரண்டு கருத்துகள் இடையே மோதல் ஏற்படுவது தவிர்க்க முடியாதது. கைப்பற்றப்பட்ட பகுதிகளில் அசுரர்கள் இருந்தால், இந்த மோதல் விரைவில் தலைதூக்கும். ஆரியர்களுக்குள் முரண் ஏற்படுவது அசுரர்களுக்கு இலாபம்தானே.

எட்டு ஆண்டுகள் காந்தாரத்தில் தங்கிய வருண், சௌவீரம் பகுதியில் இருந்து இன்னமும் தொடர்ந்து வந்த அச்சுறுத்தும் தகவல் காரணமாக அங்கு மீண்டும் திரும்ப முடிவு செய்தான். அங்கிராவின் மாணவர்களில் வருணுக்குக் கிடைத்த தொடக்க கால நண்பன் பாலாவும் உடன் சென்றான். காந்தாரத்தின் எல்லையைக் கடந்து சிந்து நதி, உப்புமலைத்தொடர் வழியாகப் பாயும் பகுதியை அடைந்தனர். உப்புச் சுரங்கம், வர்த்தகம், தொழிலாளர்கள் அனைவரும் அசுரர்களாக இருந்தனர்; அது ஆரியர் மத்தியில் தீய விளைவுகளை ஏற்படுத்தி இருந்தது; அப்பகுதி ஆரியர்கள் சோம்பல் மிக்கவராகவும் சுகபோக வாழ்க்கையை விரும்புபவர்களாகவும் இருந்தனர். குதிரைச்சவாரி, வாள் பயிற்சி தவிர பிற அனைத்து வேலைகளையும் ஆரியர் அல்லாதவர் செய்வதில் நிறைவு கண்டனர். ஆரியர் அல்லாதோர் பகுதிகள், அசுரர் மத்தியில் இருப்பது போல அரசாட்சி அமைக்க ஆரியர்களுக்கு வாய்ப்பாக அமைந்தன. உப்புமலைத்தொடரைக் கடந்து சௌவீரத்தின் முதல்

முகாமான மூலஸ்தானத்தை அடைந்தனர். அங்கு நிலைமை சற்று மேம்பட்டு இருந்தது. அங்கு வசிப்பவர் அனைவரும் ஆரியர்கள்; கடும் வெப்பத்தையும் தாண்டி ஆரியர் பகுதியாக அதனை உருவாக்கி இருந்தனர். வருணும் பாலாவும் கோடைக்காலத்தில் தம் பயணத்தை மேற்கொண்டிருந்தனர். சிந்து நதியில் படகு மூலம் மாலையில் இருந்து இறங்கியதில் அவர்களது சிரமங்கள் சிறிது குறைந்தன.

சௌவீர நகரின் வெப்பமும் கொடுமையாக இருந்தது; இருவரையும் அது பெரிதும் தாக்கியது. ஆரியர் இன்னமும் எழுத்துகளைக் கண்டுபிடிக்காததால், வருண் சௌவீரத்தின் பயணிகள் மூலம் நண்பர்களுக்கு முழுமையாக செய்திகள் அனுப்ப முடியவில்லை. அசுரர்களின் எழுத்தியல் பற்றி வருண் பல முறை நினைத்துப் பார்த்தான். சௌவீர நகரத்தை அடைந்ததும் நிலைமை படுமோசமாக ஆகிவிட்டதை அவனால் உணர முடிந்தது. கடைசி அசுரர் கோட்டையை வென்ற சுமத்திரனுக்கு நகரத்தில் அதிக ஆதரவு இல்லை; ஆனால், தென்சௌவீரப் பகுதியில் பல ஆரியர்கள் அவருக்கு ஆதரவாக நின்றனர். அசுரர்களின் கடைசித் தோல்வியின்போது சுமத்திரன் அவர்களிடம் அதீத கருணை காட்டினார். அப்போது வருண் அதனைப் புகழ்ந்தான். ஆனால், இப்போதுதான் அது சுமத்திரன் செய்த சூது எனப் புரிந்தது. அசுரர் இனி ஆரியருக்கு எதிராகத் தலை தூக்க முடியாது என அவருக்குத் தெரியும்; வெளிநாடுகளில் உள்ள அசுரர் இன வர்த்தகர்களின் சொத்து, வலிமை ஆகியவற்றைத் தான் பெற்றுக் கொள்ள அவரது பரிவுகாட்டுதல் உதவி இருக்கிறது.

சுமத்திரன் தனது சேனையோடு கடற்கரைப் பகுதி அசுரர் நகரத்தில் இன்னமும் தங்கி இருந்தார். போர்கள் எழும் என்ற கதையைச் சொல்லிக்கொண்டு தனது ஊர் திரும்ப மறுத்துக் கொண்டு இருந்தார். சாதாரண மக்கள் தலைவர்களை வருண் முதலில் சந்தித்தான். அவர்கள் சுமத்திரனின் எண்ணம் பற்றி எந்தப் புரிதலும் இன்றி இருந்தனர். உயர் அதிகாரிகள் தனிப்பட்ட காரணங்களுக்காகச் சுமத்திரனைத் தாக்கி வருவதாக நினைத்தனர். பிறகு முக்கியத் தலைவர்களைச் சந்தித்தபோது நிலைமை முழுமையாகப் புரிந்தது. அவர்களுக்குச் சுமத்திரனின் தீய எண்ணம் தெரிந்து இருந்தது; ஆனால், மக்கள் வேறு விதமாகக் கருதினர்.

அந்த நகரத்தைக் கைப்பற்றியபோது வருண் சுமத்திரனுக்கு அடுத்த நிலையில் இருந்தான். ஒன்பது ஆண்டுகள் கடந்த பின்பும்

மக்கள் வருணின் வலிமை மீது நம்பிக்கை வைத்திருந்தனர். வருண், மக்களிடம் தன் கருத்தைச் சொல்லும் முன்பு, நேரடியாகச் சென்று சுமத்திரன் பற்றி அறிய விரும்பினான். எனவே நண்பர்கள் இருவரும் படகில் தெற்கு சௌவீரத்தை நோக்கிச் சென்றனர். காந்தார நகர வர்த்தகர் போன்ற தோற்றத்தில் இருவரும் சென்றனர். அந்த அசுர நகரம் அசுரர் நகரம் போன்றே இருந்தது; ஆரியர் பகுதி போல இல்லை. வீதிகள் முழுதும் கடல் வணிகம் செய்யும் அசுரர்களின் அரண்மனைகள் இருந்தன; பல நாடுகளில் இருந்து வந்த பொருட்கள் விற்பனைக்கு இருந்தன. அசுரர்களின் செல்வந்தக் குடிகள் முன்பு போலவே அவர்களது பகுதியில் வசித்தனர்; முன்பு போலவே அங்கு சங்கிலிகள் பூட்டப்பட்ட அடிமைகள் விற்கப்பட்டுக் கொண்டிருந்தனர். வெற்றி பெற்ற ஆரியர்கள் எங்கு இருக்கிறார்கள் என வருண் சிந்திக்கத் தொடங்கினான். சுமத்திரன் பழைய அரண்மனையில் தங்கி இருந்தார்.

ஒரு நாள் வருண் பாலாவைக் காந்தார தேசத்துப் பரிசு கொடுப்பதைச் சாக்காகக் கொண்டு அரண்மனைக்கு அனுப்பினான். பாலா திரும்பி வந்து வெளுத்த தோலும் முடியும் தவிர, சுமத்திரன் ஓர் அசுரர் இன அரசராக மாறிவிட்டதைத் தெரிவித்தான். அவரது மாளிகை எளிமையான ஆரிய இனத்தலைவர் இருப்பிடமாக இல்லை; பொன்னும் வெள்ளியும் ஜொலிக்கும் அசுரர் சபை போலவே இருந்தது. சுமத்திரனின் இராணுவ வீரர்கள் மத்தியிலும் எளிமையான வாழ்முறை இல்லை. பல வாரங்கள் அங்கு இருந்து கவனித்ததில் ஆரியர், அசுரர் பெண்களுடன் ஆடுவது, குடித்துக் களிப்பது ஆகியவற்றில்தான் பொழுதைக் கழித்தனர். பல ஆரிய மனைவிகள் தமது கணவன்மாரைச் சந்திக்க ஆர்வமாக இருந்தனர்; ஆனால், அவர்களை வரவிடாமல் தடுக்கப் பலவித முயற்சிகள் எடுக்கப்பட்டன. சுமத்திரனும் தன் மனைவி வராமல் இருக்க செய்திகள் அனுப்பிக் கொண்டிருந்தார். அசுரர் இன புரோகிதரின் மகள் மீது காதல் கொண்டிருந்தார். அதுதவிர, சுமத்திரனின் அந்தப்புரம் முழுதும் அசுரர் இன அழகிகளால் நிரம்பி வழிந்தது. அதே போன்ற உரிமத்தைத் தனது கூட்டத்திற்கும் வழங்கி இருந்தார். வெளியில் இருந்து பிற ஆரியர்கள் வர முயன்றால், அடிமைகளை விட்டு அவர்களைத் தாக்கித் தடுத்து நிறுத்தினார்; அதனால் பல கொலைகளும் நடந்தேறின.

தேவையான தகவல்களைத் திரட்டியபின் வருண் அமைதியாக வெளியேறி சௌவீர நகரத்தை அடைந்தான். அங்கிருந்த தலைவர்களிடம் சுமத்திரன் எவ்வாறு தன் அதிகாரத்தை

நிறுவியுள்ளார் என்பதை விளக்கினான்; எனவே, இப்போது அசுரர் நகரத்தில் இருந்த ஆரிய வீரர்களை மட்டுமின்றி, அசுரர் படையையும் எதிர்கொள்ள வேண்டும்; அதற்கான தயாரிப்புகளைத் தொடங்க வேண்டும்; மக்களிடம் நிலைமையைச் சொல்ல வேண்டும்.

வருண் அருமையான நடனக் கலைஞர். பல ஆண்டுகளாகக் கணவர் முகம் காணாமல் இருந்த ஆரியப் பெண்கள், கவர்ச்சி மிக்க வருண் மூலம் தமது கணவான்மாரின் தீய செயல்களைப் பற்றிக் கேள்விப்பட்டபோது, அவர்கள் தமது முழு ஆதரவைக் கொடுத்தனர். அதன்பின், செய்தி விரைவாகப் பரவியது. வருண் ஒரு கவிஞரும்கூட. அசுரர்களால் கவரப்பட்டு ஏமாந்த ஆரியரின் சாபங்கள், சுமத்திரனின் காமக் கேளிக்கை மிக்க தன்னல வாழ்க்கை ஆகியவை பற்றி மனதை உருக்கும் பாடல்கள் இயற்றினான். சௌவீரர் இருப்பிடங்களில் இந்தப் பாடல்கள் காட்டுத்தீ போலப் பரவத் தொடங்கின. இறுதியாக, துரோகம் இழைத்த கணவன்மாரைக் காண மனைவிகளைக் குழுக்களாக அனுப்பி வைத்தான்; அவர்கள் வெறுப்புடன் திருப்பி அனுப்பப்பட்டபோது, கணவன்மார்களின் நடத்தைச் சீர்கேடுகள் தெளிவாகப் புரிந்தன. வீட்டிற்குத் திரும்பி வரச் சொல்லியபோது சுமத்திரன் மறுத்ததும், வருண் சேனாதிபதியாகத் தேர்ந்தெடுக்கப்பட்டு, பெரிய படையுடன் அசுரர் நகரை நோக்கிக் கிளம்பினான். வருண் வருகை பற்றி அறிந்த சுமத்திரனின் வீரர்கள் மத்தியில் முரண்கள் வெளிப்பட்டன; நிறைய பேர் தாம் அசுரர் வழிமுறைகளில் சிக்கியதைப் பற்றி வருத்தம் அடைந்தனர். மிஞ்சியிருந்த படையை வைத்து வெற்றி பெற முடியாது என சுமத்திரன் புரிந்து கொண்டார்; கடைசியாக, நகரத்தை வருணிடம் ஒப்படைத்து விட்டு, சௌவீர நகரம் திரும்ப ஒத்துக் கொண்டார்.

இவ்வாறாக, ஆரியர் தமக்குள் நடந்த முதல் கடும் சோதனையைக் கடந்தனர். வருண் அசுரரைத் தொந்தரவு செய்யவில்லை; அவர்களால் ஆயுதம் தாங்க இயலாது என்பதும் தெரிந்தது. ஆனால், அவர்களது தாக்கத்தில் இருந்து ஆரியரைக் காக்க தனி நகரம் ஒன்றைக் கட்டினான். அங்கிரா முனிவரிடம் கற்ற பல கருத்துகளை நடைமுறைப்படுத்தத் தொடங்கினான்.

7. சுதாஸ்

நிலப்பகுதி	:	குரு - பாஞ்சாலம் (ஐக்கிய மாகாணத்தின் மேற்குப் பகுதி)
இனம்	:	வேத காலத்து ஆரியர்
காலம்	:	பொ.ஆ.முன். 1500

144 தலைமுறைக்கு முற்பட்ட ஆரியர்களின் கதை. வசிஷ்டர், விஸ்வாமித்திரர், பரத்வாஜ் போன்றோர் ரிக் வேதப் பாடல்களை இயற்றிக் கொண்டிருந்த காலம். குரு - பாஞ்சாலம் பகுதிகளில் சர்வாதிகார ஆரிய அரசர்கள், ஆரிய பார்ப்பனர்களுடன் இணைந்து மக்களின் சமூக உரிமைகளை முற்றிலும் ஒடுக்கிய காலம்.

1

வசந்த காலம் முடிவுக்கு வந்து கொண்டிருந்தது. சந்திரபாகா நதியின் சமவெளிப் பகுதியில் நெடுந்தொலைவு கோதுமை முற்றிய வயல்கள் பரந்து கிடந்தன; காற்றில் கோதுமைக் கதிர்கள் அசைந்தாடின; ஆங்காங்கே அறுவடை செய்து கொண்டிருந்த ஆண்களும் பெண்களும் பாடல்கள் இசைத்தபடி வேலையில் ஈடுபட்டிருந்தனர். தாய்க் குதிரைகள் தம் குட்டிகளோடு அறுவடை முடிந்த நிலங்களில் புதிதாகத் தலை நீட்டும் பசும் புல்லை மேய்ந்து கொண்டிருந்தன.

சற்று தூரத்தில் வழிப்போக்கன் ஒருவன் தட்டுத் தடுமாறி வந்து கொண்டிருந்தான். கிழிந்த தலைப்பாகைத் துணியால் சடை பிடித்துத் தொங்கிய செம்பட்டை முடியை மறைக்க முடியவில்லை; முழங்கால் வரை தொங்கிய இடுப்புத் துணி மீது, பழைய மேலங்கி கிடந்தது; கையில் ஒரு கோல் இருந்தது; அவனது வாய் தாகத்தில் உலர்ந்து கிடந்தது. அடுத்த குடியிருப்பு வரை நடந்து போய்விடவேண்டும் என்ற உறுதியில் இருந்த அவனை,

பாதையருகில் இருந்த வன்னி மரமும் சுற்றுச்சுவர் இல்லாத மண் கிணறும் நிறுத்தின. தலைப்பாகை, இடுப்புத் துணி இரண்டையும் கழற்றி ஒன்றாக முடிந்தான். கிணற்றுத் தண்ணீரை எட்ட முயற்சித்தான். அவனால் நீரை எட்ட முடியவில்லை. கடைசியில், மரத்தில் சாய்ந்து உட்கார்ந்து விட்டான்; மறுபடி எழவே முடியாது எனத் தோன்றியது அவனுக்கு.

அப்போது ஒரு பெண் தோளில் நீர் சுமக்கும் பையுடனும், கரத்தில் குடம், கயிறு எடுத்துக் கொண்டு அங்கு வந்தாள். பயணியின் நம்பிக்கை மீண்டும் துளிர்த்தது. அப்பெண் கிணற்றருகில் வந்ததும், தோளில் இருந்த பையைக் கீழே வைத்துவிட்டு, குடத்தைக் கிணற்றில் விடப் போனாள். திடீரென அங்கிருந்த பயணியைக் கண்டாள். அவனது வெளிறிய முகம், உலர்ந்த உதடுகள், சோகை பிடித்த மஞ்சள் நிறக் கன்னங்கள், குழி விழுந்த கண்கள், தூசு படிந்த பாதங்கள் ஆகியவற்றை மீறி அவனது இளமை தென்பட்டது.

அப்பெண்ணின் உடை எளிமையாக, மதிப்புக்குரியதாக இருந்ததைப் பயணி கவனித்தான். பொன்னிறக் கூந்தலில் தொப்பி, பாவாடை, சட்டை, மேலாடை அணிந்திருந்தாள். வெயிலால் அவள் கன்னங்கள் சிவந்து நெற்றி, மேலுதட்டில் வியர்வை முத்துகள் பளபளத்தன. எதிர்பாராத அந்தப் புதிய மனிதனை ஒரு கணம் உற்று நோக்கினாள். பிறகு மாத்ர பெண்களுக்கே உரிய புன்னகையுடன் இனிமையான குரலில், “சகோதரா, நீங்கள் தாகத்தில் தவிப்பது போல தெரிகிறது” என்றாள். அவள் கேட்டதே அவன் தாகத்தை பாதி குறைத்தது. பயணி தன்னை நிதானப்படுத்த எடுத்த முயற்சி வெற்றி பெறவில்லை. படபடப்பாக இருந்தது.

“ஆமா, ரொம்ப தாகமா இருக்கு.”

“இதோ... தண்ணீர் எடுத்து வருகிறேன்.”

அப்பெண் குடத்தை நிறைக்கும் முன்பே, வழிப்போக்கன் எழுந்து, அவள் அருகில் வந்து நின்றான். அவனது உறுதியான உடல்வாகும் வலுவான எலும்புகளும் அவனுள் இருந்த செழித்த உருவத்தைக் காட்டின. தோல் பையுடன் இருக்கும் ஒரு கோப்பையை அவள் அவன் கையில் கொடுத்தாள். குடத்தில் இருந்த நீரைக் கிண்ணத்தில் ஊற்றினாள். ‘மளக்’கென்று ஒரே மடக்கில் அதைக் குடித்தான். தண்ணீர் அவன் தொண்டை வழியே வழிந்தது. அவன் தலையைக் குனிந்து உட்கார்ந்துகொண்டு கோப்பையைக் காலி செய்தான். அவன் கரங்களில் இருந்த கோப்பை நழுவியது; நிமிர்ந்து

உட்கார முயற்சி செய்தான்; ஆனால், அப்படியே பின்புறமாக விழுந்து விட்டான்.

அப்பெண் ஒரு கணம் பேச்சுமூச்சின்றி திகைத்தாள். ஆனால், விரைவில் அவனது கண்கள் செருகுவதைக் கண்டதும் அவன் மயக்கம் அடைகிறான் எனப் புரிந்து கொண்டாள். அவசரம் அவசரமாகத் தன் தலையில் இருந்த துணியை நனைத்து அவனது நெற்றி, வாய் அனைத்தையும் மெதுவாக அழுத்தி விட்டாள். சிறிது நேரத்தில் அவன் கண் திறந்தான். உடல் வேதனையுடன் சற்று வெட்கத்துடன், "உங்களைச் சிரமப்படுத்தி விட்டேன். மன்னிக்கவும்" என்றான்.

"எனக்கொன்றும் சிரமம் அல்ல; கொஞ்சம் பயந்துவிட்டேன். என்ன ஆச்சு?"

"ஒண்ணுமில்ல, வெறும் வயித்தில வேகமா நிறைய தண்ணி குடிச்சதினால, தலை சுத்திருச்சு. இப்ப சரியாயிடுச்சு."

"வெறும் வயிறா?"

அவன் பதிலைக் கேட்கக்கூட நிற்காமல் ஓடிச் சென்று ஒரு பாத்திரத்தில் தயிர், தானியங்கள், தேன் கலந்து கொண்டு வந்தாள். அவன் முகத்தில் தயக்கமும் கூச்சமும் வெளிப்படுவதைக் கண்டு, "பயப்படாதீங்க. சில வருடங்களுக்கு முன்பு என் அண்ணன் வீட்டை விட்டுச் சென்றுவிட்டார். உங்களுக்கு உதவுவது அவனை நினைவு படுத்துகிறது" என்றாள்.

அவன் உணவைப் பெற்றுக் கொண்டான்; அவள் இன்னும் சற்று நீர் ஊற்ற, நன்கு கலந்து சிறிது சிறிதாக உண்டான். வயிற்றில் சாப்பாடு போனதும் அவன் முகத்தில் இருந்த களைப்பு நீங்கி, முகம் நன்றியுணர்வில் மலர்ந்தது. எப்படித் தொடங்குவது என்று அவன் தயங்க, அதனைப் புரிந்து கொண்ட பெண்,

"ஏன் கூச்சப்படறீங்க? ரொம்ப தொலைவில் இருந்து வந்திருக்கீங்க போலிருக்கு?" என்றாள்.

"ஆமாம். கிழக்கே வெகு தொலைவில் இருந்து... பாஞ்சாலம்."

"எங்க போறீங்க?"

"எங்காவது... இதுதான்னு இல்ல."

"ஆனா, இப்போ?"

“உணவும் உடையும் பெற ஏதாவது வேலை கிடைத்தால்...!”

“வயல் வேலை செய்ய விருப்பமா?”

“கட்டாயம். உழவு, விதைப்பு, அறுப்பு, கதிரடிப்பு, கால்நடை – குதிரைகள் பராமரிப்பு எல்லாம் செய்வேன். இப்ப கொஞ்சம் களைப்பா இருக்கேன்; ஆனா, நான் நல்ல வலிமையானவன். சிறிது நேரத்தில், நான் வேலை செய்யத் தயாராகிவிடுவேன். எந்த எசமானரும் என் வேலையில் அதிருப்தி அடைந்தது இல்லை.”

“அப்படின்னா, என் அப்பா உனக்கு வேலை தருவார். என்னோட வா. தண்ணீர் நிரப்பிட்டேன்.”

தண்ணீரைச் சுமக்க உதவ எத்தனையோ முயன்றும் அப்பெண் அனுமதிக்கவில்லை. அவர்கள் முன்னால் இருந்த வயலில் ஒரு சிவப்பு நிறக் கூடாரம் அடிக்கப்பட்டு இருந்தது. அதன் முன் சுமார் நாற்பது ஆண்களும் பெண்களும் அமர்ந்து இருந்தனர். அவர்களில் உடன் வரும் பெண்ணின் தந்தை யார் என்பதை அவனால் ஊகிக்க முடியவில்லை. அனைவரும் எளிமையான உடை அணிந்து, ஒரே மாதிரியான சிவந்த நிறம், கூந்தல் உடையவர்களாக இருந்தனர். எல்லோர் முகமும் மலர்ந்து மகிழ்ச்சியுடன் இருந்தது. தண்ணீர்ப் பையை நடுவில் விரிக்கப்பட்டிருந்த தோல் விரிப்பில் வைத்தாள் அப்பெண். பிறகு நல்ல உடல்நலத்துடன் வலிமையோடு இருந்த, அறுபது வயது மதிக்கத்தக்க மனிதர் ஒருவரிடம் போனாள்.

“அப்பா, இந்த அந்நியர் வேலை தேடிக்கொண்டு இருக்கிறார்” என்றாள்.

“வயல் வேலையா?”

“எந்த வேலை என்றாலும்.”

‘இங்க வேலை செய்யட்டும். எல்லாருக்கும் கொடுப்பதை அவருக்கும் கொடுப்போம்.”

புதியவன் கேட்டுக் கொண்டுதான் இருந்தான். ஆனாலும், அவர் அவனை அழைத்து மறுபடியும் சொன்னார். அவனும் ஒத்துக் கொண்டான்.

“அப்ப வாங்க. நாங்க மதிய சாப்பாடு சாப்பிட்டுக் கொண்டிருக்கிறோம், உங்க பங்கை எடுத்துக்கங்க.”

“இல்லை அய்யா! இப்பதான் உங்கள் மகள் கொடுத்த தயிரும் மாவும் உண்டேன்.”

“அய்யாவாவது ஒண்ணாவது? என் பேரு ஜெதா. மத்ரா ரிபூவின் புதல்வன். விரும்பின மட்டும் சாப்பிடு. குடி. அபலா! அவருக்கு குதிரைப் பால் கலந்த நமது கள் கொடு. கோடைக்கு ஏற்ற மது அது. நான் உன்கிட்ட மாலையில் பேசுகிறேன். உன் பெயர் என்ன?”

“சுதாஸ். பாஞ்சாலன்.”

“சுதாஸ் ஆக இருக்காது. ‘சுதா’ – தானத்தில் சிறந்தவன் – என்று இருக்கும். கிழக்குப் பகுதி மக்கள் சரியாகப் பேசக் கூட மாட்டார்கள். பாஞ்சால தேசமா நீ? சரி. அபலா, கிழக்கு தேசக்காரங்க ரொம்ப வெக்கப்படுவாங்க. நல்ல சாப்பாடு கொடுத்து மாலைக்குள் வேலை செய்ய தயார் பண்ணிடு.”

அபலா கட்டாயப்படுத்தியதால், கொஞ்சம் மது அருந்தி, சில ரொட்டிகளையும் சாப்பிட்டான். இரண்டு நாட்கள் எதுவும் சாப்பிடாததால், பசி மிஞ்சிவிட்டது. சூரியனின் வெப்பம் குறையத் தொடங்கியதும் அவனுள் புத்துணர்ச்சி பரவியது. மாலை வேலை முடிவதற்குள் எவருக்கும் சளைக்காமல் அரிவாளைப் பயன்படுத்தினான்.

இரவு கவியத் தொடங்கியதும் அவர்கள் சற்றுத் தூரத்தில் இருந்த கதிரடிக்கும் கொட்டகைக்குச் சென்றனர். ஜெதாவின் வயல்கள் நெடுந்தூரம் பரவி இருந்தன என்பதை இரவு குழுமிய இருநூற்றுக்கும் மேற்பட்ட தொழிலாளர்களை வைத்தே சொல்ல முடிந்தது. சமையல்காரர்கள் அயராது வேலை செய்தனர். ஒரு கொழுத்த எருது வெட்டப்பட்டு அதன் எலும்பு, குடல், இறைச்சியின் ஒரு பகுதி ஆகியவை சூரியன் மறைவதற்கு மூன்று மணி நேரங்களுக்கு முன்பே பெரிய அண்டாக்களில் அடுப்பில் ஏற்றப்பட்டிருந்தன. பிற பகுதி கறித்துண்டுகள் போடப்பட்டு உப்பு நீரில் வேகவைக்கப்பட்டன. அந்தக் கொட்டகைக்கு முன்பு பெரிய சமதளம் ஒன்று கதிரடிப்புக்கு உரியதாக இருந்தது. ஒரு கோடியில் கிணறும், சிறு குளமும் இருந்தன. ஆண்களும் பெண்களும் குளத்திற்குச் சென்று சுத்தம் செய்து கொண்டனர் – சிலர் கைகால்கள் கழுவினர்; சிலர் குளித்தனர்.

நன்கு இருட்டியதும் ரொட்டி, கறி, கள் எடுத்துக்கொண்டு வரிசையில் அமர்ந்தனர். சுதாஸின் கூச்ச சுபாவத்தை அறிந்திருந்த அபலா அவனைத் தன் அருகில் அமர்த்திக் கொண்டாள். அவள் மனதுள் எங்கோ வெளி தேசத்துக்குச் சென்று விட்ட

அண்ணனின் நினைவுகள் ஓடின. உணவுக்குப் பின் ஆட்டபாட்டம் தொடங்கியது. முதல் நாளில் சுதாஸ் சேர்ந்து கொள்ளாவிட்டாலும் விரைவில் அவன் அனைவருக்கும் விருப்பமான பாடகராகவும் ஆட்டக்காரனாகவும் ஆகிவிட்டான்.

அறுவடை, கதிரடிப்பு, தானியங்களைப் பிரித்தல் ஆகிய வேலைகள் ஒன்றரை மாதங்கள் தொடர்ந்தன; ஆனால், அங்கு வந்து சேர்ந்த இரு வாரங்களுக்குள் சுதாஸ் அடையாளம் தெரியாத அளவு மாறிவிட்டான். அவனது அகன்ற நீல விழிகள் ஒளிர்விட்டன; கன்னங்கள் தமது இயல்பான வண்ணத்தைப் பெற்றன. அவனது எலும்புகளும் நரம்புகளும் துருத்திக்கொண்டு தெரியவில்லை. முதல் வாரம் முடியும்போது ஜெதா அவனுக்குப் புது ஆடைகளை வழங்கியிருந்தார்.

வேலைகள் முடியும் தறுவாயில் ஜெதா, அபலா, சுதாஸ் உட்பட அரை டசன் பணியாட்கள் தவிர, மற்றவர்கள் தமது கூலியைத் தானியமாகப் பெற்றுக்கொண்டு திரும்பி விட்டனர். அவர்களுக்கும் சிறிய வயல்காடு இருந்தது; அதில் அறுவடையை முடித்துவிட்டு ஜெதாவின் நிலத்தில் வேலை செய்ய வந்திருந்தனர். இந்த ஒன்றரை மாதத்தில் ஜெதாவும் அபலாவும் இந்த இளம் தொழிலாளியின் அருமையான, மகிழ்ச்சியான குணத்தை அறியத் தொடங்கி இருந்தனர்.

ஒரு நாள் மாலை, ஜெதா, சுதாஸிடம் கிழக்குப் பகுதியைப் பற்றிப் பேசத் தொடங்கினார்; அபலாவும் உடன் இருந்தாள்.

“சுதா, நான் தூரக் கிழக்கு பகுதிகளுக்குச் சென்றதில்லை. ஆனால், குளிர்காலத்தில் குதிரைகளை விற்பதற்காக உனது பாஞ்சால நகரத்திற்குச் சென்றுள்ளேன்.”

“பாஞ்சாலம் (ரோஹில்கண்ட்) பற்றி என்ன நினைக்கிறீர்கள்?”

“பாஞ்சால நாட்டைப் பற்றிக் குறை சொல்ல ஏதும் இல்லை. நமது மாத்ரர் நிலப்பகுதி போலவே வளமான, நன்கு பராமரிக்கப்படும் பகுதிதான். அவர்களது நிலங்கள் இங்கிருப்பதை விடச் செழிப்பாக தோன்றின. ஆனால்...”

“ஆனா, என்ன?”

“சுதா, சொல்வதைக் கேட்டு கோபிக்காதே. அங்கு மனிதர்கள் வாழ்வதே இல்லை.”

“அப்படின்னா? அவங்க கடவுளரா? அரக்கரா?”

"அங்கு மனிதர்கள் வாழவில்லை என்றுதான் சொல்கிறேன்."

"நான் கோபிக்கவில்லை. ஏன் அப்படிச் சொல்கிறீர்கள்?"

"சுதா, நூற்றுக்கணக்கான மக்கள் எனது நிலத்தில் வேலை செய்வதை நீ பார்த்திருக்கிறாய், அல்லவா?"

"ஆமா."

"என் நிலத்தில் வேலை செய்து, கூலி பெறுகிறார்கள் என்பதற்காக, அவர்கள் என் முன் கூனிக் குறுகியதை நீ பார்த்தாயா?"

"இல்லை. அவர்கள் குடும்ப உறுப்பினர்கள் போலப் பழகினார்கள்."

"ஏனென்றால், அவர்கள் மனிதர்கள்; குடும்ப உறுப்பினர் போன்றவர்கள். அனைவரும் மாத்ரர். அந்த மாதிரி உணர்வுக்குத்தான் கிழக்கில் ஏங்க வேண்டி இருந்தது. அங்கு அடிமைகளும் ஆண்டான்களும் இருக்கிறார்கள்; ஆனால், மனிதர்கள் இல்லை; சகோதரத்துவம் இல்லை."

"நீங்க சொல்வது ரொம்ப சரி. மனித நேயம் என்றால் என்ன என்பதை நான் சட்லஜ் நதியைக் கடந்த பிறகுதான் உணர்ந்தேன். குறிப்பாக, உங்கள் மாத்ரர் நிலப்பகுதியை அடைந்த பிறகுதான் முழுமையாக உணர்ந்தேன். மனிதர் மத்தியில் வாழ்வது மகிழ்வளிப்பது; அதைப் பற்றிப் பெருமிதம் கொள்ளவேண்டும்; நமக்குக் கிடைத்த நல்வாய்ப்பு எனப் போற்ற வேண்டும்."

"நான் சொன்னதைக் கேட்டு நீ வருத்தம் அடையவில்லை என்பதில் எனக்கு மகிழ்ச்சி. எல்லோருக்கும் தன் சொந்த நாடு மீது ஒரு பற்று இருக்கும்தானே!"

"அதற்காக தன் விருப்பத்திற்கு உரியவற்றில் உள்ள தவறுகளைக் கணக்கில் கொள்ளாமல் இருக்கக் கூடாது, அல்லவா?"

"அப்பகுதிகளில் பயணங்கள் மேற்கொண்டபோது அதைப் பற்றி நிறைய யோசிப்பதுண்டு; இங்கு இருந்த கல்விமான்களிடமும் விவாதித்தது உண்டு. அந்நிலைமை எதனால் வந்தது எனப் புரிந்து கொள்ள முடிந்தது; ஆனால், அதில் இருந்து மீளுவது எப்படி என்றுதான் புரியவில்லை."

"எப்படி நுழைந்தது?"

“பாஞ்சாலம், பாஞ்சால மக்களின் வாழ்விடம். ஆனால், அங்கு இப்போது இருப்பவர்களில் நிறைய பேர் பாஞ்சாலர்கள் இல்லை.”

“ஆம். நிறைய மக்கள் வெளியில் இருந்து வந்து அங்கு தங்கி விட்டார்கள்.”

“மகனே! அவர்கள் வெளி தேசங்களில் இருந்து வந்தவர்கள் அல்ல. அப்பகுதியின் ஆதிக்குடிகள் எண்ணிக்கை மிக அதிகம். இப்போது கைவினைஞர்கள், வர்த்தகர்கள், அடிமைகள் என இருப்பவர்கள் அங்கு பூர்வகுடிகள். பாஞ்சாலர்கள் அடி எடுத்து வைக்கும் முன்பே அங்கு வாழ்ந்தவர்கள். அவர்களது நிறம் உனக்குத் தெரியும்தானே?”

“ஆமாம். பாஞ்சாலர்களில் இருந்து அவர்கள் நிறம் வேறாக இருக்கும் - கருப்பு அல்லது பழுப்பு - செம்பு போல.”

“பாஞ்சாலர், மாத்ரர் போல தோல் வெளுத்தவர்கள்.”

“பெருமளவு அப்படித்தான்.”

“பெருமளவு - அதான் சரி. பிற இனத்தவர் கூடக் கலப்பு ஏற்பட்டதால், அவர்கள் நிறம் மாறி வருகிறது. அங்கு ஆரியர் மட்டும் இருந்தால், இங்கு இருப்பதை போல, மனித வாழ்க்கை வாழ்ந்திருக்க முடியும் என நம்புகிறேன். இந்த நிற வேறுபாட்டால்தான், இரு இனங்களுக்கு இடையே உள்ள சமூக மதிப்பும் வேறு வேறாக உள்ளது என நினைக்கிறேன்.”

“இந்த உயர்வு - தாழ்வு, எசமான் - அடிமை போன்ற ஏற்றத்தாழ்வுகள் ஆரியர் அல்லாதோரிடம் பழம் காலத்தில் இருந்தே புழக்கத்தில் இருந்தது என்பதை நீங்கள் அறிந்திருப்பீர்கள். அவர்களை நமது முன்னோர்கள் அசுரர்கள் என்று குறிப்பிட்டனர்.”

“ஆமாம். ஆனால், பாஞ்சாலர்கள் அனைவரும் ஆரியர்களாகத்தான் இருந்தார்கள். காலப்போக்கில் இந்த ஏற்றத்தாழ்வுகள் நுழையத் தொடங்கின. அரசர் திவோதாஸ் ஒரு முறை என்னிடம் குதிரைகள் வாங்கினார். அப்போது நான் அவரைச் சந்தித்தேன். அவர் நல்ல திடகாத்திரமான, சிவப்புத் தோல் கொண்ட, கவர்ச்சியான இளைஞராக இருந்தார். ஆனால், அவர் தலையில் கனமான சிகப்பு - மஞ்சள் நிற கிரீடம் இருந்தது; காதுகள் துளையிடப்பட்டு பெரிய வளையங்கள் தொங்கின; விரல்கள், கழுத்து அனைத்திலும் விதவிதமான ஆபரணங்கள்

இருந்தன. அவரைப் பார்த்தால் எனக்குப் பாவமாக இருந்தது. கிரகண காலத்தில் மறைக்கப்படும் நிலவு போல இருந்தார். அவரது மனைவியும் உடன் இருந்தார். மாத்ரர் இனப் பெண் போல அழகு நிரம்பியவர்; ஆனால், அவரும் வண்ண வண்ண அணிகலன்களின் பாரத்தால் உடல் குறுகி இருந்தார்.''

சுதாஸ் நெஞ்சு படபடக்கத் தொடங்கியது. தன் உணர்வுகளை வெளிக்காட்டாமல் மறைக்க சிரமப்பட்டான். இயலாமல் போகவே, பேசுபொருளை மாற்ற,

``அரசர் உங்கள் குதிரைகளை வாங்கினாரா?'' என்றான்.

``வாங்கிக் கொண்டார். நல்ல விலையும் தந்தார். எத்தனை பொன் என்று எனக்கு மறந்து விட்டது. ஆனால், பாஞ்சாலர்கூட அவர்முன் மண்டியிட்டது, வணங்கியது, கெஞ்சியது ஆகியவற்றைப் பார்த்ததும் எனக்கு ஜுரமே வந்துவிட்டது. மாத்ரர் எவரும் உயிரே போனாலும் அப்படிச் செய்ய மாட்டார்கள்.''

``நீங்கள் அப்படி நடக்க வேண்டி வரவில்லையே?''

``அப்படி யாராவது என்னிடம் சொல்லியிருந்தால், நடப்பதே வேறாக இருந்திருக்கும். கீழைத்தேய மன்னர்கள் யாரும் எங்களிடம் அப்படிச் சொல்ல மாட்டார்கள். அவர்களுக்குள் அது பழைய மரபு.''

``ஏன் அப்படி?''

``அது பெரிய கதை. பாஞ்சாலர் மேற்கில் இருந்து பெயர்ந்தபோது யமுனை, கங்கை, இமாலய மலைப்பகுதிகளுக்குள் சென்றபோது அவர்கள் மாத்ரர்கள் போல ஒரே இனமாகத்தான் இருந்தார்கள். பிறகு அவர்கள் அசுரர்களுடன் கலந்து உறவு கொண்டு, அவர்களைப் போலவே தலைவன், அரசன், புரோகிதராக வேண்டும் எனப் பேராசை கொள்ளத் தொடங்கினர்.''

``ஆனால், இந்தப் பேராசையின் வேர் எதுவாக இருந்தது?''

``மற்றவர் உழைப்பில் சுகபோகமான வாழ்க்கை வாழ நாட்டம் கொண்டனர். இந்த அரசர்களும், புரோகிதர்களும்தான் பாஞ்சாலர் மத்தியில் பிரிவினைகள் உருவாக்கி, அவர்களை மனிதர்களாக வாழ விடாமல் செய்து விட்டனர்.'' ஜெதா, பேச்சை முடித்துக்கொண்டு வேலையை கவனிக்கச் சென்று விட்டார்.

2

நான்கு ஆண்டுகள் உருண்டோடிவிட்டன. சுதாஸ் இன்னும் ஜெதா குடும்பத்துடன் மாத்ரர் நகரில் - இன்றைய சியால்கோட் - தங்கி இருந்தான். ஜெதாவின் மனைவி உயிருடன் இல்லை; மணமுடித்த ஓரிரு சகோதரிகள், மகள்கள் வீட்டிற்கு வந்து போவார்கள். நிரந்தரமாக அங்கு இருந்தவர்கள் ஜெதா, அபலா, சுதாஸ் மூவரும்தான். அபலா தற்போது இருபது வயது இளம்பெண். அவளும் சுதாஸும் காதல் வயப்பட்டிருந்தார்கள் என்பது அவர்கள் நடந்து கொள்ளும் முறையில் இருந்து தெரிந்தது. மாத்ரர் நகரின் அழகிகளில் ஒருத்தியாக அபலா இருந்தாள்; அவளுக்காகக் காத்திருக்கும் இளைஞர்களுக்குப் பஞ்சமில்லை. அதேபோல, சுதாஸ் போன்ற கண்கவர் வாலிபனுக்கும் தேர்ந்தெடுக்க நிறைய அழகிய பெண்கள் இருந்தார்கள். ஆனால், அவர்கள் இருவரும் நடனமாட எப்போதும் ஒருவரை ஒருவர் தேர்ந்தெடுக்கிறார்கள் என்பதை அனைவரும் கவனித்தார்கள். ஜெதாவும் அதைக் கவனித்தார். சுதாஸ் அங்கேயே தங்கத் தயாராக இருந்திருந்தால் அவர் மகிழ்ச்சி அடைந்திருப்பார். ஆனால், சுதாஸ் அடிக்கடித் தன் பெற்றோர் பற்றிக் கவலைப்பட்டான்; அவர்களுக்கு சுதாஸ் ஒரே மகன் என்பது ஜெதாவுக்குத் தெரியும்.

ஒரு நாள், காதலர்களின் நதியான சேனாப் நதியில் குளிக்க இருவரும் சென்றனர். நிறைய முறை சுதாஸ், அபலா குளிக்கும்போது சூரியக் கதிர்களால் பழுப்படைந்த அவளது உடலைப் பார்த்திருக்கிறான்; ஆனால், அன்று, சுமார் ஐம்பது பெண்கள் மத்தியில் அவளைக் கண்டபோது, அவளது ஈடற்ற அழகு அவனுக்குப் புரிந்தது. ஏதோ முதல்முறையாக அவளது கவர்ச்சியை உணர்ந்தது போல இருந்தது. வீட்டுக்குத் திரும்பும்போது அவன் அமைதியாக இருப்பதைக் கண்ட அபலா, "சுதாஸ், அயர்வாக இருக்கிறதா? பேசாம வர்றே? சேனாப் ஆற்றை இரண்டு முறை அக்கரைக்கும் இக்கரைக்கும் கடப்பது எளிதல்ல" என்றாள்.

"நீ? நீயும்தான் ஒருமுறை நீந்திக் கடந்தாய்; நான் இரு முறை செய்தேன், அவ்வளவுதான். நேரம் இருந்தால், நான் பத்து முறை கூட நீந்தத் தயார்."

"நாம் கரையேறும்போது உன் மார்பு எப்படி விரிந்து கை, கால் தசைகள் பிடிப்பாக இறுகி இருக்கிறதெனக் கவனித்தேன்."

“நீச்சல் நல்ல உடற்பயிற்சி. ஒருவரின் உடலை வலுவாகவும், கட்டாகவும் வைத்திருக்கும். ஆனால், - அபலா, நீ எவ்வளவு அழகாக வளர்ந்து விட்டாய் தெரியுமா? உன்னைப் போல ஒரு அழகி உலகத்தில் எவரும் இல்லை.”

“உன் கண்ணுக்குதான் நான் அப்படித் தெரிகிறேன்.”

“மோகக் கவர்ச்சியில் மட்டும் நான் இதைச் சொல்லவில்லை, அபலா!”

“ஆமா... ம்... நீ இதுவரை ஒரு முத்தம் கூடக் கேட்டதில்லை. மாத்ரர் பெண்கள் அத்தகைய பரிசுகளில் தாராளமாக இருப்பவர்கள்.”

“நான் கேட்காவிட்டாலும், நீ அதில் தாராளமாகத்தான் என்னிடம் இருந்தாய்.”

“ஆனால், அப்போது உன்னைப் பார்க்கும்போது எனக்கு என் அண்ணன் சுவேதாஷ்ரவன்தான் நினைவுக்கு வந்தான்.”

“அப்படின்னா, இனி என்னை முத்தமிட மாட்டாயா?”

“நீ கேட்டா, தராமல் இருப்பேனா?”

“நான் உன்னைக் கேட்டால், நீ எனது...?”

“சுதாஸ்! போதும். நிறுத்து. மாட்டேன் என்று சொல்ல மனம் வருத்தப்படும்.”

“வருத்தத்தை நீக்குவது உன் கையில்தானே இருக்கு?”

“இல்லை. உன் கையில்தான் இருக்கிறது.”

“எப்படி?”

“நீ என் அப்பாவின் வீட்டில் தங்கிவிட முடியுமா?”

இந்தச் சொற்கள் அவளது இனிய உதடுகளில் இருந்து வந்துவிடக் கூடும் என்ற பயம் அவனுக்குள் இருந்து கொண்டுதான் இருந்தது. இப்போது அது மின்னலாக அவனுள் பாய்ந்து அவன் நெஞ்சைத் துளைத்தது. சிறிது நேரம், அவன் முகம் குழப்பத்தில் ஆழ்ந்தது. அவன் மனதில் ஓடும் எண்ணங்களை அபலா கவனித்து விடக் கூடாது என நினைத்தான். எனவே, அடுத்த கணமே அமைதியாக -

“அபலா, நான் உன்னை எவ்வளவு விரும்புகிறேன், தெரியுமா?” என்றான்.

“தெரியும். நானும் உன்னை விரும்புகிறேன் என்பதை நீயும் அறிவாய். காலம் முழுதும் உன்னுடன் இருக்க விரும்புகிறேன்; என் தந்தையும் அதனை விரும்புவார். ஆனால், நீ பாஞ்சாலத்தை மறந்துவிட வேண்டும்.”

“பாஞ்சாலத்தை மறப்பது எனக்குச் சிக்கல் அல்ல. எனது வயதான பெற்றோர் அங்கு இருக்கிறார்கள். என் அம்மாவுக்கு நான் ஒரே மகன். அவள் இறப்பதற்கு முன் திரும்பி வந்து விடுவேன் என அவளுக்கு உறுதி சொல்லி வந்தேன்.”

“நீ கொடுத்த வாக்கில் இருந்து தவறுவதை நான் விரும்பவில்லை. நீ என்னை விட்டுப் போனாலும் நான் உன்னைக் காதலிப்பேன், சுதாஸ்! நீ போய்விட்டால், எனது கடைசிக் காலம் வரை உனக்காகக் கண்ணில் நீர் வழிய காத்திருப்பேன். ஆனால், நாம் இருவரும் நம் வாக்கைக் காப்பாற்ற வேண்டும் - நீ, உன் அம்மாவுக்கு; நான் என் உள்ளத்திற்கு.”

“அபலா! உன் உள்ளத்திற்கு என்ன வாக்கு கொடுக்கிறாய்?”

“மனிதர்கள் வாழும் இந்த தேசத்தில் இருந்து, மனிதமற்ற இடத்திற்குப் போகக் கூடாது என்று.”

“மனிதமற்ற...? பாஞ்சால நாட்டிற்கா?”

“ஆமா, அங்க மனிதம் மதிப்பற்றுக் கிடக்கிறது; பெண்கள் கட்டுண்டு இருக்கிறார்கள்.”

“உன் கருத்தை நான் ஏற்கிறேன்.”

அபலா அவனை ஆரத் தழுவி முத்தமிட்டாள். கண்ணீர் வழிந்தோடிய கன்னங்களை அவனது உதடுகள் ஒற்றின.

அவன் முத்தமிட்டதும், “நீ போ. அம்மாவைப் பார்த்து விட்டு அவரது வாழ்த்துகளோடு வா. நான் இங்கே உனக்காகக் காத்திருப்பேன்” என்றாள்.

அவளது மேல்பூச்சற்ற சொற்கள் அவனைக் குன்ற வைத்தன. தன் மீதே வெறுப்பு வந்தது. அவன் மனதில் இருந்து அவ்வுணர்வை அழிக்க முடியவில்லை.

பெற்றோரைப் பார்த்துவிட்டுத் திரும்புவதாக சுதாஸ் உறுதி அளித்ததால், ஜெதா அவனுக்கு விடை கொடுத்தார். அப்பாவும் மகளும் தம் ஒப்புதலை ஒருமித்து அளித்தனர்.

அவன் ஊர் கிளம்புவதற்கு முதல் நாள், அபலா அவனை விட்டு அகலவில்லை. நீலத் தாமரை போன்ற இருவரது கண்களும் கண்ணீரில் மிதந்தன; தம் கண்ணீரை மறைக்கவும் அவர்கள் முயற்சிக்கவில்லை. மணிக்கணக்காக இருவரும் முத்தமிட்டுக் கொண்டும் தழுவியபடியும் கண்ணெடுக்காமல் பார்த்தபடியும் இருந்தனர்.

அவன் புறப்பட்டபோது, அபலா அவனைத் தழுவி, "சுதாஸ்! உனக்காக நான் இங்குக் காத்துக் கொண்டிருப்பேன்" என்றாள். அந்தச் சொல் அவன் உயிர் இருக்கும் வரை அவனது உள்ளத்தில் ஆழப் பதிந்தது.

3

சுதாஸிற்கு தன் அம்மாவின் மீது அளவுகடந்த அன்பு. அவனது தந்தை திவோதாஸ் புகழ் வாய்ந்த அரசர். வசிஷ்டர், விஸ்வாமித்திரர், பரத்வாஜ் போன்ற முனிவர்கள் அவரைப் புகழ்ந்து பாடிய பாடல்கள் இன்றும் ரிக் வேதத்தில் காணப்படுகின்றன. அவையெல்லாம் ரிக் வேதத்தில் இணைக்கப்பட்டு விட்டதால் அவற்றில் உள்ள அதீதப் பாராட்டுகளின் தன்மை மாறிவிடாது. சுதாஸ் அவனது அம்மா மீது மட்டும்தான் அக்கறை காட்டினான். திவோதாஸ் பல மனைவிகள், எண்ணற்ற தாசிப்பெண்கள் கொண்டவர் என்பதையும் அவன் அறிவான். அரசரின் மூத்த மகன் என்பதால், பாஞ்சால தேசத்து அரியணைக்கு உரியவனைப் பெற்றதாலும், தனது தாய்க்கு மதிப்புக் கிடைக்கிறது; மற்றபடி, அந்தப்புரத்தை புதுப்புது அழகிகளால் நிரப்பும் தந்தைக்கு பல் போன கிழவி மீது எந்த அன்பும் இருக்காது என்பதையும் சுதாஸ் அறிவான். சுதாஸ் அவனது தாய்க்கு ஒரே மகன்; அவன் அப்பாவிற்கு வேறு மகன்கள் இருந்தனர். சுதாஸ் இல்லாவிட்டால் அரியணை ஏற அவனது சகோதரன் பிரதர்தன் தயாராக இருந்தான்.

பல ஆண்டுகள் கடந்து விட்டதால், சுதாஸின் அம்மா அவனைக் காணமுடியும் என்ற நம்பிக்கையை இழந்து விட்டாள். அழுதழுது அவள் கண்கள் மங்கி விட்டன. திடீரென, ஒரு நாள், சுதாஸ் அவள் முன் வந்து நின்றான். அவன் எவரிடமும் அறிவிக்காமல் அமைதியாக அவளைப் பார்க்க வந்தான்; தந்தையையும் சந்திக்கவில்லை. ஒளியிழந்த கண்களால் அவனை உற்று நோக்கினாள் அவன் தாய்.

"அம்மா, சுதாஸ் வந்திருக்கேன்."

அவள் கண்கள் பளிச்சிட்டன. ஆனாலும், படுக்கையில் இருந்து எழாமல், "சுதாஸ் என்றால் ஏன் தள்ளி நிற்கிறாய்? என்னை வந்து அணைக்கவில்லையே? என் மடியில் தலை வைக்க வில்லையே?" என்றாள்.

சுதாஸ் அம்மாவின் மடியில் தலை வைத்துப் படுத்தான். அவள் கரங்களால் அவன் தலையைத் தொட்டாள். கனவுருவம் அல்ல; நிசமான சுதாஸ் என்று அறிந்து கொண்டாள். அவனது கன்னம், வாய், நெற்றி, தலைமுடி எங்கும் மீண்டும் மீண்டும் முத்தமிட்டாள்; கண்ணீர் நிற்கவில்லை; அணைப்பை விலக்கவில்லை. தொடர்ந்து கண்ணீர் உகுப்பதைக் கண்ட சுதாஸ், "அம்மா! நான்தான் வந்திட்டேன் இல்ல? ஏன் இப்படி அழுகிறாய்?" என்றான்.

"இன்னிக்கு ஒரு நாள், இன்னைக்கு மட்டும், ஆசை தீர அழுது விடுகிறேன் சுதாஸ்! இதுதான் கடைசி. இனி எனக்கு அழுகை இல்லை, செல்லம்!"

அந்தப்புரத்தில் இருந்து அரசனுக்கு செய்தி போயிற்று. திவோதாஸ் தன் மகனை அரவணைக்க ஓடோடி வந்தான். அவனது கன்னங்களில் மகிழ்ச்சிக் கண்ணீர் வழிந்தது.

நாட்கள் மாதங்களாகின; மாதங்கள் உருண்டோடின; இரண்டு ஆண்டுகள் கழிந்து விட்டன. சுதாஸ், பெற்றோர் முன் உற்சாகமாகக் காட்டிக் கொண்டான். ஆனால், தனிமையில் இருக்கும்போது அவன் காதுகளில் 'உனக்காக நான் இங்குக் காத்துக் கொண்டிருப்பேன்' என்ற குரல் ஒலித்தது; நடுங்கும் சிவந்த உதடுகள் கண் முன் வந்தது; அவனது கண்களில் நிறைந்த கண்ணீர் அவ்வுருவைப் பார்க்க முடியாமல் மறையும் வரை அப்படியே இருந்தது. இருவரின் அன்பும் அவனை ஆக்கிரமித்தன: ஒரு புறம் அபலாவின் தடையற்ற காதல் வெள்ளம்; மற்றது, அவன் அம்மாவின் எல்லையற்ற பாசம். வேறு எந்தப் பிடிப்பும் அற்ற தாயின் இதயத்தை நொறுக்குவது மிகப் பெரிய சுயநலமாகப் பட்டது. அவள் உயிருடன் இருக்கும் வரை பாஞ்சாலத்தை விட்டுப் போவதில்லை என உறுதி எடுத்தான். ஆனால், இளவரசனின் ஆடம்பர வாழ்வை அவன் மனம் ஏற்கவில்லை. இருந்தாலும், தந்தையிடம் மரியாதையுடன் நடந்து கொண்டான். அவரது விருப்பங்களை முடிந்த வரை நிறைவேற்றினான்.

ராகுல் சாங்கிருத்யாயன் ● 143

ஒரு நாள் வயோதிக அரசர் தன் மகனிடம், “சுதாஸ், என் வாழ்வின் இறுதிக் கட்டத்துக்கு வந்துவிட்டேன்; பாஞ்சாலத்தை ஆட்சி செய்வது எனக்குப் பெரும் பாரமாக உள்ளது” என்றார்.

“உங்கள் பாரத்தைப் பாஞ்சால மக்களிடம் ஒப்படைத்தால் என்ன?” என்றான் சுதாஸ்.

“மக்களிடமா? என்ன சொல்கிறாய் என்று புரியவில்லை, மகனே!”

“பாஞ்சாலர்களுக்குத்தான் அதிகாரம் உரியது, இல்லையா? நமது முன்னோர்கள் சாதாரண மக்களாகத்தான் இருந்தார்கள். அப்போது அரசன் என்று எவரும் இல்லையே? மக்கள்தான் ஒன்றாக அனைத்து முடிவுகளையும் எடுத்தார்கள். இன்றும், மல்லர், மாத்ரர், காந்தாரர் மத்தியில் அப்படித்தான் இருக்கிறது. எனது பாட்டனார் வத்யஷ்வனின் முன்னோர்கள் சிலருக்கு பேராசையில், பிறரது உழைப்பில் சுகபோகமாக வாழும் விருப்பம் ஏற்பட்டது விட்டது. அவர் நமது குடியின் படைத்தலைவனாக இருந்திருப்பார்; சில போர்களில் வெற்றி பெற்றதால் மக்களின் நம்பிக்கைக்கும் அன்புக்கும் பாத்திரமாயிருப்பார்; பிறகு செல்வம் சேர்ந்திருக்கும்; அதை வைத்துக்கொண்டு தனது மக்கள் மீதே அதிகாரத்தைக் காட்டத் தொடங்கி இருப்பார். மக்களிடம் இருந்த அதிகாரத்தைப் பிடுங்கி அசுரர்கள் போல அரசனது ஆட்சியை உருவாக்கிவிட்டார். அசுரர் போலவே வசிஷ்டர் அல்லது விஸ்வாமித்திரர் போன்றவர்களின் முன்னோர் ஒருவருக்கு இலஞ்சம் கொடுத்து அவர்கள் மூலம் மக்களை மூளைச்சலவை செய்துவிட்டார். அவர்கள் இந்திரன், அக்னி, சோமன், வருணன் இன்னபிற கடவுள்கள் இந்த மன்னனைப் பூவுலகில் ஆட்சி செய்ய அனுப்பியிருக்கிறார்கள்; எனவே அவரது ஆணைக்குக் கீழ்ப்படிய வேண்டும்; உரிய காணிக்கைகளை வழங்கிப் பணியுங்கள் என்று கிளப்பிவிட்டிருப்பார்கள். இதெல்லாம் சுத்த அயோக்கியத்தனம்; பகற்கொள்ளை. உங்களுக்கு இத்தனை உரிமைகள் கொடுத்த மக்களின் பெயர்கள்கூட உங்களுக்கு நினைவில் இல்லை.”

“மகனே! அப்படியில்லை. மக்கள்தான் நமக்கு அதிகாரம் வழங்குகிறார்கள். பட்டம் ஏற்கும்போது மக்களிடம் இருந்துதான் செங்கோலைக் கையில் பெறுகிறோம். அதைத்தான் அரசச் சின்னம் என வழங்குகிறோம்.”

“அந்தப் பட்டம் ஏற்பு வெறும் சடங்காக நடக்கத் தொடங்கிவிட்டது. அரசன் உண்மையான மக்கள் பணியாளரா?

அரசன் மக்களுடன் உட்காருவது இல்லை, சாப்பிடுவது இல்லை, உடன் வேலை செய்வதில்லை என்பதைப் பார்க்கும் எவருக்கும் அது புரியாதா என்ன? மாத்ரர், காந்தாரர் குடித்தலைவர்கள் யாராவது இப்படி நடந்து கொள்ள முடியுமா?"

"நாம் அவர்களைப் போல வாழ்ந்தால், ஏதோ ஒரு எதிரி நம்மைக் கொலை செய்துவிடுவான்; விஷத்தைக் கொடுத்து விடுவார்கள்."

"இது போன்ற அச்சங்கள் திருடர்களுக்கும், கொள்ளையருக்கும்தான் இருக்கும். குடித் தலைவர்கள் கள்வர்கள் அல்ல. அவர்கள் தம்மைத் தமது குடியின் மகனாகக் கருதுகிறார்கள். அவ்வாறே வாழ்கிறார்கள். அவர்களுக்கு எந்தப் பயமும் இல்லை. அரசர்கள் கொள்ளையர்கள்; மக்களது அதிகாரத்தைப் பறித்தவர்கள். எனவே அவர்கள் நடுங்கிச் சாகிறார்கள். அரசர்கள் தமது அந்தப்புரம், பொன், வெள்ளி, ஆபரணங்கள், அடிமைகள் ஆகியவற்றை உழைத்துப் பெறுவதில்லை; பிறரைக் கொள்ளையடித்தே பெறுகிறார்கள்."

"அப்படியானால், என்னைக் குற்றவாளியாகப் பார்க்கிறாயா, மகனே?"

"அய்யோ, இல்லையில்லை. அப்பா! நான் உங்கள் இடத்தில் இருந்தால், நானும் விரும்பியோ, விரும்பாமலோ நீங்கள் செய்யும் அனைத்தையும் செய்துதான் ஆக வேண்டும். என் தந்தையை நான் எப்படிக் குற்றவாளி என்று சொல்ல முடியும்?"

"மக்களிடம் ஆட்சியை ஒப்படைப்பது பற்றி நீ பேசுகிறாய். அது செய்யக் கூடியதா? மக்களின் உணவைப் பறிப்பது திவோதாஸ் மட்டுமல்ல; கொள்ளையடிப்பவர் கூட்டத்தில் அவனும் ஒருவன். அவன் எத்தனை வலுவானவனாக இருந்தாலும், அவர்களது கூட்டு பலத்திற்கு முன் அவன் ஒன்றும் செய்ய முடியாது. அதைவிட, அரசனது சேனைத் தலைவர்கள், இளவரசர்கள், பிற பகுதிகளின் பிரபுக்கள் ஆகியோரைவிட வலிமையானது புரோகிதக் கூட்டம்."

"அவர்களது சக்தியை நான் நன்கறிவேன். ஒரு அரசனின் மூத்த மகன் தவிர மற்றவர்கள் அரசாள முடியாது; எனவே அவர்கள் புரோகிதர்கள் ஆகிறார்கள். என் தம்பி பிரதர்த்தனும் அப்படித்தான் செய்வான் என நம்புகிறேன். ஏற்கனவே அரசன் ஆட்சிக்கு; புரோகிதன் மதத்திற்கு என்று பிரிந்தாயிற்று. வரும் காலத்தில் ஷத்ரியர்களும் பார்ப்பனர்களும் தனித்தனி சாதிகளாகப்

ராகுல் சாங்கிருத்யாயன் • 145

பிரிந்து விடக்கூடும்; தனி வகுப்புகளாக ஆகக்கூடும். காந்தாரத்தில் உள்ள மாத்ரர் ஒரு கையில் வாளும், மறுகையில் தர்ப்பையும் ஏந்தக்கூடும். ஆனால், இங்கு வத்யஷ்ரவனின் மகனான நீங்கள் வாள் பிடிப்பீர்கள்; விஸ்வாமித்திரர் வழிதோன்றல்கள் பிரார்த்தனைகள் செய்வார்கள். நம் மக்கள் மத்தியில் இந்தப் பிரிவினைகள் ஏற்கனவே மூன்று பிரிவுகளை உண்டாக்கிவிட்டது. அரசர்களும், புரோகிதர்களும் அதிகாரப் பகிர்வு, மக்களைக் கொள்ளையடித்தல், மண உறவு கொள்ளுதல், இரத்த உறவு ஆகியவற்றால் பிணைக்கப்பட்டுள்ளார்கள். ஆனால், இரு பிரிவினரும் வெவ்வேறாக பிளவுபடுகின்றனர். அவர்களது அக்கறைகள் வேறாக இருப்பதால் முரண்கள் எழுகின்றன. அதனால்தான், ஷத்ரியர் - பார்ப்பனர் ஒற்றுமையைக் காக்க கடும் முயற்சிகள் எடுக்கப்படுகின்றன. இவை இரண்டு தவிர மூன்றாம் பிரிவு ஒன்று இருக்கிறது. இதே குடியைச் சேர்ந்த பெரும் எண்ணிக்கையிலான பொதுமக்கள். மக்கள் என்ற பெயர் மாறி இன்று 'குடிமக்கள்' எனப்படுகிறார்கள். என்ன கொடுமையான மாற்றம் இது! இது வஞ்சகம் அல்லவா?"

"அப்படியும் நீ கணக்கில் எடுக்காத இன்னும் நிறைய பேர் இருக்கிறார்கள்."

"ஆம். ஆரியரல்லாத பெருந்திரளான மக்கள். அவர்கள்தான் கைவினைக் கலைஞர்கள், வர்த்தகர்கள், அடிமைகள். அவர்களால்தான், ஆட்சி செய்பவர்கள் மக்களிடம் இருந்து அதிகாரத்தைப் பறிக்க முடிந்ததோ என்னவோ! தம்மை வெற்றி கொண்ட குடியினரும் தம்மைப் போலவே ஏவல் புரியும் நிலைக்குத் தள்ளப்பட்டதைக் கண்டு அவர்களுக்கு மகிழ்ச்சியாக இருந்திருக்கும். அதைத்தான் அரசர்கள் 'ராஜ நீதி' என்றார்கள்."

"மகனே! நீ சொல்வதில் தவறேதும் இல்லை. நீயே சொல்லு, யாரிடம் பதவியை ஒப்படைப்பது? அரசர்களும் வர்த்தகர்களும் கொள்ளையடிப்பவர்கள்; அவர்களைத் தவிர ஆரியர், ஆரியர் அல்லாதோர் ஆகிய பொதுமக்கள் இருக்கிறார்கள். அவர்களால் ஆட்சி செய்ய முடியுமா? ஆளும் வர்க்கத்தைச் சேர்ந்த மத சக்திகள், இராணுவம் எல்லாம், நான் அவர்களை என் பிடியில் இருந்து விட்டவுடன், அவர்களைப் பாய்ந்து பிடுங்க கழுகு போலக் காத்திருக்கிறார்கள். இந்த தேசத்தில் அவர்களை ஆண்ட திவோதாஸ் அப்போது இல்லை. பாஞ்சாலம் - பாஞ்சாலர்களின் நிலம் - என்றுதான் வழங்கப்பட்டது. ஆனால், மீண்டும் அந்தக் காலத்திற்கு போகும் வழி எனக்குத் தெரியவில்லை."

“வழியில் நிறைய வசிஷ்டர்களும் விஸ்வாமித்திரர்களும் கிடக்கிறார்கள்.”

“அவர்களுக்குத்தான் நாம் அடிமைகளாகி இருக்கிறோம். நம்மால் இனி நேற்றுக்குச் செல்ல முடியாது; நாளை எப்படி இருக்கும் என்றும் நமக்குத் தெரியாது. உன்னைப் போல ஒரு மகன் எனக்கு இருப்பது மகிழ்ச்சியளிக்கிறது. நானும் ஒரு காலத்தில் இளமையுடன் இருந்தவன்தான். அப்போதெல்லாம் இந்த அளவு புரோகிதர்களின் புனைவுகள் இருக்கவில்லை; அவர்களது தந்திரங்கள், மாயைகள், மூடநம்பிக்கைகள் எல்லாம் இல்லை. அவை மக்களைச் சிந்திக்க விடாமல் இருக்கக் கொண்டுவரப்பட்டவை. அவற்றைக் குறைக்க என்னிடம் சக்தி இல்லை என்பதை நான் உணர்ந்து கொண்டேன். அக்காலத்தில், உன் அம்மாதான் எனக்கு எல்லாம். பிறகு எனது உறுதியும் நம்பிக்கையும் குறையத் தொடங்கியதும், புரோகிதர்கள் அவர்களது மகள்கள், போற்றிப் பாடல்கள் மூலம் என்னை வலையில் மாட்டிவிட்டார்கள். எனது அரண்மனை இந்திராணியை ஒத்த அடிமை அழகிகளால் நிரப்பப்பட்டது. உன் தந்தையின் வீழ்ச்சியில் இருந்து பாடம் படி; எச்சரிக்கையாக இரு; கடுமையாக உழை. உனக்கு ஒரு வழி கிடைக்கலாம். அப்போது இந்தக் கொள்ளையைத் தடுத்து நிறுத்தலாம். சுதாஸ் போன்ற நல்லதொரு தலைவனை விடுத்து, பாஞ்சாலர்களை மனித நேயம் அற்ற, சூழ்ச்சிக்கார பிரதர்தன் கையில் ஒப்படைப்பது கருணையற்ற செயல். எனதருமை மகனே! உனது போராட்டத்தை நான் விண்ணுலகில் இருந்து பார்த்திருப்பேன். மகிழ்ச்சியுறுவேன்.”

4

திவோதாஸ் இறந்து விட்டார். சுதாஸ் பாஞ்சாலத்தின் அரசன் ஆனான். புரோகிதக் கும்பல் அவனைச் சூழ்ந்து கொண்டது. நரைத்த தாடிக் கும்பல் மக்களை இந்திரன், அக்னி, சோமன் போன்ற பெயர்களால் எவ்வளவு முட்டாள்களாக்கி இருக்கிறது என்பதை சுதாஸ் இப்போது முழுமையாகப் புரிந்து கொண்டான். அவனும் விரைவில் அவர்கள் வலையில் சிக்கினான். பலன்களை அனுபவிக்கக் காத்திருக்கும் கும்பல், அவனை மதத்துரோகி என்று சொல்லி அவனது கருத்துகளைத் தவறாகப் பரப்பத் தயாராக இருந்தது. அறிமுகம் இல்லாத அந்நிய தேசங்களில் கிழிந்த ஆடையுடன், வெறுங்காலுடன் நாடோடியாகச் சுற்றித் திரிந்த காலங்கள் அவன் மனதில் அடிக்கடித் தலைகாட்டின. அப்போது

அவன் சுதந்திர மனிதன். இப்போது சுதாஸின் அன்புள்ளத்தைப் புரிந்து கொண்டு கனிவு காட்ட ஒருவர்கூட இல்லை. புரோகிதர்கள் - முனிவர்கள் - தமது மக்கள், பேத்திமாரை அவனுக்காக அனுப்பினர்; சேனைத் தளபதிகள் தம் வீட்டுப் பெண்களை அனுப்பி வைத்தனர்; ஆனால், சுதாஸ் எரிந்து கொண்டிருக்கும் வீட்டில் இருப்பது போல உணர்ந்தான். சேனாப் நதிக்கருகில் அவனுக்காக வழி பார்த்துக் காத்திருக்கும் நீல விழிகளை அவனால் மறக்க முடியவில்லை.

சுதாஸ் ஆரியர், ஆரியர் அல்லாதோர் அனைவரையும் ஒன்று போல ஆளவேண்டும் எனக் கருதினான். ஆனால், முதலில் அவன் கடவுளரின் ஆசி பெற்றவன் என்ற மூடநம்பிக்கையை மக்கள் மனதில் இருந்து அகற்ற வேண்டும்; அந்தக் கதைக்கு இருந்த ஒரே சாட்சி புரோகிதரின் வாழ்த்துப் பாடல்கள். புரோகிதர்களின் நல்லாதரவைப் பெற அவர்களுக்கு சுதாஸ் பொன், வெள்ளி, கால்நடைகள், அடிமைகள் அனைத்தும் பரிசுப் பொருட்களாக வழங்க வேண்டி வந்தது. அவற்றைப் பெற்றுக் கொண்ட புரோகிதர் கூட்டம், கொழுத்த மாடுகள் ஈன்ற கன்றுகளின் கொழுங்கறியை உண்டு, சோமபானத்தில் திளைத்து, சுதாஸ் அவன் பெயருக்கேற்ப 'அள்ளி அள்ளித் தருபவர்' என்ற முடிவுக்கு வந்தனர்; சுதாஸின் புரவலர் பெருமையைப் பற்றிப் பக்திப் பரவசத்துடன் பாடல்கள் கிளம்பின; அவை இன்றும் ரிக் வேதத்தில் காணப்படுகின்றன. ஆனால், இந்தத் துதிப் பாடல்களைக் கேட்கும்போது, சுதாஸ் அவற்றை இயற்றியவர்கள் மீது கொண்ட வெறுப்பை என்னவென்று சொல்வது!

சுதாஸின் புகழ் இப்போது ரோஹில்கண்ட் எனப்படும் வடக்குப் பாஞ்சாலம் மட்டுமின்றி, வெகுதூரம் பரவியது. மன நிறைவு அற்ற தன் வாழ்வில், முடிந்தவரை அனைத்துக் குடிமக்களும் நலன் பெற சுதாஸ் உழைத்தான்.

சுதாஸின் அப்பா மறைந்த சில ஆண்டுகளில் அவனது அம்மாவும் மரணம் எய்தினார். அவனுக்குள் இரவும் பகலும் தொடர்ந்து இருந்துகொண்டே இருந்த பழகிப்போன புரையோடிப்போன வேதனை, இப்போது பெரும் புற்று போல வெடித்துக் கிளம்பியது. ஒவ்வொரு கணமும் அவன் முன் அபலாவின் உருவம் நிழலாடியது; கண்ணீர் தளும்பும் கண்களுடன், உதடுகள் நடுங்க, 'உனக்காக நான் இங்குக் காத்துக் கொண்டிருப்பேன்' என்று மீண்டும் மீண்டும் சொல்லியபடியே இருந்தது. எரியும் இந்த நினைவுகளை அவனது

அழுகையால் அடக்க முடியவில்லை. ஒரு நாள், மலைப்பகுதியில் வேட்டைக்குச் செல்வதாகச் சொல்லிவிட்டு சுதாஸ் தன் நகரத்தை விட்டு அகன்றான்.

அந்தப் பழைய வீடு அப்படியே இருந்தது; அபலாவின் காதலைப் பெற்ற அந்த வீட்டில் இப்போது ஜெதாவும் இல்லை; அவரது அருமை மகளும் இல்லை. இருவரும் இறந்து விட்டிருந்தனர். அபலா ஓராண்டுக்கு முன்புதான் மறைந்திருந்தாள். அவளது சகோதரர் மீண்டும் திரும்பி வந்து, தனது குடும்பத்துடன் அங்கு வசித்து வந்தார். சுதாஸால் அந்த வீட்டுடன் புதிதாக உறவு கொள்ள முடியவில்லை. அபலாவின் சினேகிதியாக இருந்த ஒரு பெண்மணியைச் சந்தித்தான். அவர், கண்ணீருடன் பளிச்சென்று வண்ணமயமாக இருந்த அபலாவின் புதுப்புது ஆடைகளை சுதாஸிடம் கொடுத்தார்: பாவாடை, மார்க்கச்சை, மேலாடை, தொப்பி. "எனது தோழி அவளது இறுதி நாளன்று இவற்றை அணிந்திருந்தாள். அவள் சொன்னக் கடைசி வார்த்தைகள்: "சுதாஸிடம் நான் வாக்குக் கொடுத்திருந்தேன், இங்கே காத்திருப்பேன் என்று" என்பதுதான்.

சுதாஸ் அந்த ஆடைகளைப் பெற்றுக்கொண்டு மார்போடு அணைத்துக் கொண்டான்; கண்களில் ஒற்றிக் கொண்டான். அபலாவின் உடல் நறுமணம் இன்னும் அவற்றில் இருந்தது.

8. பிரவாஹன்

நிலப்பகுதி : பாஞ்சாலம் (ஐக்கிய மாகாணம்)

காலம் : பொ.ஆ.முன். 700

108 தலைமுறைகளுக்கு முன், பிற்கால வேத காலத்தில் நடக்கும் கதை. உபநிடதங்கள் உருவாகத் தொடங்கிய காலம். நந்தவனங்கள், இரும்பு பயன்பாடு இந்தியாவில் புழக்கத்திற்கு வந்த காலம்.

1

“களாக்காய் மணம் நிறைக்கும் பசுமையான காடுகள் ஒரு புறம்; பறவைகளின் கிரீச்சொலிகள் இன்னொரு புறம்; கங்கையின் அலைகள் ஓடும் ஓசை; ஆயிரக்கணக்கான கறுப்பு, பழுப்பு நிறப் பசுக்கள் கங்கைக் கரையில் மேயும் ஓசை; பசுக்களுக்கிடையே உறுமலுடன் உலாவும் காளைகள் - இம்மாதிரிக் காட்சிகளில் அவ்வப்போது மனதை இலயிக்க விடவேண்டும். பிரவாஹன், நீ எப்போதும் சாம வேதப் பாடல்களை இசைப்பதிலேயே பொழுதைக் கழிக்கிறாய்; அல்லது வசிஷ்டர், விஸ்வாமித்திரர் மந்திரங்களை உருப்போட்டுக் கொண்டிருக்கிறாய்!”

“லோபா! உனது கண்கள் இக்காட்சிகளை ரசித்துப் பார்க்கின்றன. உனது கண்களைப் பார்த்து நான் மகிழ்கிறேன்.”

“உம், கதைவிட உனக்கு சொல்லித் தரணுமா? சக மாணவர்களுடன் சேர்ந்து வேத மந்திரங்களைத் திருப்பித் திருப்பி நீ உரக்கச் சொல்லும்போது நாய் குலைப்பது போலிருக்கிறது. சரி, ஆயுள் முழுதும் பிரவாஹன் சின்னப் பையனாகவே இருப்பான் போலிருக்கிறது என்று நான் நினைத்துக் கொள்கிறேன்.”

“உண்மையில் பிரவாஹனைப் பற்றி அப்படி நினைக்கிறாயா?”

"நான் நினைப்பது கிடக்கட்டும். பிரவாஹன் என்றும் எனக்கே உரியவன் என்றும் நினைத்துக் கொண்டு இருக்கிறேன்."

"லோபா! எனது ஆசையும் அதுதான். நிச்சயம் நடக்கும் என்று நம்புகிறேன். இத்தனை கடின உழைப்பிற்கும், கல்விக்கும் மத்தியில் அதுதான் எனக்கு தெம்பு அளிக்கிறது. மனதைக் கட்டுப்படுத்த பழக்கி இருக்கிறேன்; இல்லையெனில் அது இந்தப் பழம் பாடல்கள், சூத்திரங்கள், மந்திரங்களை விட்டுத் தறிகெட்டு ஓடிவிடும். இவற்றால் களைப்படையும்போது, ஆசுவாசமாகத் தலை சாய்க்க விரும்பும்போது, எனக்கு இருக்கும் ஒரே புகலிடம் உன்னுடன் கழிக்கும் இந்தக் கணங்கள்தான்."

"நானும்தான் உனக்காகக் காத்துக் கிடக்கிறேனே!"

அவளது பார்வை தொலைவில் ஊடுருவியது; காலை நேரப் பூங்காற்று அவளது மென்மையான தலைமுடியைக் கலைத்தது. தன்னை மறந்து வெகுதொலைவில் இருந்த அவளது கூந்தலை வருடினான் பிரவாஹன்.

"உன் முன் நான் எப்போதும் எளியவனாகவே உணர்கிறேன்."

"எளியவனா? நீயா? இல்லை பிரவாஹன், உன்னைப் பற்றி எனக்குப் பெருமையாக இருக்கிறது. என் அத்தையுடன் வந்தபோது நீ எட்டு வயதுச் சிறுவன்; நான் அதைவிடச் சின்னவள். இன்னமும் எனக்கு அது நினைவில் இருக்கு. மூன்று அல்லது நான்கு வயதில் நான் உன்னை முதல்முறை கண்ட காட்சி என்னுள் பதிந்து இருக்கிறது. உன் பொன்னிற சுருண்ட முடி, கிளி மூக்கு போல வளைந்த உன் நாசி, சிவந்த உதடுகள், ஒளிவீசும் அகன்ற நீலக் கண்கள், பளபளத்த உன் சருமம் எல்லாம் அப்படியே நினைவில் இருக்கு. என் அம்மா, 'லோபா, உன் அத்தை மகன் - பாரு' என்றாள். உன்னை முத்தமிட்டு, 'பிரவாஹன், இவள் உன் மாமன் மகள் லோபா. ரொம்ப கூச்ச குணம் மிக்கவள். அவளுடன் நட்பாவது உன் பொறுப்பு' என்றாள்.

"நான் உன்கிட்ட வந்தேன். நீ மாமியின் நறுமணக் கூந்தலுக்குள் முகத்தைப் புதைத்துக் கொண்டாய்."

"ஆனா, நான் எட்டிப் பார்த்துக்கொண்டுதான் இருந்தேன். அம்மாவும், அடிமைப் பெண்களும் தவிர வீட்டில் வேறு யாரும் இருக்கவில்லை; அப்பாவின் குருகுலமும் அப்போது தொடங்கப் படவில்லை. வீட்டில் தன்னந்தனியாக இருப்பது போலத்தான் இருந்தது. அதனால், நீ வந்ததில் எனக்குப் பெரும் குஷி."

ராகுல் சாங்கிருத்யாயன் • 151

"விளையாட ஆள் கிடைத்தது மகிழ்ச்சிதான் உனக்கு. ஆனால், ஒளிந்து கொண்டாய். கொழுகொழு கன்னங்களுடன், துணிமணி இல்லாமல் நின்ற முகம் எனக்கு நினைவில் இருக்கு. என் குழந்தைக் கண்களுக்கு நீ பேரழகியாகத் தெரிந்தாய். நான் கிட்ட வந்து உன் தோளில் கை வைத்தேன். அதைப் பார்த்து இரு அம்மாக்களும் சொன்னது நினைவிருக்கா? இருவரும் சிரித்தபடி, 'பிரம்மாவின் அருளால் நமது ஆசை நிறைவேற வேண்டும்' என்றார்கள். அவர்களது விருப்பம் என்ன என்று எனக்கு அப்போது விளங்கவில்லை."

"எனக்கு அதெல்லாம் நினைவில் இல்லை. நீ கிட்ட வந்து என் தோளை மென்மையாகத் தொட்டதுதான் நினைவிருக்கு."

"நீ வெட்கப்பட்டு நெளிந்து கொண்டிருந்தாய்."

"நீ எனது கைகளைப் பற்றிக் கொண்டாய். எதுவும் பேசவில்லை. என் அம்மா என்ன சொன்னாள் தெரியுமா?"

"மாமியின் ஒவ்வொரு சொல்லும் எனக்கு நினைவிருக்கு. அவர்களை நான் மறக்க முடியுமா? என் தாய் என்னை காரக்கியர மாமாவிடம் விட்டுச் சென்றுவிட்டாள். மாமியின் அன்புதான் என் அம்மாவின் நினைவைத் தோற்கடித்தது. அவங்கள எப்படி மறப்பேன்!"

பிரவாஹன் கண்களில் கண்ணீர் ததும்பியது. அவன் லோபாவின் அதரங்களில் முத்தமிட்டான்.

"மாமியின் உதடுகள் உன்னுடையவை போல இருக்கும் லோபா. நாம் இருவரும் ஒன்றாகப் படுத்திருப்போம்; நீ தூங்குவாய்; என் கண்கள் அகன்று விரிந்தபடி இருக்கும்; மாமி வரும் காலடி ஓசை கேட்டால், நான் கண்களை இறுக மூடிக் கொள்வேன். அவர் மெல்லிய பெருமூச்சு விட்டபடி என் கன்னத்தில் முத்தமிடுவார். நான் கண்களைத் திறந்து பார்ப்பேன்; உடனே அவர் 'எழுந்திரு கண்ணா!' என்பார். பிறகு உனக்கும் ஒரு முத்தமிடுவார்; நீ நல்ல தூக்கத்தில் இருப்பாய்."

லோபாவின் கண்களும் கலங்கின.

"அம்மாவை நான் அதிகம் பார்க்கவே இல்லை" என்றாள் சோகத்துடன்.

"ஆமா. அன்னைக்கு உன் பக்கத்தில நின்னுகிட்டு மக்கு மாதிரி நான் இருந்தப்போ, அவங்க, "உன் தங்கச்சி அவ; அவளுக்கு ஒரு முத்தம் கொடுத்துட்டு, குதிரை சவாரி விளையாடுங்க" என்றார்.

"நீயும் அப்படியே செஞ்சே. நான் அம்மாவோட அலை புரளும் முடி வழியா தலையை நீட்டினேன். நீ குதிரை; உன் முதுகுல நான் சவாரி செய்தேன்."

"உன்னை வெளில தூக்கிட்டுப் போனேன்."

"எவ்ளோ திமிரா இருந்திருக்கேன், ச்சே..."

"நீ எதுக்கும் எப்பவும் பயப்பட்டது இல்ல, லோபா! சீக்கிரமே, நீதான் எனக்கு எல்லாமாக ஆனாய். மாமாவுக்குப் பயந்து கஷ்டப்பட்டுப் படிப்பேன்; ரொம்ப களைப்படையும்போது உங்கிட்ட ஓடி வந்திருவேன்."

"நீ வேலை செய்யும்போது, நானும் கூடவே இருப்பேன்."

"லோபா! நான் செய்த நேரத்தில் பாதியை செலவிட்டிருந்தா, நீதான் மாமாவின் சிறந்த மாணாக்கராக இருந்திருப்பாய் நிசமா."

"உன்னை விஞ்சியிருக்க முடியாது; நான் உன்னைத் தோற்கடிக்க விரும்பக் கூடாது" என்றபடி அவன் கண்களை ஊடுருவிப் பார்த்தாள் லோபா.

"எனக்கு அது மகிழ்ச்சி ஊட்டும், லோபா."

"ஏனெனில், நாம் இருவரும் ஈருடல், ஓருயிர்!"

"லோபா! நீ எனக்கு உடல், உள வலிமை தந்தாய். ராத்திரியில் எனக்குத் தூக்கம் வரவே வராது. நெட்டுருப் போட்டுக்கொண்டு, மற்றவர்கள் சொல்வதைத் திருப்பித் திருப்பிக் கேட்டுக்கொண்டு, பசி, தாகம் மறந்து இருப்பேன். என் படிப்பறையின் இருளில் இருந்து, நீ என்னை வெளியில் இழுத்து வந்தாய். கட்டாயப்படுத்தி காடு, பூங்கா, கங்கைக் கரை எங்கும் கூட்டிச் சென்றாய். எவ்வளவு நல்லா இருந்தது! ஆனாலும், எனக்குக் கவனம் எல்லாம் விரைவில் மூன்று வேதங்களைக் கற்றுத் தேர்ந்து, பார்ப்பனர்களின் ஒட்டுமொத்த அறிவையும் பெறுவதில்தான் இருந்தது."

"இப்பதான் எல்லாம் முடிச்சிட்டியே? அப்பா நீ அவருக்குச் சமம் என்கிறாரே?"

"அது எனக்கும் தெரியும். பார்ப்பனர்களின் ஞானம் பற்றிப் புதிதாகக் கற்க இனி ஏதும் இல்லை; ஆனால், அறிவுத் தேட்டம் அத்துடன் முடிவது இல்லையே?"

"அதைத்தான் நான் எப்போதும் உன்னிடம் சொல்லிக் கொண்டிருக்கிறேன். ஆனால், அதுக்காக நீ ஏழிலைப்பாலையின்

ராகுல் சாங்கிருத்யாயன் • 153

தண்டத்தையும், எண்ணெய் காணாத தலையையும் வைத்துக் கொண்டு திரியப் போகிறாயா?"

"லோபா! அப்படியெல்லாம் இல்லை. கையில் ஏந்திய தண்டத்தை இறக்கி வைக்கப் போகிறேன். பதினாறு ஆண்டுகளாகக் காய்ந்து கிடக்கும் என் தலைமுடிக்கு நீ எண்ணெய் தேய்த்து விடலாம்."

"பிரவாஹன்! தலையை இப்படிப் பரட்டையாக வைப்பதில் என்ன வந்துவிடப் போகிறது? நீ ஒன்றும் என்னை முத்தமிடுவதை ஒரு நாளும் நிறுத்தவில்லையே?"

"அது நான் குழந்தைப் பருவத்தில் இருந்து செய்வது... அதனால்தான்."

"மற்ற குருகுலங்களில் படிப்பவர்கள் இத்தகைய கடும் விதிகளைப் பின்பற்றுகிறார்களா?"

"கட்டாயத்தின் பேரில் செய்வார்கள்; மற்றபடி இதெல்லாம் புகழுக்காகச் செய்வது. மக்கள் கடுமையான தவத்தில் இருந்து பார்ப்பன வாலிபர்கள் உருவாவதாக நம்புகிறார்கள்."

"குரு இனத்து அரசன் அப்பாவிற்கு எக்கச்சக்கமான கிராமங்கள், பொன், வெள்ளி, அடிமைகள், குதிரைகள் பூட்டிய ரதங்கள் எல்லாம் அள்ளித் தருகிறார். எனக்கு ஏற்கனவே நிறைய அடிமைத் தாதிகள் இருக்கிறார்கள்; இப்போது இன்னும் மூன்று பேரை அனுப்பி இருக்கிறார். அவர்களுக்கு என்ன வேலை தருவது?"

"லோபா, விற்று விடு. அவர்கள் இளம் வயதினர்; ஒவ்வொருவருக்கும் முப்பது தங்க நாணயங்கள் கிடைக்கும்."

"அய்யய்யோ, கூடாது. நாம் பார்ப்பனர்கள். கல்வி பெறத் தேவையான ஓய்வு நேரம் இருப்பதால், நாம் மற்றவர்களைவிடக் கூடுதலாகப் படிக்கிறோம். நமது அடிமைகளின் வாழ்க்கையைப் பற்றி நினைக்கும்போது எனக்கு பிரம்மா, இந்திரன், வருணன் இன்னபிற கடவுளர் மற்றும் வசிஷ்டர், பரத்வாஜ், அங்கிரா போன்ற முனிவர்கள், என் அப்பாவைப் போன்ற பணக்கார பார்ப்பனர்கள் ஆகியோர் மீது தாங்க முடியாத வெறுப்புதான் வருகிறது. எங்குப் பார்த்தாலும் வணிகம், பேரம், லாபம், பேராசை! ஒரு முறை அப்பா கருப்பின அடிமைப் பெண்ணின் கணவனை ஐம்பது பொற்காசுகளுக்கு கோசல நாட்டு வணிகரிடம் விற்றார்; அவள் என்னைக் கட்டிப் பிடித்து அழுதாள்;

கெஞ்சினாள்; நானும் அப்பாவிடம் கெஞ்சினேன். ஆனால், அவரோ, "எல்லா அடிமைகளையும் விற்காமல் வீட்டில் வைத்து இருந்தால், இங்குத் தங்க இடம் இருக்காது. இவனை வைத்துக் கொள்வதால், நமக்கு என்ன பலன்?" என்றார். அவர்கள் பிரியும் முன் இரவு முழுதும் அழுதார்கள். அவர்களுக்கு இரண்டு வயதுப் பெண் குழந்தை இருந்தது. அவளது அப்பாவின் ஜாடையை அப்படியே உரித்து வைத்திருந்தது. அவள் அதிகாலையில் எழுந்து அழுதபடி இருந்தாள். ஆனால், அக்கணவன் விலங்கைப் போல விற்பனை செய்யப்பட்டான்; என்னவோ, பிரம்மா இவர்களை - இவர்கள் சந்ததியை - இதற்காகவே படைத்தது போல விற்கப்பட்டான்! என்னால் இதை ஏற்க முடியாது, பிரவாஹன்! நான் உன்னைப் போல மூன்று வேதங்களைக் கரைத்துக் குடிக்கவில்லை; ஆனால், அவற்றைக் கேட்டிருக்கிறேன்; புரிந்து கொண்டிருக்கிறேன். அவற்றில் கண்ணுக்குத் தென்படாத பொருட்கள், உலகங்கள், சக்திகள், அவற்றின் பலன்கள் அல்லது பயன்கள் ஆகியவைதான் சொல்லப்படுகின்றன."

லோபாவின் சிவந்த கன்னத்தில் தன் நெற்றியை ஒற்றிய பிரவாஹன், "நம் காதல் நமது முரண்களை வளர்க்கத்தான் தோன்றி இருக்கிறது போல" என்றான்.

"நம் கருத்து முரண்கள் நம் காதலைச் செழுமையாக்கும்; குறைத்து விடாது."

"சரிதான் லோபா! வேறு யாராவது நீ சொன்னதைச் சொல்லி இருந்தால், எனக்குக் கோபம் வந்திருக்கும். ஆனால், உன் அழகிய உதடுகள், நான் வணங்கும் கடவுள், முனிவர், ஆசிரியர்களைத் தாக்கும்போது, உன் உதடுகளை முத்தமிட வேண்டும் போலிருக்கிறது. ஏன் அப்படி?"

"நம் ஒவ்வொருவருக்குள்ளும் முரண்பட்ட கருத்துகள் இருக்கத்தான் செய்யும்; அவை நம்மில் இருந்து பிரிக்க முடியாதவை; எனவே பொறுத்துப் போகிறோம்."

"லோபா! நீயும் என்னில் இருந்து பிரிக்க முடியாத பகுதி!"

2

"என் கண்ணே! ஷிவி பகுதியில் இருந்து வந்த சால்வைகள், காசி சந்தனம், கடல் முத்துக்கள் எதையும் நீ அணிவது இல்லையே? உனக்கு ஏன் அவற்றின் மீது அவ்வளவு வெறுப்பு?"

"அதெல்லாம் அணிந்தால் நான் இன்னும் அழகா ஆயிடுவேனா?"

"எனக்கு, நீ எப்பவும் அழகுதான்."

"அப்புறம், எதுக்கு நான் உடம்பில் அதையெல்லாம் சுமக்கணும்? என்னையே ஏன் சித்திரவதை செய்து கொள்ளணும்? உண்மையில், உன் தலைல கனமான கிரீடத்தை வைத்துக் கொள்வதைக் கண்டால், எனக்கு பாரமாக இருக்கு, பிரவாஹன்."

"ஆனா, மத்த பெண்கள் எல்லாம் ஆடை, ஆபரணத்திற்காக அடித்துக் கொள்கிறார்களே!"

"நான் அப்படிப்பட்ட பெண் அல்ல."

"பாஞ்சால அரசரின் மனதை ஆளும் பெண்ணல்லவா, நீ!"

"நான் பிரவாஹனின் மனைவி; பாஞ்சால அரசி அல்ல."

"சரி, கண்ணே! இந்த நாள் வரும் என யார்தான் எதிர்பார்த்தார்கள்? நான் பாஞ்சால தேசத்து இளவரசன் என்பதை மாமா நம்மிடம் சொல்லவே இல்லையே?"

"அப்பா வேறென்ன செய்திருக்க முடியும்? பாஞ்சால அரசரின் நூற்றுக்கணக்கான அரச மகளிரில் உன் அம்மாவும் ஒருவர்; உன்னைவிட மூத்த இளவரசர்கள் ஒரு டசன் பேராவது இருந்திருப்பார்கள்; உனக்கு அரசாட்சி கிடைக்கும் என்று எப்படி எதிர்பார்க்க முடியும்?"

"லோபா! இந்த அரண்மனைவாசம் உனக்கு ஏன் மகிழ்வளிக்கவில்லை?"

"என் அப்பாவின் மாளிகையிலும் நான் மகிழ்ச்சியுடன் இல்லை. நமக்கு அது நன்றாக இருந்தது; ஆனால், அங்கிருந்த அடிமைகளுக்கு? இந்த அரண்மனை அதைவிட ஆயிரம் மடங்கு பெரியதாக இருக்கிறது. இதில் என்னையும் உன்னையும் தவிர மற்றவர் அனைவரும் ஏவலர்கள். அடிமைகள் நிறைந்த அரண்மனையை, இரண்டு சுதந்திரப் பிறவிகள் விடுதலை வெளியாக ஆக்கிவிட முடியாது. பிரவாஹன்! உன் மனசு எப்படி கல்லாக இருக்குன்னு எனக்கு வியப்பா இருக்கு."

"கூரான சொல்லம்புகளைத் தாங்கக் கூடிய அளவு கடினமாக இருக்கு என் மனம்."

"ஆனால், ஒரு மனிதன் இப்படி இருக்க வேண்டியதில்ல, பிரவாஹன்!"

"நான் வெறும் மனிதனாக முயற்சிக்கவில்லை; அறிவுஜீவியாக ஆவதற்கான பயிற்சிகள் எடுத்துக் கொண்டிருந்தேன். இது போல அரண்மனையில் வாசம் செய்வேன் என ஒருக்காலும் நினைத்துக் கூடப் பார்த்ததில்லை."

"என் மீது காதல் கொண்டது தவறு எனக் கருதுகிறாயா, பிரவாஹன்?"

"உன் மீதான காதல் எனக்கு தாய்ப்பால் போல மிக இயல்பாக வந்தது; அதற்கென நான் பெரிய முயற்சி எல்லாம் செய்யவில்லை. லோபா! நான் இந்த உலகத்தைச் சார்ந்த மனிதன்; ஆனால், எனக்கு உன் காதலின் அருமை நன்கு தெரியும். மனம் எப்போதும் ஒன்று போல இருப்பதில்லை; நான் பலவீனமாக ஆகும்போது, வாழ்க்கை தாங்க முடியாத பாரமாகும்போது உன் அன்பும் ஆதரவும்தான் என்னைத் தாங்கிப் பிடிக்கின்றன."

"ஆனால், நான் விரும்பும் அளவு உன்னை ஆதரிக்க முடியவில்லை, பிரவாஹன்! அதில் எனக்கு வருத்தம்தான். '

"நான் அரசாளப் பிறந்தவன்."

"ஒரு காலத்தில் சிறந்த ஆசானாக ஆவது உனது குறிக்கோளாக இருந்தது, அல்லவா?"

"அப்போது எனக்கு நான் பாஞ்சாலத்தின் (கனௌஜ்) ஆட்சிக்கு வாரிசு என்பது எனக்குத் தெரியாதே?"

"ஆனால், நீ செய்ய முயற்சிக்கும் எதுவும் அரசாட்சி தொடர்பானது இல்லையே?"

"படைக்கும் பிரம்மனிடம் இருந்து படைப்புயிர்களின் பிரம்மம் என்ற எனது கற்பனை பற்றிச் சொல்கிறாயா? லோபா! இது அரசாட்சியில் இருந்து விலகியது அல்ல. தமது அதிகாரத்தை நிலை நிறுத்துவதற்காகத்தான் எமது அரச குல முன்னோர்கள் வசிஷ்டரையும் விஸ்வாமித்திரரையும் அத்தனை மதித்திருக்கிறார்கள். அம்முனிவர்கள் இந்திரன், அக்னி, வருணன் போன்ற கடவுளர் பெயர்களைச் சொல்லி அரசனின் ஆணைக்குக் கட்டுப்பட்டு நடக்குமாறு மக்களுக்குப் போதித்தனர். அக்காலத்தில், அரசர்கள் மக்கள் மத்தியில் இறைநம்பிக்கையை வளர்க்க பலவித பலிகள் இட்டனர். இன்று, நாம் பலிகள் இடுகிறோம்;

புரோகிதர்களுக்குப் பரிசுகள் வழங்குகிறோம். அதனால், குடிமக்கள் கடவுளரின் சக்தியில் நம்பிக்கை கொள்ள உழைக்கிறார்கள். நமக்கு அருமையான நெல் விளைச்சல் கிடைப்பது, மாட்டின் கொழுங்கறி கிடைப்பது, முத்துக்கள், நவரத்தினங்கள் கிடைப்பது - எல்லாம் கடவுள் அருளால் என்று மக்களைக் கருத வைக்கிறார்கள்.''

“இதற்குப் பழைய கடவுள்கள் போதுமே; எதற்கு புதிதாக பிரம்மம்?''

“பல தலைமுறைகள் கடந்து விட்டன. இன்னும் இந்திரன், வருணன், பிரம்மன் ஆகிய கடவுளரை யாரும் கண்ணால் காணவில்லை; எனவே சில பேர் மனதில் அய்யம் ஏற்படத் தொடங்கியுள்ளது.''

“பிரம்மம் பற்றியும் அய்யப்பாடு வருமே?''

“அதனால்தான் நான் பிரம்மம் என்பதை கட்புலனுக்கு அப்பாற்பட்ட, உடல்சார் இருப்பு இல்லாத ஒன்றாக வர்ணிக்கிறேன். அதனைக் காண எவரும் எத்தனிக்க மாட்டார்கள்; விண்ணுலகம் போல எங்கும் நிறைந்த கருப்பொருளாக பிரம்மம் இருக்கும். அம்மாதிரிக் கேள்விகள் அரை - மனிதர்களாக இருந்த கடவுளர் பற்றித்தான் கேட்கப்படும்.''

“வானுலகம் பற்றிய உன் பேச்சு சராசரி மனிதர்களை மட்டும் இன்றி உத்தாலகர், அருணி போன்ற பார்ப்பனர்களையும் ஏமாற்றுகிறது; மக்களின் கண்களில் மண்ணைத் தூவுவதற்காக இந்தக் கட்டுக்கதையை கிளப்பி விட்டிருக்கிறாயா?''

“லோபா! உன்னிடம் இருந்து நான் எதையாவது மறைக்க முடியுமா? உனக்கு என்னை நன்றாகத் தெரியும். அதிகாரத்தை நம் கையில் தக்க வைத்துக்கொள்ள வேண்டுமென்றால், அய்யங்கள் பரப்புபவர்களின் தர்க்கங்களுக்குச் சில கட்டுப்பாடுகள் விதிக்க வேண்டும்.''

“ஆனால், நீயும் உனது கடவுளின் இருப்பு, அவதாரங்கள் பற்றிச் சொல்கிறாயே?''

“எதன் இருப்பிற்கும் உணர்ந்து அறியக்கூடிய உருத் தோற்றமும் வேண்டும். நாம் புலன்களால் அறிய முடியும் என்று சொன்னால், அய்யவாதிகள் கண்ணுக்குத் தெரியுமாறு காட்டச் சொல்வார்கள். நான் அவர்களிடம் சொல்வது, ஐம்புலன்களைவிட நுண்ணிய உணர்புலன் ஒன்று இருக்கிறது; அதுதான் கடவுளின் இருப்பை

நமக்குக் காட்டுகிறது; அத்தகைய நுண்புலன் ஒன்றை உருவாக்க ஒரு கோட்பாட்டை உருவாக்கி உள்ளேன்; அது அவர்களது கண்களைக் கட்டி பல தலைமுறைகளுக்கு அலைய விடும்; அதன் மீதான பிடிப்பை அவர்களால் உதற முடியாது. இது ஒரு நுண் ஆயுதம். புரோகிதர்களின் கரடுமுரடான கருவிகள் பலனின்றிப் போகத் தொடங்கி விட்டன. சபார் இனத்தவர்களின் கல், செம்புக் கருவிகளை நீ பார்த்திருக்கிறாய் அல்லவா, லோபா!"

"ஆம். உன்னுடன் தென் பகுதிக் காடுகளுக்குச் சென்றபோது பார்த்திருக்கிறேன்."

"நாம் யமுனை ஆற்றைக் கடந்தபோது பார்த்தாய். நமது இரும்புக் கருவிகளுக்கு முன் அவர்களது கல், செம்புக் கருவிகள் பயன்படுமா, சொல்லு?"

"இல்லை."

"அதே போலத்தான் நம்பிக்கைகளும். வசிஷ்டர், விஸ்வாமித்திரர் போன்றோர் கற்பித்த பழைய கடவுளர், பூசைகள் ஆகியவை அன்றிருந்த மக்களின் பழம் சிந்தனைகளுக்குப் போதுமானதாக இருந்திருக்கலாம்; ஆனால், கூர்மையான அறிவு கொண்ட நம் காலத்து அபேதவாதிகளுக்கு முன் அவற்றுக்கு எந்தப் பயனும் கிடையாது."

"உனது கடவுளும் அதேபோல பயனற்றுத்தான் போகும். உன் பார்ப்பன மாணவர்களை அறிவுசால் மக்களாக ஆக்க நீ அவர்களுக்கு மதபோதனை செய்கிறாய்; ஆனால், உனது கூரையின் கீழ் வாழும் நான், உன் பேச்சைப் பொய் புரட்டு என்றுதான் கருதுகிறேன்."

"ஆமாம்; உனக்கு அதன் உண்மையான இரகசியப் பொருள் (உபநிடதம்) தெரியும். அதனால் அப்படிக் கருதுகிறாய்."

"பார்ப்பனர்கள் புத்திசாலிகள் என்றால், இரகசியத்தை அவர்கள் கண்டுபிடித்துவிட மாட்டார்களா?"

"அதிலயும் பாரு... சில பேர் எனது இரகசிய நோக்கத்தைக் கூர்ந்து கவனித்துத் தெரிந்துகொண்டு விடுகின்றனர். ஆனால், எனது கருவி அவர்களுக்கும் பயன்படும் என்பதையும் உணர்ந்து கொள்கிறார்கள். மக்கள் அவர்களின் புரோகிதத்தன்மை, போதனைகள் ஆகியவற்றில் நம்பிக்கை இழக்கத் தொடங்கி இருந்தனர்; அந்நிலை தொடர்ந்தால், புரோகிதர்களின் வருமானம் குறையும்; குதிரைகள் பூட்டிய இரதங்கள், ஆடம்பர உணவு,

அழகான வீடுகள், கொஞ்சிக் குலாவ அடிமைப் பெண்கள்... எல்லாவற்றிலும் மண் விழுந்துவிடும்."

"அப்ப, இதெல்லாம் கேவலம் - காசு பண்ணும் உத்தி?"

"ஆமாம். நட்டம் ஏற்படாமல் காசு பண்ணும் வழி. அதனால்தான், அறிவுக் கூர்மை கொண்ட உத்தாலகன் போன்றவர்கள் சமித்துகள் ஏந்தி என்னிடம் மாணாக்கராக வருகிறார்கள். நானும் பார்ப்பனர்களை அதிமரியாதையுடன் நடத்தி, எனது மதக் கல்வியை அவர்களுக்கு வழங்குகிறேன். நான் எந்தவித புனித நூல், சடங்கு முறைகள் எதுவும் சொல்வது கிடையாது."

"பிரவாஹன்! இது மோசமான வேலை."

"உண்மைதான். நமது செயல்கள் நிறைவேற இது மிகச் சிறந்த வழி. வசிஷ்டரும் விஸ்வாமித்திரரும் கட்டிய கப்பல் ஆயிரம் வருடங்கள் கூடத் தாக்குப் பிடிக்கவில்லை; ஆனால், நான் உருவாக்கும் கப்பலில், பிறர் உழைப்பில் உயிர்வாழும் மன்னர்கள், இளவரசர்கள், இன்னபிற சுகபோகிகள் இன்னும் இரண்டாயிரம் ஆண்டுகளுக்கு கவலையின்றி பாதுகாப்பாக இருக்கலாம். லோபா, அந்தப் பழைய கப்பல் - அதன் சடங்குகள், பூசைகள் ஆகியவை - இற்றுப் போய்விட்டன என்பதை நான் கண்டேன்; அதனால்தான், புதிதாக உருவாக்கியிருக்கிறேன். இதனை முறைப்படி பயன்படுத்தினால் பார்ப்பனரும் ஷத்திரியர்களும் காலத்துக்கும் அதிகாரத்தையும் வளங்களையும் பெறலாம். நான் பிரம்மம் என்று சொல்லும் புதிய விண்ணுலகம் தவிர வேறு நிறையவே நான் வழங்குகிறேன்."

"என்னது அது?"

"மரணத்திற்குப் பின் மீண்டும் திரும்புதல், அதாவது மறுபிறவி."

"பயங்கர ஏமாற்று வேலை இது!"

"ரொம்பப் பயன்தருவது. நம்மைப் போன்ற அரசர்கள், பார்ப்பனர், வணிகர் ஆகியோர் இன்பம் துய்க்கவல்ல பொருட்கள் பெருகியபடி இருக்கின்றன; மாறாக, சாதாரண மக்கள் கையில் வளங்கள் குன்றியபடி இருக்கின்றன. பரம ஏழைகளாக இருக்கும் மக்களிடம் - கைவினைஞர்கள், விவசாயிகள், அடிமைகள் - தூண்டிவிடுபவர்கள் உருவாகிவிட்டனர். அவர்கள், "உங்கள் வருமானத்தை மற்றவர்களுக்கு வழங்கிவிட்டு, நீங்கள் பாரம்

சுமக்கிறீர்கள்; அவர்கள் உங்கள் கண்ணில் மண்ணைத் தூவிவிட்டு, உங்களது சிரமங்கள், தியாகங்கள், தருமங்கள் ஆகியவற்றின் பலனாக நீங்கள் இறந்தபின் சொர்க்கத்திற்குப் போவீர்கள் என்றெல்லாம் பொய்யான நம்பிக்கைகளைத் தருகிறார்கள். இறந்த பின் ஆவிகள் அனுபவிக்கும் மகிழ்ச்சியான விண்ணுலகத்தைக் கண்டவர் ஒருவரும் இல்லை!" என்று கிளப்பி விடுகிறார்கள். அவர்களுக்கான எனது பதில் என்ன தெரியுமா? இந்த உலகில் உள்ள உயர்வு - தாழ்வு, பணக்காரன் - ஏழை, மேலோர் - கீழோர் போன்ற வேறுபாடுகள் நமது முற்பிறவிப் பயன்கள். நாம் பிறக்கும் முன்பு செய்த நல்ல, தீய செயல்களுக்கான பலனை நாம் இங்கு அனுபவிக்கிறோம் என்பதாகும்."

"அப்படியானால், பிறர் செல்வத்தைத் திருடுபவன் தன் சொத்து முற்பிறவிப் பயனால் கிடைத்தது என்று சொல்லலாமே?"

"இல்லை. நாம் நமது வளங்கள் கடவுளர், முனிவர்கள், மக்களது நம்பிக்கை ஆகியவற்றால் பல காலமாக அனுபவித்து வருகிறோம் என்பது நமக்குப் பாதுகாப்பு. அதில் திருடன் அடங்க மாட்டான். எனவே அது சிக்கல் இல்லை. ஆனால், இப்பிறவியில் உழைக்காமல் சுகபோகமாக வாழ்வதற்கான காரணம் கடவுள் அருள் என்று விளக்கி வந்தோம்; இப்போது கடவுள் மீது அய்யம் ஏற்படத் தொடங்கி விட்டதால் வேறொரு புதிய வழி தேவைப்படுகிறது. நமது பார்ப்பனர்கள் புராதன காலத்து முனிவர்களின் சொற்களை மனனம் செய்வதிலேயே நாற்பது ஆண்டுகளுக்கு மேலாகச் செலவிடுகின்றனர். அவர்களால் எப்படி ஏதாவது புதிய கருத்தை உருவாக்க முடியும்?"

"ஆனால், நீயும் அக்கல்வியில் பல ஆண்டுகள் கழித்தவன் தானே பிரவாஹன்?"

"பதினாறு ஆண்டுகள் மட்டும். இருபத்து நான்கு வயதில் நான் பார்ப்பனர் கலைகளைக் கற்றுத் தேர்ந்து வெளியே வந்துவிட்டேன். அங்கு நான் மேலும் பலவற்றைக் கற்க வேண்டி இருந்தது. அரசாட்சியில் நுழைந்த பின்பு பார்ப்பனர்கள் செய்த பழைய கப்பல் கடலுக்கு உகந்தது அல்ல எனப் புரிந்து கொண்டேன்."

"அதற்காக நீ ஒரு கப்பலை உறுதியாகச் செய்திருக்கிறாய், அப்படித்தானே?"

"மெய், பொய் என்பதல்ல என் அக்கறை. நடைமுறைப் பயன்பாடுதான் முக்கியம் எனக்கு. லோபா! மறுபிறவி என்பது

இப்போது புதிது; அதனுள் மறைந்திருக்கும் தன்னலச் சிந்தனையை நீ புரிந்து கொள்கிறாய். ஆனால், எனது பார்ப்பனச் சீடர்கள் ஏற்கனவே எனது கருத்தைப் பரப்பத் தொடங்கி விட்டனர். தேவலோகம், நம் முன்னோர் சென்றடையும் விண்ணுலகம் பற்றி அறிய பத்து, பதினைந்து ஆண்டுகள் ஆசிரியரின் கால்நடைகளை மேய்த்து, கல்வி கற்க மக்கள் தயாராக உள்ளனர். மறுபிறவி பற்றிய நம்பிக்கையுடன், இப்பிறவியில் அனுபவிக்கும் கசப்பு, துயரம், அநீதி ஆகியவற்றைச் சுமக்க ஏழை, எளிய மக்கள் முழு விருப்பத்துடன் முன்வரத் தொடங்குவார்கள். அம்மாற்றத்தைக் காண நாம் இருவரும் இருக்க மாட்டோம், லோபா! சொர்க்கம் - நரகம் பற்றி விளக்க நான் எத்தனைக் குறுக்கு வழியைக் கண்டுபிடித்திருக்கிறேன்!"

"சொந்த நலனுக்காக, நூற்றுக்கணக்கான தலைமுறைகளை பேரழிவில் தள்ளுவதா?"

"வசிஷ்டரும் விஸ்வாமித்திரரும் தம் வயிற்றுப் பிழைப்புக்காகத்தான் வேதங்களை உருவாக்கினார்கள். மேற்குப் பாஞ்சால மன்னன் திவோதாஸ் சில ஷபர் இனக் குடியிருப்புகளைக் கைப்பற்றியபோது அவனை வாழ்த்திப் பாடல்கள் எழுதிக் குவித்தனர். வயிற்றுப் பிழைப்பு கேவலம் அல்ல; நமது வயிற்றுக்கு மட்டுமா செய்கிறோம்? நம் பிள்ளைகள், பேரக்குழந்தைகள், சகோதரர், நண்பர்கள் ஆகியோர் நலனுக்காகச் செய்கிறோம். பழங்கால முனிவர்களும், மதத்தின் பெயரால் உயிர் வளர்க்கும் பார்ப்பனர்களும் செய்ய இயலாத காரியத்தை பிரவாஹன் செய்திருக்கிறான். நமக்கு அழியாப் புகழ் கிடைக்கும்."

"பிரவாஹன், நீ கொடுமையானவன்."

"ஆனால், என் பணியைச் செவ்வனே செய்து முடித்திருக்கிறேன்."

3

பிரவாஹன் இறந்து விட்டார். ஆனால், அவர் உருவாக்கிய பிரம்மம், மறுபிறவி, விதிப்பயன் ஆகிய கொள்கைகள் சிந்து முதல் சதாநிரா (காண்டக் நதி) நதிக்கரை வரை பரவிக் கொண்டிருந்தது. வேள்விச் சடங்குகள் தடைபடவில்லை; புரோகிதர்கள் அவற்றில் ஆர்வத்துடன் பங்கேற்றனர். க்ஷத்திரியரான பிரவாஹன் உருவாக்கிய கொள்கைகளைப் பார்ப்பனர்கள் முழுமையாகக் கற்றுத் தேர்ந்தனர்.

குரு இனத்தைச் சேர்ந்த யக்ஞவாக்கியர் அவற்றைக் குறித்த கல்வியில் தலை சிறந்தவராகப் புகழ் பெற்றார். பற்பல வேத விற்பன்னர்களைக் கொண்டிருந்த குரு - பாஞ்சாலத்தில் இப்போது யக்ஞவாக்கியரும், அவரது ஆண் - பெண் சீடர்களும் பெருமையுடன் வலம் வந்தனர். வேள்விகளைவிட புதிய ஆசிரியர்கள் நடத்தும் சபைகள் இலாபம் ஈட்டின; எனவே, அரசர்கள் அவர்களது அரசாங்க சடங்குகளுடன் இணைத்தோ, தனிப்பட்ட முறையிலோ விவாத சபைகளை ஏற்படுத்தினர். விவாதத்தில் வெற்றி பெற்றவருக்கு ஆயிரக்கணக்கான கால்நடைகள், குதிரைகள், அடிமைப் பெண்கள் வழங்கப்பட்டன. அரண்மனை, அந்தப்புரங்களில் வளர்க்கப்பட்ட அடிமைப் பெண்கள் மீது மதவாதிகளுக்குத் தனித்த ஈர்ப்பு இருந்தது.

யக்ஞவாக்கியர் பல கூட்டங்கள், விவாதங்களில் பரிசுகளைத் தட்டிச் செல்வார். விதேய நாட்டு மன்னர் ஜனகர் நடத்திய தர்க்கத்தில் அவர் வெற்றி பெற்றிருந்தார்; அவரது சீடர் சோமஷ்ரவா ஆயிரம் பசுக்களைப் பெற்றார். குரு தேசம் வரை அவற்றை விரட்டிக் கொண்டு போவதில் பயன் இல்லை என யக்ஞவாக்கியர் நினைத்தார். எனவே அவர் உடன் இருந்த பார்ப்பனர்களுக்கு அவற்றைப் பகிர்ந்து கொடுத்தார்; அதனால், அவரது புகழ் மேலும் உயர்ந்தது. பிறகு பொன், வெள்ளி, வண்டிகள், அடிமைகள் ஆகியோரைப் படகுகளில் ஏற்றி குரு நிலத்திற்குக் கொண்டுவந்தார்.

பிரவாஹன் மறைந்து அறுபது ஆண்டுகள் ஆகிவிட்டன. யக்ஞவாக்கியர் பிறக்கும் முன்பே பிரவாஹன் இறந்து விட்டார். லோபா நூறு வயதைக் கடந்து பாஞ்சால நகரத்திற்கு வெளியில் இருந்த அரசரது சோலையில் வசித்து வந்தாள். மா, வாழை, ஜம்பு மரங்களின் நிழலில் வாழ விரும்பினாள். பிரவாஹன் உயிருடன் இருந்தவரை, லோபா தொடர்ந்து அவனது கருத்துகளை எதிர்த்து வந்தாள்; ஆனால், ஆண்டுகள் கழிந்தபின், அவள் பிரவாஹனின் குறைகளை மறந்து அவனது வாழ்நாள் காதலை மட்டுமே நினைவில் வைத்துக் கொண்டாள். இந்த வயோதிகப் பருவத்திலும் அவள் கண்களில் இன்னும் ஒளி இருந்தது; சிந்தனைகள் மழுங்கவில்லை. மத போதனை செய்யும் பிரம்மவாதிகளை இன்றும்கூட எதிர்த்துக் கொண்டுதான் இருந்தாள்.

ஒரு முறை, இந்தத் தர்க்கங்களில் ஈடுபடும் கார்கி என்ற பெண் பாஞ்சாலப்பூரில் நடந்த விவாதத்தில் பங்கேற்றார். அரண்மனை நந்தவனத்திற்கு அருகில் உள்ள சோலையில் மிகுந்த மரியாதையாகத் தங்க வைக்கப்பட்டிருந்தார். ஜனக மன்னன் அவையில் யக்ஞவாக்கியர் அவளது வாதங்களை இரக்கமற்று

நசுக்கியது அவள் மனதைவிட்டு அகலவில்லை. "இனியும் வாதத்தைத் தொடர்ந்தால், உன் தலை துண்டாகி விடும் கார்கி" - இப்படியா வாதம் செய்வார்கள்? கொலைகாரர்கள்தான் இதுபோல நடந்து கொள்வார்கள் எனக் கருதினாள் கார்கி.

லோபா, கார்கியின் தந்தை வழி உறவினர்; அவர்கள் இருவரும் கருத்து முரண்கள் கொண்டிருந்தாலும், ஒருவரை ஒருவர் நன்கு அறிந்து இருந்தனர். யக்ஞவாக்கியர் கீழ்த்தரமாக நடந்து கொண்ட விதத்தைக் குறித்து எரிச்சலில் இருந்தாள் கார்கி. எனவே தனது அத்தைப் பாட்டி லோபாவைச் சந்திக்கச் சென்றபோது வேறுபட்ட மனநிலையில் இருந்தாள். லோபா, கார்கி வந்ததும் அவளை அணைத்து நெற்றி, கண்களில் முத்தமிட்டு நலம் விசாரித்தாள்.

"விதேகத்தில் இருந்து வருகிறேன் பாட்டி."

"மற்போர் செய்யப் போயிருந்தாயா, மகளே?"

"நீங்க சொல்ற மாதிரி அது குஸ்திதான். எல்லாவித தந்திரங்களையும் பயன்படுத்தி எதிராளியை வீழ்த்துவது குஸ்திதானே?"

"குரு - பாஞ்சாலத்தைச் சேர்ந்த மதவாதிகள் பலர் களத்தில் இறங்கினார்களா?"

"குரு - பாஞ்சாலம்தானே அவர்களின் கோட்டை!"

"என் கண் முன்னால் பிரவாஹன் தொடங்கிவைத்த சிறு பொறி அது; அது நல்லெண்ணத்துடன் தொடங்கப்பட்டதல்ல. இன்று குரு - பாஞ்சாலம் மட்டும் இன்றி விதேகம் வரை காட்டுத்தீயாக பரவி உள்ளது."

"அத்தை, நீங்கள் சொல்வது உண்மை என இப்போது உணரத் தொடங்குகிறேன். மதம் என்பது பணம் சம்பாதிக்கும் வழி. அவ்வளவுதான். விதேகத்தில் யக்ஞவாக்கியர் தானும் நிறைய சம்பாதித்து, பிற பார்ப்பனர்களுக்கும் நிறைய பகிர்ந்து கொடுத்தார்."

"பழைய வேள்விகளைவிட இலாபகரமானது இந்த தர்க்கங்கள். மகளே! என் கணவர் இந்தத் தத்துவம் உறுதியான கப்பல் என்று சொல்வார். அது அரசர்களுக்கும் அந்தணர்களுக்கும் வளங்கள் சேர்க்கும். ஹூம்ம்... யக்ஞவாக்கியர் அங்கு வெற்றி பெற்றாரா? நீயும் கலந்து கொண்டாயா?"

"பங்கேற்கத்தானே கங்கையைக் கடந்து அவ்வளவு தொலைவு போனேன்!"

"உன்னைத் திருடர்கள் தாக்கவில்லையா?"

"இல்லை அத்தை. வணிகர்கள் பலத்த பாதுகாப்புடன் போர்வீரர்கள் துணையுடன் செல்வார்கள்; மத போதகர்கள் தனியே சென்று ஆபத்தில் மாட்டிக் கொள்வோமா?"

"யக்ஞவாக்கியர் எல்லோரையும் தோற்கடித்து விட்டாரா?"

"தோல்வி என்று சொல்ல முடியாது."

"பிறகு?"

"அவரது பதிலைக் கேட்டதும், கேள்வி கேட்டவர்கள் வாயடைத்துப் போனார்கள்."

"நீயுமா?"

"அவரின் பொருளற்ற பேச்சில் வாயடைத்து நின்றேன்; விவாதத்தால் அல்ல."

"பொருளற்றதா?"

"பிரம்மம் குறித்து கேள்விகள் எழுப்பி, யக்ஞவாக்கியர் தப்பிக்க முடியாதபடி மாட்டிவிட்டேன். அப்போது, நான் எதிர்பார்க்காத ஒன்றை அவர் சொன்னார்."

"என்னது அது?"

"இனியும் நீ வாதித்தால், உன் தலை கீழே உருளும் - இதைக் கேட்டதும் என் கேள்விக்கு பதில் என்ன என்று கேட்க முடியாமல் திகைத்து நின்றுவிட்டேன்."

"நீ அதனை எதிர்பார்க்கவில்லையா? ஆனால், நான் இதனை எதிர்பார்த்திருப்பேன். யக்ஞவாக்கியர் பிரவாஹனின் உண்மையான சீடன் என்பதைக் காட்டிவிட்டான். பிரவாஹனின் பொய்த் தத்துவத்தை முழுமையாக்கி விட்டான். கார்கி! நீ தொடர்ந்து வாதம் செய்யாதது நல்லதாகிப் போயிற்று."

"நான் வாதத்தைத் தொடரவில்லை என்பது உங்களுக்கு எப்படித் தெரியும் பாட்டி?."

"உன் தலை இன்னும் கழுத்தோடு ஒட்டி இருக்கிறதே!"

"அப்படியானால், நான் தொடர்ந்து வாதிட்டு இருந்தால், என் தலை உருண்டிருக்கும் என உண்மையாகவே நம்புகிறீர்களா?"

"நிச்சயமா. அவரோட கடவுளின் சக்தியால் அல்ல; மக்கள் பொதுவாக கொல்லப்படுவது போலவே நடந்திருக்கும்."

"அய்யோ! இருக்காது பாட்டி."

"கார்கி, நீ இன்னும் குழந்தையாக இருக்கிறாய். இந்த பிரம்மவாதம் அறிவுப் புனைவு என்றும் போட்டி என்றும் கருதுகிறாய். இல்லை. இதற்குப் பின்னால் அரசர்கள், புரோகிதர்களின் தன்னலம் ஒளிந்து கிடக்கிறது. பிரம்மவாதம் உருவானபோது, அதன் படைப்பு கர்த்தா என் அணைப்பில் படுத்துக் கிடந்தான். இந்த வாதம், அரசர் - அந்தணர் அதிகாரத்தை நிலைப்படுத்தும் ஆயுதம்; வாளாயுதம், இரத்தவாடை கொண்ட படையைவிட வலிமையானது."

"நான் இப்படி நினைத்துப் பார்த்ததே இல்லை, பாட்டி!"

"நிறைய பேருக்கு இது புரியாது. எனக்கும் புரியவில்லை; விதேக நாட்டு மன்னனுக்கும் புரிந்திருக்காது. ஆனால், என் கணவன் பிரவாஹனுக்குத் தெரிந்தது போல, யக்ஞவாக்கியருக்கு நன்றாகத் தெரியும். கடவுள், விண்ணுலகம், ஆன்மா, தேவதைகள், சமயம் எதிலும் பிரவாஹனுக்கு நம்பிக்கை இருக்கவில்லை. போகமும் களிப்பும் மட்டுமே அவனது நம்பிக்கை; வாழ்நாள் முழுதும் அதில்தான் திளைத்தான். இறப்பதற்கு மூன்று நாட்கள் முன்பு கூட, பொன்னிறக் கூந்தல் கொண்ட இளம்பெண் - விஸ்வாமித்திரர் வம்சத்தில் வந்த புரோகிதர் மகள் - அவனது அந்தப்புரத்தில் நுழைந்தாள். தான் உயிர் பிழைக்க மாட்டோம் எனத் தெரிந்தும், இருபது வயதுப் பெண்ணுடன் அவன் உறவு கொண்டான்."

"யக்ஞவாக்கியர் பசுக்களைப் பலருக்கும் அளித்து விட்டார்; ஆனால், வாளாயுதம், மன்னன் வழங்கிய அழகிய அடிமைப் பெண்களைத் தன்னுடன் அழைத்து வந்தார்."

"பிரவாஹனின் உண்மையான சீடன் என்று சொன்னேன் அல்லவா? அவனது சமயம் என்னவென்று உன்னால் பார்க்க முடியவில்லையா? நீ தொலைவில் இருந்து பார்க்கிறாய்; அருகில் இருந்து காணும் வாய்ப்பு கிடைத்தால், உனக்கு அது புரியும், மகளே!"

“அப்ப, நான் வாதத்தைத் தொடர்ந்து இருந்தால், என் தலை உருண்டிருக்கும் என்று நிசமாக நம்புகிறீர்களா?”

“ஆமாம். ஆனால், முன்பே சொன்ன மாதிரி எந்த அமானுஷ்ய சக்தியினாலும் அல்ல; உலகில் எத்தனையோ உயிர்கள் வெட்டி வீழ்த்தப் படுவதைப் போல உன் தலையும் விழுந்திருக்கும்.”

“எனக்குத் தலை சுற்றுகிறது, பாட்டி!”

“உனக்கு இன்றுதான் சுற்றுகிறது. விவரம் புரியத் தொடங்கிய காலத்தில் இருந்து எனக்குத் தலை சுற்றிக்கொண்டே இருக்கிறது. இந்த அரசர்கள், புரோகிதர்கள், சடங்குகள் எல்லாம் வெறும் வேடம்; வஞ்சனை. மக்கள் உழைப்பைச் சுரண்டும் வழி. மக்களாகவே அவற்றைப் பொய் என்று உணராதவரை, அவர்களைப் படுகுழியில் இருந்து யாராலும் மீட்க முடியாது. மக்களைச் சிந்திக்க இந்தத் தன்னலப் பிசாசுகள் விடாது.”

“மனித மனம் இத்தகைய துரோகங்களை வெறுக்கக் கற்றுத் தராதா?”

“மகளே! கட்டாயம் தூண்ட வேண்டும். தூண்டும். என்னுள் எஞ்சியுள்ள நம்பிக்கை அது ஒன்றுதான்.”

9. பந்துல மல்லன்

நிலப்பகுதி   :   குஷீனாரா, மல்லகிராம் (ஐக்கிய மாகாணம்)
காலம்   :   பொ.ஆ.முன். 490

100 தலைமுறைகளுக்கு முந்தைய வரலாறு இது. சமூக மோதல்கள் ஆழ வேரூன்றி விட்ட காலம். பணக்கார வணிகர் சமூகத்தில் மேல் நிலையில் இருந்தனர்; மறு உலகில் இடம் பிடிப்பதற்கான போதனைகள் கூறும் பல குருமார்கள் தோன்றிவிட்டனர்; நரகத்தில் இருந்து மீள்வதற்கான வழிகள் பற்றிக் கதைகள் கூறினர்; மனிதர்கள் தமது கிராமங்கள், நகரங்களில் வளர்ந்து கொண்டு இருந்த அடிமை நரகம் குறித்த உணர்வின்றி கண்ணிருந்தும் குருடாக இருந்தனர்.

1

வசந்தம் மலரத் தொடங்கி விட்டது. இலைகள் உதிர்ந்த மரங்களில் புதுக் கொழுந்துகள் முளைவிட்டன. 'சால்' எனப்படும் கடம்பவன மரங்களின் வெண்ணிறப் பூக்களின் மணம் காட்டை நிறைத்தது. கதிரவனின் கதிர்கள் வலிமையாக வெப்பம் பரப்புவதற்கு இன்னும் காலம் இருந்தது. அடர்ந்த சோலை ஊடாக உலர்ந்த இலைகள் மீது யாரோ நடக்கும் ஒலி கேட்டது. ஓர் இளம் ஆணும் பெண்ணும் கரையான் புற்று ஒன்றின் அருகில் நின்றபடி அதனை உற்றுப் பார்த்துக் கொண்டிருந்தனர்.

அப்பெண்ணின் இளம் பழுப்பு முகத்தின் மீது அங்குமிங்கும் சுருண்டு ஆடிய அடர் கருங்கூந்தல் அவள் அழகைக் கூட்டியது.

"மல்லிகா! இந்தப் புற்றின் மீது உனக்கு ஏன் இத்தனை ஈடுபாடு?" என்றபடி அவள் தோள்கள் மீது தன் வலிய கரங்களைப் படரவிட்டான் அந்த இளைஞன்.

"இரண்டு ஆள் உயரத்திற்கு வளர்ந்திருக்கு, பாரேன்!"

"ஆமாம், பிற புற்றுகளைவிட இது பெரிதாகத்தான் இருக்கிறது. ஆனால், இதை விடப் பெரியவையும் இருக்கின்றன. மழை பெய்யும்போது இவற்றில் இருந்து நெருப்பும் புகையும் கிளம்பும் என்று சொல்வது உண்மையாக இருக்கும் என நினைக்கிறாயா?"

"இல்லை. அது கட்டுக்கதையாக இருக்கலாம். ஆனால், சின்னஞ்சிறு எறும்புகள், அதைவிடச் சின்ன சிவப்பு தலை கொண்ட கரையான்கள் எப்படி இம்மாம் பெரிய குன்றை உருவாக்க முடிகிறது?"

"மனிதனின் அளவுக்கு அவன் கட்டும் அரண்மனைகளின் உயரத்தைக் கணக்கிட்டால், இதைவிடப் பெரிதாக இருக்கும். இந்தக் குன்று ஒரு எறும்பின் வேலை அல்ல; நூற்றுக்கணக்கான, ஆயிரக்கணக்கான எறும்புகள் இணைந்து கட்டிய குன்று இது. மனிதர்கள் ஒன்றாக உழைப்பது போலத்தான் இதுவும்."

"அதனால்தான், இதைப் பார்க்கும்போது எனக்கு எழுச்சி ஏற்படுகிறது. அவை எத்தனை ஒற்றுமையாக இருக்கின்றன. நாம் அவற்றைப் பொடுசுதானே என்று நினைக்கிறோம். ஆனால், அவை ஒன்றாகச் சேர்ந்து பெரிய அரண்மனை கட்ட முடிகிறது. இந்தச் சிறிய உயிரினங்களில் இருந்து மனிதர்கள் பாடம் படிக்காதது வருத்தமாக இருக்கு."

"மனிதரும் பிற உயிரினங்கள் போல ஒன்றாக இருப்பதில் தேர்ந்தவர்கள். அதன் மூலம்தானே உயிர் வாழ் இனங்களில் மேன்மை பெற்றுள்ளார்கள். அதனால்தான், மனிதர் பெரும் நகரங்கள், ஊர்கள், கிராமங்கள் அமைத்துள்ளனர்; கப்பல்களில் கடல் கடந்து சென்று, இடையிடையில் உள்ள தீவுகளின் வளங்களைச் சேர்க்கின்றனர்; யானை, காண்டாமிருகம், சிங்கம் ஆகியவற்றைப் பணிய வைத்திருக்கிறார்கள்!"

"ஆனால், மனிதரின் பொறாமை? அதுமட்டும் இல்லாமல் இருந்தால் எவ்வளவு நன்றாக இருக்கும்!"

"மல்லர்களின் பொறாமை பற்றிச் சொல்கிறாயா?"

"ஆம். நமது மக்கள் உன்மீது பொறாமையோடு இருக்கிறார்கள். நீ யாரிடமும் குற்றம் கண்டு நான் பார்த்ததில்லை; உனது அன்பு அடிமைகள், பணியாளர்களையும் உன்மீது நேசம் கொள்ள வைக்கிறது; ஆனாலும், நம் மல்ல இனத்தைச் சேர்ந்த பெரிய மனிதர்கள் பலர் உன்மீது வெறுப்பு கொண்டிருக்கின்றனர்."

ராகுல் சாங்கிருத்யாயன்

“நான் நமது இனத்தில் பெரும்பான்மை மக்களின் அன்புக்கு உரியவனாக இருக்கிறேன். ஓர் இனத்தின் தலைவனாக வர மக்கள் மத்தியில் புகழ் வேண்டும்; அதைக் கண்டால், பலருக்கு ஒவ்வாமை ஏற்படுகிறது.”

“ஆனால், உனது நற்குணங்களைக் கண்டு மகிழ்ச்சி அடைய வேண்டாமா? வேறெந்த மல்லனும் தக்ஷசீலத்திற்கு இத்தனை வெற்றிகள் பெற்றுத் தந்திருக்கிறானா? கோசல மன்னன் ப்ரசெஞ்சித் தன்னுடன் வந்து சேர உனக்கு மீண்டும் மீண்டும் தகவல் அனுப்புவது அவர்களுக்குத் தெரியாதா, என்ன?”

“அவனும் நானும் தக்ஷசீலத்தில் ஒன்றாகப் பத்து ஆண்டுகள் பயின்ற நண்பர்கள். அவனுக்கு எனது பண்புகள் நன்கு விளங்கும்.”

“குஷீனாராவிலும் தெரியும். லிச்சாவியின் தலைவர் உன்னுடன் வந்து தங்கி இருந்தபோது எப்படிப் புகழ்ந்தார் என்பதை எல்லோரும் கேட்கவில்லையா?”

“மல்லிகா, பொறாமைப்படுபவர்கள் எனக்குச் சில நல்ல குணங்கள் இருப்பது தெரிந்தாலும், பொறாமைப்பட்டுக் கொண்டேதான் இருப்பார்கள். திறமையும் புகழும் மக்கள் மத்தியில் பொறாமையைக் கிளப்பும். நான் என்னைப் பற்றிக் கவலைப்படவில்லை. மல்லர் இனத்திற்கு இயன்றதைச் செய்யவே நான் தக்ஷசீலத்தில் கடுமையாகப் பயின்று போர்க்கலைகளில் தேர்ச்சி பெற்றேன். ஆனால், இன்று கோசலம், மகதம் பகுதிகள் வைஷாலியின் லிச்சாவி மக்களைத் தமக்கு சமமானவர்களாக மதிக்கிறார்கள்; நமது குஷீனாரா மட்டும் கோசலத்தைத் தம்மைவிட உயர்ந்ததாகக் கருதுகிறது. பாவா, அனுபியா, குஷீனாரா உள்ளிட்ட ஒன்பது மல்லர் இனத்தையும் ஒன்றாக இணைத்து, வலுவான மல்லர் ஐக்கியம் ஒன்று உருவாக்குவதுதான் எனது திட்டம்; லிச்சாவிகள் அப்படித்தான் செய்தனர். ஒன்பது மல்லர் இனங்களும் தோளோடு தோள் சேர்த்து நின்றால், ப்ரசெஞ்சித் இந்தப் பக்கம் திரும்பிக் கூடப் பார்க்க மாட்டார். அதுதான் எனக்குப் பெரும் குறை!”

பந்துலனின் அழகிய முகத்தில் கருமேகம் கவிந்ததைக் கண்ட மல்லிகா வருத்தம் அடைந்தாள். பேச்சைத் திசை திருப்ப நினைத்து, “வேட்டைக்குச் செல்ல உன் தோழர்கள் காத்திருப்பார்கள், அன்பே! நானும் உடன் வர விரும்புகிறேன். நடந்து போகிறீர்களா? குதிரையிலா?” என்றாள்.

“ஒரு கட்டத்திற்குப் பின் மரை வேட்டைக்குக் குதிரையில் போக முடியாது மல்லிகா. முழங்கால் வரை தொங்கும் ஆடை, தோளில் பறக்கும் மேலாடை, காற்றில் கருநாகம் போலச் சுழலும் உன் கூந்தல்... இவற்றோடு நீ வேட்டைக்கு வர முடியுமா?”

“இதெல்லாம் உனக்குப் பிடிக்கலையா?”

“எனக்கா பிடிக்காது?” என்றபடி அவள் உதடுகளில் முத்தமிட்டான் பந்துலன். “உன்னிடம் உள்ள எதுவும் எனக்கு பிடிக்காமல் போகாது. ஆனால், வேட்டையில் புதர்க்காடுகளில் விரைந்து ஓட வேண்டிவரும்.”

“அப்ப சரி. என்னைச் சரி செய்துகொண்டு வருகிறேன்.” மல்லிகா தனது உடையை இறுக்கிக் கட்டினாள்; தலைமுடியைக் கொண்டையாக முடிந்து கொண்டாள். “பந்துலா! என் மேலாடையை தலையில் கட்டிவிடு.”

சொன்னபடி செய்தான் பந்துலன். அவன் கைகள், ஆடையை மீறித் திமிறிய ஆப்பிள் போன்ற அவளது மென்முலைகளை வருடின. “இதை என்ன செய்வது?”

“ஏன்? மல்லர் பெண்கள் அனைவருக்கும் இப்படி மார்புகள் இல்லையா?”

“இப்படி வனப்பாக இல்லை.”

“அப்ப, யாராவது திருடி விடுவார்களா, என்ன?”

“இது பந்துலனுக்குச் சொந்தம் என்று எல்லோரும் அறிவர்.”

“எதுக்கும் உன் ஆடைக்கு உட்புறமாக இந்தத் துணியால் கட்டி விடலாம், மல்லிகா.”

“வெளியில் இருந்து பார்ப்பது உனக்குப் போதவில்லையா?” என்றபடி சிரித்துக்கொண்டே அவனை முத்தமிட்டாள் மல்லிகா. பந்துலன் அவளது மார்க்கச்சையைக் கழற்றினான்; வெள்ளைச் சலவைக் கல்லாலான இரு பூமிப்பந்து போலத் திரண்டிருந்த அவளது மார்பகத்தைத் துணியால் இறுக்கிக் கட்டினான். பிறகு அவள் மார்க்கச்சை அணிந்துகொண்டு, “இப்போது உன் பயம் தெளிந்ததா?” என்றாள்.

“எனக்குரியது பற்றி எனக்கென்ன பயம்! இப்போது நீ ஓடும்போது அவை அவ்வளவாக ஆடாது” என்றான்.

மல்லர் இனத்தைச் சேர்ந்த இளம் ஆண்களும் பெண்களும் வேட்டைக்குரிய ஆடை உடுத்தி இவ்விருவரும் வந்துசேரக் காத்துக் கொண்டிருந்தனர். இவர்கள் வந்து சேர்ந்தவுடன் வில், வாள், ஈட்டிகள் எடுத்துக்கொண்டு கிளம்பினர். அவர்கள் கூட்டத்தில் ஒருவருக்கு மரை மான்கள் மதியத்தில் ஓய்வெடுக்கும் இடம் தெரிந்திருந்தது. எனவே அவர் வழிகாட்ட மற்றவர்கள் பின் தொடர்ந்தனர். உயர்ந்த மரங்களின் நிழலில், மெல்லிய புல்தரையில் மான் கூட்டம் உணவை அசை போட்டபடி ஓய்வெடுத்துக் கொண்டிருந்தது; தலைமை மான் காதுகளைச் சிலிர்த்தபடி இரு புறமும் கவனித்தவாறு காவல் காத்துக் கொண்டிருந்தது. மல்லர் குழு இரண்டாகப் பிரிந்து சென்றது. முதல் குழு மரங்களுக்குப் பின்னால் ஆயுதங்களுடன் ஊர்ந்து சென்றது; அடுத்த குழு மீண்டும் இரு பிரிவுகளாகப் பிரிந்து இரு புறமும் அவற்றைப் பிடிக்கத் தயாரானார்கள். பின்னைய இரு குழுக்களும் சந்திக்கக் கூடிய பகுதி வழியாக காற்று வீசிக் கொண்டிருந்தது.

மந்தையின் தலைமை ஆடு, தன் குறுகிய வால் சிலிர்க்க நின்று கொண்டிருந்தது; பக்கவாட்டுக் குழுக்கள் சந்திக்கும் முன்பே, பிற மரைகளும் எழுந்து நின்று, மூக்கில் இருந்து நீர் வழிய, காதுகள் விறைத்து, ஒரே திசை நோக்கிக் கவலையுடன் பார்த்திருந்தன. ஆபத்து வருவதை உணர்ந்த நொடியில், அவை துள்ளித் தாவி தலைமை மான் பின்னால் சென்று காற்று வரும் திசை நோக்கித் தாவின. சூழ்ந்திருந்த வேட்டைக்காரர்களை அடையும் முன்பு, மீண்டும் ஒரு முறை திரும்பி, தம்மைச் சுற்றிலும் பார்த்தன. அந்தக் கணத்தில் வில்லில் நாணேற்றும் ஓசை கேட்டது; பந்துலன் குறி பிசகாமல் தலைமை மானின் நெஞ்சில் அம்பெய்தினான். மல்லிகாவும், மற்றவர்களும் அதே இடம் நோக்கி அம்பெய்தனர். பந்துலனின் அம்பு தவறி இருந்தால், அந்த மான் தப்பி ஓடியிருக்கும் என்பதுதான் நிசம். அது உடனே கீழே விழுந்தது. மந்தை சிதறியது. பந்துலன் வீழ்ந்த தலைமை மான் அருகில் ஓடினான்; அது இறுதி மூச்சை விட்டுக் கொண்டிருந்தது. வேட்டைக்குழு காயம்பட்டு ஓடிய இன்னும் இரண்டு விலங்குகளைத் துரத்திக்கொண்டு கிட்டத்தட்ட ஒரு மைல் தூரம் ஓடியது. ஒரு மான் நிலத்தில் கிடந்ததைக் கண்டது.

வெற்றிகரமான வேட்டைக்குப் பின் காட்டில் நடந்த விருந்து குதூகலமாக இருந்தது. சிலர், மரத்துண்டுகளை அடுக்கி, பெரிய புகை வராத நெருப்பை உருவாக்கினர். பெண்கள் பாத்திரங்களை

தயார் செய்தனர்; ஆண்கள் தோலை வெட்டி, இறைச்சியைத் துண்டுத்துண்டாக வெட்டினர். தீயில் வாட்டப்பட்ட விலங்கின் இருதயத்துடன், மதுவும் சேர்ந்து விருந்து தொடங்கியது. பந்துலனின் இரு கைகளும் இறைச்சி வெட்டுவதில் இருந்ததால், மல்லிகா அவன் வாயில் கறியை ஊட்டி, மதுக் கிண்ணத்தை அவனது உதட்டருகில் வைத்தாள்.

இரவு கவியத் தொடங்கியது; கறி சமைத்து முடியவில்லை. தீயின் ஒளி அழுத்தமான செந்நிற ஒளியைப் பரப்பியது. அதைச் சுற்றி நடனம் தொடங்கியது. குஷீனாராவின் அழகிய பெண்ணான மல்லிகா, வேட்டை உடுப்பில் அருமையாக ஆடினாள். பந்துலனின் தோழர்கள் ஜம்புதீபத்தின் தலை சிறந்த பெண்ணின் அன்பைப் பெற்றதற்காக அவனை வாழ்த்தினர்.

2

குஷீனாராவின் மக்கள் சபைக் கட்டடத்தில் பெரும் திரளாக மக்கள் கூடியிருந்தனர். மக்கள் அவையின் உறுப்பினர்கள் கட்டடத்திற்குள் அமர்ந்திருந்தனர். பார்வையாளர்கள் வெளியில் குழுமி இருந்தனர். அவையின் ஒரு புறத்தில் இருந்த மேடையில் குழுத்தலைவர் அமர்ந்திருந்தார். அவர் அனைவரையும் நோக்கிப் பேச எழுந்தார்:

“மதிப்பிற்குரிய மக்களே! இன்றைய கூட்டத்தின் நோக்கம் குறித்து நான் சொல்வதைக் கேட்பீர். சிரஞ்சீவி பந்துலன் தக்ஷசீலத்தில் போர்க்கலை கற்றுத் தேர்ந்து, மீண்டும் வீடு திரும்பி, மல்லர்களின் மதிப்பை உயர்த்தி இருக்கிறான். அவனது போர்த்திறம் குஷீனாராவிலும், பிற பகுதிகளிலும் புகழ் பெற்று விளங்குகிறது. அவன் கல்வி முடித்துத் திரும்பி நான்காண்டுகள் ஆகிவிட்டன. இக்காலத்தில் நம் பணிகளில் பலவற்றை நாம் அவனிடம் ஒப்படைத்திருக்கிறோம். அவற்றையும் அவன் பொறுப்புடன் சீராக முடித்திருக்கிறான். இப்பொழுது, அவனுக்கு நாம் குழுப் போர்வீரர்களின் துணைத் தளபதி பதவியைக் கொடுக்க வேண்டும் என்ற கோரிக்கையை இங்கு முன் வைக்கிறேன்.”

“அவையோரே, கேளுங்கள்! பந்துலனுக்கு துணைத் தளபதி பதவியை வழங்கலாமா? இதனை ஏற்கும் உறுப்பினர்கள் அமைதி காக்கலாம். மறுப்பு தெரிவிப்போர் உங்கள் கருத்தைத் தெரிவியுங்கள்.”

“அவையோரே கேளுங்கள்! இரண்டாவது முறையாகக் கேட்கிறேன். பந்துலனுக்கு துணைத் தளபதி பதவியை வழங்கலாமா? இதனை ஏற்கும் உறுப்பினர்கள் அமைதி காக்கலாம். மறுப்பு தெரிவிப்போர் உங்கள் கருத்தைத் தெரிவியுங்கள்.”

“அவையோரே கேளுங்கள்! மூன்றாவது முறையாகக் கேட்கிறேன். பந்துலனுக்கு துணைத் தளபதி பதவியை வழங்கலாமா? இதனை ஏற்கும் உறுப்பினர்கள் அமைதி காக்கலாம். மறுப்பு தெரிவிப்போர் உங்கள் கருத்தைத் தெரிவியுங்கள்.”

ரோஜ் மல்லன் தனது வலப்புறத் தோள் தெரியுமாறு சால்வையை அணிந்துகொண்டு மேடையை நோக்கி நின்றார்.

தலைவர், “இந்த உறுப்பினர் பேச விரும்புகிறார். அவரது கருத்தைக் கேட்போம்” என்றார்.

“மதிப்பிற்குரிய மக்களே! பந்துலனின் போர்த்திறம் பற்றி எனக்கு எந்த அய்யமும் இல்லை. குறிப்பிட்ட ஒரு காரணத்தினால் நான் இந்த முன்மொழிவை எதிர்க்கிறேன். நம் குழுவின் வளமைப்படி, உயர் பொறுப்பிற்கு அமர்த்தப்படும் யாரும் நாம் வைக்கும் ஒரு தேர்வில் வெற்றி பெற வேண்டும்; அதன்படி பந்துலனுக்கும் தேர்வு வைக்க வேண்டும் என்பதுதான் என் கருத்து.”

ரோஜ் அமர்ந்தவுடன், இன்னும் சிலர் அவரது கருத்தை ஆதரித்தனர். வேறு சிலர் அது தேவையற்றது என்றனர். இறுதியாகத் தலைவர் தமது முடிவை அறிவித்தார்.

“மதிப்பிற்குரிய மக்களே! பந்துலனை துணைத் தளபதியாக ஆக்குவதற்கு கருத்து வேறுபாடுகள் கிளம்பி உள்ளன. எனவே நாம் இதனை வாக்குக்கு விடலாம். வாக்கெடுப்பவர்கள் இரு வண்ண மூங்கில் குச்சிகளுடன் உங்களிடம் வருவார்; சிவப்பு, பந்துலனை துணைத்தளபதி ஆக்க ஆமோதிப்பது; கருப்பு அதனை மறுப்பது. உங்களது வாக்கைத் தேர்ந்தெடுங்கள்.”

வாக்கு எடுப்பவர் இரு பாய்களுடன் ஒவ்வொரு உறுப்பினரிடமும் சென்றார். அவரவர்க்குரிய முடிவைத் தேர்ந்தெடுத்தனர். தலைவர் பைகளில் எஞ்சி இருந்த குச்சிகளை கணக்கெடுத்தார். கருப்பைவிட சிவப்புக் குச்சிகள் அதிகமாக இருந்தன. அப்படியென்றால், உறுப்பினர்களில் பலர் கருப்பைத் தெரிவு செய்துள்ளனர்.

தலைவர், “மதிப்பிற்குரிய மக்களே! கருப்புதான் கூடுதலாக எடுக்கப்பட்டுள்ளது. எனவே, அவை ரோஜ் சொல்லிய கருத்துடன் ஒத்துப்போகிறது எனப் புரிந்து கொள்கிறேன். இப்போது பந்துலனுக்கு எத்தகைய தேர்வு வைப்பது என்பதை முடிவு செய்வோம்” என்றார்.

நீண்ட விவாதம், வாக்கெடுப்பு நடந்து முடிந்தபின், ஏழு மர முளைகளைப் பந்துலன் ஒரே மூச்சில் வெட்ட வேண்டும் என முடிவு செய்யப்பட்டது. அன்றிலிருந்து ஏழாம் நாள் அதற்கான நாள் எனக் குறிக்கப்பட்டது. அதன் பின் அவை கலைந்தது.

ஏழாம் நாளன்று குஷீனாராவின் மைதானம் நிரம்பி வழிந்தது. மல்லிகாவும் கூட்டத்தில் இருந்தாள். ஏழு கடினமான மரத்துண்டுகள் இடைவெளி விட்டுவிட்டு வைக்கப்பட்டிருந்தன. குழுத்தலைவர் கையசைத்து அனுமதித்ததும், பந்துலன் தன் வாளை ஓங்கினான். கூட்டம் மூச்சுவிட மறந்து கவனித்தது. பந்துலனின் நீண்ட வாளையும், தசைப்பிடிப்பான கரங்களையும் கண்டு அவனது வெற்றி உறுதி என நம்பியது. அவனது வாள் மின்னல் போல உயர்ந்து நொடியில் இறங்கியது. முதல் மரம் பிளந்தது; இரண்டாவது, மூன்றாவது எனத் தொடர்ந்தது. ஆறாவது வீச்சில் பந்துலனின் காதில் ஒரு உலோகச் சத்தம் கேட்டது. அவனது புருவங்கள் சுருங்கின; வேகம் குன்றியது; கடைசி வெட்டில் அவன் வாள் தடைபட்டது நின்றது. பந்துலன் வெட்டுப்பட்ட துண்டுகளை ஒரு முறை வேகமாகப் பார்த்தான். அவனது உடல் நடுங்கியது; முகம் சினத்தில் சிவந்தது; ஆனால், அவன் வாயில் இருந்து ஒரு சொல்லும் வரவில்லை.

தலைவர் ஏழாவது மரம் வெட்டப்படவில்லை என அறிவித்தார். பந்துலனை நினைத்து மக்கள் வருத்தப்பட்டனர்.

வீட்டுக்குத் திரும்பியதும் மல்லிகா அவனது சினம் நிறைந்த சோகத்தைக் கண்டாள். அவளது ஏமாற்றத்தை மறந்து அவனை ஆறுதல் படுத்த முனைந்தாள்.

“மல்லிகா, என்னைச் சூழ்ச்சியால் வீழ்த்த நினைத்து விட்டார்கள். இதை நான் எதிர்பார்க்கவில்லை.”

“என்ன நடந்தது, அன்பே?”

“ஒவ்வொரு மரத் துண்டிலும் ஆணிகள் நிரப்பப்பட்டு இருந்தன. ஐந்தாம் மரம் வரை நான் சந்தேகப்படவில்லை.

ஆறாவதில் ஒரு உலோகச் சத்தம் கேட்டது. அதைக் கேட்டிராவிடில், நான் கடைசி மரத்தையும் துண்டாடி இருப்பேன். எனக்கு மனம் வெறுத்துவிட்டது."

"என்ன அயோக்கியத்தனம். இதைச் செய்தவர்கள் நீசர்கள்."

"யார் செய்தார்கள் என அறிவது கடினம். எனக்கு ரோஜ் மீது கோபம் இல்லை. அவர் சொன்னது முறையானது; அவையில் பலரும் அத்துடன் ஒத்துப் போனார்கள். ஆனால், குஷீனாராவில் எனக்கு உண்மையான நண்பர்கள் இல்லை என்பது என்னை வாட்டுகிறது."

"அதனால் பந்துல மல்லனுக்கு குஷீனாரா பிடிக்காமல் போயிற்றா?"

"குஷீனாரா என் தாய். என்னை வளர்த்தது. ஆனால், என்னால் இனி இங்கு தங்க முடியாது."

"இங்கிருந்து போகப் போகிறாயா?"

"ஆம். குஷீனாராவிற்கு நான் தேவையில்லை."

"எங்கே போவாய்?"

"மல்லிகா, நீ என்னோடு வரத் தயாரா?" பந்துலனின் முகம் ஆர்வத்துடன் மிளிர்ந்தது.

"என அன்பு பந்துலா! உன்னை நிழல் போலத் தொடர்வேன்" என்றபடி அவனது சிவந்த கண்களை முத்தமிட்டாள் மல்லிகா. அவனது கோபம் தணிந்தது. அவளது கரங்களைப் பற்றி, "மல்லிகா, உனது கரங்களைப் பற்றிக் கொள்கிறேன். உன் கைகளின் சக்தி என்னுள் பாய்கிறது. எந்தப் பயமும் இன்றி உலகமெல்லாம் சுற்றும் துணிவைத் தருகிறது" என்றான்.

"அன்பே, எங்கு போகிறோம்? எப்போது கிளம்ப வேண்டும்?"

"உடனே. எந்தத் தாமதமும் செய்யாமல் கிளம்ப வேண்டும். ஆணிகள் இருப்பது தலைவருக்குத் தெரிவிக்கப்படும். பிறகு அவர் புதிய தேர்விற்கு இன்னொரு நாள் குறிப்பார். அவர்கள் என்னைச் சமாதானப்படுத்த வருவதற்குள் நாம் கிளம்பிவிட வேண்டும்."

"அவர்கள் செய்த துரோகத்தை அம்பலப்படுத்த வேண்டாமா?"

"மல்லிகா! குஷீனாரா என்னைப் பற்றிய கருத்தை வழங்கி விட்டது. எனது பணி இங்கு இல்லை; இப்போதைக்கேனும்

இங்கில்லை. குஷீனாராவிற்கு பந்துலன் தேவைப்படும்போது அவன் இங்கிருப்பான்."

பயணத்திற்குத் தேவையானவற்றை எடுத்துக்கொண்டு அன்றிரவே மல்லிகாவும் பந்துலனும் கிளம்பி விட்டனர். மறுநாள் மல்லக்கிராமம் வந்து சேர்ந்தனர். ஆச்சிரவதி எனப்பட்ட தபதி ஆற்றங்கரையில் இருந்த பார்ப்பனக் குடிகளின் நிரந்தர வசிப்பிடம் அது. மல்லர் பகுதி முழுதிலும் சாங்கிருத்யாயர் குடி போர்க்குணத்தில் புகழ் பெற்ற குடியாக இருந்தது. பந்துலனுக்கு அங்கு நண்பர்கள் இருந்தனர். ஆனால், அவன் அவர்களைப் பார்க்க வரவில்லை. ஒரு படகு மூலம் ஷ்ராவஸ்தி செல்ல விரும்பினான். பெரு வணிகர் சுதத் என்பவரின் பணியாட்கள் மூலம் ஒரு படகைப் பெற முடிந்தது. சாங்கிருத்யாய பார்ப்பனர், தம் குல வளமைப்படி, பருத்த பன்றிக் குட்டி ஒன்றைத் தமது வீட்டு வாசலில் வெட்டி, தம் கையால் சமைத்து பயணிகளுக்கு கொழுங்கறி விருந்து அளித்தனர்.

3

கோசல நாட்டுத் தலைநகரான ஷ்ராவஸ்தியில், மன்னன் ப்ரசெஞ்சித் தனது நண்பனும் உடன் பயின்ற மாணவனுமான பந்துலனை அன்புடன் வரவேற்றான். தட்சசீலத்தில் கண்டபோதே, தான் ஆட்சிப் பொறுப்பு ஏற்றதும், பந்துலன் படைத்தளபதி பதவியை ஏற்க வேண்டும் எனக் கேட்டுக் கொண்டிருந்தான் மன்னன். அரச பதவி ஏற்றதும் பல முறை அந்த வேண்டுகோளை பந்துலனிடம் முன் வைத்திருந்தார். அப்போது வளமும் வலிமையும் மிக்க படையைக் கொண்டிருந்த கோசல நாட்டின் படைத்தளபதி ஆவதை விட, சொந்த நாடான குஷீனாராவில் துணைத்தளபதியாகப் பணி செய்வதையே பந்துலன் விரும்பினான். இப்போது, தாய்நாடு தன்னை நிராகரித்தபின், எதார்த்தத்தை ஏற்றுக்கொண்டு மன்னனின் வேண்டுகோளை ஒப்புக் கொண்டான்.

"நண்பா! நீங்கள் அளிக்கும் பணியை ஏற்க நான் தயார். ஆனால், ஒரு நிபந்தனை..."

"நல்லது பந்துலா, என்ன நிபந்தனை?"

"நான் ஒரு மல்லன்."

"எனக்குத் தெரியும். எக்காரணம் கொண்டும் மல்லர்களுக்கு எதிராக நீ போரிட நேரிடாது. உறுதி."

ராகுல் சாங்கிருத்யாயன் ● 177

"அவ்வளவுதான்."

"நண்பா! மல்லருடன் உள்ள உறவை வலுப்படுத்தவே நான் விழைகிறேன். எனது ஆட்சியை விரிவுபடுத்தும் நோக்கம் எதுவும் எனக்கில்லை. மல்லர்களுடன் பகைமை ஏற்பட, பொருத வேண்டிய நிலைமை ஏற்பட்டால், நீ உனது சார்பைத் தேர்ந்தெடுத்துக் கொள்ளலாம். எனது நீண்டகால நண்பனுக்கு வேறு ஏதாவது வேண்டுமா?"

"இல்லை. அரசே! இது போதும்."

4

இவ்வாறு பந்துலமல்லன் கோசல சேனைக்குத் தளபதி ஆனார். ப்ரசெஞ்சித் போன்ற வலுவற்ற, செயலூக்கம் அற்ற அரசருக்கு, அனுபவம் மிக்க தளபதி அவசியம். அவர் பந்துலனைச் சந்திக்காமல் இருந்திருந்தால் மகதம், வத்சம் நாடுகள் கோசலத்தின் சில பகுதிகளை தம்முடன் இணைத்துக் கொண்டிருக்கக் கூடும்.

ஷ்ராவஸ்தியில் வசிக்கத் தொடங்கிய சில காலத்தில் மல்லிகா கருவுற்றாள். ஒரு நாள், பந்துலன் மல்லிகாவிற்கு ஏதேனும் விசேட ஆசை உள்ளதா எனக் கேட்டார்.

"அன்பே! ஆசை இருக்கிறது; ஆனால், அது கிட்டுவது கடினம்."

"பந்துலனுக்கு எதுவும் கடினம் அல்ல; என்ன வேண்டும் சொல் மல்லிகா."

"புனித ஏரியில் குளிக்க விருப்பம்."

"மல்லர் ஏரியிலா?"

"இல்லை. வைசாலியில் உள்ள லிச்சாவியர் ஏரியில்."

"நீ சொன்னது சரிதான், மல்லிகா! அது கடினம்தான். எப்படி செய்வது என வழி கண்டுபிடிக்கிறேன். நாளை காலை ரதத்தில் செல்லத் தயாராக இரு."

மறுநாள், அவர்கள் தேவையான மளிகைப் பொருட்கள், வாள், வில், பிற போர்க்கருவிகளுடன் புறப்பட்டனர். பல வாரங்கள் பயணித்து வைசாலி நகரத்தை அடைந்தனர். பந்துலனின் வகுப்புத் தோழன் மகாளி என்பவர் பாதுகாவலராக இருந்த நுழைவாயிலை

அடைந்தனர். சில லிச்சாவிகளின் சூழ்ச்சியால் குருடாக்கப்பட்டவர் அவர். முதலில், பந்துலன் மகாளியுடன் தங்கிப் போகலாமா என்று நினைத்தார். ஆனால், தன் மனைவி மல்லிகாவின் ஆசை நிறைவேறுவது தாமதமாகும் என்பதால், அந்த எண்ணத்தைக் கைவிட்டார்.

புனித ஏரி காவலில் இருந்தது. லிச்சாவி இனத்தைச் சேர்ந்த தொள்ளாயிரத்து தொண்ணூற்று ஒன்பது முழு உறுப்பினர்களில் காலியாகும் இடத்தை இட்டு நிரப்புவதற்கு தேர்ந்தெடுக்கப்படும்போது, அந்த மனிதர் இந்த ஏரியில் குளிக்க அனுமதிக்கப்படுவார். அவ்வளவுதான்.

காவலர்கள் பந்துலனை மறித்தார்கள்; அவர்களைத் தன் சவுக்கால் விரட்டினான் பந்துலன். மல்லிகா ஏரியில் குளித்துவிட்டுத் தேரில் ஏறினாள். உடனே தேர், வைசாலியை விட்டு வெளியேறத் தொடங்கியது. ஆனால், ஐநூறு வீரர்கள் தகவல் அறிந்து பந்துலனின் தேரைப் பின்தொடர்ந்தனர். மகாளி அவர்கள் துரத்துவதை அறிந்து தடுக்க முயற்சித்தார். ஆனால், வெறிக்குணம் கொண்ட லிச்சாவி வீரர்களுக்கு சொல்வதைக் கேட்கும் பழக்கம் இல்லை.

பின்தொடரும் தேர்களின் ஓசை கேட்டுத் திரும்பிப் பார்த்த மல்லிகா, "அன்பே! பல பேர் நம்மைப் பின்தொடர்கிறார்கள்" என்றாள்.

"அவர்களை எல்லாம் ஒரே நூலில் கோர்ப்பதைப் பார்க்கும் வரை காத்திரு" என்றான் பந்துலன். மல்லிகா அப்படியே செய்தாள்.

பழங்கால வரலாற்று ஆசிரியர்கள் சொல்வது என்னவென்றால், பந்துலன் ஒரு அம்பை எடுத்துத் தொடுத்தவுடன், அது ஐநூறு லிச்சாவி வீரர்களின் இடைக்கச்சைக்கு ஊடாகச் சென்று அடுத்த முனையில் வந்தது என்பதாகும். தொடர்ந்து வந்த வீரர்கள் பந்துலன் முன் அணிவகுத்து நின்று சவால் விட்டனர்.

"உங்களைப் போன்ற சவங்களுடன் நான் போரிடத் தயாரில்லை" என்று அமைதியாக பதில் சொன்னான் பந்துலன்.

"எப்படிப்பட்ட சவங்கள் என்பதைப் போரில் காண்பாய்."

"இன்னொரு அம்பை வீணாக்க நான் விரும்பவில்லை. வீடு போய் உங்கள் மனைவிமார், நண்பர்களை முதலில் அழைத்துவிட்டு, உங்கள் இடைக்கச்சைகளை அவிழுங்கள்" என்று சொல்லிவிட்டு,

ராகுல் சாங்கிருத்யாயன் ● 179

பந்துலன் மல்லிகாவிடம் இருந்து ரதத்தின் கடிவாளத்தை வாங்கி கொண்டான். ரதம் முழு வேகத்தில் பறந்தது.

இடைக்கச்சைகளை அவிழ்த்தவுடன் ஐநூறு லிச்சாவி வீரர்களும் இறந்து கிடந்தனர்.

5

அக்காலத்தில் ஜம்புதீபத்தின் மிகப்பெரிய நகரமாக ஷ்ராவஸ்தி திகழ்ந்தது. ப்ரசெஞ்சித் அரசாட்சியில் சாகேதம் (அயோத்தியா), வாரணாசி ஆகிய இரு பெரு நகரங்கள் இருந்தன. காசி - கோசலம் இணைந்த நாட்டில் பல வளம் கொழிக்கும் வணிகர்கள் இருந்தனர். ஷ்ராவஸ்தியில் சுதத்தன் (ஏதிலிகளைப் பேணுபவன்), மிருகரன் போன்றோர், சாகேதத்தில் அர்ச்சுனன் ஆகியோர் செல்வத்தில் கோலோச்சினர். அவர்கள் வர்த்தகம் ஜம்புதீபத்தில் மட்டும் இன்றி, வங்கக் கடலில் தாமிரலிபிதம் தாண்டியும், மேலைக் கடலான அரபிக் கடலில் பாரூகச், சோபாரா தாண்டியும் நடைபெற்றது. அதிகாரத்தில் இருந்த பார்ப்பனர், க்ஷத்திரியர் போல வணிகர்களுக்கு சமூக மதிப்பு இல்லாவிட்டாலும், அவர்கள் சமூகத்தில் மிகுந்த மரியாதையுடன் வாழ்ந்தனர்; செல்வத்தில் ஆட்சியாளர்கள்கூட அவர்களோடு போட்டியிட முடியாது. சுதத்தன் இளவரசர் ஜெத்தனிடம் இருந்து ஜெதாவனத்தை வாங்கினார்; அவ்விடத்தில் ஒவ்வொரு அங்குலத்திலும் பரப்பக்கூடிய தங்க நாணயம் கொடுத்து அதனை வாங்கினார். அதில் கௌதம புத்தருக்கு ஒரு விகாரைக் கட்டினார். மிருகத்தனின் மகன் பண்டாரவரதனின் திருமணத்திற்கு மன்னர் தன் பரிவாரத்துடன் சாகேதம் சென்று கலந்து கொண்டார். மணமகளின் தந்தை அர்ச்சுனனின் விருந்தினராகத் தங்கினார். மணமகள் விசாகா, அத்தகைய தந்தை, மாமனாரைப் பெற்றதால் அளவற்ற செல்வத்துடன் திகழ்ந்தார். அவளது முத்துமாலை ஒன்றை விற்றுக் கிடைத்த பணத்தில் ஏழு மாடிகள், ஆயிரம் அறைகள் கொண்ட பௌத்த மடம் ஒன்றைக் கட்டி அதற்கு மிருகத்தனின் தாய் பூர்வாரத்தின் பெயரைச் சூட்டினாள். பல நாடுகளில் இருந்து வந்த செல்வம் வணிகர்கள், அவர்களின் இளவரசிகள் கிடங்கில் குவிந்தது. அதன் விரிவை யாராலும் கணக்கிட முடியாது.

ஜயவளி, உத்தாலகன், யக்ஞவாக்கியர் போன்றவர்கள் சமய வழிபாட்டில் இருந்த யாகம், உயிர்ப்பலி ஆகியவற்றை இரண்டாம்பட்சமாக்கி, கூடுதலாக பூடகமான நம்பிக்கையை

வளர்த்து விட்டிருந்தனர்; அதுதான் அவர்களது வாழ்வியலுக்கு உகந்ததாக இருந்தது. ஜனகர் போன்ற மன்னர்கள் இதற்கு பெரும் மதிப்பு அளித்து, சமயங்கள் சார்ந்த வாதங்கள் நடப்பதற்கான மன்றங்களைக் கூட்டுகின்ற வழக்கத்தைக் கொண்டு வந்திருந்தனர். வேதங்களில் கூறப்படுபவற்றைத் தாண்டி தத்துவ விசாரத்தில் ஈடுபட இத்தகைய திறந்த விவாதங்கள் வழி வகுத்தன. வினாக்களும், விவாதங்களும் மடை திறந்தாற்போல் செழித்த காலமாக அந்த யுகம் அமைந்தது. ஒவ்வொரு தத்துவவாதியும் தமது கருத்துகளை முன்வைக்க இந்தக் கூட்டங்களைப் பயன்படுத்தினர். சில நேரங்களில் அவர்களது போதம் உரைகளாக நடந்தன; சில சமயங்களில், தர்க்கம் செய்ய சவால் விடப்பட்டது; அதனை அறிவிக்க நாவல் கிளை ஒன்றைத் தமது பாதையில் நடுவார்கள். பிரவாஹன் பல தலைமுறைகளை மயக்கத்தில் ஆழ்த்த கற்பித்த துறவறம், தவம் போன்றவற்றை ஏற்கனவே உருவாக்கி விட்டிருந்தார். இப்போது, உபநிடதங்களைக் கைவிட்ட சிந்தனையாளர்கள்கூட அவரவரின் விளக்கங்களைத் துறவு, தியானம், தவம் போன்றவற்றிற்கு வழங்கிக் கொண்டிருந்தனர்.

அஜீத் கேசகம்பலன் ஒரு நாத்திகவாதி. முழுமையான பொருள்முதல்வாதி; வழிபாடு, அழியாத ஆத்மா, சொர்க்கம் - நரகம், மறுபிறவி ஆகிய எதையும் ஏற்காதவர்; அவர் கூட கடும் பிரம்மச்சர்யம், துறவறம் ஆகியவற்றை மேற்கொண்டார். ஆனால், அக்காலத்தில் ஆட்சி செய்பவர்களின் ஆதரவைப் பெறவோ, சினத்திற்கு உள்ளாகாமல் இருக்கவோ, நாத்திகவாதிகள்கூட தமது தத்துவத்திற்குச் சமய முலாம் பூச வேண்டி இருந்தது. பார்ப்பன குலத் தலைவரான லெளகித்தியன், இளவரசர் பயாசி போன்றவர்களும் சுய சிந்தனையாளர்கள்; மக்கள் மத்தியில் செல்வாக்குடன் வாழ்ந்தார்கள்; அவர்களது நாத்திகவாதத்தைக் கைவிடுவது கேவலமாகிவிடும் எனும் அளவு புகழ் பெற்றிருந்தார்கள். அத்தகைய சிந்தனையாளரின் நாத்திகவாதம் சமூகத்தில் எந்த ஆபத்தையும் கிளர்த்தவில்லை.

இவ்வாறு நாத்திகம் வளர்ந்தது. கௌதம புத்தர் ஆதிக்கத்தில் இருந்த பார்ப்பனர், க்ஷத்திரியர், வணிகர் ஆகியோர் மதிக்கும் ஒருவராகத் திகழ்ந்தார். ஆன்மா பற்றிய வாதம் இல்லாத அவரது போதம் அனைவரையும் ஈர்த்தது. இந்நிலைமை கோசலத்தில் கூடுதலாக இருந்தது. அங்கு வாழ்ந்த சாக்கியர் இனத்தைச் சேர்ந்தவராக புத்தர் இருந்தார். நாத்திகவாதம் போலவே, புத்தரும் பிரபஞ்சத்தில் அழிவற்ற எதுவும் இல்லை; கடவுள், ஆன்மா என்று தனியே எதுவும் இல்லை; உலகில் தோன்றும் அனைத்தும்

காலப்போக்கில் அழியத்தான் செய்யும் என போதித்தார். கட்புலனுக்குத் தோன்றும் உலகம் பொருள்களின் கூட்டுச் சேர்க்கை அல்ல; நிகழ்வுகளின் ஓடை என்றார். அறிவாளிகளுக்குப் புத்தரின் சிந்தனைகள் பகுத்தறிவுக்கு ஏற்றதாகவும் கிளர்ச்சி ஊட்டுவதாகவும் அமைந்தன.

இத்தகைய பொருள்முதல்வாதம் ஏழை - பணக்காரர், எசமான் - அடிமை ஆகிய உறவுகளை ஆட்டம் காண வைக்கக் கூடியது. அதனால், அஜீத் கேசகம்பலன் முன் வைத்த பொருள்முதல்வாதம் ஆளும் வர்க்கங்கள், வணிகர் மத்தியில் எடுபடவில்லை. ஆனால், கௌதமர் தனது பொருள்முதல்வாதத்தில் வேறு சில கருத்துகளையும் சேர்த்தார். அதன் மூலம் தனது நாத்திகவாதத்தின் கூர்மையைச் சற்று குறைத்தார். அழிவற்ற ஆன்மா என்பது இல்லை; ஆனால், ஆற்றொழுக்காகப் பாயும் ஓர்மை சொர்க்கம் - நரகம் மற்றும் பிற பிரபஞ்சங்கள் ஊடாகப் பாயும்; ஒரு உடலில் இருந்து இன்னொரு உடலுக்கு மாறும்; ஒரு வகை சடப் பொருளில் இருந்து இன்னொன்றாக மாறும் என்று கூறினார். இந்தக் கொள்கைப்படி, ப்ரவாஹன் முன்வைத்த மறுபிறவி உறுதி அடைவதற்கான வாசல் திறக்கப்பட்டது. கலப்படம் இல்லாத நாத்திகம் பேசியிருந்தால் ஷ்ராவஸ்தி, சாகேதம், கோசாம்பி, தலைநகர் பத்ரிகா போன்ற நகரங்களின் வணிக இளவரசர்கள் தமது பணப்பையை கௌதமருக்குத் திறந்திருக்க மாட்டார்கள்; நில உடைமையாளர்களான பார்ப்பனர்களும் ஷத்ரியர்களும் அவர் காலடியில் சிரம் தாழ்த்தி மண்டியிட்டு இருக்க மாட்டார்கள்.

ஷ்ராவஸ்தி நகரத்தின் உயர்வர்க்கப் பெண்மணிகள் கௌதமரின் போதனைகளால் கவரப்பட்டனர். ப்ரசெஞ்சித் மன்னரின் பட்டத்து அரசி மல்லிகா தேவி பௌத்தத்தில் ஈடுபாடு கொண்டார். அவரது தோழி விசாகா, நகரத்தின் பெரு வணிகர் இல்லத்து மருமகள்; அவர் பௌத்தத்தில் இருந்த நம்பிக்கை காரணமாக பூர்வாரம் மடத்தைக் கட்டி முடித்து புத்தருக்குத் தானமாகத் தந்தாள். பந்துலனின் மனைவி மல்லிகா அரசியின் அன்புத் தோழி. அரசியின் வழிகாட்டலுக்கேற்ப, யாவரும் புத்தரின் போதனைகளில் ஈடுபாடு கொண்டு பௌத்தராக மாறினர்.

மல்லிகாவின் இல்லம் அனைத்து வசதிகளும் கொண்ட மாளிகையாக இருந்தது. பெரும் அரசான கோசல நாட்டின் முதன்மைத் தளபதியின் வீடு அரண்மனை போலத்தானே இருக்கும்! மல்லிகாவிற்குப் பத்து மகன்கள்; அனைவரும் அரசரின்

படையில் உயர் பதவிகள் வகித்தனர். பந்துலன் வெகுகாலம் அரசருடன் செல்வாக்குடன் திகழ்ந்தார். காலப்போக்கில், சில பகைவர்களும் உருவாகிவிட்டனர். அந்நிய இனத்தைச் சேர்ந்த ஒருவர் இத்தனை உயரிய பதவி வகிப்பது சிலருக்குச் சகிக்க முடியாமல் இருந்தது. பொறாமை கொண்ட அவர்கள் அரசரின் மனதில் நஞ்சூட்டினர்; அரசரும் சற்று மந்த புத்தி கொண்டவர்; எனவே அவரும் அவர்களை நம்பத் தொடங்கினார். பந்துலன் அரசரை முட்டாள் என்று வர்ணித்ததாகக் கூறப்பட்ட பொய்களை உண்மையெனக் கருத ஆரம்பித்தார். இறுதியில் தளபதி அரியாசனம் ஏற விரும்புகிறார் என்று செய்தி பரப்பப்பட்டபோது மன்னர் - அது சாத்தியம் என நம்பி விட்டார். அரசர் அவரது எதிரிகளின் - பந்துலனின் பகைவர்களின் கைப்பாவையாகிவிட்டார்.

ஒரு நாள் பந்துலன் சோர்வாக இருப்பதைக் கண்ட மல்லிகா, "என்ன ஆழ்ந்த யோசனை, பந்துலா!" என்று கேட்டாள்.

"அரசர் என்னை அய்யப்படத் தொடங்கி விட்டார்."

"அப்படியானால், உங்கள் பதவியைத் துறந்துவிட்டு, மீண்டும் குஷீனாராவுக்குப் போய்விடலாமா? நாம் வாழப் போதுமான நிலம் அங்கு நமக்கு இருக்கிறதே."

"அப்படிப் போய்விட்டால், பகைவர்கள் கையில் அரசரை ஒப்படைப்பதாக ஆகிவிடும். உனக்குப் புரியவில்லையா, மல்லிகா? மகத நாட்டு மன்னன் அஜாதசத்ரு ஏற்கனவே காசி மீது பல தாக்குதல்கள் தொடுத்து விட்டான். ஒரு முறை அவரைச் சிறை பிடித்தபோது, அரசர் பெருந்தன்மையுடன் தன் மகள் வஜ்ராவை மணமுடித்து வைத்து, அவரை விடுவித்து விட்டார். ஆனால், அஜாதசத்ரு ஜம்புதீபத்தின் சக்ரவர்த்தியாக வேண்டும் எனக் கனவு கொண்டிருக்கிறார். மல்லிகா, அவரை ஒரு திருமண உறவு மூலம் பிடித்து வைக்க இயலாது. நம் தலைநகரம் முழுதும் ஒற்றர்கள் நிரம்பி இருக்கிறார்கள். நமது அண்டைநாடான அவந்தியின் (உஜ்ஜெயின்) மருமகன் வத்ச நாட்டு மன்னன் உதயனும் நேர்மையானவர் இல்லை; நமது எல்லைகளிலும் அணிசேர்த்துக் கொண்டிருக்கிறார். இம்மாதிரி நேரத்தில் ஷ்ராவஸ்தியை விட்டுச் செல்வது கோழைத்தனம், மல்லிகா."

"ஆம். துரோகமாகவும் இருக்கும்."

"நான் என்னைப் பற்றிக் கவலைப்படவில்லை, மல்லிகா! நான் பலமுறை போர்க்களங்களில் மரணத்தின் வாயிலில்

நின்றிருக்கிறேன். என்றாவது சாவு என்னைத் தழுவினால், அதில் வியப்பேதும் இல்லை.”

எளிய தோட்டக்கார குடும்பத்தில் பிறந்து, நற்குணங்களால் பட்டத்தரசியாக உயர்ந்த மல்லிகா தேவி இறந்து போய்விட்டார். அவர் இருந்திருந்தால், மன்னர் இப்படித் திசைதவறி நடக்க விட்டிருக்க மாட்டார்.

ஒரு நாள், எல்லைப்பகுதியில் சிக்கல் ஏற்பட்டுள்ளதாகக் கூறி, பந்துலனின் மக்களை அனுப்பி வைத்தார். அவர்கள் வெற்றியுடன் திரும்புகையில், சூழ்ச்சியாக பந்துலனை அனுப்பி அவர்களோடு மோத வைத்தார். தந்தையும் புதல்வர்களும் மோதிக்கொண்டு அனைவரும் ஒரு சேர மடிந்தனர். இந்தக் கொடிய செய்தியைத் தாங்கிய ஓலை மல்லிகாவின் கையில் கிடைத்தபோது, அவர் தமது மருமகள்கள் தயாரித்த உணவை புத்தர், அவரது பிக்குகளுக்கு விருந்து அளித்துக் கொண்டிருந்தார். ஓலையைப் படித்ததும், மல்லிகாவின் இதயத்தில் கத்தி செருகியது போலாயிற்று. ஆனால், தன்னைக் கட்டுப்படுத்திக்கொண்டு அமைதியாக இருந்தார்; கண்களில் நீர் வடியவில்லை; முகம் வெளிறவில்லை. ஓலையை ஆடை மடிப்பில் முடிந்துகொண்டு வந்திருப்பவருக்கு உணவு வழங்கி முடித்தார். அதன்பின், புத்தர் வழங்கிய உரையைக் கேட்டாள். பிறகுதான், ஓலையை எடுத்து எல்லோர் முன்பும் உரக்க வாசித்தாள். இடி இறங்கியது போல அக்குடும்பம் அதிர்ந்தது. மல்லிகா துணிச்சலாக இருந்தாள்; ஆனால், இளம் விதவைகளாக இருந்த மருமகள்களைத் தேற்றுவது புத்தருக்கும் கடினமாக இருந்தது.

நாளடைவில் மன்னன் ப்ரசெஞ்சித் உண்மையை உணர்ந்தார். செய்த தவறுக்கு வருந்தினார். ஆனால், என்ன பயன்? தனது மனசாட்சியை ஆறுதல் படுத்த பந்துலனின் மருமகன் தீர்க்கராயனை சேனைத் தளபதியாக ஆக்கினார்.

6

பனிக்காலம் தொடங்கிவிட்டது. கபிலவஸ்து நகரத்தின் கோதுமைப் பயிர்கள் பச்சைப்பசேலென்று அசைந்தாடின; கடுகுப் பயிர்கள் பூத்துக் குலுங்கின. நகரம் முழுதும் அன்று அலங்கரிக்கப்பட்டிருந்தது. ஆங்காங்கே தோரண வளைவுகள் அமைக்கப்பட்டிருந்தன. அரண்மனை ஜொலித்துக் கொண்டிருந்தது.

மூன்று நாட்களாகக் கடுமையாக உழைத்த அடிமைச் சேவகர்கள் வீட்டின் மூலையில் சற்று ஓய்வு எடுத்துக் கொண்டிருந்தனர். அதில் ஒருவரான காகா, "அடிமைக்கு வாழ்க்கை என்று ஒன்று இருக்கா? மனிதராய்ப் பிறந்ததைவிட மாடாகப் பிறந்திருக்கலாம்; மனிதர் போல யோசனைகள் வராமல் இருந்திருக்கும்" என்றார்.

"காகா, ரொம்பச் சரி. நேத்து என் எசமான் தண்டபாணி இரும்பு கம்பியைக் காய்ச்சி எம் பொஞ்சாதிக்கு சூடு வச்சிட்டாரு."

"ஏன்?"

"அத யாரு போய்க் கேக்கறது? அடிமைகளுக்குள் கணவன் – மனைவி உறவு இருக்கலாம் என்று கூட அவர்களுக்குப் புரிவதில்லை. இத்தனைக்கும் இந்தத் தண்டபாணி நிகந்தரை பின்பற்றும் சமணர் என்று சொல்லிக்கொள்கிறார்; மயிற்பீலி கொண்டு நடக்கும்போது பூச்சிகளை மிதிக்காமல் கூட்டிக் கொண்டு போகிறார். நோயுற்று இருந்த எங்கள் மகள், நினைவு இழந்து விட்டாள் என்பதை என்னிடம் சொல்ல வந்ததுதான் என் மனைவி செஞ்ச குத்தம். கடைசில, மகள் செத்தே போனா; ஒரு வகைல, அதுவும் நல்லதுதான். இல்லன்னா, எங்கள மாதிரி அடிமையா ஆயுள் முழுக்க கஷ்டப்பட்டிருப்பா. போதாக்குறைக்கு, அந்தப் படுபாவி விழாவெல்லாம் முடிஞ்சப்பறம் என் பொஞ்சாதிய வித்துடப் போறதா வேற சொல்றான்."

"சூடு போட்டது போதாதாமா, உன் எசமானனுக்கு?"

"ஹூம்... இன்னும் பனிரெண்டு வருடம் கழித்து எம்பொண்ணுக்கு ஐம்பது தங்க நாணயம் கிடைச்சிருக்குமாம். நாங்க என்னவோ வேணும் என்றே அவங்காசைத் திருடிட்ட மாதிரிதான் பேசறான்."

"அடிமைகளாகிய நமக்கு மட்டும் பெத்தவங்க பாசம் இருக்காதா?"

மூன்றாவது அடிமை குறுக்கிட்டு, "அப்படி இருந்தும் அடிமைப் பெண்ணின் மகனை வரவேற்கத்தான் நாம இவ்வளவு வேலை செய்திருக்கோம்."

"யாரைச் சொல்ற?"

"கோசல நாட்டு இளவரசன் விதூடபன்."

"தாசி மகனா?"

“ஆமாம். சாக்கியர் மகாநாம் வீட்டு வயதான அடிமையை பார்த்தது இல்லையா? நம்மைப் போலக் கருப்பாக இருக்க மாட்டாள்; ஏதோ ஒரு சாக்கியன் அவள் அப்பனாக இருந்திருப்பான்.”

“அம்மாதிரிப் பிறந்த அடிமைப் பெண்களுக்கு கணக்கே இல்லை.”

“அது சரி. இவள்மூலம் மகாநாமிற்கு ஒரு மகள் பிறந்தாள். நல்ல நிறம்; அழகு; சாக்கியப் பெண் போலவே இருந்தாள்.”

“ஏன் இருக்க மாட்டாள்? அழகான பெண் என்றால், வளர்ப்பதற்கு நமது எசமானர்களுக்கும் கூடுதல் அக்கறை உண்டே!”

“கோசல மன்னன் ப்ரசெஞ்சித் ஒரு சாக்கியப் பெண்ணை மணக்க விரும்பியபோது, யாரும் அவருக்குப் பெண் கொடுக்க முன்வரவில்லை. உலகிலேயே தயைதான் உயர்ந்த குணம் என நினைப்பவர்கள் சாக்கியர்கள்! ஒட்டுமொத்தமாக மறுத்து இருந்தால், மன்னனுக்குக் கோபம் வந்திருக்கும். எனவே, காகா! மகாநாம் தனது தாசிப் பெண்ணின் மகளைச் சாக்கியப் பெண் எனப் பொய் சொல்லி அவருக்கு மணம் முடித்தார். அவளுக்குப் பிறந்த மகன்தான் கோசல இளவரசன் விதூடபன்.”

“ஆனால், சாக்கியரைப் போலவே அவரும் அடிமைகளை ஒடுக்குபவராகத்தானே இருப்பார்!”

இசைக்கருவிகள் முழங்கின; சாக்கியர்கள் கோசல இளவரசனை முறையாக அரண்மனைக்குள் வரவேற்றனர். ஆனால், மனதிற்குள், இவன் ஒரு தாசி மகன்தான் என்ற அருவருப்பு அவர்களுக்கு இருக்கத்தான் செய்தது.

விதூடபன் தனது தாய் வீட்டு உறவினரின் வரவேற்பைப் பெற்று, பாட்டன் மகாநாமின் ஆசிகளைப் பெற்றுக்கொண்டு கபிலவஸ்துவில் இருந்து கிளம்பினார். அடிமைப் பிறவியின் கால்பட்டு அரண்மனை தீட்டுப் பட்டுவிட்டது; அதைத் தூய்மையாக்க வேண்டும் என்று பல அடிமைகள் - ஆண்களும், பெண்களும் - சுத்தம் செய்யத் தொடங்கினர். வேலைக்கு இடையில் ஒரு முதிய அடிமைப்பெண், தாசி மகன் விதூடபனைத் திட்டி தீர்த்துக் கொண்டிருந்தாள். அப்போது, அரண்மனையில் தன் ஈட்டியை மறந்து விட்டுச் சென்ற விதூடபனின் வீரர் ஒருவர் அதனை எடுக்கத் திரும்பி வந்தார். அந்தப் பெண்ணின் ஏச்சுகளைச் செவி மடுத்தார்.

விதூடபனுக்கும் முழுக்கதையும் ஒரு கட்டத்தில் தெரிய வந்தது. கபிலவஸ்துவில் ஒரு சாக்கியர்கூட உயிருடன் இருக்கக் கூடாது, என விதூடபன் சூளுரைத்தான். அதன்படியே உரிய வாய்ப்பு வந்தபோது செய்யவும் செய்தான். தனக்கு ஒரு தாசிப் பெண்ணைக் கொடுத்த மன்னன் ப்ரசெஞ்சித் மீதும் அவனுக்குப் பயங்கர சினம் ஏற்பட்டது.

தீர்க்கராயன் தனது மாமனும் மாமன் மக்களும் அடைந்த மரணத்தை மறக்க முடியாமல் இருந்தார். ஆனால், அரசர் ப்ரசெஞ்சித் தனது வயோதிகத்தில் செய்த பாவங்களுக்கு வருந்தி, நன்முறையில் கருணையுடன் நடக்க முயன்றார். ஒரு நாள், மதிய உணவு முடித்தபின், புத்தரைப் பற்றி நினைத்தார். சில மைல் தொலைவில் உள்ள சாக்கியர் ஊருக்கு புத்தர் வருகை தந்திருப்பதை அறிந்து தீர்க்கராயன் மற்றும் சில போர்வீரர்களுடன் புறப்பட்டுச் சென்றார். புத்தர் தங்கி இருக்கும் அறைக்குள் நுழையும் முன்பு தனது அரச மகுடம், ஆபரணங்கள், கதாயுதம் ஆகியவற்றைத் தீர்க்கராயன் கரங்களில் ஒப்படைத்துச் சென்றார். விதூடபனுடன் செய்து கொண்ட ஒப்பந்தப்படி தளபதி, அரசனின் மனைவியருள் ஒருவரைக் கதவருகில் விட்டுவிட்டு, விதூடபனை அரசர் என அறிவித்தார். பிறகு கபிலவஸ்துவிற்குத் திரும்பி விட்டார். சிறிது நேரம் புத்தரின் உரையைக் கேட்டுவிட்டு வெளியில் வந்த மன்னனிடம், அவரது மனைவி நடந்ததைக் குரல் தழுதழுக்க அழுதபடிச் சொன்னார். ப்ரசெஞ்சித் தனது மருமகன் மகத நாட்டரசன் அஜாதசத்ருவிடம் உதவி கேட்டுப் புறப்பட்டார். பல வாரங்கள் தள்ளாத வயதில் நடந்து களைத்த மன்னன் செல்ல வேண்டிய இடத்தை அடைவதற்குள் தன் வலுவனைத்தையும் இழந்து விட்டார். அஜாதசத்ருவின் தலைநகரத்தை அடையும்போது பொழுது கழிந்து விட்டது; நகரத்தின் வாயில் மூடப்பட்டது விட்டது. ப்ரசெஞ்சித் அன்றிரவு வாயில் அருகில் இருந்த குடிசையில் இறந்து போனார். மறுநாள் காலை, அவரது மனைவியின் ஒப்பாரியைக் கேட்டு அஜாதசத்ருவும் வஜ்ராவும் விரைந்து வந்தனர். ஆனால், ஆடம்பரமாக அரசரின் ஈமக்கிரியைகள் செய்வது தவிர வேறெதுவும் செய்வதற்கு இல்லாமல் போனது.

பந்துலனின் மரணத்திற்கு வஞ்சம் தீர்க்கப்பட்டது; அடிமை முறையின் நஞ்சு தன் விளைவைக் காட்டியது.

10. நாகதத்தன்

நிலப்பகுதி : வட இந்தியா
காலம் : பொ.ஆ.முன். 335

இக்காலப்பகுதியில் ஆரியர் முழுமையாக இந்தியாவில் வாழத் தொடங்கி விட்டனர். அசுரர்களின் மரபுகள், கருத்துகளையும் ஏற்கத் தொடங்கினர். முழு அதிகாரங்கள் கொண்ட மன்னராட்சி, பேரரசு, அந்நிய படையெடுப்புகள் ஆகியவை உருப்பெற்ற தருணம்.

1

"**விஷ்ணுகுப்தா!** எது சரி என்பதைப் பற்றி நாம் சிந்திக்க வேண்டும். மனிதர் என்ற அளவில் நமக்குச் சில கடமைகள் உள்ளன. சரியானதில் நாம் கவனத்தைச் செலுத்த வேண்டும்."

"கடமை என்றால், சமயத்தைச் சொல்கிறாயா?"

"சமயம் வெறும் புரட்டு. மற்றவரிடம் இருந்து கொள்ளையடித்த செல்வத்தை வசதியாக, நிம்மதியாக அனுபவிக்க உருவாக்கப்பட்ட தந்திரம். சமயம் எப்போதாவது ஆதரவற்ற ஏழை மக்களைப் பற்றிக் கவலைப்பட்டது உண்டா? அடிமைமுறையை விடு; பெண்கள்? அவர்களைப் பற்றி நினைத்துப்பார்! சுதந்திரமாக வாழும் பெண்களுக்காகக்கூட இந்த மதம் ஏதாவது நியாயம் செய்திருக்கிறதா? பணம் இருந்தால் போதும் - இரண்டு, நான்கு, பத்து, ஏன்... நூறு மனைவிகளைக் கட்டிக்கொள்ளலாம். அவர்கள் எல்லோரும் அடிமைப் பிழைப்பு நடத்துவார்கள். சமயம் இதை எதிர்த்து மூச்சுக்கூட விடாது. நான் 'சரியானது' என்பது சமயம் சார்ந்தது அல்ல; நலமுடன் இருக்கும் மனிதரின் மனசாட்சிக்கு 'சரி' எனத் தோன்றுவதைத்தான் சொல்கிறேன்."

"அப்படியெனில், அவசியமானவை எல்லாம் சரியானவைதான்."

“அதன்படி பார்த்தால், சரி, தவறு என்ற பேதம் இருக்க முடியாதே?”

“நாகதத்தா! நான் அவசியம் என்று சொல்வது தனி மனிதர் தேவைக்குரியது என்ற பொருளில் சொல்லவில்லை. எனவே சரி, தவறு வேறுபாடு இருக்கிறது.”

“கொஞ்சம் விளக்கமாகச் சொல்லு, விஷ்ணுகுப்தா!”

“நமது தட்சசீலம் – காந்தாரம் நாடுகளை எடுத்துக்கொள்வோம். நமக்கு நமது சுதந்திரம் முக்கியம்; அது சரியானதுதான். ஆனால், நமது நாடு சிறியது. வலுமிக்க எதிரியின் தாக்குதலைத் தாக்குப் பிடிக்க முடியாத நாடு. மேற்கு காந்தாரம், மாத்ரம் போன்ற சிறு சிறு நாடுகள் நம்மைச் சுற்றி இருந்தவரை நமக்குச் சிக்கல் இல்லை. அவ்வப்போது சண்டைகள் மூளும்; சில உயிர்கள் மாளும்; அவ்வளவுதான். நமது சுதந்திரத்திற்கு எந்தப் பங்கமும் வரவில்லை. தட்சசீலம் என்ற முட்கள் நிறைந்த உணவைச் சீரணிப்பது யாருக்கும் எளிதல்ல. ஆனால், ஈரானிய பாரசீகர்கள் மேற்குப் புறத்தில் நமது அண்டை நாடாக ஆனதும், நமது சுதந்திரம் அவர்களது தயவைப் பொருத்ததாக மாறிவிட்டது. நம் சுதந்திரத்தைக் காத்துக்கொள்ள நமக்கு என்ன தேவை? நாமும் பாரசீகர் போல வலுவானவர்களாக இருக்க வேண்டும்.”

“அதற்கு நாம் என்ன செய்ய வேண்டும்?”

“சிறிய குடியாட்சியை வைத்துக்கொண்டு எதுவும் செய்ய முடியாது. இப்படிச் சின்னச் சின்ன அரசுகளாக இல்லாமல், நாம் ஒரு பெரிய பேரரசை நிறுவ வேண்டும்.”

“அந்தப் பேரரசில், சிறு குடியாட்சிகளுக்கு என்ன பங்கு இருக்கும்?”

“அவை தமது தனித்துவத்தைப் பேணிக் கொள்ளலாம்.”

“விஷ்ணுகுப்தா! இது முட்டாள்தனமான வாதம். எங்காவது அடிமையால் எசமானனின் கீழ் தனித்துவத்துடன் இருக்க முடியுமா?”

“நாகதத்தா! வெறுமனே சிந்திப்பதாலோ விரும்புவதாலோ நல்ல நிலையை அடைய முடியாது; அது திறமையைப் பொறுத்தது. தட்சசீலம் எப்படி நடந்து கொள்ள வேண்டும் எனத் தெரிந்து நடந்தால், பேரரசில் உரிய தகுதியைப் பெறலாம். இல்லையென்றால் கீழ் மட்டத்தில்தான் இருக்க வேண்டும்.”

“அது சரி... அடிமைகளாக.”

“டேரியஸ் உடைய பேரரசின் அங்கமாகிவிட்ட மேற்கு காந்தாரத்திற்கு நடந்ததைவிட, இது மேலானதாக இருக்கும். சரி, என் கருத்தை விடு. நீயே சொல்! நாம் சுதந்திரத்தைப் பாதுகாத்துக்கொள்ள என்ன செய்யலாம்? சின்னஞ்சிறு நாடாக இருந்து நமது இருப்பைக் காத்துக் கொள்வது சிரமம் என்று உனக்குத் தெரியும்தானே?”

“சொல்கிறேன். விஷ்ணுகுப்தா! எந்த சர்வாதிகாரத்திற்கும் பணிந்து போகாமல் நமது நாட்டின் சுதந்திரத்தைக் காக்க வேண்டும். தனியொரு சிறு நாடாக இருந்துகொண்டு அதனைக் காப்பது கடினம் என்பதை நான் ஏற்றுக்கொள்கிறேன். பஞ்சாப் பகுதியில் உள்ள எல்லாக் குடியாட்சிகளையும் இணைத்து ஒரு ஐக்கிய ஆட்சியை உருவாக்க வேண்டும்.”

“அந்த ஐக்கிய ஆட்சியில் எல்லாக் குடியாட்சிகளும் சுதந்திரமாக இருக்குமா? அல்லது ஐக்கியம் அதிகாரம் மிக்கதாக இருக்குமா?”

“நமது குடியாட்சி அதில் வாழும் நம்மைவிட முக்கியம் என ஏற்பது போலவே, நமது இனங்களான மாத்ரர், மல்லர், ஷிவி மற்றும் பிற இனங்களைவிட ஐக்கிய ஆட்சி முக்கியம் என அனைவரும் ஏற்க வேண்டும்.”

“இதற்கு அனைவரது ஒப்புதலையும் எப்படிப் பெறுவது? எந்தக் குடியாட்சியிலும் அந்நியப் படையெடுப்பில் இருந்து பாதுகாத்துக்கொள்ள ஒரு இராணுவம் வேண்டும். ஐக்கிய ஆட்சி வரி வசூலிக்க வேண்டும்.”

“ஒரு குடியாட்சிக்குள் வாழும் குடிமக்கள் போல, ஒவ்வொரு குடியாட்சியும் ஐக்கியத்திற்குக் கட்டுப்பட வேண்டும்.”

“நமது இனக் குடியாட்சிக்குள் ஒரு பெரும் குடும்பமாக வாழும் நெடிய மரபு இருக்கிறது. இரத்த சொந்தம், நமது மூதாதையர் ஆகியவை மூலம் நாம் இணைக்கப்படுகிறோம். காலம் காலமாக விதிகளுக்குப் பணிந்து வாழும் வழக்கமும் இதனுள் உள்ளது. நீ சொல்லும் ஐக்கிய ஆட்சியில் குடியாட்சிகளைப் பிணைக்க எந்தவித இரத்த உறவும் இல்லை. இரத்த உறவு கொண்டவர்களுக்குள்கூட மோதல் வெடித்து உறுப்பினர்களைப் பிரிப்பதை நாம் தொடர்ந்து பார்த்து வருகிறோம். அப்படியிருக்க ஐக்கிய ஆட்சியின் விதிகளை எப்படி அமல்படுத்துவது? நடைமுறையில் சாத்தியமா? என

சிந்தித்துப் பார், நண்பா! அப்போது இத்தகு திட்டங்கள் போட மாட்டாய். ஐக்கியத்திற்கு கட்டுப்பட்டு வாழ வேண்டும் என்ற கட்டாயம் இருந்தால் தவிர, குடியாட்சிகள் இதனை ஏற்காது. அத்தகைய நிர்ப்பந்தத்தை உருவாக்கும் சக்தி எங்கு இருக்கிறது?"

"அந்தச் சக்தி அவற்றின் உள்ளிருந்தே உருவாக வேண்டும் என நான் நம்புகிறேன்."

"அவ்வாறு தோன்றினால் நல்லதுதான். ஆனால், பாரசீகரின் தாக்குதலை நாம் ஏற்கனவே எதிர்க்க வேண்டியிருக்கிறது. எனவே, எப்படியாவது அந்த வலுவை நாம் உருவாக்க வேண்டும்."

"அதற்காக, பேரரசிற்கு அடிமையாவதா?"

"தட்சசீலம் மட்டுமல்ல. அதைப் போன்ற தனித்தனி குடியாட்சிகள் தம்மைவிட வலுமிக்க பேரரசிற்குப் பணியும்போது, நாமும் அதன்படிச் செய்யவேண்டியதுதான்."

"அப்படியானால், பாரசீக மன்னன் டேரியஸை ஏன் நாம் ஏற்றுக் கொள்ளக்கூடாது?"

"நாம் ஜம்புதீபத்தைச் சேர்ந்தவர்கள்; டேரியஸ் பாரசீக இனத்தவர்."

"அப்ப... நந்தன்?"

"வடக்கில் உள்ள குடியாட்சிகளை எல்லாம் இணைத்து ஒரு ஐக்கியம் உருவாக்க முடிந்தால், நாம் நந்தனை மன்னனாக ஏற்க மறுக்கக் கூடாது. டேரியஸ் அடிமைகளாக மேற்கு காந்தாரம் போல இருப்பது நல்லதா? நம்மைப் போன்ற இந்தியன் ஒருவனை மன்னனாக ஏற்பது நல்லதா? எது மேலானது?"

"விஷ்ணுகுப்தா! நீ பேரரசின் கீழ் இருக்கும் நாட்டைக் கண்டதில்லை. பார்த்திருந்தால், அதில் இருக்கும் பொதுசனங்களின் நிலைமை அடிமைகளைவிடக் கேவலமானது என்பதைப் புரிந்திருப்பாய்."

"உண்மை. மன்னராட்சிக்குக் கீழ் உள்ள மேற்கு காந்தாரம் தவிர வேறு எதையும் நான் காணவில்லை. பல நாடுகளுக்குப் பயணம் செய்ய வேண்டும் என்று என் மனம் விரும்புகிறது. ஆனால், உன்னைப் போல இங்கு வாழ்ந்துகொண்டு அவ்வப்போது ஊர் சுற்றாமல், கல்வியை முடித்துவிட்டு பயணிக்கப் போகிறேன். அந்நியருக்கு அடிமைகளாகும் கேவலத்தைத் தவிர்க்க வேண்டுமானால், நமது எல்லைகளை அழிக்க வேண்டும் என்ற எனது கருத்தில் மாற்றம்

இல்லை. சைரஸ், டேரியஸ் வெற்றிக்கு அடிகோலிட்டவை நமக்கும் பயன்படும்.”

“அவர்கள் எவ்வளவு தூரம் வெற்றி பெற்றிருக்கிறார்கள் என நெருக்கமாகப் பார்க்க விரும்புகிறேன்.”

“நெருங்கியா?”

“ஆம். கிழக்கில் நான் மகதம் வரை பார்த்திருக்கிறேன். நந்தனின் அரசாட்சியைக் கண்டிருக்கிறேன். நம் கிழக்கு காந்தாரத்தோடு ஒப்பிட்டால் அது ஒரு நரகம். அதன் வலிமை பெரிதுதான். ஏழைகளை நசுக்கும் வலிமை. உழைக்கும் மக்கள், விவசாயிகள், கைவினைஞர்கள், அடிமைகள் ஆகியோரின் துயரத்தைச் சொற்களால் விவரிக்க முடியாது.”

“ஏனெனில், நந்தனின் பேரரசில் தட்சசீலம் போன்ற சுயமரியாதை, சுதந்திரம் ஆகியவற்றை நேசிக்கும் குடியாட்சிக்கு இடம் இல்லாமல் போனது.”

“விஷ்ணுகுப்தா! அப்படியில்லை. லிச்சாவி இனத்தவர் நம் காந்தாரத்தைக் காட்டிலும் போர்க்குணம் மிக்கவர்கள்; இருந்தும், வைஷாலி இன்று மகதத்தின் அடிமை; லிச்சாவியினர் எசமானர்களின் வலிமை மிக்க வேட்டை நாய்கள், அவ்வளவுதான். வைஷாலி நகரத்திற்குப் போய்ப் பார் - இடிந்து கிடக்கிறது. ஒன்றரை நூற்றாண்டுகளுக்கு முன்பு இருந்த மக்கள்தொகையில் மூன்றில் ஒரு பங்குதான் இப்போது உள்ளது. பல நூறு ஆண்டுகளாகப் பேணப்பட்ட அவர்களின் பெருமிதமும் சுதந்திரமும் மகத மன்னனுக்குத் தீரம் மிக்க போர்வீரர்கள் வழங்குவதற்குத்தான் உதவுகிறது. பெரிய பேரரசுகளின் பிடியில் ஒரு முறை சிக்கிய மக்கள் அதில் இருந்து மீள்வது சிரமம்.”

“நாகதத்தா! நானும் ஒருகாலத்தில் உன்னைப் போலத்தான் நினைத்தேன். சிறு சிறு குடியாட்சிகளின் காலம் மலையேவிட்டது; பெரிய குடியாட்சி அல்லது ஐக்கியத்தைக் கட்டுவது ஒரு கனவு. எனவே, நான் காலத்தின் தேவைக்குக் கட்டுப்படுகிறேன். அது சரி, மேற்கு நோக்கிப் பயணம் செய்ய ஏற்பாடுகள் செய்து கொண்டிருக்கிறாயா?”

“ஆமாம். பாரசீகம், முடிந்தால் யவனர்களின் கிரேக்க நாடு ஆகியவற்றைப் பார்க்கத் திட்டமிட்டுள்ளேன். கிரேக்கத்தில் நம்மைப் போலக் குடியாட்சிகள் உள்ளன. அவர்கள் எப்படி டேரியஸ், அவரது பரம்பரையின் முயற்சிகளை முறியடித்தார்கள்

என அறிய விரும்புகிறேன். என் கண்ணால் நேராகப் பார்க்க வேண்டும்.”

“நான் கீழ்த்திசையில் பயணம் செய்து மகதம் ஜம்புதீபத்தை ஒன்றிணைக்கும் திறன் கொண்டிருக்கிறதா என அறிய விரும்புகிறேன். நமது கல்வி முடிந்ததும் நாம் இதனைச் செய்ய வேண்டும். சொத்து சேர்த்து, குடும்பத்தைப் பெருக்கிக் கொண்டிராமல் இந்தக் கடமையை மேற்கொள்ள வேண்டும். உன்னைப் போல நான் பிற கல்வியோடு, மருத்துவம் கற்காமல் விட்டு விட்டேன். பயணம் செல்லும்போது மருத்துவம் பேருதவியாக இருக்கும். நீ செய்தது நல்லது.”

“ஆனால், நீ கற்ற ஜோசியம், குறி சொல்லுதல், மந்திரம் ஆகியவை இலாபகரமானவை.”

“அவை எல்லாம் ஏமாற்று வித்தைகள் என்பது உனக்குத் தெரிந்ததுதானே!”

“விஷ்ணுகுப்த சாணக்கியனுக்கு உண்மை, ஏமாற்றும் போலி பற்றி எல்லாம் எதற்கு அக்கறை? அவசியம் என்றால் அதுதான் சரி - அதானே உன் கருத்து.”

நாகதத்தன் காஷ்யா, விஷ்ணுகுப்தன் சாணக்கியன் ஆகிய இரு நண்பர்களும் ஒரு சாலை மாணவர்கள். கல்வி முடித்து இருவரும் மேற்கொண்ட உரையாடல் இது. தட்சசீலத்தில் ஒன்றாக விளையாடி, வேலை செய்த இரு இளைஞர்கள் அவர்கள். அவரவர் கருத்துகேற்ப இருவரும் வெளியே கிளம்பினார்கள். பாரசீகத்தால் ஏற்கனவே தாக்குதலுக்கு ஆட்பட்டு இருந்த தட்சசீலத்தின் சுதந்திரத்தைப் பாதுகாப்பதற்கான வழிகளைக் காண்பது இருவரின் தேடலாக இருந்தது.

2

நாற்புறமும் மரம், செடிகொடிகள் அற்ற வறண்ட குன்றுகள்; புற்கள்கூட இல்லாத பாலைவனம்; பசுமையைக் காண கண்கள் ஏங்கின. குன்றுகளுக்கு இடையில் இருந்த குறுகிய பள்ளத்தாக்கில் சற்றேனும் நீர் அல்லது தோட்டங்கள் இருக்கும் என எதிர்பார்க்கலாம். நாடோடிப் பயணிகள் கடக்கும் பாதையில் இந்தப் பள்ளத்தாக்கு இருந்தது. எனவே, எந்த நேரமும் பயணிகள் கடந்து சென்று கொண்டிருந்தனர். அவர்களும் அவர்களது விலங்குகளும் தங்கத் தேவையான விடுதிகள் இருந்தன. சுற்றிலும்

இருந்த நிலப்பகுதியைப் பார்த்தால், இந்த விடுதிகளில் இருந்த வசதிகள் நம்பமுடியாதவையாக இருந்தன. இந்த வனாந்திரத்தில் இவ்வளவு மளிகைப் பொருட்களையும் ஓய்வெடுக்கத் தேவையான பொருட்களையும் எவ்வாறு சேகரித்தார்கள் என்ற மலைப்பு ஏற்பட்டது.

தங்கும் விடுதிகள் பலவகைப்பட்டனவாக இருந்தன; சில கீழ்மட்ட அரசு அலுவலர்கள், போர்வீரர்களுக்கானவை; ஒவ்வொரு பகுதியிலும் அரசர், அவரது பரிவாரம் தங்க ஏற்ற மாளிகைகள் இருந்தன. இன்று அந்த மாளிகையில் யாரோ தங்கி இருக்கிறார்கள். குதிரைகள் லாயங்களில் கட்டப்பட்டிருந்தன. முற்றத்தில் பல அடிமைச் சேவகர்கள் காணப்பட்டனர். எல்லோர் முகமும் கவலையில் வாடி இருந்தது. ஆட்கள் அங்குமிங்கும் நடமாடினாலும், ஒருவித மௌனம் அவ்விடத்தில் கவிந்து இருந்தது.

மூன்று அதிகாரிகள் அந்த விடுதியின் வாசலுக்கு வந்து சாதாரண மக்கள் தங்கும் விடுதியை நோக்கிச் சென்றார்கள். அவர்களது விலை உயர்ந்த ஆடைகள், கம்பீரமான முகங்களைக் கண்டதும் அனைவரும் எழுந்து நின்றனர். யாராவது மருத்துவர் தங்கி இருக்கிறாரா என அதிகாரிகள் விசாரித்தனர். கடைசியில், நாடோடிப் பயணிகள் குழுமியிருந்த விடுதியில் ஓர் இந்து மருத்துவர் இருப்பதாக அறிந்தனர். அங்கு மழைப் பொழிவு குறைவு; அத்துடன் மழைக்காலமும் முடிந்து விட்டது. ஆனாலும், விடுதியில் ஆப்பிள், திராட்சை, நீர்ச்சத்து மிக்க பழங்கள் விலை மலிவாகக் கிடைத்தன. ஓர் அதிகாரி மருத்துவரைக் கண்டுபிடித்து, அவர் முன் நின்றபோது, அவர் பெரிய தர்பூசணி ஒன்றைச் சாப்பிட்டுக் கொண்டிருந்தார். நிறைய பாரசீகர்கள், அவரைப் போலவே கிழிந்த ஆடை அணிந்த பிச்சைக்காரர்கள் போன்ற தோற்றத்துடன் அருகில் அமர்ந்து அவருடன் பழம் உண்டு கொண்டிருந்தனர்.

அதிகாரியைக் கண்டதும் சுற்றிலும் இருந்த பிச்சைக்காரர்கள் சிதறி ஓடினர். நடுவில் நின்று கொண்டிருந்த ஒருவரைக் காட்டி, யாரோ ஒருவர், “இவர்தான் இங்கு இருக்கும் இந்து மருத்துவர், அய்யா!” என்று கை நீட்டினார்.

அதிகாரி அவரது அழுக்கு ஆடையை அருவருப்புடன் பார்த்தார்; பிறகு அவரது முகத்தைக் கண்டார். அந்த முகம் கந்தலாடை அணிபவரது முகம் அல்ல. அதில் அச்சம், அடிமைத்தனம்

ஆகியவற்றின் தடம்கூட இல்லை. அவரது கண்களில் இருந்த ஒளி அதிகாரியை ஈர்த்தது. அவரது முகத்தில் இருந்த வெறுப்பு மறைந்து, மரியாதையாகப் பேசத் தொடங்கினார்.

“நீங்கள் ஒரு மருத்துவரா?”

“ஆம்.”

“எங்கிருந்து?”

“தட்சசீலம்.”

அதைக் கேட்டதும் அதிகாரியின் மரியாதை கூடியது.

“எங்கள் மன்னரின் மனைவி மிகவும் நோய்வாய்ப்பட்டிருக்கிறார். ஆக்சியானா - சோக்தியானா பகுதியை ஆளும் மன்னர் எமது அரசர். அரசி, சக்கரவர்த்தியின் சகோதரி. நீங்கள் அவருக்குச் சிகிச்சை செய்ய முடியுமா?”

“நான் மருத்துவர். கட்டாயம் வருகிறேன்.’

“ஆனால், உங்கள் ஆடை...”

“நான்தான் மருத்துவம் செய்யப் போகிறேன்; என் ஆடைகள் அல்ல.”

“அவை ரொம்ப அழுக்காக இருக்கின்றனவே...”

“இன்று மாற்றத்தான் இருந்தேன். சற்றுப் பொறுங்கள்... இதோ வருகிறேன்.”

அவர் சற்று சுத்தமான கம்பளி ஆடையை அணிந்து கொண்டார்; மருந்துகள் நிறைந்த தோல் பையை எடுத்துக்கொண்டு அதிகாரியுடன் கிளம்பினார்.

அந்த மாளிகை ஒரு ஓய்வு விடுதியாக இருக்கலாம். ஆனால், அதன் முற்றத்தில் கழுதைகளின் சாணம் இல்லை; பிச்சைக்காரர்கள் தூக்கி எறிந்த படுக்கைகள் இல்லை. ஒவ்வொரு மூலையும் சுத்தமாக இருந்தது. படிகளில் கைவேலைப்பாடு கொண்ட பல வண்ணக் கம்பளங்கள் விரிக்கப்பட்டிருந்தன. படிகளின் இரு மருங்கிலும் மரவேலைப்பாடு மிக்க பலகைகள் அலங்கரித்தன. ஒவ்வொரு அறையின் தரையிலும் அழகிய கம்பளங்கள் விரிக்கப்பட்டிருந்தன. கதவுகளை மென்மையான பட்டுத் திரைச்சீலைகள் அழகுபடுத்தின; கதவருகில் பளிங்குச் சிலைகள் போன்ற பெண்கள் அசைவேதும் இன்றி நின்று கொண்டிருந்தனர்.

மருத்துவரைக் காத்திருக்கச் சொல்லிவிட்டு, அதிகாரி ஒரு கதவருகில் நின்று கொண்டிருந்த பெண்ணின் காதருகில் எதையோ சொன்னார். அப்பெண் கதவை ஓசையின்றித் திறந்து உள்ளே போனார்; திரைச்சீலை உள்ளே இருப்பது எதையும் பார்க்க முடியாமல் செய்தது. அவள் சில வினாடிகளில் திரும்பி வந்து மருத்துவரை உடன் வருமாறு அழைத்தாள்.

அறைக்குள் நுழைந்ததும் நறுமணம் பரவி இருப்பதை அவர் உணர்ந்தார். சுற்றிலும் இருப்பதை விரைவாகப் பார்த்தார். அந்த அறை அதிசயிக்கத்தக்க வகையில் அலங்கரிக்கப்பட்டிருந்தது. தரைக் கம்பளங்கள், திரைச்சீலைகள், பஞ்சணை மெத்தைகள், விளக்குகள், ஓவியங்கள், சிற்பங்கள் என எல்லாமே இரசனையுடன் இருந்தன; இதுவரை கண்டிராத வகையில் மிளிர்ந்தன. சுவர் அருகில் இருந்த மெத்தையில் இரண்டு, மூன்று திண்டுகள் இருந்தன; அவற்றில் ஒன்றில் சாய்ந்தபடி நடுத்தர வயதுக்குரிய உடல்வாகு கொண்ட ஒருவர் அமர்ந்திருந்தார்; அவரது காதுவரை நீண்டு சுருண்டிருந்த பழுப்பு நிற மீசையில் சில நரைகள் தென்பட்டன. விரிந்த பளபளப்பான கண்களில் உறக்கமற்ற இரவுகளும் தாங்கவொண்ணா சோகமும் தெள்ளெனத் தெரிந்தன.

அவர் அருகில் இணையற்ற அழகு பொருந்திய பெண் அமர்ந்திருந்தார். பாலொத்த வெண்ணிறம்; உண்மையில் பாலைவிட மென்மையாகவும் தூய்மையாகவும் இருந்தது எனலாம்; வெளிறிய கன்னங்களில் மங்கலான சிகப்பு தெரிந்தது. அவளது உதடுகள் பச்சைக்கிளியின் அலகிலும் சிவந்து இருந்தன; மெல்லிய விற்புருவங்கள் மென்மையாக வளைந்து இருந்தன; நெடிய இமைகள் கொண்ட, அகண்டு விரிந்த நீலக் கண்கள் கலங்கி வீங்கியிருந்தன; பொன்னிற இழைகள் போன்ற பட்டுத்துணி அவள் கூந்தலை அலங்கரித்தன. செந்நிற காற்சட்டையும் பச்சை நிற நீண்ட கைவைத்த பட்டு மேற்சட்டையும் அணிந்திருந்தாள். அப்பழுக்கற்ற அவள் உருவத்திற்கு முத்துமணிகள் தேவையற்ற சுமையாகவே தோன்றின.

இவ்விருவர் தவிர, அங்குப் பல இளம்பெண்கள் இருந்தனர். அவர்களது பணிவான நடத்தை மூலம் அவர்கள் அரசனின் அந்தப்புரத்தில் உள்ள ஏவல் பெண்டிர் என்று அறிய மருத்துவருக்கு அதிக நேரம் எடுக்கவில்லை.

அரசர், மருத்துவர் நுழைந்தபோது அவரை ஏற இறங்கப் பார்த்தார். அவரது பார்வை, மருத்துவரின் நீலநிறக் கண்களை

அடைந்ததும் கட்டிப் போட்டது போல ஆயிற்று. அரசரின் மனதில் இந்த மருத்துவருக்குத் தனது ஆடையை அணிவித்தால் பர்சிபொலீஸின் கவர்ச்சிகரமான வாலிபராகத் தோற்றம் அளிப்பார் என்ற எண்ணம் ஒரு கணம் வந்து போயிற்று.

"நீங்கள் தட்சசீலத்தைச் சேர்ந்த மருத்துவரா?" என்று அரசர் மிகுந்த மரியாதையுடன் கேட்டார்.

"ஆம், மன்னா!."

"எனது மனைவி மிகவும் நோய்வாய்ப்பட்டிருக்கிறார். நேற்றில் இருந்து நிலைமை மோசமாக உள்ளது. எங்களது இரு மருத்துவர்களும் கொடுத்த மருந்தில் அவள் உடல்நலம் தேறவில்லை" என்றார்.

"நான் அவரைப் பார்த்தபின் உங்கள் மருத்துவர்களையும் சந்திக்க விரும்புகிறேன்."

"கட்டாயம். அவர்கள் இங்கு தயாராக இருப்பார்கள். உள்ளே போகலாம், வாருங்கள்."

வெண்ணிறச் சுவரை மூடியிருந்த பனித்திரையை நீக்கியதும், உட்கதவு தெரிந்தது. அரசரும் அவரது பதினாறு வயது நிரம்பிய மகளும் மருத்துவரை அழைத்துச் சென்றனர். அறைக்குள் தந்தத்தால் கடைந்த கால்கள் கொண்ட மஞ்சம் ஒன்று இருந்தது. அதன் மீது விரிக்கப்பட்டு இருந்த மென் மெத்தையில் கடல் நுரை போல வெளிறிய நோயாளி உறங்கியபடி இருந்தார். வெண்மான் தோலில் செய்யப்பட்ட போர்வை அவரை மூடியிருந்தது. முகவாய்க்கு மேல் இருந்த முகம் மட்டும்தான் தெரிந்தது.

அரசர் வந்ததும் பணிப்பெண்கள் நகர்ந்தனர். மருத்துவர் அருகில் சென்று நோயாளியைப் பார்த்தார். அவரது முகம் இளம்பெண்ணின் முகத்தை ஒத்து இருந்தது; இளம்பெண்ணின் முகத்தில் இருந்த புதுப் பொலிவு இந்த முகத்தில் இல்லை; வயது மற்றும் நீண்ட நாள் நோய்மையின் சுவடுகள் முகத்தில் தெரிந்தன. ஒரு காலத்தில் இளஞ்சிவப்பு நிறத்தில் இருந்த உதடுகள் மஞ்சளாகி இருந்தன; செழித்த கன்னக் கதுப்புகள் சுருங்கி குழி விழுந்து இருந்தன; அவளது கண்கள் மூடி, உள்ளடங்கி இருந்தன; அழகிய விற்புருவங்கள் நெரித்தபடி இருந்தன; ஒளிவீசும் வெண்மையான நெற்றி உலர்ந்து உயிரற்று இருந்தது.

ராகுல் சாங்கிருத்யாயன்

“அஃஷ்ப்ஷா” என்று குனிந்து அவளை அழைத்தார் அரசர். நோயாளியின் கண்கள் பாதி திறந்து மீண்டும் மூடிக் கொண்டன.

“அவர் மயக்கத்தில் - அரை மயக்கத்தில் - இருக்கிறார்” என்றார் மருத்துவர்.

நோயாளியின் கைகளை எடுத்து நாடியைப் பரிசோதித்தார். இதயத்துடிப்பு சன்னமாக இருந்தது. உடல் முழுதும் சில்லிடத் தொடங்கிவிட்டது. மருத்துவரின் முகம் இறுகுவதைப் பார்த்தார் அரசர். சிறிது நேரம் சிந்தனையில் ஆழ்ந்த மருத்துவர், “சிறிது திராட்சை ரசம் - பழையதாக இருந்தால் நல்லது - கிடைக்குமா?” என்று கேட்டார்.

பயணத்தில் இருந்தபோதும் அரசரின் இடத்தில் திராட்சை ரசத்திற்குப் பஞ்சம் இல்லை. இரத்தச் சிவப்பில் மது நிரம்பிய கண்ணாடிக் குடுவையும் கற்கள் பதித்த தங்கக் கோப்பை ஒன்றும் கொண்டுவரப்பட்டது. மருத்துவர் தனது பொட்டலங்களில் ஒன்றைப் பிரித்துச் சுண்டுவிரல் நகத்தால் சிறிதளவு மருந்தை எடுத்தார். நோயாளியின் வாயைச் சற்று திறக்குமாறு சொன்னார். அரசர் அப்படியே செய்ய, மருந்தை வாய்க்குள் போட்டுக் கொஞ்சம் திராட்சை மதுவையும் ஊட்டினார். இரண்டும் நோயாளியின் தொண்டைக்குழியில் இறங்குவதைக் கண்டதும் திருப்தி அடைந்தார். “நான் அரசரின் மருத்துவர்களைக் கண்டு பேசிவிட்டு வருகிறேன். இன்னும் சற்று நேரத்தில் அரசி கண் விழித்ததும், என்னைக் கூப்பிடுங்கள்” என்றார்.

அடுத்த அறைக்குச் சென்றதும் அரச மருத்துவர்கள் கிளம்பும் போது சாதாரண ஜுரமாகத் தொடங்கியது நாளுக்கு நாள் அதிகரித்து இந்த நிலைமை ஆகியது பற்றி முழுமையாகத் தெரிவித்தனர். அப்போது, பணிப்பெண் ஒருவர் வந்து அரசி தன் கணவரைப் பார்க்க விரும்புவதாகத் தகவல் கொண்டுவந்தார். அரசரின் முகம் மலர்ந்தது. மருத்துவருடன் மீண்டும் அரசியின் அறைக்குச் சென்றார். அரசியின் கண்கள் நன்கு திறந்து இருந்தன; அவரது முகத்தில் உயிர்க்களை பரவத் தொடங்கி இருந்தது.

ஆழ்ந்த அமைதியான குரலில் அரசி, “நீங்கள் மிகவும் கவலையில் ஆழ்ந்து விட்டதாகச் சொன்னார்கள். நான் சீக்கிரம் தேறி விடுவேன் என்று சொல்லவே உங்களை அழைத்தேன். என் நினைவு திரும்புகிறது; திடமாக இருப்பதாக உணர்கிறேன்” என்றார்.

“அப்படித்தான் இந்து மருத்துவரும் என்னிடம் சொன்னார்” என்றார் அரசர்.

“அவருக்கு என் நோய் என்னவென்று புரிந்து விட்டது. இனி சரியாகி விடுவேன். நீங்கள்தான் இந்து மருத்துவரா?”

“ஆம். நோய் கடந்து விட்டது. ஆனால், சில காலம் நீங்கள் ஓய்வெடுக்க வேண்டும். பர்சிபொலீஸ் செல்லத் தேவையான உடல் வலுவை எப்படி உருவாக்குவது என்று யோசித்துக் கொண்டிருக்கிறேன். என்னிடம் தாதுப் பொருட்களில் இருந்து தயாரிக்கப்பட்ட சில அரிய மருந்துகள் இருக்கின்றன. இந்துக்கள் பயன்படுத்தும் சில மருந்துகளைத் தருகிறேன்; நீங்கள் திராட்சை ரசமும் மாதுளம் ரசமும் அருந்த வேண்டும்.”

“உங்களுக்கு என்னை வருத்தும் நோய் நன்கு புரிகிறது மருத்துவரே! மற்றவர்கள் சரியான முட்டாள்கள். உங்கள் சொற்படிக் கேட்கிறேன். ரோஷ்னா...”

“அம்மா” என்றபடி இளம்பெண் அருகில் வந்தாள்.

“உன் கண்களில் ஏன் கண்ணீர்? இனி நீ கவலைப்பட வேண்டாம். மற்ற மருத்துவர்கள் என்னைச் சாகடிக்கப் பார்த்தார்கள். நம் கடவுள் அஹுரா - மஸ்தா இந்த இந்து மருத்துவரை நம்மிடம் அனுப்பி உள்ளார். அவரை நன்கு கவனித்துக் கொள். அவர் நான் எதையெல்லாம் சாப்பிட வேண்டும் என்கிறாரோ அதை நீயே உன் கையால் எனக்குத் தா.”

மருத்துவர், ரோஷ்னாவிடம் சில அறிவுரைகள் கொடுத்து விட்டு வெளியில் சென்றார். பீச் மர இலைகளில் கட்டப்பட்ட சில மருந்துகளை அரசரிடம் ஒப்படைத்தார். பிறகு தனது விடுதிக்குச் செல்லக் கிளம்பினார்.

அரசர், “நீங்கள் இங்கேயே எங்களுடன் தங்குங்கள்” என்றார்.

“அரண்மனை பழக்க வழக்கங்கள் எனக்குத் தெரியாதே.”

“ஒரு மனிதராகப் பழகுவது உங்களுக்கு நன்றாகத் தெரிகிறது; பிற நடைமுறைகள் தேசத்துக்கு தேசம் மாறுபடும்.”

“நான் இங்குத் தங்குவது உங்கள் பணியாளருக்குத் தொந்தரவாக இருக்கும்.”

“எங்கள் அறைக்கு அருகில், உங்களுக்கும் தனி அறை தந்து விடுகிறேன். உங்கள் அருகாமை எங்களுக்கு மிகுந்த நிறைவு அளிக்கும்.”

“அரசி பற்றி இனி நீங்கள் கவலைப்பட வேண்டாம். உங்கள் மருத்துவர்கள் முதலில் செய்த கணிப்பு தவறாகிவிட்டது. இரண்டு மணி நேரம் தாமதமாக வந்திருந்தால், நம்பிக்கை இருந்திருக்காது. ஆனால், இப்போது அபாயத்தில் இருந்து மீண்டு விட்டார்கள்.”

அரசர் மேலும் வலியுறுத்தவே, மருத்துவர் அங்குத் தங்க ஒப்புதல் அளித்தார்.

நான்காம் நாள், அரசி எழுந்து உட்காரத் தொடங்கினார். அவர் முகத்தில் இருந்த கோடுகள் மறையத் தொடங்கின. அரசியுடன் இருந்தவர்களில் ரோஷ்னா அளவற்ற மகிழ்ச்சி அடைந்தாள். முதல் நாள் சந்தித்தபோதே, அவள் விலையுயர்ந்த துணியால் செய்யப்பட்ட ஆடையைத் தன் கரங்களில் ஏந்தி மருத்துவரிடம் அளித்தாள். அது அரசரின் பரிசு! அந்த ஆடை, பொன்னிற இடைப் பட்டை, தங்க வார் கொண்ட காலணி ஆகியவற்றை அணிந்ததும் மருத்துவர் முற்றிலும் வேறாகத் தெரிந்தார். பிச்சைக்காரர்கள் மத்தியில் அமர்ந்து கனிகள் உண்ட உருவம் மாறிவிட்டது.

நோயாளி விரைவில் மென் ஆகாரங்கள் உண்ணத் தொடங்கினார். ஆறாம் நாள் மாலை அரசி மருத்துவரைக் காண அழைத்தார். அவர் புதுப் பொலிவுடன் அரசியின் முன் நின்றார். அரசியின் மருமகன்களில் யாரோ வருவது போல இருந்தது. அரசி அவரைத் தன் அருகில் அமரவைத்து, “நான் உங்களுக்குப் பெரிதும் கடமைப் பட்டுள்ளேன்! இந்த உயிர்ப்பற்ற வனாந்தரத்தில் என்னைக் காப்பாற்ற மஸ்தா உங்களை அனுப்பி வைத்தார். உங்கள் சொந்த ஊர் எது?” என்று கேட்டார்.

“தட்சசீலம்.”

“கல்வி அறிவுக்குப் பெயர் போன தட்சசீலம்! நீங்கள் அதன் இரத்தினம்!.”

“இல்லையில்லை. நான் ஒரு சாதாரண மருத்துவர். இப்போதுதான் தொடங்கி உள்ளேன்.”

“அய்யம் இன்றி, நீங்கள் வயதில் இளையவர். வயதிற்கும் ஞானத்திற்கும் முரண் தேவையில்லை. உங்கள் பெயர்?”

“நாகதத்தன் காஷியா.”

“உங்கள் முழுப் பெயரை உச்சரிப்பதில் எனக்குச் சிரமம் இருக்கும். ‘நாகா’ என்று அழைக்கலாமா?”

"அது போதும், அரசியாரே!"

"நீங்கள் எங்கு சென்று கொண்டிருக்கிறீர்கள்?"

"இப்போதைக்கு பர்சிபொலீஸ்."

"அதன் பிறகு?"

"பல ஊர்களில் சுற்றித் திரிய வேண்டும் என்பதற்காகத்தான் வீட்டை விட்டுக் கிளம்பினேன்."

"நாங்களும் பர்சிபொலீஸ்தான் போகிறோம். எங்களுடன் வாங்க. உங்களுக்கான அனைத்து வசதிகளும் செய்து தருகிறோம். ரோஷ்னா! நம் மதிப்புக்குரிய மருத்துவரை நீ தனிக் கவனத்துடன் பார்த்துக் கொள். அடிமைகள் அலட்சியத்துடன் இருந்து விடலாம்."

"அம்மா, அதற்கு ஏற்கெனவே ஏற்பாடு செய்து விட்டேன். சோபியாவிடம் அந்தப் பொறுப்பை அளித்திருக்கிறேன்."

"என் சகோதரன் அனுப்பிய யவனப் பெண்ணா?"

"ஆமாம் அம்மா! நீங்கள் அவளுக்கு எந்த வேலையும் தரவில்லை; அவள் நல்ல அறிவாளிப்பெண். எனவே, நான் இந்த வேலை கொடுத்திருக்கிறேன்."

"சரி. அப்ப, மருத்துவர் நம்முடன் பர்சிபொலீஸ் வருகிறார். உங்கள் விருப்பத்திற்கு மாறாக நான் எதுவும் செய்யமாட்டேன். ஆனால், எமது குடும்ப மருத்துவராக எம்முடன் தங்கினால் பெரிதும் மகிழ்வேன்."

நாகதத்தன் சற்று நேரம் அவருடன் பேசிவிட்டுத் தனது அறைக்குத் திரும்பினார்.

3

உலகின் தலைசிறந்த சாம்ராஜ்யத்தின் தலைநகர் பசுமையின் சாயல் கூட இல்லாத காய்ந்த குன்றுகளுக்கிடையில் இருக்கக்கூடும் என்று நாகதத்தன் கனவிலும் எண்ணியதில்லை. அத்தனை வறண்ட நிலப்பகுதியில் பர்சிபொலீஸ் நகரம் எழுப்பப்பட்டிருந்தது. பளிங்குத் தூண்கள் தாங்கிய அரண்மனை, வானை முத்தமிடும் அளவு உயர்ந்து சக்கரவர்த்தியின் செல்வச் சிறப்பைப் பறை சாற்றியது. நகரத்தின் வளமும் அரண்மனையின் சிறப்புக்கு ஈடாக இருந்தது. ஆனால், அத்தனையும் மனிதர் உழைப்பால்

உருவாக்கப்பட்டவை. இயற்கை தன் பங்கிற்கு மிகவும் கஞ்சத்தனமாக இருந்து விட்டது.

பேரரசரின் சகோதரி அப்ஷாவின் மாளிகை பர்சிபொலீஸ் நகரம், அதன் அரசர் ஆகியோரின் செல்வச் செழிப்பிற்குச் சான்றாக விளங்கியது. தலைநகரம் அடைந்ததும், நாகதத்தனின் தேவைகள் அனைத்தையும் நிறைவு செய்ய அப்ஷா ஏற்பாடுகள் செய்தார். பரிசாக ஏதேனும் ஏற்க வேண்டும் என அவர் வலியுறுத்தியதால் நாகதத்தன், சோபியாவைக் கேட்டுப் பெற்றார். சோபியாவின் உடைந்த பெர்ஷிய மொழி புரியாவிட்டாலும், அவளது கண்களில் ஒளிர்ந்த சுடரைப் புரிந்துகொள்ள முடிந்தது. நாகதத்தனின் அடிமையாக அவள் வந்தபின்பு, அவர் அவளை அடிமையாக நடத்தவில்லை. சிறிது சிறிதாக அவள் மொழியைக் கற்றுக் கொண்டார். நாகதத்தனும் அவள் மூலம் கிரேக்க அரிச்சுவடியைக் கற்றுக் கொண்டார்; அவள் அவருக்குத் தனது ஏதென்ஸ் நகரில் புழங்கும் கிரேக்க மொழியைக் கற்பித்தாள். ஓராண்டுக்குள் நாகதத்தன் அம்மொழியைக் கற்றுத் தேர்ந்தார்.

ஒரு நாள் சோபியா, இளம் மருத்துவரிடம் தன் நன்றியைத் தெரிவித்தாள்.

“விதி புதிரானது. இத்தனை அன்பு பாராட்டும் எசமான் எனக்குக் கிடைப்பார் என நான் கனவுகூடக் கண்டதில்லை.”

“சோபியா, நீ அரசியுடன் இருந்திருந்தால், உனக்குக் கூடுதல் வசதிகள் கிடைத்திருக்கும். அப்புறம், என்னை எசமான் எனக் குறிப்பிடாதே. அடிமை முறை பற்றிக் கேட்டாலே எனக்கு எரிகிறது.”

“ஆனால், நான் உங்கள் அடிமைதான்.”

“நீ அடிமை அல்ல; நான் அரசரிடமும் அரசியிடமும் சொல்லி விட்டேன். அடிமை முறையில் இருந்து நீ விடுதலை அடைந்து விட்டாய்.”

“அப்படியா? இப்போது நான் அடிமை இல்லையா?”

“இல்லை, இல்லை. என்னைப் போலவே நீயும் சுதந்திர மனுசி. நீ எங்கு போக விரும்பினாலும் அங்குச் செல்வதற்கான உதவியை நான் செய்கிறேன்.”

“நான் உங்களுடன் இருக்க விரும்பினால்? விரட்டி விடுவீர்களா?”

“இருப்பதும் போவதும் உன் முடிவு.”

“அடிமை முறை மனிதரை எவ்வளவு ஆழமாக பாதிக்கிறது! என் அப்பாவின் வீட்டில் எங்கள் அடிமைகளைக் கண்டிருக்கிறேன்; அவர்கள் சிரித்து, களித்து இருப்பதையும் பார்த்திருக்கிறேன். அவர்களின் மலர்ந்த முகங்களுக்குப் பின்னால் எத்தனை வலியும் வேதனையும் இருந்தது என்பதை நினைத்துக்கூடப் பார்க்கவில்லை. நான் அடிமையாக்கப்பட்ட பின்னரே, இது எப்படிப்பட்ட நரகம் என்பதை உணர்ந்தேன்.”

“சோபியா, உனக்குச் சொல்லத் தோன்றினால், நீ எப்படி அடிமையாக்கப்பட்டாய் என்பதைச் சொல்வாயா?”

“எனது தந்தை ஏதென்ஸ் நாட்டில் பெரிய மனிதராக இருந்தார். மாசடோனியாவின் ஃபிலிப் மன்னர் எங்கள் நகரத்தின் மீது படையெடுத்தார்; அப்பா குடும்பத்துடன் கப்பல் மூலமாக ஆசியாவிற்குத் தப்பிச் சென்றார். அங்கு அடைக்கலம் கிடைக்கும் என நினைத்தோம். ஆனால், நாங்கள் தஞ்சம் அடைந்த நகரம் சில மாதங்களில் பெர்சியரால் தாக்கப்பட்டது. நகரம் அழிந்தது; மக்கள் திசைக்கு ஒருவராகச் சிதறி ஓடினர்; சிலர் பெர்சியரிடம் மாட்டிக் கொண்டனர். நானும் மாட்டிக் கொண்டேன். நான் இளமை அழகுடன் இருந்ததால் தளபதியிடம் அனுப்பப்பட்டேன். அவர் என்னை அரசரிடம் அனுப்பினார். அவரிடம் என்னைப் போன்ற நூற்றுக்கணக்கான கிரேக்கப் பெண்கள் ஏற்கனவே இருந்தனர். அவரது சகோதரி வருவதை அறிந்ததும், பேரரசர் என்னை அரசியிடம் அனுப்பி வைத்தார். நான் அடிமையாக இருந்தாலும், வனப்பாக இருந்ததால், சாதாரண அடிமைப் பெண்கள் அனுபவிக்கும் கொடுமைகளை நான் எதிர்கொள்ளவில்லை. ஆனாலும், அது எப்படிப்பட்ட சித்திரவதை என்பதை நான் அறிவேன். நான் மனிதப் பிறவியே அல்ல என்பது போல இருந்தது.”

“அப்பாவை நீ அதன்பின் பார்க்கவில்லையா, சோபியா?”

“அவர் உயிருடன் தப்பி இருப்பார் என நான் நம்பவில்லை. காற்றில் அடித்துச் செல்லப்படும் காய்ந்த சருகுகள் நாங்கள்! எமது ஏதென்ஸ் நகரம் கைப்பற்றப்பட்டுவிட்டது. அவர் உயிருடன் இருந்தாலும் நாங்கள் எங்கு சந்திக்க முடியும்?”

“ஏதென்ஸ் சிறந்த நகரமாக இருந்திருக்கும், இல்லையா சோபியா?”

“ஒரு காலத்தில் இருந்தது, எசமான்!”

"எசமான் அல்ல... நாகா."

"சரி, நாகா. ஒரு காலத்தில் தலைசிறந்த நகரமாக இருந்தது. இப்போது எல்லாம் பாழாகி விட்டது. டேரியஸின் பிடியைத் தகர்த்த எமது குடியாட்சியை சின்னஞ்சிறு ஃபிலிப் சின்னாபின்னமாக்கி விட்டான்."

"சோபியா, எப்படி அது முடிந்தது?"

"பாரசீகர்களின் தாக்குதல்களைப் பல முறை நாங்கள் முறியடித்தோம். ஆனால், ஏதென்ஸ் நாட்டின் தலைவர்கள் பலர் நமக்கு முழுமையான தீர்வு வேண்டுமென்றால், நாமும் பாரசீக மன்னராட்சி போன்ற பேரரசை உருவாக்க வேண்டும் என நினைத்தார்கள். ஏதென்ஸ் நகரத்திற்குள் இருந்து ஆதரவு இல்லாவிட்டால், ஃபிலிப் வெற்றி பெற்றிருக்க முடியாது."

"ஓ, தட்சசீலமே! நீயும் ஒரு விஷ்ணுகுப்தனைப் பெற்றிருக்கிறாய்!"

"அதென்ன? தட்சசீலம்? விஷ்ணுகுப்தன்?"

"பெருமை மிக்க தட்சசீலம்! நான் பிறந்த ஊர். கிழக்கின் ஏதென்ஸ். எமது குடியாட்சியும் பலமுறை டேரியஸ் மற்றும் அவருக்குப் பின் வந்தவர்களின் தாக்குதலை முறியடித்துள்ளது. ஆனால், இப்போது என் ஒரு சாலை நண்பன் விஷ்ணுகுப்தன் ஃபிலிப்பை ஆதரித்த ஏதென்ஸ் பிரபுக்கள் போலப் பேசுகிறான்."

"அப்படியானால், தட்சசீலம் முன்பு ஏதென்ஸ் இருந்தது போல குடியாட்சி நிலவும் நகரமா?"

"ஆம். எங்கள் நாட்டில் அடிமைகள் இல்லை. அங்கு நுழையும் எல்லா அடிமைகளும் விடுதலை செய்யப்படுவார்கள்."

"சரிதான், தட்சசீலம் பரிவுமிக்க மண்! நாகா, தொடக்கத்தில் இருந்தே உங்களுக்கு அடிமைகளிடம் எப்படிப் பழக வேண்டும் எனத் தெரியவில்லை."

"நான் எப்போதும் அதைக் கற்றுக்கொள்ள மாட்டேன். தட்சசீலத்திற்குள் மகத நாட்டு ஆட்களை விட்டால், அவர்களுடன் சேர்ந்து அடிமை முறை என்ற சாபமும் சேர்ந்தே நுழைந்து விடும் என்று நான் விஷ்ணுகுப்தனிடம் சொன்னேன்."

"யார் அந்த மகதர்கள்?"

"இந்தியாவின் ஃபிலிப்புகள். தட்சசீலத்திற்கு கிழக்கே இருக்கும் பெரிய இந்து அரசு. பாரசீகர்களால் நாங்கள் தொடர்ந்து தாக்குதலுக்கு ஆளாகி வருகிறோம்; அதனால் அயர்வடைந்து வலுவற்று நிற்கிறோம். தட்சசீலம் தனித்து சக்கரவர்த்தியை எதிர்க்க இயலாது என்பது உண்மைதான். அதற்கான தீர்வு எங்கள் பல்வேறு குடியாட்சிகளும் இணைந்து ஒரு கூட்டணி அமைப்பதுதான் என நான் கருதுகிறேன்."

"நாகா! எமது நாட்டில் அப்படி முயற்சி செய்து பார்த்தோம். எங்கள் ஹெல்லா இனக் குடியாட்சிகள் எல்லாம் ஒன்று சேர்ந்து பாரசீகரை எதிர்த்தோம். ஆனால், அந்தக் கூட்டணியை நிரந்தரமாக்க முடியவில்லை. ஒவ்வொரு குடியாட்சியும் தமது தனித்துவத்தைப் பாதுகாத்துக்கொள்ள விரும்பியது. எனவே, கூட்டணிக்கு போதுமான அதிகாரம் கிடைக்கவில்லை."

"அப்படியானால், என் கருத்து தவறாக இருக்கலாம்; விஷ்ணுகுப்தன் சொன்னது சரியாக இருக்கக் கூடும்."

"அவர் ஐக்கியக் கூட்டணி வெற்றி பெறாது எனக் கருதுகிறாரா?"

"நம் எதிரிகளின் வலிமை பெரிது; ஐக்கியக் கூட்டணி மூலம் அவர்களை வெல்வது கடினம். எல்லோரும் தத்தம் எல்லைகளை அழித்துவிட்டு ஒரு மாபெரும் குடியாட்சியாக இணைந்தால், ஏதாவது சாதிக்கலாம் என்று விஷ்ணுகுப்தன் நினைக்கிறார். ஆனால், எவரும் அதற்கு ஒப்ப மாட்டார்கள்."

"நாகா, உங்கள் நண்பர் சொல்வது சரியாக இருக்கலாம். ஆனால், ஏதென்ஸின் சுதந்திரத்தை நியாயமாக விட்டுக் கொடுப்பது என்ற எண்ணமே எங்கள் மனதில் இறுதி வரை இல்லை."

"அப்படியானால், குடியாட்சியான ஏதென்ஸ் தனது எல்லைக்குள் அடிமை முறை நுழைய ஏன் அனுமதித்தது?"

"தன்னுடைய அழிவைத் தானே வரவழைத்துக் கொள்ளத்தான். பணம் படைத்தவர்களின் பேராசை அடிமை முறையை அனுமதித்தது; சிறிது சிறிதாக அடிமைக் கூட்டம் பெருகியது. ஒரு கட்டத்தில் எசமானரைவிட அடிமைகள் அதிகரித்து விட்டனர்."

"பாரசீகர்களின் வாழ்முறையில் படுமோசமானதென்று நீ எதைக் கருதுகிறாய்?"

"அடிமை முறை; அது எங்கள் நாட்டிலும் இருந்தது. மற்றது அரசர், பணக்காரர்களின் அந்தப்புரங்கள்."

ராகுல் சாங்கிருத்யாயன் ● 205

“உங்கள் நாட்டில் அந்தப்புரங்கள் கிடையாதா?”

“ஹூகும். கிடையவே கிடையாது. மெசபடோமியா மன்னன் ஃபிலிப்கூட ஒரு மனைவிக்கு மேல் திருமணம் செய்ய முடியாது.”

“எமது நாட்டிலும் பலதார மணம் எப்போதாவது நடப்பது உண்டு. அதிகம் நடக்காது. ஆனாலும், அது பெண்ணடிமைத்தனத்திற்கு வழி வகுத்தது என்பது என் கருத்து. ஏதென்ஸ் அடிமை முறையை அனுமதித்திருக்கலாம்; தட்சசீலம் பலதார மணத்தை ஏற்பதன் மூலம், அதற்கான அடித்தளத்தை உருவாக்கி விட்டது.”

“சில குடும்பங்களிடம் சொத்து குவிவதற்கும் வழி கிடைத்து விடுகிறது.”

“ஒரு குடியாட்சியில் யார் வேண்டுமானாலும் முடிந்த வரை சொத்து சேர்க்கலாம்; ஆனால், அரசர்கள் செய்வது போல அதைத் தண்ணீர் போல செலவழிக்க மாட்டார்கள் என்று நான் விஷ்ணுகுப்தனிடம் சொல்வது உண்டு. நீயே பார்க்கிறாய் அல்லவா, சோபியா! விலை உயர்ந்த மான் தோல், பட்டு, முத்து, மணிகள் போன்ற ஆடம்பரங்கள் இங்கு எப்படிப் புழங்குகின்றன! ரோஜாக் கன்னங்களும், பவளச் செவ்வாயும் கொண்டு திரிபவர்களுக்கு, இவற்றுக்காக எத்தனை பேர் பட்டினி கிடக்கிறார்கள் எனத் தெரியுமா?”

“ஏழை வீட்டுக் கூரைகளில் பொழியும் சிறு மழையையும் அவர்களது கடல் விழுங்கி விடுகிறது.”

“தங்கத்தைத் தோண்டி எடுப்பவர்கள் கதி பசி, பட்டினி, கந்தலாடை; தங்கத்தை மண்ணாக்குபவர்கள் கேளிக்கைகளில் திளைக்கிறார்கள். நான் அரசரை மூன்று முறை சந்தித்தேன்; ஒவ்வொரு முறையும் என் மண்டை கொதித்துப் போனது. அவரது ஆடம்பரம் ஒவ்வொன்றிலும் எனக்குக் கடுமையாக உழைப்பவர்கள் கடுங்குளிரிலும் கொதிக்கும் வெயிலிலும் படும் பாடுதான் தெரிந்தது. அவர் அருந்தும் சிவப்பு மது ஒடுக்கப்பட்டோரின் இரத்தமாகத் தெரிந்தது. பர்சிபொலீஸ் என்னைத் திணறடிக்கிறது. இங்கிருந்து விரைவில் தப்ப வேண்டும் என்று விரும்புகிறேன்.”

“நாகா, எங்கு செல்ல விரும்புகிறாய்?”

“முதலில் நீ சொல்.”

“நான் எந்த இடம் பற்றி நினைக்க முடியும்?”

"கிரீஸ்?"

"அங்கு நான் மகிழ்ச்சியாக இருக்கலாம்தான்."

"அப்போ, நாம் கிரேக்கத்துக்குச் செல்வோம்."

"ஆனால், செல்லும் வழியில் யாராவது என்னை மீண்டும் சிறை பிடிக்கலாம். இம்முறை எனக்கு நாகாவைப் போன்ற காவல் கிடைக்காமல் போகலாம்."

சோபியாவின் குரல் முணுமுணுப்பாகக் கேட்டது; அவளது விரிந்த கண்களில் பீதி தென்பட்டது. அவள் காதருகில் தொங்கிய பொன்னிற முடியை நீவி விட்டபடி, "அம்மாதிரி நடப்பதைத் தடுக்க ஒரு திட்டம் வைத்திருக்கிறேன். ஆனால், அதற்கு உன் சம்மதம் தேவை" என்றார் நாகா.

"என்ன அது?"

"அரசர், அரசி, பேரரசர் ஆகியோரிடம் அரசரின் மதிப்பிற்குரிய இந்து மருத்துவர் என்று எனக்கு ஒரு சான்றிதழ் வழங்குமாறு கேட்கப் போகிறேன்."

"பிறகு உன்னை யாரும் தொட மாட்டார்கள்."

"நீ ஒப்புதல் அளித்தால், உலகத்தோருக்கு நீ மருத்துவரின் மனைவி என்று உன் பெயரையும் அதில் சேர்க்கச் சொல்கிறேன்."

சோபியாவின் கண்களில் இருந்து கண்ணீர் வழிந்தது; அவள் நாகதத்தனின் கரங்களைப் பற்றிக் கொண்டாள்.

"நாகா! உன் அன்பு எப்பேர்ப்பட்டது. உனது அன்பின் பரப்பை நீ அறியாமல் இருக்கிறாய். நீ எத்தனை அழகன்! ஆனால், உன்னை விழுங்கும் பல நீலக் கண்களை நீ கவனிப்பதுகூட இல்லை. நாகா! இளவரசி ரோஷ்னா உன் மீது காதல் கொண்டுள்ளதை என்னிடம் நூறு முறையாவது சொல்லி இருப்பார். அவளது பெற்றோர் ஏதோ ஒரு மோசமான உறவுக்காரப் பையனுக்கு அவளை மணமுடிக்க எண்ணியுள்ளனர். ஆனால், அவள் மனம் உன்னை நாடுகிறது."

"நல்ல வேளை, இந்தத் தகவல் எனக்குத் தெரிய வராமல் இருந்தது. வந்திருந்தால், நான் மறுக்க வேண்டி இருக்கும். சோபியா! இந்த அரண்மனைவாசிகளுக்கு உரியவன் அல்ல நான். எந்தப் பெண்ணுக்கும் நான் ஏற்றவன் அல்லவோ என்னவோ! ஏனெனில் என்னைப் போன்ற மனிதனை விரும்பும் பெண் சுகமான கனவுகளில் வாழ முடியாது. என்றாலும், நீ சம்மதித்தால், எங்கு

ராகுல் சாங்கிருத்யாயன் ● 207

வேண்டுமானாலும் உன்னை என் மனைவி என்று சொல்லத் தயார். கிரேக்கத்தில் உன் மனதிற்கு உகந்த காதலர் அமைந்தால், நீ சுதந்திரமாக எங்கு வேண்டுமானாலும் போகலாம்."

4

சென்ற இடமெல்லாம் மருத்துவர் நாகதத்தனுக்கு மிகுந்த மரியாதை கிடைத்தது. பாரசீக அரசர் டேரியஸுக்கு சிகிச்சை செய்த இந்து மருத்துவர்; குணமாக்கும் கலையில் தேர்ந்தவர் என்ற பெயர் கிடைத்தது. பர்சிபொலீஸில் இருக்கும்போது கிரேக்க மொழியைக் கற்றுக் கொண்டார். சோபியா அவருடன் இருந்தாள் என்பதை அனைவரும் மதித்தனர். மாசிடோனியாவில் இருந்த போது நாகதத்தன் மன்னன் ஃபிலிப்பின் மகன் அலெக்சாண்டரின் ஆசிரியர் அரிஸ்டாட்டிலைச் சந்தித்தார். நாகதத்தன் இந்தியத் தத்துவ மரபில் புலமை வாய்ந்தவர். அரிஸ்டாட்டிலின் முடியாட்சி முறைக்கான ஆதரவு நிலை பற்றி நாகதத்தனுக்கு கருத்து வேறுபாடு இருந்தது. ஆனாலும், மாசிடோனியாவை விட்டுக் கிளம்பும்போது அரிஸ்டாட்டில் மீது மிகுந்த மரியாதை ஏற்பட்டது. அரிஸ்டாட்டில் சொல்லும் உண்மையின் உரைகல் இருண்மையான சிந்தனையில் இல்லை; இயற்கை மற்றும் அறிவியல்பூர்வமாக நிரூபிக்கப்படுபவை மூலம் உண்மையைத் தேடினார்; பட்டறிவு, செயல்கள் ஆகியவற்றை மையப்படுத்தினார். இந்தியத் தத்துவவாதிகள் அக ஓர்மையை மட்டுமே கொண்டு உண்மையைத் தேடி, அதனை மிகைப்படுத்துவதை நினைத்து வருந்தினான். அரிஸ்டாட்டில் தனது சிறந்த மாணவன் அலெக்சாண்டர் பற்றிப் புகழ்ச்சியாகப் பேசுவதைக் கேட்கும் வாய்ப்பு கிடைத்தது; அவருடனும் பல உரையாடல்கள் நடத்த முடிந்தது. இளைஞரான அலெக்சாண்டரிடம் அதீத வீரத்துடன், உறுதியான முடிவுகள் எடுக்கும் திறனையும் கண்டார்.

நாகதத்தன் ஏதென்ஸில் இருந்து திரும்பியதும் அரிஸ்டாட்டிலை மீண்டும் சந்திக்க அனுமதி பெற்றுக் கொண்டார். கிரேக்க தத்துவ ஞானியைச் சந்திப்பது இதுவே கடைசி முறையாக இருக்கும் என்பதை அவர் அறிய வாய்ப்பில்லை.

மகத்தான வீரர்களை உருவாக்கிய, சனநாயகத்தின் பதாகையை உயர்த்திப் பிடித்த ஏதென்ஸ் நகருக்குள் நுழைந்தபோது, நாகதத்தன் தனது ஊரான தட்சசீலத்தின் மீது கொண்ட மரியாதையை ஒத்த

எதிர்பார்ப்புடன் வந்தார். அந்த நகரத்தில் மீண்டும் மக்கள் வசிக்கத் தொடங்கி இருந்தனர். ஆனால், பழைய ஏதென்ஸ் நகரமாக இல்லை என்று சோபியா அவரிடம் சொன்னாள். ஜீயஸ், ஆஃப்ரடைட்டி ஆகிய தெய்வங்களின் கோவில்களில் சாகாவரம் பெற்ற சிற்பிகள் உருவாக்கிய சிலைகள் இன்னமும் அலங்கரித்தன; ஆனால், ஏதென்ஸ் மக்கள் முன்பிருந்த உயிர்க்களையையும் அறிவுக்கூர்மையையும் இழந்து விட்டனர் என்று சோபியா நினைத்தாள்.

மாசிடோனியாவின் வணிகர் ஒருவர் அவளது தந்தையின் பழைய வீட்டை இடித்துவிட்டுப் புதிய கட்டடம் கட்டியிருந்தார். அந்த வீட்டைப் பார்த்ததும் அவள் மனம் உடைந்தது; ஒரு நாள் பகல், இரவு முழுதும் எதுவும் பேச முடியாமல் தனது துயரத்தில் தோய்ந்தாள். கண்களில் கண்ணீர் பெருகியது; சில நேரங்களில் பளிங்குச் சிலை போல அசைவேதும் அற்று அமர்ந்து இருந்தாள். அவளது குழந்தைப் பருவ வீடு அடைந்த மாற்றத்தால், அவள் மிகுந்த மன அழுத்தத்தில் ஆழ்ந்து விட்டதாக நாகதத்தன் நினைத்தார். அவளை ஆறுதல்படுத்த வாய்ப்பேதும் கிடைக்கவில்லை; அவளது மன அழுத்தம் நாகதத்தனையும் சற்று தொற்றிக் கொண்டது.

சோபியா தன் துயர் களைந்து மீண்டதும், முற்றிலும் மாறி விட்டாள். அவள் பெரிதாக அலங்கரித்துக் கொண்டது இல்லை. ஆனால், இப்போது, ஏதென்ஸ் குடியரசின் இளம்பெண்கள் போல, தனது பொன்னிறக் கூந்தலை புத்தம்புது மலர்ச்சரத்தால் கட்டினாள்; அழகான கிரேக்க அங்கியைப் பாதம் வரை நீளும் மடிப்புகள் வைத்துக் கட்டினாள்; அதற்கேற்ற காலணியும் அணிந்தாள். அவளது நேர்த்தியான நெற்றி, ரோஜாக் கன்னங்கள், சிவந்த இதழ்கள் ஆகியவை அவளது இளமை, அழகு, உடல்நலம் ஆகியவற்றுக்குக் கட்டியம் கூறின. அவளது உதடுகள் எப்போதும் புன்சிரிப்புடன் மகிழ்ச்சியில் மலர்ந்து இருந்தன.

நாகதத்தன் வியப்படையவில்லை; ஆனால், அவளது மாற்றம் கண்டு மகிழ்ச்சி அடைந்தார். அதைப் பற்றி அவர் குறிப்பிட்டதும், சோபியா, "அன்பு நாகா! இதுவரை என் வாழ்வில் சிரமங்களும் துக்கமும் மட்டுமே இருப்பதாக நான் நினைத்ததுண்டு; ஆனால், அது தவறு எனப் படுகிறது. விடாப்பிடியாக ஒரே நோக்கத்துடன் வாழ்க்கையை அணுகுவது வாழ்தலின் மதிப்பைக் குறைத்து விடுகிறது. வாழ்வதற்கான நமது வலுவையும் சிதைக்கிறது. தட்சசீலத்தின் எதிர்காலம் பற்றி சிந்திக்கையில், உனக்கும்

வருத்தப்பட நிறைய இருக்கிறது அல்லவா, நாகா? ஆனால், நீ உன் மனதைக் கட்டுக்குள் இருத்தி, உனது நாட்டிற்கான திட்டங்களைத் தீட்டுகிறாய்."

"சோபியா, உன்னை மகிழ்ச்சியாகக் காண்பது என்னை உற்சாகப்படுத்துகிறது."

"நான் எனது ஏதென்ஸ் நாட்டுக்குத் திரும்பி வந்துள்ளேன்; எனது மனம் உகந்த காதலனையும் அடைந்துள்ளேன். நான் ஏன் மகிழ்வில் திளைக்கக் கூடாது?"

நாகதத்தன் மன நிறைவில் சிலிர்த்து, "அது இன்னும் உன் மகிழ்ச்சியைக் கூட்டும். இத்தனை நாட்களுக்குப் பின் உனது காதலரைக் கண்டுபிடித்து இருக்கிறாயே!"

"உனக்குக் கொஞ்சம்கூடப் பொறாமையாக இல்லையா? நாகா! நீ மனிதரைவிட மேலானவன்; கடவுளரைக் காட்டிலும் உயர்ந்தவன்!"

"பொறாமையா? எதற்குப் பொறாமைப்பட வேண்டும்? சோபியா, உன்னைப் பாதுகாப்பாக கிரீஸ் நாட்டிற்கு அழைத்து வர வேண்டும். இங்கு நீ உனது காதலரைத் தேடலாம். அதுதானே நாம் பேசியது?"

"ஆம். நீங்கள் ஏற்கெனவே சொன்னீர்கள்."

"நீ முன்பைவிட குதூகலத்துடன் இருப்பதைக் கண்டவுடன் உனக்கு விருப்பமான ஒன்றை அடைந்து விட்டாய் என்பதைப் புரிந்து கொண்டேன்."

"நாகா! நீ நினைத்தது சரி."

"நல்லது. அவரை எப்போது இங்கு அழைக்கலாம்? அவர் இங்கு வர முடியாதென்றால், நான் போய் அவரைப் பார்க்கட்டுமா?"

"என்ன அவசரம்?"

"அவசரப்படுகிறேனா? நீ சொல்வதும் சரிதான்."

நாகதத்தன் தன்னைக் கட்டுப்படுத்திக் கொள்ள முயன்றார். சோபியாவிற்கு தன் கண்ணீரை அடக்க முடியாமல் போய்விடுமோ என்ற அச்சம் வந்து விட்டது. முகத்தைத் திருப்பிக் கொண்டு, "ஏதென்ஸ் நாட்டு மரபு உடையை அணிந்து கொள்ளுங்கள். அது இதை விடச் சிறப்பாக இருக்கும். பிறகு அவரைக் காணலாம்" என்றாள்.

"நேற்று நீ எனக்கு வாங்கிய புதிய உடை, காலணிகளை அணிகிறேன்."

"சரி. நான் போய் எனது காதலனுக்குத் தொடுக்கும் மாலையை எடுத்து வருகிறேன்."

நாகதத்தன் அடுத்த அறைக்கு உடை மாற்றச் சென்றார். சோபியா, வரவேற்பறையில் இருந்த பெரிய கண்ணாடியில் தன் ஆடையைச் சீராக்கிக் கொண்டு, மலர் அலங்காரங்களையும் சரிசெய்து கொண்டாள். பிறகு, கண்ணாடியின் பின்புறம் ஒரு மாலையைத் தொங்கவிட்டாள். அதன்பின், கதவருகில் சென்று,

"நாகா, நேரமாகிறது. என் காதலன் வேறு கேளிக்கையைத் தேடிச் சென்றுவிடப் போகிறார்" என்றாள்.

"ஒரு நிமிடம்... இந்த ஆடையை எப்படி அணிவது? சரியாக மடிப்பு வரவில்லை."

"நான் சரி செய்கிறேன்."

"நன்றி!"

மடிப்பைச் சரிசெய்வது எளிதாக இருந்தது. நாகதத்தன் தனது புதுக் காலணிகளையும் அணிந்து கொண்டார். சோபியாவால் அவரது ஒளிமிகுந்த முகத்தை நிமிர்ந்து பார்க்க முடியவில்லை. அவரது கையைப் பிடித்துக்கொண்டு, "முதலில் உங்கள் புதிய ஆடையைக் கண்ணாடியில் பாருங்கள்" என்று மகிழ்ச்சியாகக் கூறினாள்.

"நீதான் பார்த்து விட்டாயே, சோபியா! அது போதாதா? எனது ஆடை மரியாதைக்கு உரியதாகக் கட்டாயம் இருக்கும்."

"ஆமாம். மதிப்புக்குரிய ஆடைதான். நீ ஒரு முறை பார்த்துக் கொண்டால் ஒன்றும் குறைந்து விடாது." நாகாவைக் கண்ணாடி முன் கொண்டு நிறுத்தினாள் சோபியா. தன் நிழலுருவைக் கண்டு அவர் வியந்து நின்றார். அவள் பின்னால் இருந்த மாலையை எடுத்தாள்.

"எனது காதலனுக்காகத் தொடுத்த மாலை இது."

"மிக்க எழிலுடன் இருக்கிறது சோபியா."

"ஆனால், அவர் இதை சூடினால் எப்படி இருப்பார் என என்னால் கற்பனை செய்ய முடியவில்லை."

ராகுல் சாங்கிருத்யாயன் ● 211

“நன்றாக இருக்கும் சோபியா.”

“அவருக்கு பொன்னிற முடி. இது ரோஜா மலர்ச்சரம்.”

“நன்கு பொருந்தும்.”

“உங்கள் தலையில் வைத்துக் காண்பியுங்கள், பார்க்கலாம்.”

“உன் விருப்பம். என் முடியும் பொன்னிறம்தான்.”

“அதனால்தான் நான் உறுதிப்படுத்திக் கொள்ள விரும்புகிறேன்.”

அவள் அவரது தலையில் அதைச் சூட்டிவிட்டு முன்புறம் வந்து பார்த்தாள். பிறகு, அவரைத் திரும்பச் சொன்னாள். “இன்று எனது காதலனைக் காண்பாய் நாகா! பார்.”

அவர் தலையைத் திருப்பினார். அவள் கண்ணாடியில் தெரிந்த அவரது உருவத்தைச் சுட்டிக் காட்டினாள்.

சோபியாவின் கண்கள் கண்ணீரில் மிதந்து கொண்டிருந்தன. “இதுதான் எனது காதலன்!” என்றாள்.

அடுத்த கணம் அவரைக் கட்டி அணைத்து முத்தமிட்டாள். நாகதத்தன் அமைதியாக இருந்தார். அவரது கன்னத்தில் உரசியபடி, “நாகா! எத்தனை அழகாக இருக்கிறார்!” என்றாள்.

“சோபியா, நான் உனக்குத் தகுதியானவன்தானா?”

“அன்பு நாகா! நான் உங்களுக்கு ஏற்றவள் என்பதை நான் அறிவேன். சாகும் வரை நாம் இருவரும் ஒன்றாக இருப்போம்.”

நாகதத்தனால் கண்ணீரைக் கட்டுப்படுத்த முடியவில்லை. “ஆம், சாகும்வரை...” என்று திருப்பிச் சொன்னார்.

5

கிரேக்க கப்பற்படை பாரசீகப் படையைத் தோல்வியடைய வைத்த சலாமியா வளைகுடாவைப் பார்க்க வேண்டும் என்று நாகதத்தனுக்கு பெரு விருப்பம் இருந்தது. அங்குச் செல்வதற்கு அவரும் சோபியாவும் ஒன்றாகப் போய்க்கொண்டு இருந்தனர். அவருக்குள் புதுவித வலிமை உருவாகியுள்ளதை அவரால் அறிய முடிந்தது; அவரது சிந்தனைகள் தொடர்ந்து தட்சசீலத்தை வட்டமிட்டன. வழியில் ஒரு மரத்தடியில் ஓய்வெடுக்க நின்றனர். அப்போது சோபியா, “நாகா, ஃபிலிப் மன்னர் இறந்து விட்டார்;

அவரது மகன் அலெக்சாண்டர் மாசிடோனியாவின் அரசராகி விட்டார். பெரும் படையைத் திரட்டி வருகிறாராம்" என்றாள்.

"ஆம். கேள்விப்பட்டேன். மத்திய தரைக்கடல் பகுதி முழுவதற்கும் அதிபதியாக விரும்புகிறான். ஆனால், அதன் கிழக்கு, தெற்கு கடற்கரைப் பகுதிகளை பாரசீகர்கள் ஆண்டு வருகின்றனர்."

"அப்படியானால், பாரசீகம் மீது போர் தொடுப்பார்."

"அதற்குத்தான் அவர் குடியாட்சி நிலவும் கிரேக்கத்தின் ஆதரவு மூலம் தன் பேரரசை கட்ட முயல்கிறார். ஒரே கல்லில் இரண்டு மாங்காய் அடிக்கத் திட்டமிடுகிறார் சோபியா. மத்திய தரைக் கடல் பகுதியில் இருந்து பாரசீகச் சக்கரவர்த்தியை விரட்டுவது - குறைந்தது சற்றுப் பின்னடைவு செய்ய வைப்பது; பெருமிதம் கொண்ட கிரேக்க குடியாட்சியை முடியாட்சி பக்கம் ஈர்ப்பது."

"அரிஸ்டாட்டில் தந்த பாடம் அது; அலெக்சாண்டரின் இலட்சியத்திற்கு தூபம் இட்டவர் அவர்தான்."

"தத்துவ மேதை அரிஸ்டாட்டிலா?"

"ஆமாம். அரிஸ்டாட்டிலின் ஆசிரியர் பிளேட்டோ, மாதிரிக் குடியாட்சியைத் திட்டம் இட்டிருந்தார். ஆனால், அவரும் சாதாரண குடிமக்களை விவசாயக் கூலிகளாகத்தான் கற்பனை செய்தார். அதற்குப் பதிலாக, அரிஸ்டாட்டில் ஒரு பேரரசு பற்றிச் சொல்லித் தந்திருக்கிறார். இந்தக் கிரேக்கப் படைவீரர் எவ்வளவு தூரம் செல்வார், பாரசீகச் சக்கரவர்த்தியை எப்படி விரட்டுவார் என்று பார்க்கலாம்."

"சோபியா! அவர் கிளம்பிவிட்டால், அவரே நினைத்தால்தான் நிறுத்த முடியும். இந்தியாவில் என் பழைய நண்பன் விஷ்ணுகுப்தன் மகதம் சென்று ஒரு பேரரசைத் தேடுகிறான்."

"யார் கண்டார்? கிரேக்க, இந்தியப் பேரரசர்கள் சிந்து நதிக்கரையில் சந்தித்துக் கொள்ளலாம்!"

"இந்தத் தலைமுறையில் இல்லாவிட்டாலும், அடுத்த தலைமுறையிலாவது அப்படித்தான் நடக்கும். சோபியா, உலகம் அப்போது எவ்வளவு சிறியதாகிவிடும்!"

கடற்கரையில் இருந்து இருவரும் கப்பலில் சலாமியாவிற்குப் பயணப்பட்டனர். கடல் அமைதியாக இருந்தது; காற்றுகூட அதிகம் வீசவில்லை. இரு நூற்றாண்டுகளுக்கு முன்பு பாரசீகப் படைகளை

விரட்ட உதவிய கடல் அலைகளை சோபியாவும் நாகதத்தனும் நன்றியுடன் உற்று நோக்கினர்.

கப்பல் கரையை விட்டு வெகுதூரம் சென்ற பின்பு, நடுக்கடலில் கடும் புயல் ஒன்று உருவானது. பாரசீகரை விரட்டிய புயல் மீண்டும் வந்தது போலத் தோன்றியது. கப்பலில் இருந்த மாலுமிகளின் முகங்களில் பீதி பரவியது; கப்பலின் பாய்மரம் கிழிந்தது; இருபுறமும் சாயத் தொடங்கியது கப்பல். என்ன நடக்கப் போகிறது என்பது தெளிவாகத் தெரிந்தது. சோபியா, நாகதத்தனை இறுக அணைத்து தன் மார்புடன் கட்டிக் கொண்டாள். அவள் முகத்தில் புன்முறுவல் படர்ந்தது.

"சாகும் வரை..." என முணுமுணுத்தாள்.

"ஆம், சாகும் வரை கூடவே."

நாகா அவளை முத்தமிட்டார்; இருவரும் அணைப்பில் கிடந்தனர். அடுத்த கணம் கப்பல் தத்தளித்தது. அவர்கள் இருவரும் சாகும்வரை ஒன்றாகவே இருந்தனர்.

11. பிரபா

நிலப்பகுதி : வட இந்தியா

காலம் : பொ.ஆ. 50

இந்தக் கதையில் இருந்து நாம் நமக்குப் பரிச்சயமான இந்திய வரலாற்றுக்குள் நுழைகிறோம்.

1

சாகேதம் (அயோத்தியா) எப்போதும் ஒரு தலைநகரமாக இருந்தது இல்லை. கோசல புத்தரின் சமகாலத்தவரான மன்னன் ப்ரசென்ஜித்துக்கு அயோத்தியில் ஒரு அரண்மனை இருந்தது. ஆனால், அவரது தலைநகர் அங்கிருந்து ஐம்பது மைல் தொலைவில் இருந்த ஷ்ராவஸ்தி. அவரது மருமகன் அஜாதசத்ரு கோசலத்தின் சுதந்திரத்தைக் குலைத்தவுடன், அதன் வளங்கள் அழியத் தொடங்கின. சரயூ நதிக்கரையில் இருந்த சாகேதம் படகுப் போக்குவரத்தின் மையமாக இருந்தது; அத்துடன் கிழக்கில் இருந்து பஞ்சாப் வரை நீளும் வர்த்தகர்களின் தரைப் பாதையிலும் இருந்தது. எனவே அதன் முக்கியத்துவம் நெடுங்காலம் தொடர்ந்தது.

விஷ்ணுகுப்தனின் மாணாக்கரான சந்திரகுப்த மௌரியன் அவரது மகத அரசை முதலில் தட்சசீலம் வரை விரித்தார்; பிறகு கிரேக்க மன்னன் செல்யூகஸை வீழ்த்தி ஹிந்துகுஷ் மலைத் தொடர் பகுதியில் (ஆப்கானிஸ்தான்) ஆமு கால்வாய் வரை வென்றார். மௌரியப் பேரரசில் சந்திரகுப்தனின் ஆட்சியில் சாகேதம் ஒரு வர்த்தக மையமாக மட்டும்தான் இருந்தது. மௌரியப் பேரரசை வீழ்த்திய புஷ்யமித்திரன்தான் முதன்முதல் சாகேதத்தை தலைநகராகக் கொண்டான். பாடலிபுத்திரத்தின் (பாட்னா) புகழ் மங்கத் தொடங்கியது. புஷ்யமித்திரர் காலத்திலோ அல்லது அடுத்து வந்த சுங்க வம்ச மன்னர்கள் காலத்திலோ வால்மீகி எழுதிய இராயணம் மூலம் அயோத்தி என்ற புதுப் பெயர் பரவலானது. அசுவகோஷ்,

வால்மீகியின் கவிதைகளைப் பெரிதும் இரசித்தார் என்பதில் அய்யம் இல்லை. காளிதாசர் சந்திரகுப்த விக்கிரமாதித்யனின் வள்ளன்மையை நாடியது போல வால்மீகி சுங்க வம்ச மன்னர்களின் பேணுதலை நாடியிருக்கக் கூடும். அதனால், சுங்கத் தலைநகரின் பெருமையைக் கூட்ட, வாரணாசியில் இடம் பெற்றதாகக் கூறப்படும் புத்த ஜாதகக் கதைகளை தசரத மன்னரின் தலைநகர் சாகேதம் அல்லது அயோத்தியாவில் நடப்பதாக மாற்றி இருக்கக் கூடும். காளிதாசர் ரகுவம்சம் நூலில் சந்திரகுப்த விக்கிரமாதித்தனை ரகு என்ற பெயரில் நாயகனாக ஆக்கியது போலவே, அவரது மகன் குமாரகுப்தனை குமாரசம்பவத்தில் நாயகனாக ஆக்கினார். அது போலவே வால்மீகி சுங்கப் பேரரசர் புஷ்யமித்திரர் அல்லது அக்கினிமித்திரரை ராமன் என்ற நாயகனாக ஆக்கியிருக்கலாம்.

தளபதி புஷ்யமித்திரன் மௌரிய அரசரைக் கொன்று விட்டாலும், ஒட்டுமொத்த பேரரசையும் கட்டுப்படுத்த முடியவில்லை. பஞ்சாப் பகுதி கிரேக்க மன்னன் மெனாண்டர் வசப்பட்டது. அவர் சாகேதம் மீதும் படையெடுத்த தகவல் புஷ்யமித்திரர் இல்லத்து அந்தணர் பதஞ்சலி விட்டுச் சென்றுள்ள பதிவுகள் மூலம் கிடைக்கிறது. அவரது பதிவின்படி சாகேதம் புஷ்யமித்திரர் ஆட்சியில் முக்கிய அங்கம் வகித்தது என்பதையும், அதன் பெயர் அப்போது அயோத்தியா என மாற்றம் பெறவில்லை என்பதும் தெரிகிறது.

அவர்கள் காலத்திற்கு இருநூறு ஆண்டுகள் கழிந்த பின்னரும் சாகேதம் வணிக மையமாகத் திகழ்கிறது. செல்வத்தின் தெய்வமான இலட்சுமி இருக்கும் இடத்தில் கல்விக்கு தேவதையான சரஸ்வதிக்கும் மதிப்பு இருக்கும். எனவே ஈக்கள் தேனை மொய்ப்பது போல மதமும் பார்ப்பனர்களும் அங்கு ஒன்றுகூடி இருந்ததில் என்ன வியப்பு இருக்க முடியும்? கல்வியும் செல்வமும் செழித்த பார்ப்பனக் குலம் ஒன்று அங்கு தழைத்தது. அதன் தலைவர் பெயர் காலத்தால் அழிந்து விட்டது. ஆனால், அவரது மனைவி சுவர்ணாக்ஷியின் பெயரை அவரது மகன் நிலைக்கச் செய்தார். அவரது கண்களில் மிளிர்ந்த பொன்னிறச் சாயலால், அவருக்கு இந்தப் பெயர் இடப்பெற்றது. அக்காலத்தில் நீலம், பொன்னிறம் கொண்ட கண்கள் பார்ப்பன, ஷத்திரியக் குடும்பங்களில் சாதாரணமாக இருந்தன; மஞ்சள் நிறக் கண்களும் குறையாகக் கருதப்படவில்லை. சுவர்ணாக்ஷிக்கு ஒரு மகன் இருந்தார். அவருக்கும் அவளைப் போலவே பொன்னிறக் கூந்தல், கண்கள், வெண்ணிற உடல் இருந்தது.

2

வசந்தகாலம். மாம்பூக்கள் மணம் காற்றை நிறைத்தது. மரங்கள் புத்திலை ஆடைகள் போர்த்தி இருந்தன. அன்று சித்திரை மாதம், சுக்கில பட்சம், நவமி திதி. சாகேத நாட்டு ஆண்களும் பெண்களும் வசந்தகாலத்தை வரவேற்க சரயூ நதிக்கரையில் குழுமி இருந்தனர். நீரில் நீந்தி விளையாடி மகிழ்வது அவர்களது வழக்கம். ஆண்களும் பெண்களும் சரிசமமாகப் போட்டியில் கலந்து கொள்வார்கள். ஒரே துறையில் இருந்து நிர்வாணமாகக் குதித்து நீந்தினார்கள். பெண்களில் கிரேக்கப் பெண்கள் பலர் பனி ஒத்த வெண்ணிறம், கிரேக்கச் சிற்பிகள் செதுக்கிய பளிங்குச் சிலை போலச் செதுக்கிய உடல்வாகுடன், பொன்னிறம் அல்லது செம்பழுப்பு நிறக் கூந்தலுடன் இருந்தனர். அவர்களுக்குச் சற்றும் குறைவில்லாத பார்ப்பனப் பெண்கள் கரிய அல்லது பழுப்பு நிறக் கூந்தலுடன், மின்னும் பொன்னிறக் கண்களுடன் இருந்தனர். இளமை ததும்பிய வைசியப் பெண்களின் கருநிறக் கூந்தலும், கோதுமை நிறமும் கவர்ச்சியில் யாரை விடவும் குறைவாக இல்லை.

சாகேதத்தின் இளமைப் பட்டாளம் முழுதும் நதிக்கரையில் திரண்டு நின்றது. வெவ்வேறு இனங்களைச் சேர்ந்த இளைஞர்கள் உடைகளைக் களைந்து நீரில் குதிக்கத் தயாராக இருந்தனர். உடற்பயிற்சி செய்து முறுக்கேறிய ஆடவரின் திரண்ட உடல்கள் வெண்ணிறத்தில் இருந்து கோதுமை நிறம் வரை இருந்தன; அவர்களின் முடி, முகம், மூக்கு ஆகியவை அவர்களது இனங்களைக் காட்டும் வகையில் அமைந்திருந்தன. இளம் ஆடவர், பெண்டிரின் அங்க நலன்களை எடை போட்டு அறிய இந்த நீச்சல் போட்டி மிகச் சிறந்த வழி. ஒவ்வொரு ஆண்டும் இந்த விழாவில் பல சுயம்வரங்கள் இடம் பெற்றன. பெற்றோர் தமது பிள்ளைகள் இம்முறையில் தம் இணையைத் தேடிக் கொள்வதை ஊக்குவித்தனர்.

போட்டியாளர்கள் படகுகளில் மறுகரைக்குச் சென்று அங்கிருந்து இக்கரைக்கு நீந்தினார். சரயூ நதியின் நீலநிற அலைகளில் பொன்னிற, செம்பழுப்பு, வெளிர் மஞ்சள், செந்நிற முடிக்கற்றைகள் மின்னின; நீல, கரு நிறக் கூந்தல் நீரின் வண்ணத்தில் சுழன்றன; அனைவரது கரங்களும் நீரை எதிர்த்து மோதின. அவர்களுக்கு இரு மருங்கிலும் உதவிப் படகுகள் நீச்சல்காரர்களை உற்சாகப்படுத்தியும், களைத்துப் போனவர்களை

காப்பாற்றியும் கொண்டிருந்தன. ஆயிரக்கணக்கில் போட்டியாளர்கள் நீந்தும்போது சில சமயம் விபத்துகள் நடப்பதைத் தவிர்க்க முடியாது. ஒவ்வொருவரும் முழு வலுவையும் செலுத்தி நீந்தினர். மூன்றில் இரண்டு பங்கு ஆற்றைக் கடந்ததும், பலர் அயர்வுற்றனர். இரண்டு பேர் மட்டும் அனைவரைவிட முன்னால் செல்வதைக் காண முடிந்தது. இரு வகைக் கூந்தல் நிறங்கள் தெரிந்தன: ஒன்று மஞ்சள்; மற்றது செம்பழுப்பு. கரை நெருங்க நெருங்க அவ்விருவரும் இன்னும் வேகமாக நீந்த முயன்றனர்; படகுகளில் இருந்தவர்கள் அவர்களைக் கூர்ந்து கவனித்தனர்; இருவரது உருவங்களும் ஒரே கோட்டில் வந்தன; கரை அருகில் வந்துவிட்டனர்; இருவரில் ஒருவர் முன்னேறுவார் என அனைவரும் எதிர்பார்த்தனர்; ஆனால், இருவராலும் அது முடியவில்லை. அவர்களே ஒருவரை ஒருவர் வெற்றிபெறச் சொல்லியது படகில் இருந்து கேட்டதாகக் கூறினர்.

இறுதியில், இருவரும் ஒரே நேரத்தில் கரையை அடைந்தனர். ஒருவர் ஆண். மற்றவர் பெண். கூட்டம் ஆரவாரம் செய்து இருவரையும் பாராட்டியது. ஆடைகளை அணிந்ததும் இருவரும் பல்லக்கில் எடுத்துச் செல்லப்பட்டனர்; வழியெங்கும் பூமாரி பொழிந்தது. அனைவரும் இருவரையும் நெருக்கத்தில் பார்க்க முடிந்தது. அவர்களது நீச்சல் மட்டும் இன்றி, இருவரது எழிலும் பார்வையாளர்களைக் கவர்ந்தது.

"அந்தப் பெண்ணை நான் அறிவேன். அந்த இளைஞன் யார்?"

"சுவர்ணாக்ஷியின் மகன் அசுவகோஷ். தெரியாதா உனக்கு?"

"தெரியாது. எங்கள் குடும்ப புரோகிதர் தவிர பிற பார்ப்பனர்களை எனக்குத் தெரியாது. வணிகர்களுக்கு எங்கே இதற்கெல்லாம் நேரம்?"

"அசுவகோஷின் புகழ் சாகேதம் தாண்டியும் பரவியுள்ளது. வேதங்களில் தேர்ச்சி கொண்டவர்; கல்வியில் சிறந்தவர்."

"ஆனால், அவருக்கு இருபத்து நான்கு வயதிற்கு மேல் இருக்காது போலிருக்கிறதே!" என்றார் முதலில் இப்பேச்சைத் தொடங்கியவர்.

"ஆமாம். இருபத்து நான்கு வயதுதான் ஆகிறது. மக்கள் அவரது பாடல்களை அகம் மகிழ்ந்து பாடுகிறார்கள்."

"நமது வாலிபர்கள் பாடித்திரியும் காதல் பாடல்களை எழுதும் கவிஞர் அசுவகோஷ் இவரா!"

“அந்தப் பெண்ணின் பெயர்?”

“பிரபா. கோசலம் முழுதும் அறியப்பட்ட, இங்குள்ள கிரேக்க இன வணிகர் தத்தமித்திரரின் மகள்.”

“அப்படியா? அதுதான் இத்தனை அழகு. வேறு இன மக்கள் மத்தியில் இப்படிப் பார்க்க முடியாது. பார்க்க மிருதுவான உடல் கொண்ட இப்பெண் எத்தனை வலுவாக நீந்தினாள்!”

“அவளது பெற்றோர் நல்ல வலுவும் உடல்நலனும் கொண்டவர்கள்.”

நகரப் பூங்காவில் கூட்டத்தினர் இருவரையும் பாராட்டினர். அவர்கள் இருவரைப் பற்றியும் அறிந்து கொண்டனர். கூச்சத்துடன் அவர்கள் இருவரும் ஒருவரை மற்றவர் அறிமுகம் செய்து கொண்டனர்.

3

சாகேதத்தின் மலர் வனங்கள் தளபதி புஷ்யமித்திரரின் ஆட்சிக்கால நினைவிடங்கள். அவர் அதனைத் திட்டமிட்டு உருவாக்கிப் பராமரித்தார். இன்று அவரது ஆட்சி இல்லை; சாகேதம் தலைநகரும் இல்லை. ஆனாலும், மக்கள் அந்த மலர்வனங்களைத் சாகேத நகரத்தின் பெருமையாகக் கருதிப் பேணி வந்தனர். அவர் ஆட்சியில் இருந்தபோது இருந்தது போலவே வளமாக வைத்திருந்தனர். பூங்காவின் மையத்தில் பெரியதொரு அழகிய குளம் இருந்தது; அதன் நீல நிறத் தண்ணீரில் பல வண்ணத் தாமரைகள் மிதந்தன; அன்னப் பறவைகளும் நீந்திக் கொண்டிருந்தன; அதன் கரைகளில் போடப்பட்டிருந்த வெண்ணிறப் படிக்கட்டுகள் பளிங்கு போல மின்னின; குளத்தைச் சுற்றிலும் புல்தரை இருந்தது; ஆங்காங்கே ரோஜா, மல்லிகை மற்றும் பல மலர்ப்படுகைகள் பூத்துக் குலுங்கின; அசோக மரங்களும் பல வகைப் புதர்ச் செடிகளும் எல்லை கட்டி நின்றன; ஆங்காங்கே இருந்த வளைவுகளில் சிறிதும் பெரிதுமான கொடிகள் அலங்கரித்தன; கொடிவீட்டில் கல்பாவப்பட்ட தரை இருந்தது; சிறுமியர், சிறுவர்கள் பந்து விளையாட மைதானமும் இருந்தது; பாறை அல்லது மண் மேடுகளில் பசுமை போர்த்தி இருந்தது; மழைத்துளி போல நீர் வாரி இறைக்கும் நீரூற்றுகளும் அங்கிருந்தன.

மதிய வேளைகளில் கொடிவீடு அருகில் இளைஞர் கூட்டம் குழுமும். உட்பகுதியில் இடம் கிடைக்காதவர்கள் அருகில் நின்றபடி

இருப்பார்கள். அன்றைய தினம், அனைவரும் அமைதியாக கொடிவீட்டின் உள்ளிருந்து வரும் ஒலியைக் கேட்டவண்ணம் நின்று கொண்டிருந்தனர். உள்ளே, கல்பாவிய தரையில் அமர்ந்தபடி இளைஞன் ஒருவன் அமர்ந்திருந்தான். அவன்தான் ஒரு மாதம் முன்பு நீச்சல் போட்டியில் பெற்ற வெற்றியைப் புறக்கணித்தவன். மிருதுவான மெல்லிய பட்டாடை அணிந்து இருந்த அவனது தலைமுடி, உச்சியில் இழுத்துக் கட்டப்பட்டு இருந்தது. அவனது கரங்களில் மகரயாழ் தவழ்ந்தது. அவனது விரல்களில் இருந்து இசை மழை பொழிந்தது. அதனுடன் இணைந்து அவன் பாடவும் செய்தான். அவனது கண்கள் பாதி மூடியபடி, இசையில் லயித்து இருந்தது. அவன் வேறு யாரோ இயற்றிய பாடலை இசைக்கவில்லை; அவனே எழுதியதைப் பாடினான். ‘வசந்த கோகிலம்’ என்ற சம்ஸ்கிருதப் பாடலை முடித்துவிட்டு, அடுத்து பிராகிருத மொழிப் பாடல் பாடத் தயாரானான். அங்கு குழுமி இருந்தோர் பிராகிருத மொழியை விரும்புபவர்கள் என அவன் அறிவான். புதிதாக எழுதிய ‘ஊர்வசியின் பிரிவு’ எனும் பாடலை இசைக்கத் தொடங்கினான். விண்ணுலக நடனமாது ஊர்வசியைக் கடத்திச் சென்றுவிட்டனர்; புரூரவன் அவளைத் தனது நீர்த் தேவதை என அழைத்து உருகுபவன்; புரூரவன் ஊர்வசியைத் தேடி மலை, ஓடை, ஏரி, காடு, புதர் எங்கும் அவள் பெயரைக் கூவியவாறு அலைகிறான்; அவனால் அவளைக் காண முடியவில்லை; ஆனால், அவளது குரலின் எதிரொலி மட்டும் கேட்டபடி இருக்கிறது; புரூரவனின் கண்ணீர் பற்றிப் பாடிய பொழுது பாடகரின் கண்களிலும் கண்ணீர் பொங்கி வழிந்தது; கேட்போரும் அவனுடன் சேர்ந்து உருகினர்.

இசை முடிந்ததும் கூட்டம் கலைந்தது. அசுவகோஷ் வெளியே வந்ததும் காத்திருந்த இளைஞர் கூட்டம் ஒன்று சூழ்ந்து கொண்டது. அதில், முகம் சிவந்து வீங்கிய கண்களோடு பிரபாவும் இருந்தாள்.

“அருமை, அருமை! மகாகவியே!” என்றான் ஒருவன்.

“மகாகவியா? நான் சாதாரணக் கவிகூட இல்லப்பா.”

“நான் நினைப்பதைச் சொல்ல விடுங்கள். சாகேதத்தில் வசிக்கும் கிரேக்கர்களாகிய நாங்கள் ஒரு அரங்கம் வைத்திருக்கிறோம்.”

“நடனமாடவா? எனக்கு ஆட்டமும் பிடிக்கும்.”

“நடனம், நாடகம் இரண்டுக்கும்தான்.”

“நாடகமா?”

“கிரேக்க மரபில் அரங்கம் மதிப்புமிக்கது. பல வித நாடுகள், காலங்கள் ஆகியவற்றைக் குறிக்க காட்சி ஓவியங்கள் வைத்திருக்கிறோம். காட்சிகளைத் தத்ரூபமாகச் செய்வதில் எங்களுக்குப் பெருவிருப்பம்.”

“நான் சாகேத நகரில் பிறந்து வளர்ந்த போதிலும், உங்கள் நாடகங்களைப் பார்க்காமல் இருந்ததற்கு வருந்துகிறேன்.”

“எங்கள் பார்வையாளர்கள் இங்கு வசிக்கும் கிரேக்க குடும்பத்தவர் மற்றும் சில நண்பர்கள்தான். அதனால் பலருக்குக் கிரேக்க நடிப்பைப் பற்றி...”

“நாடக நடிப்பா?”

“ஆம். நாடகம்தான். இன்றுகூட ஒரு நாடகம் உள்ளது. நீங்கள் அதனைப் பார்க்க வேண்டும் என விரும்புகிறோம்.”

“மகிழ்ச்சி. கட்டாயம் வருகிறேன். உங்கள் அழைப்புக்கு நன்றி” என்றபடி அசுவகோஷ் அவர்களுடன் நாடகம் பார்க்கச் சென்றான். மேடைக்கருகில் அவனுக்கு ஒரு இடம் வழங்கப் பட்டது. பிராகிருத மொழியில் செய்யப்பட்ட கிரேக்க துன்பியல் நாடகம் ஒன்று நிகழ்த்தப்பட்டது. கிரேக்க ஆண்கள், பெண்கள் எல்லா பாத்திரங்களையும் ஏற்று நடித்தனர்; அனைவரும் கிரேக்க முறைப்படி ஆடைகள் அணிந்திருந்தனர். திரைச்சீலைகளும் காட்சிக்கேற்ப கிரேக்க பாணியில் வரையப்பட்டிருந்தன. கதாநாயகியாக அசுவகோஷுக்குப் பழக்கமான பிரபா நடித்தாள். அவளது நடிப்பில் அசுவகோஷ் கரைந்து போனான்.

இடைவேளையில், அசுவகோஷை அழைத்து வந்த இளைஞர்கள் அவனை மீண்டும் ஊர்வசியின் பிரிவு பாடலை இசைக்குமாறு வேண்டினர். அவனும் தயங்காமல், தன் யாழை எடுத்துக் கொண்டு மேடை ஏறினான். மீண்டும் அவனது இசை அவனையும் பார்வையாளர்களையும் கண்ணீரில் ஆழ்த்தியது. பாடி முடித்ததும், அவனது பார்வை பிரபாவின் ஈரமான விழிகளைச் சந்தித்தது.

நாடகம் முடிந்ததும் கவிஞரை குழுவினர் அனைவருக்கும் ஒப்பனை அறையில் அறிமுகம் செய்து வைத்தனர். “சாகேதத்தில் வசித்துக் கொண்டிருந்தும் இந்த அழகிய கலை வடிவத்தைப் பற்றி இதுவரை அறியாமல் இருந்துவிட்டேனே என வருந்துகிறேன். இந்த ஒளி மிக்க ‘பிரபாலோகத்தை’ எனக்குக் காட்டியதற்கு உங்களுக்கு மிக்க நன்றி” என்றான் அசுவகோஷ்.

பிரபா என்ற சொல்லை அவன் சொன்னதும், சில பெண்கள் பிரபாவைப் பார்த்துச் சிரித்தனர். அசுவகோஷ் தொடர்ந்து, "கிரேக்க நாடகத்தை நீங்கள் பிராகிருத மொழியில் செய்தது போல, நமது நாட்டுக் கதைகளை இந்த வடிவத்தில் இயற்றி நாமே நல்ல நாடகங்களை உருவாக்கலாம் எனப்படுகிறது" என்றான்.

"உங்களைப் போன்ற புலவர் முன்வந்தால், கிரேக்க நாடகங்களை விடவும் சிறந்த நாடகங்களை நம்மால் செய்ய முடியும் என்ற நம்பிக்கை எங்களுக்கு இருக்கிறது."

"அது ரொம்ப கூடுதல் எதிர்பார்ப்பு. கிரேக்க நாடகாசிரியர்களுக்கு நான் நல்ல மாணவனாக இருக்கலாம். ஊர்வசியின் கதையை நாடகமாக எழுதட்டுமா?"

"அதை மேடையேற்ற நாங்கள் தயார். நீங்கள் புரூரவனாக வேடம் தயாரிக்க வேண்டும்."

"கட்டாயம் முயற்சி செய்யலாம். சற்றுப் பயிற்சி எடுத்தால் சுமாராக நடித்து விடுவேன் என நினைக்கிறேன்."

"நாம் உரிய காட்சித்திரைகளை உருவாக்க வேண்டும்."

"புரூரவனின் நாட்டில் உள்ள காட்சிகளைப் புனைய வேண்டும். எனக்கும் கொஞ்சம் ஓவியம் தெரியும். நானும் முடிந்த அளவு உதவலாம்."

"உங்கள் வழிகாட்டலின் கீழ் திரைச் சீலைகள் வரையப்பட்டால் நன்றாக இருக்கும். நடிகர்களின் ஆடையமைப்பு, ஆபரணங்கள் பற்றியும் எங்களுக்கு விளக்க வேண்டும். வேறென்ன பாத்திரங்கள் இருக்கும்?"

"நண்பா, மொத்தம் எத்தனை பாத்திரங்கள் என்பதை உடனடியாகச் சொல்ல முடியாது. எண்ணிக்கையைச் சற்றுக் குறைவாக வைத்துக் கொள்வோம். எத்தனை இருக்கலாம், சுமாராக?"

"பதினாறில் இருந்து இருபது பாத்திரங்கள் வரை எங்களால் தயார் செய்ய முடியும்."

"பதினாறு பாத்திரங்களுக்குள் இருக்குமாறு பார்த்துக் கொள்கிறேன்."

"அப்ப சரி. நீங்கள் புரூரவன். ஊர்வசிக்கு பிரபா எப்படி இருப்பார். அவரது நடிப்பை இன்று பார்த்தீர்கள்தானே?"

“அனுபவம் அற்ற என் கண்களுக்கு அவர் மிகச் சிறப்பாகத் தோன்றினார்.”

“நல்லது. ஊர்வசியாக பிரபாவை முடிவு செய்வோம். எங்கள் குழுவில் யாரும் கொடுத்த வேலையை மறுக்க முடியாது.”

பிரபாவின் புருவங்கள் சற்றே சுருங்கின. ஆனால், அந்த இளைஞன், அவள் புறம் திரும்பி, “என்ன பிரபா, சம்மதம்தானே?” என்று கேட்கவும், அவள் தயக்கத்துடன் ஒப்புக் கொண்டாள்.

4

அஸ்வகோஷ் கிரேக்க இளைஞன் புத்தப்பிரியனுடன் சேர்ந்து பல கிரேக்க நாடகங்களை பிராகிருத மொழிபெயர்ப்பில் வாசித்தார். மேடையமைப்பு குறித்து அவனுடன் விவாதித்தார். கிரேக்க மொழியில் பயன்படுத்தப்படும் சொற்களைப் பின்பற்றினார். சமஸ்கிருதம், பிராகிருதம் இரண்டும் கலந்த நடையில் உரைநடை இடையிட்ட கவிதையாகத் தன் நாடகத்தை எழுதினார். அக்காலத்தில் புழங்குமொழியாக இருந்த பிராகிருதம் இலக்கிய மொழியான சமஸ்கிருத மொழிக்கு நெருக்கமானதாக இருந்ததால், இரண்டில் ஒன்று தெரிந்தவர்க்கும் அம்மொழி விளங்கியது. இப்படித்தான் ஊர்வசி வியோகம் முதல் இந்திய நாடகமாகவும் அஸ்வகோஷ் முதல் இந்திய நாடகாசிரியனாகவும் உருவானர். முதல் முயற்சியாக இருந்த போதிலும் அவரது ராஷ்டிரபாலர் (தேசக் காவலர்), சாரி புத்திரர் போன்ற பிற்கால நாடகங்களைவிட எந்தவிதத்திலும் குறைவில்லாத நாடகமாக ஊர்வசி வியோகம் அமைந்தது.

மேடைக்காட்சிகள் உருவாக்கப்பட்டு, ஒத்திகைகள் நடக்கத் தொடங்கியதும் இளங்கவி அஸ்வகோஷ் பசி, தாகம் மறந்தார். தனது வாழ்வின் மிக இனிமையான காலமாக அந்த நாட்களை உணர்ந்தார். அனுதினமும் பிரபாவும் அவரும் ஒன்றாக வேலை செய்தனர். நீச்சல் போட்டியன்று அவர்கள் உள்ளத்தில் தூவப்பட்ட காதல் வித்து முளைவிடத் தொடங்கியது. இளம் கிரேக்க இளைஞர்களுக்கும் அஸ்வகோஷ் தமது உறவுமுறை ஆவதில் ஆர்வம் இருந்ததால், இவ்விருவர் காதலுக்கும் ஊக்கம் அளித்தனர்.

ஒரு நாள் கடுமையாக உழைத்த களைப்புடன் தூரிகை ஏந்தியபடியே அஸ்வகோஷ் அரங்கத்தில் இருந்து வெளியே வந்து அங்கிருந்த தோட்டத்தில் இருந்த நாற்காலியில் அமர்ந்து இருந்தார். சிறிது நேரத்தில் பிரபாவும் வந்தாள்.

பிரபா தனக்கே உரிய இனிமையான குரலில், “ஊர்வசி வியோகம் எழுதும்போது எதை நினைத்து எழுதினீர்கள்?” என்று கேட்டாள்.

“ஊர்வசி - புரூரவன் கதையைத்தான்.”

“கதை எனக்கும் தெரியும். ஆனால், ஊர்வசியை நீர்த்தேவதையாக ஆக்கி, தொடர்ந்து அவளை அப்படியே அழைத்தீர்களே!”

“ஊர்வசி நீர்த்தேவதைதான்!”

“ஆனால், உங்கள் கவிதையில் புரூரவன் அவளைக் காணாது பிரிவுத்துயரில் அவளைக் குளம், நீரோடை, மலை, காடு என எல்லா இடத்திலும் தேடுவதாக சொல்லியிருக்கிறீர்கள்?”

“அவனது மனநிலையில் அப்படித் தேடுவது இயல்பு.”

“அப்புறம், அதனைப் பாடியபோது கொடிவீட்டில் வீணையின் இசையோடு பாடும்போது கண்ணீர் உகுத்தது...?”

“பிரபா! பாடகரும் நடிகரும் தனது கருத்தில் ஒன்றவேண்டும் அல்லவா?”

“அப்படியில்லை. என்னிடம் உண்மையைச் சொல்ல உனக்கு விருப்பம் இல்லை.”

“நீ என்ன நினைக்கிறாய்?”

“உனது ஊர்வசி, கதையில் வரும் ஊர்வசி இல்லை, அப்படித்தானே?”

“என்ன...?”

“உன்னுள் வசிக்கும் ஊர்வசி. சரயூ நதியில் நீந்தும் தேவதை. சரியா?”

“உம்... அப்புறம்?”

“அவளது நிஜ புரூரவன் அவளைத் தேடி எந்த இமாலய மலைகள், காடுகள், ஓடைகள், புதர்களுக்குச் செல்லவில்லை. சரயு நதிக்கரை, மலர்வனம், செயற்கைக் குன்றுகள், கொடிவீடுகள் என சாகேதத்தில் தேடுகிறான்.”

“மேல சொல்லு.”

"அவனது கண்ணீர் பழங்கால புரூரவன் மீது கொண்ட பரிவால் வரவில்லை; அவனது உள்ளத்தில் கொழுந்துவிட்டு எரிந்த தீயை அணைக்கவே நீர் சொரிந்தன."

"பிரபா, நான் ஒன்று சொல்லவா?"

"சொல். நானே பேசிக்கொண்டு இருக்கிறேன்."

"அன்று - கொடிவீட்டில் இருந்து நான் வெளியில் வந்தபோது உன் நீல நிறக் கண்கள் சிவந்து வீங்கியிருந்தன."

"உனது இசை என்னை அழ வைத்தது."

"அந்த இசை உனது காதலரை விட்டுப் பிரிந்த சோகத்துடன் இசைந்தது."

"ஆனால், உன் கவிதையில் வரும் ஊர்வசிக்குக் கல் மனசு. அப்படித்தானே நீ காட்டுகிறாய்."

"ஏனெனில், நானும் ஆதரவு அற்றுக் கவலையில் ஆழ்ந்து இருந்தேன்."

"ஏன்? என்ன நினைத்தீர்கள்?"

"...அவள் மின்னல் போல ஒரு கணம் தோன்றி மறைந்து விட்டாள்; அவளை இனி எப்போதும் காண முடியாமல் போய்விடுமோ? அவள் என்னை மறந்து விட்டாளோ?"

"கவிஞரே! நீங்கள் என்ன அவ்வளவு சாதாரண ஆளா?"

"ஒரு மனிதனுக்குத் தன்னம்பிக்கை தர எதுவும் கிடைக்காத போது தன்னைக் குறைத்துத்தானே கருத முடியும்?"

"சாகேதம் மட்டும் இன்றி, வெளி இடங்களிலும் அறியப்பட்ட பெரும் கவி நீங்கள். சாகேதம் நீச்சல் போட்டியில் வென்றவர். இங்கு வசிப்பவர் அனைவரும் உங்கள் அறிவுப் புலமை பற்றிப் புகழ்ந்து பேசுகிறார்கள்; சாகேதத்தின் அழகிய பெண்கள் அனைவரும் உங்களைக் கண்ணின் மணியாக ஏற்கத் தயாராக உள்ளனர்."

"அதனால் எனக்கு என்ன பயன்? எனக்கு என் ஊர்வசி மட்டும்தான் பொருட்டு. அவளைக் காணமுடியாமல் இரு வாரங்கள் கழிந்தபோது என் வாழ்வே பாழானது போலிருந்தது. பிரபா! நான் சொல்வது நிசம். இத்தனை பலவீனமானவனாக நான் உணர்ந்ததே இல்லை. இன்னும் ஒரு வாரம் உன்னைப் பார்க்காமல்

இருந்திருந்தால், நான் என்ன செய்து கொண்டிருப்பேனோ, எனக்கே தெரியவில்லை."

"அருமைக் கவிஞரே! இத்தனைத் தன்னலம் கூடாது. நீங்கள் நமது நாட்டின் இறவாப் புகழ் கொண்ட பாடகர். உங்களிடம் இருந்து நாடு நிறைய எதிர்பார்க்கிறது. உங்கள் 'ஊர்வசி வியோகம்' எவ்வளவு பாராட்டப்படுகிறது, தெரியுமா?"

"என் காதில் எதுவும் விழவில்லை."

"சென்ற வாரம் எனது உறவினர் ஒருவர் பரூக்கச் நகரில் இருந்து வந்திருந்தார். அவர் ஒரு கிரேக்க வணிகர். அங்கு நிறைய கிரேக்கர்கள் குடியேறி இருக்கிறார்கள். சாகேதத்தில் கிரேக்கர்களாகிய நாங்கள் இப்பகுதி மக்களாகவே மாறிவிட்டோம். ஆனால், அங்கு அவர்கள் கிரேக்க மொழியை மறக்கவில்லை. எனது உறவினர் கிரேக்க இலக்கியத்தில் புலமை மிக்கவர். அவர் உங்கள் நாடகத்தை கிரேக்க நாடகாசிரியர் யூரிபிடீஸ் உடன் ஒப்பிட்டார்; உங்கள் நாடகப் பிரதி ஒன்றை கையோடு எடுத்துச் சென்றார். அதனை கிரேக்க மொழியில் மொழிபெயர்த்து எகிப்து மன்னன் தாலமிக்கு அனுப்பி வைக்கப் போவதாகச் சொன்னார்; அந்த அரசர் நாடகத்தில் பெரு விருப்பம் கொண்டவராம். பரூக்கச் நகரத்திற்கும் எகிப்திற்கும் இடையே கப்பல்கள் போய் வந்த வண்ணமே இருக்கின்றன. அவர் சொல்வதைக் கேட்கக் கேட்க எனது மனம் பெருமையில் பூரித்தது."

"பிரபா, உன் மனம் பெருமைப்படுவது எனக்கு மிகவும் மதிப்புடையது."

"உங்கள் அருமை உங்களுக்குப் புரியவில்லை."

"இப்போது புரிகிறது. பிரபா, நீதான் என் உரைகல்."

"இல்லை. அப்படி நினைக்கக்கூடாது. பிரபாவின் காதலன் அஸ்வகோஷ் வேறு; இக்காலத்தின் பெருங்கவி அஸ்வகோஷ் வேறு. அவர்கள் இருவரையும் பிரித்தே வைக்க வேண்டும். காதலன் எதை வேண்டுமானாலும் சொல்லலாம்; செய்யலாம். ஆனால், கவிதான் முக்கியம். அவர் உலகிற்குச் சொந்தமானவர்."

"நீ எது சொன்னாலும் கேட்கிறேன்."

"இப்படி ஒரு நல்வாய்ப்பு எனக்கு அமையும் என்று நான் எதிர்பார்க்கவில்லை."

"ஏன்?"

"நீங்கள் என்னை மறந்திருப்பீர்கள் என நினைத்தேன்."

"அவ்வளவு சாதாரணமானவளா நீ?"

"முன்பு அப்படித்தான்; இப்போதும் நான் அப்படித்தான் இருக்கிறேன்."

"நீ எனது கவிதைக்கு புதுக் கொடை வழங்கி இருக்கிறாய். எனது பாடல்களில் புதிய எழுச்சி, உந்துதல் எல்லாம் வருகிறது. 'ஊர்வசி வியோகம்' உன்னால்தான் உருவானது - பாடல், நாடகம் இரண்டும். நமது நாட்டில் நாடகக் கலையை இயல்பாக ஆக்க முயல்கிறேன். பிரபா! உன்னை எப்படி நான் மறக்க முடியும்?"

"நான் எப்படி உங்களை அடையலாம் எனக் கருதமுடியும்? கனவு கூடக் காணமுடியாது. உங்களது பண்புநலன் ஒவ்வொன்றையும் அறியும்போது எனக்குள் நிராசைதான் மிஞ்சுகிறது. சாகேதத்தின் இளம் அழகிகள் உங்களால் கவரப்படும்போது, எனது நம்பிக்கை தூள்தூளாயிற்று. அதிலும் நீங்கள் உயர்குடிப் பார்ப்பன வகுப்பைச் சேர்ந்தவர் என அறிந்தேன்; நான் கிரேக்க இனத்தைச் சேர்ந்த ரஜபுதன ஷத்திரிய குலத்தைச் சேர்ந்தவள்; பார்ப்பன ஆளும் வர்க்கத்தவர் மணமகளின் ஏழு தலைமுறை பற்றி ஆராயாமல் எப்படி என் காதலை ஏற்றுக் கொள்வார்கள்?"

"பிரபா, உன் கண்ணுக்கு நான் அப்படித் தோன்றியிருந்தால் என்னை மன்னித்து விடு."

"அப்படியானால், நீ... நீங்க...?"

"பிரபா! இந்த அஸ்வகோஷ் எப்போதும் உன்னுடையவன். சாவுகூட நம்மைப் பிரிக்காது" என்றபடி அவளது பனித்த கண்களை முத்தமிட்டு மார்புறத் தழுவிக் கொண்டான்.

அவள் கண்கள் கண்ணீர் சொரிந்தன; அவன் அவளை அணைத்தபடி அவளது கண்ணீரைத் துடைத்து விட்டான்.

அஸ்வகோஷின் நாடகம் அருமையாக நடந்தேறியது. பலமுறை அந்நாடகம் மேடையேறியது. சாகேதத்தின் குடிமக்கள் அனைவரும் வியப்புடன் அதனைக் கண்டனர். நாடகக் கலை இத்தனை செழுமையாகவும் உயர்பண்புடனும் இருக்க முடியும் என்று எவரும் எதிர்பார்க்கவில்லை. ஒவ்வொரு முறையும் நாடக முடிவில் அஸ்வகோஷ், தான் கிரேக்க நாடகத்தில் இருந்துதான்

அனைத்துக் கூறுகளையும் பெற்றதாக அறிவித்தார்; ஆனால், அந்த நாடகத்தின் தனித்தன்மை அதில் எந்த வித அந்நிய தாக்கமும் இருப்பதைக் காட்டவில்லை.

சமஸ்கிருதம், பிராகிருதம் ஆகிய இரு மொழிகளிலும் அவரது கவிதைகளும் பாடல்களும் சாகேதம் மட்டுமின்றி கோசல நாடு முழுதும் பரவியது; நாடகங்கள் அவற்றை விடக் கூடுதலாக பாராட்டப்பட்டன. கிரேக்க மக்கள் குடியேறிய, அரங்கங்கள் இருந்த உஜ்ஜெயின், தாஸபூர், சுப்பாரகம், பாரூகச், ஷகிலா, தட்சசீலம், பாடலிபுத்திரம் ஆகிய நகரங்களில் நாடகம் மேடையேறியது. அரச, வணிக குலத்தவர் மத்தியில் பெரும் புகழ் பெற்றது.

5

அஸ்வகோஷ் மேடையில் நடிப்பதையும் கிரேக்கப் பெண்ணைக் காதலிப்பதையும் அவரது பெற்றோர்களிடம் இருந்து மறைக்க முடியாமல் போயிற்று. அவரது தந்தை இதனால் வருத்தம் அடைந்தார்; தாயார் சுவர்ணாக்ஷியிடம் பேசிப் புரிய வைக்கச் சொன்னார். அம்மா அவரிடம் இத்தகைய திருமணம் அவர்களது மத சம்பிரதாயங்களுக்கு மாறானது என விளக்க முற்பட்டார். அதற்குப் பதில் அளிக்க அஸ்வகோஷ் வேத புராணங்களில் இருந்தும் ரிஷிகளின் கருத்துகளில் இருந்தும் நிறைய மேற்கோள்களைக் குவித்து வாதிட்டார். (அவை பின்னர் ‘வஜ்ராசேதிகா’ எனும் நூலாகத் தொகுக்கப்பட்டன. உபநிடதங்களில் இன்றும் காணப்படுகின்றன.) ஆனால், அவர் தாய்,

“அதெல்லாம் சரி மகனே! இன்றைக்குப் பார்ப்பனராகிய நாம் அந்தப் பழைய வழக்கங்களைப் பின்பற்றுவதில்லை” என்று பதில் அளித்தார்.

“அப்படியானால், நான் பார்ப்பனர்களுக்கு நல்லொழுக்க விதிகளைப் புதிதாக அறிமுகம் செய்கிறேன்.”

அவரது வாதங்கள் தாயை மாற்றமுடியவில்லை. ஆனால், அவர் பிரபா இல்லாமல் தன்னால் வாழ முடியாது என்றதும், அவர் “மகனே! எனக்கு இருப்பது நீ மட்டும்தான்” எனக் கூறி ஒப்புதல் தந்தார். ஒரு நாள் அஸ்வகோஷ் பிரபாவைத் தன் தாயைச் சந்திக்க அனுப்பி வைத்தார். பிரபாவின் நற்குணங்களும், இனிமையும் அவரது அழகிற்கு நிகராக இருப்பதைக் கண்ட தாய் அவளை உளமாற வாழ்த்தினார்.

ஆனால், தந்தை வழிக்கு வரவில்லை. அவர் அஸ்வகோஷிடம் ஒரு நாள், "நமது குடும்பம் பார்ப்பன குலத்தில் உயர்ந்த இடம் வகிக்கிறது. தலைமுறை தலைமுறையாக நமது குடும்பத்தில் உயர்குல பார்ப்பனப் பெண்கள்தான் வாழ்ந்திருக்கிறார்கள். உனது ஆசைக்காக நீ இந்தத் திருமணம் செய்தால், நமது குலம் காலத்துக்கும் அசுத்தமாகிவிடும். நமது உயர்வும் கௌரவமும் மாசடையும்" என்றார்.

ஆனால், பிரபாவை கைவிடுவது பற்றி அஸ்வகோஷால் கற்பனைகூடச் செய்யமுடியவில்லை.

பிறகு அவரது தந்தை பிரபாவின் பெற்றோரை வசப்படுத்தும் முயற்சிகளில் ஈடுபட்டார்; எதுவும் பலன் அளிக்கவில்லை. இறுதியாக, பிரபாவை நேரடியாகச் சந்தித்து, தன் தலைப்பாகையை அவளது பாதங்களில் இட்டு வேண்டிக் கொண்டார். பிரபா அவரிடம் தான் அஸ்வகோஷிடம் அவரது வேண்டுகோளைப் பற்றிச் சொல்வதாக பதில் அளித்தாள்.

6

பிரபாவும் அஸ்வகோஷும் இணைபிரியாத கூட்டாளிகளாகினர். ஆற்றங்கரை, பூங்கா, பயணிகள் கூடும் மைதானம், நாட்டியசாலை, நாடக அரங்கம் என எந்த இடமானாலும் அங்கு ஒருவர் போனால், மற்றவரும் கண்டிப்பாக இருந்தனர். அஸ்வகோஷின் மனம் அவளுடன் இருக்கும்போது, சூரிய ஒளியில் மலரும் பூ போல விரிந்தது. பால் நிலவு ஒளிரும் நாட்களில் இருவரும் சரயூ நதிக்கரையில் இணைந்து நடந்தனர். அவர்களது நேரம் காதல் பகிர்தலுடன், பல்வேறு வாழ்க்கை குறித்த முக்கிய விவாதங்கள் செய்வதிலும் கழிந்தது.

ஒரு நிலவு நாளில் சரயூ நதியின் இருண்ட நீரருகில் பிரபா மணல் வெளியில் அமர்ந்து இருந்தாள். அஸ்வகோஷ் அவள் அழகை மனக்கண்ணில் சித்திரமாக வடித்துக் கொண்டிருந்தார். சடக்கென்று, பிரபாவை உணர்ச்சிவசப்பட்டுப் பார்த்தபடி, "பிரபா, நீதான் என் இசை. உன் தாக்கத்தினால்தான், நான் ஊர்வசி வியோகம் எழுதினேன். உன் அழகு என்னைக் கவிதை எழுத உந்துகிறது. கவிதை உள்ளத்தில் உறையும் உணர்வுகளைக் கொட்டுவது அல்ல; நம்மைச் சுற்றிலும் உள்ளவற்றைப் பற்றிய ஆழ்மன வெளிப்பாடு. அன்பே! நீதான் எனக்கு அதைக் கற்றுக் கொடுத்துள்ளாய்!" என்றார்.

அவர் பேசிக்கொண்டிருந்தபோது, பிரபா குளிர்ந்த மணலில் உடலை நீட்டி நெட்டி முறித்தாள். அவளது கூந்தல் மணலில் கிடப்பதைக் கண்ட அஸ்வகோஷ் அவளது தலையைத் தூக்கித் தன் மடியில் வைத்துக் கொண்டார். அவள் அவரது முகத்தை அண்ணாந்து பார்த்து, "நீ சொல்வதை எல்லாம் நான் ஏற்றுக் கொள்கிறேன். உணர்வெழுச்சி ஊட்டும் அழகு கவிதைக்கு மூலம் என்பது சரிதான். நான்கூட உன்னைக் கவிதைச் சொற்களால் வர்ணிக்க விரும்புகிறேன்; ஆனால், என்னால் மௌன ஓவியம்தான் தீட்டமுடிகிறது; கவிதை என்னால் ஆளக் கூடிய வடிவம் அல்ல. அன்றைக்கு நான் சொன்னேனே... நீ உன்னை இருவேறு மனிதர்களாகப் பார்க்க வேண்டும். அதில் அழியாவரம் பெற்ற நம் காலக் கவிஞன் அஸ்வகோஷ் மிக முக்கியமானவன். அவர் ஒருவருக்கு உரியவர் அல்ல; உலகத்தின் சொத்து. இரண்டு நாட்களுக்கு முன்பு நாம் கால்காரத்தில் பார்த்த துறவி சொன்னது நினைவிருக்கிறதா?" என்று கேட்டாள்.

"சிறந்த அறிவாளியாகத் தோன்றினார்."

"ஆம். நிறைய இடங்களுக்குப் பயணம் செய்தவர். எகிப்து நாட்டின் அலெக்சாண்ட்ரியா நகரத்தில் பிறந்தவர்."

"நானும் கேள்விப்பட்டேன். எனக்கு ஒன்று புரியவில்லை, கண்ணே! கிரேக்கர்களுக்கு பௌத்தம் மீது ஏன் இவ்வளவு மதிப்பு?"

"ஏனெனில் அம்மதம் அவர்களது விடுதலை இயல்பிற்கும் பண்பிற்கும் ஒத்து வருகிறது."

"ஆனால், பௌத்தம் எல்லோரையும் உணர்வுகளைக் கட்டுப்படுத்தி, துறவுப் பித்தோடு, பிக்குத்தனமாக ஆக்குகிறதே!"

"பௌத்த மதத்தில் பிக்குகளைவிட குடும்பமாக வாழ்வோர் எண்ணிக்கை அதிகம். இல்லறத்தின் நலன்களை பிறர் போலவே அவர்களும் மதிக்கிறார்கள்."

"இந்த நாட்டில் எத்தனையோ மதங்கள் இருக்க, கிரேக்கர்கள் ஏன் பௌத்த மதத்தைப் பெரிதாக மதிக்கிறார்கள்?"

"எல்லா மதங்களைவிட பரந்த விடுதலையை சொல்வது பௌத்தம். எமது மூதாதையர் இந்தியாவிற்கு வந்தபோது அனைவரும் எங்களை அந்நியர்கள் எனக் கூறி கீழானவர்களாகப் பார்த்தனர். நான் கிரேக்க படையினர் பற்றி மட்டும் சொல்லவில்லை; வணிகம் போன்ற பிற காரணங்களுக்காக இங்கு வந்து குடியேறிய

கிரேக்க மக்களையும் சேர்த்துச் சொல்கிறேன். ஆனால், பௌத்தர்கள் அவர்களை வெறுக்கவில்லை. கிரேக்கர்களுக்கு அவர்களது நாட்டிலேயே, பௌத்தம் அறிமுகமாகி இருந்தது என்பதும் ஒரு காரணம்."

"கிரேக்கத்திலா?"

"சந்திரகுப்த மௌரியரின் பேரன் அசோக மன்னன் காலத்தில் பல பௌத்த பிக்குகள் கிரேக்க நாடுகளுக்குச் சென்றனர். நான் சந்தித்த தர்மரக்ஷித் இந்தியாவிற்கு வரும் முன்னரே அலெக்ஸாண்டிரியாவில் பிக்குவானவர்."

"பிரபா, அவரை மீண்டும் ஒருமுறை சந்திக்கலாமா?"

"கட்டாயம் அவரைச் சந்திக்க வேண்டும். அவர் உங்களிடம் ஆழமான சிக்கல்கள் பற்றியெல்லாம் பேசுவார். அன்பே! அவர் சொல்வதைக் கேட்டு நீங்கள் துறவறம் மேற்கொண்டால், என் கதி?" என்றபடி அவனைத் தன் பக்கம் இழுத்தாள் பிரபா.

"கால்காரம் போனபோது அங்கிருந்த சில விஷயங்கள் என்னைக் கவர்ந்தன. ஏன் நமது நாடு முழுதும் அதைப் போல அமைக்கக்கூடாது என்ற எண்ணம் என்னுள் தலை தூக்கியது."

பிரபா எழுந்து உட்கார்ந்தபடி, "என் காதலா! என்னை விட்டுவிட்டுத் துறவு மடத்தில் சேர்வதைப் பற்றி நீங்கள் நினைக்கக் கூடாது."

"உன்னை விட்டா? நான் உயிரோடு இருக்கும் வரை அது நடக்காது. எந்தவித வேற்றுமைகளும் பிரிவினைகளும் இல்லாமல் இருந்ததைப் பற்றிதான் நான் நினைத்தேன். பல்வேறு நாடுகளில் இருந்து வரும் அறிவில் சிறந்த பிக்குகள் எல்லோரும் ஓரிடத்தில் வசிப்பதைக் கற்பனை செய்து பாரேன்! கிரேக்க தர்மரக்ஷித், பெர்ஷிய சுமன், நமது நாட்டில் பார்ப்பனர் முதல் சண்டாளர் வரை எல்லா வகுப்புகளில் இருந்தும் வரும் துறவிகள் ஒன்றாக வசித்து, உண்டு, உறங்கி, கற்றுத் தேர்ந்தால் எப்படி இருக்கும்? கால்காரத்தில் நாம் பார்த்த கருநிறம் கொண்ட பிக்கு, அவர் பெயர் என்ன?"

"மகாஸ்தாவீர் தர்மசேனர். அவர்தான் சாகேதத்தில் உள்ள பௌத்த மடங்கள் அனைத்திற்கும் தலைவர்."

"அவர் தாழ்த்தப்பட்ட சாதியாகக் கருதப்படும் குடியில் பிறந்தவர் என கேள்விப்பட்டிருக்கிறேன். எனது மாமன் சுபகுப்தர்

அவருக்குத் தலைபணிந்து வணங்குகிறார். எவ்வளவு வேறுபாடு! பெரும் செல்வம் மிக்க பார்ப்பன குடும்பத்தைச் சேர்ந்தவர் எங்கே? தர்மசேனர் எங்கே?"

"தர்மசேனர் மிகுந்த ஞானம் மிக்கவர்."

"பார்ப்பனர்கள் பார்வையில் இருந்து சொல்கிறேன் பிரபா, அவர்களிடம் அதிகாரம் இருந்தால், அவர்கள் தர்மசேனர் போன்றவரை பொருட்படுத்தி இருப்பார்களா? மதிப்புடன் வணங்கித்தான் இருப்பார்களா?"

"புத்தர் பௌத்த சங்கம் ஒரு கடல் என்பார்; கடலில் கலக்கும் ஆறுகள் தத்தம் அடையாளங்களை இழப்பது போல அனைவரும் கடலின் பகுதியாக ஆகிவிடுவார்."

"அன்பே! குடும்ப வாழ்வில் உள்ள பௌத்தர்கள் ஏன் அதைப் பின்பற்றுவதில்லை?"

"ஒரு நாட்டில் பௌத்தக் குடும்பங்கள் மட்டும் தம்மை எப்படி மற்றவர்களிடம் இருந்து ஒதுங்கி வாழ முடியும்? அவர்களுக்கும் குடும்பப் பொறுப்புகள் இருக்கின்றனவே!"

"நமது நகர, கிராம மக்கள் அனைவரும் கால்காரம் வாழ் துறவிகள் போல தமது சாதி, இன வேறுபாடுகளைக் களைந்தால் சிறப்பாக இருக்கும் என எனக்குப்படுகிறது."

"அன்பரே! உங்களிடம் நான் ஒன்றை இதுவரை சொல்லவில்லை. ஒரு நாள் உங்கள் தந்தை என்னைப் பார்க்க வந்தார்; தலைப்பாகையை என் காலடியில் வைத்து உங்களை விட்டுவிடும்படி வேண்டினார்."

"நீ விட்டுவிட்டால், அவரது மகன் அவருக்குக் கிடைத்து விடுவானா? பிரபா, நீ என்ன சொன்னாய் அவரிடம்?"

"உங்களிடம் இது பற்றிப் பேசுவதாகச் சொன்னேன்."

"நல்லது. நீ பேசிவிட்டாய். எமது பார்ப்பனரின் இரட்டைத்தனம் பற்றி நினைத்தால் எனக்கு அருவருப்புதான் மிஞ்சுகிறது. அசூயையில் எனது உடல் பற்றி எரிகிறது: முதலில் அவர்கள் தமது புனித வேதங்களை நம்புவதாகச் சொன்னார்கள். நான் அனைத்தையும் ஆர்வத்துடன் முழுமையாகக் கற்றேன். ஆனால், இவர்கள் நம்புவதை என்னால் அங்குக் காண முடியவில்லை. அவர்களுக்கு உண்மையில் அவர்களது தன்னலம் மட்டும்தான் முக்கியம் போலும்! அவர்களது

புராதன முனிவர் சொன்ன மேற்கோள் ஒன்றை அவர்களிடம் சொன்னால், “இக்காலத்தில் நம் பழக்க வழக்கம் மாறிவிட்டது” என்பார்கள். ஒன்று, அவர்கள் தமது வழக்கத்தைப் பின்பற்ற வேண்டும் அல்லது முனிவர்கள் சொல்வதன்படி நடக்க வேண்டும். பழம் விதிகளைக் களைந்தால்தானே புதியன உருவாகும்? அவர்களை அச்சம், கோழைத்தனம், தன்னலம்மிக்க கூட்டம் என்றுதான் சொல்ல வேண்டும். அவர்களுக்கு வேண்டியதெல்லாம் பருத்த கன்றுக்குட்டிகளின் மாமிசமும் களிப்புடன் வாழ நிறைய செல்வமும். அவ்வளவுதான். இவற்றுக்கு ஈடாக அரசர், நிலப்பிரபுக்கள் போன்ற அவர்களது வள்ளல்களுக்காக எதுவும் செய்வார்கள்.”

“ஏழைகளுக்கு அவர்கள் மதத்தில் இடம் இல்லை; தாழத்தப்பட்டவர் என்று குறிப்பிடப்படும் சாதியினர் என்றும் ஏழைகள்தான்.”

“ஆமாம். படையெடுத்த கிரேக்கர், ஷாகா இனத்தவர், ஆபிர்கள் ஆகியோரை ஷத்திரிய - ரஜபுதன மக்களாக ஏற்றுக் கொண்டனர்; அவர்களிடம் அதிகாரமும் செல்வ வளமும் உள்ளதே, அதனால். ஆனால், உடல் உழைப்பு செய்வோர், கழிவுகள் அகற்றுவோர், அடிமைகள் ஆகிய எமது நாட்டின் சொந்த மக்களை என்றென்றும் தூசியில் கிடக்க வைத்துள்ளனர். மனித மனதை மேம்படுத்தாத, மனிதர்களை பணம், தடி கொண்டு பிரிக்கும் எந்த மதமும் மனிதத்திற்கே அவமானம் எனக் கருதுகிறேன். உலகம் மாறிவருகிறது; நான் பார்ப்பனரின் பழைய, புதிய வேதங்களைக் கற்றுள்ளேன். அவற்றுக்குள் முழுப் புரட்சி ஏற்படுவதைக் காண்கிறேன். ஆனால், இதைப் பார்ப்பனரிடம் சொன்னால், அவர்கள் இவையெல்லாம் மாறாதவை; காலகாலத்துக்கும் பொருந்துபவை என்று நம்ப வைக்க முயல்வார்கள். இதெல்லாம் முட்டாள்தனம் அல்லவா?”

“அஸ்வகோஷ்! இந்த வேகமான கருத்துகளுக்கு நான் காரணம் அல்லவே?”

“நீதான் காரணம். அதற்கு என் நன்றிகள் கண்ணே! எனது கவிதைக்கு புதிய வீச்சும் எழுச்சியும் ஊட்டியவள் நீ; என் பார்வைகளைக் கூர்மையடைய வைப்பதிலும் பெரும்பங்கு உன்னுடையதுதான். நான் அனைத்தையும் கரைத்துக் குடித்தவன் என நினைப்பதுண்டு. பார்ப்பனன் அப்படிப்பட்ட போலிக் கருத்தில் ஆழ்வது மிக எளிது. ஆனால், அறிவு பார்ப்பனரின்

சுருதி, பனையோலை, பெர்ச் ஓலைச்சுவடிகளில் மட்டும் இல்லை; அதைவிட விரிந்து பரந்தது என்பது எனக்குப் புரிகிறது."

"எப்படியானாலும் நான் ஒரு பெண்தானே."

"பெண் என்பதால் மட்டமாகக் கருதும் எவரையும் நான் வெறுக்கிறேன்."

"இருந்தாலும், கிரேக்கர் மத்தியில் பிறரைவிட பெண்ணுக்குக் கூடுதல் மதிப்பு இருக்கிறது. மகவேதும் பிறக்கவில்லை என்றாலும், முதல் மனைவி உயிருடன் இருக்கும்வரை, ஒரு ஆண் இன்னொருத்தியை மணக்க முடியாது."

"பார்ப்பனர்கள் சோத்துக்காக நூறு பேரைக்கூட மணப்பார்கள். வெட்கக்கேடு! கிரேக்கர் எவரும் பார்ப்பனரின் மதத்தைப் பின்பற்றவில்லை என்பதில் எனக்கு மகிழ்ச்சி."

"ஆனால், நாங்கள் பௌத்தர்களாக இருந்தாலும், பார்ப்பனர் சடங்குகள் செய்ய எம் வீடுகளுக்கு வருகிறார்கள்."

"கிரேக்கர்களை ஷத்திரியர்களாக ஏற்றுக் கொண்டபின் எப்படி சடங்குகள் செய்யத் தயங்க முடியும். வேண்டியது கூலிதானே?"

"அப்ப, பார்ப்பனீயம் குறித்த பெருமையைக் குலைத்தது நானில்லை."

"அப்படியே நீ செய்திருந்தாலும் தவறு அல்ல. நம் இருவருக்கு இடையில் பார்ப்பனீய பெருமிதம் குறுக்கிட்டால் அதை நான் கேவலமாகத்தான் பார்ப்பேன்."

"அஸ்வகோஷ்! என் மீது இத்தனை அன்பு வைத்திருப்பது எனக்குப் பெருமகிழ்வு ஊட்டுகிறது."

"கண்ணே! என் ஆழ்மனதில் இருந்து சொல்கிறேன் - உனது காதலை இழந்தால் எனது வேர்கள் உதிர்ந்துவிடும்."

"சரி. என் காதலுக்கு மதிப்பளித்து எனக்கு ஒரு பரிசளிப்பாயா?"

"எனது காதல் தவிர எதுவானாலும் கொடுப்பேன்."

"எனது காதல் இறவாப் புகழ் கொண்ட அஸ்வகோஷிற்கு சிறிதளவு தீங்கு அளித்தாலும் அது சபிக்கப்பட வேண்டும்."

"என்ன சொல்கிறாய்? அன்பே!"

“நமது காதலுக்கு இடையூறாக எந்தத் தடைக்கல்லையும் போட நான் விரும்பவில்லை; ஆனால், நம் காதல் உனது படைப்புகளுக்கு உந்துதல் தர வேண்டும். நான் இறக்க நேரிட்டால்...” என்று சொன்ன அவளை அஸ்வகோஷ் திடீரென எழுந்து நெஞ்சார இறுகத் தழுவிக் கொண்டான். அவனது கன்னங்கள் ஈரமாக இருந்ததை அவள் உணர்ந்து கொண்டாள். அவள் அவனை மீண்டும் மீண்டும் முத்தமிட்டபடி, “என் செல்லம். என் கோஷ்!” எனச் சொல்லிக் கொண்டே இருந்தாள்.

அவன் சற்று அமைதி அடைந்ததும், “எனதன்பே! எனது காதலுக்குப் பரிசாக நான் பெரியதாக ஒன்றைக் கேட்பேன். நீ தர வேண்டும்” என்றாள்.

“பிரபா! எதுவானாலும் சரி... உனக்கில்லாமல் எப்படி?”

“என்னை முழுமையாகச் சொல்ல விடவில்லையே, நீ?”

“ஏதோ பயங்கரமானதைச் சொல்ல வந்தாய்.”

“எனது சாகாப் புகழ் பெற்ற அஸ்வகோஷிற்காக இந்தக் கொடுமையான விஷயத்தை நான் சொல்லித்தான் ஆகவேண்டும். பெருங்கவி எனது காதலை தனது கவிதைகள் போல என்றும் நிலைப்பதாகக் கருத வேண்டும்; பிரபாவின் உடலை வைத்து அந்தக் காதலை மதிப்பிடக் கூடாது என விரும்புகிறேன். அஸ்வகோஷின் நிலைத்த வாழ்வில் பிரபா என்றும் அழியாத இளமை அழகுடன் இருப்பாள். அதனை நீ நம்ப வேண்டும்; மனதார நம்ப வேண்டும்.”

“உன்னத கனவுப் பிரபாவை வாழும் உண்மையான பிரபாவிற்குப் பதிலாக முன்னிறுத்த வேண்டும் என்கிறாய்?”

“அவை இரண்டும் நிசம்தான்; சமம்தான் அன்பே! அதில் ஒருவர் ஐம்பது அல்லது நூறு ஆண்டுகள் வசிப்பார்; இன்னொருவர் என்றும் இருப்பார். உனது ஊர்வசி வியோகத்தில் உனது பிரபா என்றும் இருப்பாள்; எனது காதல் இறவாமல் இருக்க, நீயும் உனது இறவா பகுதியை முதன்மையாகக் கருத வேண்டும். சரி, நாம் வீடு திரும்ப வேண்டும் - நதிக்கரை தூங்கத் தொடங்கி விட்டது. வெகு நேரம் கடந்து விட்டது.”

“என்றும் திகழும் பிரபாவின் ஓவியம் ஒன்றை எனது நினைவுகளில் தீட்டியுள்ளேன்.”

“அன்பே! இதைத்தான் நான் கேட்க நினைத்தேன்” என்றபடி எழுந்து நின்று தன் பட்டுக் கூந்தலை அவனது கன்னங்களில் அழுத்தினாள்.

7

அகன்ற முற்றம்; சுற்றிலும் தூண்கள். அதனைத் தாண்டி மூன்று மாடிக் கட்டடத்தில் அறைகள். தூண்களில் கட்டப்பட்டிருந்த கொடியில் சில மஞ்சள் நிறத் துணிகள் காய்ந்து கொண்டிருந்தன. முற்றத்தின் ஒரு மூலையில் கேணி ஒன்று இருந்தது; அதன் அருகில் குளிப்பதற்கான இடம் இருந்தது. சுற்றிலும் நிறைய மரங்கள்; அவற்றுள் ஒரு அரச மரம் இருந்தது. அம்மரத்தைச் சுற்றிலும் மேடை கட்டப்பட்டிருந்தது. சற்று தூரத்தில் கற்பலகை ஒன்றில் நூற்றுக்கணக்கான அகல் விளக்குகள் வைப்பதற்கான மாடங்கள் இருந்தன.

பிரபா அந்த அழகிய மரத்தைப் பணிந்து வணங்கினாள்: "அன்பரே! இது போன்ற அரச மரத்தின் அடியில் அமர்ந்து கடும் தவம் செய்து கொண்டிருந்தபோதுதான் கௌதமனுக்குப் போதம் கிடைத்தது. ஆன்மா பற்றிய குழப்பங்கள் எல்லாவற்றையும் உதறிவிட்டு அவர் ஞானம் பெற்றார். புத்தர் ஆனார். அதனை மனதில் கொண்டுதான் அரசமரத்தை எங்குக் கண்டாலும் நாங்கள் வணங்குகிறோம்" என்றாள்.

"கடும் தவம் இயற்றி ஞானம் பெற்றார்! பிரபா! அத்தகைய வாழும் ஞானத்தை நாம் கட்டாயம் வழிபட வேண்டும். அத்தகு வழிபாடு ஒவ்வொருவரும் கடுமையான போராட்டம் செய்து ஆன்மாவின் வெற்றியை அடைவதைக் கொண்டாடுவதாகும்."

இருவரும் தலைமைப் பிக்கு தர்மரக்ஷிதரைக் காணச் சென்றனர். அவர் முற்றத்தில் இருந்த மணம் பரப்பும் மகிழ மரத்தின் அடியில் அமர்ந்திருந்தார். பிரபா, பௌத்த தேரி போல உள்ளங்கைகளும் நெற்றியும் நிலத்தில் பதிய மண்டியிட்டாள். அஸ்வகோஷ் நின்றபடியே மரியாதையுடன் வணங்கினார். பிறகு, அருகில் கிடந்த தோலால் ஆன விரிப்புகளை விரித்து அமர்ந்தனர். பிக்குவின் சீடர்கள் அஸ்வகோஷ் அவருடன் விவாதம் செய்ய வந்திருப்பதை உணர்ந்து விலகிச் சென்றனர். வழக்கமான உசாவல்கள் முடிந்ததும், அஸ்வகோஷ் தத்துவம் குறித்த வாதத்தைத் தொடங்கினார்.

"உன்னத பார்ப்பன குமாரா, பௌத்த மதத்தில், குறிப்பாக புத்த அறிஞர்கள் மத்தியில், தத்துவம் என்பது சங்கிலி போல, கனத்த சங்கிலி போலக் கருதப்படுகிறது" என்றார் தலைமை பிக்கு.

“அப்படியானால், பௌத்தத்தில் தத்துவத்திற்கு இடம் இல்லையா?”

“ஏன் இல்லை? பௌத்தம் தத்துவார்த்த சமயம்தான். ஆனால், தத்துவம் என்பது ஒரு தெப்பம் போல அக்கரைக்குச் செல்ல உதவ வேண்டும்; தலையில் சுமந்துகொண்டு திரியக் கூடாது என்று புத்தர் கூறியுள்ளார்.”

“தெப்பம் என்றால்...?”

“மக்கள் ஒரு ஆற்றுக்கரையில் வந்து, அங்கு படகு எதுவும் இல்லையென்றால், அக்கரைக்குச் செல்ல தமக்கான தெப்பம் ஒன்றை உருவாக்குவார்கள். அக்கரை சேர்ந்தவுடன் தெப்பத்தின் கட்டைகளைப் பிரித்து தலையில் சுமப்பதில்லை; அதற்காகத் தனியே நன்றி சொல்வதும் இல்லை.”

“தான் உருவாக்கிய மதம் பற்றியே ஒருவர் இப்படிச் சொன்னால், நிச்சயம் அவர் அதன் அடிப்படை உண்மையை, அதன் வலிமையைக் கணித்திருப்பார். தவத் தலைவரே! பௌத்த தத்துவத்தை நான் புரிந்து கொள்வதற்குத் தேவையானவற்றைத் தயைகூர்ந்து தெரிவியுங்கள்!”

“ஆத்ம மறுப்பு, மகனே! பார்ப்பனர்கள் ஆத்மா அழிவற்றது; நிலையானது என நம்புகிறார்கள். பௌத்தத்தில் நிலையானது என்று எதுவும் இல்லை; எனவே, ஆத்மாவை புறம்தள்ளி, அனைத்தையும் நிலையற்றதாகக் காண்கிறது. இக்கணத்தில் இருப்பது, அடுத்த கணம் அழிந்துவிடலாம்.”

“இது ஒன்று போதும், ஞானியே! ஆத்ம மறுப்பைச் சொல்லும் இந்த மதத்தை மிதவைத் தெப்பம் போன்று உருவாக்கிய புத்தருக்கு எனது வந்தனங்கள். எனது தேடலுக்கு விடை கிடைத்துவிட்டது. இத்தகைய சிந்தனைகள் எனக்குள் தலை நீட்டியபடி இருந்தன. அவற்றுக்கு விளக்கம் அளிக்க முடியாமல் இருந்தேன். புத்தரின் வாக்கை மக்கள் பின்தொடர்ந்தால், உலகம் வேறுமாதிரி இருக்கும்.”

“உண்மை, மகனே! எமது கிரேக்க நாட்டில் பல சிறந்த தத்துவ சிந்தனைவாதிகள் தோன்றினர்: பிதாகரஸ், ஹெராக்ளேட்டிஸ் ஆகியோர் புத்தரின் சம காலத்தவர். டெமோக்ராட்டஸ், பிளேட்டோ, அரிஸ்டாட்டில் ஆகியோர் சற்றுப் பின்னர் வந்தவர்கள். அவர்கள் அனைவரும் ஆழ்ந்த புலமை மிக்க சிந்தனாவாதிகள். ஆனால், ஹெராக்ளேட்டிஸ் தவிர மற்றவர்களால் அழிவற்றது; என்றும் நிலைக்கும் நிலையிருப்புவாதம் (Immortality) என்ற கருத்தைக்

கடந்து சிந்திக்க இயலவில்லை. இருத்தல் என்பதில் அவர்களுக்கு கட்டற்ற பிடிப்பு இருந்தது. எனவே எதிர்காலத்தையும் அதனோடு பிணைத்தே வைத்தனர். ஹெராக்ளேட்டிஸ் இந்தப் பிரபஞ்சம் கணத்துக்குக் கணம் மாறிக் கொண்டே இருப்பது; மாற்றம் இன்றி நிலைத்து இருப்பதில்லை என புத்தர் சொன்னதை அறிந்தார். ஆனால், அவரது சிந்தனையில் தன்னலம் கலந்து இருந்தது.''

''தத்துவச்சிந்தனையில் தன்னலமா?''

''எல்லாவற்றிலும் வயிற்றின் விளையாட்டு இருக்கிறது அல்லவா! அக்காலத்தில் ஏதென்ஸ் குடியாட்சியாக இருந்தது; மன்னர் எவரும் இல்லை. முதலில் அரசியல் அதிகாரம் ஹெராக்ளேட்டிஸ் குடும்பத்தைப் போன்ற ஆளும் செல்வந்தர்களிடம் இருந்தது; பிறகு, வணிகர்கள் அவர்களைப் பின்தள்ளிவிட்டு அதிகாரத்தைக் கைப்பற்றினர். அதில் அவருக்கு அதிருப்தி. எனவே அவர் புரட்சிகர மாற்றம் மூலம் மீண்டும் ஆளும் வர்க்கத்தின் கையில் அதிகாரம் வர வேண்டும் என விரும்பினார்; வேறுவிதமான புதிய மாற்றங்களை அல்ல.''

''இங்கும் ஒரு புரட்சி தேவை. நம்மை முன்னே நகர்த்த; பின்னுக்கு இழுக்க அல்ல. கடந்தகாலம் காலாவதியாகிவிட்டது என்பது என் கருத்து, மதிப்புமிக்க துறவியே!''

''இளைஞனே! நீங்கள் சொல்வது ரொம்ப சரி. புத்தரும் புரட்சியை விரும்பினார். உலகை மேலானதாக மாற்ற தலைப்பட்டார். அவரது புத்த சங்கத்தை, எதிர்காலத்துக்கு உரிய முன்மாதிரியாக உருவாக்கினார்.''

''உயர்வு - தாழ்வு இல்லாத சங்கம்.''

''உழைப்பும், உவகையும் அனைவருக்கும் பொதுவானதாக இருக்கும் இடம். வெளியில் மகாதவத்து தர்மசேனர் கூட்டிச் சுத்தம் செய்து கொண்டிருப்பதைப் பார்த்திருப்பீர்கள்.''

''அந்தக் கருநிற மனிதர்.''

''ஆம். அவர் எங்கள் அனைவருக்கும் முதன்மைத் துறவி. தினம் நாங்கள் அவரது கால்களில் மரியாதை நிமித்தம் பணிகிறோம். கோசல நாட்டு மடங்கள் அனைத்திற்கும் அவர் தலைவர்.''

''அவர் பிறப்பால் சண்டாள சாதியைச் சேர்ந்தவர் என்பது உண்மையா?''

"பௌத்த மடத்தில் சாதி கணக்கில்லை மகனே! ஒருவரின் பண்புதான் முக்கியம். அவரது கல்வித் தேர்ச்சி, நற்பண்பு காரணமாக அவர் எமக்குத் தலைவராக இருக்கிறார். அவர் எம் தந்தை. அவர் பிட்சைக்கு செல்லும்போது எவ்வளவு குறைவாகக் கிடைத்தாலும், இருப்பதை எம்முடன் பகிராமல் உண்ணமாட்டார். மூன்று துவராடை, மண்ணாலான திருவோடு, ஒரு ஊசி, நீர்க்குடுவை, சீப்பு, இடுப்புக்கச்சை - இவை தவிர மீதமுள்ள அனைத்தும் சங்கத்தின் பொதுச்சொத்து. வீடு, தோட்டம், பெஞ்சுகள், உட்கார்வதற்கான மனைகள் அனைத்தும் சங்கத்தவை. சில மடங்களுக்குச் சொந்தமாக நிலம் உண்டு. ஒருவரை எம்மோடு இணைக்கும் முன்பு முழுமையாக பரிசீலிப்போம். ஆனால், துறவியாகச் சேர்ந்த பிறகு, அவர் எல்லோருக்கும் சமம்."

"இத்தகைய குழு முழு நாட்டையும் ஒன்றாக இணைத்தால் என்ன?"

"மகனே! அதெப்படி முடியும்? என்றாவது அரசர்களும் செல்வந்தர்களும் பிறரோடு சமமாக இருக்க ஒப்புவார்களா? சில துறவிகள் ஒரு அடிமையைச் சங்கத்தில் சேர்த்தனர். சங்கத்தில் அவர் அடிமை அல்ல; அனைவருக்கும் சமமானவர். ஆனால், அவரது எசமான் எதிர்ப்பு கிளப்ப, பிறரும் அவருடன் சேர்ந்து கொண்டனர். அரசனிடமே ஆயிரக்கணக்கான அடிமைகள் உள்ளனர். தனது சொத்திற்கு ஊறு விளைந்தால் அவர் பொறுப்பாரா? புத்தரால் என்ன செய்யமுடியும்? அடிமைகளைச் சேர்க்கக் கூடாது என விதி ஏற்படுத்தினார். சமத்துவமின்மையால் பிரிந்து கிடக்கும் வர்க்கங்கள் நிறைந்த கடலுக்கு மத்தியில் எமது சங்கம் ஒரு சிறு தீவு; வறுமையும் அடிமைத்தனமும் உலகில் நிலவும் வரை சங்கத்திற்கு பாதுகாப்பு கிடையாது."

8

இலையுதிர் கால முழுநிலவு நாள். கீழைத் தொடுவானில் அந்திமாலையில் இருந்தே வெள்ளைத்தட்டு போல நிலவு மிதந்து கொண்டிருந்தது. மேலைத்தொடுவானில் சூரியனின் கடைசிச் செங்கதிர்கள் வானில் இருந்து மறைந்ததும், நிலவின் குளிர்ந்த வெண்கதிர்கள் பொங்கிப் பரவின. அஸ்வகோஷ் இப்போது தன் நேரத்தின் பெரும்பகுதியைப் பிரபாவின் வீட்டில்தான் கழித்தார். இருவரும் பிரபாவின் வீட்டின் தட்டையான கூரை மீது

அமர்ந்து இருந்தனர். "கண்ணாளா! சரயூவின் அலைகள் என்னை அழைக்கின்றன. அவைதானே உன்னை எனக்குக் காட்டின? நம்மைக் காதலில் இணைத்தன? இரண்டு ஆண்டுகள் ஓடிவிட்டன. ஆனால், நேற்றுதான் நடந்தது போலத் தோன்றுகிறது. எத்தனை நிலவு நாட்களை நாம் சரயூவின் கரையில் கழித்திருந்தோம்! அவைதான் எவ்வளவு இனிமையானவை! இன்றிரவு மீண்டும் நிலவு அழைக்கிறது. வா, செல்வோம்."

இருவரும் சரயூவிற்குச் சென்றனர். நகரத்தில் இருந்து சற்றுத் தொலைவில் நதி ஓடியது. அவர்கள் வெண்மணலில் நெடுந்தூரம் நிலவொளியில் நடந்தனர். பிரபா காலணிகளைக் கையில் வைத்திருந்தாள்; பாதங்கள் மணலில் புதைவது மகிழ்வான அனுபவம்.

"இந்த ஆற்றுமணலின் தொடுகை எத்தனை உவப்பு!" என்றபடி அஸ்வகோஷின் மீது தன் கரங்களைப் படர விட்டாள்.

"பாதங்களில் கிச்சுக்கிச்சு மூட்டுகிறது."

"அழகான உணர்வு... மேலெல்லாம் சிலிர்க்கிறது. அன்பு மிக்க சரயூ நதியே!"

"அன்பே! சில நேரங்களில் நாம் இருவரும் எங்காவது ஓடிவிட்டால் என்ன என்று தோன்றுகிறது. நம் காதலை வெறுக்காத நாட்டிற்குப் போய்விடலாம். அங்கு நீ என்னை எழுச்சி ஊட்டலாம்; நான் பாடல்கள் எழுதலாம்; நாம் இருவரும் வீணையில் இசைக்கலாம். இம்மாதிரி இரவில் என்னால் இங்கு வீணையைச் சுமந்து வர இயலாது. நிறைய பேர் வருவார்கள். அதில் சிலரது கண்களில் வெறுப்பு கொப்பளிக்கும்."

"தவறாக நினைக்க வேண்டாம்... ஒரு வேளை நான் இறந்துவிட்டால்...?"

"கண்ணே! இல்லை. நடக்காது. நாம் எப்போதும் போலத் தொடர்வோம்" என்றபடி அஸ்வகோஷ் அவளை இறுக அணைத்தபடி அழுதான்.

"நான் சொல்வது வேறு. நீ இறந்துவிட்டால் நான் தனியாக விடப்படுவேன் அல்லவா? நினைத்துப்பார். அப்படி உலகில் நடக்கவில்லையா, என்ன?"

"ஆம். நடக்கிறது."

“அஸ்வகோஷ்! உன் சாவு பற்றிச் சொல்லும்போது நீ பதறவில்லை. ஏன்? ஏனெனில், நான் உன்னை இழந்துவிட்டால், துக்கம் மலையாய் என்னை அழுத்தும்.”

“பிரபா! இதையெல்லாம் சொல்லி என்னைக் கொடுமைப் படுத்துகிறாய்.”

பிரபா அவரை முத்தமிட்டு தேற்றினாள்.

“வாழ்வில் பல முகங்கள் உண்டு. எப்போதும் முழுநிலா இருக்காது; நிலவற்ற இரவுகளும் வரும். நம்மில் ஒருவர் மற்றவரை இழந்து விட்டால், என்ன செய்ய வேண்டும் என்றுதான் சொல்ல வந்தேன்.”

அஸ்வகோஷ் பெருமூச்சுடன் தலையைக் குனிந்துகொண்டு, “சரி, சொல்லு” என்றார்.

“நான் எனது வாழ்க்கையை முடித்துக் கொள்ளக்கூடாது. புத்தர், தற்கொலை முட்டாள்தனமான குற்றம் என்று சொல்லி இருக்கிறார். நான் வீணையை நன்கு கற்றுத் தேர்ந்து இருக்கிறேன், தெரியும்தானே?”

“ஆம். எத்தனை முறை உன்னிடம் வீணையைத் தந்துவிட்டு அதன் இசைக்கக்கேற்ப நான் பாடிக்கொண்டே இருந்திருக்கிறேன்.”

“நல்லது. நான் நினைப்பது போல பிரிய நேரிட்டால், அஸ்வகோஷ் என்னை விட்டுப் போய்விடுவார். ஆனால், நான் அஸ்வகோஷின் அழியாப் புகழ் பெற்ற பாடல்களைப் பாடிக்கொண்டே இருக்கலாம். நான் உனது வீணையில், உனது பாடல்களை இசைத்தபடி நாடெங்கும், உலகெங்கும் செல்வேன்; என் வாழ்நாள் முழுதும், நாம் வேறொரு சூழலில், யுகத்தில், வாழ்வில் இணையும் வரை பாடுவேன். நான் இறந்து விட்டால், நீங்கள் என்ன செய்வீர்கள்?”

இச்சொற்களைக் கேட்ட அஸ்வகோஷின் உடல் நடுங்கியது; ஒவ்வொரு தசையும் துடித்தது. பிரபாவால் அவரது உடலின் நடுக்கத்தை உணர முடிந்தது. அவர் பேச முயற்சித்தார்; தொண்டை கட்டியது; கண்களில் நீர் பெருகியது. சில கணங்கள் தனக்குள் போராடிய பிறகு அவர் –

“அது கொடுமையான கணமாக இருக்கும். ஆனால், பிரபா! நானும் தற்கொலை செய்ய மாட்டேன். உனது காதல் என்னுள்

கிளர்த்தும் பாடல்களை இசைப்பேன் - எனது வாழ்நாள் முடியும் வரை. என்றும் உன், இறவா நிலை கொண்ட அஸ்வகோஷ்."

மேலே ஒரு சொல்கூட வராமல் நிறுத்தினார்.

"நதி உறங்கத் தொடங்கிவிட்டது. நாம் வீடு திரும்பலாம், வாங்க!"

9

கோடைக்காலத்தில் சுவர்ணாக்ஷியின் உடல்நலம் குன்றியது. அஸ்வகோஷ் அம்மாவின் அருகில் இரவும் பகலும் இருந்தார்; பிரபாவும் நாள் முழுதும் உடன் இருந்தாள். மருந்து எதுவும் பலன் அளிக்கவில்லை; நோயாளியின் நிலைமை மோசம் ஆகிக்கொண்டே வந்தது. முழு நிலா நாள் வந்தது. அதன் பால்நிற வெண்மை எங்கும் பரவியது. சுவர்ணாக்ஷி தன்னை மேல்மாடிக்குத் தூக்கிச் செல்லுமாறு கேட்டுக் கொண்டார். மேற்கூரையில் அவரது படுக்கை விரிக்கப்பட்டது. வெறும் தோலும் எலும்பும் மட்டும்தான் அவர் உடலில் மிஞ்சி இருந்தது. அவரது மகன் மிகுந்த மனச்சுமையுடன் அவரருகில் அமர்ந்திருந்தார்.

நோய்ப்பட்ட பெண்மணி பலவீனமான குரலில் "நிலவொளிதான் எத்தனை அழகு!" என்றார். சொற்கள் தெளிவாக ஒலித்தன. அவர் பேசியபோது, அஸ்வகோஷின் காதில் பிரபாவின் சொற்கள் ஒலித்தன. "சரயூவின் அலைகள் என்னைக் கூப்பிடுகின்றன." அவர் உடலில் நடுக்கம் பரவியது.

"பிரபா எங்கே?" என அம்மா கேட்டார்.

"வீட்டிற்குப் போயிருக்கிறாள். மாலை வரை இங்கு இருந்தாள்."

"பிரபா... மகள்... அவளை விட்டு போய்விடாதே, மகனே!"

சொல்லி முடிக்குமுன் இருமல் கிளம்பியது; உடல் இருமுறை குலுங்கியது; அவரது உடல் குளிர்ந்து அசைவற்றுப் போனது. சுவர்ணாக்ஷி மறைந்தார். அவரது மகனின் மனம் நொறுங்கியது. இரவு முழுதும் அழுதபடி இருந்தார்.

மறுநாள் மதியம் வரை அம்மாவின் ஈமக்கிரியைகளை முடிக்க ஓடித் திரிந்தார். பிறகு பிரபாவைப் பற்றிய நினைவு வந்தது. தத்தமித்திரர் இல்லம் சென்றார். பிரபாபின் பெற்றோர்கள்

அவள் அவருடன் இருப்பதாக நினைத்துக் கொண்டிருந்தனர். அஸ்வகோஷின் மனம் முதல்நாள் விழுந்த அடியின் தாக்கத்தில் இருந்தது. இப்போது இன்னும் பதட்டம் அதிகரித்தது. பிரபாவின் படுக்கையறைக்குச் சென்றார். எல்லாம் அதனதன் ஒழுங்கில் இருந்தன. படுக்கை மீது இருந்த வெண்விரிப்பை எடுத்தார். அதன்கீழ் அஸ்வகோஷின் ஓவியம் ஒன்று இருந்தது. ஒரு கிரேக்க ஓவியர் அங்கு வந்தபோது பிரபா அவரை வற்புறுத்தி பல மணி நேரம் உட்கார வைத்தாள். அப்படத்தின் மீது புத்தம்புது மல்லிகைச் சரம் ஒன்று கிடந்தது. அதன் அடியில் பனையோலையில் எழுதப்பட்ட பிரபாவின் கடிதம் ஒன்று இருந்தது. அஸ்வகோஷ் அதைக் கையில் எடுத்தார். அதன் முத்திரையில் கட்டப்பட்டிருந்த நூல் இன்னமும் ஈரமாக இருந்தது. அவர் அதனைப் பிரித்தார். அந்த நீண்ட தாளில் பிரபாவின் சில வரிகளே இருந்தன:

"அன்பே! பிரபா, உன்னிடம் இருந்து விடைபெறுகிறேன். சரயூவின் அலைகள் என்னை அழைத்தபடி இருக்கின்றன. நான் போகிறேன். என காதல் பரிசாக நீங்கள் கொடுத்த உறுதி நினைவிருக்கிறதா? எனது மாறாத இளமையையும், அழகையும் உங்களிடம் விட்டுச் செல்கிறேன். நரைத்த முடி, பொக்கைவாய், தளர்ந்த இடை கொண்ட பிரபாவை நீங்கள் இனி பார்க்க வேண்டி இருக்காது. எனது காதலும் இளமையும் உங்களை என்றும் எழுச்சி ஊட்டும். அவற்றின் சங்கேதங்களுக்கு உங்கள் கண்களைத் திறந்து வையுங்கள். உங்கள் குடும்பத்தின் ஏச்சுப் பேச்சினால் என் உயிரை மாய்த்துக் கொள்வதாக நினைக்காதீர்கள்; எனது மாசுமருவற்ற இளமையை உங்களுக்குக் கவிதைகளை எழுத ஊக்குவிப்பதற்காக அளிக்கிறேன். கண்ணாளா! பிரபா தனது முழு வீச்சுடன் உன்னை அணைத்து, முத்தமிடுகிறாள், கடைசி முறையாக."

அஸ்வகோஷ் கடிதத்தைப் படித்து முடிக்குமுன் பல முறை கண்ணீரைத் துடைத்துக் கொண்டார். கடிதம் அவர் கரங்களில் இருந்து நழுவியது. அப்படியே கட்டிலில் உட்கார்ந்து கொண்டார். மனம் மரத்துப் போனது; சிந்தனையில் ஆழ்ந்து உட்கார்ந்து விட்டார்; இதயத் துடிப்பு முற்றிலும் நிற்கக் காத்திருப்பது போல, வெறித்த கண்களுடன் களிமண் சிலை போல அமர்ந்து இருந்தார். பிரபாவின் பெற்றோர் அவருக்காகச் சில நேரம் காத்திருந்துவிட்டு அறைக்குள் நுழைந்தனர். அவர் இருந்த நிலை கண்டு பதறினர். அருகில் கிடந்த கடிதத்தைப் பார்த்தனர். அவர்களும் அதைப் படித்தனர். பிரபாவின் தாய் ஒரு அடக்கப்பட்ட விலங்கின் ஓலம் போலக் குரல் எழுப்பினார்; தரையில் விழுந்துவிட்டார்.

தந்தை தத்தமித்திரர் குரல் எழும்பாமல் கண்ணீர் உகுத்தவண்ணம் இருந்தார். அஸ்வகோஷின் நிலைத்த பார்வை மாறவில்லை. அவர் இருக்கும் நிலை கண்டு மற்றவர்கள் சிறிது நேரத்தில் அமைதியாக வெளியேறினார். மாலையாயிற்று; இரவும் வந்தது. அஸ்வகோஷ் அங்கேயே நகராமல் இருந்தார். அவரது கண்கள் காய்ந்து இருந்தன; இதயம் உறைந்து போனது. இரவு வெகு நேரம் ஆனதும் அமர்ந்த இடத்திலேயே உறக்கத்தில் ஆழ்ந்தார்.

காலையில், பிரபாவின் அம்மா வந்தபோது அவர் அமைதியாக சிந்தனையில் ஆழ்ந்திருந்தார். எப்படி இருக்கிறீர்கள் என அம்மா விசாரித்தார்.

“இப்ப பரவாயில்லை அம்மா. பிரபா சொன்ன வேலைகளை இனி நான் செய்வேன். எனக்குத்தான் புரியவில்லை; அவளுக்குத் தெரிந்திருந்தது. எனது கடமையை அவள் சுட்டிக்காட்டி இருக்கிறாள். அவள் எனக்கு வாழ்வைத் தந்திருக்கிறாள்; சாவை அல்ல. எனக்கு இருக்கும் வாழ்வெனும் பரிசை நான் தற்கொலை செய்து இழக்கலாம்; ஆனால், அப்படிச் செய்தால் நான் நன்றி கெட்டவன் ஆகிவிடுவேன்.”

அம்மாவிற்கு அவரது உணர்வுகள் புரிந்தது.

அவர் எழுந்து நின்றதும், “எங்கு போகிறாய் மகனே?” என்றாள்.

“நான் பௌத்த மடத்தின் தலைமை பிக்குவைப் பார்க்க வேண்டும். சரயூவிற்குப் போகவேண்டும்.” தொண்டை அடைத்தபடி குரல் வந்தது.

“பிக்கு தர்மரட்சிதர் உங்களுக்காகக் கீழே காத்திருக்கிறார். உங்களுடன் சரயூவைப் பார்க்கவும் உடன் வருவார். நானும் உங்களுடன் வருகிறேன்.” அதற்கு மேல் அவரால் பேச முடியவில்லை.

அஸ்வகோஷ் தலைமை பிக்கு தர்மரக்ஷித் முன்பு பணிவுடன் மண்டியிட்டார். “என்னை உங்கள் சங்கத்தில் சேர்த்துக் கொள்ளுங்கள்.”

“மகனே! உனது துக்கம் மிகப் பெரியது.”

“ஆமாம். ஆனால், நான் அதனால் கேட்கவில்லை. பிரபா என்னை இதற்குத் தயார்ப்படுத்தி இருக்கிறாள். நான் குருட்டுத்தனமாக இந்த முடிவை எடுக்கவில்லை.”

“இருந்தாலும், சில நாட்கள் பொறுக்க வேண்டும். சங்கம் உன்னை அவசரப்பட்டு உள்ளே அனுமதிக்காது.”

“நான் காத்திருக்கிறேன். ஆனால், மடத்தின் பாதுகாப்பில் இருக்க என்னை அனுமதியுங்கள்.”

“முதலில் உன் அப்பாவின் அனுமதி பெறல் வேண்டும். பெற்றோர் அனுமதியின்றி யாரையும் சேர்ப்பதில்லை.”

“சரி. நான் அனுமதி பெற்று வருகிறேன்.”

அஸ்வகோஷ் வீட்டை விட்டு வெளியேறினார். அவர் நிதானமாக பேசிய சொற்களைக் கேட்ட பிரபாவின் தாயின் மனதில் தவிப்பு ஏற்பட்டது. அவரும் அஸ்வகோஷின் பின்னால் சென்றார். இருவரும் ஒரு படகில் ஏறி நதியில் நாள்முழுதும் தேடினார்கள். மறுநாள் வெகுதூரம் நதியைக் கடந்த போதும் எந்தத் தடயமும் கிடைக்கவில்லை.

அஸ்வகோஷ் தனது இல்லம் சென்று துறவு மேற்கொள்ள தந்தையிடம் அனுமதி கோரினார். ஒரே மகனை இழக்க விரும்பாத தந்தை மறுத்தார். அவரிடம் அஸ்வகோஷ், “அப்பா! அம்மாவையும் பிரபாவையும் இழந்த துக்கத்தில் ஆழ்ந்து நான் இந்த முடிவை எடுக்கவில்லை. எனது வாழ்வில் நான் நிறைவு செய்ய வேண்டிய கடமைக்கு இந்தப் பாதைதான் சரிப்படும். என் குரலிலோ நடத்தையிலோ ஏதாவது மனப்பிறழ்வு தெரிகிறதா, சொல்லுங்கள். நான் உயிருடன் இருக்க வேண்டும் என விரும்பினால், நீங்கள் என்னை அனுமதிக்க வேண்டும்” என்றார்.

மறுநாள் மாலை, அவரது தந்தை கண்ணீர் மல்க ஒப்புதல் தந்தார். சாகேதத்தின் சர்வாஸ்திவாத சங்கம் அஸ்வகோஷைச் சேர்த்துக் கொண்டது. தலைமை பிக்கு தர்மசேனர் அவரது குருவானார்; தர்மரக்ஷித் வழிகாட்டியானார். அவர் பாடலிபுத்திரம் செல்லப் படகில் கிளம்பியபோது அஸ்வகோஷும் அவருடன் சாகேதம் விட்டுக் கிளம்பினார்.

10

பாடலிபுத்திர பிக்குமடத்தில் அஸ்வகோஷ் பத்து ஆண்டுகள் கழித்தார். பௌத்த மதத்துடன் கிரேக்க, பௌத்த தத்துவங்களைக் கற்றுத் தேர்ந்தார். மகதத்தில் அறிவில் சிறந்தவர்கள் மத்தியில் தலைசிறந்த இடத்தைப் பெற்றார். அச்சமயத்தில், மன்னர்

கனிஷ்கர் மேற்குப் பகுதிகளில் வெற்றி வாகை சூடிவிட்டு பாடலிபுத்திரம் நகருக்கு வந்தடைந்தார். கனிஷ்கர் பௌத்த சமய மையமாக விளங்கிய மகதம், பாடலிபுத்திரம் மீது மிகுந்த மதிப்பு கொண்டிருந்தார். தன்னுடன் காந்தாரம் வருவதற்குச் சிறந்த அறிஞரைத் தேடினார். சங்கம் அஸ்வகோஷை அவருடன் அனுப்பி வைத்தது.

தலைநகரமான பெஷாவர் வந்து சேர்ந்ததும் அஸ்வகோஷ் தான் தங்குவதற்கு ஓர் இடத்தைத் தேர்ந்தெடுத்தார். அது சாகா, யவன, துருக்கிய, பெர்ஷிய, இந்தியப் பண்பாடுகள் ஒன்றிணையும் இடமாக இருந்தது. அஸ்வகோஷ் ஏற்கனவே கிரேக்க நாடகத்தை இந்திய இலக்கியத்திற்கு அறிமுகம் செய்திருந்தார். இப்போது கிரேக்க தத்துவ மரபைக் கற்றுத் தேர்ந்து அதன் முக்கிய தர்க்கக் கூறுகளை இந்தியத் தத்துவ மரபுடன் இணைத்து, குறிப்பாக பௌத்தத்துடன் சேர்த்து, புதியதொரு வழியைக் காட்டினார். கிரேக்கச் சிந்தனை மரபில் வந்த பௌத்தர்களுக்கு அவரது வழி முக்கியமானது. பிற இந்தியத் தத்துவவாதிகளும் அவற்றைப் பின்தொடர வேண்டியதாயிற்று. வைசேஷிக, நியாவாத தத்துவச் சிந்தனையாளர்கள் இதன் மூலம் அதிகம் முன்னேறினார்கள். அணுக் கோட்பாடு, அடையாளம் - பொதுமைப்பண்பு, இருத்தலியல், தர்க்கவியல் ஆகிய கிரேக்க அறிவு மரபு சார்ந்த கூறுகளைத் தமதாக்கிக் கொண்டனர்.

பிரபா அவரது மனதை விசாலமாக்கி இருந்தாள்; பௌத்த பிக்கு அஸ்வகோஷ் தன்னைப் பற்றிய கவலைகளில் ஆழவில்லை. பிரபாவின் நினைவில் அவர் பல பாடல்கள், நாடகங்கள், கதைகளை எழுதினார். அவற்றுள் சில பின்னாளில் மறைந்து போயின. ஆனால், இயற்கை அவரைப் பரிவுடன் பாதுகாத்தது. பதினேழு நூற்றாண்டுகள் கழித்து அவரது 'சாரிபுத்திரர்' என்ற நாடகம் மத்திய ஆசியாவின் பெருமணற்பாலையான கோபி பாலைவனத்தில் கண்டறியப்பட்டது. அவரது 'புத்தசரிதம்', 'சௌந்தரி ஆனந்தம்' ஆகிய கவிதைகள் இன்றும் வாழும் காவியங்களாகத் திகழ்கின்றன. பிரபாவிற்குக் கொடுத்த வாக்குறுதிக்கேற்ப அவை அவளது மங்காத அழகிற்கும் அவரது கவித்துவ சிறப்பிற்கும் சாட்சிகளாகத் திகழ்கின்றன. அவரது படைப்புகள் அவர் பிறந்து வளர்ந்த சாகேதம், அவரது தாய் சுவர்ணாக்ஷியை காலத்துக்கும் நிலைநிற்கும் பதிவாக ஆக்கின. தனது படைப்புகளில் "அஸ்வகோஷ், சாகேதத்தின் உன்னத சுவர்ணாக்ஷியின் மகன்" என்றுதான் கையொப்பம் இட்டார்.

12. சுபர்ண யௌதேயன்

காலம்　　　: பொ.ஆ. 420

1

என் விதி என்னைப் புரட்டிப் போட்டது. ஒரு இடத்திலும் நிலைத்திருக்க விடவில்லை. அமைதியற்று புதியன தேடிய என்னை எல்லா புறமும் பந்தாடியது. கசப்பான நேரங்களுடன் ஒப்பிட்டால், மகிழ்ச்சியான கணங்கள் மிகக் குறைவு. பின்னோக்கிப் பார்த்தால், மழைக்கால இறுதியில் மழையும் வெயிலும் ஒன்றாக தெரிவது போலத்தான் படுகிறது. மாற்றத்தின் சுழற்சி இன்னமும் தொடர்ந்து கொண்டிருப்பதன் காரணம் எனக்கு விளங்கவில்லை. இன்றும், மேற்குப் பகுதிகளான உத்தர - காந்தாரம் இருக்கும் பாஞ்சாலத்தில் கன்று இறைச்சி உணவாகப் பரிமாறப்படுகிறது; ஆனால், மத்திய பகுதிகளில் மாட்டு மாமிசம் பற்றிப் பேசுவதுகூடப் பாவம். அங்கு 'பசுக்கள், பார்ப்பனர்களைப் பாதுகாத்தல்' மதங்களில் மிகப் புனிதமானதாகும். மதத்தில் எப்படி இத்தனை முரண்கள் உள்ளன என்பதை என்னால் புரிந்துகொள்ள முடிவதில்லை. ஓர் இடத்தில் முறையானதாக ஏற்கப்படுவது, இன்னொரு இடத்தில் முறையற்றதாகக் கருதப்படுவது எப்படி? அல்லது ஒரு இடத்தில் மாற்றம் உருவான பின்பு, மற்ற இடங்களிலும் அவை பரவுகின்றனவா?

நான் அவந்தி (மாள்வா) நாட்டின் ஷிப்ரா நதிக்கரையில் உள்ள கிராமத்தில் பிறந்தேன். எமது முன்னோர்கள் தம்மை நாடோடிகள் எனக் கருதினர். வயல்கள், வீடுகள், இன்னும் சுமந்து செல்ல முடியாத பொருட்கள் இருந்தாலும் அங்கு தொடர்ந்து தங்கவில்லை. கிராமத்தில் இருந்த மற்றவர்களில் இருந்து அவர்களது உடல்வாகு, நிறம் ஆகியவை வேறுபட்டு இருந்தன. நல்ல உயரம், அகன்ற தோள்கள், வெண்ணிறத் தோல்

கொண்டவர்களாக இருந்தனர்; அதனால், மற்றவரைக் காட்டிலும் உயர்ந்தவர்களாகக் கருதப்படவில்லை. என் அம்மா ஊரில் பெரும் அழகி; அவளது பழுப்பு நிறக் கூந்தல் அவள் முகத்தில் விழுவதைப் பார்க்க மிக அழகாக இருக்கும்.

எங்கள் குடும்பத்தவர் தம்மைப் பார்ப்பனர் என்று சொல்லிக் கொண்டனர். மற்றவர்கள் பெரிதாக அதை நம்பவில்லை. அப்பகுதியில் பார்ப்பனர்கள் திராட்சை ரசம் அருந்துவதை மாபெரும் குற்றமாகப் பார்த்தனர்; ஆனால், எங்கள் வீட்டில் மதுவைத் தயாரித்து உண்பது பழக்கமாக இருந்தது. அதனால், அவர்கள் அய்யம் நியாயம்தான். பிற மரியாதைக்குரிய உயர்குடிகளில் ஆண்களும் பெண்களும் சேர்ந்து ஆடுவது என்பதை அவர்கள் கேள்விப்பட்டதே இல்லை. ஆனால், எங்களது உறவு முறையில் இருந்த ஏழு குடும்பங்களில், மாலை நேரம் வந்ததும், ஆண்களும் பெண்களும் ஜோடிஜோடியாக திறந்த வெளியில் கூடி ஆடினர்.

குழந்தையாக இருக்கையில் எல்லா வீட்டிலும் நம் வீடு போலத்தான் இருக்கும் எனக் கருதினேன்; பிறகு எனது விளையாட்டுத் தோழர்கள் செய்யும் மறைமுக கேலிப் பேச்சுகளைப் புரிந்துகொள்ளத் தொடங்கியதும், எங்களை அவர்கள் விசித்திரமான மக்களாகப் பார்ப்பதை அறிந்தேன். எமக்கு மதிப்பு அளித்தாலும், நாங்கள் பார்ப்பனர் என்பதில் அவர்களுக்கு அய்யம் இருந்தது. எங்கள் ஊர் பெரியது; அங்குக் கடைகள் நிறைய இருந்தன; வணிகர்களின் வீடுகள் இருந்தன. அங்கு வசித்தவர்களில் சில நாகர் இன மக்களும் இருந்தனர். அவர்களை வணிகக் குடிகளாகக் கருதினர். ஆனால், நாகர்கள் எங்களைப் போலவே, தம்மைப் பார்ப்பனர் என அழைத்துக் கொண்டனர். சில நாகர் இனப் பெண்கள் எமது இனத்தில் மணம் முடித்திருந்தனர். அதனால்கூட எம்மைப் பார்ப்பனர் என ஏற்காமல் இருந்திருக்கலாம். உணவு, திருமணம் தொடர்பான விதிகளில் பார்ப்பனரது வழக்கத்தைப் பின்பற்றாவிட்டால், நாங்கள் பார்ப்பனர் ஆக இருக்க முடியாது என்பது அவர்களது கருத்து. விளையாடும்போது பையன்கள் என்னை ஷத்திரியன் என்று கிண்டல் செய்வார்கள். அப்போதெல்லாம், நான் அம்மாவிடம் அதற்குக் காரணம் கேட்பேன்; அவள் என்னைத் தட்டிக் கழித்து விடுவாள்.

எனக்குப் பத்து வயது ஆன பின்பு, நான் கிராமத்தில் ஒரு பார்ப்பன ஆசிரியரால் நடத்தப்பட்ட பள்ளியில் படித்துக் கொண்டிருந்தேன். கிட்டத்தட்ட என் வகுப்பில் படித்த

எல்லோரும் பார்ப்பனர்கள்; முழுமையான பார்ப்பனர்கள் என்று மதிக்கப்படுபவர்கள். நானும், இன்னும் இரண்டு நாகர் மாணவர்களும் மற்ற பிள்ளைகளால் 'அரைப் பார்ப்பனர்' என்று கேலி செய்யப்பட்டோம். நான் படிப்பில் சுட்டி. ஆசிரியரின் அன்புக்கு உரியவனாக இருந்தேன். என் குடும்பத்தவர் போலவே, எனக்குக் கோபமும் அதிகம். யாருக்கும் பணிந்து போகாமல், மோதலுக்குப் போய்விடுவேன். ஒரு நாள் ஒரு பையன் என்னை, "அப்ப, நீ பார்ப்பான் ஆகிட்டியா இப்போ, ஷத்திரியப் பயலே!" என்று வம்புக்கு இழுத்தான். எனக்கு ஆதரவாக சித்தப்பாவின் மருமகன் பேசவும், அவனையும், "இந்தக் கிரேக்கப் பயல் நாகர் பிராமணன் ஆகிவிட்டான்" என்றான். சிறு வயதில் இருந்தே இத்தகைய பேச்சுகளைக் கேட்டவன் நான்; ஆனால், அது இவ்வளவு தூரம் என்னைப் பாதித்ததில்லை. கோபம் தலைக்கேறியது. பள்ளியில் நாங்கள் மூன்று பேர் தவிர, நான்கு பெண்கள்; முப்பது பையன்கள். அவர்கள் எங்களைப் போல உயரமாகவும், வெண்மையாகவும் இல்லை. ஆனால், மூவுலகமும் அவர்களுக்குப் பணியக் காத்திருந்தது.

வீட்டுக்குத் திரும்பிய என் முகம் வாட்டமாக இருந்தது. அம்மா எனது துடிக்கும் உதடுகளைக் கண்டு, என்னை முத்தமிட்டாள்.

"ஏன் இப்படி வருத்தமாக இருக்கிறாய் இன்னிக்கு?" என்றாள்.

முதலில் நான் எதுவும் இல்லை என்றுதான் சொன்னேன். ஆனால், அம்மா மேலும் வலியுறுத்தியதும்,

"அம்மா, நமது குடும்பத்தில் ஏதோ கோளாறு இருக்கிறது; அதனால்தான் எல்லோரும் நாம் பார்ப்பனர் இல்லை என்கிறார்கள்."

"நாம் வேறு ஒரு பகுதியில் இருந்து வந்த பார்ப்பனர்கள். அதனால்தான் அவர்கள் அப்படிக் கருதுகிறார்கள்."

"பார்ப்பனர் மட்டும் நம்மைச் சந்தேகிக்கவில்லை அம்மா! மற்றவர்களும் அதைத்தான் சொல்கிறார்கள்."

"பார்ப்பனர்கள் அப்படிச் சொல்லச் சொல்வதால் அவர்களும் சொல்கிறார்கள்."

"ஒருவரும் அவர்களது பூசைகளை நடத்த நம்மைக் கூப்பிடுவதில்லை. மற்ற பிராமணர்கள் புரோகிதர்களாக வேலை செய்கிறார்கள். பார்ப்பனருக்குக் கொடுக்கப்படும் விருந்துகளுக்குப் போகிறார்கள். நமது உறவினர் எவரும் அவற்றுக்குப் போவதில்லை.

நம்மை அவர்களுடன் சாப்பிடக்கூட விட மாட்டேன் என்கிறார்கள். அம்மா! இதற்கு என்ன பொருள்? சொல்லுங்க."

அவள் வெகு நேரம் என்னை உற்சாகப்படுத்த முயற்சித்தாள். ஆனால், நான் அமைதி அடையவில்லை.

நான் இவ்வாறு அமைதியின்றி தவித்தபோது, எனது நாகர் நண்பர்களும் உறவினரும் என் மீது இரக்கம் காட்டினார்கள். நாங்கள் ஒருவருக்கொருவர் பரிவுடன் இருந்தோம்.

2

காலம் உருண்டது. பதிமூன்று வயது நிறையும்போது என் பள்ளிக் கல்வி முடியும் நேரம் வந்தது. எமது ரிக் வேதம், ஐத்ரேய பிரமாணம், இலக்கணம், நிருத்தம், சில காவியங்கள் ஆகியவற்றைப் படித்து முடித்திருந்தேன். எனது ஆசிரியர் என் மீது கொண்ட ஈடுபாடு வளர்ந்தது. அவரது மகள் வித்யா, என்னைவிட நான்கு வயது சிறியவள்; அவளது பாடங்களைக் கற்க நான் உதவினேன். அவளது பெற்றோர் என்னை நடத்தும் விதம் கண்டு, அவளும் என்னைப் பெரிதும் மதித்தாள். என்னை அண்ணா என்று கூப்பிடுவாள். அந்தக் குடும்பத்தில் எனக்கு எந்த மோசமான அனுபவமும் இல்லை; எனது குருவின் இணையர் என்னைத் தாய் போலச் சீராட்டினார்.

இப்படி இருக்கையில் ஒரு நாள் எந்தவிதக் காரணமும் இன்றி என்னுடன் பயிலும் மாணவன் ஒருவன் என்னை 'ஷத்திரியன்' என்று கேலி பேசினான். நான் எந்த வம்புக்கும் போகாமல் கவனமாக இருந்த காலம் அது. நான் வாசிப்பிலும், எழுத்திலும் வேகமாகக் கற்றுக் கொண்டிருந்ததால் எழுந்த பொறாமையால் அவன் அப்படிச் செய்தான். வேறெந்தக் காரணமும் இல்லை. ஆனால், நான் பண்புரீதியாக வலுவடைந்து கொண்டிருந்தேன். இம்மாதிரியான குத்தல் பேச்சுகள் என்னைப் பாதித்தன என்பது உண்மைதான். ஆனால், நான் நிதானமாக இருந்தேன்.

அப்போது என் தாத்தாவிற்கு எழுபது வயதாகி இருந்தது. அவர் மூலம் நான் பல்வேறு நாடுகள், மோதல்கள், சண்டைகள் பற்றிய கதைகளைக் கேட்டிருந்தேன். அவரும், அவரது உடன்பிறந்தவர்களும்தான் இந்தக் கிராமத்தில் முதன்முதல் தங்கியவர்கள் என்றும் அறிந்திருந்தேன். எங்களது குலம் பற்றி

எப்படியாவது அவரிடம் முழுமையாக அறிய வேண்டும் என உறுதிகொண்டேன். கிராமத்தின் கிழக்கில் அவருக்கு ஒரு மாந்தோட்டம் இருந்தது. நிறைய மாங்காய் காய்த்திருந்தன; இன்னும் பழுக்கவில்லை. எங்களது அடிமைப்பெண் சோனா அங்கு காவல் காத்துக் கொண்டிருந்தார். என் தாத்தா இங்கு முதலில் வந்தபோது, தெற்கிலிருந்து வந்த வணிகரிடம் இருந்து அவளை நாற்பது வெள்ளிக்காசுகள் கொடுத்து வாங்கியிருந்தார். அப்போது தெற்குப் பகுதியில் இருந்து நிறைய வணிகர்கள் தமது அடிமைகளை விற்க இங்கு வருவார்கள். சோனா அப்போது இளம்பெண்ணாக இருந்திருக்க வேண்டும் - அதனால்தான் அத்தனை விலை கொடுக்க வேண்டியிருந்திருக்கும். இப்போது அவளது கரிய தோல் சுருங்கி தளர்ந்துவிட்டது; முகத்தில் கோடுகள் ஆழமாகத் தெரிந்தன. ஒரு காலத்தில் அவள் பேரழகுடன் இருந்தாள் என்று சொன்னார்கள். தாத்தா அவளை அன்புடன் நடத்தினார் - அதிலும் அவர்கள் இருவர் மட்டும் தனித்து இருக்கும்போது, கூடுதல் அன்புடன் நடத்தினார். அவர்கள் நெருக்கத்தைப் பற்றிப் பலர் பலவிதமாகப் பேசினார்கள். அவர் உடல்வலுவுடன் இருக்கும் வயோதிகர்; மனைவி இல்லை. எனவே இத்தகு வம்புகள் கிளம்புவது இயற்கை.

தாத்தா தினம் மாலையில் தோட்டத்துக்குப் போவார். ஒரு நாள் நானும் கூடப் போனேன். அவருக்குத் தன் அறிவுக்கூர்மை கொண்ட பேரன் மீது அலாதிப் பிரியம். பத்தும் பலதும் பேசிக் கொண்டிருந்தோம்.

“நமது குடும்பத்தைப் பற்றிய முழு உண்மையையும் உங்களிடம் இருந்து தெரிந்துகொள்ள விரும்புகிறேன். நம்மை ஏன் முழு பார்ப்பனர்களாக மதிக்க மாட்டேன் என்கிறார்கள்? ‘ஷத்திரியர்’ என்று ஏன் கிண்டல் செய்கிறார்கள்? அம்மாவிடம் பல தடவை கேட்டிருக்கிறேன். அவள் எனக்குத் தெளிவாக பதில் சொல்லவில்லை.”

“இதெல்லாம் உனக்கு ஏன்?”

“தாத்தா! எனக்குத் தெரியணும். எனக்கு உண்மை தெரிந்தால், அவர்கள் கேலி செய்யும்போது என்ன செய்ய வேண்டும் என்பது எனக்குத் தெரியும். நான் பார்ப்பனர் பற்றி நிறையக் கற்றிருக்கிறேன். நம் குடும்பத்திற்கு மரியாதை பெற்றுத்தரத் தேவையான அறிவும் பயிற்சியும் எனக்கு இப்போது இருக்கிறது.”

“அந்த நம்பிக்கை எனக்கு இருக்கு, செல்லம்! ஆனால், உன் அம்மாவிற்கு உண்மை தெரியாது; அவள் உன்னிடம் சொல்லத்

தயங்குவதாக நினைக்காதே. நமது குடும்பத்தின் மதிப்பு இப்போது நாகர்களுடன் நாம் வைக்கும் மண உறவு மூலம்தான் வருகிறது. அவந்தி, லாத் (குஜராத்) பகுதிகளில் நாகர்களின் எண்ணிக்கை அதிகம். நாம் அவர்களோடுதான் கரையேறவோ முழுகிவிடவோ வேண்டும். உனது தலைமுறை யௌதேயரைவிட நாகர்களுக்குத்தான் நெருக்கம்.''

''யௌதேயர் (போர்த்தொழில் செய்பவர்) என்றால் என்ன, தாத்தா?''

''அதுதான் நமது குலப்பெயர். அதனால்தான் நம்மை ஷத்திரியர் என்று சொல்கிறார்கள்.''

''யௌதேயர் பார்ப்பனர்களா?''

''பார்ப்பனரை விடச் சுத்தமான ஆரியர்கள்.''

''ஆனால், அவர்கள் பார்ப்பனர் அல்ல, அப்படித்தானே?''

''ஆமாம் / இல்லை என்று ஒற்றைச் சொல்லில் பதில் கொடுப்பதை விட, அவர்கள் எத்தகைய மக்கள் என்று உன்னிடம் விவரிக்கிறேன். சட்லஜ் - யமுனா நதிகளுக்கு இடையில் இருந்த பகுதியில், இமாலயத்தில் இருந்து பாலைவனம் வரை வாழ்ந்த இனம்தான் நம் மூதாதையர். அப்பகுதி அவர்களுக்குச் சொந்தமாக இருந்தது.''

''எல்லோருக்குமா?''

''ஆமாம். அவர்களில் அரசன் என்று யாரும் இருக்கவில்லை. அவர்களது அமைப்பு குடியாட்சியாக இருந்தது. எல்லாப் பொது நிலவரங்களும் மக்களால், அல்லது தேர்ந்தெடுக்கப்பட்ட மக்கள் குழுவால் தீர்மானிக்கப்பட்டது. ஒருவரால் நடத்தப்படும் ஆட்சி - முடியாட்சி - மீது அவர்களுக்கு பலத்த வெறுப்பு இருந்தது.''

''அப்படி ஒரு ஆட்சி இருந்தது பற்றி நான் கேள்விப்படவே இல்லை, தாத்தா!''

''ஆனால், அப்படி இருந்தது. என் அப்பா கொடுத்த மூன்று யௌதேய வெள்ளிக்காசுகள் இன்னும் என்னிடம் இருக்கிறது. நாங்கள் நாட்டை விட்டு ஓடியபோது அவரிடம் இருந்த பணத்தின் ஒரு பகுதி அது.''

''நீங்கள் அந்த நாட்டில் பிறக்கவில்லையா?''

"நாங்கள் தப்பி ஓடும்போது, எனக்குப் பத்து வயது. எனக்கு இரண்டு அண்ணன்மார். அவர்களது குடும்பங்கள் இங்கிருப்பது உனக்குத் தெரியும்."

"எதனால் தப்பியோட வேண்டி வந்தது?"

"பழங்காலத்தில் இருந்து அந்த நிலம் யௌதேயருக்குச் சொந்தமாக இருந்தது. இந்தியாவில் பல சிறந்த பேரரசுகள் உருவாகின. அவர்களில் மௌரியர், கிரேக்கர், சாக்கியர் ஆகியோர் நம்மைத் தாக்கவில்லை. சிறிய அளவில் அவ்வப்போது திரையாகக் (கப்பம்) கட்டச் சொன்னார்கள். அவ்வளவுதான். ஆனால், குப்தர்கள்! சந்திரகுப்தரின் மூதாதையான விக்கிரமாதித்தியன் சில காலம்தான் அரசவையை உஜ்ஜெயின் நகரில் நடத்தினார். அவர்களில் ஒருவர் பெரும் அதிகாரத்திற்கு வந்து யௌதேயரை அழித்து ஒழித்தார்.

பேரரசிற்கு அவர்கள் வரி கட்டிக் கொண்டிருந்தார்கள். ஆனால், அவர்கள் அதில் நிறைவு அடையவில்லை. தன் அரசு சார்பில் ஆட்சியாளர் ஒருவரை நியமித்து, தன் அதிகாரிகள் அங்கேயே வசிக்க வேண்டும் என்றார்; அவருக்குக் கீழ் இருந்த பல பகுதிகள் போல அங்கும் அவருக்கு மிதமிஞ்சிய அதிகாரம் இருந்திருக்க வேண்டும். நமது தலைவர்கள் யௌதேயர்கள் காலம் காலமாக குடியாட்சி தவிர வேறு ஆட்சி முறையை அறிந்ததில்லை என்று விளக்கிப் பார்த்தனர். அதிகார போதையில் மிதப்பவர்க்கு இதைப் பற்றியெல்லாம் அக்கறை இருக்குமா, என்ன?

கடைசியில், யௌதேயர்கள் அவர்கள் வழிபட்ட தேவி முன்பு உறுதிமொழி எடுத்து வாளை உருவினர். பல முறை குப்தர் படையை பின்னுக்குத் தள்ளினர். அவர்களைவிட நான்கைந்து மடங்கு பெரிய படையாக இருந்திருந்தால்கூட வெற்றி பெற்றிருக்க முடியும். ஆனால், பிரம்மபுத்ரா முதல் ராஜபுதன பாலைவனம் வரை விரிந்து கிடந்த பேரரசை எப்படி எதிர்த்து நிற்க முடியும்? போர்களில் சில முறை வென்றாலும் யௌதேயரின் வளங்கள் குறைந்தன; நிறைய இழப்புகள் ஏற்பட்டன. குப்தர்கள் அவர்களது கிராமங்களையும் நகரங்களையும் அழித்து ஆண்கள், பெண்கள் அனைவரையும் கொன்று குவித்தனர். நமது முன்னோர் முப்பது ஆண்டுகள் எதிர்த்து நின்றனர். கூடுதல் திரை வழங்கவும் தயாராக இருந்தனர். தமது குடியாட்சி முறையை மட்டும் விட்டுக் கொடுக்க மறுத்தனர்."

"தாத்தா! குடியாட்சி என்றால் என்ன?"

ராகுல் சாங்கிருத்யாயன் • 253

“யௌதேயர் ஒவ்வொருவரும் தலை நிமிர்ந்து நடந்தனர்; இன்னொருவருக்கு அடி பணிய விரும்பவில்லை. போர் அவர்களுக்கு ஒரு விளையாட்டு. அதனால்தான் இந்தப் பெயர் அவர்களுக்கு வழங்கப்பட்டது.”

“அப்படியானால், நம்மைத் தவிர வேறு யௌதேயர்கள் எஞ்சி இருக்கிறார்களா?”

“இருக்காங்கப்பா. ஆனால், காற்றில் சிதறும் சருகுகள் போல சிதறி இருக்கிறார்கள்.”

“நம்மைப் போல அவர்கள் நாகர்களுடன் கலந்து குடும்பங்களை அமைத்துக் கொண்டிருப்பார்களா? தமது மூலத்தை மறந்து விட்டிருப்பார்களா? நாம் ஏன் நம்மைப் பார்ப்பனர் என்று சொல்லிக்கொள்கிறோம், தாத்தா?”

“அது ஒரு பெரிய கதை. பழங்காலத்தில், எல்லா இடங்களிலும் முடியாட்சியைவிட குடியாட்சிவாதம் (Republicanism) பரவலாக இருந்தது. அதனால், அப்போது பார்ப்பனர் - ஷத்திரியர் என்ற வேறுபாடு இல்லாமல் இருந்தது.”

“எல்லோரும் ஒரே சாதியைச் சேர்ந்தவராக இருந்தார்களா?”

“ஆம். அவர்களில் எல்லோரும் பூசைகளும் செய்வார்கள்; தேவையேற்பட்டால் வாளேந்தவும் செய்வார்கள். ஆனால், விஸ்வாமித்திரர், வசிட்டர் இருவரும் தோன்றி அவர்களைக் குழுக்களாக பிரிக்கத் தொடங்கினர்.”

“எனவே, ஒருவருக்கு இரண்டு மகன்கள் பிறந்தால், ஒருவர் ரந்திதேவர் போல ஷத்திரியர் ஆகலாம்; மற்றவர், கௌரிவீதி போல பார்ப்பன ஆசிரியர் ஆகலாம், அப்படித்தானே?”

“நூல்களில் அப்படிச் சொல்லியிருக்கிறதா, குழந்தாய்?”

“ஆமாம், தாத்தா. வேதங்களிலும், வரலாற்றிலும் அப்படித்தான் இருக்கிறது. சங்கிரிதி முனிவரின் மகன்கள் அவர்கள் இருவரும். இதைவிட பொருந்தாத பல செய்திகள் பழம் நூல்களில் இருக்கின்றன; இன்றைக்கு மக்கள் அவற்றை நம்பக்கூட மாட்டார்கள். சம்பல் நதிக்கரையில் உள்ள தாஷப்பூர் பார்த்திருக்கிறீர்களா, தாத்தா?”

“பலமுறை பார்த்திருக்கிறேன். அது அவந்தியில் உள்ளது. திருமணங்களில் கலந்துகொள்ள அங்கு போயிருக்கிறேன். அங்கு நாகர் குடும்பங்கள் நிறைய. அவர்களில் பலர் பெரு வணிகர்கள்.”

"அதுதான் ரந்திதேவரின் தலைநகரமாக இருந்தது. சம்பல் நதி சர்மானவதீ என்று அழைக்கப்பட்டது. அந்தப் பெயருக்குப் பின்னால் அதிசயக் கதை ஒன்று இருக்கிறது."

"அதென்ன?"

"சங்கிரிதி என்ற பார்ப்பனருக்குப் பிறந்த ரந்திதேவர் ஷத்திரியராக வாழும் தேர்வை மேற்கொண்டார். அவர் விருந்தோம்பலில் மிகச் சிறந்தவர். அவர் வீட்டுச் சமையலறையில் தினம் இரண்டாயிரம் கன்றுகள் வெட்டப்பட்டு சமையல் நடக்கும். அவற்றின் தோல்கள் அடுக்கிவைக்கப்படும். அவற்றில் இருந்து சொட்டும் இரத்தத்துளிகள் ஒரு ஆறாக மாறியது. அதனால், அது சர்மானவதீ எனப்பட்டது."

"பழம் நூல்களில் இது சொல்லப்பட்டுள்ளதா?"

"ஆமாம். இது மகாபாரதத்தில் எழுதப்பட்டுள்ளது."

"ஐந்தாம் வேதம் எனப்படும் மகாபாரதம் மாட்டுக்கறி பற்றிச் சொல்கிறதா?"

"ரந்திதேவரின் விருந்தினர்களுக்காக மாட்டு இறைச்சி சமைக்க இரண்டாயிரம் சமையல்காரர்கள் இருந்தனர்! இருந்தும், பார்ப்பன விருந்தினர்களின் எண்ணிக்கை பெருகிக்கொண்டே இருந்தது. கறிச்சாப்பாடு போதாமல் ஆனதும் சமையல்காரர்கள் இறைச்சி சேர்த்த ரசம் பரிமாறினர்."

"என்ன சொல்கிறாய் அப்பா நீ? பார்ப்பனர்கள் மாட்டிறைச்சி சாப்பிட்டார்களா?"

"ஐந்தாம் வேதமான மகாபாரதம் பொய் சொல்லுமா?*"

"உலகம் எப்படி மாறிவிட்டது!"

"தாத்தா, உலகம் மாறிக்கொண்டேதான் இருக்கிறது. ஆனால், உண்மையான பார்ப்பனர் எனச் சொல்லிக் கொள்ளும் அந்த மனிதர்கள் எல்லோரது கண்ணிலும் மண்ணைத் தூவி விடுகிறார்கள். நமது யௌதேய முன்னோர்கள் பார்ப்பனர்கள் அவர்களது ஏமாற்றுகளை எங்கும் பரப்பும் முன்னர் இருந்த பழக்க வழக்கங்களைப் பின்பற்றுபவர்களாக இருக்க வேண்டும்."

"ஆமாம். அவர்கள் பார்ப்பனர்களைத் தம்மைவிட உயர்ந்தவர்களாகக் கருதவில்லை."

---

* (வன பர்வம் 208: 8 - 10; சாந்தி பர்வம் 29 - 33; துரோண பர்வம் 67, 1 - 2; - 17 - 18, சாந்தி 27 - 36)

"தாத்தா, முதலில் நீங்கள் இங்கு வந்தபோது உங்கள் மகன், மருமகன்மாரை ஏன் அவந்தியில் இருக்கும் பார்ப்பானுக்குத் திருமணம் செய்யாமல், நாகர்களுடன் மணம் முடித்தீர்கள்?"

"இரண்டு காரணங்கள் இருந்தன: ஒன்று நமது பரம்பரை பற்றி பார்ப்பனர்களுக்கு அய்யம் இருந்தது. ஆனால், அது பெரிய விஷயமல்ல. நாம் விரும்பியிருந்தால், பார்ப்பனப் பெண்களை மணம் முடித்திருக்கலாம். நாம் நாகர்களுடன் உறவு வைத்தோம். ஏனெனில் அவர்களும் நம்மைப் போலவே வெண்ணிறத் தோலுடன் இருந்தார்கள்; தம்மைப் பார்ப்பனர் என்று சொல்லிக் கொண்டார்கள். ஆனால், மற்ற பார்ப்பனர்கள் அவர்களை அப்படி மதிக்கவில்லை."

"நாகர் இனத்தவர் யார்?"

"பார்ப்பனர்கள் ஒருவர் தம்மைப் பார்ப்பனர் எனச் சொல்லிக் கொள்வதாலேயே அவரை ஏற்பதில்லை. எந்தப் பகுதி பார்ப்பனர்? எந்தக் குலத்தைச் சேர்ந்தவர்? என்றெல்லாம் கேட்பார்கள். நாம் உறவுகொண்ட நாகர் மக்கள் நகரங்களில் வசித்தனர்; தம்மை நாகர் பார்ப்பனர் என அழைத்துக் கொண்டனர்; நாமும் அதுபோல யௌதேய பார்ப்பனர் எனக் கூறிக்கொண்டோம்."

"உண்மையில் அவர்கள் யார், தாத்தா?"

"அவர்கள் கடல் கடந்து வந்த கிரேக்கர்கள். அவர்களில் பலர் பௌத்த மதத்தைப் பின்பற்றுபவர்கள். உஜ்ஜெயின் போனால் பார்க்கலாம். நிறைய பேர் அங்குத் தம்மை கிரேக்கர் எனச் சொல்லிக் கொள்பவர்களாக இருப்பார்கள். பார்ப்பனர்கள் அவர்களை ஷத்திரியர் என அழைக்க வேண்டும் என வலியுறுத்தி வருகிறார்கள்."

"இனங்களும், சாதிகளும் அவரவர் முடிவுப்படி இல்லாமல், திணிக்கப்படுகின்றன. அப்படித்தானே தாத்தா?"

"அப்படித்தான் நடக்கிறதப்பா."

3

எனக்கு இப்போது இருபது வயது. பார்க்க அழகான திடகாத்திரமான உடல்வாகு கொண்ட இளைஞன். எங்கள் ஊரில் படிப்பு முடித்து விட்டதால், நான் உஜ்ஜெயின் சென்றேன். அங்குள்ள அறிஞர்களிடம்

கல்வி கற்கத் தொடங்கினேன். எனது தாய்வழி கொள்ளுத்தாத்தா அங்கு செல்வம் மிக்க நாகர் குடும்பத்தினர். அவர்கள் என்னை அன்புடன் வரவேற்று அவர்களுடன் தங்க வைத்தார்கள். கிராமப்புறத்தில் இருந்து வரும் என்னைப் போன்ற மாணாக்கர்களுக்கு உஜ்ஜெயின் பெரிய உலகத்தைத் திறக்கும் சாளரம். நான் ஏற்கனவே காளிதாசர் பற்றிக் கேள்விப்பட்டிருக்கிறேன்; சில நூல்களையும் வாசித்து இருக்கிறேன். ஆனால், இங்கு நான் அவரிடம் பாடம் கேட்கும் வாய்ப்பு கிடைத்தது. சந்திரகுப்த விக்கிரமாதித்யன் அரசவையில் காளிதாசருக்கு உயரிய இடம் இருந்தது. எனவே அவர் அடிக்கடி உஜ்ஜெயினில் இருக்க மாட்டார். எனது ஆசிரியராக அவர் இருப்பது பற்றி எனக்கு மிகவும் பெருமை. ஆனால், அரசருடன் அவருக்கு இருந்த அடிமைத்தனம் நிறைந்த பெருமிதம் எனக்கு அருவருப்பு தந்தது. அப்போது அவர் குமாரசம்பவம் காப்பியத்தை எழுதிக் கொண்டிருந்தார். அதில் மன்னரின் மகன் குமார குப்தரை மங்காத ஒளியுடன் சித்திரிக்கக் கருதி இருப்பதைப் பற்றி என்னிடம் விளக்கினார். அவரை ஷங்கரின் மகன் இளவரசர் கார்த்திகேயராக உருவாக்கி இருந்தார். அவரது திட்டம் பற்றி நான் ஒளிவுமறைவு இன்றி கேலியும் கிண்டலுமாக விமரிசித்தேன். ஆனால், அதனால் அவர் என் மீது கோபம் கொள்ளவில்லை.

ஒரு நாள், நான் அவரிடம், "குருவே! உங்களது இலக்கிய புகழ் என்றும் அழியாத பேரரசு. ஆனால், சந்திரகுப்தர், குமாரகுப்தர் போன்ற பேரரசர்கள் அவர்கள் உயிர்வாழும் வரை மட்டுமே புகழுடன் இருப்பார்கள். அப்படியிருக்க, நீங்கள் ஏன் உங்களை அவர்களைவிட முக்கியமற்றவராகக் கருதுகிறீர்கள்?" என்று கேட்டேன்.

"ஆனால், விக்கிரமாதித்தியன் ஹூன் பேரரசிடம் இருந்து நம்மைப் பாதுகாத்தவர். சுபர்ணா, அவர் நமது மதத்தின் பாதுகாவலர்."

"குரு, ஹூன் இனத்தவர் இன்னும் வடக்கிலும் காஷ்மீரத்திலும் இருக்கிறார்கள்."

"ஆனால், பல பகுதிகளில் இருந்து அவர்கள் விரட்டப்பட்டு விட்டார்களே!"

"ஆள்பவர்கள் ஒருவரை ஒருவர் விரட்டி விட்டு அவர்கள் இடத்தை எடுத்துக் கொள்வது வழக்கம்தான்."

"ஆம். ஆனால், குப்த வம்சம் பார்ப்பனர்களையும் பசுக்களையும் காக்கிறார்கள்."

“குருவே! முட்டாள்களை ஏமாற்றுவதற்காகச் சொல்லப்படுவதை நீங்களும் சொல்வீர்கள் என நான் எதிர்பார்க்கவில்லை. நமது முன்னோர்களான ரிஷிக்கள் பசுக்களை ‘பாதுகாத்தது’ சாப்பிடத்தான் என்பது உங்களுக்கு நன்றாகவே தெரியும். உங்கள் மேகதூதம் காவியத்தில் நீங்களே எழுதி இருக்கிறீர்களே? சம்பல் நதியை சர்மானவதி என வர்ணித்து ரந்திதேவர் பசுக்களைக் கொன்று உணவு வழங்கிய பெருமையைப் பாடி இருக்கிறீர்களே?”

“மாணவரே! மிகுந்த ஆணவத்துடன் பேசுகிறீர்கள்.”

“நீங்கள் இப்படித்தான் சொல்வீர்கள் என நினைத்தேன். ஆனால், என்றும் வாழும் கவியரசர் குப்தர்களை இப்படி மயக்குவிப்பது எனக்குத் தாங்கவில்லை. அவர்கள் எப்படியெல்லாம் மதத்தை வக்கிரமாகத் திருத்தி இருக்கிறார்கள்!”

“சுபர்ணா, அவர்கள் வக்கிரமாக மதத்தை மாற்றியவர்கள் என்கிறாயா?”

“நிச்சயமாக. நந்தர்கள், மௌரியர்கள், கிரேக்கர்கள், சாகர்கள், ஹூன் இன மங்கோலியர்கள் என்று யாரும் செய்யாததை குப்தர்கள் செய்து விட்டார்கள்; இந்திய மண்ணில் இருந்து குடியாட்சியை முற்றிலும் அழித்து விட்டார்கள்.”

“குடியாட்சி இக்காலத்துக்கு பொருத்தம் இல்லாதது. சமுத்திர குப்தர் அவற்றை விட்டு வைத்திருந்தால், மங்கோலியர் போன்ற வலுமிக்க எதிரிகளை வென்றிருக்க முடியாது.”

“எது வெற்றி? தனக்கென ஒரு பேரரசை நிறுவி சந்திரகுப்த மௌரியர் போல ஆனதா? சாணக்கியர் அவரது இணையற்ற அறிவைக் கொண்டு உருவாக்கிய மௌரிய அரசே வெகுகாலம் நிலைக்கவில்லை. விக்கிரமாதித்தியன், குமார குப்தர் குடும்பமும் சூரிய, சந்திரர் இருக்கும் மட்டும் நிலைத்து இருக்கப் போவதில்லை. மக்கள் பங்கேற்ற குடியாட்சி முறையின் கடைசிச் சுவட்டையும் அழித்து எப்படி மதம் செழிக்க உதவினார்கள்? ஆதிக்காலத்தில் இருந்து வந்த குடியாட்சியை அழிப்பது மதத்திற்கு எதிரான பாவம் அல்லவா?”

“ஆனால், அரசர் திருமாலின் அவதாரம் அல்லவா?”

“அது சரி. குமாரகுப்தர் மயில் தனது சின்னம் என்று அறிவிப்பார். உடனே, யாராவது புலவர் அவரை மயிலில் அமர்ந்திருக்கும் குமரனாகச் சித்திரிப்பார். அப்படிப்பட்ட

ஏமாற்றுத்தனத்திற்கும், வக்கிரத்திற்கும் என்ன குறிக்கோள்? அவர்கள் சுவை மிக்க அரிசிச் சோறும், இறைச்சியும் உண்டு, நாட்டில் உள்ள அழகிய பெண்களை எல்லாம் தமது அந்தப்புரத்திற்கு அழைத்துச் செல்லத்தான். கலப்பையும் சுத்தியலும் ஏந்தி காலம் முழுதும் பாடுபடும் மக்களின் செல்வத்தை தமது கேளிக்கைகளுக்காகத் தண்ணீர் போலச் செலவிடத்தான். வேறென்ன! அந்த வேலை செய்த குப்தர்களை நீங்கள் மதத்தைப் பாதுகாக்கும் அரசர்கள் என்று சொல்கிறீர்கள்.

பார்ப்பனர்கள் அவர்களை விஷ்ணுவின் அவதாரமாக ஆக்க முனைகிறார்கள்; குப்தர்களும் அந்தச் செப்பிடு வித்தைக்கு தூபம் போடுகிறார்கள்; விஷ்ணுவின் மனைவி இலட்சுமியின் உருவத்தை காசுகளில் பொறிக்கிறார்கள். பசியால் வாடும் மக்களிடம் இருந்து சிலைகள் வடிக்கவும், விஷ்ணுவிற்குக் கோவில்கள் கட்டவும் நிதி வசூலிக்கிறார்கள். குப்தர் வம்சமும் பேரரசும் நிலைத்து நிற்க இத்தனை வேலைகளைச் செய்கிறார்கள்.”

“சுபர்ணா, என்ன சொல்கிறாய் எனத் தெரிந்துதான் சொல்கிறாயா? ஒரு அரசருக்கு எதிராக இப்படியா பேசுவது?”

“குருவே! இன்று நான் உங்களிடம் மட்டும்தான் இதைச் சொல்கிறேன். ஒரு காலம் வரும். அப்போது நான் இதை மகாராஜன் குமார குப்தரின் முகத்துக்கெதிரே சொல்வேன். இந்த ஏமாற்று வித்தைகளை என்னால் தாங்கிக்கொள்ள முடியாது. ஆனால், அது எதிர்காலத்தில், வெகு காலம் தள்ளி வரும் எதிர்காலத்தில், நடக்கும். இப்போதைக்கு என் மனதில் உள்ளது நீங்கள் ஏன் அஸ்வகோஷின் தடத்தில் செல்லக்கூடாது என்பதுதான்.”

“ஆனால், மகனே! நான் கவிஞன் மட்டும்தான். அஸ்வகோஷ் சிறந்த கவியும் மனிதனும் ஆவார். அவருக்கு இந்தப் பூவுலக இன்பங்களில் நாட்டம் இல்லை; எனக்கோ, விக்கிரமாதித்தியனின் அந்தப்புரத்தில் உள்ளது போன்ற அழகிய பெண்கள், சிவந்த மது, அழகான அரண்மனை, பணியாட்கள் ஆகியவை வேண்டும். என்னால் எப்படி அஸ்வகோஷ் போல ஆகமுடியும்?

குப்தர்கள் தேவர்களில் இருந்து உதித்தவர்கள் என்று வேறு பெயர்களை இட்டு நான் ரகுவம்சத்தில் எழுதினேன். விக்கிரமாதித்தியன் மனம் உவந்து எனக்கு இந்த அரண்மனையைத் தந்தான்; கிரேக்க அழகி காஞ்சனமாலாவைத் தந்தான். பதினைந்து ஆண்டுகளாக அவள் என்னுடன் வாழ்கிறாள்; என்னை அவளது

பொன்னிறக் கூந்தலில் முடிந்து வைத்திருக்கிறாள். இப்போது குமாரசம்பவம் எழுதத் திட்டமிட்டுள்ளேன். அது எனக்கு எத்தனை வெகுமதிகளைக் கொண்டுவரும் என்று நீ பார்க்கத்தான் போகிறாய்."

"ஆசிரியரே! அஸ்வகோஷ் போல நீங்கள் புத்தசரிதம் அல்லது சௌந்தரானந்தம் மட்டும் எழுதி இருந்தால், பட்டினி கிடக்கவோ, உங்கள் இன்பங்களை இழக்கவோ நேர்ந்திருக்காது என்பது என் நம்பிக்கை. ஆனால், மன்னர்களைத் துதி பாடாமல் வாழ்வின் இன்பங்கள் கிடைக்காது என்ற பிரமையில் நீங்கள் மூழ்கி இருக்கிறீர்கள். வருங்கால கவிஞர்களுக்குப் படுமோசமான எடுத்துக்காட்டாக ஆகிவிட்டீர்கள். நீங்கள் செய்ததைச் சொல்லிக்காட்டி அவர்கள் தப்பித்துக் கொள்வார்கள்."

"வேறுவகைக் கவிதைகளையும் நான் எழுதுவேன்."

"ஆனால், குப்தர்கள் இந்த உலகிற்குச் செய்த சாபக்கேடுகளை தாக்கி எழுத மாட்டீர்கள், அப்படித்தானே?"

"சுபர்ணா, அது எனது வேலை அல்ல; நான் மிகவும் உறுதியற்றவனாகப் போய்விட்டேன்."

"அரச குற்றங்களை மதச்சாயம் பூசி மெழுகி விடுவீர்கள்?"

"செய்துதான் ஆக வேண்டும். இல்லையெனில் அரச அதிகாரம் உறுதியாக இருக்காது. வசிஷ்டரும் விஸ்வாமித்திரரும்கூட அதன் அவசியத்தை உணர்ந்து இருந்தார்கள்."

"காளிதாசர் போலவே, அவர்கள் இருவரும் பெரிய மாளிகைகளுக்காவும் பெண்களுக்காவும் பல மோசமான செயல்களைச் செய்தனர்."

"சுபர்ணா! நீ கல்வியோடு போர்க்கலையும் கற்பதாக அறிகிறேன். உனக்கு ஒப்புதல் இருந்தால் நான் மகாராஜாரிடம் பேசி உன்னை ஒரு அமைச்சராகவோ, படைத் தளபதியாகவோ ஆக்கச் சொல்கிறேன். எனக்கு அது மகிழ்ச்சியாக இருக்கும். அரசரும் மகிழ்வார்."

"எனது உடலை நான் யாருக்கும் விற்கத் தயாராக இல்லை, குருவே!"

"அரசரின் புரோகிதர்களில் ஒருவராக இருக்க விருப்பமா?"

“பார்ப்பனர்களின் தன்னலம் எனக்கு மிகுந்த அருவருப்பைத் தருகிறது.”

“என்னதான் செய்ய விரும்புகிறாய்?”

“இப்போதைக்கு, என் கல்வியைத் தொடர விரும்புகிறேன்.”

4

உஜ்ஜெயின் நகரத்தில் வாழ்ந்தபோது எனது கல்வியறிவை மட்டுமின்றி உலகத்தைப் பற்றிய அறிவும் பெற முடிந்தது. பார்ப்பனர்கள் தம்மை அரசர்களிடம் முழுமையாக விற்று வாழ்வதை எளிதாகப் பார்க்க முடிந்தது. மற்றவர்கள் என்னைப் பார்ப்பனன் என்று ஏற்காதபோதும் நான் பார்ப்பன வகுப்பில் பிறந்தவன் என்று பெருமை பாராட்டிய காலம் ஒன்று இருந்தது; நான் எங்கள் ஊரை விட்டுக் கிளம்பும் முன்பே அந்தப் பெருமிதம் எல்லாம் கரைந்துவிட்டது. நகரத்திற்கு வந்தபின் நிறைய கிரேக்கர்களைச் சந்திக்கும் வாய்ப்பு கிடைத்தது; அவர்கள் கலப்பற்ற கிரேக்கர்களாக இருந்தனர். பெரும் கடைகள் வைத்திருந்த பரூகச் பகுதியில் இருந்து அவர்கள் உஜ்ஜெயினுக்கு வந்தனர். பல ஷாகா, ஆபீர் குடும்பங்களுடனும் பழக்க வாய்ப்பு கிடைத்தது; அவர்களது முன்னோர், ஒரு நூற்றாண்டுக்கு முன்பு உஜ்ஜெயின், குஜராத், கத்தியவார் பகுதிகளில் அதிகாரிகளாக வாழ்ந்து வந்தவர்கள். ஹூன் இன மங்கோலியர்களின் உருண்டைக் கண்கள், பழுத்த ஆரஞ்சு நிறக் கன்னங்கள் ஆகியவற்றையும் கண்டேன். அவர்கள் போர்க்கலையில் தேர்ச்சி பெற்றவர்களாக இருந்தனர்; வேறு எந்தச் சிறப்பும் அவர்களிடம் இல்லை. இத்தனை வகை மக்களைக் கண்ட போதும், என்னைக் கவர்ந்தது உஜ்ஜெயின் நகரின் புறநகர்ப் பகுதிகளில் இருந்த பௌத்த மடங்கள்தாம். என் தாய்வழி உறவில் பல குடும்பங்கள் பௌத்தர்கள்; அம்மடங்களில் நிறைய நாகர் பிக்குகள் இருந்தனர். எனவே, நான் அடிக்கடி அவர்களைச் சென்று சந்திக்க முடிந்தது.

எனது கல்வி முடிந்ததும் நான் பல இடங்களுக்குப் பயணம் சென்று எனது அறிவைப் பெருக்கிக் கொள்ள விரும்பினேன். விதர்பாவில் அஜந்தா என்ற புகழ் பெற்ற மடம் இருப்பதைப் பற்றி அறிந்தேன். அங்குப் பல நாடுகளில் இருந்து வந்த பிக்குகள் தங்கி இருந்தனர். நான் அதனைப் பார்க்கப் புறப்பட்டேன்.

இதுவரை நான் பயணம் மேற்கொண்டபோது நண்பர்கள், உணவுக்கான பொருட்கள் எடுக்காமல் போனதில்லை. முதல் முறையாக நான் தனியாக, எதையும் எடுத்துக் கொள்ளாமல் புறப்பட்டேன். வழியில் கள்வர் பயம் இல்லை; குப்தர்கள் ஆட்சிக்கு இதற்கு நன்றி சொல்ல வேண்டும். இந்த ஆட்சி எல்லாக் குடும்பங்களையும் வளமான செல்வத்துடன் வாழ வைத்ததால், வழிப்பறி இல்லாமல் போனது என்பதல்ல பொருள். முந்தைய அரசுகள் அனைத்தையும் வரி வசூலித்து ஒன்றும் இல்லாமல் ஆக்கிவிட்டது குப்தர் ஆட்சி. முன்னெப்போதும் இல்லாத அளவு மாடமாளிகைகள் உயர்ந்தன; அவற்றின் அலங்காரங்கள் அதிகரித்தன. குன்று, ஆறு, ஏரி, கடல் அனைத்தையும் பெயர்த்து அவர்கள் மாளிகைகள் / அரண்மனைகளைச் சுற்றிலும் வைக்க நினைத்தார்கள். அவர்களது உல்லாச வனங்கள், காடுகள் போல இருந்தன; பயங்கரமான விலங்குகள் கூண்டுகளில் அடைக்கப் பட்டிருந்தன; மான், மரை ஆகியவை ஓடித் திரிந்தன. அவர்களது தோட்டங்களில் உயர்ந்த குன்றுகளும், ஓடும் அருவிகளும் இருந்தன. குளங்கள் கால்வாய்களால் இணைக்கப்பட்டன; பாலங்கள் மூலமாகவும், படகுகள் வழியாகவும் கடக்க வசதிகள் இருந்தன. அரண்மனைகளுக்குள் தந்தம், தங்கம், வெள்ளி, நவ இரத்தினங்கள், பட்டு, விலையுயர்ந்த கம்பளங்கள் ஆகியவை நிறைந்து இருந்தன. ஓவியர்கள் தம் தூரிகைகளால் அரண்மனைகளை அலங்கரித்தனர்; சிற்பிகள் கல் அல்லது உலோகச் சிலைகளால் தகுந்தவாறு அணி செய்தனர். பயணிகளும் தூதர்களும் இந்த ஓவியங்களையும் சிலைகளையும் புகழ்ந்து தள்ளினார்கள்; நானும் அவற்றில் மெய்மறந்து இருந்திருக்கிறேன். ஆனால், கிராமப்புறங்களில் வறுமை தாண்டவம் ஆடிய குடிசைகளைக் கண்டபோது உஜ்ஜெயின் நகரத்தின் அரண்மனைகளை நினைத்தாலே எனக்குப் பற்றிக்கொண்டு எரிந்தது. நகரத்தின் மதில்களும் மேடுகளும் உள்ள இடத்தின் அருகில் தோண்டப்பட்ட பள்ளங்கள் நமக்கு உண்மையைச் சொல்லும்: சிலர் செல்வத்துடன் கொழிக்க பிறர் ஏழ்மையில் தவித்தனர்.

சிறு, பெரு நகரங்களில் மட்டும் இன்றி, கிராமங்களிலும் கைவினைக் கலைஞர்கள் பல பொருட்களை உருவாக்கினர். பெண்கள் மென்மையான நூலிழைகளை நூற்றுத்தர, நெசவாளர்கள் அவற்றை மெல்லிய துணியாக நெய்தனர்; பொற்கொல்லர், கொல்லர், தோல் வேலை செய்பவர்கள் என எல்லோரும் அவரவர் கை வேலைப்பாடுகளில் சிறந்து விளங்கினர். இங்குள்ளவர்களின்

உறவினர்தான் அரச மாளிகைகளில் தம் திறன்களைக் காட்டுபவர்கள். ஆனால், அவர்களது உடல், வாழ்விடம் ஆகியவற்றைப் பார்த்தபோது, இக்கலைகள் அவர்களுக்கு எந்த மேம்பாடும் தரவில்லை எனப்பட்டது; அவர்களது கலைகள் கனவுகள் போலத் தோன்றின. அவர்கள் உருவாக்கியவை நகரங்கள், அரண்மனைகள், மாளிகைகள், பெரும் சந்தைகள் ஆகியவற்றுக்குப் போய்விடும். பிறகு அவை பருகச் மற்றும் பிற மேற்திசைத் துறைமுகங்கள் வழியாக பெர்ஷியா அல்லது எகிப்து நாடுகளை அடைந்தன; கீழைத் துறைமுகங்களில் தமலூக் வழியாக ஜாவா, சுமத்ரா நாடுகளை அடைந்தன.

இந்தியாவின் கடல் வணிகம் இக்காலத்தில் மிகச் செழிப்பாக வளர்ந்தது; அந்நிய நாட்டுப் பணம் உள்ளூர் பொருட்களுக்கு சரளமாகக் கிடைத்தது. ஆனால், இவற்றால் யார் இலாபம் ஈட்டினர்?

முதலில் விற்பனை வரி மூலம் குப்தர் பேரரசு இலாபம் பெற்றது. அடுத்து நிலச் சொந்தக்காரர்கள், உள்ளூர் தலைவர்கள் ஆகியோர் கைவினைத் தொழிலாளர்கள், வணிகர்கள் ஆகிய இருவரிடம் இருந்தும் தமது பங்கைப் பெற்றுக் கொண்டனர். வணிகர்கள் இறுதியாக வந்தனர். ஆனாலும், அவர்களது பங்கு ஒன்றும் குறைவானது அல்ல. இவற்றைப் பார்த்ததும் எனக்கு விவசாயிகளும், கிராமத்து கைவினைத் தொழிலாளர்களும் ஏன் வறுமையில் வாடுகிறார்கள் எனப் புரிந்தது. அரசாங்கம் நெடுஞ்சாலைகள், கிளைச்சாலைகள் ஆகியவற்றைப் பராமரிப்பதில் ஏன் அக்கறை காட்டுகின்றன என்பதும் புரிந்தது.

கிராமங்களில் வறுமை தலைவிரித்து ஆடியது. ஆனாலும், மனதை நோகடிக்கும் ஒரு காட்சி இங்கு தென்படாது - மனிதர்கள் அடிமைகளாக விற்கப்படும் சந்தை, அடிமைகள் முதுகில் விழும் சவுக்கடிகள் ஆகியவை இங்கு கிடையாது. எனது ஆசிரியர் காளிதாசர், ஒரு முறை அடிமையாக வாழ்வது, போன பிறப்பில் செய்த குற்றங்களின் பலன் என்றார். பிறவி பற்றிய நம்பிக்கை என்னுள் அப்போது தவிடுபொடியானது. குப்தர் பேரரசு தமது அதிகாரத்தை அதிகரிக்க மதம் என்ற ஆயுதத்தை அவசர அவசரமாகப் பயன்படுத்துவதை அறிந்த அனைவர் மனதிலும் அத்தகு அய்யம் எழுவதில் வியப்பேதும் இல்லை. ஆனால், சாதாரண மனிதர்களை அறியத்தொடங்கிய பின், அவர்களது அக்கறையின்மை புரிந்தது. ஏன் அப்படி? ஆதரவு அற்றவராக

உணர்ந்திருக்கலாம். அவர்களுக்குத் தமது சிறு கிராமம் தவிர வேறு எதைப் பற்றியும் தெரியவில்லை. குமார குப்தர் ஒரு முழுப் பகுதியை வெற்றி கொள்ள நடத்தும் போரைவிடக் கூடுதலாக தமது ஓர் அங்குல நிலத்திற்காக உறுதி இழக்காமல் போரிடுவர். ஆனால், கிராமத்திற்கு வெளியே நடப்பவை பற்றிக் கண்டுகொள்ளாமல் வாழ்ந்தனர்.

ஒரு கிராமத்தில் நடந்த நிகழ்ச்சி எனக்கு நினைவு வருகிறது. அங்கு நாற்பது வீடுகள் இருந்தன. எல்லாம் கூரை வீடுகள். கோடைக்காலம். ஒரு வீட்டு அடுப்பில் இருந்து தெறித்த தீப்பொறி ஒரு வீட்டுக் கூரையில் பற்றியது. மொத்த பேரும் வாளிகளில் தண்ணீர் ஏந்திக் கொண்டு அந்த வீட்டு நெருப்பை அணைக்கக் கிளம்பினார்கள். ஒரு வீட்டில் மட்டும் வாளியில் நீர் வைத்துக் கொண்டு அவர்கள் வீட்டு வாசலில் அமர்ந்து கொண்டு இருந்தனர். நல்ல காலம்! இந்த ஒரு வீட்டார் தவிர மற்றவர்கள் அனைவரும் உதவிக்கு வந்தனர். இல்லையென்றால், நாற்பது வீடுகளும் சாம்பலாகி இருக்கும். இந்த சம்பவம் எனக்குப் பழைய யௌதேய இனத்தின் குடியாட்சி முறையை நினைவு படுத்தியது. அங்கு எல்லோரும் நாட்டிற்காக உயிரையும் கொடுக்கத் தயாராக இருந்தனர். சமுத்திர குப்தர், சந்திர குப்தர், குமார குப்தர் ஆகியோருக்காக பலர் இன்னுயிர் ஈந்தனர்; ஆனால், அவர்கள் அரசரின் நலனுக்காக, அடிமைகளாக மாண்டனர். சுதந்திரமான மனிதர்களாக தம்மையும், தம் குடும்பங்களையும் காப்பதற்காக மாளவில்லை. குப்தர் ஆட்சி ஒரு நூற்றாண்டு நீடித்தால், அந்த நாட்டு மக்கள் மத்தியில் எத்தகு விளைவுகள் வரும் என்று நினைத்துப் பார்க்கவே உடல் நடுங்கியது. இந்த ஆட்சி பல நூற்றாண்டுகள் நீடித்தால் நாட்டில் அடிமைகள் மட்டுமே இருப்பார்கள்; அரசர்களுக்காகவே பிறந்து மடிவார்கள்; மனிதர்களுக்கு உரிமைகள் உண்டு என்பதை உணராமலே வாழ்ந்து முடிப்பார்கள்.

அஜந்தா பௌத்த மடம் மிகவும் அழகாக இருந்தது. பசுமையான மலைப் பள்ளத்தாக்கில் ஒரு நீரோடை பிறைநிலா போல இடையிட்டு ஓடியது. அந்தச் சிறிய ஆனால், வற்றாத ஆற்றின் இடது கரையில் கைவினைக் கலைஞர்கள் மலையைக் குடைந்து வரிசையாகக் குகைகளை உருவாக்கி இருந்தனர். வழிபாட்டு இடங்கள், வாழ்விடங்கள், கூடங்கள் எனப் பல குகைகள் இருந்தன. அவை அரண்மனைகளில் உள்ளவை போன்ற ஓவியங்கள், சிற்பங்களால் நிறைந்திருந்தன; ஆனால், இவை பல தலைமுறைகளின் உழைப்பில் உருவாக்கப்பட்டவை; நூற்றுக்கணக்கான தலைமுறைகளுக்கு

நிலைக்கும்படி உருவாக்கப்பட்டவை. அஜந்தாவின் குகை ஓவியங்களும் சிலைகளும் மிக அழகாக இருந்த போதிலும், குப்தர் அரண்மனை அலங்காரங்களோடு அவை போட்டி போட முடியாது. எனவே நான் அவற்றால் அதிகம் கவரப்படவில்லை. பிக்குகளின் சங்கம் என்னைக் கவர்ந்தது. பல்வேறு நாடுகளைச் சேர்ந்தவர்கள் ஒரே குடும்பம் போல அன்புடன் வாழ்ந்து கொண்டிருந்தனர். தூர தேச சீனர், பெர்ஷியர், கிரேக்கர், சிங்களவர், ஜாவா, சுமத்ரா தீவு மக்கள் ஆகியோரைப் பிக்குகளாகச் சந்தித்தேன். சம்பாத்தீவு, காம்போஜம் ஆகிய நாட்டு மக்களை நேரடியாகச் சந்தித்தேன். கபிஷா, உத்யான், துஷார், குச்சா போன்ற கிழக்கு ஆசிய நாடுகளில் இருந்து மஞ்சள் தோல் கொண்ட பிக்குகள் சிவப்பு துவராடை உடுத்தி இருப்பதைக் கண்டேன்.

வெளிநாடுகளைப் பற்றி அறிந்து கொள்வதில் எனக்கு மிகுந்த ஆர்வம் இருந்தது. இவர்களைத் தனியாக சந்தித்திருந்தால், ஒவ்வொருவருடனும் ஓராண்டு காலம் மகிழ்ச்சியாக செலவிட்டிருப்பேன். அத்தனை பேரையும் ஒரே இடத்தில் பார்த்தது வறுமையில் தவிப்பவனுக்குப் பெருநிதியம் கிடைத்தது போல இருந்தது.

காளிதாசர் மூலம் திங்கநாகர் பற்றி நான் ஏற்கனவே அறிந்திருந்தேன். காளிதாசர் குப்தர் பேரரசு, அதற்கு அரணாக இருந்த பார்ப்பனீயம் ஆகியவற்றைக் கேள்வியின்றி ஆதரிப்பவர் என்பதை நான் முன்னமே விளக்கி இருக்கிறேன். திங்கநாகர் தன் கருத்துகளுக்கு பரம எதிரி என்பதை அவர் அறிவார். "விஷ்ணு மட்டுமல்ல, முப்பத்து முக்கோடி தேவர்களின் அரியாசனங்களும் இந்தத் திராவிட கடவுள்மறுப்புச் சிந்தனையாளர் முன் தள்ளாடும். மதத்தின் பெயரால், அரசரையும் பார்ப்பனரையும் பாதுகாக்க நாம் வைக்கும் போலிக் கருத்துகளின் இரகசியங்கள் அனைத்தும் அவருக்குத் தெரியும். அறிவில் சிறந்த வசுபந்து இவரது ஆசிரியர், என்றெல்லாம் சொல்லிப் பொருமுவார். வசுபந்துவை காளிதாசர் ஞானக்கடல் என்று வர்ணிப்பார். அவர் சந்திர குப்தரின் தலைநகர் அயோத்தியில் அரசவை ஆலோசகராக இருந்தார்; பௌத்த அறிஞரான அவர் அரசவையில் இருந்தாலும் சுதந்திரமான, மதிப்பு மிக்க ஆசிரியராகத் திகழ்ந்தார். பின்னர், குப்தர்களின் கீழ்த்தரமான நோக்கங்களைக் கண்டு அருவருப்பு கொண்டு தனது சொந்த ஊரான புருஷபூர் திரும்பி விட்டார். அவரது மாணாக்கரான திங்கநாகர் உலகத்திற்கு இரும்பாலான ஈட்டிகள், வாட்கள் தருவதை விட,

அறிவு, பகுத்தறிவுச் சிந்தனை ஆகியவற்றை ஆயுதங்களாக அளிக்க உறுதி பூண்டார். அவருடன் அரை மணி நேரம் உரையாடினால் எல்லா பார்ப்பன தில்லுமுல்லுகளும் தவிடுபொடியாகிவிடும்.

அஜந்தா மடத்தில் நான் ஆறு மாதம் தங்கி இருந்தேன். தினமும் திங்கநாகரின் புத்தொளி பரப்பும் உரைகளைக் கேட்டேன். அவரை ஆசிரியராகப் பெற்றதில் எனக்கு மிகுந்த பெருமிதம் உண்டு. அவரது அறிவு செறிவானது; சொற்கள் தீப்பந்தங்கள். என்னைப் போல, அவரும் உலகத்தின் இரட்டைத்தனத்தையும் மூடநம்பிக்கைகளையும் கண்டு மனம் வெறுத்து நொந்தார்.

ஒரு நாள் அவர் என்னிடம், "சுபர்ணா! மக்கள் வலிமையால் ஓரளவு ஏதாவது அடைய முடிந்தது; ஆனால், இப்போது அவர்கள் முழுமையாக திசைதிருப்பப் பட்டுவிட்டார்கள். புத்தர் சாதி, இன பேதங்களை ஒழிக்க கடும் பாடுபட்டார்; ஓரளவு வெற்றியும் பெற்றார். கிரேக்கர், ஷாகா, குர்ஜர், ஆபீர் போன்ற வெளிநாட்டைச் சேர்ந்த இனத்தவர் இங்கு வந்தபோது பார்ப்பனர் அவர்களை மிலேச்சர் என்று அழைத்தனர்; தம்மிலும் கீழானவராகப் பார்த்தனர். ஆனால், பௌத்த சங்கம் அனைவரையும் அணைத்துக் கொண்டது. சம உரிமை வழங்கியது. சில நூற்றாண்டுகளில் இந்தியாவில் அனைத்துச் சாதி பேதங்களும் மறைந்து விடுவது போல இருந்தது. ஆனால், இந்தியாவின் தீவாய்ப்பு - குப்தர்கள் பார்ப்பனர்களின் ஆதரவாளர்களாக வந்தனர். இந்தப் பார்ப்பனர்கள், குப்தர்கள் முதலில் வந்தபோது அவர்களையும் மிலேச்சர் என்றுதான் அழைத்தார்கள். அவர்களது மதிப்பை உயர்த்தவே காளிதாசர் ரகுவம்சம், குமாரசம்பவம் ஆகிய காப்பியங்களை எழுதினார். என்றும் நிலைக்கும் பேரரசு ஒன்றைக் கட்ட குப்தர்கள் விரும்பினர்; பார்ப்பனர் அதற்குத் தூபம் போட்டனர். எங்கள் ஆசிரியர் வசுபந்து அத்தகைய நம்பிக்கை எதையும் வழங்க விரும்பவில்லை. அவர் லிச்சாவி குடியாட்சி முறையில் அமைக்கப்பட்ட துறவு மேற்கொள்வோரின் சகோதரத்துவத்தில் ஆழமான பற்று கொண்டவர். பௌத்தர்கள் தமக்குப் பகை என்பதைப் பார்ப்பனர் அறிவார்கள். எல்லா நாடுகளிலும் பௌத்தர்கள் மாட்டு இறைச்சி உண்கிறார்கள்; அதை விட்டுக் கொடுக்க மாட்டார்கள் என்பதும் அவர்களுக்குத் தெரியும். அதனால், மாட்டு இறைச்சி உண்பதை நிறுத்துவதை மதம் சார்ந்த ஒழுக்கமாக இந்தியா முழுதும் பரப்புரை செய்தனர். 'பசு - பார்ப்பனர் பாதுகாப்பு' என அறிவித்தார்கள். பௌத்தர்கள் சாதி, இன வேறுபாடுகளைக் களைய முற்பட்டனர். எனவே, பார்ப்பனர் கிரேக்கர், ஷாகா இனத்தவர்க்கு சாதியமைப்பில் மேலிடம்

கொடுக்கத் தொடங்கினர். நமது மதமறுப்பு பேசும் பௌத்தர்கள்கூட இந்த மோசவலையில் மாட்டுகின்றனர். இத்தகு வேறுபாடுகளை விதைத்து மக்கள் சக்தியை வலுவிழக்க வைப்பதுதான் பார்ப்பனரது நோக்கம். இதனால், பார்ப்பனர், அரசர்கள் அதிகாரம் அதிகரிக்கும். ஆனால், இதன் விளைவு நமது நாட்டிற்குப் பேரபாயம். சுபர்ணா! அடிமைகளின் வலிமையை நம்பி இருக்கும் எந்த நாடும் உறுதியாக இருக்க முடியாது" என்றார்.

யௌதேயர்களின் தியாகம் பற்றி விவரித்ததும், ஆசிரியர் மனம் நெகிழ்ந்தார். யௌதேய குடியாட்சியை மறுபடிக் கட்டியெழுப்பும் எனது நம்பிக்கையைப் பகிர்ந்து கொண்டபோது, "என் நம்பிக்கையும் வாழ்த்தும் என்றும் உனக்கு உண்டு. மன உறுதி கொண்ட வீரன் தடைகள் கண்டு அஞ்சக் கூடாது" என்றார்.

அவரது வாழ்த்துகளை ஏந்தியபடி நான் யௌதேயர் பகுதிக்கு சென்று கொண்டிருக்கிறேன் - மாண்ட எனது நாட்டை உயிர்ப்பிக்க; அல்லது மணற்சுவடு போலத் தடமின்றி மறைய.

13. துர்முகன்

காலம்   :   பொ.ஆ. 630

1

என் பெயர் ஹர்ஷவர்த்தனன். நல்லொழுக்க சீலன் எனும் பொருள்படும் 'சீலாதித்தன்' என்ற பெயரைச் சூட்டிக் கொண்டேன். இரண்டாம் சந்திரகுப்தன் தன்னை விக்கிரமாதித்தன் என அழைத்துக் கொண்டான். 'வீரச்சுடரோன்' எனப் பொருள்படும் பெயர் அது. எனக்கு மென்மையான பண்புநலன் கொண்ட பெயர்தான் பிடித்தது. வீரதீரம் எனச் சொன்னாலே அதன் பின் மற்றவர்களை வென்று அடக்கி ஒடுக்கும் பண்பு புதைந்து இருக்கிறது. ஆனால், நல்லொழுக்கம் தனது அண்டைவீட்டாரை வன்முறையால் அடக்கும் ஆசை இல்லாதது. குப்தர்கள் தம்மை விஷ்ணுவின் அவதாரங்கள் என அறிவித்துக் கொண்டனர்; என் மூத்த சகோதரர் ராஜவர்த்தனன் இளைஞனாக இருக்கும்பொழுதே கௌடசாங்கனால் துரோகம் இழைக்கப்பட்டுக் கொல்லப்பட்டான். பௌத்தத்தில் ஈடுபாடு கொண்ட அவனது மறைவு என்னை வருத்தத்தில் ஆழ்த்தியது. அவன் புத்தரைப் போலவே கருணையின் உருவாக இருந்தவன். நான் சிவபக்தனாக இருந்தபோதும், எனது அண்ணனின் சீடனாகத்தான் என்னைக் கருதிக் கொள்கிறேன்; புத்தர் மீது எனக்கு ஆழமான பக்தி உண்டு; அதனை இந்தியா மட்டும் இன்றி உலகம் முழுதும் அறியும். எனது நாட்டில் உள்ள அனைத்து மதங்களையும் நான் மதிக்கிறேன். மக்களைத் திருப்திப்படுத்த மட்டுமின்றி, எனது நேர்மையை இழக்காமல் இருக்க வேண்டும் என்பதனாலும் அப்படி வாழ்ந்தேன். ஐந்தாண்டுக்கு ஒரு முறை எனது கருவூலத்தில் உபரியாகச் சேர்ந்துள்ள சொத்து, கங்கையும் யமுனையும் கூடும் பிரயாக் அருகில் பார்ப்பனர்களுக்கும் பௌத்தத் துறவிகளுக்கும் பிரித்து அளிக்கப்படுகிறது. அதன்மூலம் எல்லா மதமும் செழிக்க வேண்டும் என்ற எனது ஆசை புலப்படும். நானும்

ஒரு காலத்தில் சமுத்திர குப்தன் போல பிற பகுதிகளை வெல்ல படையெடுத்துச் சென்றவன்தான். ஆனால், அதெல்லாம் எனக்கு 'நல்லொழுக்கக் கதிரவன்' என்ற பட்டம் கிடைப்பதற்கு முன்பு. தென் பகுதியைச் சேர்ந்த புலிகேசியிடம் நான் தோற்றிராவிட்டால், நானும் விக்கிரமாதித்தன் போல் வீரதீரன் எனும் பட்டத்தை தேர்ந்தெடுத்திருப்பேன் என நினைக்காதீர்கள். நான் இந்தியாவின் பேரரசராக இருந்தால்கூட சந்திரகுப்தன் போல இருந்திருக்க மாட்டேன்; கலிங்கத்துப் போருக்குப் பின் மனம் வருந்திய அசோகன் போல மக்களின் மனங்களை எனது நீதியுணர்வு மூலம் வென்றிருப்பேன். மென்மையான ஆட்சிக்கான குணநலன் என்னுடையது.

பல காலமாக நான் அரச பதவியை ஏற்க மறுத்திருக்கிறேன். ஸதானவீஷ்வர மன்னன் பிரபாகரவர்த்தனனின் மகனும் கன்னியாகுப்தர் அதிபதி, பரம பட்டாரகன், ராஜாதி ராஜா ராஜ்யவர்த்தனின் தம்பியுமாகிய நான் அரச பதவி தரும் அதிகாரத்தை அருகில் இருந்து பார்த்தது மட்டுமல்லாமல், அனுபவித்தும் இருக்கிறேன்; அவை எனக்கு உவப்பாக இல்லை. எனது அண்ணன் படுகொலை செய்யப்பட்ட பின்பும் எனக்கு அரியாசனம் ஏற மனம் வரவில்லை; ஆனால், அவரது கொலைக்கு வஞ்சம் தீர்க்கும் ஷத்திரிய மனநிலை என்னுள் எழுந்திராவிட்டால், நான் கன்னியாகுப்தாவின் அரசனாக பொறுப்பேற்று இருக்க மாட்டேன். நான் அப்படிச் செய்யாவிடில் அரசாட்சி, எனது சகோதரி ராஜ்யஸ்ரீ மணம் முடித்துள்ள மௌகாரி இனம் பதவி ஏறியிருக்கும். எனது அண்ணன் அரசராகும் முன்பு, குப்தர்கள் ஆட்சிக்குப் பின் இந்த நாட்டை ஆண்டு வந்தவர்கள் மௌகாரி இனத்தவர்தான். இனிவரும் தலைமுறை நான் தன்னலத்துடன் அரியணை ஏறவில்லை என்பதை விளங்கிக் கொள்ளவே இந்தக் கதையைச் சொல்கிறேன். எனது அரசவையில் இருப்பவர்கள் என்னையும் சமுத்திர குப்தர், சந்திர குப்த விக்கிரமாதித்தியன் போலவே சித்திரிப்பது குறித்து நான் வருந்துகிறேன். போலிப் பெருமை பாடுபவர்களிடம் இருந்து அரசர்கள் தப்ப முடிவதில்லை. ஆனால், அவர்களது முகத்துதிகள் எனக்கு நன்மை பயப்பதில்லை; கெடுதலே விளைவிக்கின்றன.

மனிதகுலம் மீது உள்ள அன்பின் காரணமாக, நீதியையும் மதத்தையும் காப்பாற்றவே நான் அரச பதவி ஏற்றேன். கல்விக்கொடைதான் தலைசிறந்த கொடை எனப் புரிந்து கொண்டேன். குப்தர் காலத்தில் இருந்து வளர்ந்து வரும் நாளந்தா பல்கலைக்கழகம் மேலும் செழிக்க எனது பங்கை ஆற்றினேன். இன்று

பத்தாயிரத்துக்கும் மேற்பட்ட இந்திய, வெளிநாட்டு அறிஞர்களும் மாணவர்களும் தத்தம் மதங்களைப் பின்பற்றிக் கல்வி கற்கக்கூடிய அளவு வளர்ந்திருக்கிறது. அதனால் உலகில் அமைதியும் வளமும் கொழிக்கிறது. அறிஞர்களை வரவேற்பது எனக்கு மிகுந்த உவகை அளிக்கும் பணி; அதனால்தான் சீன பௌத்தத் துறவி வேன் சாங் அவர்களை வரவேற்றேன். பாணகவியின் கவித்துவ புலமையைக் கண்டு அவரைக் காமக் கேளிக்கைகளில் இருந்து மீட்டு சரியான திசைவழியில் திருப்ப முயற்சித்தேன்; ஆனால், அவரால் மீள முடியவில்லை. காளிதாசரின் வழியைப் பின்பற்றி தனது கவிதைகளை முகத்துதிகள், பாராட்டுகளால் நிறைத்தார். ஆனாலும், மகதத்தின் கிராமம் ஒன்றில் இருந்து உலகத்தின் பார்வையில் அவரை இனம் காட்டியது எனது இலக்கிய ஈடுபாட்டிற்குச் சான்று.

ஒவ்வொருவரும் தத்தம் மதங்களுக்கு உரியபடி நடந்து கொள்ள வேண்டும். அதுதான் அமைதியும் வளமும் நிறைந்த சொர்க்கத்தை உலகில் உருவாக்கும். ஒவ்வொரு வர்ணமும் அவரவர் மதச் சடங்குகளைப் பின்பற்ற வேண்டும்; அவரவர் சார்ந்த பருவத்திற்கு (ஆஸ்ரமம்) ஏற்ப நடக்க வேண்டும்; அனைத்து மதப் பிரிவினரும் அவர்களது நம்பிக்கைகளுக்கு ஏற்ப வழிபாடுகள் செய்ய வேண்டும் என எப்போதும் வலியுறுத்தி வருகிறேன்.

காமரூபம் (அசாம்) தொடங்கி சௌராஷ்டிரம் வரை, விந்திய மலை தொட்டு இமாலயம் வரை பரந்துள்ள எனது ஆட்சிப் பகுதியில் நீதியான ஆட்சியை நிலை நிறுத்தி உள்ளேன். எனது அதிகாரிகள் மோசமான நடவடிக்கைகளில் ஈடுபடாமல் இருப்பதைக் கண்காணிக்க நான் நேரடியாக பல பகுதிகளுக்குப் பயணம் மேற்கொண்டேன். அத்தகைய ஒரு பயணத்தின் போதுதான், பார்ப்பன இனத்தைச் சேர்ந்த பாணரை அழைத்து வரச் சொல்லி சந்தித்தேன். அவர் என்னைப் பாராட்டுவதை மட்டுமே தனது விருப்பமாகக் கொண்டிருந்தார்; ஆனால், நான் பயணத்தில் இருந்தபோது எழுதிய வர்ணனைகள், அதில் வெளிப்பட்ட அரச படாடோபங்கள், அலங்காரங்கள் அனைத்தும் எனது அரசவையைவிட விக்கிரமாதித்தியன் அவையைப் பாடுவது போலத்தான் இருந்தது. அவர் ஹர்ஷசரிதம் எனும் எனது வாழ்க்கை வரலாற்று காவியம் ஒன்றை இரகசியமாக எழுதிக் கொண்டிருப்பதாக அறிந்து அவரிடம் நேரடியாகக் கேட்டேன். அவர் அதுவரை எழுதியிருந்ததைக் காட்டினார். அது எனக்குப் பிடிக்கவில்லை. அதனை வெளிப்படையாகச் சொன்னேன். பிறகு, அவரால் என்னுடன் பழைய பிடிப்புடன் பழக முடியவில்லை.

அவரது 'காதம்பரி' நல்ல காவியம். ஆனால், அதில் உள்ள அரசவை வாழ்க்கை, அந்தப்புரங்கள், பணியாட்கள், அரண்மனைகள், ஆடம்பரம் போன்றவை குறித்த வர்ணனைகளை மக்கள் எனது அரசவைக்கும் பொருத்தி விடுவார்கள் எனத் தோன்றியது.

எனது பாரசீக மனைவி மீது எனக்கு பிடிப்பு அதிகம். நௌஷர்வெனின் மகள் என்பதனால் மட்டும் இன்றி, அவளது அழகும் குணமும் எவரையும் கவரும் ஆற்றல் மிக்கது. பாணன் அவரை மகேஸ்வதா எனப் பெயரிட்டு அழைத்திருந்தார். சற்று வயது முதிர்ந்த எனது சௌராஷ்டிரா மனைவியை மகிழ்விக்க அவளது மாளிகையை அலங்கரிக்க தனிப்பட்ட கவனம் எடுத்துக் கொண்டேன். அவளை பாணன் காதம்பரி எனப் பெயரிட்டார். காதம்பரியின் மாளிகை பற்றிய வர்ணனையில் பாணன் இதனைக் குறிப்பிட்டு இருக்கிறார். இவை இரண்டு தவிர பாணனின் காதம்பரியில் வரும் பிற செய்திகள் மிகைப்படுத்தப்பட்டவை.

இப்போது, எனது கடைசிக் காலத்தில் பாணன் எனக்கு எந்தவகையிலும் நன்மை செய்யவில்லை என உணர்கிறேன். 'ஹர்ஷசரிதம்', 'காதம்பரி' நூல்களில் வரும் அரசர் வாழ்வின் சிறப்புகளை என்னைப் பற்றிய சித்திரிப்பாகவே அனைவரும் கருதுவார்கள். அதோடு விடாமல், பாணன் அவரது 'நாகானந்தா', 'ரத்னாவளி', 'பிரியதர்ஷிகா' ஆகிய நாடகங்களை எனது பெயரில் எழுதினார். அது குழப்பத்தை உருவாக்கி விட்டது. புகழ் தேடும் பேராசையில் நான் வேறு ஒருவர் எழுதிய நூல்களை எனது பெயரில் போட்டுக் கொண்டேன் என்று பொதுவாக நினைக்கக்கூடும். ஆனால், அவை எழுதிப் பல காலத்திற்குப் பின்னரே எனக்குத் தெரிய வந்தது என்பதுதான் நிசம்; அதற்குள் ஆயிரக்கணக்கான மாணவர்கள் அவற்றைப் படித்திருந்தனர்; அவை பலமுறை மேடையேற்றப்பட்டிருந்தன.

எனது மக்கள் நிறைவாக வாழ வேண்டும் எனக் கருதினேன். அது நிறைவேறிவிட்டது. எனது ராச்சியம் கலவரங்கள் இன்றி அமைதியாக இருக்க வேண்டும் என நினைத்தேன்; அதுவும் நிறைவேறியது. பொன் அணிகலன்கள் சூடிய ஒருவர் அச்சமின்றி பாதுகாப்பாக எனது நாட்டில் நடமாட முடிந்தது.

எனது குடும்பம் பனியா சாதியைச் சேர்ந்தது என்று என் முதுகுக்குப் பின்னால் புறம் பேசுகிறார்கள் எனத் தெரிகிறது. அது பொய். நாங்கள் வைசிய - ஷத்திரியர்; வைசிய - பனியாக்கள் அல்ல. ஒரு காலத்தில் எங்கள் சாதவாகன இனம் இந்தியா முழுதும்

பரவி இருந்தது. சாதவாகன பேரரசு முடிவுக்கு வந்த பிறகு எமது முன்னோர்கள் பிரதிஷ்தான்பூர் (பைதான்) இருந்த கோதாவரி கரையில் இருந்து ஸ்தான்விஷ்வார் பகுதிக்கு குடியேறினர். அவர்கள் ஷாகா ஷத்திரியர்களுடன் மண உறவு கொண்டார்களே தவிர பனியாக்களுடன் அல்ல என்பதை உலகம் அறியும். அதுதான் அரச குலம் செய்யக் கூடியது. எனது மகேஸ்வதா பாரசீக அரச வம்சத்தில் வந்தவர்.

2

நான் பாணன். பல காதல் தொடர்பான நாடகங்கள் எழுதி இருக்கிறேன். மக்கள் இன்னமும் அவற்றைக் கொண்டே என்னை மதிப்பிடுகிறார்கள். எனவே, நான் இதையும் எழுதிவிட்டுப் போக விரும்புகிறேன். இப்போது ஆட்சி செய்யும் குடும்பம் அரியணையில் இருக்கும் வரை, நான் இங்கு எழுதுவது வெளியுலகிற்குத் தெரிய வராது என்பதை நான் அறிவேன். அதனால், இதனைப் பத்திரமாக வைத்துச் செல்கிறேன். எனது இலக்கியப் படைப்புகளைப் படிக்கும் முன், இதனைக் காணும் வாய்ப்பு இருந்தால், எதிர்காலத்தில் என்னைப் பற்றிய பொய்யான கருத்துகள் உலவாது.

மன்னன் ஹர்ஷர் பொது வெளியில் என்னைக் காமுகன் எனக் குறிப்பிட்டார்; அதனால், பலருக்கு என்னைப் பற்றித் தவறான எண்ணம் ஏற்பட்டு இருக்கக்கூடும். நான் பணக்கார குடும்பத்தின் ஒரே வாரிசாகப் பிறந்தேன். பாஸன், காளிதாசன் ஆகியோரைப் படித்ததால் எனக்குக் காதல் மீது மிகுந்த ஈடுபாடு ஏற்பட்டு இருக்கலாம். நான் அழகன்; இளைஞன்; உலகம் சுற்ற விரும்பினேன். எனது இளமையை முழுமையாக அனுபவிக்க விரும்பினேன். என் அப்பா போல நானும் எனது வீட்டிலேயே சுகபோகமான கேளிக்கைகளில் ஆழ்ந்திருக்கலாம். ஆனால், தனி வாழ்வில் உடல் சுகம், காமவாழ்வில் ஈடுபட்டுக் கொண்டு, வெளியுலகில் முற்றும் துறந்த பக்திமானாகவும் ஒழுக்க சீலம் நிறைந்த ஆன்மீகவாதியாகவும் காட்டிக் கொள்வது எனக்கு இரட்டைத்தனமாகப் பட்டது. அத்தகைய போலித்தனத்தை நான் என்றும் விரும்பியதில்லை. நான் எது செய்தாலும் வெளிப்படையாகச் செய்தேன். கறுத்த நிறத்துடன் இருந்த மகனைத் தன் மகன் என்று ஏற்கும் துணிவு என் அப்பாவிற்கு ஒரு முறைதான் இருந்தது. இளமைத் துடிப்பில் நடந்த முட்டாள்தனமாகக் கூட அது இருக்கலாம். வீட்டில் இருந்தால் நான் நினைப்பது போல

களிப்பில் திளைத்து வாழ முடியாது எனப் புரிந்து கொண்டேன். எனது உறவினர்கள் வெகுண்டு எழுவார்கள்; நான் சொத்தை இழக்கக் கூடும். எனவே, நான் ஒரு திட்டமிட்டேன்.

ஒரு நாடகக் குழுவை உருவாக்கினேன் - மகதத்திற்கு வெளியே. அறிவுக்கூர்மையும் கலையார்வமும் கொண்ட இளைஞர்கள்தான் எனது நண்பர்களாக இருந்தார்கள். விலைமாதர்களாக இல்லாத, பல அழகிய இளம் பெண்களை எங்கள் குழுவில் சேர்த்தேன். இந்தக் குழுவின் நாடக பயணத்திற்காகத்தான் ரத்னாவளி (மாலை), பிரியதர்ஷிகா (கண்டேன் காதலியை) மற்றும் பிற நகைச்சுவை நாடகங்களை எழுதினேன். கலைப் படைப்பு எனக்கு இளமையைக் கொண்டாடுவதாக இருந்தது; ரசிகர்கள் நான் கலைக்கு ஆற்றிய பங்களிப்பை என்றும் மதிப்பார்கள். நான் எனது வாழ்க்கையை மகிழ்ச்சியாக வாழ்ந்தேன்; உலகத்திற்கு எனது படைப்புகளையும் அளித்தேன். சிலர் தாம் மட்டும் களித்து மகிழ்வது போல நான் இருக்கவில்லை.

மன்னன் ஹர்ஷரின் ஆதரவைப் பெறுவதற்காக நான் எனது நாடகங்களை அவரது பெயரில் எழுதியதாக மக்கள் கருதலாம். ஆனால், நான் ஊரைவிட்டு வெளியூர் பயணத்தில் இருந்தபோது அவற்றை எழுதினேன். அப்போது எனக்கு மன்னரின் பெயர் தவிர எதுவும் தெரியாது. அவர் என்னை அழைத்து அரசவைக் கவியாக ஆக்குவார் என்று நான் கனவிலும் நினைக்கவில்லை. எனது அடையாளத்தை மறைத்துக் கொள்ளவே நான் அந்தப் பெயரில் எழுதினேன். படித்தவர்கள் அந்தப் படைப்புகளின் மதிப்பை உணர்ந்து கொண்டனர். அவை புதிதாக இருந்தன. பல தேர்ந்த இரசிகர்கள் எனது பார்வையாளர்களாக இருந்தனர். எனது நாடகங்களைக் காண அறிஞர்கள், இளவரசர்கள், கலைஞர்கள் திரண்டனர். நான் யார் என்பது தெரிந்திருந்தால், நடிகர்கள் கொண்ட குழுவை என்னால் நிர்வகித்திருக்க முடியாது. புகழ் வாய்ந்த பாணனின் பின்னால் கூட்டம் திரண்டிருக்கும். எனது நாடகங்களை நான் ஹர்ஷரின் அவையில் மட்டும் நடத்தவில்லை; காமரூபம் முதல் சிந்து வரை, இமாலயம் முதல் சிங்களவரின் தலைநகர் அனுராதபுரம் வரை உள்ள மன்னர்களின் அவைகளில் எனது நாடகங்கள் மேடையேறின. காமரூபம், சிங்களம், குந்தளம் அரசர்களுக்கு இவை பாணபட்டர் எழுதிய நாடகங்கள் எனத் தெரிந்திருந்தால், எனது மகிழ்ச்சியான நாடோடி வாழ்க்கை என்ன ஆகியிருக்கும் என்பதைக் கற்பனை செய்து பாருங்கள். எனக்கு அரசவைக் கவியாக வாழ்வதில் விருப்பம் இல்லை. நான் மன்னர்

ஹர்ஷரின் ஆட்சிப் பகுதியில் வாழ்பவராக இல்லாவிட்டால், நான் அவரது அவையில் கவியாக இருக்க ஒப்புதல் அளித்திருக்க மாட்டேன். எனது அப்பாவின் சொத்து எனக்குத் தேவையான அளவு இருந்தது.

ஹர்ஷரைப் பொருத்தவரை நான் ஒரு காமத்தரகனாக இருந்திருக்க வேண்டும் என நீங்கள் நினைக்கலாம். எனது குழுவில் சில கணிகையர் இருந்தனர் என்பது உண்மை. ஆனால், அவர்கள் தமது ஆடல், பாட்டு, நடிப்புத் திறன்களுக்காகத் தேர்ந்தெடுக்கப்பட்டவர்கள். எனது கலையின் தாரகைகள் வேறு விதமாக எனக்குக் கிடைத்தனர். இக்காலத்தில் நாட்டில் உள்ள எல்லாப் பெண்களும் அரசர்கள், அவர்களுக்குக் கீழ் உள்ள நிலப்பிரபுக்கள் ஆகியோரின் சொத்துதான். பார்ப்பனர், ஷத்திரிய இனப் பெண்களுக்கும் இதுதான் கதி. நாளை இது எவ்விதம் மாறும் என நான் அறியேன். மகதத்தின் மௌகரி இனத்தைச் சேர்ந்த தலைவன் ஒருவன் எனது அத்தையைக் கடத்திச் சென்றான். அவன் இறந்த பின்பு, அத்தை இளமையைக் கடந்த வயதில் எம்முடன் வாழ வந்தார். அவருக்கு என் மீது அலாதிப் பிரியம். கடந்தகாலத்தில் அவருக்கு அந்த நிலப்பிரபுவுடன் இருந்த தொடர்பைப் பற்றி நினைக்கக்கூட எனக்கு மனம் வரவில்லை. பாவம், அவர் என்னதான் செய்வார்! அவர் மீது என்ன தவறு? அழகான பெண்கள் கிடைப்பது கடினம்தான்; அதிலும் அவர்கள் மீது ஆதிக்கம் செலுத்தும் உரிமை சில பெரிய மனிதர்களிடம் இருக்கும்போது எத்தனை பெண்கள் இப்படி மாட்டிக் கொள்வார்கள்! அதிகாரிகளும் அவர்களது எசமானர்களும் ஏதாவது சாக்கிட்டுப் பெண்களைப் பெற முயற்சித்தனர். சிலர், ஒரு பெண் திருமணம் முடித்து கணவனுடன் செல்லும் முன், முதலிரவைத் தம்முடன் கழிக்க வேண்டும் என்று கருதினர். மக்கள் இதனை மதச் சடங்கு போலக் கருதி தமது மகள், மனைவி, சகோதரிகளை பல்லக்கில் ஏற்றி பெரிய மனிதர்களின் அந்தப்புரத்தில் ஓரிரவைக் கழிக்க அனுப்பி வைத்தனர். அப்படிச் செய்ய மறுத்தால் பெரும் அபாயம் காத்திருந்தது. அவர்களுள் சிலர் மனதிற்குப் பிடித்தவர்களாக இருந்தால், அந்தப்புரத்தில் பணியாட்களாக சேர்த்துக் கொள்ளப்பட்டனர்; அவர்கள் அரசிகளாக ஆக முடியாது; அரசர், இளவரசர்களின் புதல்வியர் மட்டும்தான் அரசிகளாக ஆகமுடியும். அந்தப்புரத்தில் வாழும் ஆயிரக்கணக்கான பெண்களுள் பலர் எசமானருடன் ஒரு இரவை மட்டுமே கழித்தனர். அவர்களது இளமைக்குரிய ஆசைகள் அவர்களை எப்படி சுட்டெரித்திருக்கும் எனக் கற்பனை செய்து பாருங்கள்! எனது

நடிகைகள் பலர் அத்தகைய அந்தப்புரங்களில் இருந்து வந்தனர்; திருட்டுத்தனமாக தப்பித்து வரவில்லை; பணமும் அதிகாரமும் உள்ளவர்களிடம் இருந்து தேவையானவற்றை எளிதாகப் பெற என்னால் முடிந்தது. நான் சொல்வது அரசியல் பற்றியல்ல; அதற்கும் எனக்கும் எந்தத் தொடர்பும் இல்லை. அரசர்கள், அமைச்சர்கள் அனுப்பிய நூற்றுக்கணக்கான புகழுரைகளை நான் சாட்சியமாகக் காட்ட முடியும். அவர்கள் கலையைப் புகழும்போது நான் கலைஞனாக வாழ்வதன் சிரமங்கள் பற்றிப் புலம்புவேன்.

"அரசே! நான் என்ன செய்வேன்? நிறைய திறமையான பெண்கள் இருக்கிறார்கள். ஆனால், அவர்கள் எனக்குக் கிடைப்பது இல்லையே?"

"ஏன் அப்படி?"

"நூற்றுக்கணக்கான, ஆயிரக்கணக்கான பெண்கள் அந்தப்புரங்களில் பூட்டி வைக்கப்பட்டு, ஒரே ஒரு நாள் மட்டும் அணைக்க, முத்தமிட, உடனுறங்க வைக்கப்பட்டால், எங்கிருந்து திறமையான நடிகைகள் கிடைப்பார்கள்?"

"ஆமாம் அய்யா, உண்மைதான். ஒப்புக் கொள்கிறேன். ஆனால், அவர்களை அந்தப்புரத்தில் சேர்த்தபின்பு, எப்படி வெளியில் அனுப்புவது?"

பிறகு, நான் அவர்களிடம் ஒரு வழியைக் காட்டுவேன். இப்போதெல்லாம் பாடவும் ஆடவும் கற்றுக் கொள்வது அரசர், பிரபுக்கள் குடும்பத்துப் பெண்களுக்கு அவசியம். அவர்களுக்கு அவை இறைச்சியும் குடியும் போல. நான் எனது அனுபவம் மிக்கப் பெண்களை அனுப்பி அரசரின் அந்தப்புர பெண்களுக்கு கலைகள் கற்றுத் தர அனுப்புவேன். எங்களுக்குப் பொருத்தமான ஒருவரைக் கண்டறிந்ததும், அந்தப்புர வாழ்வின் சோகங்களையும் கலை உலகத்தின் மகிழ்ச்சியையும் அவரிடம் பதிய வைப்போம். அரசர் எப்படி அவரால் ஈர்க்கப்பட்டு அந்தப்புரத்திற்குள் சேர்த்தாரோ, அதே போல அவர் எங்கள் குழுவில் மதிப்புடன் வரவேற்கப்படுவார் என்பதைப் புரிய வைப்போம். வருங்காலத்தில் அவருக்கு இதுபோன்ற நல்வாய்ப்புகள் கிடைக்கலாம் எனச் சொல்லி ஆசையை வளர்ப்போம். சில பெண்களிடம் இம்முறை பலன் அளித்தது. ஆனால், நாங்கள் திறமை மிக்கவர்களை மட்டும்தான் தேர்ந்தெடுத்தோம். ஆயிரக்கணக்கான பெண்களை ஒரு நாள் சுகத்திற்காக அந்தப்புரத்தில் அடைத்து வைத்து, ஆண்கள் எவரும்

ராகுல் சாங்கிருத்யாயன் ● 275

அங்கு நுழையக் கூடாது எனக் கட்டுதிட்டங்கள் விதித்தது பலன் அளிக்கவில்லை. பழைய பார்ப்பனீய அடிவருடிகளால், அந்தப் பெண்களின் இளமை வேட்கைக்கு அணை போட முடியவில்லை.

விதவைகளை உயிருடன் எரிக்கும் 'சதி'க்கு எதிராக நான் கருத்துகள் தெரிவித்ததும் இந்தப் பழமைவாத போலிகள் (பார்ப்பனர், அரசர்களைவிட போலித்தனமானவர்கள் எவரும் இருக்க முடியாது) பலத்த கண்டனங்கள் எழுப்பினர். கருக்கலைப்பு, விதவைகள் மறுமணம் ஆகியவற்றை ஆதரிப்பவன் எனக் குற்றம் சாட்டினார்கள். கருக்கலைப்பை நான் ஊக்குவிக்கவில்லை; ஆனால், விதவைகள் மறுமணத்தை முழுமையாக ஆதரிக்கிறேன் என்பதை ஏற்பதில் எனக்கு தயக்கமேதும் இல்லை. குப்தர் காலத்தில் இருந்து நமது பழைய சமய முறை அடையாளம் காணமுடியாத அளவு பெரும் மாற்றங்களை அடைந்துள்ளது. நமது பழங்கால வேத விற்பன்னர்கள் மாட்டுக்கறி இல்லாமல் விருந்தோம்பல் செய்ய மாட்டார்கள்; அக்கால முனிவர்கள் விதவையர் தமது மைத்துனர்களை மறுமணம் செய்வது முறையானது எனக் கருதினர். சொல்லப்போனால் இளம் பார்ப்பன, ஷத்திரிய விதவைகள் ஆறுமாத காலத்திற்கு மேல் துணை இன்றி இருக்கக்கூடாது என்று நம்பினர். இன்றைக்கு இம்முறை வழக்கத்திற்கு புறம்பானதாகக் கூறப்படுகிறது. இந்தப் புதிய இந்து சமயக் குப்பைகளின் ஊற்றான குப்தர்களின் குடும்பத்திலேயே, விக்கிரமாதித்தியன் தனது இணையராக விதவையைத் தெரிவு செய்யவில்லை; ராமகுப்தர் உயிருடன் இருக்கும்போதே, அவரது மனைவியைத்தான் தெரிவு செய்தான். முக்கடவுளர் பிரம்மன், திருமால், சிவன் ஆகியோர்கூட இளம் விதவைகள் 'கற்பு'டன் வாழ வேண்டும் என போதிக்க முடியாது; அவர்கள் அவரவர் துணைவியார் இருந்தும், பிறன் மனை தேடி அலைபவராக இருந்தனர்; எந்த முகத்துடன் அவர்கள் கற்பு போதனை செய்ய முடியும்? இளம் விதவைகளை மறுமணமின்றி வைத்திருப்பதால் வரும் பின்விளைவுதான் கருக்கலைப்பு; அவர்கள் அக்குழந்தைகளைப் பெற்றுக்கொள்ள வேண்டுமானால், அவர்களை மறுமணம் செய்ய அனுமதிக்க வேண்டும். அதைத்தான் இப்போது தடை செய்கின்றனர். இதற்கு அஞ்சி, பார்ப்பனரும் ஷத்திரியரும் தமது குடும்பங்களின் தூய்மையைக் காக்க கண்டுபிடித்த புதுவழிதான் விதவை எரிப்பு! அது உன்னத வழக்கம்; குற்றம் அல்ல என வாதிடுகிறார்கள். ஆண்டுக்காண்டு அதிகரிக்கும் நூற்றுக்கணக்கான, ஆயிரக்கணக்கான இளம் விதவைகளின் கட்டாய எரிப்புக்கு கடவுள் சாட்சி. அதனைக் கண்டு அவர்கள் மனம் கசியவில்லை என்றால்,

அக்கடவுளர் வெறும் கற்களாக இருக்க வேண்டும் அல்லது கடவுளராக இல்லாமலே இருக்க வேண்டும்! அப்பெண் விரும்பி 'சதி' மேற்கொள்கிறார் எனக் கதை விடுகிறார்கள். பொய்யர்கள், போலிகள், பொறுக்கிகள்! கூசாமல் பொய் சொல்கிறார்கள். ஓரிரவு உடன் இருந்து விட்டு அந்தப்புரத்தில் அடைத்து வைத்திருக்கும் நூற்றுக் கணக்கான பெண்கள் அன்பு மேலிட, பிரிவைத் தாங்காமல் நெருப்பில் குதிக்கிறார்களா? அப்படியே, யாராவது ஒன்றிரண்டு பேர் சோகத்தில் ஆழ்ந்தாலும், ஓரிரு நாட்களில் அவரது ஜுரம் குறைந்துவிடும்! தற்கொலை என்ன ஒரு சமய முறையா? இந்தப் புரோகிதர்கள், அரசர்கள் நாசமாகப் போக! பிரயாகையில் ஆல மரத்தில் இருந்து யமுனை நதியில் குதித்தால், நேரடியாக சொர்க்கத்திற்குப் போகலாம் என்று போதிக்கிறார்கள். கேதார்நாத் 'சத்பத்' எனப்படும் 'உண்மை வழி'யில் ஏறி பனியில் விறைத்துச் சாவதை மத வழக்கம் என்று சொல்லி வைத்திருக்கிறார்கள்; வருடாவருடம் ஆயிரக்கணக்கான ஆன்மாக்கள் இந்தப் பாதையில் 'சொர்க்கம்' செல்கிறார்கள்! இத்தகைய கொலை முயற்சிகளுக்கு எதிராக என்னால் குரல் எழுப்ப முடியவில்லை. பார்ப்பனரிடம் இருந்து என்னைப் பாதுகாத்துக் கொள்ள எனக்கு அரசர்களின் ஆதரவு தேவைப்பட்டது.

எனக்கு அவர்கள் தயவு இன்னும் தேவைப்படுகிறது. ஆனால், நானாக அதைத் தேடிப் போகவில்லை. வசதியான, கொஞ்சம் எளிமையான வாழ்க்கை வாழ்வதற்கு வேண்டிய சொத்து எனக்கு இருந்தது. அரசர்கள், பார்ப்பனர்களைக் காட்டிலும் கொஞ்சம் புலனடக்கத்துடனும் என்னால் இருக்க முடிந்தது. ஹர்ஷர், மற்ற அரச முனிவர்கள் போல நான் ஆயிரம் பெண்களின் முத்தங்களுக்கு அதிபதியாக இருக்க விரும்பவில்லை; அதிகபட்சம் நூறு பெண்கள் மீதுதான் நான் மையலுற்று இருக்கிறேன். அது போதும் எனக்கு. ஆனால், எனது வீடு, சொத்து எல்லாம் மன்னன் ஹர்ஷரின் எல்லைக்கு உட்பட்ட பகுதியில் இருந்தன. அதனால், அவர் என்னை ஆள் மேல் ஆள்விட்டு அழைத்தபோது என்னால் போகாமல் இருக்க முடியவில்லை. வீடு, வாசலைப் பொருட்படுத்தாத அஸ்வகோஷ் போல நான் இருந்திருந்தால், நான் மன்னரின் அழைப்புக்குச் செவிமடுத்திருக்க மாட்டேன்.

ஹர்ஷவர்த்தனர் பற்றி என்னிடம் கேட்டால், நான் அவர் மோசமான மனிதர் அல்லது அரசர் அல்ல என்று பதில் சொல்வேன். அவருக்கு அண்ணன் ராஜவர்த்தனன் மீது அளவற்ற

மதிப்பு இருந்தது; அண்ணன் இறந்தபின் தம்பி தீக்குளிக்க வேண்டும் என விதி இருந்திருந்தால், அல்லது யாராவது ஒரு வார்த்தைக்குச் சொல்லியிருந்தால்கூட, அவர் செய்திருப்பார். ஆனால், அவரிடம் ஒருசில குறைகள் இருந்தன. அதில் படு மோசமானது போலித்தனம். முகத்துதிக்கு அப்பாற்பட்டவராகக் காட்டிக் கொண்டாலும், உண்மையில் அவர் அதனை விரும்பினார்; வேட்கை மிக்கவராக இருந்தாலும், ஒழுக்க சீலராகக் காட்டிக் கொண்டார்; புகழுரைகளை வெறுப்பதாகக் காட்டிக் கொண்டாலும், இரகசியமாக அதை விரும்பினார். நான் எனது நாடகங்களை அவரிடம் அனுமதி பெறாமல், அவரது பெயரில் வெளியிட்டது பற்றி ஏற்கனவே கூறியிருக்கிறேன். ஆனால், அவருக்கு என்னைத் தெரிந்தபின் நான் அல்லும் பகலும் அவருடன் கழித்தேன். ஒரு முறை கூட, 'பாணன், உன் பெயரிலேயே இவை வெளிவரட்டும்' எனச் சொல்லவில்லை. சொல்லியிருந்தால், நான் அப்படியே செய்திருப்பேன். அரசவையில் ஒரு முறை அவற்றை நிகழ்த்திக் காட்டி எனது பெயரில் மேடையேற்றி இருந்தால் முடிந்திருக்கும். ஆனால், நடக்கவில்லை.

நான் உலகத்தின் நடப்பைக் காட்ட விரும்பினேன். பனிரெண்டு ஆண்டுகள் நாடோடியாகத் திரிந்திருக்காவிடில் இந்த ஆவல் தோன்றி இருக்காது; அல்லது அதற்கான திறன் எனக்கு இருந்திருக்காது. இமாலயச் சரிவில் உள்ள தடாகத்தை என்னால் வர்ணிக்க முடிந்தது; காதம்பரியின் இல்லத்தை விவரிக்கையில் இமாலய மலையின் மற்றொரு கோணத்தைக் காட்ட முடிந்தது; விந்தியமலைப் பகுதியில், முதிய திராவிட பிக்குவின் வசிப்பிடத்தைச் சித்திரிக்க முடிந்தது. ஆனால், இது போன்ற வர்ணனைகளில் என் மனம் நிறைவடையவில்லை. ஹர்ஷர் போன்ற மன்னர்களின் வாழ்க்கை எனக்கு நெருக்கமாகத் தெரிந்தவை; அவர்களின் அரண்மனை, மாளிகைகள், செல்வச் செழிப்பு ஆகியவற்றை நான் விவரித்தேன். ஆனால், வறுமையில் வாடிய ஏழை மக்களின் குடிகள், அவர்தம் வாழ்முறை பற்றி என்னால் எழுத முடியவில்லை. பணக்காரர்களின் செழிப்பு, அந்தப்புர வளங்களால் உருவாக்கப்பட்ட வறுமையைக் குறித்துப் பேச முடியவில்லை. அதையெல்லாம் பேசியிருந்தால், இந்த அரச போகங்கள் மீது பெரும் கருநிழல் படிந்திருக்கும். ஐந்தாண்டுகளுக்கு ஒரு முறை மிஞ்சி இருக்கும் அரச செல்வத்தை பிரயாகையில் பகிர்ந்து அளிக்கும் ஹர்ஷ மன்னர், என்னைக் காமுகன் என்று விமரிசித்ததுடன் விட்டிருக்க மாட்டார் என்பது உறுதி!

3

*க*சப்பான உண்மைகளை வெளிப்படையாகச் சொல்வதனால் என்னை எல்லோரும் துர்முகன் என்று அழைக்கிறார்கள். எமது காலத்தில் என்னைப் போன்ற சிலர் இருந்தனர். ஆனால், அவர்கள் உண்மைகளைப் பேசும்போது பித்துப் பிடித்தவர் போன்ற தோற்றத்தில் பேசினர். எனவே அவர்களைப் பைத்தியங்கள் என நினைத்தார்கள்; சிலர் அவர்கள் ஸ்ரீபர்வத மலையில் இருந்து வந்த அதிசய முனிவர்களாகக் கருதினர். நானும் அப்படிப்பட்ட முனிவராகக் கருதப்பட்டிருக்கக் கூடும். ஆனால், எனது பட்டப்பெயர் துர்முகனாக இருந்திருக்காது. இம்மாதிரி போலித்தனங்களில் எனக்கு ஈடுபாடு இல்லை. அதனால்தான், நான் நாளந்தாவை விட்டு வெளியேறினேன். அங்கு இருந்திருந்தால், நான் தலைமை ஆசிரியராக இருந்திருக்கலாம். நாளந்தாவின் இருளடைந்த மூலைகளில் ஒரு அறிஞர் ஒளி பாய்ச்சினார். அதனால், நண்பர்களாலும் பகைவர்களாலும் தூற்றப்பட்டார். அவரைப் பற்றித் தெரிந்து கொள்ள உங்களுக்கு ஆவலாக இருக்கலாம். அவர்தான் தர்மகீர்த்தி. இணையற்ற ஞானம்மிக்கவர்; ஆட்டு மந்தைக் கூட்டத்தில் சிங்கம் போன்றவர்.

நாளந்தாவில் இருந்து கொண்டே அவர் முழங்கினார்: "ஏட்டுச் சுரைக்காய்க்கு மதிப்பு அளிப்பது; கடவுள் விண்ணுலகைப் படைத்தார் எனக் கருதுவது; சமயம் புனிதக் குளியலிலும் குறிப்பிட்ட சாதியில் பிறப்பதிலும் இருப்பதாக நம்புவது; உடலை வருத்திப் பாவங்களைக் களையமுடியும் என்பது - இவை அனைத்தும் தர்க்கபூர்வமான அறிவை இழந்த, மரத்துப் போன மனங்கள் என்பதற்கான அறிகுறிகள்."

"ஆசிரியரே! உங்கள் கொள்கை கூர்மையானது; ஆனால், மக்கள் புரிந்து கொள்வதற்குச் சிரமமான அளவு மிகவும் நுண்மையாக இருக்கிறது" என்று நான் ஒருநாள் அவரிடம் சொன்னேன்.

"விளைவுகளை உருவாக்க வலுவற்றதாக எனது கொள்கை இருப்பதை நானும் உணர்கிறேன். நான் அழிக்க விரும்புவதை அழிக்க, நான் எல்லாக் கவசங்களையும் களைந்தெறிய வேண்டும்; எல்லோர் கண்களிலும் சுடர்விடும் ஆயுதங்களைக் கையில் ஏந்த வேண்டும். ஏற்கெனவே, நாளந்தாவில் உள்ள சிறியவர், பெரியவர்கள் என் மீது அதிருப்தியுடன் இருக்கிறார்கள். நாளந்தா

என்பது வெறும் கேலிக்கூத்து, இங்கு வரும் மாணவர்கள் தமது கல்வியில் உலகத்தைக் கணக்கில் எடுப்பதில்லை; ஆனால், ஓரளவு மட்டுமே அறிவு கொண்ட அல்லது ஏட்டறிவே இல்லாதவர்களைத் தமது அறிவின் ஒளியைக் காட்டி வியப்பில் ஆழ்த்துகிறார்கள் என்பதை நான் உரக்கச் சொன்னால், எனக்கு ஒரு மாணவன்கூட மிஞ்ச மாட்டான். சீலாதித்தன் வழங்கிய கிராமங்களில் இருந்து வரும் சுவை மிக்க அரிசி, சமையல் பொருட்கள், வெண்ணெய், இனிப்புகள் ஆகியவற்றில் திளைப்பவர்கள், அவனது ஆடம்பர வாழ்வுக்காக, வறுமையில் வாடும் மக்களுக்குப் புரட்சி, கலகம் பற்றி எப்படிச் சொல்வார்கள்?"

"அப்படியானால், இந்த இருட்குகையில் இருந்து தப்பிக்க வழியில்லையா?"

"தப்பிக்கும் வழியா? எந்த நோய்க்கும் மருந்து உண்டு; எந்தக் கொடுமையில் இருந்தும் விடுதலை உண்டு. நண்பனே, இந்த இருட்குகையில் இருந்து வெளியேற, இந்த நெருப்பாற்றைக் கடக்கும் பாலம் அமைக்க பல தலைமுறைகள் எடுக்கலாம். நண்பனே! அடர் இருளின் அடர்த்தி மிதமிஞ்சியது; அதைக் களைவதற்கான கரங்கள் மிகக் குறைவு."

"நாம் நம்பிக்கை இழந்து வாளாவிருக்க வேண்டுமா?"

"ஏமாற்றுவதைக் காட்டிலும் சும்மா இருப்பது நல்லது. நமக்கு வழி காட்ட வேண்டிய ஆட்கள் எத்தகைய போலிகள் என்பதை நீ பார்க்கிறாய் அல்லவா? நமது நாட்டில் மட்டுமல்ல, உலகம் முழுதும் இதுதான் நடக்கிறது. சிங்களம், ஸ்வர்ணதீபம், காம்போஜம், சம்பாதீபம், சீனம், துஷாரம், பாரசீகம் ஆகிய எல்லா இடங்களிலும் இதே கதைதான். நாளந்தாவில் கல்வி கற்றவர்கள் எல்லா நாடுகளிலும் உள்ளனர். அவர்களுடன் பேசும்போது உலகம் இருண்டு கிடப்பது புரியும். எங்கும் சூழ்ந்துள்ள இருள் நாசமாகப் போக!"

மூடநம்பிக்கைகளைக் களைய இந்த முனிவர் தமது சொற்களைத் தீக்கங்குகளாகப் பயன்படுத்தினார். உலகெங்கும் பயணம் செய்தார். அக்காலத்தில் அதற்கு ஏதும் பலன் இருந்ததா என்பது எனக்குத் தெரியாது. அந்தத் தீப்பந்தத்தை நான் ஏந்தத் தயாரானேன். அம்முடிவு என்னை 'துர்முகன்' ஆக்கியது. ஆனால், ஒன்றை நான் தெளிவுபடுத்த வேண்டும். எனது பொறி பறக்கும் நாவை நான் நேரடியாக அரசனுக்கு எதிராகச் சுழட்டக் கூடாது.

செய்தால், ஒரு வாரம்கூட உயிருடன் இருக்க முடியாது. இருந்தும், சில சமயங்களில், சற்றுக் கவனமாக நாக்கை நீட்டி விடுவேன்.

மரணத்திற்குப் பின்னர் வரும் விடுதலை, நிர்வாணம் பற்றிப் பேசுபவர்கள், இந்தப் பூவுலகில் அடிமைகளை விலங்குகள் போல சங்கிலிகளால் பிணைத்து விற்கவும் வாங்கவும் செய்கிறார்கள்! அவர்களது விடுதலை பற்றி எந்த முயற்சியும் எடுப்பதில்லை. ஒரு முறை பிரயாகையில் நடந்த விழாவில் நான் மன்னன் சீலாதித்தன் - ஹர்ஷன் - அவர்களிடம் நேரடியாகக் கேட்டேன்: "அரசே! ஐந்தாண்டுகளுக்கு ஒரு முறை உங்கள் கருவூலத்தின் சொத்தை ஏற்கனவே வசதியாக உள்ள மடங்கள், பார்ப்பனர்களுக்குப் பிரித்துக் கொடுக்காமல், அடிமைகளை விடுதலை செய்வதில் செலவழித்து இருந்தால், உங்களது புண்ணியம் குறைந்து இருக்குமா?"

சீலாதித்தன் வேறொருமுறை இதைப் பற்றி விவாதிக்கலாம் என மழுப்பி விட்டார். இன்னொரு முறை மன்னரின் சகோதரி பௌத்த பிக்குணி ராஜ்யஸ்ரீ அதற்கான வாய்ப்பை ஏற்படுத்திக் கொடுத்தார். நான் அவரிடம் ஒரு அடிமையின் நரக வாழ்வை ஓவியமாக தீட்டிக் காட்டினேன்; அவரது மனம் இளகிற்று. தலைமுறை தலைமுறையாக இவ்வாறு சங்கிலிகளால் கட்டுண்டு கிடக்கும் மனிதர்களுக்கு விடுதலை அளித்து, நிதியுதவி வழங்குவது தரும காரியங்களில் தலை சிறந்தது எனக் குறிப்பிட்டேன். அந்தக் கருத்து அவர் மனதில் ஆழப் பதிந்தது. அடிமை முறையில் உள்ள தன்னலக் கருத்துகளை அவர் அறிந்திருக்கவில்லை. வாழும் புவியை விண்ணுலகமாக மாற்றி விட்டால், மேகங்களுக்கு இடையில் இருப்பதாகக் கருதப்படும் விண்ணுலகம் மறைந்து போய்விடும் என்று அவருக்கு எப்படித் தெரியும்? மேலுலகம் கீழுலக நரகம் என்பதை நிறுவி, அதில் இலாபம் அடைய, நிச வாழ்வில் விண்ணுலகும் - நரகமும், மன்னர்களும் பிச்சை எடுப்பவர்களும், எசமானர்களும் - அடிமைகளும் தேவை அல்லவா!

அரசர் என்னுடன் இதைப் பற்றித் தனியாகப் பேசினார். நிறைய பணம் கொடுத்து ஒரு முறை அடிமைகளை விடுதலை செய்யலாம்; ஆனால், ஏழ்மை அவர்களை மீண்டும் அடிமைகளாக ஆக்கிவிடும் என்பதுதான் அவரது முதல் கருத்தாக இருந்தது.

"அப்படியானால், மனிதர்களை விற்பதும் வாங்குவதும் குற்றம் என ஆணையிடலாமே?"

அரசர் மௌனத்தில் ஆழ்ந்தார். நாகானந்தம் நூலில் வரும் நாயகன் இன்னொரு உயிரைக் காப்பாற்றத் தன் உயிரைத்

தியாகம் செய்வதை நான் நினைவுறுத்தினேன். அந்த நாடகம் அரசன் ஹர்ஷனால் எழுதப்பட்டதாகக் கூறப்பட்டது. எனவே அவரால் எதுவும் சொல்ல முடியவில்லை. இறுதியில், பௌத்த பிக்குகளுக்கும் பார்ப்பனர்களுக்கும் தானம் வழங்குவதை விட, அடிமைகளை விடுவிப்பது தனக்குப் புகழ் ஈட்டாது என்ற முடிவுக்கு வந்தார். அன்றுதான் நான் ஹர்ஷன் சீலாதித்தானாகிய கதிரவன் அல்ல; சீலத்தின் இருள் எனப் புரிந்து கொண்டேன்.

பாவம், ஏன் ஹர்ஷனை மட்டும் குறை சொல்ல வேண்டும்? நவநாகரிக பெரிய மனிதர்கள் ஒருவரை ஒருவர் ஏமாற்றுவது இன்றைய நடைமுறை ஆகிவிட்டது. பழம் பௌத்தப் படைப்புகளைப் படித்த அனுபவத்தில் இருந்து, மது அருந்துவது, தண்ணீர் குடிப்பது போன்றவை இயல்பான வழக்கம் என்பதை நான் அறிவேன். மது அருந்தாமல் இருப்பது குறிப்பான புலனடக்கச் செயலாக இருந்தது. இன்றோ, பார்ப்பனர்கள் மது அருந்தத் தடை போட்டிருக்கின்றனர்; பொது இடங்களில் மது அருந்துவது தண்டனைக்குரியதாக்கப் பட்டுவிட்டது. அதனால் என்ன விளைவு ஏற்பட்டது? பைரவிச் சக்கரம் என்ற புது வழிபாட்டு முறையில் தேவி வழிபாடு, கடும் விரதங்கள் என்ற பெயரில் இரகசியமாக பல விஷயங்கள் தொடர்கின்றன. கற்பு பற்றி உரத்த பேச்சு இருக்கிறது. ஆனால், இந்தப் பைரவி சக்கர பூசையின்போது எல்லாப் பெண்களும் - சொந்த வீட்டார், பிற வீட்டார் பெண்கள் - எல்லோருக்கும் பொதுவாகக் கிடைப்பார்கள்; மத வழிபாடு என்ற பெயரில் ஒருவரது தாயார், உடன் பிறந்தார், மகள் ஆகியோரையும் அடையலாம். துறவிகளும் பிக்குகளும் வசிக்கும் மடங்கள் காமக் கேளிக்கைக்கான இடங்களாகி விட்டன. இவர்களது உலகம் பற்றிக் கவனிக்கும், கேட்கும் எவரும் இதனைச் சகித்துக் கொள்ள மாட்டார்கள்.

ஒரு முறை நான் காமரூபம் சென்று இருந்தேன். அதன் அரசர் மகாயான பௌத்தத்தைப் பின்பற்றுபவர். நாளந்தா மீது மிகுந்த மதிப்பு வைத்திருப்பவர்.

“போதிசத்துவரின் கொள்கைகள் மகாயானத்தின் அடிப்படை நம்பிக்கைகள். அதில், “ஒரு உயிர் எங்கோ தளைப்பட்டு இருப்பினும் எனது நிர்வாணம் சாத்தியமல்ல” எனச் சொல்லப்பட்டிருக்கிறது. உங்கள் நாட்டில் கணக்கற்ற தீண்டத்தகாதவர்கள் வசிக்கிறார்கள்; அவர்கள் ஒரு ஊரில் நுழையும்போது தம் கையில் உள்ள தடியால் ஒலி எழுப்புகிறார்கள்; அதைக் கேட்டு பிறர் ஒதுங்கிச் செல்கிறார்கள்.

அவர்களது உமிழ்நீர் பூமியை அசுத்தப்படுத்தாமல் இருக்க, கையில் உள்ள குவளையில் எச்சில் உமிழ்கிறார்கள். மனிதர்கள் நாயைத் தொடுவதால் புனிதம் கெடுவதில்லை; நாயின் அழுக்கு நகரத்தை மாசு படுத்துவதில்லை. அப்படியெனில், தீண்டத்தகாத மக்கள் நாய்களை விடக் கேவலமானவர்களா?" என்று கேட்டேன்.

"இல்லை. அவர்களும் ஒரே மூலத்தில் இருந்துதான் பிறக்கிறார்கள்; பிறரைப் போன்ற வாழ்க்கை நீரோட்டத்தில்தான் பயணிக்கின்றனர்; அப்பாதை அகலிக்கும்போது ஒரு நாள் அவர்களும் போதம் பெறுவார்கள்."

"பிறகு ஏன் இன்றிலிருந்து இந்த மக்கள் கைத்தடியும் எச்சில் குவளையும் சுமக்க வேண்டாம் என்று தண்டோரா போடக் கூடாது."

"அது எனது அதிகாரத்திற்கு அப்பாற்பட்டது."

"உங்களுக்கு அதிகாரம் இல்லையா?"

"ஆம். அரசாட்சி என்பது சமய ஒழுக்கங்களைக் கடைபிடிப்பது என்று ஆகிவிட்டது."

"அது போதிசத்துவரின் விதிகளில் இருக்கிறதா? மகாயானம் அப்படிச் சொல்கிறதா?'

"மக்கள் அனைவரும் மகாயானத்தைப் பின்பற்றுபவர்களாக இல்லை."

"ஒவ்வொரு கிராமம், நகரம் அனைத்திலும் நான் பௌத்த திரி - இரத்தினத்தின் - புத்தம், சங்கம், தருமம் - வெற்றி முழக்கத்தைக் கேட்கிறேனே!"

"அது வெளிவேஷம் மட்டுமே. நான் மகாயானத்தை ஏற்றுக் கொண்டதை வெளிப்படையாகச் சொன்னால், எதிரிகள் என் மீது புயலெனப் பாய்வார்கள்; காலம் காலமாக வரும் மரபைக் குலைத்து விட்டதாகக் குற்றம் சுமத்துவார்கள்."

"இரவும் பகலும் போதிசத்துவர்களின் வாழ்க்கை பற்றிய போதனைகள் நடக்கின்றன. அவை மக்கள் மனதில் ஒளி பாய்ச்சவில்லையா? எல்லோர் மனதிலும் அது எதிரொலிக்கும் என்று நான் கருதுகிறேன். அரசே! போதிசத்துவரைப் போல நீங்கள் அனைத்தையும் துறக்கத் தயாராக இருந்தால், பலர் உங்களைப் பின்பற்றுவார்கள்."

“இது எனது உள்நாட்டு விவகாரம் மட்டுமல்ல; பரமபட்டாரகரும் இதில் கோபம் கொள்வார்.”

“ஹர்ஷர்...? நாகானந்தம் நாடகத்தில் துறவு வாழ்க்கை பற்றி சிறப்பாக விவரித்த சீலாதித்தன் வருத்தம் அடைவாரா?”

“ஆமாம். பழம் மரபை உடைப்பது எவராலும் செய்ய முடியாத வேலை.”

“ததாகதர் புத்தர் இப்படி எண்ணியிருந்தால்? அருமைக் கவி அஸ்வகோஷ், நாகார்ஜுனன் ஆகியோரும் அப்படி நினைத்திருந்தால்... என்ன நடந்திருக்கும்?”

“அவர்கள் பெரும் துணிச்சல் மிக்கவர்கள். ஆனால், அவர்களால் கூட பழம் விதிகளை அழித்தொழிப்பதில் முழுமையாக வெற்றி பெற முடியவில்லை.”

“அரசே! நீண்ட தொலைவு செல்ல முடியாவிடிலும் சற்று தூரம் போகலாமே? உங்களைப் பின்பற்றுபவர்கள் இன்னும் கொஞ்ச தூரம் செல்வார்களே!”

“நான் ஒரு கோழை என்று ஒப்புக் கொள்ள வைக்க வேண்டும் என்று உறுதியுடன் வந்திருக்கிறீர்களா?”

“இல்லையில்லை, கோழையல்ல. ஆனால், மதம் நமக்கொரு மாயவலைதானே?”

“மனதின் ஆழத்தில் இருந்து இதற்கு பதில் சொன்னால் நான் ஆமென்பேன். ஆனால், நான் நாவால் மட்டும்தான் பேச முடியும். நேரடியாக இல்லை என்றே சொல்வேன்; அல்லது பதில் அளிக்காமல் இருப்பேன்.”

பார்ப்பனீய சமயத்தை நான் முழுதும் வெறுக்கிறேன். நல்ல மனம் கொண்ட பலரை - காமரூபத்தின் அரசர் போன்றோரை - கோழைகளாக்கியது பார்ப்பனீயம். நாட்டின் மீதுள்ள இந்த மதசமயமெனும் சுமையை அகற்றினால், இந்தப் பூமியில் இருந்து ஒரு பெரும் கறை அகலும். நாளந்தாவிற்கு வருகை தந்த வெளிநாட்டு பிக்குகள் மத்தியில் நமது பார்ப்பனர் ஒத்த ஆதிக்கம் செலுத்தும் மதத் தலைவர்கள் இல்லையென்பதை நான் அறிந்து இருக்கிறேன். அதைக் கண்டபின்தான், ஏன் அவர்கள் மத்தியில் தடியும் குவளையும் ஏந்தும் தீண்டத்தகாதவர்கள் இல்லை என்பதை உணர்ந்து கொண்டேன். நம் நாட்டில் பார்ப்பனர்கள் பிறப்பால் உயர்வு - தாழ்வு கற்பித்து மக்களைப் பிரித்து வைத்துள்ளனர்.

யாரும் தமக்குக் கீழே இருப்பவருடன் தொடர்பு வைக்க விரும்புவதில்லை. ராகு - கேது பரப்பும் இருண்ட நிழல்தான், அவர்களது மதமும் அறிவும்.

நாளந்தாவில் எப்போதும் பல நாடுகள் பற்றிய தகவல்கள் கிடைக்கும். எனவே, நான் ஓரிரு ஆண்டுகள் பயணம் செய்துவிட்டு, மீண்டும் நாளந்தாவில் ஆறு மாதங்கள் செலவிடுவேன். ஒரு முறை பாரசீக நாட்டு பிக்கு ஒருவர் அவரது ஊரில் இருந்த மஜ்தக் என்ற அறிஞரைப் பற்றிச் சொன்னார். அவர் ஒரு வகையில் பொதுவுடைமை குறித்துப் பேசினார். புத்தரும் அவரது சங்கத்தில் இணைந்த பிக்குகள், பிக்குணிகள் மத்தியில் நிலவ வேண்டிய பொதுவுடைமை ஒழுக்கத்தைப் போதித்தார். ஆனால், அது 'விநயபீடகம்' நூலில் படிக்க வேண்டிய ஒரு செய்தியாகத்தான் இருந்தது. இன்று பணக்கார பிக்குகள் பலர் இருக்கின்றனர். மஜ்தக் துறவு, பிட்சை ஆகியவற்றை ஆதரிக்கவில்லை. இயல்பான மனித வாழ்வில் அவர் நம்பிக்கை வைத்திருந்தார். குடும்ப உறவுகளையும் தவிர்க்கச் சொல்லவில்லை. ஆனால், அகங்காரம், தன்னல சொத்துக் குவிப்பு ஆகியவற்றை அனைத்து தீமைகளின் ஊற்றுக்கண்ணாகக் கண்டார். சொத்துரிமை தனி மனிதர் கையில் இருக்கக் கூடாது; உற்பத்தியும் பகிர்தலும் கூட்டாகச் செய்யப்பட வேண்டும்; மண உறவுகள் தனிக் குடும்பங்களாக பிரியக் கூடாது; விடுதலைமிக்க காதல் வசப்பட வேண்டும்; குழந்தைகள் சமூகத்தால் வளர்க்கப்பட வேண்டும்; தன்னடக்கமும் பல்லுயிர் ஓம்புதலும் இயல்பாக வேண்டும் எனப் போதித்தார். இக்கருத்துகள் எனக்கு முழுமையாக ஏற்கக் கூடியனவாகப்பட்டன. ஆனால், பாரசீக மன்னன் நௌஷெர்வான் மஜ்தக், அவரைப் பின்பற்றுபவர்கள் அனைவரையும் கொன்று குவித்ததையும், தன்னை நீதியின் காவலனாக அறிவித்துக் கொண்டதையும் கேட்ட பின்பு எனக்கு தெளிவு பிறந்தது. அரசர்கள் உள்ளவரை, ஓடேந்தும் பார்ப்பனர் மதம், அதன் மூலம் வரும் வருவாயை நம்பி வாழும் வரை, இந்தப் புவியில் சொர்க்கத்தை உருவாக்க முடியாது என்பது தெளிவாயிற்று.

14. சக்கரபாணி

காலம் : பொ.ஆ. 1200

1

கனௌஜ் இந்தியாவின் வளமான, பெரிய நகரமாக வளர்ந்து இருந்தது. அந்த நகரத்தின் சதுக்கங்கள், சந்தைகள் எப்போதும் நெரிசலாக இருந்தன. அங்குக் கிடைக்கும் இனிப்புப் பண்டங்கள், நறுமணத் திரவியங்கள், எண்ணெய், நீர் அருந்தும் கிண்ணங்கள், நகைகள், இன்னும் பல பொருட்கள் இந்தியா முழுவதிலும் பெயர் பெற்றுத் திகழ்ந்தன. 600 ஆண்டுகளாக மௌகரி, பைஸ், பிரதிகாரர், ககத்வார் போன்ற பல ஆட்சிகளின்போது தலைநகரமாகத் தொடர்ந்து இருந்து வந்ததால், மக்கள் இந்த நகரத்தின் மீது மிகுந்த மதிப்பு கொண்டிருந்தனர். அத்துடன் சில சாதிகளைச் சேர்ந்தவர்கள் கனௌஜ் பெயரை இணைத்துக் கொண்டனர். கனௌஜ் பார்ப்பனர், கனௌஜ் ஆகிர் போன்ற பல சாதிகள் உருவாகின. மக்கள் மனதில் கனௌஜ் என்ற பெயரும் இந்து மதமும் ஒன்றுடன் ஒன்று தொடர்பு கொண்டதாக பதிந்து போனது. ஹர்ஷர் ஆட்சிக்குப் பின்னர் பல மாற்றங்கள் இந்தியாவில் நிகழ்ந்தன; ஆனால், இந்திய நிலப்பகுதி வாழ் மக்கள் மனங்கள் குறுகிய எல்லைகள் கொண்டதாக மாறி விட்டிருந்தன.

ஹர்ஷவர்த்தனன் காலத்தில்தான் அராபிய தேசத்தில் இஸ்லாம் என்ற புதிய மதம் தோன்றியிருந்தது. அதனைத் தோற்றுவித்த நபிகள் பொ.ஆ. 622இல் மறைந்த ஒரு நூற்றாண்டுக்குள் இஸ்லாம் சிந்து முதல் ஸ்பெயின் வரை பரவும் என எவரும் அன்று நினைத்துக் கூடப் பார்க்கவில்லை. இதுவரை நாடுகள், அரசர்கள் பெயரில்தான் படையெடுப்புகள் நடந்தன; முதன்முறையாக மதத்தின் பெயரால் படையெடுப்புகள் நடந்தன. போரில் சிக்கிய மக்கள் தம்மைப் பாதுகாத்துக்கொள்ள எந்த வாய்ப்பும் வழங்கப்படவில்லை; ஒரு கணத்தில் அனைவரும் தாக்கி அழிக்கப்பட்டனர். பாரசீகத்தின்

ஈரானியர், அராபியர்கள் தொட்டவுடன் சீட்டுக்கட்டாலான வீடு கலைவது போல வீழ்ந்தனர்; நபிகளின் மறைவுக்குப் பின் இருநூறு ஆண்டுகள் ஆவதற்குள் இஸ்லாமியக் கொடி பாமீர் மீது பறந்தது.

அராபிய இனங்களின் கூட்டுவாழ்க்கை முறையை இஸ்லாம் உலகெங்கும் அமைக்க முயன்றது. எளிமை, சனநாயகம், சகோதரத்துவம் ஆகிய பண்புகளைத் தமக்குக் கீழ் உள்ள அனைத்து இனங்களும் பின்பற்ற வேண்டும் என விரும்பியது. வைதீக ஆரியர்களின் முன்னோர்கள் மூவாயிரம் ஆண்டுகளுக்கு முன்பிருந்து வளர்ந்து வந்தவர்கள். அவர்கள் மத்தியில் கடந்த காலத்தை உயிர்ப்பிக்க முடியவில்லை. இனக்குழு வாழ்முறையில் இருந்து வளர்ந்து பேரரசுகளின் கீழ் வாழ்ந்த மக்களுடன் இஸ்லாம் தொடர்பு கொள்ள வேண்டி வந்தது. இஸ்லாத்தின் படைபலத்திற்கு முன் அந்த அரசியல் வளர்ச்சி பெற்ற ஆட்சிகள் காணாமல் போயின; அதே போல, இத்தொடர்பால் இஸ்லாத்தில் இருந்த இனக்குழு வாழ்முறை முடிவுக்கு வந்தது. சில காலம், இஸ்லாமிய ஆட்சியாளர்கள் நபிகளைப் பின்பற்றுபவர் என்ற பொருள்பட காலிஃபாக்கள் என்று அழைக்கப்பட்டனர். உண்மையில் அவர்கள் சுல்தான்கள் - அரசவம்ச பேரரசர்கள். இந்த சுல்தான்களில் பலருக்கு இஸ்லாமிய இனக்குழு வாழ்க்கை, அதன் பழைய எளிமை, சனநாயகம், சகோதரத்துவம் ஆகியவற்றில் ஈடுபாடு இல்லாமல் இருந்தது. ஆனால், புதிய நிலப்பகுதிகளை வெற்றி கொள்ள அவர்களுக்குப் படைபலம் தேவைப்பட்டது. அவர்களது படையில் இப்போது அராபியர்கள் மட்டும் இன்றி, பல இனத்தைச் சேர்ந்தவர்களும் வாள் ஏந்தத் தயாராக இருந்தனர். அந்த வீரர்கள் சுல்தானுக்காகப் போரிடுவதில் முழுமையான ஆர்வம் காட்டுவார்கள் என எதிர்பார்க்க முடியாது. சொர்க்கத்தின் மகிழ்ச்சி தவிர, பூவுலக கொண்டாட்டங்களையும் அவர்களுக்கு வழங்க வேண்டிய தேவை ஏற்பட்டது. அவர்கள் நிலங்களைக் கொள்ளையடித்து, அடிமைகளாக ஆக்க உரிமை இருந்தது; புதிதாக வென்ற பகுதிகளை ஆக்கிரமிக்க, பழைய கொடுங்கோல் எசமானர்களிடம் இருந்து விடுதலை பெற, அந்த எசமானர்களைக் கொல்ல அவர்களுக்கு உரிமைகள் வழங்கப்பட்டன. இதுவரை எவரும் வெற்றி பெற்ற பகுதிகளில் இருந்து படை வீரர்களை சேர்த்தது இல்லை. அம்மக்களும் அவர்களைத் தமது அரசாக ஏற்றுக் கொண்டதும் இல்லை. அந்நிய மண்ணில் அத்தகைய ஒரு படையை உருவாக்கி பகையை முறியடிப்பதும் எளிதல்ல. அந்தப் புதிய படைகள் அந்நிய படையெடுப்பாளர் பக்கம் நின்றன.

ஹர்ஷர் இறந்து நூறு ஆண்டுகளில் சிந்துப் பகுதி இஸ்லாமியர் வசம் வந்தது. இந்தியாவில் வாரணாசி முதல் சோம்நாத் வரை இஸ்லாமியர் வாளுக்குப் பணிந்தது. அந்த ஆபத்தைத் தடுக்க புதிய வழிகள் தேவைப்பட்டன. ஆனால், இந்துக்களால் தமது பழைய முறைகளைக் கைவிட முடியவில்லை. ஒட்டுமொத்த இந்தியாவும் ஒன்றாகத் தன்னைக் காத்துக் கொள்ள திரள்வதற்கு மாறாக ரஜபுதன வீரர்கள், பழைய ஷத்திரியர்களான ஷாகா, கிரேக்கர், குர்ஜார் போன்றவர்கள், அவர்களுடன் மண உறவு கொண்டவர்கள் ஆகியோர் மட்டுமே எதிர்த்து நின்றனர்; அவர்களுக்குள்ளும் உட்பகைகள் புகுந்து திசைதிருப்பியவண்ணம் இருந்தன.

இறுதிவரை, அரசாட்சியில் இருந்த பழைய மற்றும் புதிய நிலப்பிரபுக்கள் அவர்கள் ஒன்றிணைவதைத் தடுத்தபடி இருந்தனர்.

2

"அரசே! கலங்க வேண்டாம். குருதேவர் துருக்கியர்களை காற்றில் சிதறும் சருகுகள் போலச் சிதறடிக்க வழிகளை மேற்கொண்டுள்ளார்."

"குரு மித்ரபாதர் எத்தனை கருணை மிக்கவர்! எனக்கோ, எனது குடும்பத்துக்கோ ஆபத்து வரும்போதெல்லாம், தனது தெய்வீக வலிமையால் எங்களைப் பாதுகாத்து வந்துள்ளார்."

"அரசே! இமாலயத்தின் மறுபுறம் உள்ள பூடான் நாட்டில் இருக்கும் குருதேவர், கனௌஜ் பகுதியைச் சூழ்ந்து வரும் ஆபத்தை உணர்ந்து இருக்கிறார். அதனால்தான், என்னை உம்மிடம் அனுப்பி வைத்தார்."

"அவரது பெருந்தன்மைக்கு அளவேது?"

"தாராதேவி உங்களுக்கு அருள் செய்வாள். துருக்கியர் பற்றிக் கலக்கம் வேண்டாம்."

"அன்னை தாராதேவி மீது எனக்கு முழு நம்பிக்கை இருக்கிறது. அம்மா! தாயே! இந்த அந்நியர்களிடம் இருந்து எம்மைப் பாதுகாக்க வேண்டும்."

இந்திர சபையை ஒத்த அரண்மனை அரசவையில் வயோதிக மன்னன் ஜெயசந்திரர் மென்மையான, கற்பூர வெண்மை நிற மெத்தையில் அமர்ந்திருந்தார். அவரது அருகில் நான்கு இளம் அரசிகள் வீற்றிருந்தனர்; சொல்லற்கரிய அழகு கொண்ட அவர்களின்

கருநிறக் கூந்தல் பின்புறமாக சீவிக் கொண்டை போடப்பட்டு இருந்தது. அவர்களைவிட எடை கூடிய அணிகலன்களை தமது உடலில் சுமந்து கொண்டு இருந்தனர். சூடாமணி, காதணி, கங்கணம், தாயத்து, முத்து மணி மாலை, மணிகள் தைக்கப்பட்ட மார்க்கச்சை, மெட்டி போன்ற பொன்னாலான நகைகளுக்குள் மாட்டிக் கொண்டு இருந்தனர். அவர்களது ஆடை சன்னமாக இருந்தது; அவை உடலை மூடுவதற்காகப் போடப்படவில்லை; அவர்களது கவர்ச்சியைக் காட்டுவதாக இருந்தன. மார்க்கச்சை விம்மிப் பெருத்த முலைகளையும், வழவழப்பான மாநிறத் தோலையும் காட்டின. கீழ்ப்புறம் தொப்புள் பகுதி வரை தெரிந்தன; தொடை, கணுக்கால் பகுதிகள் ஆங்காங்கு தெரிந்தன; தலையில் தடவிய நறுமண எண்ணெய், புத்தம்புது மல்லிகை மாலைகள் அறை முழுதிலும் மனம் கவர் நறுமணம் பரப்பின. அரசிகள் தவிர சுமார் ஐம்பது இளம் பணிப்பெண்கள் அருகில் இருந்தனர். சிலர் மயிலிறகாலான விசிறிகளை வீசினார்; சிலர் தாம்பூலத் தட்டுகளை ஏந்தி நின்றனர்; சிலர் முகக் கண்ணாடி, சீப்புகள் வைத்து இருந்தனர்; சிலர் கையில் நீர்க்குடுவை; சிலர் கரங்களின் மதுச்சாடிகள் - தங்கக் கோப்பைகள்; சிலர் பாம்பின் சட்டை போன்ற வெண்மையான, மெல்லியத் துண்டுகளை ஏந்தி நின்றனர். சிலர் வீணை, குழல், மத்தளம் ஆகிய இசைக்கருவிகளுடன் காத்திருந்தனர்; சிலர் பொற்தடிகள் ஏந்திக் காவல் காத்தனர். அந்த அவையில் மன்னன் ஜெயச்சந்திரன், குரு மித்ரபாதரின் சீடர் பிக்கு சுபாகர் தவிர ஏனையோர் அனைவரும் அரசிகளும், அழகிய இளம் பெண்களுமாக இருந்தனர்.

பிக்கு விடை பெற்றுக் கொண்டார். அரசரும் அரசிகளும் அவருக்கு வணக்கம் சொல்லி விடையனுப்ப எழுந்தனர். இப்போது மன்னர் தனது பெண்கள் குழாத்துடன் மட்டும் இருந்தார். அவரது நீண்ட நரைத்த முடி நடுவகிடு எடுக்கப்பட்டு பின்புறமாகச் சீவப்பட்டு இருந்தது. புதர் போன்ற மீசை கவனமாக வெட்டப்பட்டு இருந்தது. ஆடம்பர உடை, அணிகலன்கள் அவரது உடலை அலங்கரித்தன. மொத்தத்தில் அவர் தனது இளமை தீரவில்லை என்ற நினைப்பில் இருப்பது விளங்கியது. அவர் சைகை செய்ததும், ஒரு பணிப்பெண் மதுக் கிண்ணம் ஒன்றை நீட்டினார்; அரசி ஒருவர் அதனை நிரப்பி அவருக்கு அளித்தார். அவர் அக்கோப்பையை அரசியின் உதட்டருகில் வைத்து, "ஒளி பொருந்திய எனது ராஜலட்சுமி! நீ சுவைக்காமல் நான் எப்படி இதனை அருந்த முடியும்?" என்றார்.

அரசி தனது உதடுகளையும் நாக்கையும் நனைத்துக் கொடுக்க, அந்த 'வரப்பிரசாதத்தை' மன்னர் அருந்தினார். அவரது ஆசை மனைவியர் ஒவ்வொருவரும் ஒவ்வொரு கோப்பையைக் கொடுக்க, அரசரின் கண்கள் போதையில் சிவந்தன. துருக்கியர் படையெடுப்பால் அவரது முகத்தில் இருந்த கவலைக் கோடுகள் மாறி புன்முறுவல் ஒன்று பூத்தது. அவரது பெருத்த உடல், தலையணைகள் முட்டுக்கொடுக்க சாய்ந்தபடி இருந்தது. தனது அரசிகளில் இருவரை இருபுறமும் அணைத்து, தன் தலையை மூன்றாம் அரசியின் மடியில் வைத்து, நான்காம் அரசியின் மார்பைக் கரங்களால் அணைத்துக் கொண்டார்.

கள்ளும் காமமும் பொங்கி வழிந்தன. அரசர் ஆணையின்படி நடனம் தொடங்கியது. சுழலும் பாவாடை, காலில் ஒலிக்கும் சலங்கை, பெருத்த மார்பு, சிறுத்த இடை, பரந்த இடை கொண்ட பெண்கள் ஆடினர்; வீணை, மத்தளம் முழங்கியது; பாடல் தொடங்கியது; ஆட்டம் களைகட்டியது. ஒரு பாடல் முடிந்ததும், மன்னர் கள்வெறியில் அவர்களை நிர்வாணமாக ஆடச் சொன்னார். அவர்களும் ஆடை, அணிகலன்களைக் களைந்துவிட்டு ஆடினர். அரசர் தனது அரசிகள், பணிப்பெண்கள் புடைசூழ அமர்ந்து கொண்டு அவர்களுடன் நகைச்சுவை, அணைப்பு ஆகியவற்றைப் பகிர்ந்தபடி மத்தியில் நடந்த நடனத்தைப் பார்த்துக் கொண்டிருந்தார். ஏதாவது நடன மாதுவின் அங்கம் அவரைக் கவர்ந்தால் அருகில் அழைத்துக் கொண்டார். அவரது இடத்தை வேறொரு நடனப்பெண் எடுத்துக் கொண்டார். அரசரது நா குழறத் தொடங்கியது. து... ரு... க்கி... நா... ய்... ங்க... நாசமாக... ட்டும்... எவ... னு... ம்... எ... ன்ன்... அந்த... ப்ப்... பு... ரத்... தில்... கா... ல்... வைக்க... முடி... யா... துது... எல்... லோரு... அவு... த்து... போ... ட்டு... ஆ... டு... ங்க... க... கா...!

அங்கிருந்த அத்தனை பெண்களும் ஆடை அணிகலன்களைக் களைந்தனர். ஆனால், அவர்களது அழகிய, பளபளப்பான உடல்களுக்கு மேல், தலையில் தூக்கிக் கட்டப்பட்டிருந்த கொண்டைகள் அரசருக்கு பிடிக்கவில்லை. எனவே தலைமுடியை அவிழ்த்து விடச் சொன்னார். அவர்களது நீண்ட கருங்கூந்தல் பாம்பு போல தலையில் இருந்து இடை வரை தொங்கின. அரசர் தனது ஆடையைக் கழற்ற முயல்வதைக் கண்ட பணிப்பெண்கள் அவரது ஆடை அணிகலன்கள் களைய உதவினார்கள். அவரது பானை போன்ற தொப்பை வயிறு, தொங்கிய சதை, அருவருப்பு ஊட்டும்

கன்னங்கள், புதர் மீசை, ஆடிய மார்பு, பருத்த தொளதொளவென்ற தொடைகள், மயிரடர்ந்த கைகள் ஆகியவை எந்தப் பெண்ணாலும் சகிக்க முடியாமல் இருந்தன. ஆனால், அங்கிருந்த பெண்கள் அனைவரும் அரசனின் சுருங்கிய உள்ளங்கையில் சிக்கிக் கொண்டு இருந்தனர். ஒரு பெண் அவரது பொக்கை வாயில் தன் உதடுகள் பதித்தாள்; இன்னொருத்தி தனது முலைகளை அவரது விலாப்புறம் தேய்த்தாள்; இன்னொருத்தி அவரது முடி அடர்ந்த கரத்தை தனது தோள்களிலும் கன்னங்களிலும் அணைத்துக் கொண்டாள். மீண்டும் காமரசம் பொங்கும் இசைக்கு ஏற்ற நடனம் தொடங்கியது. அரசனும் குலுங்கும் தொப்பையைத் தூக்கிக்கொண்டு தனது அரசிகள், பணிப்பெண்களுடன் சேர்ந்து ஆடத் தொடங்கினார்.

3

"**வரு**க வருக கவிச்சக்கரவர்த்தி!" என்றபடி மன்னர் நடுத்தர வயது இருக்கும் கவிஞரை இருக்கையில் அமரவைத்து அவருக்கு வெற்றிலை பாக்கு வழங்கினார். கவிஞருக்கு ஐம்பது வயது கடந்திருக்கும். ஆனால், அவரது முகத்தில் இன்னும் சற்று இளமையின் தடங்கள் இருந்தன. மீசை கருகருவென்று இருந்தது. வெண்ணிற ஆடையும் துண்டும் அணிந்திருந்தார்; கழுத்தில் ருத்ராட்ச மாலை இருந்தது; நெற்றியில் மூன்று பிறைக் கோடுகள் விபூதியால் போடப்பட்டிருந்தன. கவிஞர், மன்னன் வழங்கிய மணம் மிக்க வெற்றிலைச் சுருளை வாயில் போட்டுக்கொண்டு, "தேவனே! பயணம் எப்படி இருந்தது? உடல்நலம் நன்றாக உள்ளதா? இரவில் நன்கு உறங்கினீர்களா?" என்று விசாரித்தார்.

"கவி புங்கவரே! எனது ஆண்மை விரைவில் அயர்வு அடைகிறது."

"அரசே! உங்கள் கவி ஸ்ரீஹர்ஷாவை கேலி செய்கிறீர்கள்."

"புங்கவர் என்று விளிப்பது தங்களைப் பாராட்டும் சொல்தான்; கிண்டல் செய்ய அல்ல."

"புங்கவ என்பது காளை மாட்டைக் குறிக்கும், அரசே!"

"அறிவேன். சிறந்த மனிதர்களையும் குறிக்கலாமே?"

"நான் அதைக் 'காளை' என்ற பொருளில் எடுத்துக் கொள்கிறேன்."

"ஆனால், நான் சிறந்தவர் எனும் பொருளில்தான் சொன்னேன். எனது கவி நண்பா! உங்களைப் போன்ற நெடுநாள் நண்பரை விட்டால், வேறு யாரைக் கேலி செய்ய முடியும்?"

"அரசவையில் செய்யக் கூடாது அரசே!" என்று தாழ்ந்த குரலில் சொன்னார்.

ஜெயசந்திரன் கவிஞரின் கைபிடித்து அரசவையில் இருந்து சோலைக்கு அழைத்துச் சென்றார். கோடைகாலத் தொடக்கம் ஆனதால், பசிய மரங்களில் இருந்து வீசிய மென்காற்று மகிழ்ச்சி அளித்தது. அங்கிருந்த தடாகத்தின் கரையில் இருந்த பளிங்கு ஆசனத்தில் அவரை அமர வைத்து, அரசர் பேசத் தொடங்கினார்.

"எனது இரவுகளைப் பற்றிக் கேட்கிறாய். எனக்கு மூப்பு தொடங்கிவிட்டதை நான் உணர்கிறேன்."

"ஏன் அப்படி?"

"நிர்வாணமாக உள்ள அழகிகள்கூட என்னில் காமத்தைத் தூண்டவில்லை."

"அரசரே! தாங்கள் ஒரு யோகி ஆகிவிட்டீர்கள்."

"இந்த யோகியிடம் உள்ள பதினாறாயிரம் பெண்களை என்ன செய்வது?"

"பகிர்ந்து கொடுத்து விடுங்கள் அரசே! அவர்களைப் பெற பலர் போட்டி போடுவார்கள். அல்லது கங்கைக் கரையில் உள்ள பார்ப்பனர்களுக்கு அளித்து விடுங்கள். அவர்கள் பதிலுக்குப் புனித நீரும் தர்ப்பைப் புல்லும் தருவார்கள். 'தானத்தில் சிறந்தது தாரத்தை வழங்குவது' என்பதுதானே சொலவடை."

"அப்படியே செய்வோம். எனது மருத்துவர் சக்கரபாணி கொடுக்கும் காமம் தூண்டும் மருந்துகள் பலனளிக்கவில்லை. இப்போது எனக்கு மகிழ்வூட்டுவது உங்கள் கவிதையை இரசிப்பது மட்டும்தான்."

"நிர்வாண அழகு தனது வீச்சை இழந்தபின், கவிதை என்ன செய்யும்? அரசே! தாங்கள் அறுபது வயதைக் கடந்து விட்டீர்கள், அல்லவா?"

"ஆனால், அறுபது என்ன பெரிய வயது?"

"பதினாறாயிரம் பசுமாடுகளுடன் உறவில் திளைத்த காளைக்கு அறுபது பெரிதுதான்."

"உன்னைக் காசியில் காணவே முடியவில்லை. கன்னோஜில் இருந்து நான் வந்து இரு மாதங்கள் ஆகிவிட்டன."

"சித்திரை மாதம் ஒன்பது நாட்கள் நான் விந்தியாவதி தாயை பூசிக்கச் சென்று இருந்தேன்."

"நாங்கள் வந்த படகும் அவ்வழியைக் கடந்துதான் வந்தது. தெரிந்திருந்தால், உன்னை அழைத்திருப்பேன்."

"அல்லது, அங்கே இறங்கி உள்ளூர் அழகிகளைப் பூசித்திருக்கலாம்!"

"அப்படியானால், நீரும் அதற்குத்தான் அங்கு போனீர்களா?"

"நான் தேவி பகவதியின் உபாசகன்."

"ஆனால், உன் பாடல்கள் இராமன் - சீதையைப் புகழ்ந்து பேசுகின்றனவே? உண்மையான வைணவன் போல எழுதுகிறாய்?"

"அதாவது, மனதில் சக்தி, வாயில் சிவம், வெளியில் விஷ்ணு."

"பொது சமூகத்தில் நீ ஒரு விஷ்ணு பக்தனா?"

"வேறு வழி? அரசே! எங்கள் விமரிசகர்களின் நாவை நாங்கள் கட்டுப்படுத்த முடியாதே!"

"நல்ல பச்சோந்திகள் அப்பா!"

"அரசே! இன்னும் ஒரு படி மேலே போய் நான் புத்தனையும் எனது வழிபாட்டில் இணைத்துக் கொண்டுள்ளேன்."

"என்ன, புத்தனையும் விடவில்லையா?"

"ஆம்."

"அந்தப் புனிதர் புத்தனை இங்கு இழுக்காதே."

"அரசே! வஜ்ராயனம் பகவதியை வழிபடும் சாக்தர்களாகிய எங்களுக்குப் புத்தரை ஏற்க எளிதான வழிகளைத் தந்துள்ளது."

"ஆம் நண்பனே! அதனால்தான் அதனை 'எளிதான நெறி' என்று சொல்கிறார்கள்."

"வஜ்ராயனம் பௌத்தர்களின் பாடல்களில் அதிக கவித்துவம் எதையும் நான் காணவில்லை. ஆனால், பஞ்சமம் - மது, மாமிசம், மீன், தானியம், பாலுறவு ஆகிய ஐந்து பொருட்களை - என்ற ஆகமத்தை அனுமதித்ததன் மூலம் மக்களுக்குப் பேருதவி

ராகுல் சாங்கிருத்யாயன் • 293

செய்துள்ளார்கள். அதற்கு நான் நன்றிக்கடன் பட்டுள்ளேன். ஆனால், என்னால் இந்த தாந்திரீகச் சடங்குகளில் இனி ஈடுபட முடியாது."

"இந்த வஜ்ராயனத்துடன் நாகார்ஜுனரின் நடுநெறியைச் சேர்த்தால் அருமையான புதுமலர் கிட்டும்."

"அவ்வப்போது தலை கிறுகிறுத்தாலும், என்னால் உன் கவிதைகளை இரசிக்க முடிகிறது; ஆனால், இந்தத் தத்துவங்கள் எனது தலையில் இரும்பு போலக் கனக்கிறது."

"இருந்தாலும் நாகார்ஜுனரின் சிந்தனைகள் பல பொய்யான கருத்துகளை முறியடித்து விடுகிறது."

"ஆனால், நீ ஒரு வேதாந்தி என்றுதானே பேர் பெற்றுள்ளாய்?"

"எனது நூல்கள் புகழ் பெறுவதற்காக வேதாந்தம் என்று சொல்லி இருக்கிறேன். ஆனால், 'கண்டன கண்ட காத்யம்' (எதிர்வாதத்தின் பலன்கள்) நூல் நாகார்ஜுனரின் அதிகம் பேசப்படாத சிந்தனைகள் அடிப்படையில் எழுதப்பட்டது."

"நாகார்ஜுனரின் குறிப்பிடத்தக்க கருத்துகள் யாவை? எல்லாவற்றையும் நான் நினைவில் வைத்துக் கொள்வேன் எனச் சொல்லமுடியாது. இருந்தாலும்…"

"உங்கள் குரு மித்ரபாதர் இதனை முழுமையாக நம்புகிறார்."

"என்ன? எங்கள் குடும்ப குருவா?"

"ஆமாம். பாவம் - புண்ணியம், நல்லொழுக்கம் - தீயொழுக்கம் ஆகியன கற்பிதங்கள். உலகம் அழிவற்றது - அழியக்கூடியது என்பதை நிரூபிக்க இயலாது. சொர்க்கம் - நரகம், விடுதலை - கட்டுத்தளை ஆகியவை பழங்கதைகள். வழிபாடு, பூசைகள் முட்டாள்களின் விளையாட்டு. தெய்வங்கள், தேவதைகள் ஆகியன மூடநம்பிக்கை மிக்க கட்டுக்கதைகள் என்று நாகார்ஜுனர் சொல்கிறார்."

"அன்புக் கவியே! நான் இந்தத் தத்துவத்தின்படிதான் என் வாழ்க்கையைக் கழித்திருக்கிறேன்."

"அரசே! எல்லோரும் அப்படித்தான் கழிக்கிறார்கள். முட்டாள்கள்தான் கடனுக்குப் பின்னால் ஓடி இருக்கும் செல்வத்தை இழப்பார்கள்."

"இப்போது என்னால் முடிந்ததெல்லாம் கையில் இருப்பதை உற்றுப் பார்ப்பது மட்டுமே. நீ இன்னும் இளமைக் கட்டை இழக்காமல் இருக்கிறாயே!"

"நான் உங்களைவிட எட்டு வயது இளையவன்; அத்துடன் ஒரு பெண்ணை மட்டுமே மனைவியாக ஏற்றவன்."

"திருமணம் பற்றிய பேச்சு இதில் எங்கு வந்தது? தேவைப்படும் பெண்களை எல்லாம் மணம் முடிக்க நினைத்தால், அக்னியை வலம் வந்தே சோர்வு அடைந்துவிட வேண்டும்."

"அரசே! எனது இல்லத்தில் ஒரு பார்ப்பனப் பெண் மட்டும்தான் இருக்கிறாள்."

"கவி ஸ்ரீஹர்ஷர் காலம் முழுதும் ஒரு பொக்கை வாய் பெண்ணுடன் வாழ்ந்தார் என்பதை உலகம் நம்ப வேண்டுமா?"

"நம்பும். நம்புகிறது. நான் அத்தகைய அனுபவங்களையும் நூல்களில் எழுதியுள்ளேன். நான் எப்படி இறைவனுடன் உருவேறிய நிலையில் தொடர்பு கொள்கிறேன் என்பதையும் பகிர்ந்து கொண்டுள்ளேன்."

"உனது மத்யம தத்துவத்தில் கடவுள், கடவுளை அறிதல் ஆகியன இடம் பெற்றுள்ளன, அப்படித்தானே?"

"அரசே! அனைத்திற்கும் அதில் இடம் இருக்கிறது."

"அதாவது, மக்கள் எப்போதும் இருட்டில் இருக்க வேண்டும். நாம் எதை வேண்டுமானாலும் அவர்கள் மண்டைகளில் திணிக்கலாம்."

"அரசரே! நீங்கள் மதத்தை நம்புவது இல்லையா?"

"தெரியவில்லை. மதநம்பிக்கை எங்கு தொடங்கி எங்கு முடிகிறது என்பதை என்னால் காணமுடியவில்லை. இந்த பக்தி மிக்க பார்ப்பனர்களின் போதனைகளைக் கேட்டபடி, அவர்களது நடைமுறை வழக்கங்களையும் பார்க்கும்போது எனக்கு முடிவெடுப்பது கடினமாக உள்ளது. எனக்குத் தெரிந்தது இவைதான்: தருமம் செய்ய வேண்டும்; கோவில்கள், மடங்கள் கட்ட வேண்டும்; சடங்குகள் செய்ய வேண்டும். ஆனால், உயிருடன் இருக்கும் வரை செல்வத்தை இழக்கக் கூடாது."

காதல், மதம் ஆகியவற்றில் இருந்து உரையாடல் அரசியல் பற்றித் திரும்பியது. "பிரித்விராஜின் உதவிக்கு வர அரசர் மறுத்தது உண்மையா?"

"நான் ஏன் அவருக்கு ஆதரவாக இருக்க வேண்டும்? அவர் கிளப்பிய புயலுக்கு அவரே முகம் கொடுக்கட்டும்."

"நானும் அப்படித்தான் நினைக்கிறேன். சக்கரபாணி தேவையில்லாமல் அச்சுறுத்துகிறார்."

"அவரது வேலை மருத்துவம். அதிலும், மூன்று முறை அவர் கொடுத்த காமரச மருந்து வேலை செய்யவில்லை. இப்போது அரசியலில் தலை நீட்டுகிறார்."

"அரசே! அவன் ஒரு முட்டாள். இளவரசர் அவரைத் தலை மேல் தூக்கி வைத்துக்கொண்டு ஆடுகிறார்."

4

"மருத்துவரே! நீங்கள் சொல்வது உண்மை. ஸ்ரீஹர்ஷா ககடவார் அரச வம்சத்தின் வேரில் பிடித்த புற்று. என் தந்தையை குருட்டுத்தனமான பெண்பித்தராக ஆக்கிவிட்டார்."

"இளவரசே! நான் கனௌஜ் அரசவை மருத்துவனாக இருபதாண்டுகளாக இருக்கிறேன். நான் கொடுக்கும் மூலிகைகளுக்கு பலன் இருக்கும்."

"உலகம் முழுதும் அதனை அறியும்."

"ஆனால், அரசருக்கு என் மீது கோபம். நான் கொடுக்கும் காமம் தூண்டும் மருந்து பலனளிக்கவில்லை என அவருக்கு வருத்தம். எப்படிக் காமத்தால் பீடிக்கப்பட்ட ஒருவரால், இளமையைத் தக்க வைத்துக் கொள்ள முடியும்? எமது நூல்கள் நமது உணவு, இன்பக் களிப்பு ஆகியவை அளவோடு இருக்க வேண்டும் எனச் சொல்கின்றன. நான் மல்லர்கிராமம் சென்று அமைதியாக வாழ்கிறேன் எனக் கெஞ்சுகிறேன். அதற்கும் அனுமதி தர மறுக்கிறார்."

"மருத்துவரே! எனது தந்தையின் பிழைகளுக்காக நீங்கள் என்னை விட்டுப் போகக் கூடாது. ககடவாரில் எனக்கிருக்கும் ஒரே நம்பிக்கை நீங்கள்தான்."

“நீங்கள்தான் ககடவாரின் நம்பிக்கை இளவரசே; நான் அல்ல. ஜெயசந்திரருக்கு பதிலாக ககடவார் ஆட்சியை ஹரிச்சந்திரராகிய நீங்கள் ஏற்றிருந்தால் எத்தனை சிறப்பாக இருந்திருக்கும்! சந்திரதேவரின் அரியணை உங்களுக்கு வந்திருக்க வேண்டும்.”

“அரசனின் நண்பராக ஸ்ரீஹர்ஷாவிற்குப் பதிலாக மருத்துவர் சக்கரபாணி இருந்திருந்தால் இன்னும் சிறப்பாக இருந்திருக்கும். எமது ஆட்சி இருக்கும் வரை நீங்கள் என்னுடன் கட்டாயம் இருக்க வேண்டும்.”

“இந்த ஆட்சி மறைந்தால், எனது வாழ்வும் அத்துடன் முடியட்டும். ஆனால், அது இந்துக்களின் அந்திப்பொழுதாகவும் ஆகிவிடும். மல்லக்கிராமத்து பார்ப்பனக் குடிகள் மட்டும்தான் வேதங்கள், சடங்குகளுடன் வாழும் ஏந்தத் தெரிந்தவர்கள். நாங்களும் துருக்கியருக்கு எதிராகப் போரிட விரும்புகிறோம்.”

“ஆனால், எனது தந்தை சொந்த மருமகன் பிரித்விராஜுக்குக்கூட உதவ மறுக்கிறார். அவர் எனது மைத்துனர். என் சகோதரி சம்யுக்தா அவரைக் காதலித்து மணந்து கொண்டாள். எனது தந்தைக்கு அவர் மீது அதிருப்தி அடைய எந்தக் காரணமும் இல்லை.”

“இளவரசே! பிரித்விராஜ் ஒரு வீரர்.”

“அதிலென்ன அய்யம்? அதனால்தான் அவர் துருக்கியருடன் போரிட முடிவு எடுத்துள்ளார். அவரது அரசு கன்னோஜுடன் ஒப்பிடுகையில் சிறியது. துருக்கியருடன் மோதாமல் விட்டிருந்தால், அவர்கள் அவருடன் நட்பு பாராட்டி இருப்பார்கள். துருக்கியரின் இலக்கு கனௌஜ். டெல்லி அல்ல. கடந்த ஆறு நூற்றாண்டுகளாக இந்தியாவில் கோலோச்சி வரும் பெரும் ஆட்சி கனௌஜ். இதை எப்படி அப்பாவிற்குப் புரிய வைப்பது? எதனையும் புரிந்து கொள்ளும் திறனை அவர் இழந்து விட்டார்.”

“அவர் மட்டும் தன் மகனிடம் ஆட்சியை ஒப்படைத்தால்...”

“மருத்துவரே! தந்தையை அரியணையில் இருந்து அகற்றும் எண்ணம் ஒரு முறை எனக்குள் வந்தது. ஆனால், உங்களது ஆலோசனைகள் நினைவுக்கு வந்தன. இந்த இருபது ஆண்டுகளாக உங்கள் அறிவுரைகள் எனக்குப் பெரும் உதவியாக இருந்துள்ளன. அவற்றை நான் மீற விரும்பவில்லை.”

“கனௌஜ் இப்போது மூப்படைந்து வலுவற்று உள்ளது. ஒரு சிறு தவறு நடந்தாலும் மொத்த ஆட்சியும் தவிடுபொடியாகும். தந்தை - மகன் முரணுக்கு இதுவல்ல காலம்.”

"பிறகு என்னதான் செய்வது? நமது அதிகாரிகள், தளபதிகள் அனைவரும் போருக்குப் பொருந்தாத கோழைத்தனம் மிக்கவர்களாக உள்ளனர். அவர்களுக்குக் கீழுள்ள அதிகாரிகளில் சிலர் வீரமும் திறமையும் மிக்கவர்கள்; ஆனால், பழைய ஆட்கள் அவர்கள் பாதையில் குறுக்கே இருக்கிறார்கள். மந்திரிகள் பொறுப்பற்று இருக்கிறார்கள்; சதியும் சூழ்ச்சியும்தான் அவர்களது பணியாக உள்ளன."

"ஆம். அவர்கள் தமது உடன்பிறப்புகள், மகள்களை அரசரின் அந்தப்புரத்திற்கு அனுப்பி பதவிகளைப் பெற்றவர்கள். நாம் இப்போது கவனம் செலுத்த வேண்டியது எதிர்காலம் பற்றி, கடந்தகாலத்தைப் பற்றி அல்ல."

"என் கையில் மட்டும் அதிகாரம் இருந்தால், எல்லா இந்து இளைஞர்கள் கரங்களிலும் ஆயுதங்கள் அளிப்பேன்."

"தலைமுறை தலைமுறையாக வரும் வழக்கம் ரஜபுதனர்கள் கையில் மட்டும்தான் வாள் கொடுப்பது. மகாபாரதத்தில் துரோணர், கிருபாச்சாரியார் போன்ற பார்ப்பனர்கள் களத்தில் போரிட்டனர் என அறிகிறோம். ஆனால், அதற்குப் பின்னர் ஒரே ஒரு சாதி மட்டும்..."

"புரிகிறது. இந்தச் சாதிய முறை நமக்கு பெரும் முட்டுக்கட்டை."

"இளவரசே! படுமோசமான தடைக்கல். நமது மூதாதையர் பற்றி பெருமை பேசுவதெல்லாம் சரிதான். ஆனால், இப்படி ஆயிரக்கணக்கான பிரிவுகளாக இந்துக்களைப் பிரித்தது கொடுமை."

"இப்போது அதன் பலனை நாம் அனுபவிக்கிறோம். காபூல் இனி இந்துக்களுக்கு உரியதல்ல. லாகூரும் போய்விட்டது. அடுத்து டெல்லியும் வீழும்."

"இப்போது கூட நாம் பிதாரஸ் உடன் இணைந்து போரிட முடிந்தால்?"

"அய்யோ, எப்படிப்பட்ட குழப்பத்தில் இருக்கிறோம் இப்போது!"

"குழப்பமா? நமது அரசு எனும் கப்பல் குழப்பங்களில் சிக்கிக் கொண்டு தத்தளிக்கிறது. இருந்தும் நாம் மூழ்கும் கப்பலில் இருந்து எதையும் தூக்கியெறியத் தயாராக இல்லை."

"மருத்துவரே! இந்த மதம்தான் நம் குரல்வளையை இப்படி நெரிக்கிறது."

"மதம் ஒரு புற்று நோய். எத்தனை எத்தனை குற்றங்களை இழைத்திருக்கிறோம்! ஒவ்வொரு ஆண்டும் பல விதவைகளை நெருப்பில் பொசுக்கி இருக்கிறோம்; ஆண்கள், பெண்களை கால்நடை போல வாங்கியும் விற்றும் இருக்கிறோம்; கள்வரை ஈர்க்கும் அளவு கோவில்கள், மடங்களில் பொன், வெள்ளி, முத்து, மணிகளைக் குவித்திருக்கிறோம்; கையில் வாளேந்தி பகைவரை எதிர்க்க வேண்டிய நேரத்தில் சில்லறைத் தகராறுகளில் மூழ்கி இருக்கிறோம். நமது மன்னர் காமக் களியாட்டத்தில் மூழ்கி இருக்கிறார். அவருக்கு உரியவற்றைப் பெற, உழைக்கும் மக்களை இரக்கமின்றிக் கொள்ளையடிக்கிறோம்."

"மன்னர் களிப்பில் மூழ்கவில்லை; பித்துப் பிடித்து அலைகிறார். ஒரு அன்பு மனைவி போதாதா அவருக்கு? ஐம்பதாயிரம் பெண்கள்கூட அவரது பைத்தியக்காரத்தனத்திற்கு போதவில்லை. அங்கு அன்பு, காதல் எதுவுமில்லை. சென்ற பொங்கல் திருவிழாவில் எனது தந்தை அவரது பல பெண்களைப் பார்ப்பனருக்குத் தானமாகக் கொடுத்தபோது, அப்பெண்களில் எவரும் பிரிவால் வருந்தவில்லை; அழவில்லை; மனதிற்குள் மகிழ்ச்சி அடைந்தார்கள். எனதன்பு பாமா என்னிடம் இதைச் சொன்னாள்."

"அவர்கள் போகும் பார்ப்பன வீடுகளில் ஓரிரு மனைவிமார்கள் இருப்பார்கள். பதினாறாயிரம் பெண்கள் கொண்ட சேனை இருக்காது. அந்தப்புர வாழ்க்கை அடிமை வாழ்வைவிட மேலானது அல்ல. பெண் என்பவள் பண்டமா - கொடுக்கவும் வாங்கவும்?"

"எப்படி இருந்தாலும் இங்கும் நாம் நமது படையைத் துருக்கியருக்கு எதிராக அணி சேர்க்க வேண்டும்."

"அதைச் செய்ய வேண்டியது அரசரின் கடமை. அவரது மனதை பாவி ஸ்ரீஹர்ஷா ஆள்கிறான்."

5

அந்த மாதத்தின் எட்டாம் நாள். அட்டமி தினம். கிழக்கே நிலவு எழத் தொடங்கி இருந்தது. புவி முழுதும் நிலவொளியில் குளிக்க இன்னும் சில மணி நேரங்கள் எடுக்கும். எங்கும் அமைதி நிலவியது. தொலைவில் இருந்து ஆந்தையின் அலறல் தீச்சகுனமாய் எங்கிருந்தோ கேட்டது.

இந்த நிசப்தத்தின் இடையே இரண்டு பேர் கரையில் தோன்றினர்; விரைந்து கால்வாய் நோக்கிச் சென்றனர். தங்கள் வாய்க்குள் விரலை விட்டு மூன்று முறை சீட்டி அடித்தனர். அந்த விசில் சத்தம் கேட்டு ஒரு படகு எதிர்க்கரையில் இருந்து வருவது தென்பட்டது. ஓரளவு பெரிய படகு கரையை அடையும்போது மெல்லிய ஓசை கேட்டது. இருவரும் அதில் ஏறினர். படகில் இருந்த ஒருவர்,

"தளபதி மாதவ்?" என்றார்.

"ஆம். அலஹான் என்னுடன் வந்திருக்கிறார். இளவரசர் எப்படி இருக்கிறார்?"

"இன்னும் நினைவு திரும்பவில்லை. நானும் அவர் அசைவற்று இருக்க மருந்து தந்திருக்கிறேன். இல்லையெனில், அவர் மீண்டும் போர்க்களத்திற்கு திரும்பி விடுவார்."

"ஆனால், அவர் உங்கள் ஆணையை மீற முடியாதே."

"அப்படித்தான் நானும் நம்புகிறேன். ஆனால், வலி தாங்குவதற்கும் இதுதான் நல்லது."

"அப்படியானால், ஆபத்தான காயம் இல்லை."

"இல்லை தளபதி! நான் காயத்திற்குத் தையல் போட்டு இரத்தம் வெளியேறுவதை நிறுத்தி இருக்கிறேன். மிகவும் வலுவிழந்து இருக்கிறார். வேறெந்த பயமும் இல்லை. நீங்கள் சொல்லுங்கள், என்ன செய்திருக்கிறீர்கள்? அரசரின் உடலை அந்தப்புரத்திற்கு அனுப்பி விட்டீர்களா?"

"ஆமாம்."

"அப்படியானால், பெண்கள் அவரது உடலை எரித்து, தம்மையும் அதில் எரித்துக் கொண்டுவிடுவார்கள், அப்படித்தானே?"

"ஆம்."

"சேனைத் தளபதி?"

"அந்த வயோதிகர் இறுதிக் கட்டத்தில்தான் கண் விழித்தார். அதுவே கடைசி கணம் ஆகிவிட்டது. பல அதிகாரிகள், நிலைமை போகும் போக்கைக் கண்டு ஓடத் தொடங்கி விட்டார்கள். ஆனால், ஓடுவதிலும் அவர்களுக்குத் திறமை இல்லை. அவர்களில் யாரும் உயிருடன் இருக்க வாய்ப்பில்லை."

“ஹூம்... இதெல்லாம் மூன்று ஆண்டுகளுக்கு முன்பு நடந்திருந்தால்... ஹர்ஷசந்தர் அரசராகவும், மாதவ் ஆகிய நீங்கள் தளபதியாகவும்... ஹூம்!”

மாதவும் பெருமூச்சு விட்டபடி, “மதிப்பிற்குரிய அய்யா! நீங்கள் தெள்ளத்தெளிவாக எச்சரிக்கை செய்தீர்கள். அரசரை பிதௌராவுடன் இணைந்து துருக்கியரை எதிர்க்கும்படி செய்ய எத்தனை முயற்சி செய்தீர்கள்! ஆனால், உங்கள் குரல் காற்றோடு கரைந்துவிட்டது.”

“இப்போது சொல்லிப் புலம்புவதில் பயன் இல்லை. வேறு என்ன ஏற்பாடுகள் செய்திருக்கிறீர்கள்?”

“ஐநூறு படகுகள், ஒவ்வொன்றிலும் ஐம்பது போர்வீரர்களை ஏற்றிக்கொண்டு வந்து கொண்டிருக்கின்றன. அவர்களை ககா, மோகா, சால்கு தலைமையில் பிரித்திருக்கிறேன். சந்தவாரில் இருந்து கிழக்குப் புறமாகச் சென்று துருக்கியரை எதிர்க்கச் சொல்லி ஆணை பிறப்பித்திருக்கிறேன். சிலர் நேரடியாகவும் பிறர் மறைந்தும் தாக்குவார்கள். நிலைமை மோசமானால், அங்கிருந்து கிழக்காகப் பின்வாங்குவார்கள்.”

“கனௌஜ் அரண்மனை?”

“அரண்மனையில் இருந்து எடுக்கக் கூடியவற்றைப் பல படகுகளில் இரண்டு நாட்களுக்கு முன்பே அனுப்பி விட்டேன்.”

“மாதவ்! அதனால்தான் படைத்தளபதியின் சினத்தில் இருந்து உங்களைத் தப்பிக்க வைத்தேன். நீங்களும் இளவரசரும் உயிருடன் இருப்பதை அறிந்து மகிழ்ச்சி அடைகிறேன். இந்துக்களுக்கு இப்போது கொஞ்சமாவது நம்பிக்கை மிஞ்சி இருக்கிறது. எது நடந்தாலும் நாம் கடைசி வரை போராட வேண்டும்; நம்மிடம் இருக்கும் வலுவின் ஒவ்வொரு அணுவையும் அதில் செலவிட வேண்டும்.”

“பிற படகுகள் வருகின்றன.”

“தளபதி அல்ஹான், அவை அருகில் வந்ததும் எல்லாப் படகுகளையும் தொடர்ந்து போகச் சொல்லுங்கள்.”

“அப்படியே செய்கிறேன் அய்யா!” என்று அல்ஹான் பணிவுடன் பதில் சொன்னார்.

“சரி, மாதவ், படகின் அறைக்குள் வாங்க. ஆனால், இங்கு இருட்டாக இருக்கிறது; நான்தான் விளக்கை அணைத்தேன்... ஒரு நிமிடம்” என்றபடி, “ராதா!” என அழைத்தார்.

“என்னப்பா?”

“கல்லை உரசி விளக்கைப் பொறுத்து. உலோகம் பத்திரமாக உள்ளதா?”

“உம்...”

“நண்பா! சிலர் என்னை மருத்துவர் என அழைக்கின்றனர்; சிலர் அய்யா, அப்பா என்று பலபடி கூப்பிடுகிறார்கள். எல்லாவற்றையும் நினைவில் வைத்துக் கொள்வது எனக்குச் சிரமமாக உள்ளது. எல்லோரும் என்னைச் சிறுவயதில் கூப்பிட்ட மாதிரி ‘சக்கு’ என அழைத்தாலென்ன!” என்றார் மாதவிடம்.

“ஊஹூம்... பெண்களுக்கு வழக்கத்தை மாற்றிக் கொள்வது சிரமம். பாபா சக்கரபாணி பந்தேயர் என்று அழைப்பதற்குப் பதிலாக ‘அப்பா’ என்கிறோம்.”

“சரி சரி. வா. விளக்கு ஏற்றியாயிற்று.”

“இருவரும் படிகளில் இறங்கினார்கள். படகின் மூன்றில் இரு பகுதி ஒரு தனி அடுக்காக இருந்தது; அங்கு அடுத்தடுத்து சில அறைகள் இருந்தன. அதில் ஓர் அறைக்குள் நுழைந்தனர். விளக்கின் மஞ்சள் ஒளியில் அங்கிருந்த கட்டில் தெரிந்தது. அதில் படுத்திருந்த மனிதனின் கழுத்து வரை வெண்ணிறத் துணி போர்த்தப்பட்டு இருந்தது. கட்டிலின் மூலையில் இருந்த ஆசனத்தில் இருந்து ஒரு பெண் எழுந்தாள்.

“பாமா, இளவரசர் கண் விழித்தாரா?” என்று கேட்டார் சக்கரபாணி.

“இல்லை அப்பா. அவரது மூச்சு அப்படியேதான் இருக்கிறது.”

“பயமா இருக்காம்மா?”

“உங்கள் பாதுகாப்பில் இருக்கும்போது என்ன பயம்? ககடவார் அரசு உங்கள் வழிகாட்டுதலை முன்னரே ஏற்றுக் கொண்டிருந்தால் எப்படி இருந்திருக்கும். நீங்கள் எமது துரோணராக இருந்திருக்கலாம்.”

“இவர்தான் மாதவ். ஹரிச்சந்திர மன்னரின் தலைமை அதிகாரி; நம் தலைவர்; நமது நம்பிக்கை.”

“இளவரசி பாமா, உங்கள் சேவகன் மாதவ் வணங்குகிறேன்.”

“மாதவை எனக்கு நன்கு தெரியும். அவரும் இளவரசரும் குழந்தைகளாக விளையாடியதை என்னால் மறக்க முடியுமா?”

“மாதவ் தனது உறுதி மிக்க கரங்களால் நலிந்த உமது ஆட்சியைத் தூக்கி நிறுத்துவார் பாமா!” என்றார் சக்கரபாணி.

“அப்பா, நீங்கள் என்னை ‘பாமா’ என அழைப்பது எவ்வளவு நன்றாக இருக்கிறது!”

“உனக்கு உன் அப்பா நினைவு வந்து விட்டதா?”

“இல்லையில்லை. எமது குடும்பம் புதிய வழியை அமைக்க வேண்டும். எல்லாம் எப்படி போலியாக இருந்தது! மாயையாக இருந்தது! போதும். நாம் எளிய, ஒற்றுமையான சமூகத்தைக் கட்டமைப்போம். எனது அரச குல மாமனாருடன் பழைய அரச சாதி முடிவுக்கு வரட்டும்.”

“அது முடிந்து விட்டது மகளே! இளவரசரின் அந்தப்புரம் தெரியாதா உனக்கு?”

பாமா தன் கண்ணீரைத் துடைத்தபடி, “நீங்கள் எங்களை மீண்டும் மனிதர்களாக ஆக்கிவிட்டீர்கள் அப்பா!” என்றாள்.

“இல்லை குழந்தாய்! ஹரிச்சந்திரன் மட்டும் இல்லையென்றால் நான் காற்றில் தண்ணீர் தெளித்துக் கொண்டிருக்கும் பார்ப்பனராக இருந்திருப்பேன். அவரால்தான்...”

“அப்பா!”

இளவரசர் அரைக்கண் திறந்து பார்த்தார்; எல்லோரும் அவரையே பார்த்தார்கள். பாமா அவர் அருகில் சென்று, “எனது சந்திரா! ராகுவின் பிடியில் இருந்து மீண்டு வந்த சந்திரா!” என்றாள்.

“ஆம் பாமா, இப்ப அப்பாவின் குரல் கேட்டதே?”

“உங்கள் அப்பாவா?”

“என் நிச அப்பா அல்ல. அவர்தான் நம் குலத்தின் கதிரவனை மறைய வைத்தவர். நீ ‘அப்பா’ என்று அழைப்பாயே, அவர். நானும் இனி அவரை அப்படியே கூப்பிடுகிறேன்.”

“சக்கரபாணி விளக்கை உயர்த்திப் பிடித்து இளவரசரின் வெளிறிய முகத்தைப் பார்த்தார். பிறகு நெற்றியில் கைவைத்து, “எப்படி இருக்கீங்க?” என்றார்.

“நான் போர்க்களத்தில் காயம்பட்டுக் கிடப்பது போலத் தோன்றுகிறது.”

“இளவரசே, காயம் ரொம்ப ஆழமாக இருந்தது.”

“இருக்கலாம். ஆனால், என்னைக் காப்பாற்ற நீங்கள் இருக்கிறீர்களே!”

“அதிகம் பேச வேண்டாம்.”

“சரி. எனக்கு சக்கரபாணி உதிர்க்கும் ஒவ்வொரு சொல்லும் கடவுள் வாக்கு.”

“அப்படிச் சொல்லாதீர்கள். நீங்கள் அப்படி நினைத்தால், எனக்கு நல்லது கிடையாது.”

“அப்பா, எனக்கு உங்கள் மீதுள்ள நம்பிக்கை அது. எதையும் சிந்திக்க வேண்டுமெனில் கடவுளே சொன்னால் கூட நான் அதை உரைகல்லில் உரசிப் பார்க்காமல் ஏற்க மாட்டேன்.”

“இளவரசே! உங்கள் ஆட்சிக்கு மட்டும் அல்ல, இந்த இந்துஸ்தானத்திற்கே நீங்கள் கிடைத்திருப்பது நல்வாய்ப்பு.”

“சக்கரபாணி அப்பா, நீங்கள் இருக்கும்போது... கொஞ்சம் தண்ணி.” பாமா தண்ணீர் நிரப்பிய கிண்ணத்தைக் கொடுத்தாள். சக்கரபாணி படகு நகர்வதை உணர்ந்தார்.

“நாம் நமது இரண்டாம் தலைநகரான வாரணாசி நோக்கிப் போகிறோம். உங்கள் தளபதி மாதவ் நமது படைக்கு ஆணைகள் கொடுத்துள்ளார். படை துருக்கியரை இங்குத் தடுத்து நிறுத்தும். நாம் வாராணாசியில் கூடுதல் படையைச் சேர்த்து ககடவாரின் வளங்களை மீட்போம்.”

“இல்லை அப்பா, நீங்கள் முன்பு சொன்னது போல நாம் இந்துக்களின் செல்வத்தை மீட்போம்; இந்து வாள்களின் வலுவால் வெற்றி பெறுவோம்.”

“அப்படியானால், நாம் பார்ப்பனர் - சண்டாளர் என்ற பிரிவினைகளை அழித்தொழிக்க வேண்டும்.”

“அப்படியே குரு துரோணரே! கட்டாயம் செய்வோம்.”

15. பாபா நூர்தீன்

காலம் : பொ.ஆ. 1300

1

"இந்தியா இனியும் நமது கறவை மாடு அல்ல. விவசாயிகள், கைவினைஞர்கள், வணிகர்கள், இளவரசர்கள் ஆகியோரிடம் கறப்பதெல்லாம் கறந்து கோர் (ஆப்கன்) அரசுக்கோ நமது களியாட்டங்களிலோ செலவிடக் கூடாது. நாம் கோர் ஆட்சியின் அடிமைகள் இல்லை; நாம் இந்தியாவின் ஆட்சியாளர்களான கில்ஜிக்கள்!"

இப்படிப் பேசிய நபர் ஒல்லியான தேகம் கொண்ட இளைஞன். அவனது கருந்தாடி மீது விழுந்த மீசையை விரலால் தடவியபடியே பேசினான். அவன் முன்பு அமர்ந்தபடி கேட்டவர் கனமான தலைப்பாகை, வெள்ளை அங்கி அணிந்திருந்த நீண்ட வெண்தாடி புரண்ட மனிதர்; அவரது முகத்தில் அமைதியும் உற்சாகமும் மாறிமாறிக் கொப்பளித்தது.

"ஆமாம் அரசே! ஆனால், நாம் கிராமத் தலைவர்கள், நிலப் பிரபுக்கள் ஆகியோருடன் மோதினால், அவர்கள் அதிருப்தி அடைவார்கள். பேரரசின் எல்லையில் உள்ள எல்லா இடங்களுக்கும் நமது படையை அனுப்பி வசூல் செய்ய முடியாது."

"முதலில் ஒன்றை முடிவு செய்ய வேண்டும். நாமும் இந்தியர்களாகி, இந்திய அரசர்களாக இங்கே தங்கப் போகிறோமா? அல்லது கஜினி கோரில் இருந்து வந்து கொள்ளையடித்த முத்து, வைரங்களை ஒட்டகம், கழுதைகள் மீதேற்றி அனுப்பி வைப்பவர்களாக இருக்கப் போகிறோமா?"

"அரசரே! நாம் இந்தியாவில் தங்குவதற்கான காலம் வந்துவிட்டது."

“ஆம். நமது வேர்கள் கோர் ஆட்சியின் அடிமைக் குலத்தில் அல்ல. டெல்லியில் இருக்கிறது. நமக்கு இங்கு தீங்கேதும் ஏற்பட்டால், ஆப்கானிஸ்தானில் இருந்து எந்த அராபியப் படையும் நம்மைப் பாதுகாக்க வரப் போவதில்லை; நாம் தப்பித்து ஓட வேண்டுமென்றால், நமக்கு பாதுகாப்பான எந்த இடமும் இல்லை.”

“உண்மைதான்.”

“எனவே, நாம் இருக்கும் இடத்தில் தங்க வேண்டும். நமது இருப்பிடத்தை ஒழுங்குபடுத்த வேண்டும். இங்கு வாழ்பவர்கள் அமைதியுடனும் நிறைவாகவும் வாழ்வதற்கான ஏற்பாடுகள் செய்ய வேண்டும். சாதாரண மக்களில் எத்தனை பேர் முஸ்லிம்கள்? ஒரு நூற்றாண்டாக டெல்லியைச் சுற்றியுள்ள பகுதிகளில் உள்ளவர்களைக் கூட நம்மால் இஸ்லாமிற்கு மாற்ற முடியவில்லை. முல்லா அபூ மொகமது, சொல்லுங்கள்! டெல்லியின் அனைத்துப் பகுதிகளும் இஸ்லாம் மதத்திற்கு மாற எத்தனை காலம் பிடிக்கும் என்று நினைக்கிறீர்கள்?”

இடுப்பு வரை தொங்கிய தாடியை நீவியபடி, பல்லில்லாத பொக்கை வாயைத் திறந்து, “நான் நம்பிக்கை இழக்கவில்லை அரசே! இந்த எண்பது ஆண்டுகளில் எனக்குக் கிடைத்த பாடம் கட்டாயப்படுத்தி மதமாற்றம் செய்தால் முழு வெற்றி கிடைக்காது என்பதுதான்” என்றார்.

“அப்படியானால், இந்தியாவில் தங்கியுள்ள முஸ்லிம்களாகிய நாம், நாடு முழுதும் இஸ்லாமில் சேருவதற்காகக் காத்திருக்க முடியாது. ஏற்கனவே, ஒரு நூற்றாண்டு காலத்தை வீணாக்கிவிட்டோம். நமது மக்களின் நலனில் அக்கறை காட்டாது வரி, சுணக்கம் என மேன்மேலும் வசூலித்து அரசு கஜானாவில் சேர்த்திருக்கிறோம். அதன் விளைவு என்ன? நமக்கு வரும் ஒவ்வொரு காசுக்கும், ஐந்து காசுகள் வருவாய்த் துறை அதிகாரிகளுக்குப் போகிறது. எங்காவது, கிராமத் தலைவர்கள் பட்டுடுத்தி, பாரசீக அம்புகளைத் தொடுப்பதைப் பார்த்திருக்கிறீர்களா? இல்லை, ஆலோசகரே! எனது ஆட்சியில் இத்தகைய சுரண்டலை அனுமதிக்க முடியாது.”

“ஆனால், அரசே! நிறைய இந்துக்கள் இந்தப் பதவிகளுக்காகத்தான் மதம் மாறியுள்ளனர். உங்கள் முடிவால், அம்மாதிரி மத மாற்றங்கள் தடைபடும்.”

“இஸ்லாத்தின் பெயரால் இத்தகு இலஞ்சமும் கொள்ளையும் நடந்தால், அரசுக் கருவூலத்திற்கும் சொத்துகளுக்கும் எப்படி

பாதுகாப்பு கிடைக்கும்? அத்தகைய மக்களைப் பணியில் அமர்த்தும் அரசாங்கத்திற்கு விடிவு உண்டா?"

"அவர்கள் அரசைக் காக்கும் தூண்களாக இருக்க மாட்டார்கள். ஆனால், அவர்கள் கலகம் செய்யக் கூடிய அபாயத்தை நினைத்தே அப்படிச் சொன்னேன்."

"கிராமங்களில் உள்ள அதிகாரிகள் அதற்குத் தயாராக இருப்பார்கள். ஆனால், கிராமங்களில் எண்ணிக்கையில் அதிகம் யார் - விவசாயிகளா? அதிகாரிகளா?"

"விவசாயிகள்தான் - நூற்றுக்கு ஒருவர்தான் அதிகாரி."

"அந்த ஒருவன் நூற்றுக்கணக்கான மக்களின் இரத்தத்தை உறிஞ்சி குதிரை சவாரி, பட்டாடை, பாரசீக அம்புகள் என பவனி வர முடிகிறது! இந்தச் சுரண்டலை நிறுத்தினால், விவசாயிகளின் நிலைமை மேம்படும்; நமது ஆட்சிக்கு ஆதரவாக இருப்பார்கள். ஒருவரைத் தாக்கி நூறு பேர் வளமும் நிறைவும் அடைய வைக்க முடிந்தால், அதுதானே நல்ல திட்டம்?"

"நிச்சயம் அரசே! இந்தியாவின் முஸ்லிம் அரசர்களில் நீங்கள்தான் முதன்முதல் இப்படிப்பட்ட கொள்கையை வகுப்பவர்; ஆனாலும், அது நலன் அளிக்கும் என்று நம்புகிறேன். கிராம அதிகாரிகள் சிலர் மட்டும் அந்நியப்பட்டுப் போவார்கள், அவ்வளவுதான்."

"கிராமப்புறமா, நகர்ப்புறமா என்பதல்ல முக்கியம்; அங்கு வெகுசிலர் அந்நியப்படுவதல்ல நமது சிக்கல். நமது அரசு இங்குத் தற்காலிகமாக தங்க வரவில்லை என்பதை நினைவில் கொண்டு உறுதியான கட்டடத்திற்கான அஸ்திவாரத்தை உருவாக்க வேண்டும்."

முல்லா ஆழ்ந்த சிந்தனையில் மூழ்கினார்.

"அரசே! அரசாங்கம் விவசாய மக்களின் நலம் பேணுவது நமக்குப் பெரிதும் உதவும். கிராம அதிகாரிகள் அல்ல நமக்கு முக்கியம். நாம் கிராமம், நகரங்களில் வசிக்கும் நெசவுத் தொழில் செய்யும் மக்களிடம் அக்கறை கொண்டு செயல்பட்டோம். வணிகர்கள், வட்டிக்குக் கடன் கொடுப்பவர்களிடம் இருந்து நெசவாளர்கள் தம்மைத் தாமே காப்பாற்றிக் கொள்ளும் விதமாக அவர்களது பஞ்சாயத்துக் குழுக்களை நாம் வலுப்படுத்தினோம். அதிகாரிகள் தமது ஆடைகள் தயாரிக்கவும், பஞ்சைச் சுத்தம் செய்து

நூலாக்கவும் நெசவாளர்களை கட்டாய உழைப்பில் ஈடுபடுத்தினர். அதனை நாம் தடை செய்தோம். விளைவாக இன்றைக்கு நூல் நூற்பவர்கள், நெசவாளர்கள், தையல் கலைஞர்கள் பெரும்பாலும் இஸ்லாத்தைத் தழுவியதைக் காண்கிறோம்."

"முல்லா, நீங்கள் அனுபவ ரீதியாக அரசாங்கத்திற்கு நன்மை பயப்பது, இஸ்லாத்திற்கும் நன்மை பயக்கும் என்பதை அறிந்துள்ளீர்கள்."

"அரசே! உங்களிடம் ஒரு விண்ணப்பம் செய்ய விரும்புகிறேன். நீங்கள் மதத் தலைவரும்கூட..."

"நான் இந்துக்களின் சுல்தான். இந்தியாவில் ஆயிரத்தில் ஒருவர்தான் முஸ்லிம். இங்கு முஸ்லிம் மக்களின் எண்ணிக்கை மிகக் குறைவு."

"இந்துக்கள் தொடர்ந்து இஸ்லாத்தை இழிவுபடுத்தி வருகிறார்கள். எதிர்காலத்தில் அவர்கள் மேலும் துணிவு பெறக்கூடும். அதனைத் தடுத்தாக வேண்டும்."

"இஸ்லாத்தை இழிவு செய்கிறார்களா? குரானைக் காலில் போட்டு மிதிக்கிறார்களா?"

"அப்படிச் செய்யத் துணிய மாட்டார்கள்."

"மசூதிகளை இடிக்கிறார்களா?"

"இல்லையில்லை. அதெல்லாம் நடக்காது."

"நமது நபிகளைப் பற்றி வீதிகளில் ஏசுகிறார்களா?"

"இல்லை, அரசே! நமது சூபி கவிஞர்களைப் பற்றி அறிந்தவர்கள் நமது நபிகளை இன்னொரு முனிவராக மதிக்கிறார்கள். ஆனால், நம் கண் முன்பாக அவர்களது பல தேவ உருவங்களை வைத்து சடங்குகளைச் செய்கிறார்கள்."

"அவர்கள் 'காபிர்கள்' என்று நீங்களே சொல்கிறீர்கள். அப்புறம் எப்படி அவர்களது வழிபாட்டு முறைகளைக் குறை சொல்ல முடியும்? என் சித்தப்பா சுல்தான் ஜலாலுதீன் என்னைப் போல முடிவு எடுக்கவில்லை. இந்தியாவின் நிரந்தர ஆட்சியாளரா? இந்தியா முழுதும் இஸ்லாமுக்கு மாறும்வரை தற்காலிகமாக ஆட்சி செய்பவரா என்று அவர் முடிவு செய்யவில்லை. ஆனால், ஒரு முறை நீங்கள் கேட்ட கேள்வியை ஒருவர் கிளப்பியபோது நல்லதொரு பதில் அளித்தார். உங்களுக்கு அது தெரியுமா?"

"இல்லை, அரசே!"

"அவர் சொன்னது: 'முட்டாள், தினமும் எனது அரண்மனை வாசலில் இந்துக்கள் கடந்து போவதைப் பார்க்கவில்லையா? அவர்கள் சங்குகள் ஊதி, மேளங்கள் கொட்டி யமுனைக் கரையில் அவர்களது தெய்வங்களின் கல்லுருக்களை வழிபடச் செல்கிறார்கள். என் கண்களுக்கு முன்னால், தங்களது சடங்குகளைச் செய்து எனது அரச மரியாதையைக் கேலி செய்கிறார்கள். எனது மதத்தின் பகைவர்கள், எனது தலைநகரில், எனது நேரடிப் பார்வையில் வசதியான ஆடம்பர வாழ்வை வாழ்கிறார்கள்; தங்கள் செல்வம், வளத்தைப் பெருமையோடு பறைசாற்றுகிறார்கள். முஸ்லிம் மக்கள் முன் தங்கள் மதத்தைக் கடைபிடிக்கிறார்கள். என்னவொரு அவமானம் எனக்கு! அவர்களது செல்வம், பெருமை எல்லாவற்றையும் இன்னும் விட்டு வைத்திருக்கிறேன்; அவர்கள் விட்டெறியும் சில வைக்கோல் பிறிகளை ஏற்றுக்கொண்டு திருப்தி அடைகிறேன்'. இதைவிட நல்ல பதிலை என்னால் தர முடியாது என நினைக்கிறேன்."

"ஆனால், சுல்தானுக்கு இஸ்லாம் மதத்திற்கான கடமையும் உண்டல்லவா?"

"மரண தண்டனை பெறக்கூடிய குற்றம் புரிந்தவர்கள், இஸ்லாத்தில் தஞ்சம் அடைந்தால் நான் அவர் உயிரைக் காக்க முடியும். ஒரு அடிமை இஸ்லாமுக்கு மதம் மாறினால் அவரை அடிமைத்தனத்தில் இருந்து விடுவிக்கலாம்; ஆனால், அதற்கான விலையை அரசுக் கருவூலத்தில் இருந்துதான் தர வேண்டி இருக்கும். இந்த நாட்டில் அடிமை முறையில் எத்தனை செல்வம் செலவிடப்பட்டுள்ளது என்பதை நீங்கள் அறிவீர்கள். அடிமைகள் அனைவரையும் விடுவித்தல் கனவில்கூட நடக்காது."

"அரசே! அடிமை முறையை அல்லாவும் ஆதரித்திருக்கிறாரே?"

"நீங்கள் அனுமதித்தால், அனைத்து அடிமைகளையும் - முஸ்லிம்கள், முஸ்லிம் அல்லாதோர், ஆண்கள் - பெண்கள் அனைவரையும் விடுதலை செய்ய உத்தரவிடுவேன். அதனால் எனது அரியாசனம் பறி போனாலும் சரி."

"எப்படி முடியும்? அது இஸ்லாமியச் சட்டத்திற்கு புறம்பானது."

"முல்லா! அதை ஒரு பக்கம் வையுங்கள். உங்களது விருப்பமான அடிமைப் பெண் ஆமீனாவைப் பற்றி நீங்கள்

இப்போது நினைத்துப் பாருங்கள். முஸ்லிம்கள் வீடுகளில் பெரும் எண்ணிக்கையில் அடிமைகள் இருக்கிறார்களா, இல்லையா?"

"அல்லா அதற்கு அனுமதி தந்துள்ளார்."

"அடிமைகளும் இஸ்லாமைப் பின்பற்றினால்? அப்போதும், அவர்களுக்கு இவ்வுலகில் விடுதலை தராமல், விண்ணுலக நம்பிக்கை மட்டும் வழங்குவீர்களா?"

"இதற்கு மேல் நான் வாதிட விரும்பவில்லை. ஒரு முஸ்லிம் நாட்டில் இஸ்லாமிய விதிதான் அமலில் இருக்க வேண்டும்."

"அது சாதாரண விதியல்ல. உங்கள் முஸ்லிம் அரசாங்கத்தில் பெரும்பான்மையானோர் முஸ்லிம்களாக இருக்க வேண்டும். எனது கருத்தைத் தெளிவாகச் சொல்ல விரும்புகிறேன். வசீம், உனக்கும்தான். அந்நிய அரசரான சுல்தான் மகமூத் வலுமிக்க அந்நியப் படையுடன் வந்து அமைதியாக உள்ள நகரங்களைக் கொள்ளையடித்து கழுதைகளிலும் ஒட்டகங்களிலும் செல்வத்தை அபகரித்துப் போகலாம். ஆனால், அத்தகைய அதிகாரம் என்னைப் போல டெல்லியில் குடும்பத்தோடு குடியேற வந்தவர்க்குக் கிடையாது. இந்து மக்கள்தொகையும் இந்து போர்வீரர்கள் அதிகாரிகள் படையும் கொடுக்கும் வருமானம்தான் எனது அரசாங்கத்தின் அடிப்படை. எனது தளபதி மாலிக் இந்துதான்; எனது படையில் ஐயாயிரம் வீரர்கள் கொண்ட சேனையின் தளபதி சித்தூர் அரசர்..."

"அரசே! டெல்லியில் அடிமை வம்சத்து அரசர்கள்கூட வாழ்ந்தார்களே!"

"ஆமாம். வெளிப்படையாகச் சொல்லுங்கள். நான் நிதானம் அற்றவன் என்றும் முன்கோபக்காரன் என்றும் சொல்வார்கள். ஆனால், நான் விமரிசனங்களைக் கேட்கத் தயங்க மாட்டேன். அடிமை வம்ச ஆட்சி ஓரிரவு தங்கும் கூடாகவே இருந்தது. மங்கோலியர் படையெடுப்பு எனும் சூறாவளியில் இருந்து முஸ்லிம் அதிகாரம் இந்தியாவில் தப்பிப் பிழைத்தது. மங்கோலியர் போன்ற எதிரிகளை முஸ்லிம்கள் கண்டதே இல்லை என்பது இந்துக்களுக்குத் தெரியாது. தெரிந்திருந்தால், அவர்கள் மங்கோலியருக்கு கடுகளவு ஆதரவு கொடுத்திருந்தாலும், இந்திய மண்ணில் புதிதாக போடப்பட்ட இஸ்லாம் எனும் வித்து தப்பிப் பிழைத்திருக்காது. செங்கிஸ்கான் உலகின் மிகப் பெரிய ஆட்சியான சீனாவை ஆண்டு வருவது உங்களுக்குத் தெரியும்தானே!."

"தெரியும் அரசே!" என்றார் முல்லா.

"அந்த ஆட்சி பௌத்த மதத்தை ஏற்றுக் கொண்டிருக்கிறது."

"பௌத்தம்... பித்தலாட்டத்தின் மொத்த உருவம்! இங்கிருந்த கோவில்கள், மடங்கள் அனைத்தும் நாசமாக்கப்பட்ட பின்பும் அது இந்த மண்ணில் இருந்து முழுமையாக வெளியேறவில்லை."

"ஏன் அதைப் பித்தலாட்டம் என்று சொல்கிறீர்கள்?"

"அரசே! இந்து மதமும், பார்ப்பனர்களும் கடவுள் உலகைப் படைத்தவர் எனும் கருத்தைச் சொல்கின்றன. ஆனால், பௌத்தம் கடவுளை மொத்தமாக மறுக்கிறது."

"செங்கிஸ்கானின் குடும்பம் அவரது பேரன் குப்ளா கான் காலம் தொட்டு பௌத்தத்தை நம்பி வருகிறது. மங்கோலியர்களில், செங்கிஸ்கான் படையில் கூட பல பௌத்த படைவீரர்களும் தலைவர்களும் இருந்தனர். அவர்கள் புகாரா, சமார்கண்ட், பல்க் போன்ற பல இஸ்லாமிய நகரங்களில் முஸ்லிம்கள் இருந்த தடயங்கள் அனைத்தையும் அழித்தார்கள். நமது பெண்கள் அனைவரையும் - உயர் குடும்பம், சாதாரண குடும்பம் என்றெல்லாம் பார்க்காமல் - அடிமைகள் ஆக்கினர். நமது குழந்தைகளை இரக்கமின்றி கொன்று குவித்தார்கள். அராபியர்கள் தங்கள் மடங்களை இடித்து, நகரங்களை அழித்து, குழந்தைகளைக் கொன்றதற்காக வஞ்சம் தீர்ப்பதாகச் சொன்னார்கள். இந்தியாவில் மங்கோலியர்கள் பௌத்தர்களுடன் கைகோர்த்து இந்துக்களை சேர்த்திருந்தால், இஸ்லாத்தின் கதி என்னவாகியிருக்கும் எனக் கற்பனை செய்து பாருங்கள்."

"சுவடின்றி அழிந்திருக்கும்."

"அதனால்தான், நாம் மணல் கோட்டை கட்டக் கூடாது என்கிறேன்; அடிமை வம்சத்தின் வழிமுறைகளைப் பின்பற்றக் கூடாது."

"ஆனால், அரசே! கிராமங்களில் அதிகாரிகளின் அதிகாரத்தை வலுவிழக்க வைத்தால், நாம் எப்படி அங்கு நமது சக்தியை வளர்க்க முடியும்" என்றார் அதுவரை அமைதியாக இருந்த வசீம்.

"பட்டுடுத்தி, குதிரைகளில் வரும் பெரிய மனிதர்கள் இல்லாத காலத்தில் எப்படி நடந்தது என்பதை அறிய வேண்டும்."

"நான் அதைப்பற்றிச் சிந்தித்ததே இல்லை."

"நான் அதைக் குறித்து விசாரித்தேன். நமது மன்னர்கள் தங்களைக் கொள்ளைக்காரர்களாகக் கருதியபோது நியமிக்கப்பட்டவர்கள்தான் இந்தக் கொள்ளையடிக்கும் அதிகாரிகள். அதற்கு முன்பு கிராமங்களில் பஞ்சாயத்து முறை இருந்தது. அதுதான், கிராமத்தின் விவசாயம், நீர்ப் பங்கீடு, அரசுக்குத் திறை கட்டுவது அனைத்தையும் கவனித்துக் கொண்டது. கிராமத்தில் ஒரு அதிகாரியை வைக்க வேண்டிய தேவையே அரசருக்கு ஏற்படவில்லை. அவர் தனது அரசவையை மட்டும் கவனித்தார்; அதுதான் அரசரை, அவருக்கு வரி செலுத்தும் மக்களோடு பிணைத்தது."

"அப்படியானால், ஒரு நூற்றாண்டு காலமாக மறைந்து போன கிராமப் பஞ்சாயத்துகளை நாம் மீண்டும் உயிர்ப்பிக்க வேண்டும்."

"வேறு வழியில்லை. முஸ்லிம்களின் வலிமை இந்த நாட்டில் வேரூன்ற வேண்டுமென்றால், எப்படியாவது பொதுமக்களை தன்னிறைவாகவும் மகிழ்ச்சியாகவும் வைத்திருக்க வேண்டும். அதைச் செய்ய நாம் இந்து மதம் சார்ந்த குடிமக்களின் பழக்க வழக்கங்களை மதிக்க வேண்டும். டெல்லியில் இஸ்லாமிய விதி செல்லாது; அரச விதிகள்தான் செயல்படுத்தப்படும். இஸ்லாமைப் பரப்புவது முல்லாக்களின் பணி. அதற்கு அவர்களுக்கு உதவித் தொகைகள் வழங்கலாம். சூபீக்கள் அப்பணியைத் திறம்படச் செய்கிறார்கள்; அவர்களது நிறுவனங்களுக்கும் நாம் உதவித்தொகை வழங்கலாம். அல்லது அவர்களுக்கு வரிவிலக்கு அளிக்கலாம்."

2

மழைக்காலம் முடிந்துவிட்டது. ஆனாலும், குளம் குட்டைகள் மழை நீரில் நிரம்பி வழிந்தன; நெல்வயல்களில் நின்ற நீர் வரப்புகளை உடைத்துக் கொண்டு வெளியேறியது; பசுமையான கதிர்கள் ஒளிர்விட்டன. கில்ஸா (பாட்னா) நகரம் மகதப் பேரரசின் பசிய நிலப்பகுதியில் இருந்தது. அது விரிந்து பறந்து எல்லாப் பகுதிகளையும் நிறைத்தது. அங்கு வணிகர்களின் சில செங்கல் வீடுகள் இருந்தன; பிற வீடுகள் அனைத்தும் விவசாயிகளும் கைவினைஞர்களும் வசித்த கூரை அல்லது ஓடு வேயப்பட்ட குடிசைகள்; சில பார்ப்பனர் வீடுகள் சற்று நல்ல நிலையில் இருந்தன. கில்ஸா நகரின் கோவில்கள் ஒரு நூற்றாண்டுக்கு முன்பு முகமது - பின் - பாக்தியார் கில்ஜியின் படையெடுப்பின்போது தரைமட்டம் ஆக்கப்பட்டன. ஆனாலும், இடிபாடுகளுக்கு மத்தியில்

இந்துக்கள் தமது வழிபாடுகளைத் தொடர்ந்தனர். நகரத்தின் மேற்புற மூலையில் பௌத்த மடம் ஒன்று இருந்தது. அதில் புத்தர் சிலை இருந்த கருவறை இடிந்து கிடந்தது. ஆனால், அந்தக் கட்டடத்தில் இன்னமும் மக்கள் வசித்தனர். அம்மக்களைக் காணும் எவரும் பௌத்த பிக்குகள் அந்த இடத்தைப் பாழிடமாக விட்டுச் சென்று விட்டதாகச் சொல்லமாட்டார்கள்.

அன்றைய மாலைப் பொழுதில், பௌத்த மடத்தின் வெளியில் இருந்த கல்படுகையில் நடுத்தர வயதுடைய மனிதர் ஒருவர் அமர்ந்திருந்தார். காவி நிற துவராடை அணிந்து, தலை மழித்து இருந்தார்; அவரது புருவங்கள், மீசை, தாடி அனைத்தும் ஒரு வார கால வளர்ச்சியுடன்தான் இருந்தன; கைகளில் மரத்தால் ஆன வழிபாட்டு மாலை இருந்தது. அன்றைக்கு ஐப்பசி மாத பௌர்ணமி நாள். நகரத்தில் இருந்த ஆண்களும் பெண்களும் அவர் முன் பணிந்து உணவு, உடை மற்றும் பிற பொருட்களை வழங்கி, கைகூப்பி நின்றனர். அவரும் இன்முகத்துடன், தன் கரமுயர்த்தி அவர்களை வாழ்த்தினார்.

என்ன நடந்து கொண்டிருக்கிறது அங்கு? கில்ஸா நகரத்தின் பௌத்த மடம் இடிக்கப்பட்டு விட்டது; ஆனால், அத்தகைய கட்டடங்களைக் கடக்கும்போது மக்கள் மத்தியில் மதிப்பும் மரியாதையும் கிளர்ந்தது. இந்தத் துவராடை அணிந்த வயோதிகரை கில்ஸா நகர மக்கள் பௌத்த பிக்கு என நினைக்காமல் என்ன செய்வார்கள்? அவர் துறவியாக இருந்தார். அவருக்கு முன்பு இருந்த நான்கு பேரும் துறவிகளாக வாழ்ந்தனர். இஸ்லாமிற்கு மதம் மாறிய இந்து, பௌத்த குடும்பங்கள்கூட இதனைச் சூபி சித்தர்கள் வாழும் கான்கா / தர்காவாகக் கருதினர். நகரத்தில் இருந்த பிறர் - பார்ப்பனர் மற்றும் சில பனியாக்கள் தவிர - இவ்விடத்தை மடம் அல்லது விகாரை என்று அழைத்தனர். அங்கு இருந்த பிக்குகளில் சாதிப்பிரிவினை இருக்கவில்லை. இப்போது இருப்பவர்களும் சாதி வேறுபாடு பார்க்காமல், மண உறவுகளுக்குள் போகாமல், துவராடை அணிந்து வாழ்ந்தனர். நோய்ப்பட்டாருக்குள் ஆட்டிப்படைக்கும் தீய சக்திகளை விரட்டினர்; மரணம் அல்லது துயரங்கள் நிகழும்போது மக்களுக்கு ஆறுதல் அளித்தனர். புலனறிவுக்கு புலப்படாத, உருவமற்ற நிர்வாண நிலை பற்றிப் போதித்தனர். இலையுதிர்கால பௌர்ணமி அன்று கொண்டாடப்படும் பௌத்த விழாவான பிரவாரன் நாளில் மக்கள் முன்பு இருந்த உணர்வுடன் இப்போதுள்ள முஸ்லிம் பக்கீர்மார்களுக்கும் மரியாதை செய்தனர். முஸ்லிம் தொழிலாளர்கள், தங்களின் முன்னோர்கள் பௌத்த பிக்குகளுக்கு

மரியாதை செய்தது போல, இப்போதுள்ள துவராடை அணிந்த வயோதிகப் பெருமக்களுக்கு தங்கள் மரியாதைகளைச் செய்தனர்.

தர்காவில் பழம் இஸ்லாமிய துறவிகளின் சமாதிகளில் உரிய வழிபாடுகளைச் செய்துவிட்டு மக்கள் பிரிந்து சென்றனர். இரவு கவிந்ததும் வெண்ணிற பால் நிலா உலகை நிலவொளியில் மூழ்கடித்தது. அங்கிருந்த பணியாட்கள் குடியிருப்பில் இருந்து ஒருவர் வெளி முற்றத்துக்கு வந்தார். அவருடன் மேலும் இருவர் உடன் வந்தனர். அருகில் வந்ததும் பாபா அவரை மௌல்வி அபுல் அலாய் என அடையாளம் கண்டார். அவர் வெண்ணிறத் தலைப்பாகை, காற்சராய் மீது போடப்பட்ட நீண்ட அங்கி அணிந்திருந்தார். அவரது கருந்தாடி வீசும் தென்றல் காற்றில் அசைந்தாடியது.

பாபா எழுந்து இரு கரம் நீட்டி மிகுந்த நட்புணர்வோடு, "வாங்க, மௌலானா அபுல் அலாய்! அஸ்ஸலாம் அலாய்க்கும்!" என்றார்.

பாபா அவரது கைகளைப் பற்றி அணைத்துக் கொண்டார்.

"வாலைக்கும் சலாம்" என்று வேண்டாவெறுப்பாக பதில் வணக்கம் செய்தார் மௌலானா.

"இந்தக் கல்தான் எனது அரியாசனம்; உட்காருங்க."

மௌலானா கீழே அமர்ந்தார்; பாபா தனது இடத்தில் உட்கார்ந்தார்.

மௌலானா, "அய்யா! நமது நம்பிக்கையைச் சாராத கூட்டம் இங்கு நிகழ்த்தும் காட்சியைப் பார்க்க வந்தேன்" என்று பேச்சைத் தொடங்கினார்.

"மௌலானா, அதைக் கண்காட்சி என்று சொல்லுங்கள், பரவாயில்லை; ஆனால், நம்பிக்கையில் சேராத நாத்திகக் கூட்டம் என்றெல்லாம் பேசுவது மனதை வருத்துகிறது."

"அவர்கள் நாத்திக இந்துக்கள் இல்லையென்றால், வேறு யார்?"

"எல்லா மனிதர்களும் ஒரே தெய்வீக ஒளியால் ஆசீர்வதிக்கப் பட்டவர்கள். ஒளி உள்ள இடத்தில் இருள் இருக்க முடியாதது போல, உள்ளொளி நிறைந்த இடத்தில் நாத்திகத் தன்மை இருக்க முடியாது."

"இந்த வேதாந்தத் தத்துவப் பேச்செல்லாம் இஸ்லாம் அல்ல; வெறும் புரட்டு."

"நாங்கள் உங்கள் கருத்துகளைப் போலியானவை என்று சொல்லவில்லை. 'ஆறு ஒன்றாக இருந்தாலும் படித்துறைகள் பல இருக்கும்' என்பதை நாங்கள் ஏற்கிறோம். எல்லா மனிதப் பிறவிகளும் கடவுளின் படைப்பு என்பதை நம்புகிறீர்களா, இல்லையா?"

"நிச்சயமாக."

"இறைவன் அனைவரைக் காட்டிலும் வலிமை பொருந்தியவன் என்பதை?"

"ஆம்."

"அப்படியானால், மௌலானா! வல்லமை பொருந்திய ஆண்டவனின் விருப்பம் இன்றி ஒரு இலையைக்கூட உதிர்க்க முடியாது என்பது உண்மையானால், நீங்கள் எப்படி இந்த அல்லாவின் குழந்தைகளை நாத்திகர் எனச் சொல்லலாம்? அனைவரும் ஒரே பாதையைப் பின்பற்ற வேண்டும் என அவரே படைத்திருக்கலாம்; ஆனால், அவர் அப்படிச் செய்யவில்லை. அப்படியானால், எல்லா நெறிகளும் அவருக்கு ஏற்புடையவையே!"

"நண்பரே! உங்கள் தத்துவத்தின் பொய்களை என்னிடம் சொல்லாதீர்."

"மௌலானா, நான் இஸ்லாம் தத்துவப்படிதான் பேசினேன். சூபிக்களாகிய நாங்கள் ஆண்டவனுக்கும் மனிதருக்கும் இடையே எந்த பேதங்களையும் காண்பதில்லை. எங்கள் சூத்திரம் 'நானே உண்மை' (அன் - உல் - ஹக்); 'அனைத்தும் இறை' என்பதே."

"இது காபிர் - நாத்திகம்."

"அது உங்கள் கருத்து. உங்களுக்கு முன்பும் பலர் அவ்வாறு எண்ணி இருக்கிறார்கள். பல சூபிக்கள் இரத்தம் சிந்தி தமது உண்மையைக் காத்திருக்கிறார்கள். தேவைப்படின் இனிவரும் காலத்திலும் செய்யத் தயங்க மாட்டார்கள்."

"உங்களைப் போன்றவர்களால்தான் இங்கு இஸ்லாம் பரவ முடியவில்லை."

"நீங்கள் வாளாலும் நெருப்பாலும் இஸ்லாத்தைப் பரப்ப முயன்றதை நாங்கள் கண்டனம் செய்தோம். ஆனால்,

ராகுல் சாங்கிருத்யாயன் ● 315

தடுக்கவில்லையே! அதில் உங்களுக்கு எவ்வளவு வெற்றி கிட்டியது?"

"இங்குள்ள மக்களின் இந்து மதம் உண்மையான மதம் என்று நீங்கள் சொல்கிறீர்கள்."

"ஆமாம். உலகப் பொதுமையான உண்மையை ஒரு பானைக்குள் அடைக்கும் அளவு வல்லமை எங்களுக்கு இருப்பதாக நாங்கள் நினைக்கவில்லை. இஸ்லாம் எவ்விதம் தங்கள் தியாகிகளால் வளர்ந்ததோ, சூபியிசம் எப்படி மகத்தான தியாகிகளால் தன்னை நிறுவியதோ, அதே போல இந்துக்களும் உங்கள் வாள்களுக்குப் பலியாகி தமது நெறியை உண்மையென நிறுவியுள்ளனர்."

"இந்து மதம் உண்மை நெறியா? நமது மதமும் இந்துமதமும் கிழக்கும் மேற்கும் போல எதிரெதிர் திசைகள்."

"அத்தனை இடைவெளி இருந்தால், இன்று மாலை இந்த விவசாயிகள் முஸ்லிம் தர்காவிற்கு ஏன் வந்தார்கள்? மௌலானா, இந்துமதத்துடன் கொஞ்சம்கூட தொடர்பு இருக்கக் கூடாது என நினைக்கிறீர்களா?"

"அதைத் துடைத்து ஒழிக்க வேண்டும்."

"அப்படியானால், கணவன்மார் உயிருடன் இருக்கும்போது நமது முஸ்லிம் பெண்கள் இட்டுக்கொள்ளும் நெற்றிக் குங்குமத்தை அழிக்கச் சொல்லுங்கள்."

"நிச்சயம் சொல்வேன்."

பாபா உரக்கச் சிரித்தபடி, "முயற்சி செய்து பாருங்கள். ஜும்மான், உன் சலீமா, நெற்றிக் குங்குமத்தை அழிக்க ஒத்துக் கொள்வாளா?"

"இல்லை பாபா. விதவைகள்தான் குங்குமத்தை அழிப்பார்கள். மௌல்விக்கு அது விளங்க மாட்டேன் என்கிறது" என்றபடி அருகில் வந்தார் ஜும்மான்.

"மௌல்வி! மன்னிக்கவும். சூபிக்கள் எந்தச் சுல்தானின் பிச்சையிலும் இங்குத் தங்கவில்லை; எந்த ஆமீரின் தர்மத்திலும் வாழவில்லை. நாங்கள் கோவணத்துடனும் பிச்சைக்காரரின் அங்கியுடனும் வந்துள்ளோம். எந்த இந்துவும் எங்களைத் தாக்கவில்லை. இந்தக் கோவிலைப் பாருங்கள்! இது ஒரு காலத்தில்

பௌத்த மடமாக இருந்தது. எனக்கு முன்பு இங்கு இருந்த ஐந்தாவது சூபி பௌத்தத் துறவிகளின் சீடர். அவர் முடிவில் எந்தப் போலித்தனமும் இல்லை. அவர் புகாராவில் இருந்து வந்தவர்; அவர்களது போதங்களால் ஈர்க்கப்பட்டு அவர்களுடன் சேர்ந்து கொண்டார். நாடோடித் துறவிகளின் வாழ்க்கை எங்கும் ஒரே மாதிரிதான் இருக்கிறது. வெளியில் அணிந்திருக்கும் ஆடை பௌத்தம், இந்து அல்லது முஸ்லிம் போல இருக்கலாம். எங்களது தலைவரான அவரது காலத்தில் இருந்து இந்தக் கோவில் முஸ்லிம் பெயர்களைக் கொண்ட துறவிகளுக்கு உரியதாக இருந்து வந்துள்ளது. நாங்கள் ஆடையில் எந்த மாற்றமும் செய்து கொள்ளவில்லை; அன்பைப் போதித்தோம்; அதன் பலனை இன்று காண்கிறோம். கிராமங்களில் எங்களை வெறுப்பவர்கள் எவரும் இல்லை. இந்து மதப் பண்டிதர்கள் எங்களைப் பொறாமையோடு பார்க்கிறார்கள். உங்களைப் போன்றவர்களுக்குப் புரியாதது போலவே அவர்களுக்கும் அன்பின் வழி புரியவில்லை. அதனால்தான் ஜும்மானின் அப்பா, தாத்தா எல்லோரும் இந்துப் பெயர்களை வைத்துக் கொள்ளாமல், முஸ்லிம் பெயர்களை வைத்துக் கொண்டார்கள். அதனால்தான், உங்களுக்கு இந்த மக்கள் மத்தியில் வரவேற்பு கிடைக்கிறது.”

3

சித்திரை மாதம் முடியும் தருவாயில் இருந்தது. புத்திலைகளுக்காகக் காத்திருந்த மரங்கள் பசுமை போர்த்தின. இந்த ஆண்டு மாமரங்கள் செழித்துக் காய்த்தன; அவற்றின் பழம் இலைகள் இன்னும் உதிரத் தொடங்கவில்லை. கீழிருந்த கோதுமைக் களத்தில் கோடை வெய்யில், மதிய நேர வெப்பக்காற்று ஆகியவற்றைப் பொருட்படுத்தாமல் இரு விவசாயிகள் கதிர்களைப் போரடித்துக் கொண்டிருந்தனர். வியர்வை சொட்ட, களைத்து வந்த பயணி ஒருவர் அருகில் இருந்த மரத்தடியில் வந்து அமர்ந்தார். அவர் வெகு தொலைவில் உள்ள பகுதியில் இருந்து வந்திருக்கிறார் எனப் புரிந்து கொண்ட மங்கள் சௌத்ரி அவரை அணுகினார்.

“ராம், ராம்! நண்பா, இந்தக் கோடையில் பயணம் செய்ய அசாத்தியத் துணிச்சல் வேண்டும்.”

“ராம், ராம்! அண்ணா, போய்த்தான் ஆகவேண்டுமென்றால் கோடை, குளிர் பார்க்க முடியுமா?”

"உங்கள் நா உலர்ந்திருக்கும். அந்தப் பானையில் குளிர்ந்த நீர் இருக்கு. ஒரு மிடறு குடியுங்கள்."

"நீங்கள்... என்ன ஆட்கள்?"

"அஹிர் குலம். என் பெயர் மங்கள் சௌத்ரி."

"என்னிடம் ஒரு வாளியும் கயிறும் இருக்கிறது. கிணறு இருந்தால் காட்டுங்கள்... நான் ஒரு பார்ப்பனர்."

"பண்டிதரே! என் மகனைக் கொண்டு வரச் சொல்லவா?"

"நல்லது. அப்படியே செய்யுங்கள் சௌத்ரி. களைத்து இருக்கிறேன்."

மங்கள் சௌத்ரி தன் மகன் கீசாவை வேலையை நிறுத்தி விட்டுக் கிணற்றில் இருந்து நீர் மோண்டு, ஒரு வெல்லக்கட்டியும் சேர்த்து எடுத்து வரச் சொன்னார். அதற்குள் வழிப்போக்கர் டெல்லி அங்கிருந்து 20 கோச தூரம் எனக் கேட்டு அறிந்து கொண்டார்; அன்றிரவுக்குள் போய்ச் சேர முடியாதென்பதைப் புரிந்து கொண்டார். மங்கள் மகிழ்ச்சியான பேர்வழி; அவரால் பேசாமல் மட்டும் இருக்க முடியாது.

"இறைவன் அருளால், இந்த ஆண்டு இங்கு நல்ல மகசூல். அடுத்த மாதம் அறுவடை செய்வது கடினமாக இருக்கும். உங்கள் பகுதிகளில் என்னென்ன விளையும்? எப்படி விளைச்சல்?"

"பரவாயில்லை."

"அரசன் நல்வழி, கடவுள் நற்கொடை! புதிய சுல்தான் அரியணை ஏறியதில் இருந்து மக்கள் நலமுடன் வாழ்கிறார்கள்."

"அப்படியா, சௌத்ரி!"

"நீங்களே பாருங்கள், இந்தக் களம் எவ்வளவு நிறைந்திருக்கிறது! ஓரிரு ஆண்டுகளுக்கு முன்பு வந்திருந்தால், இதில் கால்வாசிகூட இருந்திருக்காது."

"அப்ப, நிலைமை மாறியிருக்கு!"

"ஆமாம். சுல்தானுக்குதான் நாங்க நன்றி சொல்லணும். விவசாயிகளாகிய நாங்கள் பட்டினியோடு, கந்தலாடை உடுத்தித் திரிவோம். அந்த அயோக்கியர்கள் பட்டுடுத்தி, குதிரையில் பவனி வருவார்கள். கோதுமைக் கதிர்கள் பூமியில் இருந்து சற்று தலை தூக்கினால் போதும் - அவர்களது குதிரைகள் எங்கள்

நிலங்களில் மேயத் தொடங்கும். யாரால் கேட்க முடியும்? அவர்கள் கிராமங்களின் சுல்தான்களாக வலம் வந்தார்கள்.”

மங்கள் சொல்வதை ஆமோதித்தபடி, உடன் இருந்த இன்னொரு சௌத்ரியும் உரையாடலில் கலந்து கொண்டார். யாவரும் மங்கள் போலவே முழங்கால் வரை நீண்ட வேட்டி, இழுத்துக் கட்டும் கயிறுகள் உள்ள அழுக்கடைந்த மேலங்கி, கசங்கிய வெள்ளைத் தொப்பி அணிந்திருந்தார்.

“இப்ப என்ன ஆச்சு பார்த்தியா அவங்க ‘பந்தா’ எல்லாம்! அந்தப் பிராமணன் - அவன் பேரு என்ன? அவர் சொன்னாரே...” என்று தொடங்கினார்.

“சிப்பா.”

“ஆங்... இப்பதான் அவர் பேரச் சத்தமா சொல்ற. அவரை முன்னாடி பண்டிதர் சிவராம் என்றுதான் சொல்வோம். அவர் எங்கிட்ட - ‘சேதாராம் சௌத்ரி! இரண்டு மரக்கால் கோதுமை கொடு. காசு கிடைத்ததும் கொடுத்து விடுகிறேன்’ என்று சொன்னார். முகத்துக்கு நேரா எப்படி மறுக்க முடியும்? ஆனால், அந்த ஆளு செய்தது எல்லாம் எனக்கு நினைவிருக்கு. மரியாதையா கூட பேசமாட்டாரு. ஏய், சேதா! அப்படின்னுதான் கூப்பிடுவாரு.”

“ஆனா, இப்ப நீ ‘சேதாராம் சௌத்ரி’; நான் ‘மங்கள் சௌத்ரி.’ கடந்த இரண்டரை வருசத்தில நாம சேதா, மங்கள் இருந்து நிறைய முன்னேறி இருக்கோம்.”

“சுல்தானின் கருணைக்குதான் நாம நன்றி சொல்லணும். இல்லன்னா, காலத்துக்கும் அப்படியே இருந்திருப்போம்.”

“அதைத்தான் நான் இந்தப் பண்டிதரிடம் சொல்லிட்டு இருந்தேன்.”

“அவரு இல்லன்னா, நமக்குப் பஞ்சாயத்து திருப்பி கிடைச்சிருக்காது. நல்ல நாளும் பொறந்திருக்காது.”

“மங்கள் ராம் சௌத்ரி! உங்களுக்குப் பேனா பிடித்து எழுதத் தெரியாது. ஆனா, நீங்கதான் இப்ப பஞ்சாயத்துத் தலைவர். எப்படிச் சமாளிக்கிறீங்க? அதிகாரிகளை விடுங்க; பனியாக்கள் - அந்த வியாபாரிகள் ஒரு பணம் கொடுத்திட்டு, ரெண்டு பணம் பெறுமான கோதுமை எடுத்திட்டுப் போவாரே? ஜூன் மாதம் முடியறதுக்குள்ள, மூணே மாசத்தில உங்க வீட்டில் எலிகள் நடமாடுமே!”

“அதுனாலதான், சுல்தான் ஆயிரம் வருசம் வாழட்டும் என வாழ்த்தறோம்.”

வழிப்போக்கரான பார்ப்பனர் எழுத்தறிவு அற்ற இரண்டு விவசாயிகளும் வாய் ஓயாமல் அளிக்கும் பாராட்டுகளைக் கேட்டுப் புழுங்கினார். எப்போது குறுக்கிடலாம் எனக் காத்துக் கொண்டிருந்தார். வெல்லத்துடன் தண்ணீரும் அருந்தியபின் அவரது பொறுமை குலைந்தது. இந்த இருவரது பேச்சும் முடியாது என நினைத்து குறுக்கிட்டார்.

“சுல்தான் அலாவுதீன் உங்கள் பஞ்சாயத்து முறையை மீட்டுக் கொடுத்தாரா?”

“ஆமாம், பண்டிதரே! உங்கள் வாய்க்குச் சர்க்கரை போட வேண்டும். அவருக்கு ஏன் ‘அலாவுதீன்’ (லாபம் அற்றவன்) எனப் பெயரிட்டார்கள்? நாங்கள் அவரை ‘லாவுதீன்’ (லாபம் பெருத்தவர்) என்றுதான் சொல்வோம்.”

“சௌத்ரி! என்ன பெயர் வேண்டுமானாலும் வைத்துக் கொள்ளுங்கள். அவர் நம்மை – இந்துக்களை – எப்படி ஒடுக்கி வைத்திருக்கிறார் என்பது உங்களுக்குத் தெரியாதா?”

“எங்கள் ஆகிர் பெண்கள் வயலுக்கும் மேய்ச்சலுக்கும் இரவும் பகலும் மார்ச்சீலை அணியாமல் மயில்கள் போல போய் வருகிறார்கள். அவர்களை யாரும் கடத்திச் செல்வதில்லை.”

“நமது குடும்பங்களின் மரியாதை எல்லாம் அழிக்கப்படுகிறது.”

“பண்டிதரே! நாங்களென்ன மரியாதை இழந்த குடும்பங்களா?”

“மங்கள் ராம் சௌத்ரி! நீங்கள் கோபப்படுகிறீர்கள்.”

“பண்டிதரே! பஞ்சாயத்து முறை மீண்டும் வந்தவுடன், எங்கள் கௌரவம் மீட்கப்பட்டது. அதை நீங்கள் புரிந்து கொள்ள வேண்டும். இந்த அதிகாரிகள், பெரிய மனிதர்கள் எல்லோரும் எப்படி பெரிய மனுசங்களா ஆனாங்கன்னு எங்களுக்கு நல்லாவே தெரியும். இந்துக்கள், முஸ்லிம்கள் என்று சொல்கிறீர்கள்; அந்தப் பெரிய மனுசங்க, இந்துக்களா இருந்தாலும் ஒரே மாதிரிதான் அதிகாரம் பண்ணினாங்க.”

சேதாராம் இடையிட்டு விடுபட்ட ஒரு கருத்தைச் சொல்லத் தொடங்கினார்: “இந்துக்களும் முஸ்லிம்களும் வேற வேறன்னு

சொல்லிக்கறாங்க. இந்துப்பார்ப்பனர்கள் தங்கள் பெண்களைப் பேகம்களாக ஆக்கி ஏழு பர்தாக்குள்ள அடைக்கறாங்களே!"

"கனௌஜ், டெல்லி நகரங்களில் இளவரசிகள் குதிரைகளில் முகத்திரை இல்லாமல் போனதை எங்க தாத்தா நேரடியா பார்த்திருக்காரு."

"சௌத்ரி! அப்பல்லாம் அவங்க மரியாதையைக் குலைக்க முஸ்லிம்கள் இருக்கவில்லை."

"எங்க பொம்பளங்க, எந்த மறைப்பும் இல்லாம இன்னிக்கும் வயலில் வேலை செய்யறாங்க. யாரும் அவங்க மரியாதையைக் கெடுக்கல."

"அவங்கள மோசமா தொந்தரவு பண்ணது அந்த பார்ப்பனன் சிப்பா அதிகாரத்துல இருந்தப்பதான்."

"உழைச்சு சம்பாதிக்காதவன் அடுத்தவன் மரியாதையைக் குலைச்சுதானே பொழப்பான்! பண்டிதரே! இந்துவா, முஸ்லீமா என்பது இல்ல பிரச்சினை. உட்கார்ந்து சோறு தின்னால் இப்படித்தான் செய்வாங்க. நாங்கள் நல்ல இந்துக்கள். ஆனால், எங்கள் பெண்களைப் படுதா போட்டு மூட மாட்டோம்."

அப்படியும் அந்தப் பார்ப்பனர் விடவில்லை.

"சௌத்ரி! சுல்தானின் தளபதி மாலிக் காபூர் தெற்கே படையெடுத்து அங்கிருந்த கோவில்களை நாசமாக்கி, சிலைகளை உடைத்தது தெரியுமா, தெரியாதா?"

"நிறைய கேள்விப்பட்டிருக்கிறோம். ஒரு தடவை அல்ல, ஆயிரம் தடவை முஸ்லிம் ஆட்சியில் இந்து மதத்திற்கு இடமில்லை எனச் சொல்லப்படுவதைக் கேட்டிருக்கிறோம். நாங்கள் டெல்லிக்கு அருகில் வசிக்காவிட்டால், நாங்களும் அதை நம்பி இருப்போம். ஆனால், சுற்றுவட்டாரம் நாற்பது மைல் தூரத்தில் எந்தக் கோவிலும் இடிக்கப்படவில்லை.; ஒரு சிலையும் உடைக்கப்படவில்லை.

சேதாராம் சௌத்ரியும் சேர்ந்து கொண்டார். "அதெல்லாம் சுத்தப் பொய். மங்கள் என்னைவிட அதிகம் டெல்லிக்கு போகிறவர். ஆனால், நானும் பலமுறை தசரா விழாவின்போது டெல்லிக்குப் போயிருக்கிறேன். எம்மாம் பெரிய விழா! கூட்டத்தில பாதி இந்துப் பெண்கள்தான். அவர்கள் சிலைகளை அலங்கரித்து, சங்கு, கொம்பு, மத்தளம் முழங்க சுல்தானின் வீட்டு வழியாகவே

எடுத்துச் செல்வார்கள். அது இந்துமதக் கொண்டாட்டம்; கலந்து கொள்ளும் மக்கள் பெரும்பாலும் இந்துக்கள்தான்!"

"என்ன ஒரு பொய்! நிக்காமால் என்ற வணிகர் அரண்மனைக்கு அருகில் ஒரு பெரிய கோவில் கட்டுகிறார். அதற்காக ஆயிரக்கணக்கில் பணம் செலவழிக்கப் போகிறார். போனதடவை அஸ்திவாரம் போட்டு இருந்தாங்க. இந்த முறை இடுப்பளவு வந்திருந்தது. சுல்தான் கோவில்களை இடிப்பவராக இருந்தால், இதனை எப்படி தன் கண் முன்னாலயே கட்ட விட்டிருப்பார்?"

"அது சரிதான். அரசர்கள் ஒருவருக்கொருவர் போரிடும் போது பலதும் நடக்கும். ஏதோ சில இடங்களில் நடந்திருக்கும்; மறுக்கவில்லை. ஆனால், இப்ப அதைப் பெரிசா பேசணுமா? எங்க பக்கத்தில நூறு வருஷம் முன்னாடி சில விஷயங்க நடந்தது. ஆனா, இப்ப அப்படி எதுவும் இல்லை."

"ஒரு முறை கவர்னர் இந்தப் பகுதிக்கு வந்தபோது பல கிராமங்களில் இருந்து அவரைப் பாக்க முகாமுக்குப் போனோம். அப்ப அவர் சொன்னது எனக்கு நல்லா நினைவிருக்கு: சுல்தான்கள் ஒரு இரவுக்குக் கூடடையும் பறவைகள் போல என்றார். ஆனால், சுல்தான் லாவூதீன் நம்மோடு, நம் வீட்டில் வாழ வந்திருக்கிறார். நமது சுக துக்கங்களில் பங்கெடுக்கிறார். எனவே, மக்களைக் கொள்ளை அடிக்காமல் வளமாக வாழ வேண்டும் என விரும்புகிறார்."

"அவர் விரும்பினது மட்டுமில்ல. எங்கும் மக்கள் செழிப்பாக இருப்பது கண்கூடா தெரியுது."

4

டெல்லிக்கு வெளியில் ஒரு தனிக் கல்லறை இருந்தது. வேம்பும் புளியும் அங்கு நிழல் பரப்பின. இலையுதிர் காலக் குளிர். இரண்டு பக்கீர்கள் தீயில் குளிர் காய்ந்தபடி அமர்ந்திருந்தனர். அதில் ஒருவர் நமது பழைய நண்பர் பாபா நூர்தீன்.

அங்கிருந்த மற்றவர் தனது நீண்ட தாடி, மீசையை இரு கைகளாலும் நீவியபடி, "பாபா, ஐந்தாண்டுகள் கழிந்து விட்டன. ஹரியானாவில் தேனும் பாலும் நிரம்பி வழிகிறது."

“உண்மைதான் பாபா ஞானதீன்! விவசாயிகளின் முகங்கள் மலந்திருக்கின்றன.”

“வயல்கள் சிரித்தால், முகங்கள் மலரும்!”

“அதிகாரிகளும் பிரபுக்களும் காணாமல் போய்விட்டனர்; வணிகர்களும் வட்டிக்கடைக்காரர்களும் ஒழிந்து போயிருந்தால் முழு அமைதி கிடைத்திருக்கும்.”

“அவர்கள் பெரும் திருடர்கள். அவர்களது கொள்ளையடித்த காசில்தான் கோவில்கள், மடங்கள், அறச்சாலைகள் நடத்தப்படுகின்றன.”

“பணம் படைத்தவர் இல்லையென்றால், மதம் இருக்க முடியாது என்று சொல்கிறார்கள். ஆனால், பணக்காரர்கள் இருக்கும் வரை அதர்மத்தின் தட்டு நிறைந்து கிடக்கும் என நான் நினைக்கிறேன்.”

“நமது துறவிகள், முனிவர்கள், சூபிக்களைவிட யார் என்ன செய்ய முடியும் ஒரு மதம் தழைக்க? அவர்களிடம் ஒரு அங்கியும் போர்வையும் தவிர என்ன இருந்தது?”

“ஏழைகளின் உழைப்பில் வாழும் பணக்காரர்களுக்கு சக மனிதர்களோடு சகோதரராக வாழ்வதைக் கற்றுக் கொள்வது மிகமிகக் கடினம். சுல்தான்களுக்கும் அது பொருந்தும். நண்பனே! இவர்கள்தான் மனிதருக்கிடையில் பிரிவினைகள் ஏற்படுத்துகிறார்கள். மக்களது உழைப்பின் பலனை அனுபவிப்பதை நிறுத்தி விட்டால், இவர்களது ஆடம்பரம், படாடோபம் எல்லாம் போய்விடுமே!”

“இந்தச் சிக்கலான தீமை வளையத்தில் இருந்து விடுபட்டு, இப்புவியில் அன்பின் கொற்றம் தழைக்கும் என நம்புவோம்!”

16. சுரையா

காலம் : பொ.ஆ. 1600

1

மழை பெருக்கெடுத்து எல்லா புறமும் மண்ணோடு கலந்து சேறாக ஓடிக் கொண்டிருந்தது. தரை மட்டத்தில் சோம்பலுடன் ஓடும் நீர், இறக்கத்தில் விரைந்து ஓடி சிற்றாறுகள், ஆறுகள் ஆகியவற்றில் நுரையோடு கலந்தது. அவை மலை உயரம் பெருத்த அலைகளாகத் தோன்றின. பெருந்துளிகள் இன்னமும் மரங்களில் தொற்றிக்கொண்டு இருந்தன. மரங்களுக்குள் மழைமேகங்கள் ஒளிந்து இருக்கின்றனவோ எனத் தோன்றியது. பிற இடங்களில் தூறல் மட்டும் தொடர்ந்தது.

சற்றுத் தூரத்தில் இருந்த புன்னை மரத்தடியில் வெண்ணிற ஆடை அணிந்த பெண் ஒருத்தி நின்று கொண்டிருந்தாள். அவளது வெள்ளை முக்காடு தலையில் இருந்து நழுவி இருந்தது. அவளது கருங்கூந்தல் மத்தியில் எடுக்கப்பட்ட வகிடு இமாலயப் பள்ளத்தாக்குகளில் ஓடும் கங்கை போல வெள்ளிக் கோடாக இருந்தது. கூந்தல் இருபுறமும் விழுந்தது. காதருகில் இருந்த மயிர்க்கற்றையில் இருந்து இன்னும் மழைத்துளிகள் சொட்டிக் கொண்டிருந்தன. பனி போன்ற வெண்ணிற முகத்தில் இருந்த அகன்ற கரிய விழிகள், தொலைதூரக் காட்சி ஒன்றில் இலயித்துக் கிடந்தன. அவளது நீண்ட பட்டு மேலாடை நனைந்து உடலோடு ஒட்டிக் கிடந்தது; சிவப்பு நிறக் கச்சைகளுக்கு அடியில் அவளது மார்பகங்கள் ஆரஞ்சுப் பழங்கள் போல விம்மிப் பெருத்தன. இடைக்குக் கீழ் அவளது ஆடையின் மடிப்புகள் தொங்கின; கால்களில் காற்சட்டை போட்டிருந்தாள். அதன் அடிப்பகுதி உடலுடன் ஒட்டி அவளது கெண்டைக்கால் வளைவைக் காட்டியது. சேற்றில் அழுக்கான வெண்ணிற காலுறை மேல் சிவப்பு நிறக்

காலணிகள் அணிந்திருந்தாள்; அவை ஈரத்தில் கனமாகி நடக்க உதவாதவையாக இருந்தன.

அங்கு ஓர் இளைஞன் தோன்றினான். அவனது தலைப்பாகை நெற்றிக்கு மேல் கவிந்து இருந்தது; அவனது காற்சராய், மேலங்கி அனைத்தும் வெண்ணிறம். அவனும் அந்தப் பெண் போலவே முழுக்க நனைந்திருந்தான். அவன் அருகில் வந்து அவளைப் பார்த்தான்; அவள் பார்வை அவன் இருந்த திசையில் திரும்பவில்லை. ஒலியெழுப்பாமல் நடந்து அவளுக்கு இரண்டடி தூரத்தில் நின்றான். அவள் சற்றுத் தொலைவில் சேறும் சகதியுமாக ஓடும் ஓடையைப் பார்த்தபடி இருந்தாள். இப்போது நம்மைத் திரும்பிப் பார்ப்பாள் என அவன் எதிர்பார்த்தான். ஆனால், கணங்கள் கடந்தன; அவை யுகங்களாகத் தோன்றின. அவள் அசைவற்று, தன் நெற்றியில் உள்ள மழைத்துளிகளைக்கூடத் துடைக்காமல் நின்று கொண்டிருந்தாள். இனியும் காத்திருக்க முடியாமல் அவன் அவளது தோள்களில் தன் கரங்களை வைத்தான். அவள் தலையைத் திருப்பினாள்; வெறித்த பார்வை மறைந்தது; அகன்ற விழிகள் ஒளிர்ந்தன. அவளது கோவைச் செவ்வாயில் புன்னகை அரும்பியது. அவளது பற்கள் பளிச்சிட்டன.

அவனது கைகளைப் பற்றி, "கமல், ரொம்ப நேரமாக இங்கு நின்று கொண்டு இருக்கிறாயா?" என்றாள்.

"பல யுகங்களாக... ஆண்டவர் நீரில் இருந்து இந்த உலகைப் படைக்கத் தொடங்கிய காலத்தில் இருந்து... எல்லாம் ஈரமாக இருந்த காலத்தில்... மரங்கள், மலைகள், உயிர்களின் கனம் சுமக்க முடியாமல் பூமி தத்தளித்த போதிருந்து..."

"அய்யோ, நிறுத்து கமல். எப்போதும் கவிதைதான் சொல்வாயா?"

"சுரையா! நீ சொல்வது நிசமாக இருந்தால் நன்றாகத்தான் இருக்கும். ஆனால், கவிதை எனக்குக் கைவரவில்லை."

"நல்லது. சுரையாவுக்குப் போட்டி பிடிக்காது. வேறு யாரையும் உன்னருகில் வர விடமாட்டாள்."

"எனக்கும் வேறு எவரும் வேண்டாம். அது சரி, அப்படியென்ன ஆழமான சிந்தனை, சுரையா?"

"வெகு தொலைவில் இருப்பதைப் பற்றி எண்ணிக்கொண்டு இருந்தேன். கமல், கடல் இங்கிருந்து எவ்வளவு தொலைவில் இருக்கும்?"

"அருகில் உள்ள கடல் சூரத்தில்தான். அங்குச் செல்ல ஒரு மாதம் பிடிக்கும்."

"இந்த ஆறுகள் எங்குப் போய் கடலில் கலக்கின்றன?"

"வங்கத்தை நோக்கிப் போகின்றன. அது இன்னும் தொலைவு. இரண்டு மாதங்கள் ஆகும்."

"இந்தச் சேறு கலந்த மழை நீர் எவ்வளவு நீண்ட தொலைவு பயணிக்க வேண்டும்! கமல், நீ கடலைப் பார்த்திருக்கிறாயா?"

"என் அப்பாவுடன் ஒரிசா போனபோது பார்த்திருக்கிறேன், கண்ணே!"

"எப்படி இருக்கும்?"

"கரிய அடர்ந்த மேகம் நம் கண்முன் பறந்து விரிந்து வானைத் தொடுவது போல இருக்கும்."

"இந்த மழை நீரின் விதி அந்தக் கடலில் கலப்பதுதான். அங்கும் சேறாக இருக்குமா?"

"இல்லம்மா, கடல் முழுதும் ஒரே நிறத்தில் இருக்கும் - அடர் நீலம், கருநீலம்."

"நீ ஒரு நாள் என்னைக் கடலுக்குக் கூட்டிச் செல்வாயா?"

"சுரையா, நீ ஆணையிட்டால் இந்த நீருடனேயே பயணிக்க நான் தயார்."

சுரையா அவன் கழுத்தில் தன் கரங்களை இட்டு அணைத்து, தனது ஈரமான கன்னங்களை அவனது கன்னத்தில் ஒற்றினாள். அவனது ஒளிர்விடும் கண்களை உற்று நோக்கியபடி, "நாம் கடலுக்குப் போவோம். ஆனால், இந்த நீரின் துணையுடன் அல்ல" என்றாள்.

"இந்தச் சேறு படிந்த நீர் வேண்டாமா சுரையா?"

"இதனைச் சேறு என்று சொல்லாதே கமல்! நிலத்தில் படிந்ததும்தான் அது சேறானது. வானில் இருந்து பெய்தபோது அழுக்காகவா இருந்தது?"

"சூரியன், சந்திரனைவிட அப்பழுக்கற்றதாக இருந்தது. உனது முடிக்கற்றைகளை ஒளிர்விடச் செய்கிறது! உன் வெண்ணிறக் கன்னங்களை எத்தனை அழகாக்கியுள்ளது! விண்ணுலகில் இருந்து

நேரடியாக உன்மேல் பட்ட இடத்தில் எல்லாம் உன் அழகை மெருகேற்றியுள்ளது."

"எனவே அதன் சகதித்தன்மை அதன் பண்பு அல்ல; அதற்கும், கடலில் சங்கமிக்கும் இடம் வரைக்கும் இடையில் இருப்பவற்றால் சகதியாகிறது. மழைத்துளி அப்படியே கடலில் பெய்யும்போது சேறாக இருக்குமா, என்ன? சொல்லு கமல்!"

"இல்லை அன்பே!"

"இந்தச் சேற்றுத்துளிகள் நீரின் அணிகலன்கள் எனக் கருதுகிறேன். கமல், நீ என்ன கருதுகிறாய்?"

"சுரையா! என மனம் உணர்வதை நீ சொற்களால் சொல்லி விட்டாய்."

2

வானத்தின் நீலம் பொய்கையின் ஆழத்தில் பிரதிபலித்தது. அதனால் வெண்ணிற பளிங்குப் படிகள் கூடுதல் வெண்மையாகத் தோன்றின. பொய்கையின் நாற்புறமும் பளிங்குப் படிக்கட்டுகள் இருந்தன. பொய்கையைச் சுற்றிலும் பசுமையான புல்வெளி தரைக் கம்பளம் போல விரிந்து கிடந்தது. அந்தப் பசுமை சுற்றிலும் இருந்த நெடிதுயர்ந்த மரங்களில் தொடர்ந்தது. வசந்தகால மதிய வேளையில் இவை அனைத்தும் இசைவுடன் அமைந்தன. கண்ணுக்கெட்டும் தூரம் வரை தோட்டத்தில் நிழற்சாலைகள், பசுங்கொடிகள் படர்ந்த தோரணங்கள், பொங்கும் நீரூற்றுகள் மட்டுமே தென்பட்டன. வசந்த விழாவின் பொருட்டு, இந்த அரண்மனைத் தோட்டம் இளைஞர்கள் மகிழ திறக்கப்பட்டிருந்தது. இளம் மக்கள் சொர்க்கத்தில் வாழ்பவர் போல அத்தோட்டத்தின் கட்டற்ற விடுதலையில் திளைத்துக் கொண்டிருந்தனர்.

பொய்கையில் இருந்து தள்ளி பூங்காவின் மூலையில் ஒரு மண்டபம் இருந்தது. அங்கு நான்கு ஆண்கள் நின்று கொண்டிருந்தனர். நால்வரும் ஒரே மாதிரியான ஆடைகளை உடுத்தி இருந்தனர்: முன்புறம் சற்று நீண்டிருந்த தலைப்பாகை, கழுத்துப் பகுதியில் பொத்தான் போட்டு மூடும் மேலங்கி, அதன் முழங்கால் வரை தொங்கும் மடிப்புகள், வெள்ளை இடுப்புப் பட்டிகள்; ஒரே மாதிரியான, கிட்டத்தட்ட நரைத்து விட்ட மீசை. நால்வரும் சற்று நேரம் பூங்காவில் நடப்பதைக் கவனித்தனர்; பிறகு மண்டபத்தில்

ராகுல் சாங்கிருத்யாயன் ● 327

விரிக்கப்பட்டிருந்த தரைக் கம்பளம், சாய்வு மெத்தைகளில் அமர்ந்தனர். மண்டபம் நாற்புறமும் திறந்து இருந்தது. அங்கு வேறு எவரும் இல்லாததால், அமைதியாக இருந்தது.

வெகுநேரம் கழித்து நால்வரில் ஒருவர் அமைதியை உடைத்து, "அரசே!" என்றார்.

"என்ன பாஸல், இப்ப அரசவையிலா இருக்கிறோம்? மனிதர்கள் எளிமையான மனிதர்களாக இருப்பதில் நிறைவு கிடைக்காதா?"

"மறந்து விட்டேன். மன்னிக்க."

"ஜலால் அல்லது அக்பர் அல்லது நண்பன் என்று கூப்பிடு."

"அது ரொம்ப கஷ்டம் நண்பா ஜலால்! ரெட்டை வாழ்க்கை வாழ்வதாக இருக்கும்."

"ரெட்டை அல்ல; நாலு வாழ்க்கை" என்றார் இன்னொருவர்.

"பீரு, உன்னைப் பாராட்டத்தான் வேண்டும். நீ எப்போதும் எதற்கும் தயாராக இருக்கிறாய். எங்களுக்கு எல்லாம் ஒரு உலகத்தில் இருந்து இன்னொன்றில் நுழையும்போது, மனதை நிலைக்குக் கொண்டுவர சற்று நேரம் தேவைப்படுகிறது. தோடு! நான் சொல்வது சரிதானே?"

"ஆமாம், பஸ்லு. பீரு சமாளிப்பதைப் பார்த்தால் வியப்பாக இருக்கிறது. அவனுக்கு அருமையான மூளை இருக்க வேண்டும்."

"பீர்பால் இந்த நாட்டில் உள்ள எல்லா விவசாய நிலங்களையும் கணக்கெடுத்தவர் என்று எல்லோரும் நம்புகிறார்கள், இல்லையா?"

"ஆனால், பீரு! தோடர்மால் கூட எல்லா பயிர்நிலங்களையும் அளந்தது இல்லை."

"அளந்தாரோ இல்லையோ, உலகம் நான் அதைச் செய்ததாக நம்புகிறது. எனது அறிவு பற்றி ஜல்லூகூட ஒத்துக் கொள்வார், அப்படித்தானே?"

"நிச்சயமா. பேரரசர் ஜலாலுதீன் அக்பர் மாறுவேடத்தில் கிராமங்களில் சுற்றும் கதை எங்கும் உலவுகிறதே!" என்றார் அக்பர்.

"ஜலால் சொல்வதைக் கேட்டதும் இன்னொன்றும் எனக்கு நினைவுக்கு வருகிறது. இந்தக் கட்டுக்கதைகளில் நானும் உங்களோடு சேர்த்துப் பேசப்படுகிறேன். அக்பர் - பீர்பால் பற்றிக்

கதைகளை உலவ விடுவது வழக்கமாகவே ஆகிவிட்டது. அந்த மாதிரிக் கதைகள் நிறைய சேகரித்து வைத்திருக்கிறேன். ஒவ்வொரு கதைக்கும் ஒரு தங்கக் காசு கொடுத்து வாங்கி இருக்கிறேன்" என்றார் பீர்பால்.

"பணத்துக்காக அந்த நேரத்தில் கட்டப்படும் கதையாக இல்லாமல் இருந்தால் சரி" என்றார் அக்பர்.

"அதனால் எந்த வித்தியாசமும் இருக்கப் போவதில்லை. நம் இருவர் பற்றியும் முட்டாள்தனமாக பல கதைகளைக் கண்டுபிடிக்கிறார்கள். பசல், அப்படி முறைக்காதே. நான் ஒன்றும் சதாமிமல் சேட் போலக் கருமி அல்ல."

"சேச்சே! தேவையில்லாமல் என்னை வம்புக்கு இழுக்காதீர்கள். உங்கள் கதைகளை நினைச்சா, எனக்குப் பயமாத்தான் வருது" என்றார் அப்துல் பசல்.

"பசல், உன்னுடைய 'அயினி அக்பரி' போன்ற சிறந்த படைப்பை நான் உருவாக்கவில்லையே!" என்றார் பீர்பால்.

"தோடு! நீயே சொல்லு. எத்தனை பேர் 'அயினி அக்பரி' நூலைப் படிப்பார்கள்? எத்தனை பேர் பீர்பால் கதைகளைத் திருப்பித் திருப்பிச் சொல்லிக்கொண்டே இருப்பார்கள்?" என்றார் பசல்.

"பீருக்கு அது நல்லாவே தெரியும்" என்றார் தோடர் மால்.

"சரி! நீ தங்கக் காசு கொடுத்து வாங்கிய கதைகளில் ஒன்றைச் சொல்லு" என்றார் பசல்.

"ஆனா, நான் சொன்னா அந்தக் கதையை நானாக இட்டுக் கட்டுகிறேன்னுதான் நீங்க நினைப்பீங்க. காசு கொடுத்து வாங்கினதா நினைக்க மாட்டீங்க."

"பரவால்ல. நீ சொல்லாமலே எங்களுக்குக் கள்ளப் பணமா, நிசமான்னு தெரிஞ்சுடும்" என்றார் அக்பர்.

"ஆமா... என் கதைன்னு சிறப்பு முத்திரையா குத்தி இருக்கு? பரவால்ல, சொல்றேன். சுருக்கமா சொல்றேன். சரியா?"

"முன்னொரு காலத்தில், அக்பருக்கு இந்துமதத்தில் சேர ஆசை இருந்தது. பீர்பாலிடம் அதைச் சொன்னதும், அவர் கவலையில் ஆழ்ந்தார். பேரரசரின் ஆசையை எப்படி மறுக்க முடியும்? ஆனால், எப்படி அவரை இந்துவாக ஆக்க முடியும்?

சில நாட்கள் அமைதியாக இருந்தனர். ஒரு நாள் மாலை அரண்மனை சாளரத்திற்கு அருகில் 'கிச்சோ... சோ... கிச்சோ... சொ' என்ற பலத்த சத்தம் கேட்டது. பேரரசர் அத்தகைய வண்ணாரின் குரலை அப்படிப்பட்ட இடத்தில் அந்த நேரத்தில் கேட்டதே இல்லை. அவருக்கு அதைப் பற்றி அறிய ஆர்வம் மேலிட்டது. அவர் வண்ணார் உடை அணிந்துகொண்டு யமுனைக் கரையை அடைந்தார். அங்கு இருந்த மனிதன், மாறுவேடத்தில் இருந்தாலும், பீரபால்தான் என்பது அக்பருக்குத் தெரிந்து விட்டது. பீர்பால் அழுக்குத் துணிகளைத் துவைக்காமல், பெரிய கழுதை ஒன்றை உவர்மண், கல் எல்லாம் போட்டுக் குளிப்பாட்டிக் கொண்டிருந்தார். பாதுஷா, சிரிப்பை அடக்கிக்கொண்டு, வேறு குரலில்,

'என்ன செஞ்சிட்டு இருக்கீங்க சௌத்ரி?' என்றார்.

'வேறென்ன? என் வேலைய செஞ்சிட்டு இருக்கேன்.'

'நேரங்கெட்ட நேரத்தில் இப்படி குளிர்ல நடுங்கிகிட்டு இருக்கீங்க?'

'இந்தக் கழுதையைக் குதிரையா மாற்றி பேரரசரிடம் நாளை ஒப்படைக்க வேண்டும். இதனால, நான் செத்தாலும் சரி.'

'கழுதையைக் குதிரையாகவா?'

'என்ன செய்ய? அதுதான் பாதுஷாவின் கட்டளை!'

அரசர் சிரித்தபடி தன் சொந்தக் குரலில், 'போதும், பீரு! கழுதை குதிரையாக முடியாதது போல, ஒரு முஸ்லிம் இந்துவாக ஆக முடியாது என்பதை நான் புரிந்து கொண்டுவிட்டேன்.'

"பசல், இந்தக் கதையைக் கேட்டபோது எனக்கு வருத்தமாகிவிட்டது."

"நமது வாழ்வின் மூப்புக் காலத்தில் இதைக் கேட்கும்போது, 'அய்யோ! வாழ்நாள் முழுதும் நாம் செய்த முயற்சிகளுக்கு இதுதான் பலனா?' எனத் தோன்றுகிறது" என்றார் அக்பர்.

"ஜலால், ஒரு தலைமுறையின் பணியைத்தான் நம்மால் செய்யமுடியும். நமது முயற்சிகள் வெற்றி பெற்றதா, தோல்வியுற்றதா என்பதை அதோ, பூங்காவில் வசந்த விழாவைக் கொண்டாடிக் கொண்டு இருக்கிறார்களே, அவர்கள்தான் முடிவு செய்ய வேண்டும்" என்று பதில் அளித்தார் பசல்.

"ஆமாம். ஆனால், நமது நோக்கம் முஸ்லிம்களை இந்துக்கள் ஆக்குவதோ, இந்துக்களை முஸ்லிம்கள் ஆக்குவதோ அல்ல" என்று தோடர் மால் சொன்னார்.

"அவர்கள் இணைந்து ஒரு சமூகமாக, ஒன்றுபட்ட மக்களாக இருக்க வேண்டும் என்பதுதான் நம் குறிக்கோள்" என்றார் பசல்.

"கெடுவாய்ப்பாக முஸ்லிம் முல்லாக்களும், இந்து பண்டிதர்களும் நம்மோடு ஒத்துப் போகவில்லை. நமது குறிக்கோள் இந்தியாவை வலிமையாக்குவதுதான். இந்தியாவின் வாள்கள் கூர் தீட்டப்பட்டுள்ளன; மூளை சுறுசுறுப்பாக உள்ளது; இளைஞர்கள் துணிவு கொண்டவர்கள். ஆனால், இந்தியாவை வலிமை குன்றவைத்து, அவமானத்தில் ஆழ்த்துவது அவளது மக்கள் பல கூறுகளாகப் பிரிந்து இருப்பதுதான். அவளது வாள்கள் அனைத்தும் ஒரு கொடி கீழ் திரண்டால்...!" என்றார் பீர்பால்.

"அருமை தோழர்களே! எனது ஒரே கனவு அதுதான். இத்தனை காலம் அதற்குத்தான் போராடினோம். நாம் தொடங்கியபோது அனைத்தும் இருண்டு கிடந்தது; இப்போது அப்படியில்லை. ஒரு தலைமுறைக்குள் அடையக் கூடியதை நாம் அடைந்து விட்டோம். ஆனால், இந்தக் கழுதை - குதிரை உருவாக்கம் என் மனதில் பெரும் பாரமாக உள்ளது" என்றார் அக்பர்.

"நம்பிக்கை இழக்கக் கூடாது. பைராம்கான் அரசவைக் கவியாக இருந்த காலத்தை ஒப்பிட்டுப் பாருங்கள். அக்காலத்தில் ஜோதா பாய் உங்களை மணம் புரிந்துகொண்டு, அந்தப்புரத்தில் விஷ்ணுவை வழிபட்டிருக்க முடியுமா?" என்று கேட்டார் பசல்.

"அது உண்மைதான். நிறைய மாறி இருக்கு. ஆனாலும், நாம் நமது குறிக்கோளில் இருந்து தொலைவில்தான் இருக்கிறோம். ஓர் ஐரோப்பிய பாதிரியாருடன் உரையாடிக் கொண்டிருந்தபோது, அவர்களது நாட்டில் எத்தனை பெரிய அரசராக இருந்தாலும்கூட ஒரு மனைவிக்கு மேல் மணம் புரிய முடியாது என்று சொன்னார். தோடர்! அது எத்தனை சிறப்பான முறை என்று நான் கருதினேன் என்பதை அப்போது உன்னிடம் சொன்னேனே, நினைவிருக்கா? நான் மட்டும் அதைப் பின்பற்ற முடிந்தால்... ஆனால், ஒரு அரசருக்கு நன்மை செய்வதற்கான சுதந்திரம் இல்லை; நிறைய தீமைகளைச் செய்ய அனுமதி இருக்கு என்பது எத்தனை வருத்தம் தரும் செய்தி. எனக்கு மட்டும் அந்த வாய்ப்பு இருந்தால், எனது அந்தப்புரத்தில் சலீமின் தாய் தவிர வேறு எந்தப் பெண்ணையும்

வைத்திருக்க மாட்டேன். சலீமும் அப்படிச் செய்ய முடிந்தால் எனக்குப் பெருமகிழ்ச்சி!" என்றார் அக்பர்.

"இரண்டு பேருக்குள் மட்டுமே காதல் தழைக்க முடியும். அன்னப்பறவைகள் இணைகளாகத் திரியும்போது பார்த்தால் தெரியும் - அவற்றின் வாழ்க்கை எத்தனை மகிழ்ச்சியாக இருக்கிறது என்பது. அவை நன்மை, தீமை அனைத்திலும் ஒன்றாக இருக்கின்றன" என்றார் பீர்பால்.

அக்பர், "எனக்கு ஒரு சம்பவம் நினைவுக்கு வருகிறது. குஜராத்தில் சிங்க வேட்டைக்குச் சென்றிருந்தேன். யானை மீது அமர்ந்துகொண்டு துப்பாக்கியால் சிங்கத்தை வேட்டை ஆடுவதில் பெரிய வீரம் எதுவும் இல்லை. மனிதனுக்குச் சிங்கத்தைப் போல நகங்களும் பற்களும் இல்லை; அதனால் ஒரு கேடயம், வாள் ஆகியவற்றைக் கொண்டு அதனுடன் சமமாகப் போரிடலாம். அதற்கு மேல் எதைப் பயன்படுத்தினாலும் அது வீரமல்ல. நான் அன்று துப்பாக்கியைப் பயன்படுத்தினேன். குண்டு அதன் நெற்றியில் தாக்கியதும் ஒரு முறை துள்ளிக் குதித்து சுருண்டு விழுந்தது. அடுத்த கணம் அங்கு ஒரு பெண் சிங்கம் புதரில் இருந்து வந்தது. என்னை ஆக்ரோஷமாகப் பார்த்துவிட்டு, சிங்கத்தின் தலையை நக்கத் தொடங்கியது. நான் உடன் வந்த வேட்டையாளர்களை இனி சுட வேண்டாம் என ஆணையிட்டு விட்டு யானையைத் திருப்பிக் கொண்டு வந்துவிட்டேன். எனக்கு அது அதிர்ச்சியாக இருந்தது; அந்தப் பெண் சிங்கம் தாக்கி இருந்தால், என்னால் அதனை அடித்திருக்க முடியாது. என்னால் கண்ணீர் விடாமல் இருக்க முடியவில்லை. அதற்குப் பின் பல நாட்கள் நான் சோகத்தில் ஆழ்ந்தேன். அப்போது நினைத்தேன், அந்தச் சிங்கத்திற்கு ஆயிரத்து ஐநூறு பெண் சிங்கங்கள் இருந்திருந்தால், அவையெல்லாம் வந்து இறந்தபின் அதன் முகத்தை நக்கிவிடப் போவதில்லை, அல்லவா?" என்றார்.

அப்துல் பசல், "நமது நாடு செல்ல வேண்டிய தொலைவு நீண்டது. நமது வேகம் மெதுவாக உள்ளது. நமது பாதங்கள் நடக்க முடியாமல் போகும்போது, யாராவது இந்தப் பாரத்தை ஏற்றுக் கொள்வார்களா என்பதுகூட நமக்குத் தெரியாது" என்றார்.

அக்பர் தொடர்ந்து பேசினார். மோதிக் கொண்டிருக்கும் முஸ்லிம் - இந்து சமூகங்களுக்கு இடையே இரத்த உறவு கொண்ட சகோதரத்துவம் மலரும் என நம்பினேன். கங்கையும் யமுனையும்

சங்கமிக்கும் திரிவேணியில் ஒரு கோட்டை கட்டியபோது மக்கள் அனைவரும் ஒருமித்து சங்கமிப்பதை மனதில் கொண்டே செய்தேன். ஆனால், பெரிய பலன் எதுவும் விளையவில்லை என்பதைப் பார்க்கிறேன். பல தலைமுறைகளின் பணிகளை ஒரே தலைமுறையில் முடிக்க முடியாது என்பது உண்மைதான். ஒவ்வொரு வீட்டிலும் ஜோதா பாயுடன் நடந்த எனது திருமணம் போல நடக்கும் என எதிர்பார்த்தேன். அதில் ஏமாற்றம்தான். இருந்தும் வெகு சிலரையாவது, என்னுடன் நிற்கக் கூடிய சிறந்த நபர்களைக் கண்டறிந்ததில் பெருமை கொள்கிறேன்."

"இந்த விஷயத்தில் இந்துக்கள்தான் மிகவும் பின்னடைந்து இருக்கிறார்கள்" என்றார் தோடர் மால்.

"இப்போது கழுதையைத் தேய்த்துக் குதிரை ஆக்குவது பற்றிக் கதை கட்டுகிறார்கள்" என்று பீர்பால் சொன்னார்.

"ஆனால், இந்துக்களுக்கும் முஸ்லிம்களுக்கும் இடையில் அவ்வளவு பெரிய இடைவெளி இருந்தால், எப்படிக் குதிரைகள் மட்டும் கழுதைகள் ஆகின்றன? ஆயிரக்கணக்கான இந்துக்கள் இஸ்லாமிற்கு மாறவில்லையா?"

"இந்து மதம் சார்ந்த இளைஞர்கள் முஸ்லிம் பெண்களை மணப்பதைக் காண பேரவா கொண்டிருந்தேன்" என்றார் அக்பர்.

"ஜலால்! இதையொட்டி நல்ல செய்தி ஒன்றைச் சொல்கிறேன்" என்றார் பசல். "நாம் செய்ய முடியாததை என் மகள் சுரையா சாதித்து விட்டாள்."

அவர்கள் அவரை ஆர்வத்துடன் பார்த்தனர்.

"கூடுதல் செய்தி வேண்டுமா? ஒரு நிமிடம்... இதோ வருகிறேன்" என்று வெளியில் சென்று நின்றார் பசல். மீண்டும் மண்டபத்திற்குள் வந்து, "கேட்பதைவிட பார்ப்பது சுகம். கொஞ்சம் என் கூட வெளியில் வாங்க" என்றார்.

எல்லோரும் வெளியில் போய் நின்றனர். பசல், அங்கிருந்த அசோக மரத்தின் கீழ் இருந்த கல்பலகையில் அமர்ந்திருந்த இருவரைச் சுட்டிக் காட்டினார்.

"அதோ, என் சுரையா!"

"என் மகன் கமல்" என்று கூவினார் தோடர் மால். "பசல், நமது உலகம் இருளில் மூழ்கவில்லை இப்போது!"

ராகுல் சாங்கிருத்யாயன் ● 333

தனது நண்பனை அணைத்துக் கொண்டார். இருவரும் பிரிந்தபோது, நால்வரின் கண்களிலும் கண்ணீர் கரைகட்டி இருந்தது.

அங்கு நிலவிய அமைதியை உடைத்தபடி அக்பர், "பல ஆண்டுகளாக இந்த வசந்த விழாவை நடத்தி இருக்கிறோம். ஆனால், இன்றுதான் வெகு நாட்களுக்குப் பின் உண்மையான வசந்த விழாவாக இருக்கிறது. இருவரையும் அழைத்து உச்சி முகர வேண்டும் போல இருக்கிறது. இந்த இரு ஆறுகளின் சங்கமத்தில் நாம் எத்தனை மகிழ்கிறோம் என்று தெரிந்தால் அவர்கள் எப்படி மகிழ்வார்கள்!" என்றார்.

"சுரையாவிற்கு, அவளது பெற்றோர் அவளது காதலுக்கு ஒப்புதல் தருவார்கள் எனத் தெரியாது" என்றார் பசல்.

"கமலுக்கும் தெரியாது. பசல், உன் மனைவியின் ஆதரவு இருப்பது உனது நற்பயன். அவரும் எனது மனைவியும் நல்ல நண்பர்கள். ஆனால், என் மனைவி இன்னும் பத்தாம்பசலித்தனமான நம்பிக்கைகள் கொண்டிருக்கிறாள். பரவாயில்லை, சுரையா - கமலுக்கு எனது ஆசிகள் என்றும் உண்டு" என்றார் தோடர் மால்.

அக்பர், "நான்தான் முதலில் வாழ்த்த வேண்டும்" என்றார். "நான் அருகில் இருக்க வேண்டும்" என்று ஒத்து ஊதினார் பீர்பால்.

"கட்டாயம். உன்னைவிடச் சிறந்த வண்ணான் எங்களுக்குக் கிடைப்பானா?"

"அல்லது, குதிரையாக முயற்சிக்கும் கழுதை? உங்களைப் போல?"

"இன்று எத்தனை மகிழ்ச்சியான நாள்! ஒவ்வொரு மாதமும் இப்படி ஒரு நாள் அமைந்தால் நன்றாக இருக்கும்" என்று உரையாடலை முடித்தார் அக்பர்.

3

நாற்புறமும் கதவுகள் கொண்ட அலங்காரமான அறை ஒன்று முதல் மாடியில் இருந்தது. அதன் மேற்சுவரில் இருந்து சிவப்பு, பச்சை, வெண்மை நிறங்கள் கொண்ட தொங்கும் விளக்குகள் கீழிறங்கின. கதவுகளுக்கு இரண்டு திரைகள் போடப்பட்டிருந்தன. அவற்றின் உள் திரைகள் இளஞ்சிவப்பு பட்டுத் துணியில் பூக்கள் அச்சிடப்பட்டு இருந்தன. தரையில் பாரசீகக் கம்பளங்கள்

விரிக்கப்பட்டிருந்தன. அறை மத்தியில் இருந்த வெண்ணிற மெத்தையில் பல தலையணைகள் சிதறிக் கிடந்தன. அந்த மெத்தையில் இரண்டு பெண்கள் சதுரங்கம் விளையாடிக் கொண்டிருந்தனர். அதில் ஒருத்தி சுரையா. அவளை நாம் ஏற்கனவே அறிவோம். மற்றொரு பெண் பீர்பாலின் பதின்மூன்று வயது மகள். அவள் சிவப்புப் பாவாடை, பச்சை நிற மேற்சட்டை, மஞ்சள் நிற துப்பட்டா அணிந்திருந்தாள். அவள் பெயர் பூல்மதி. விளையாட்டில் மூழ்கியிருந்த இருவரும் தங்கள் மெத்தை அருகே புதிய நபர்கள் வருவதைக் கவனிக்கவில்லை. 'சுரையா' என்று அழைத்தவுடன்தான் அடித்துப்பிடித்துக்கொண்டு எழுந்தார்கள். கமலின் அம்மா நிற்பதைக் கண்ட சுரையா, "அத்தை!" என்று அழைத்ததும், அவர் அவளை அன்போடு அணைத்து முத்தமிட்டார். "கமல் உனக்காகத் தங்க மீன் கொண்டு வந்திருக்கிறான். ஓடு, போய் அதைக் குளத்தில் விடு. அதுவரை நான் முன்னியுடன் விளையாடுகிறேன்" என்றார் அவர்.

"அம்மா! முன்னி குழந்தைதானே என்று நினைக்காதீர்கள். அவள் அதிபுத்திசாலி. இரண்டுமுறை எனக்கு எச்சரிக்கைக் கொடுத்துவிட்டாள்."

சுரையா, அவள் முக்காட்டைச் சரி செய்துகொண்டு அறையை விட்டு வெளியில் ஓடினாள். கமல் அரண்மனையின் பின்புறம் இருந்த குளத்தின் அருகில் நின்று கொண்டிருந்தான். அவன் அருகில் ஒரு புதிய மண்பானை இருந்தது. சுரையா ஓடிவந்து அவன் கரங்களைப் பற்றினாள்.

"கமல்! மஞ்சள், இளஞ்சிவப்பு நிற மீன்கள் கொண்டுவந்திருக்கிறாய் அல்லவா?"

"தங்க மீன்களும் வந்திருக்கு!"

பானைக்குள் எட்டிப் பார்த்து, "பார்க்கலாம்!" என்றாள் சுரையா.

"நான் அவற்றைக் குளத்தில் விடுகிறேன். அங்குதான் இன்னும் அழகாகத் தெரியும். தண்ணீர் எப்படிப் பளிங்கு போலத் தெளிவாக இருக்கிறது; அந்த வெளிச்சத்தில் அவை ஒளி வீசும்!"

அவள் குளத்தின் ஓரத்தில் நின்றாள். அவளது சிரிப்பில் கண்களும் பற்களும் பளிச்சிட்டன. கமல் பானையைக் குளத்திற்குள் தலைகீழாக கவிழ்த்தான். மீன்களின் மென்சிவப்பு, ரோஜா நிறம், தங்க நிறம் தெள்ளிய நீரில் வெகு அழகாக இருந்தன.

“எல்லாம் குஞ்சு. வளர்ந்தாலும் ஆறு அங்குலத்திற்கு மேல் இருக்காது” என்றான் கமல்.

“கமல்! இப்போதே எவ்வளவு அழகாக இருக்கின்றன!”

“அதைப் பாரேன் - அதன் நிறம்...?”

“ரோஸ்.”

“உன் கன்னம் போல!”

“கமல்! நான் குழந்தையா இருந்ததில் இருந்தே இப்படிச் சொல்லிக் கொண்டிருக்கிறாய்!”

“அப்பவும் உன் கன்னம் ரோசாச் சிவப்பில் இருந்தது.”

“கமல்! நீயும் அப்பவே இவ்வளவு இனிமையாதான் இருந்தாய்!”

“அப்ப, இப்போது?”

“இப்ப? ரொம்ப இனிமை!”

“அப்ப இருந்ததைவிட கூடுதலாவா? ஏன்?”

“தெரியல. உனது குரல் மாறி உடைய ஆரம்பிச்சதில் இருந்து என் மனசில காதல் பதிய ஆரம்பிச்சிருச்சு. அதோட, உன் உதட்டுக்கு மேல அரும்பு மீசையும் வந்திருச்சா!”

“அப்பதான் நீ எங்கிட்ட கொஞ்சம் விலக ஆரம்பிச்ச.”

“விலகவா? உன்கிட்டேர்ந்தா?”

“ஆமா. அதுவரைக்கும் நான் வந்தா, நீ குதித்து ஓடிவந்து, என் தோளில் தொங்குவாய். கையை இறுக பிடிப்பாய்.”

“சரி சரி! உன் புகார் பட்டியலைத் தொடங்காதே. ஏதாவது புதுசா சொல்லு.”

“சுரையா! செய்தி இருக்கு. நமது காதல் அம்பலமாயிடிச்சு.”

“யாருக்கு?”

“நம்ம குடும்பங்களுக்கு. பாதுஷாவுக்கு.”

“அரசருக்கா?”

“பயமா இல்லையா சுரையா?”

“இல்லியே. ஒரு நாள் இல்லனா ஒரு நாள் தெரியத்தானே போகுது. ஆனால், என்ன நடந்தது?”

“எனக்கு முழுக்கத் தெரியாது. உனது பெற்றோர் முதல்ல நம்ம காதலை வரவேற்றாங்களாம். அப்புறம் என் அப்பா, பாதுஷா. கடைசியா, என்னோட அம்மா.”

“உங்க அம்மாவா?”

“அவங்களுக்கு நாலு பேரு என்ன சொல்வாங்கன்னு பயம். அவங்க பழங்காலத்து நினைப்புல இருக்கறவாங்க. உனக்குத் தெரியாதா என்ன?”

“ஆனால், அவங்க கொடுத்த முத்தத்தின் ஈரம் இன்னும் என் கன்னத்தில் உணர முடியுது.”

“ஆமாம். அப்பா அவங்ககிட்ட பேசினதும் அம்மா அமைதியா ஆயிட்டாங்க. நமது அச்சங்கள் எல்லாம் தப்பா போச்சு.”

“அப்படின்னா... நம்ம காதலுக்கு அனுமதி கிடைச்சிருச்சு!”

“நமது நண்பர்கள் குடும்பங்களில் ஒப்புதல் கிடைத்து விட்டது. ஆனா, வெளி உலகத்தில... இன்னும் ஏத்துக்கத் தயாரா இல்ல.”

“கமல், வெளி உலகத்தைப் பத்தி நீ கவலைப்படறயா?”

“கொஞ்சம்கூட இல்ல. சுரையா! நான் வருங்கால உலகத்தை பத்தி நினைக்கிறேன். நாம் இந்தப் பாதையை உருவாக்கினா, எத்தனை பேருக்கு இதுனால பலன் கிடைக்கும்!”

“கமல்! எங்க அண்ணிக்கும் தெரிஞ்சிருக்கும்னு நினைக்கறேன். நேத்து ராத்திரி அவங்க அறைக்குப் போனபோது, ‘என் நாத்திக்கு கல்யாணம் முடிக்கணும்னு எவ்ளோ ஆசைப்பட்டேன். இப்ப அது நிறைவேறப் போவுது’ அப்படின்னு சொன்னாங்க. ஆனா, உன்னோட பேர சொல்லல.”

“உன் அண்ணன் சொல்லி இருப்பாரு. அவங்க ரெண்டு பேருக்கும் நம்ம காதலில் மகிழ்ச்சி.”

“கமல்! என்னோட குடும்பம் முழுக்க உன்னை ஏத்துக்கிட்டாங்க.”

“எங்க அம்மாவையும் உன் பக்கம் இழுத்திட்ட நீ!”

“நீங்கள் எல்லாம் அவங்களோட மதம் பத்தி நினைச்சீங்க. கமல்! அவங்களுக்கு என் மேல இருக்கிற பாசத்தைப் பத்தி யோசிச்சா, இப்படி பயந்திருக்க மாட்டீங்க.”

“அதெல்லாம் எங்களுக்கு நல்லா தெரியும்! அப்பா கடைசில உன் பேர சொல்லலாம்னு வச்சிருந்தார். அதுதான் துருப்புச் சீட்டு! ஆனா, அதுக்குள்ளயே வெற்றி கிடைத்து விட்டது. சரி. இனிம திருமணம்தான்!”

“எப்படி?”

“முல்லா, பண்டிதர் யாரும் இல்லாமல்.”

“நமது தீர்க்கதரிசி நடத்தி வைப்பார். இந்தியாவில் புதிய ஒற்றுமையை உறுதியான கோட்டை போல உருவாக்குபவர் அவர்தானே!”

“குளம், குட்டை, ஓடை, ஆறு அனைத்தையும் ஒரு கடலாக இணைக்க முயல்பவர்!”

“எப்ப கமல்?”

“இந்த ஞாயிற்றுக்கிழமை. நாளை மறுநாள்.”

“அவ்வளவு சீக்கிரமாகவா?” சுரையாவின் கண்களில் நீர் முட்டியது; கமல் அதைத் துடைத்து விட்டான்; ஆனால், அவன் கண்களிலும் ஈரம். அவர்களை மறைந்து இருந்து பார்த்துக் கொண்டிருந்த நான்கு கண்கள் பற்றி அவர்கள் அறியவில்லை. அவையும் மகிழ்ச்சியில் கண்களில் நீர் பொங்கப் பார்த்திருந்தன.

4

அந்த வசந்த கால மாலை நேரத்தில், குளிர்ச்சியான கடற்கரையில் அந்திச் சூரியனின் செங்கதிர்களால் கடலலைகள் தீப்பிடித்து எரிவது போல் தோன்றியது. இரு இளம் காதலர்கள் அக்காட்சியை ரசித்துக் கொண்டிருந்தனர். ஒருவர், அக்கணத்தின் களிப்பில் “நமது தெய்வம் கடல்! கடல்தான் எத்தனை அழகு!” என்று குதூகலித்தார்.

“நாம் கடலின் குழந்தைகள் என்பதில் அய்யம் ஏதும் உண்டா, கண்ணே!”

“ஆனால், எனது இனிய தாமரைக் கண்ணா, கமல்! இந்தமாதிரி சொர்க்கத்தைக் கடல் தனக்குள் ஒளித்து வைத்திருக்கும் என நாம் நினைத்தோமா?”

“இது முழுமையான சொர்க்கமாக இருக்க முடியாது. ஆனால், இந்த வெனிஸ் நகரத்தை இவர்கள் அருமையான விண்ணுலகமாக ஆக்கியிருக்கிறார்கள் என்பதில் எந்த அய்யமும் இல்லை.”

“அந்தப் பிக்குணி தனது நாட்டில் உயர் குடும்பங்களைச் சேர்ந்த பெண்கள்கூட முகத்தை முக்காடிட்டு மறைக்காமல் ஆண்கள் போல உலவுவார்கள் என்று சொன்னபோது நான் நம்பவில்லை. நாம் கடந்த இரு ஆண்டுகளாக இங்கு வசிக்கிறோம். வெனிஸை டெல்லியுடன் ஒப்பிட்டுப் பாருங்கள்.”

“சுரையா! பிளாரெனஸ் போன்ற வலிமை வாய்ந்த அரசு ஒரு மன்னன் இல்லாமல் இயங்க முடியும் என்பதை யாராவது நம்மிடம் சொல்லியிருந்தால், நாம் நம்பி இருப்போமா?”

“‘நகரங்களின் இளவரசியாக’ வெனிஸ் இருக்கிறது என்று சொல்லியிருந்தாலும்தான்!”

“அன்பே! டெல்லியில் நம்மால் இத்தனை வெளிப்படையாக ஒன்றாக நடக்க முடியுமா?”

“முக்காடு இல்லாமலா? அங்கு நான் பல்லக்கு எனும் கூண்டில் அடைக்கப்பட்டிருப்பேன். இங்கு நாம் கையைக் கோர்த்துக்கொண்டு சுற்றுகிறோம். யாரும் நம்மைத் திரும்பிக் கூடப் பார்ப்பதில்லை.”

“குஜராத்திலும் நம் சமூகத்தில் மதிப்புடன் வாழும் பெண்கள் பலர் முக்காடு போடாமல் இருந்ததைப் பார்த்தோமே. தென்னிந்தியாவிலும் பர்தா அணிவதில்லை என்று கேள்விப் படுகிறேன்.”

“இந்தியாவிலும் பெண்கள் முக்காடிட்டு மறைக்காமல் வாழ்ந்திருந்த காலம் இருந்திருக்கலாம் என்பதைத்தான் அது காட்டுகிறது. கமல், நமது நாட்டில் மீண்டும் அப்படி இருக்க முடியுமா?”

“நமது தந்தையர் அதற்காகக் காலம் முழுதும் போராடினார்கள். இந்தக் குட்டி பிளாரெனஸ் நாட்டைப் பார் சுரையா! மூன்று நாளில் இந்த நாட்டின் ஒரு எல்லையில் இருந்து இன்னொரு கோடிக்குப் போய்விடலாம். அத்தனை சிறிய நாடு. மக்கள் இங்கு எவ்வளவு பெருமிதத்துடன் தலை நிமிர்த்தி நடக்கிறார்கள்! எவர் முன்பும் பணிவதில்லை; கூழைக் கும்பிடு போடுவதில்லை. முடியாட்சி

என்று கேட்டால் காறி உமிழ்கிறார்கள். அவர்களைப் பொறுத்தவரை ஓர் அரசன் என்பவன் பிசாசு; தீ உமிழும் இராட்சத விலங்கு.”

“கமல்! அவர்கள் கருதுவதில் உண்மை இருக்கத்தானே செய்கிறது! பிளாரெனஸ் நாட்டு விவசாயிகளை நம் ஊர் விவசாயிகளோடு ஒப்பிட்டுப் பாருங்கள்! இங்கு யாராவது காய்ந்து போன எலும்புக் கூடு மாதிரி இருக்காங்களா?”

“இல்லை. ஏனென்றால் இங்கு படாடோபம், ஆடம்பரம் ஆகியவற்றுக்காகக் கோடிக்கணக்கில் அவர்களை யாரும் சுரண்டுவதில்லை.”

“வெனீஸிலும் நமது சேட்டுகளைத் தோற்கடிக்கக் கூடிய பெரும் பணக்காரர்கள் இருக்கிறார்கள்.”

“நம்ம ஊர் வணிகர்கள் தாங்கள் சுருட்டும் பணத்தைப் புதைத்து வைக்கிறார்கள். இப்படிப் புதைக்கப்படும் வெள்ளி, தங்க நாணயங்களால் என்ன பலன் என்று நான் யோசிப்பதுண்டு! அவை புழக்கத்தில் இருக்க வேண்டும்; கைக்குக் கை மாற வேண்டும். பணம் எல்லார் கையிலும் புரளாவிட்டால், கடைகளில் பண்டங்கள் உலரும்; பழங்கள் மரங்களில் அழுகும்; துணிகள் சேமிப்புக் கிடங்கில் பூச்சிகளுக்கு இரையாகும். நமது வியாபாரிகள் தமது செல்வத்தைப் புதையலாக்கிக் கொடிகட்டிப் பறக்கிறார்கள். மக்கள் அவற்றைக் கணக்குப் பார்த்து - சரி, நூறு கோடி என்றால் கோடீஸ்வரர் என்று தெரிந்து கொள்கிறார்கள்.”

கதிரவன் மறைந்து விட்டான். சுற்றிலும் நிழலுருவங்கள் தெரிந்தன. காதல் ஜோடிக்கோ இன்னும் கிளம்ப மனம் வரவில்லை. கடல் அவர்களது அன்புக் கூட்டாளி. அவர்கள் நிலவழியாக பயணம் செய்து வந்திருந்தாலும், இந்தக் கடலின் ஒரு முனை இந்தியாவைத் தொடும் என்பது அவர்களுக்குத் தெரிந்துதான் இருந்தது. இந்த இரு கரைகளையும் இணைக்க முடியாதா என்று கூடச் சிலவேளை நினைத்திருக்கிறார்கள்.

இரவு வெகுநேரம் கழித்து இருவரும் வீடு திரும்பினர். சுரையா ஆழ்ந்த சிந்தனையில் மூழ்கினாள்.

“நமது பேரரசர் தனது எல்லைக்குள் அமைதி நிலவ நிறைய முயற்சிகள் எடுத்துள்ளார். வெற்றியும் பெற்றுள்ளார். ஆனாலும், இத்தனை சுதந்திரமாக நம்மால் அங்கு இரவில் நடமாட முடிவதில்லையே, ஏன்?”

“இங்கு எல்லா மக்களும் செழிப்புடன் வாழ்கிறார்கள். விவசாயிகளிடம் திராட்சை, ஆப்பிள் தோட்டங்கள், கோதுமை வயல்கள் நிறைந்து இருக்கின்றன.”

“நம்மூரில் வயல்கள் செழிப்பான விளைச்சல் தருவதில்லையா?”

“சுரையா! நம் நாட்டில் செல்வத்தைப் பறித்துச் செல்ல நிறைய கள்வர்கள் இருக்கிறார்கள்.”

“இங்கு எந்த வீட்டிற்குப் போனாலும் குடுவைகளும் கிண்ணங்களும் மேசையில் வைக்கப்பட்டிருக்கின்றன. கவனித்தாயா?”

“இந்தியாவில், பேரரசருடன் தண்ணீர் பருகியதற்காக என் அப்பாவை ஏசினார்கள்.”

“என்னுடைய தாதிப் பெண்கள் ரஜபுதனப் பெண்கள். தங்கள் வீடுகளில் பன்றிக்கறி சமைப்பதால் அசுத்தமானவர்கள் என்று சொல்வார்கள். அந்த முட்டாள்கள் இந்தக் கண்டத்திற்கு வந்து பார்க்க வேண்டும்; இங்கு உயர்ந்த சாதி, தாழ்ந்த சாதி என்ற பிரிவெல்லாம் இல்லை என்பதைத் தெரிந்து கொள்ள வேண்டும்.”

“பிடித்ததைச் சாப்பிடுவதாலோ, குடிப்பதாலோ தீட்டுப்பட்டு விடும் என்று யாரும் அஞ்ச வேண்டியதில்லை.”

“பிளாரெனஸ் ஒற்றுமையாக இருக்கிறது. இந்தியாவும் அப்படி ஒரு நாள் ஒன்றுபடும், கமல்!”

“நாம் கடலை ஆளத் தொடங்கினால்தான் அந்த நாள் வரும்.”

“கடலை வெற்றி கொள்வதா?”

“வெனிஸ் கடலின் ஆற்றலால் வாழும் நகரம். அதன் கால்வாய்கள், அரண்மனைகள் அனைத்தும் கடலின் வலிமையால் கிடைத்தவை. இப்போது வெனிஸ் மட்டும் இல்லை; நிறைய போட்டியாளர்கள் வந்து விட்டார்கள். கடலை வெற்றி கொண்டவர்கள் உலகத்தில் வலிமையுடன் திகழ்வார்கள் என்பது எனக்குத் தெளிவாகப் புரிகிறது. சுரையா! இந்தச் சிந்தனையில் எனது மனம் திரும்பியது பற்றி எனக்கு மிகுந்த மகிழ்ச்சி.”

“அன்பே! இரவெல்லாம் ஏதேதோ நூல்களைப் படித்துக் கொண்டிருக்கிறாயே! இங்கு எத்தனை எளிதாக நூல்கள் கிடைக்கின்றன!”

“நமது நாட்டில் உலோகம், காகிதம், இரும்புத் தொழிலாளர்கள் இருக்கிறார்கள்; ஆனால், நாம் அச்சுக்கலையைக் கற்கவில்லை. அங்கு அச்சு இயந்திரங்கள் இருந்தால், மிக எளிதாக அறிவைப் பரப்ப முடியும். நான் படிக்கும் நூல்கள், வாரக்கணக்கில் நான் மாலுமிகளுடன் கழிக்கும் காலம் அனைத்தும் கடலை வெற்றி கொள்ளும் நாடுதான் உலகத்தில் வலிமை பெறும் என்பதைக் காட்டுகிறது. நமது மக்கள் இவர்கள் அந்நிய நாட்டவர் என்பதால் கேலி பேசுகிறார்கள்; அவர்கள் குளிப்பது, உடல் கழுவுதல் ஆகியவற்றில் ஒழுங்கின்றி இருப்பதால், அசுத்தமான காட்டுமிராண்டிகள் எனக் கருதுகிறார்கள். ஆனால், அவர்களது கண்டுபிடிப்புகளை அறிந்தால், அவர்களைப் பாராட்டாமல் இருக்க முடியாது. அவர்கள் பூவுலகு பற்றிக் கற்பனைக் கதைகளை உருவாக்கவில்லை; அவர்கள் நேரடியாக எங்கும் சென்று அதன் ஒவ்வொரு மூலையையும் பற்றி கற்று இருக்கிறார்கள். அவர்களது வரைபடங்களை உனக்குக் காட்டினேன் அல்லவா சுரையா?”

“கமல்! எனக்கு கடல் மிகமிகப் பிடித்திருக்கிறது.”

“பிடித்தமானது மட்டுமல்ல; கடல்தான் நாடுகளின் வாழ்க்கையைத் தீர்மானிக்கிறது. அந்தக் கப்பல்களில் ஏற்றப்பட்டுள்ள பீரங்கிகளைப் பார்த்திருக்கிறாயா? அவை மிதக்கும் கோட்டைகள். மங்கோலியரின் வெற்றிக்குக் குதிரைகளும், வெடிமருந்தும் காரணம். இன்று இது போன்ற படைக் கப்பல்கள் வைத்திருக்கும் நாடுகள் உலகையாளும். சுரையா! நான் கடற்போர் கலையைக் கற்க வேண்டும் என முடிவெடுத்து விட்டேன்.”

அவர்களது கனவுகள் நிறைவேறவில்லை. அவர்கள் இந்தியாவிற்குக் கடல் பயணம் மேற்கொண்டனர். அக்காலம் கடற்கொள்ளையர் கோலோச்சிய காலம். அவர்கள் சூரத் நகரத்தை அடைவதற்கு இரண்டு நாட்கள் முன்பு, கடற்கொள்ளையர் அவர்களது கப்பலைத் தாக்கினர். கமல் மற்றவர்களுடன் சேர்ந்து பீரங்கி, துப்பாக்கி போன்ற ஆயுதங்களைப் பயன்படுத்தினான். ஆனால், கொள்ளையர்கள் எண்ணிக்கையில் அதிகம் பேர். அவர்களது கப்பல் பீரங்கித் தாக்குதலால் நிலைகுலைந்தது. சுரையாவும் கமலின் அருகில் இருந்தாள். அவள் புன்னகையுடன் உதிர்த்த இறுதிச் சொற்கள்: “கடல் வெற்றி.”

17. ரேக்கா பகத்

காலம்   :   பொ.ஆ. 1800

1

கார்த்திகை மாத முழு நிலவு நாள். நாராயணி நதியில் புனித நீராடவும், ஹரிஹரநாதரை வழிபடவும் பெரும் திரளான மக்கள் திரண்டிருந்தனர். அக்கோவிலின் சுற்று வட்டாரத்தில் பல மைல் தூரத்தில் இருந்த ஊர்களில் இருந்து மக்கள் இந்த யாத்திரைக்காக சேமித்து வைத்த பணத்துடன் உலர்ந்த மாவு, தானியங்களை எடுத்துக் கொண்டு வழிபாட்டிற்கு வந்தனர். ஒரு சிறு பகுதியில் கட்டப்பட்டிருந்த எருதுகள், குதிரைகள், யானைகள் ஆகியவற்றைப் பார்த்தவர்கள் வருங்காலத்தில் இந்த இடம் உலகத்திலேயே பெரிய சந்தையாக உருவெடுக்கும் என்று கனவிலும் எண்ணியிருக்க மாட்டார்கள்.

ரேக்கா பகத், தனது நான்கு கூட்டாளிகளுடன் ஒரு மாமரத்தின் அடியில் உட்கார்ந்து கொண்டிருந்தான். உப்பிட்ட தானியங்கள், பச்சை மிளகாய், முள்ளங்கி ஆகியவற்றைத் துணி முடிப்புகளில் இருந்து எடுத்து, மிகவும் இரசித்து உண்டு கொண்டிருந்தான். ரேக்கா தனது எருமையை விற்றுப் பெற்ற இருபது பணம் அவனது உடையில் முடிந்து வைக்கப்பட்டிருந்தது. இப்போதெல்லாம், நிறைய திருடர்கள் சந்தைக்கு வந்து மாயமாக பணம், பொருட்களைத் திருடி விடுவார்கள் என்பது எல்லோருக்கும் தெரிந்து இருந்தது.

தனது பணமுடிச்சைத் தடவியபடியே, "போலு! ரெண்டு மூணு மாசமா நல்ல தீவனம் கொடுத்து என்னோட எருமையை கொழுக்க வச்சேன். அதுக்குக் கிடைத்த இருபது பணம் நல்ல விலைதான். ஆனா, கண் மூடித் திறக்கறதுக்குள்ள பணம் பறந்து போயிடுது இப்பல்லாம்" என்றான் ரேக்கா.

போலா

பண்டிட்: ஆமாம், பறந்துதான் போயிடுது. எங்கும் பணப் பற்றாக்குறையாதான் இருக்கு ரேகா. இந்தக் கம்பெனி ஆட்சியில எதுவும் நல்லபடியா இல்ல. நாம உழைச்சு உழைச்சு ஓடா தேயறோம்; ஆனா, நம்ம குழந்தைகளுக்கு வயிறு நிறைய சாப்பாடு கொடுக்க முடில.

ரேக்கா: முன்னாடி நாம கவர்னர், அதிகாரிகள் எல்லாருக்கும் இலஞ்சம் கட்டினோம்; காணிக்கை கொடுத்தோம். ஆனா, நிலம் நம்ம கைல இருந்தது.

மௌலா: ஏழு தலைமுறையா காட்டைத் திருத்தி நம்ம இருப்பிடத்தை அமைச்சுக்கிட்டோம்.

சோபரன்: போலு! அந்தப் 'புலி வயல்' கேள்விப்பட்டிருப்ப. அங்கதான் ஒரு புலி எங்க முப்பாட்டனைத் தூக்கிட்டு போயிடுச்சாம். அந்த இடம் அடர்ந்த காடாக இருந்ததாம். நாங்கதான் உசிரைக் கொடுத்து அந்த இடத்தைத் திருத்தினோம். அதுனாலதான் அதுக்கு 'புலி வயல்'ன்னு பேரு வந்துது.

மெல்லிய துணியால் தன் தலையில் முண்டாசு கட்டிக் கொண்டிருந்த கருத்த, அரை நிர்வாண உருவத்தைப் பார்த்து, "போலா பண்டிட், உனக்கு சத்திய யுகத்திலிருந்து வரும் வரலாறு முழுக்க தெரியுமே! நீயே சொல்லு, சனங்க எந்தக் காலத்திலாவது இத்தனை கஷ்டப்பட்டிருக்காங்களா?" என்றான் ரேக்கா.

மௌலா: நாம்தான் நிலத்தைத் திருத்தினோம்; உழுகிறோம்; விதைக்கிறோம். ஆனா, ராம்பூர் முன்ஷி நம்ம கிராமத் தலைவரு இப்ப.

போலா: ரேக்கா பகத், இதெல்லாம் நம்ம மதத்துக்கு எதிரானது. இந்தக் கம்பெனி ராவணன், கம்சனை விடக் கொடூரமா அடக்கறாங்க. நம்ம பழைய நூல்களில், அரசன் விளைச்சலில், பத்தில் ஒரு பங்கு எடுக்கலாமின்னுதான் சொல்லி இருக்கு.

மௌலா: கம்பெனி இந்த ராம்பூர் முன்ஷியை ஏன் நம்ம ஊரு எசமானனா நியமிச்சிருக்கு? எனக்குப் புரியவே இல்ல.

பெருமூச்சுவிட்ட போலா, “மௌலு! எல்லாம் தலைகீழா ஆயிடுச்சு. முன்னால மக்களை ஆட்சி செய்ய ஒரு அரசன் இருந்தான். விவசாயிகளுக்கு அரசன் தலைநகரில் இருப்பாரு; பத்தில் ஒரு பங்கு அவருக்குக் கொடுக்கணும் - அதுவும் அறுவடை காலத்தில் - என்பது தெரியும். ஆனால், இப்ப விளைச்சல் இருக்கோ இல்லையோ, எசமானுக்குக் குத்தகை கட்டணும். நம்ம இரத்தம், சதை, பெத்த மகள்கள், சகோதரிகள்... எதையாவது விற்றாவது அவங்களுக்குக் கட்டணும்” என்றார்.

ரேக்கா: நாம் கொடுக்க வேண்டிய பணமும் ஒரே மாதிரி இல்ல. வருடாவருடம் ஏறிக்கிட்டே போகுது. இப்படி எல்லை யில்லாம சுரண்டறத தட்டிக் கேக்க யாரும் இல்ல.

முன்ஷி சதாசுக்லால் என்ற கணக்குப்பிள்ளை தீர்த்தயாத்திரை முடித்துவிட்டு விலை மலிவாக இருந்தால் ஒரு பசுவும் வாங்கலாம் என்று நினைத்து சந்தைக்கு வந்திருந்தார். ஆனால், விலையைக் கேட்டதும் அவருக்கு நடுக்கம் ஏற்பட்டது விட்டது. தொளதொளவென்ற கை வைத்த அழுக்கு மேற்சட்டை, தொப்பி அணிந்திருந்த அவர் காது மடலில் மரப்பேனாவைச் செருகி இருந்தார். இங்கும் கணக்கு எழுத நினைத்திருப்பாரோ என்னவோ! மஷ்ராக் என்ற ஊரின் ஜமீன்தாரிடம் கணக்குப் பிள்ளையாக இருப்பவர் இந்த முன்ஷி. அவரது காதில் ரேக்காவின் கூட்டாளிகளின் உரையாடல் விழுந்தது; கலந்து கொள்ளலாமா, கூடாதா என்று கொஞ்சம் தயங்கினார் சதாசுக்லால். ஆனால், கிராமத்து அக்கப்போர் கேட்டால், வாய் சும்மா இருக்குமா? அதோடு, இவங்க சொல்லும் தயாள்பூர் அவரது எசமானுக்கு உரியது அல்ல. அதனால், இந்தப் பேச்சில் கலந்து கொள்வதில் சிக்கல் வராது என்று நினைத்தார்.

பேனாவை விரல்களுக்கு இடையில் உருட்டியபடி, “பண்டிட், கேட்க நாதியில்லை என்று சொல்றீங்க. யாரு இருக்கா கேக்க? கபீர் சொல்ற மாதிரி, ‘எல்லோர் செல்வமும் கொள்ளை போகிறது / யாரெல்லாம் திருட முடியுமோ, திருடட்டும்’. என் உறவுக்காரரின் மருமகன் கலெக்டர் அலுவலகத்தில் வேலை பாக்கறாரு. அவருக்கு நிறைய இரகசியங்கள் தெரியும். அரசர் யாரும் இப்ப இல்ல. ஒரு நூறு வெள்ளைக்கார திருடர்கள் ஒரு கட்சி கட்டிக்கிட்டு, அதை ‘கம்பெனி’ன்னு சொல்லிக்கிறாங்க.”

ரேக்கா: நீங்க சொல்றது ரொம்ப சரி. ‘கம்பெனி பகதூர்’ அப்படின்னு சொல்லும்போது அது ஒரு ராஜா பேருன்னு நினைக்கிறோம். இப்பதான் விவரம் புரியுது.”

மௌலா: அதுனாலதான் எங்க பார்த்தாலும் திருட்டு நடக்குது. நீதி நியாயம் சொல்றவங்க யாரும் இல்லையா? இந்த ராம்பூர் முன்ஷிக்கு தயாள்பூர் கூட ஏதாவது தொடர்பு இருக்கா? ஏழு தலைமுறையா எதுவும் கிடையாது.

சோபரான்: மௌலு! இந்த முன்ஷி எப்படி நம்ம ஊருக்கு தலைவரா ஆனாரு? என் மண்டைக்கு அது புரியவே மாட்டேங்குது! கம்பெனி டெல்லி பேரரசர் கூட போரிட்டிச்சு. அப்புறமா...

முன்ஷி: சோபரான் ராவூத், டெல்லி அரசரோட சண்டை போடல. மூர்ஷிதாபாத் நவாப் கூட போட்டாங்க. அந்த நவாப் நம்ம பகுதியை டெல்லி அரசாங்கத்தில் இருந்து பிரிச்சிட்டாங்க.

சோபரான்: எங்களுக்கு அதெல்லாம் நினைவில்லை முன்ஷி! டெல்லி தெரியும். நவாப் அதிகாரத்துக்கு வந்ததும் தெரியும். ஆனால், அப்ப கூட ஒரு ஆட்சிதானே இருந்தது. இப்போ - இரண்டு தனித்தனி ஆட்சி நடக்குதா?

ரேக்கா: ஆமாம் சோபரான், இரண்டு பேர் நம்மை அதிகாரம் பண்றாங்க - கம்பெனியும், ராம்பூர் முன்ஷியும். உரலுக்கு ஒரு பக்கம் இடின்னா, மத்தளத்துக்கு ரெண்டு பக்கம் இடி. அதுதான் நம்ம கதி. கணக்குப்பிள்ளை! நாங்க கிராமத்துக்காரங்க, விவரம் தெரியாத முட்டாளுங்க. நீங்க சொல்லுங்க. நீங்களும், போலா பண்டிட்டும்தான் இங்க விவரமானவங்க.

முன்ஷி: ரொம்ப சரி ரேக்கா! ஒரு நிலப்பிரபு மாவரைக்கும் எந்திரத்தின் மேற்கல். ஆனால், அரசரைவிட அவரது அதிகாரம் குறைவானது அல்ல.

ரேக்கா: குறைச்சலா? அவருக்குத்தான் கூடுதல் அதிகாரம் முன்ஷி! பஞ்சாயத்துக்கு இப்போ எந்த உரிமையும் கிடையாது. எங்கள் வழக்கப்படி நாங்கள் ஐந்து பேரைத் தலைவர்களாகத் தேர்ந்தெடுக்கிறோம். ஆனா, அவங்க எதுவும் செய்ய முடியாது. எசமானும் அவரோட கைக்கூலிகளும்தான் எல்லாம் செய்யறாங்க. ஏதாவது மோதல் வந்தால் புகார் கொடுத்தவரு, எதிர் தரப்பு - இரண்டு பேரையும் சக்கையா பிழிஞ்சு

346 ● வால்காவிலிருந்து கங்கை வரை

எடுக்கறாங்க சோபரான்! பஞ்சாயத்து குலைஞ்சு போய் பதினைந்து வருடம்தான் ஆவுது. அதுக்கு முன்னாடி எந்தக் குடும்பமாவது புருஷன் - பெண்டாட்டி சண்டைல எருமைய வித்துப் பாத்திருக்கோமா?

சோபரான்: அந்தக் காலத்தில, பஞ்சாயத்து குடும்பங்கள் அழிஞ்சு போயிடாம பார்த்துகிச்சு. கொலைக் குற்றம் நடந்தால் கூட இரண்டு தரப்பையும் சமாதானம் பண்ணிச்சு, ரேக்கா! நம்ம அணைக்கட்டு, கால்வாய் நிலைமையெல்லாம் பாழா போச்சு. இப்போ அதைப் பாக்க ஆளில்ல. நாமேதான் அதைப் பராமரிக்கணும் போல இருக்கு. பஞ்சாயத்து இருந்திருந்தால், இப்படி ஆகியிருக்குமா?

ரேக்கா: நிச்சயமா நடந்திருக்காது. யாராவது குழந்தைங்க வாயில புல்லைச் செருகுவாங்களா? மழை அதிகமானால், நீர் வெளியேற கால்வாய் இல்லை; மழை போதுமான அளவு இல்லாதபோது, தண்ணியத் தேக்கி வைக்க அணை இல்ல. பயிரெல்லாம் காய்ஞ்சு போகுது.

முன்ஷி: கம்பெனி பஞ்சாயத்து முறையைக் குலைத்து விட்டு, அந்த வேலையை ஜமீந்தாருங்ககிட்ட கொடுத்திருச்சு.

ரேக்கா: அவங்க செய்யற லட்சணம்தான் தெரியுதே.

முன்ஷி: நான் ஒரு ஜமீன்தார் போடற உப்பைச் சாப்பிடறேன். மஷ்ராக்கோட ஜமீன்தார்கிட்ட வேலை பாக்கறேன். ஆனா, நாம் செய்யும் அநீதிக்கு விலை கொடுத்துதான் ஆகணும். என்னையே எடுத்துக்கோங்க... எனக்கு ஏழு பிள்ளைகள் பிறந்தாங்க. கண் முன்னால் இளம் காளைகளாக வளர்ந்து மாண்டு விட்டார்கள். எல்லோரும் போயிட்டாங்க, ரேக்கா!

அவர் கண்ணீர் விட்டார்; எல்லோரும் அவரைப் பரிவுடன் பார்த்தனர்.

முன்ஷி: ஆமா, ரேக்கா! எல்லாரும் போயிட்டாங்க. இப்ப, ஒரு வாய் தண்ணி கொடுக்க என் வீட்டில ஒரு குட்டிப் பெண் கூட இல்ல. என்னோட எசமான், அந்த தாசி சப்ராவைக் கண்டதில இருந்து நிலையிலேயே இல்ல. அவரோட ஆண்குறி தொங்கியே போச்சு. அவங்க

வீட்டு காவல்காரன்தான் அந்த வீட்டுல பொறந்த பையன்களோட அப்பா. என்னவோ போ!

ரேக்கா: இப்ப பெரிய மனுசங்க நிறைய பேருக்கு இந்த கதிதான்.

சோபரான்: எங்கள் நிலம் போச்சு; கிராமம் துண்டுதுண்டா சிதறிடிச்சு; ஏழு கடல் தாண்டி வந்த கொள்ளையர் எங்களுக்கு நடுவிலயே திருடர்களை நட்டு வச்சிட்டாங்க; எங்க பஞ்சாயத்து போச்சு; விளையற கொஞ்சம் பயிரையும் பிடுங்கறாங்க; எப்பவாவது மழை பொய்க்காம பெய்யும்போது கிடைக்கற சாப்பாடு ஜமீன்தார், அவரோட கூலிப்படை, அதிகாரிகள், கணக்கர் கையில் இருந்தெல்லாம் தப்பினாதான் நமக்கு.

முன்ஷி: கணக்கர்களின் கொள்ளை பற்றி நான் நன்கு அறிவேன். ஜமீன்தார், அவருக்கு எட்டணாதான் கூலி கொடுக்கிறார், ஒரு மாசத்துக்கு. அதை வச்சு தொண்டையையாவது நனைக்க முடியுமா? சொல்லுங்க. அது அவருக்கும் தெரியும்.

ரேக்கா: முன்ஷிஜி! நல்லாவே தெரியும். எல்லாம் பார்த்துக்கிட்டே, குருடா இருக்காங்க. கம்பெனி பகதூர் முதல் கொள்ளைக்காரன்; அவன் ஜமீந்தாரை எங்களைத் திருட ஏவி விடுகிறான்; அவர் நிறைய சின்னச்சின்ன திருடர்களை அனுப்பறாரு. எங்கள் முதுகு தாங்குமா, இத்தனை பேருக்குக் கீழே வாழ?

சோபரான்: ரேக்கா! இதை வாழ்க்கை என்று சொல்ல முடியுமா? தயாள்பூர்ல வயிறு நிறைய உண்டு, நல்ல உடை உடுத்தி வாழும் யாராவது இருக்காங்களா?

முன்ஷி: அதைப் பற்றி கம்பெனிக்கு என்ன கவலை? அது வருவாய் எவ்வளவு என்று தீர்மானிக்குது. அதைக் கட்ட வேண்டிய நாளில் ஜமீன்தார் சப்ராவைப் பார்த்து பணமா செலுத்திட்டு வருவார். கம்பெனிக்கு குறிச்சது கிடைச்சுரும். தயாள்பூர் விவசாயிகள் வாழறாங்க, சாகறாங்க என்பதெல்லாம் பற்றி அவங்களுக்கு அக்கறை இல்லை; நீங்க முழுமையா கட்டலன்னா, ஜமீன்தார் உங்களை வெளுத்து வாங்குவாரு. அவர் உங்ககிட்ட வாங்கர அஞ்சு பணத்தில, கம்பெனிக்கு

ஒரு பணம் குடுத்திட்டு, மீதி நாலை தின்னு செரிப்பாரு.

ரேக்கா: அய்யோ கடவுளே! நீ தூங்கிட்டியா? இல்ல, எங்களை கைவிட்டுட்டியா! நாங்க எல்லாம் இப்படி நாசமாக்கப் படறோமே! எங்களுக்கு நியாயம் கிடைக்க ஒரு வழி பண்ணக் கூடாதா?

சோபரான்: நாமதான் நாசமா போயிட்டோம். பன்னிரு பர்கானா மாவட்டத்தில, விவசாயிகள் ஒண்ணா சேர்ந்து ஜமீன்தாரை எசமானனாக ஏற்க மாட்டோம் என்று மறுத்து இருக்காங்க. நேரா சப்ராவுக்குப் போய் கம்பெனி துரைகிட்டே சொல்லி இருக்காங்க: "எங்கள் பஞ்சாயத்து உங்களுக்குப் பணம் கட்டும். இடையில, இந்த ஜமீந்தாரை நாங்கள் ஏற்க மாட்டோம்" அதுக்கு, துரை என்ன கேட்டாராம் தெரியுமா? "வறட்சி, வெள்ளம் வந்தாலும் நீங்க எங்கள் வரியைக் கட்டுவீங்களா?" என்றாராம். அந்த மாதிரி நேரத்தில குழந்தைகள் உயிரைக் காப்பாத்தறதே சிரமம். அந்தப் பரங்கி துரைக்கு எந்த சாமி பயமும் இல்ல போலிருக்கு. வாய் கூசாம கேட்டானாம். அதுமட்டும் இல்ல, ரேக்கா! "நீங்கள் எல்லாம் பஞ்சைப் பராரிங்க. நீங்கள் கப்பம் கொடுக்கலன்னா உங்க கிட்ட இருந்து பிடுங்க என்ன இருக்கு? அதனால்தான், கம்பெனி மதிப்பும் பணமும் கொண்டவங்கள ஜமீனாக ஆக்கறோம். எங்களுக்கு கட்ட வேண்டியதை கட்டலன்னா, இருக்கிறத எல்லாம் கம்பெனி எடுத்துக்கும்; மானம் மரியாதை எல்லாம் போயிடும்னு அவங்களுக்குப் பயம் இருக்கும்" என்று சொன்னாங்களாம்.

ரேக்கா: அதான், அவங்க உடம்பெல்லாம் தொழுநோயில் புழுத்துப் போகுது. இரக்கம் இல்லாத பாவிகள்.

சோபரான்: பன்னிரு பர்கானா மாவட்ட விவசாயிகளுக்கு ஆதரவாக யாரும் வரல; ஆனாலும், அவங்க உயிரைப் பணயம் வச்சாங்க. கம்பெனிக்குத் துணிவு இருந்தால், நேரா நின்னு திருப்பித் தாக்கறவங்களோட சண்டை போட்டிருக்கும். அந்த விவசாயிங்ககிட்ட சில துப்பாக்கிங்க இருந்தது; கம்பெனி ஆளுங்ககிட்ட பீரங்கி இருந்தது. என்ன பண்ணிச்சு கம்பெனி!

எங்கிருந்தெல்லாமோ வெள்ளை, பழுப்புத் தோல் கொண்ட படைகளை அந்த மாவட்டத்தில் இறக்கியது. அவங்க கிராமம் கிராமமாக எரிச்சாங்க; பெண்கள், குழந்தைகளைக்கூட விட்டு வைக்கல. ஏழை சனம் என்ன பண்ணும், பாவம்!

மௌலா: ஹூம்... இப்படித்தான் நம்ம விவசாயம் பாழாயிடுச்சு. இப்ப, நம்ம நெசவாளர்களும் பட்டினி கிடக்கறாங்க. கம்பெனி துரை வெளிநாட்டில் இருந்து துணி கொண்டுவந்து விக்கறாங்க.

முன்ஷி: ஆமாம். அந்தத் துணி இயந்திரத்தில நெய்யப்படுவது. இந்தச் சட்டை அந்தத் துணிதான், பாருங்க. தக்களி, கைத்தறிய வச்சு இத்தனை மலிவா துணி நெய்ய முடியாது. அதனால், கௌரவமா ஆடை உடுத்த, இந்தத் துணியை வாங்க வேண்டி இருக்கு. ரேக்கா பகத்! பார்க்க மதிப்பா தெரியணும். ஏன் சிரிக்கிறீங்க? அதிகாரிகள் வீட்டில் இருக்கிற வரவேற்பறைக் கம்பளத்தில் உட்கார்ந்து பார்த்தால் தெரியும்.

ரேக்கா: முன்ஷி, நான் உங்கள் கௌரவத்தைப் பார்த்து சிரிக்கல. இந்தக் கம்பெனி துரை ஒரு அரசர், வியாபாரி - இரண்டும்! என்ன ஒரு அரசாங்கம்! அதை நினைச்சுதான் சிரித்தேன்.

போலா: சத்திய, திரேதா, துவாபர யுகங்கள் முடிந்து, கலியுகத்திலும் ஐந்தாயிரம் ஆண்டுகள் முடிந்து விட்டன. இந்த நீண்ட நெடிய காலங்கள் எதிலும் இப்படி ஒரு அரசாங்கத்தைக் கண்டதில்லை.

முன்ஷி: நஸீம் அரசவையில் இருக்கும் ஒரு முன்ஷி, கம்பெனி பரங்கியர் மட்டும் அடங்கியது என்று சொன்னார்; இன்னொருவர், வணிகத்திற்காக நாடு விட்டு நாடு வந்த பல பரங்கியர்களின் கூட்டு என்றார். முதலில் இங்குப் பொருட்களை வாங்கி அவர்கள் நாட்டில் விற்பனை செய்தார்கள். இப்போது இங்கிலாந்தில் பெரும் தொழிற்சாலைகள் தொடங்கி இருக்காங்க. அங்குச் செய்த பொருட்களை இங்கு விற்கிறாங்க.

மௌலா: அப்படின்னா, நமது நெசவாளர்கள் வாழ்வுக்கும் ஆபத்து வந்து விட்டது என்பது தெளிவாயிடுச்சு.

2

குளிர்காலத்தில் கங்கையின் நிறம் பச்சையாக இருக்கும். கங்கையின் நிதானமான போக்கு இன்னும் சோம்பலாக மாறும். படகுகளுக்கு மிகவும் பாதுகாப்பான காலம் அது. வணிகர்கள் தங்கள் வர்த்தகத்திற்கு ஏற்ற காலமாக அதனைக் கருதினர். கங்கைக்கரையில் நான்கைந்து மணி நேரம் அமர்ந்தால் நூற்றுக்கணக்கான பெரிய படகுகள் போவதைப் பார்க்கலாம். பெரும்பாலானவை கம்பெனி சரக்கை ஏற்றிக் கொண்டு போகும். இங்கிலாந்தில் இருந்து வரும் பொருட்கள் கங்கை ஆற்றின் மூலம் எடுத்துச் செல்லப்படும். பாட்னா, காஸிபூர், மிர்ஸாபூர் ஆகிய வணிக நகரங்களின் கரையில் இருந்து பார்த்தால், கங்கை ஆறு முழுதும் படகுகளால் நிறைந்து வழிவது போல இருக்கும்.

அப்படிப்பட்ட ஒரு படகு பாட்னாவில் இருந்து போய்க்கொண்டிருந்தது. இங்கிலாந்திற்குச் செல்ல வேண்டிய வெடிஉப்பு, கம்பளங்கள் போன்ற பொருட்களைத் தாங்கியபடி கல்கத்தா நோக்கிச் சென்றுகொண்டிருந்தது. பயணம் ஒருவார காலம் எடுக்கும். தீன்கெளடி டேயும் கோல்மன்னும் தொடக்கத்தில் தயக்கங்கள் இருந்தாலும், ஒருவரை ஒருவர் நன்கு புரிந்து கொண்டனர். தீன்கெளடி முதலில் கோல்மன் அணிந்திருந்த செயற்கை சிகை, இறுகப் பிடித்த கால்சராய், தொங்கும் பொத்தான்கள், கருப்பு கோட்டு, வெண்மையான முகம் ஆகியவற்றால் வியப்பு அடைந்தாலும் பயப்படவும் செய்தார். ஆனால், கோல்மன் முதலில் பேச முயற்சிக்கத் தொடங்கியதும், தீன்கெளடிக்கு துணிவும் நம்பிக்கையும் ஏற்பட்டது. அவரோடு பேசியதில் இருந்து, கோல்மன் கம்பெனியை வெறுப்பவர்; கம்பெனி பிரதிநிதிகள் - உயர் பதவி அல்லது கீழ் நிலை - யாராக இருந்தாலும் அவர்களை ஏசுவதற்குத் தயங்காதவர் என்றும் தீன்கெளடிக்கு தெரிய வந்தது. கவர்னரானாலும் எதிர்க்கத் தயங்க மாட்டார் எனப் புரிந்து கொண்டார்.

தீன்கெளடியும் அதே போல கம்பெனி முகவர்கள் மீது காட்டமாக இருந்தார். அவர்களின் அலுவலகத்தில் இருபது ஆண்டுகள் எழுத்தராகப் பணியாற்றிய அனுபவம் அவருக்கு இருந்தது. ஏழைக் குடும்பத்தில் இருந்து வந்தவர்; சுயமரியாதை கொண்டவர்; மிக அதிகமாக ஆசைப்படாதவர். அவரது வாழ்க்கையைக் கழிக்கத் தேவையான அளவு வருமானம் ஈட்டி

இருந்தார். கட்டற்ற கொள்ளை நிலவிய காலத்தில் ஒரு பழைய கம்பெனி அலுவலரிடமிருந்து தீன்கௌடி பன்னிரு பர்கானா மாவட்டத்தில் நான்கு கிராமங்கள் அடங்கிய இடத்தைப் பெற்றிருந்தார். அரசாங்க வருமான அதிகாரியாகவும் பதவி கிடைத்தது. குத்தகையோடு ஒப்பிட்டால், இந்த வருமானம் மிகக் குறைவுதான். ஆனால், துரைக்கு இந்தக் கிராமங்கள் மீது பெரும் விருப்பம் இருந்தது. அதைப் பெறுவதற்காக தீன்கௌடி செய்த மாபெரும் பாவம் எத்தனை மறுபிறவி எடுத்தாலும் கழிக்க முடியாத கறை. துரையின் விருப்பத்தை நிறைவேற்ற அவர் அழகான இளம் பிராமணப் பெண்ணின் கைகளில் சங்கிலி மாட்டினார். இந்தத் துரைமார்களுக்கு அவர்கள் நாட்டுப் பெண்கள் உடன் வருவதில்லை. ஆறுமாத பயணத்தின் ஆபத்துகள் காரணமாக அவர்களது பெண்கள் எளிதில் உடன் வர மாட்டார்கள். தீன்கௌடி நாற்பத்து ஐந்து வயதானவர். கருத்த, கட்டுக் குலையாத உடல்வாகு கொண்டவர்; நல்ல உடல்நலத்துடன் இருப்பவர். இருந்தாலும் தினமும் காலையில் தன் முகத்தைக் கண்ணாடியில் பார்த்து கைகளை உற்றுப் பார்ப்பார். ஒவ்வொரு நாளும் தனது தோல் தொழுநோய் பிடித்து அழுகும் என்ற அச்சம் அவரை வாட்டியது. அவரது நினைப்பில் ஒரு பார்ப்பனப் பெண்ணின் மானத்தைக் குலைத்ததற்கு அதுதான் தண்டனை எனப்பட்டது. பரங்கித் துரைமார்களுக்குப் பணிந்து, அவர்களது அடி, உதை, இழிசொல், புலம்பல் ஆகியவற்றைப் பொறுத்துப் போவது இயலாமல் போயிற்று. அவரது குடும்பத்தார் அனைவரும் மறைந்து விட்டனர். எனவே, வேலையில் தொடரும் வயது இருந்தபோதும், பணித்துறப்பு செய்துவிட்டு, தனது ஊருக்குத் திரும்பிக் கொண்டிருந்தார். இருபது ஆண்டுகளாக அவர் அமைதியாக சகித்துக் கொண்டிருந்த அவமானங்கள் அவருள் கனன்று கொண்டிருந்தது. கோல்மன் தன்னைவிடக் கம்பெனி, அதன் பணியாளர்களுக்குப் பெரும் எதிரி எனத் தெரிய வந்ததும், கொஞ்சம் கொஞ்சமாக இருவரும் தங்கள் மனங்களைத் திறந்து உரையாடத் தொடங்கினர்.

“கிழக்கிந்தியக் கம்பெனி வணிகத்திற்காகத்தான் முதலில் தொடங்கப்பட்டது. ஆனால், அது இப்போது கொள்ளையடிக்கும் கம்பெனியாக மாறிவிட்டது. துரைகள் கூட்டம்கூட்டமாக இங்கு வந்து செல்வம் சேர்த்துக்கொண்டு விரைவில் வீடு திரும்பும் ஆசையுடன் வருகிறார்கள். மேலிருந்து கீழ் வரை அதுதான் துரைமார் கதை. க்ளைவ் அதைத்தான் செய்தார்; யாராலும் தடுக்க முடியவில்லை. வாரன் ஹேஸ்டிங் முழு ஆவேசத்துடன்

வேலை செய்தார். சேத்சிங்கின் மனைவிமார் பட்டினியில் சாவது பற்றிக்கூட அவன் கவலைப்படவில்லை. அவுத் நகர பேகம்களை பிச்சையெடுக்க வைத்தான். ஆனால், எங்கள் நாட்டில் உள்ளவர்கள் அவனை அப்படியே தப்பிக்க விடவில்லை. வருடக்கணக்கில் வழக்கு நடந்தது; இறுதியில் அவனுக்குத் தண்டனை கிடைக்கவில்லை என்றாலும் வழக்கை இழுக்கடித்ததில் அவனது செல்வம் கரைந்தது" என்றார் கோல்மன்.

"யார் வழக்கு போட்டார்கள் துரை?"

"இங்கிலாந்து பாராளுமன்றம். எங்கள் நாட்டில் அரசர் நினைத்தபடியெல்லாம் செய்ய முடியாது. அப்படி நடக்க நினைத்த ஒரு அரசரின் தலையை வெட்டிய கோடரியை இன்னமும் வைத்திருக்கிறோம். உங்கள் பஞ்சாயத்து போல, பாராளுமன்றம் என்பது ஒரு அவை. அதில் உள்ள உறுப்பினர்களை நாட்டில் உள்ள பணக்காரர்கள் தேர்ந்தெடுக்கிறார்கள். சில பெரிய நிலப்பிரபுக்களின் குடும்பங்களுக்கு பாராளுமன்றத்தில் இருப்பதற்கான உரிமை இருக்கிறது."

"அவர்கள் எத்தனை காலம் ஜமீந்தார்களாக இருக்கிறார்கள்?"

"இந்தியாவில் உள்ள பெரிய பெரிய பண்ணைகள் எங்கள் நாட்டில் இருப்பதைப் பார்த்து உருவாக்கப்பட்டவை. அங்கு கிட்டத்தட்ட ஒரு நூற்றாண்டாக அவர்கள் பண்ணைகளை விரிவுபடுத்திக்கொண்டே இருக்கிறார்கள். அங்கும் விவசாயிகளை கட்டாயமாக வெளியேற்றி இருக்கிறார்கள். இங்குப் பண்ணைகளை உருவாக்கிய துரையோட பெயர் என்ன, தெரியுமா?"

"தெரியும். காரன்வாலீஸ்."

"இங்கிலாந்தில் உள்ள மிகக் கொடுமையான ஜமீந்தார் அவன். நிலம் மக்களுக்குச் சொந்தமாக இருந்தால் பஞ்சம், ஆற்று அல்லது மழை வெள்ளம் போன்றவை ஏற்பட்டால், அவர்களிடம் இருந்து தனக்குரிய வருமானத்தைப் பிடுங்க முடியாது என்பதைக் கண்டான். அதோடு, கடல் கடந்து அறியாத நாட்டுக்கு வரும் வெள்ளையருக்கு இங்குச் சில நண்பர்கள் வேண்டும்; அந்த நண்பர்களின் நோக்கம் ஆங்கிலேயருடன் பிணைந்திருக்க வேண்டும் என்பதை உணர்ந்து கொண்டார். ஜமீந்தார்கள் வெள்ளைக்காரர்களின் கண்டுபிடிப்பு. வெள்ளையருக்கு எதிராக விவசாயிகள் கிளர்ந்து எழுந்தால், அதில் ஜமீந்தார்களும் பாதிக்கப்படுவார்கள். அவர்களது பண்ணை, செல்வம், மதிப்பு எல்லாம் போய்விடும் என்ற அச்சம்

அவர்களுக்கு இருக்கிறது. எனவே, சிறு விவசாயிகளுக்குப் பதிலாக ஐம்பது கிராமங்கள் இணைந்த பெரிய ஜமீன்களை உருவாக்குவது வெள்ளையர்களாகிய எங்களுக்குப் பாதுகாப்பு - நல்லகாலமாக இருந்தாலும் சரி, கெட்ட காலத்திலும் சரி. அதனால்தான் எந்தவித நேர்மையும் இல்லாத காரன்வாலீஸ் இங்கிலாந்தில் இருந்து வந்து விவசாயிகளை கடுமையாக ஒடுக்கினார்."

"மக்களை ஒரு வழி பண்ணிட்டான்" என்று தனது பண்ணையில் இருந்த விவசாயிகளை நினைத்தபடி தீன்கௌடி சொன்னார்.

"உலகம் முழுதும் மக்கள் இந்த ஜமீந்தார்களால் சுரண்டப்படுகிறார்கள். ஆனால், இனியும் அது செல்லாது."

"எப்படி, துரை?"

"சில ஆண்டுகளுக்கு முன்பு பிரான்ஸில் ஒரு புரட்சி நடந்தது. அதில் அவர்கள் தங்கள் நாட்டு அரசன், அரசி, நிறைய ஜமீந்தார்கள் எல்லாரையும் தலையைக் கொய்து தண்டித்தார்கள். நில உரிமை என்ற பெரும் நிறுவனத்தை முடிவுக்குக் கொண்டுவந்து விட்டார்கள். எல்லோரையும் சக மனிதர்களாக நடத்தினார்கள். சுதந்திரம், சமத்துவம், சகோதரத்துவம் என்ற கொள்கையை அறிவித்தார்கள். அப்போது நான் பிரான்ஸில் இருந்தேன் தீன்! மக்கள் தங்களது மூவண்ணக் கொடியை அரண்மனைகளில் ஏற்றியதை என் கண்ணாலேயே பார்த்தேன். இப்போது இங்கிலாந்தில் உள்ள அரசரும், பெரும் தனவான்களும் நடுக்கத்தில் இருக்கிறார்கள். இங்கிலாந்திலும் பிரான்சில் நடந்தது போலவே நடந்திருக்கும். ஆனால், நமது கெட்ட காலம், ஒரு விடயம் அவர்களைக் காப்பாற்றி விட்டது."

"என்னது அது?"

"இங்கிலாந்தின் தொழிற்சாலைகளில் உற்பத்தி செய்யப்படும் பொருட்கள் இந்தியச் சந்தையில் எப்படிக் குவிக்கப்படுகின்றன என உனக்குத் தெரியும். இங்குள்ள நெசவு, நூல் தொழிலாளர்கள் வேலையின்றித் தவிக்கிறார்கள். ஆனால், எங்கள் நாட்டில் ஜமீந்தார்களின் கொடுமையால் பட்டினி கிடந்த மக்களுக்கு ஆலை முதலாளிகள் வேலை கொடுக்கிறார்கள். அவர்கள் உருவாக்கும் பொருட்கள் இங்கு விற்கப்படுகின்றன. முன்பெல்லாம், எங்கள் நாட்டில் எல்லா வேலைகளும் கைத்தொழிலாக இருந்தன. இப்போது நீராவி இயந்திரங்கள் உள்ளன. விசைத்தறிகளில் நெய்யப்படும்

துணி மலிவாகக் கிடைக்கிறது. அதனால், இந்த நாட்டின் கைவினைஞர்கள் வாழ்க்கை பாழாகிவிட்டது. இங்கிலாந்திலும் அப்படித்தான்! ஆனால், அங்குத் தொழிற்சாலைகளில் வேலைக்குப் போய் வயிற்றை நிரப்பலாம். இந்த ஆலைகள் இல்லாவிட்டால் இங்கிலாந்திலும் பிரான்ஸில் நடந்தது போல நடந்திருக்கும். ஒரு மனிதன் மனிதனாக வாழ வேண்டும். சக மனிதரை விலங்கினம் போல நடத்துபவர், அவரது குடும்பம் அனைத்தும் மிருகங்களாகத்தான் இருக்க வேண்டும்."

"உண்மைதான். எனது அடிமைகள், பணியாட்களை நான் மனிதர்களாக நினைத்ததே இல்லை. ஆனால், பரங்கித் துரைமார் என்னை அப்படி நடத்தும்போது, சக மனிதரை இழிவாக நடத்துவது எவ்வளவு காட்டுமிராண்டித்தனம் எனப் புரிகிறது."

"இங்கிலாந்தில் அடிமை முறையை ஒழிக்க நிறைய முயற்சிகள் மேற்கொள்ளப்படுகின்றன."

"அங்கும் அடிமை முறை உண்டா?"

"உலகின் பல இடங்களில் இருந்து ஆண்களும் பெண்களும் விற்கவும் வாங்கவும் படுகிறார்கள். அந்தக் கொடுமையை அடியோடு ஒழிக்க இங்கிலாந்தில் விரைவில் சட்டம் இயற்றப்படும் என நம்புகிறேன்."

"இந்த அடிமைகளை வைத்திருக்கும் பணக்காரர்கள் என்ன ஆவார்கள்?"

"அவர்களில் பலர் இதற்கு எதிராக இருக்கிறார்கள். அவர்கள்தானே எங்கள் பாராளுமன்றத்தில் எண்ணிக்கையில் அதிகம்! ஆனால், அதில் கூடப் பலர் அடிமை முறை கொடுமையானது என்பதை ஏற்கத் தொடங்கி விட்டனர். மனித சதையை வணிகம் செய்யும் கொடூரம் இது! அடிமை முறை ஒழிப்பை ஆதரிப்பவர்களும் அதனைப் பாவச்செயல் என்பதனால் ஆதரிக்கவில்லை; தொழிற்சாலைகளில் நிறுவப்பட்டுள்ள பெரும் உருக்கு இயந்திரங்களை இயக்க இந்த அடிமைகளுக்குப் பயிற்சி கிடையாது. அடிமைகளிடம் நுண்ணிய வேலைகளை ஒப்படைக்க முடியாது என்பதை நீங்களும் அறிவீர்கள். அதிலும் ஒரு மனிதனின் வாழ்வும் சாவும் உனக்கு ஒரு விளையாட்டாக இருந்தால், அந்த மனிதன் உன்னை எப்போது காயப்படுத்தலாம் என்று காத்துக் கொண்டுதான் இருப்பான்."

"ஒரு அடிமைப் பெண்ணையும் அவளது குழந்தைகளையும் பிரித்து விற்பதைப் பார்க்கும்போது எனக்குத் தாங்கவே முடியாது."

"அதைப் பார்த்து கொதிக்காமல் இருந்தால், அவன் மனிதனே அல்ல, தீன்."

"நீங்கள் சொன்ன பிரான்ஸ் பற்றிச் சிந்தித்துப் பார்க்கிறேன். அரசர் இல்லாத ஒரு ஆட்சி... அந்த அரசாங்கத்தை எப்படி அழைப்பார்கள்?"

"குடியாட்சி."

"முடியாட்சியைவிட அது நல்லதா?"

"மிகச் சிறந்த முறை அதுவாகத்தான் இருக்கும். அரசர்கள், இளவரசர்கள், இளவரசிகள், பிற மேல்குடி பெண்கள் ஆகியோர் நாட்டின் வருமானத்தில் பெரும்பகுதியை விழுங்கி விடுகிறார்கள். ஒரு பிரதிநிதித்துவ அரசாங்கம் அரசனைக் காட்டிலும் நீதி, பாரபட்சமின்மை, மக்கள் நலன் ஆகியவற்றில் கவனம் செலுத்தும்."

"என்னுடைய கிராமத்தில் பஞ்சாயத்து முறை இருந்தபோது பார்த்திருக்கிறேன். நிச்சயமாக எல்லோருக்கும் நல்ல நியாயம் கிடைத்தது; எவரும் சட்டச் செலவுகளில் மூழ்கி அழியவும் இல்லை. ஆனால், காரன்வாலீஸ் நியமித்த ஜமீன்கள் வந்ததும் பஞ்சாயத்துகள் அழிக்கப்பட்டு, மக்கள் நலிந்து போய் விட்டனர்."

"மிகவும் சரி தீன்! பிரெஞ்சு மக்கள் குடியரசைவிட மேலான நோக்கங்களைக் கொண்டு செயல்பட்டனர். அனைத்து மக்களும் சுதந்திரம், சமத்துவம், சகோதரத்துவத்துடன் வாழ வகை செய்ய வேண்டும் எனக் கருதினார்கள்."

"இந்த நாட்டிற்கும் அது பொருந்துமா?"

"ஏன்? நீங்கள் மனிதர்கள் இல்லையா?"

"துரைகள் கணிப்பில் நாங்கள் மனிதர்களாக வாழப் பிறந்தவர்கள் அல்ல."

"சுதந்திரம், சமத்துவம், சகோதரத்துவம் உலகம் முழுதும் உருவாக்கப்பட்டால்தான் மனிதர்கள் மனிதர்களாக இருக்க முடியும் - அவர்கள் கறுப்பர் ஆனாலும், சரி, வெள்ளையர் ஆனாலும், சரி. கொடும்பாவி காரன்வாலீஸ் தனது வெள்ளைக்கார விவசாயிகளைக்கூட மனிதர்களாகக் கருதவில்லை. பிரான்ஸில்

அரசரும், பிரபுக்களும் கொல்லப்பட்டார்கள்; ஆனால், கிழக்கிந்திய கம்பெனியை ஒத்த வணிகர்கள் கையில் அதிகாரம் போனது. எனவே மூவண்ணக் கொடி நிறைவாகப் பறக்க முடியவில்லை."

"அப்படியானால், பிரான்ஸில் அரச குடும்பத்திற்குப் பதிலாக வணிகர்கள் முடி சூடிக் கொண்டார்கள், அப்படித்தானே?"

"ஆம். இங்கிலாந்தில் உள்ள வணிகர்களும் கலகம் செய்கிறார்கள். கடல் கடந்து இந்தியாவில் ஆட்சி செய்ய முடியும்போது, ஏன் உள்நாட்டில் செய்யக் கூடாது என்று கிளம்புகிறார்கள். அரசரை ஒழிக்காமல், அரசியல் அதிகாரத்திற்கு வர விரும்புகிறார்கள்."

"இங்கிலாந்தில், அரசர் தனது அதிகாரத்தை வணிகர்களுடன் பகிர்ந்து கொள்கிறார் என்கிறீர்களா?"

"ஆமாம். இங்கு, வெள்ளைக்கார வணிகர் கூட்டம் செய்யும் தில்லுமுல்லுகளை நான் பார்த்திருக்கிறேன். எனக்கு இந்த நாட்டைப் பார்க்க ஆவலாக இருந்தது; அதனால் வாய்ப்பு கிடைத்தவுடன் கம்பெனியில் வேலைக்குச் சேர்ந்தேன். அவர்களிடம் வேலைக்குச் சேராவிட்டால், இந்தப் பணம் பிடுங்கிகள் என்னை அய்யத்துடன் பார்ப்பார்கள்; இங்குப் பயணங்கள் செய்வது சிரமமாக இருந்திருக்கும். இரண்டு ஆண்டுகளாக கம்பெனியில் இருக்கிறேன். நரகத்தில் இருப்பது போல உள்ளது."

"துரை! நல்ல மனிதர்களுக்கு இது நரகம்தான். செல்வத்தைக் குவிப்பதற்காக எந்தக் குற்றத்தைச் செய்யவும், எல்லா அவமானங்களையும் பொறுத்துக் கொள்ளவும் தயாராக இல்லையென்றால், இங்கு இருக்க முடியாது. நான் செய்த பாவத்திற்காக, காரன்வாலீஸின் அதிகாரி ஒருவர் எனக்கு நான்கு கிராமங்களைக் கொடுத்தார். அதற்கான தண்டனையை நான் அனுபவித்து விட்டேன். என் மனைவியும் குழந்தைகளும் காலரா நோயில் மாண்டனர். அந்தப் பண்ணையை நினைத்தாலே எனக்கு நடுங்குகிறது. சுதந்திரம், சமத்துவம், சகோதரத்துவம் மேலோங்கி அதிகாரத்தைப் பெற்றால்தான் இந்தப் பூமியில் ஒரு விண்ணுலகை உருவாக்க முடியும்; மனிதம் சீரழியாமல் காக்கப்படும் என்று நான் நம்புகிறேன்."

"தீன்! அதனை ஏற்பதாலோ, வரும் என்று நம்புவதாலோ மட்டும் அது வந்துவிடாது. பிரான்ஸில் நடந்தது போல ஆயிரக்கணக்கானோர் தியாகம் புரிய வேண்டும்; அமைதியான

தியாகங்கள் மூலம் அதைச் சாதிக்க முடியாது. எத்தனை சிப்பாய்கள் ஆங்கிலேயரது நலனுக்காகத் தம்மைத் தியாகம் செய்கிறார்கள்! அதற்குப் பதிலாக, அவர்கள் தமது நலனுக்காகத் தியாகம் செய்யக் கற்றுக்கொள்ள வேண்டும். தங்கள் முழு உணர்வோடு, கண்கள், காதுகளைத் திறந்து வைத்துக்கொண்டு வர வேண்டும்."

"என்ன சொல்ல வருகிறீர்கள்?"

"இந்தியர்கள் உலகைப் பற்றி அறிய வேண்டும் என்கிறேன். அறிவியல் மனிதகுலத்திற்கு அதிகாரத்தை வழங்குகிறது. அறிவியல் மூலம் வெடிகுண்டுகளையும், துப்பாக்கிகளையும் கண்டுபிடித்து தம்மை வலிமையாக ஆக்கிக் கொள்கிறார்கள். இந்த அறிவியல், உங்கள் நகரங்களைப் பாழாக்கிவிட்டு, இங்கிலாந்தில் புதிய நகரங்கள் உருவாக்கவும், புதிய தொழிற்சாலைகள் அமைக்கவும் உதவுகிறது. நீங்களும் அறிவியலின் பலனைப் பெற கற்றுக் கொள்ள வேண்டும்."

"பிறகு?"

"பிறகென்ன? தீண்டாமையை முற்றாக ஒழித்துவிட்டு, சாதிப் பிரிவினைகள் இல்லாமல் செய்ய வேண்டும். இந்து, முஸ்லிம் மக்களிடையே பிளவுகள் இன்றி வாழ வேண்டும். இன்னொரு மனிதனிடம் இருந்து உணவைப் பெற்றால் அசுத்தம் அடைவதாக நாங்கள் சொல்கிறோமா?"

"இல்லை."

"ஆங்கிலேயர் மத்தியில் பணக்காரர் - ஏழை என்ற வேறுபாடு தவிர வேறு சாதிப் பிரிவுகள் இருக்கிறதா?"

"இல்லை. வேறென்னவெல்லாம் நாங்கள் செய்ய வேண்டும்?"

"விதவைகளை எரிப்பது...? அதை ஒழித்துக் கட்ட வேண்டும். ஒவ்வொரு ஆண்டும் ஆயிரக்கணக்கான பெண்களைக் கொளுத்துவதைக் கடவுள் மன்னிப்பாரா?"

தீன்கௌடியும் கோல்மன்னும் கல்கத்தாவில் பிரியாவிடை பெற்றனர். கோல்மன், "நண்பா! பத்தொன்பதாம் நூற்றாண்டில் நுழைகிறோம். உலகம் தலைகீழாக மாறுகிறது. அந்த மாற்றத்தில் நாமும் பங்கெடுக்க வேண்டும். முதலில் அச்சு இயந்திரங்களை நிறுவி செய்தித்தாள்கள் மூலம் உலக நடப்பை மக்களுக்குத் தெரியப்படுத்த வேண்டும்."

3

இவ்வருடம் மழை பொய்த்தது. வைகாசியில் கருகிய பயிர்கள் மீண்டும் உயிர்க்கவில்லை. கோடை காலப் பயிர்கள், வசந்தகாலப் பயிர்கள் எதுவும் மிஞ்சவில்லை. ஒரு பிடி உணவு கிடைக்காமல் மக்கள் குடும்பம் குடும்பமாக பஞ்சம் பிழைக்க இடம் பெயர்ந்தனர்; அல்லது மாண்டனர். துரதேகம் ஏரி வறண்டது. அதன் மடியில் சுற்றுவட்டாரம் பல மைல் தூரத்தில் இருந்த கிராமங்களில் இருந்து மக்கள் வரன்முறையின்றி இறங்கினர்; தாமரைத் தண்டுகள், வேர்களைப் பிடுங்கிப் பசியாற போட்டியிட்டனர். அவர்களுக்குள் மோதல் ஏற்பட்டால் அடித்துக்கொண்டு செத்தனர்.

அடுத்த ஆண்டு ரேக்கா முதல் போகம் கேழ்வரகு அறுவடை செய்தபோது, மாங்கரி அருகில் வந்தால், ரேக்கா அவளை வியப்புடன் பார்த்தான். கடந்த ஆண்டு உலகம் முழுதும் புரியாத புதிராக இருந்தது. பல குடும்பங்களில் பலவித சாவுகள் நடந்தன. பல சிதறிப் போயின. ரேக்காவிற்கு அவனும் மனைவி மாங்கரியும் தங்கள் உடலையும் உயிரையும் எப்படிப் பாதுகாத்துக் கொண்டோம் என்பது வியப்பாக இருந்தது. இருவரும் இணைபிரியாது இருந்தனர். ரேக்கா துரதேகம் ஏரிக்கு நன்றிக்கடன் பட்டிருப்பதாக நினைத்தான்.

போதுமான மழை இன்றி பஞ்சங்கள் வந்ததுண்டு. ஆனால், விவசாயிகள் இத்தகைய கொடுமையை இதுவரை அனுபவித்ததில்லை. முன்பு அரசாங்கம், இது போன்ற காலங்களில் தனக்கான வருமானத்தைக் குறைத்துக் கொண்டது; கம்பெனி ஆட்சியில், ஜமீந்தார்களின் கொடிய நடைமுறை கூடுதலாக வருத்தியது. ஜமீன்களின் காவலர்கள் கண்ணில் இருந்து கூரையில் படரும் பரங்கிக்காயைக்கூட மறைக்க முடியவில்லை. விவசாயி தனது அறுவடையில் கிடைப்பதைக் கொண்டு ஒன்றரை மாதம் கூட வாழ முடியவில்லை. அவன் எப்படிப் பஞ்சத்திற்குச் சேமிக்க முடியும்?

மார்கழி மாதம் மாங்கரி ஒரு மகவைப் பெற்றெடுத்தபோது ரேக்காவின் வியப்பு கூடியது. அவனுக்கு ஐம்பது வயது; மாங்கரிக்கு முப்பது வயது என்பதனால் அல்ல; அவர்களுக்கு முன்பும் குழந்தைகள் பிறந்து இறந்திருக்கின்றன. ஆனால், கொடும் பஞ்ச காலத்தில் மாங்கரி இன்னொரு உயிரைச் சுமந்து பெற்றிருக்கிறாள் என்பது அதிசயமாகப் பட்டது. ஒவ்வொருவரும், தனது தசையை எலும்புடன் வைத்துக் கொள்ளவே போராட வேண்டி இருந்தது. வறண்ட பஞ்ச காலத்தில் பிறந்தான் என்பதால் அவனுக்கு சுகாரி என்று பெயரிட்டான் ரேக்கா.

தை மாதம் ராம்பூரில் இருந்து தனது குதிரை, யானை, காப்பாளர், அதிகாரிகள் புடை சூழ ஜமீன்தார் தயாள்பூர் வந்து சேர்ந்தார். அவரது வீட்டில் ஒரு குழந்தைகூட பஞ்சத்தின் மத்தியில் உடல் எடை குறையவில்லை என்று ரேக்கா கேள்விப்பட்டான். அவர்கள் ஏழு வருடத்திற்கு முந்தைய விளைச்சலில் இருந்து சோறு உண்டார்கள். ஜமீனின் கச்சேரி தயாள்பூர் கிராமத்தின் மூலையில் இருந்தது. அதற்கு முன் இருபத்தைந்து ஏக்கர் மாந்தோப்பு இருந்தது. அந்த மரங்களுக்குத் தண்ணீர் பாய்ச்சி, குழி பறித்து பராமரிப்பது கிராமத்தவர்களின் கட்டாய வேலையாக இருந்தது. ஜமீன்தார் ஒவ்வொரு குடும்பத்திற்கும் ஐம்பது மாங்கன்றுகளை பொறுப்பாக ஆக்கியிருந்தார்; அதில் ஒரு கன்று வாடினால், அதற்கு ஒண்ணேகால் பணம் தண்டம் வசூலிக்கப்பட்டது.

இளந்தலைமுறை ஜமீன்தாரின் ஆடம்பரங்கள் எப்போதும் இருந்தவை என நினைக்கத் தொடங்கி விட்டனர். அவர்களுக்கு ரேக்கா, சோபரான் போன்றவர்கள் சொல்லும் பஞ்சாயத்துக் காலம் வினோதக் கதை போலத் தோன்றியது. பஞ்சத்திற்குப் பிறகு கைக்கூலிகளின் கொடுமை அதிகரித்தது; விவசாயிகளை அடக்க பஞ்சம் உதவியதாக அவர்கள் கருதினர். அதன்மூலம், எசமானனின் அதிகாரத்தை வலுப்படுத்த முடியும் என்றும் நினைத்தனர். மார்கழி மாதத்தில் ரேக்காவின் கூரை மீது பரங்கி பூக்கத் தொடங்கியது; அப்போதிலிருந்து, ஜமீனின் கைக்கூலிகள் சுற்றிச் சுற்றி வந்தனர். பஞ்சம் ரேக்காவை கோவக்காரனாக ஆக்கிவிட்டது என்று ஊரில் எல்லோரும் சொன்னார்கள். அவனுக்கு அது உண்மையெனத் தோன்றவில்லை; ஆனால், அதுதான் நிசம். பிற கிராமத்தவர்கள் முன்பு இருந்ததைவிட இளைத்துப் போயினர். ரேக்கா ஒப்பீட்டளவில், நல்ல உடல் வலுவுடன் இருந்தான். வெறித்தனமான கோவமும் அவனுள் இருந்தது. காவல்காரர்கள் தனது குடிசைக்கருகில் இருப்பதைக் கண்ட ரேக்காவிற்கு கடும் கோபம் வந்தது. ஆனால், தனது உணர்வுகளை வெளிக்காட்டவில்லை.

ஒரு நாள் ஒருவன் கூரையில் ஏறி காயைப் பறிக்கப் போனான். ரேக்கா வீட்டினுள் குழந்தை சுகாரியைக் கொஞ்சியபடி இருந்தான். ஆள் அரவம் கேட்டதும் ரேக்கா குழந்தையைப் பாயில் கிடத்தி விட்டு வெளியே போனான். கூரை மீது பரங்கிக்காய்களைப் பறித்துக் கொண்டிருப்பதைக் கண்டான். மூன்று காய்களைப் பறித்துவிட்டு நான்காவதைப் பறிக்க முனைந்து கொண்டிருந்தான். ரேக்காவிற்கு சினம் தலைக்கு ஏறியது. கிராமம் முழுதிற்கும் கேட்பது போல உரக்கக் கூவினான்:

“யாருடா அது?”

“பாத்தா தெரியல? திவானுக்கு காய்கள் பறிச்சிட்டு இருக்கேன்” என்று தலையைத் திருப்பிக்கூடப் பார்க்காமல் அலட்சியமாகச் சொன்னான் காவல்காரன்.

“தோலை உறிச்சிடுவேன்; மரியாதையா இறங்கு கீழே.”

“யாருகிட்ட பேசறேன்னு தெரிஞ்சுதான் பேசறியா? நானு ஜமீன் வீட்டுக் காவலன்.”

“அதெல்லாம் எனக்குத் தெரியும். காயை வச்சிட்டு இறங்கு.”

காவல்காரன் அமைதியாக இறங்கி விட்டான். அதைக் கேட்ட திவான் அப்போதைக்கு தன் கோவத்தை அடக்கிக் கொண்டார். தை மாதம் ஜமீன்தார் வரும் வரை எதுவும் செய்யவில்லை. அவர் வந்ததும், அதே காவல்காரன் ரேக்காவின் வீட்டிற்கு வந்து, “நாளையில் இருந்து நீ எசமானுக்கு இரண்டு படி பால் கொடுக்கணும்” என்றான்.

“எங்கிட்ட பசு, எருமை எதுவும் இல்ல. எனக்கு எங்கிருந்து பால் கிடைக்கும்?”

“எங்கிருந்தாவது கொண்டு வா. எசமான் ஆணை.”

திவானுக்கு ரேக்காவிடம் மாடுகள் இல்லை என்பது தெரியும். ரேக்காவை மட்டம் தட்ட இதைப் பயன்படுத்திக் கொண்டார். அன்று மாலை, ஜமீன்தாரிடம் ரேக்காவின் கலகக் குணத்தைச் சொன்னார்; கிராமம் முழுதும் அக்குணம் தொற்றியிருப்பதாகவும் வத்தி வைத்தார். அன்றிரவே, ஜமீன்தார் ஒரு முடிவுக்கு வந்தார்.

மறுநாள் காலை, ரேக்காவிடம் இருந்து பால் வரவில்லை. பணியாட்கள் அவன் வீட்டுக்குப் போய்க் கேட்டபோது, ரேக்கா தன்னிடம் மாடுகள் இல்லை என்பதைத் திருப்பிச் சொன்னான். உடனே, ஜமீன்தார் ஐந்து குண்டர்களை அழைத்தார். “போய் அவன் பொஞ்சாதிகிட்ட பால் கறங்க” என்றார்.

நிறைய கிராமத்தார்கள் அங்கு இருந்தார்கள். ரேக்காவைக் கைது செய்வார்கள் என்றுதான் அவர்கள் நினைத்தார்கள். ஐந்து குண்டர்களும் ரேக்காவைப் பிடித்துக் கட்டினார்கள்; இரண்டு பேர் வீட்டிற்குள் நுழைந்து மாங்கரியைப் பிடித்தனர். ரேக்காவின் சிவந்த கண்கள் எதுவும் செய்ய முடியாமல் கனன்று கொண்டு இருந்தன; அவர்கள் மாங்கரியின் முலைகளை இழுத்து அவள் அலற அலற, ஒரு சொட்டுப் பாலை கிண்ணத்தில் ஏந்தினர். பிறகு அவனைக் கட்டியபடி விட்டுவிட்டுப் போய்விட்டனர்.

மாங்கரி தலைகுனிந்து அவமானத்தில் குன்றினாள். ரேக்கா, ஒருவழியாக குரலை வரவழைத்துக் கொண்டு, "மாங்கரி! நீ அவமானத்தில் குன்ற வேண்டாம். நம்ம பஞ்சாயத்து மட்டும் இருந்திருந்தால், பேரரசர்கூட இந்த வேலையைச் செய்திருக்க மாட்டார். ஆனால், இந்தக் கொடுமைக்கு அவர்கள் பதில் சொல்லியாக வேண்டும். நான் ஆகிர் இனத்தைச் சேர்ந்தவன் என்பது உண்மையானால், அந்த திவான், ஜமீன் குடும்பத்தில் ஒருவர்கூட மிஞ்ச மாட்டார்கள். அழுவதற்குக்கூட எவரும் இருக்க மாட்டார்கள். என் கையாலேயே நான் பழி வாங்குவேன். வா, மாங்கரி! என் கட்டை அவிழ்த்துவிடு" என்றான்.

கண்ணீர் விட்டபடி, அவள் அவனது கட்டுகளை அவிழ்த்து விட்டாள். ரேக்கா வீட்டுக்குள் சென்று மகன் சுகாரியை மடியில் ஏந்தி முத்தமிட்டான்.

"மாங்கரி! தேவையானவற்றை எடுத்துக் கொண்டு உன் அம்மா வீட்டுக்குப் போ. நான் இந்த வீட்டை எரிக்கப் போகிறேன்."

அவனது குரலில் இருந்து அவன் சொல்வதைச் செய்வான் என்று புரிந்து கொண்டாள். குழந்தையோடு சில துணிமணிகளை எடுத்துக் கொண்டு அவன் காலில் விழுந்து வணங்கினாள்.

"பழிக்குப் பழி. உன் மானத்திற்காக மட்டும் அல்ல; இந்த கிராமத்தின் மரியாதையைக் காக்க. நீ கிளம்பு. நம் மகனிடம் அப்பா எப்படிப்பட்டவர் என்று சொல்லு. தாமதம் செய்யாதே. நான் தீயைப் பற்ற வைக்கப் போகிறேன்."

"மாங்கரி சற்றுத் தொலைவில் கூரை எரிவதைக் கண்டாள். கிராமத்தில் இருந்த எல்லோரும் ரேக்காவின் குடிசை நோக்கி வந்தார்கள். அவன் கையில் வாள் ஏந்தி ஜமீன்தாரின் கச்சேரியை நோக்கிப் போயக்கொண்டிருந்தான். உயிருக்குப் பயந்து காவல்காரர்கள் ஓடிவிட்டனர். ரேக்கா ஜமீன்தாரையும் திவானையும் துண்டாக்கினான்.

"படுபாவி, உங்களுக்கு அழ யாரும் இல்லை" என்று கத்தினான்.

தான் சொன்னதை ரேக்கா செய்து முடித்தான்.

காரன்வாலீஸ் இம்மாதிரி எத்தனை ரேக்காக்களை உருவாக்கிவிட்டான்.

18. மங்கள் சிங்

காலம் : பொ.ஆ. 1857

1

அவர்கள் இருவரும் கோட்டைச் சிறையைப் பார்க்கச் சென்றனர். அரசரின் எதிரிகள் வாழ்நாள் முழுதும் அடைக்கப்பட்டிருந்த கொட்டடிகளைப் பார்த்தனர். சித்திரவதைக் கூண்டுகள், கோடரி போன்ற ஆயுதங்கள் அங்குக் காட்சிப்படுத்தப்பட்டிருந்தன. மன்னர்கள் வாழ்வையும் சாவையும் கட்டுப்படுத்தும் எசமானர்களாக இருந்தனர் என்பதை அவை சொல்லின; உண்மையிலேயே அரசர்கள் கடவுளின் குழந்தைகளாக பூமியில் அதிகாரம் செய்கிறார்கள் என்பதைக் கண்டனர். ஆனால், அரசர் - அரசிகளின் தலைகள் துண்டாடப்பட்ட இடமும் அதற்கான ஆயுதமும்தான் அவர்களை உண்மையில் வெகுவாகக் கவர்ந்தன.

வழக்கம் போல, ஆனி ரஸலின் மென்கரங்கள் அவனது கைகளுடன் கோர்த்திருந்தன. ஆனால், இன்றைக்கு அதில் புதியதொரு தன்மை இருந்தது. அவள் கைகளில் இருந்து பாயும் கண்ணுக்குப் புலனாகாத சக்தி ஒன்று அவன் உடலெங்கும் பாய்வது போல இருந்தது. பதினொரு ஆண்டுகளுக்கு முன்பு 1854இல் மைக்கேல் பாரடே கண்டுபிடித்த மின்சாரம் பாய்வது போல இருந்தது.

“ஆனி, நீ மின்சக்தி கொண்ட மின்கலமா, பாட்டரியா?” என்றான் மங்கள் சிங்.

“ஏன் அப்படிச் சொல்ற மங்கள்?”

“அப்படித்தான் படுது எனக்கு. பதினாறு வருடங்களுக்கு முன்பு, நான் இங்கிலாந்தில் காலடி வச்சப்போ இருட்டில் இருந்து பளிச்சென்ற சூரிய ஒளியில் நுழைந்தது போல இருந்தது.

புதியதொரு உலகம் என் முன் விரிந்தது. விரியும் நிலப்பரப்பு அல்ல; எதிர் வரும் காலத்திற்கு இட்டுச் செல்லும் காட்சி. எத்தனையெத்தனை கண்டுபிடிப்புகள். புதிய வகை கிழங்குச் சக்கரை (1808), நீராவிக் கப்பல் (1712), இரயில் (1830), தீப்பெட்டி (1835), புகைப்படம் (1839), மின் விளக்கு (1844); ஆனால், நான் கேம்பிரிட்ஜ் பல்கலைக் கழகத்தில் சேர்ந்து அவற்றைப் படிக்கவும், பரிசோதனைக் கூடங்களில் இயக்கியும் பார்த்தபோது, எத்தகைய எதிர்காலம் காத்திருக்கிறது என்பதை உணர முடிந்தது."

"இங்கிலாந்திற்கு வந்தது இருட்டில் இருந்து வெளிச்சத்துக்கு வந்தது மாதிரி இருந்ததா? நிசமாவா?"

"நான் விவரித்தவற்றைப் பொருத்தவரை அப்படியே உண்மை. மற்றபடி, இந்தியாவில் இருந்து கிளம்பும்போது நான் வணங்கும் ஏசு கிறிஸ்துவை வழிபடும் நாட்டைப் பார்க்க வேண்டும்; எனது குடும்பம் இழந்த அரச குடும்பத்துப் பொக்கிஷங்களை மீட்க வேண்டும் ஆகிய இரண்டும் பற்றிய நினைப்புத்தான் எனக்குள் இருந்தன."

"மங்கள், உன்னைப் பற்றி கேட்டுத் தெரிந்து கொள்ள வேண்டும் எனப் பலமுறை நினைத்ததுண்டு; நிறைவேறவில்லை. உன் கதையை எங்கிட்ட சொல்லேன்."

"என்னோட வாழ்க்கையைப் புரட்டிப் போட்டதைப் பற்றிப் பேசுவதில் எனக்கெந்தத் தயக்கமும் இல்லை! ஆனி, அன்பே! அமைதியான தேம்ஸ் நதிக்கரையில் உட்காருவோம், வா. இந்த தேம்ஸ் எங்கள் கங்கையைப் போலப் பெரிதும் அல்ல; அழகும் அல்ல. ஆனாலும், தேம்ஸ் நதியைப் பார்க்கும்போது எனக்குள் கங்கை பற்றிய இனிய நினைவுகள் எழுகின்றன. கிறித்துவம் சிலை வழிபாடு செய்யும் பிற மதங்களைப் பலதெய்வ வழிபாட்டிற்காக விமரிசனம் செய்வதை நீ அறிவாய். ஆனால், இந்த தேம்ஸ் ஒரு முறை கிறித்துவனான என்னை உருவ வழிபாட்டுக்காரனாக மாற்றி விட்டது. கங்கையில் மலர் தூவி வழிபடும் எனது அம்மாவை நினைவுபடுத்தியது."

அவர்கள் நதிக்கரையை அடைந்து நீரைப் பார்த்தபடி இருந்த கல் இருக்கையில் அமர்ந்தனர். ஆனியின் பொன்னிறக் கூந்தல் காற்றில் அவள் அணிந்திருந்த வெள்ளைத் தொப்பியில் இருந்து தப்பி, அவளது கன்னங்களில் புரண்டு, சற்றே பறந்தது. மங்கள் அவளது கூந்தலை முத்தமிட்டான்.

“இந்த தேம்ஸ் கரையில் நின்றுகொண்டு எத்தனை முறை எனது கற்பனை கங்கையில் பூத்தூவியிருக்கிறேன் தெரியுமா?”

“உங்க அம்மா, கங்கைக்கு மலர்கள் தூவி வழிபடுவாங்களா?”

“ஆமா. ஏசு கிறித்துவை கிறித்துவர்கள் கும்பிடும் அதே அளவு பக்தியோட செய்வாங்க. நான் மதம் மாறின புதிதில் அதெல்லாம் எனக்கு அருவருப்பா இருக்கும். ஆனால், அதுக்கு அப்புறம் பலமுறை, கங்கையைத் தரக் குறைவாக நினைத்தது பற்றி வருந்தி இருக்கிறேன்.”

“கிறித்துவம் அடக்கி வைத்த உணர்வுகளை எங்கள் கவிஞர்கள் மீட்டுக் கொடுக்கிறார்கள். நாங்கள் தேம்ஸை தந்தை என்று அழைக்கிறோம், தெரியுமா?”

“நாங்கள் கங்கையை எங்கள் தாயாக நினைக்கிறோம்.”

“அது இன்னும் அழகான கற்பனையாக இருக்கு மங்கள். மேல சொல்லு உன்னைப் பத்தி...”

“கங்கையின் இரு கரையிலும் அமைந்துள்ள இரு நகரங்கள் வாராணாசியும் ராம் நகரும். பதினாறு ஆண்டுகள் கங்கையைக் காணும் வாய்ப்பு எனக்குக் கிடைத்தது. எங்கள் வீடு வாரணாசியில் கங்கைக் கரையில் அமைந்திருந்தது. வீட்டில் இருந்து அறுபது படிக்கட்டுகள் இறங்கினால் ஆறு. நான் முதல் முதல் கண் விழித்தபோது எனது அம்மா மடியில் என்னை வைத்துக்கொண்டு கங்கையைக் காட்டியிருக்கலாம். எப்படியோ, கங்கை எனது இரத்தத்தில் கலந்து விட்டது. ராம் நகரில் எனது பாட்டனாரின் அரண்மனை இருந்தது. நான் படகில் இருந்தபடி, ஓரிரு முறை அதனைப் பார்த்திருக்கிறேன். அதை அடிக்கடி பார்க்கவோ, உள்ளே நுழையவோ நான் விரும்பியதில்லை. என் அம்மாவுக்கும் அங்கு போக விருப்பம் இல்லை. ஆனி, நினைத்துப் பார்! அந்த அரண்மனையில் இளவரசியாக உலா வந்த அம்மா, ஆங்கிலேயருக்குப் பயந்து பொய்ப் பெயரில் வாரணாசியில் காலம் தள்ளி வந்தாள். அவளுக்கு அரண்மனையைத் திரும்பிப் பார்க்கக்கூட மனம் இல்லை. என் தாத்தா மகாராஜா சேத் சிங். அந்தப் பகற்கொள்ளைக்காரன் வாரன் ஹேஸ்டிங்ஸ் அவரது சொத்துகளை அநியாயமாக கைப்பற்றிக்கொண்டு அவரை ஒன்றும் இல்லாதவராக மாற்றினான். இங்கிலாந்திலாவது ஹேஸ்டிங்ஸ் அவரது குற்றங்களுக்காக சில விசாரணைக்கு ஆட்படுத்தப்பட்டார். ஆனால், என் தாத்தாவிற்கு நியாயம் கிடைக்கவில்லை.

பறிக்கப்பட்ட அரசாட்சியைத் திருப்பிக் கொடுப்பது அவ்வளவு எளிதான காரியம் அல்லவே!"

"அம்மா இன்னும் இருக்காங்களா?"

"எங்க ஊர் பாதிரியார் அவ்வப்போது கடிதம் அனுப்புகிறார்; நானும் அம்மாவிற்கு அவர் மூலம் கடிதம் அனுப்புவேன். எனக்குத் தெரிந்தவரை ஐந்து மாதம் முன்பு வரை அம்மா உயிருடன் இருந்தாங்க."

"முதலில் நீ கிறித்துவராக இல்லையா?"

"இல்லை. அம்மா இன்னமும் இந்துவாகத்தான் வாழ்கிறார். அவளையும் மதம் மாற்ற வேண்டும் என்று நினைத்திருந்தேன். ஆனால், இப்போ..."

"இப்ப, அவங்க கூட சேர்ந்து கங்கைத் தாய்க்கு மலர் தூவ விரும்புகிறாய், அப்படித்தானே?"

"அப்படிச் செய்தால், மதகுருமார்கள் நான் கிறித்துவத்தை விட்டு விலகி விட்டதாகச் சொல்வார்கள்."

"நீ எப்படி கிறித்துவத்துக்கு வந்தாய்?"

"பெரிய மன உந்துதல் மூலம் எல்லாம் நான் மதம் மாறவில்லை. பல இடங்களில் இருப்பது போலவே வாரணாசியிலும் ஆண் - பெண் கிறித்துவ போதகர்கள் இருந்தார்கள். ஆனால், வாரணாசி இந்துக்களின் ரோம்; எனவே அவர்களால் வெற்றி பெற முடியவில்லை. ஒரு முறை என் அம்மாவுக்குச் சிகிச்சை செய்ய ஒரு மருத்துவம் கற்ற போதகர் வந்தார். அதற்குப் பின் அவரது மனைவி அடிக்கடி எங்கள் வீட்டிற்கு வரத் தொடங்கினார். என் அம்மாவும் அவரும் நெருக்கமானார்கள். நான் அப்போது குழந்தை. அந்தப் பெண்மணி என்னை அடிக்கடி மடியில் வைத்துக் கொஞ்சுவார்."

"நீ அழகான குழந்தையாக இருந்திருப்பாய் மங்கள்! யாருக்குத்தான் உன்னைத் தூக்கிக் கொள்ள ஆசை வராது?"

"உம்... அவர் எனக்கு ஆங்கிலம் சொல்லித் தர வேண்டும் என்று அம்மாவிடம் சொன்னார். எனக்கு ஐந்தாறு வயது இருக்கும்போது அவரது கணவர் எனக்கு ஆங்கிலம் கற்பிக்க ஆரம்பித்தார். என் அம்மாவோ இழந்த குடும்பப் பெருமைகள் பற்றி மருகிக்கொண்டே இருந்தார்; தனது மகன் ஆங்கிலம் கற்றால் குடும்பத்தின் சொத்துகளை மீட்க முடியும் என்ற ஆசை

அவருக்கு உள்ளூர இருந்தது. எனக்கு மூன்று வயது ஆகும்போதே அப்பா இறந்துவிட்டார். அதனால், அம்மாதான் எல்லாவற்றையும் கவனித்து வந்தாள். அரசாட்சி போனதோடு எங்கள் செல்வமும் போய்விட்டது. அம்மாவிடம் மாமியார் கொடுத்த நகைகள் இருந்தன; என் மாமாவும் உதவினார். எனக்கு எட்டு வயது ஆன பிறகு நான் முக்கால்வாசி நேரம் பாதிரியார் வீட்டில் கழித்தேன். இந்துமதம் பற்றிக் கற்க எனக்கு வாய்ப்பு கிட்டவில்லை. தெரிந்த கொஞ்சமும் அந்த வெள்ளைப் பெண்மணி மூலம்தான் கற்றேன். என் தாயார் தப்பித்தது உண்மையிலேயே நல்வாய்ப்பு என்று அவர் சொன்னார்; என் அப்பா இறந்தபோது பலர் அவரை 'சதி'யில் இறங்க வற்புறுத்தினர் என்றும் சொன்னார். இந்துமதம் என்பது அம்மாவை உயிரோடு கொளுத்தும் என்பதுதான் எனக்குப் புரிந்தது. அப்ப, என் மனசில இந்து மதத்தின் மேல எத்தனை வெறுப்பு இருக்கும் என்று நினைச்சுப் பாரு. 1829இல் சதி வழக்கம் தடை செய்யப்படும் முன்பு நடந்தது இது!

அம்மா, அந்தப் பெண்மணியின் அறிவுரைப்படி என்னை கல்கத்தாவில் படிக்க அனுப்பினார். நான் அங்கு பள்ளியில் இருந்தபோது, அம்மாவுக்குச் சந்தேகம் வரத் தொடங்கியது. என்னைக் கிறித்துவனாக மாற்றவே இதையெல்லாம் செய்கிறார்கள் என நினைக்கத் தொடங்கினார். நல்ல காலம், இந்த அய்யம் அம்மாவுக்கு முன்னரே வந்திருந்தால், எனக்கு அறிவுக்கண் திறக்க வாய்ப்புக் கிடைத்திருக்காது!"

"இந்தியாவில் குழந்தைகளுக்குக் கல்வி அளிக்கும் முறை இருக்கவில்லையா?"

"இருக்கு. எனக்குக் கிடைத்திருக்கும். பதிமூன்று நூற்றாண்டுகளுக்கு முன்பு பயன்படுத்தப்பட்டவை மட்டும்தான் கற்பிக்கப்பட்டிருக்கும்."

"இங்கிலாந்து வர எப்படி அம்மாவிடம் அனுமதி கிடைத்தது?"

"அனுமதியா? அதை நான் கேட்கவே இல்லை. பாதிரியார் நான் கேம்பிரிட்ஜ் பல்கலையில் படிக்க ஏற்பாடு செய்தார். நான் இங்கு நலமாக, மகிழ்ச்சியாக இருக்கிறேன் என்று சொன்னபிறகு, அம்மா எனக்கு ஆசிகள் கொடுத்தார். இப்போது ஐம்பத்து ஐந்து வயதாகிவிட்டது அவருக்கு; ஒவ்வொரு கடிதத்திலும் வீடு திரும்பச் சொல்லி எழுதிக்கொண்டே இருக்கிறாள்."

"நீ அவங்களிடம் என்னதான் சொல்கிறாய்?"

"ஏதாவது சாக்குப்போக்கு சொல்கிறேன். இந்த இலண்டன் மாநகரில் நான் தினமும் அரசியைச் சந்திப்பதாக அவள் நினைத்துக் கொண்டிருக்கிறாள்; என்றாவது ஒரு நாள், திரும்பி வந்து சேத் சிங்கின் அரியாசனத்தில் அமர்வேன் என நம்பிக்கொண்டிருக்கிறாள்."

"பாவம் அவங்க! கங்கையைக் கும்பிட்டுக்கிட்டு இருக்காங்க. நீ என்னடான்னா, விக்டோரியா மகாராணியைப் பார்க்காமல், உலகில் உள்ள எல்லா முடி சூடிய அரசுகளையும் எதிர்க்கும் காரல் மார்க்ஸ், ஏங்கெல்ஸ்சைப் பார்த்துக்கொண்டு இருக்கிறாய்!"

"முதலாளித்துவ உலகம், அதன் அதிகாரம் பற்றி எதுவும் அறியாமல், இந்தியா எப்படி மார்க்ஸின் கம்யூனிசத்தைப் புரிந்து கொள்ளும்?"

"மார்க்ஸ் உன்னிடம் இந்தியா பற்றிப் பேசியிருக்கிறாரா?"

"பல முறை பேசியிருக்கிறார். இங்கே இருந்து கொண்டு அவர் இந்தியாவின் வளர்ச்சி பற்றி தெரிந்து கொண்டிருப்பது எனக்கு வியப்பளிக்கிறது. ஆனால், இதில் எந்தத் தந்திரமும் இல்லை. இலண்டனில்தான், கடந்த முன்னூறு ஆண்டுகள் இந்தியாவில் நடந்தவை பற்றிப் பல ஆங்கிலேயர் சேகரித்து எழுதிவைத்த தகவல்கள் கிடைக்கின்றன. மார்க்ஸ் அந்தத் தூசு படிந்த நூல்களைக் கவனமாகப் படித்திருக்கிறார். எப்போதெல்லாம் எந்த இந்தியரைச் சந்தித்தாலும், அவருடன் விவாதித்துத் தனது முடிவுகள் சரியா எனப் பரிசோதிக்கிறார்."

"இந்தியாவின் எதிர்காலம் பற்றி அவர் என்ன நினைக்கிறார்?"

"இந்திய படைவீரர்களின் துணிவில் அவர் பெரும் மதிப்பு வைத்திருக்கிறார்; இந்தியர்களின் அறிவுடைமையை மதிக்கிறார்; ஆனால், பழங்கால வேதாகமங்கள் மீது மக்கள் வைத்திருக்கும் மூடநம்பிக்கை எங்களுக்கு மிகப் பெரிய பகை எனக் கருதுகிறார். எங்கள் கிராமங்கள் எல்லாம் தன்னளவில் தன்னிறைவு மிக்க குடியரசுகள் எனக் கருதுகிறார்."

"குடியரசுகளா?"

"ஆம். சிக்கல் ஒட்டுமொத்த நாடு பற்றியது அல்ல; ஒரே மாவட்டத்தில் இருக்கும் இரண்டு கிராமங்கள் பற்றியதும் அல்ல; ஒவ்வொரு கிராமமும் தனித்து இயங்குவது. எல்லா இடங்களிலும் அத்தன்மை இல்லை. காரன்வாலிஸ் பிரபு ஆங்கிலேய முறைப்படி நில உரிமைகள் உருவாக்கிய பகுதிகளில் தன்னாட்சி முறை தொடர

முடியவில்லை. முன்பிருந்த உள்ளூராட்சியில், மக்கள் நான்கைந்து நபர்களைத் தமது தலைவர்களாக நியமிப்பார்கள். அக்குழு கிராமத்துப் பொதுப் பணிகளை நிர்வகிக்கும். பாதுகாவல், நீதி, விவசாயம், கல்வி, வழிபாடு இன்னபிற செயல்பாடுகளைக் கவனித்துக் கொள்வார்கள். அவர்கள் மனசாட்சிக்கு மதிப்பளிப்பவர்கள்; விவேகம் உணர்ந்தவர்கள்; நியாயமாக, காய்த்தல் - உவத்தல் இன்றி நடப்பவர்கள். கிராமத்தில் உள்ள இளைஞர், முதியவர் அனைவரும் பஞ்சாயத்துச் சொல்லிவிட்டால் உயிரையும் கொடுப்பார்கள்; கிராமத்தின் நிலத்துண்டிற்கும் அதன் மிக எளிய மனிதனின் மாண்பிற்கும் ஊறு ஏற்பட்டால் மொத்தக் கிராமமும் ஒன்று சேரத் தயங்காது. முஸ்லிம் அரசர்கள் தொடக்கத்தில் டெல்லியைச் சுற்றி இருந்த சிறு பகுதியைத் தமது கட்டுப்பாட்டில் கொண்டு வந்தபோது, பஞ்சாயத்து முறையை அழிக்க முயன்றனர். அப்போது அவர்கள் தற்காலிகமாக இந்தியாவில் தங்கும் எண்ணத்துடன் இருந்தனர்; ஆனால், அதன் பின்னர் பஞ்சாயத்துகளைத் தன்னிறைவு மிக்க அமைப்பாக அங்கீகரித்தனர். ஆனால், ஆங்கிலேய ஆட்சியாளர்கள், குறிப்பாக நிலப்பிரபு காரன்வாலிஸ் கிராமங்களின் தன்னாட்சியை அழிக்கத் தலைப்பட்டார். பெருமளவு வெற்றியும் பெற்றார். ஆனால், அந்தப் பழைய சமூக அமைப்பை அப்படியே விட்டிருந்தால், இத்தனை விரைவில் இடிந்து போயிருக்காது. கிராமத்தின் பொருளாதாரத் தன்னிறைவையும் சுயாட்சியையும் இடிபோலத் தகர்த்தது ஆங்கிலேயரின் பொருட்கள்தான்; லங்காஷயர் துணி, ஷெபீல்ட் இரும்புப் பொருட்கள் என அவை சந்தையைப் பிடித்தன. 1822, ஜூலை 10 அன்று கல்கத்தாவில் முதல் நீராவிக் கப்பல் விடப்பட்டது. அதுதான் கிராமத்து தன்னிறைவின் மீது விழுந்த இறுதி அடி. இந்தியாவின் மெல்லிய மஸ்லின் துணிக் கிடங்கான டாக்கா வெறிச்சோடிக் கிடக்கிறது. ஆனி, நாட்டில் உள்ள நெசவுத் தொழிலாளர்கள் நிலை கொடுமையாக உள்ளது. இந்திய கிராமங்கள் இரும்புத் தொழில், குயத்தொழில், நூல் நூற்றல் மற்றும் நெசவுத் தொழிலில் முழுக்க முழுக்க தன்னிறைவுடன் இருப்பவை. இன்றோ அவர்கள் கைகூப்பிக் குந்தியபடி, பட்டினியில் சாகிறார்கள்.

அவர்களது கச்சாப் பொருட்கள் மான்செஸ்டர், பர்மிங்காம், ஷெபீல்ட் போன்ற நகரங்களில் இருந்து வருகின்றன. 1814இல் 18,66,608 அடி நீளம் கொண்ட துணி இந்தியாவில் இருந்து பிரிட்டனுக்கு ஏற்றுமதி செய்யப்பட்டது. 1835இல் அது வெறும் 3,76,083 அடியாகக் குறைந்தது. இந்தக் காலப்பகுதியில் ஆங்கிலேயத் துணி இந்தியாவிற்குள் பெருகியது. இன்று, டாக்கா மஸ்லின்

தயாரித்த இந்தியா, தனது பருத்தியை இங்கிலாந்துக்கு அனுப்பி, அங்குத் துணியை நெய்து பெறுகிறது. இப்போது கிடைக்கும் புள்ளிவிவரங்களைப் பார்! 1846இல் 10,75,309 பவுண்ட் மதிப்புள்ள பருத்தி இங்கிலாந்திற்கு வந்துள்ளது."

"என்னவொரு கொடுமை. அநியாயம்!"

"ஆனால், எனது ஆசிரியர் சொல்வது போல நாம் அந்நியச் சுரண்டல் பற்றிக் கண்ணீர் விடலாம்; ஆனால், பகுத்தறிவுள்ள மனிதர்களாக பழமைவாதத்தின் பிடி தகர்வது கண்டு நாம் உற்சாகம் கொள்ள வேண்டும்."

"அப்படியானால், இதை இரண்டுவிதமாகப் பார்க்கலாம்."

"கண்டிப்பாக. ஒரு தாய் குழந்தைப் பேற்றின்போது தாங்காத வலியை அனுபவித்தாலும், குழந்தையைப் பெறுவதில் உவகை கொள்வது போல, பழையவற்றை அழிக்காமல் புதியது பிறக்காது. தனித்தனி சுயாட்சி மிக்க அலகுகளை உடைக்காமல் வலுவான தன்னாட்சி பெற்ற நாட்டை உருவாக்க முடியாது. இந்தியாவின் தேசப்பற்று கிராமத்து அளவில் மட்டும் இருந்தால், அது பரவலாக முடியாது; இந்தியா முழுவதற்குமான நாட்டுப்பற்று உருவாக வாய்ப்பு இல்லை. தற்சமயம், ஆங்கில அரசு இந்தியாவில் அவர்களது வணிகத்திற்குத் தேவையான கப்பல், இரயில் போக்குவரத்து மட்டும்தான் அறிமுகப்படுத்துகிறது. ஆனால், மார்க்ஸ் சொல்வது சரி. விரைவில் ஆங்கில முதலாளிகள் இவற்றைக் கட்டவும், இரயில் போக்குவரத்தில் ஏற்படும் குறைகளைச் சரிசெய்யவும் இந்திய கரி, இரும்பு ஆகியவற்றைப் பயன்படுத்தித்தான் ஆக வேண்டும். அவற்றைப் பயன்படுத்தாமல் வெகுகாலம் சமாளிக்க முடியாது. இந்தியர்களின் அறிவும் வெகுகாலம் உறக்கத்தில் ஆழ்ந்து கிடக்காது. இந்தியாவில் இதற்கு முன்பே அறிவியல் அதிசயங்கள் அறியப்பட்டவைதான்."

"சுருக்கமாகச் சொன்னால், இந்தியாவிலும் தொழில்மயமாதலும் முதலாளித்துவமும் வளரும்."

"நிச்சயம் வளரும். இங்கிலாந்தில் இப்போது நிலச்சுவான்தார்களிடம் இருந்து அதிகாரம் கைமாறிவிட்டது, இல்லையா?"

"ஆமாம்."

"1832ஆம் ஆண்டு சீர்திருத்தச் சட்டம் அதிகார லகானை முதலாளிகளிடம் கொடுத்துவிட்டது."

“அவர்கள் அதிகாரத்தைக் கையில் எடுக்கிறார்கள் என்பதற்கு அது ஒரு அத்தாட்சி.”

“ஆனி, சார்ட்டிஸ்ட் இயக்கம் வெளியிட்ட செய்தித்தாள்களும் நடத்தும் கூட்டங்களும் உனக்குள் ஏதேனும் தாக்கம் ஏற்படுத்தினவா?”

“சார்ட்டர் இயக்கம் வேகமாகச் செயல்பட்ட காலத்தில் எனக்கு எந்தப் புரிதலும் இல்லை. நான் சிறு பெண். எல்லாம் மங்கலான நினைவுகளாகத்தான் இருக்கின்றன. எனது மாமா ரஸல், பாராளுமன்றத்தில் அவர்களின் பரம எதிரியாக இருந்தது உனக்குத் தெரியும். அவர் அடிக்கடி அவர்களை ஆபத்தான கலகக்காரர்கள் என்று சொல்வதைக் கேட்டிருக்கிறேன்.”

“பனிரெண்டாயிரம் கையொப்பங்களுடன் அவர்கள் தங்களது எளிய கோரிக்கைகளை முன்வைத்தபோது, பாராளுமன்றம் அதைத் தள்ளுபடி செய்ததே! அவ்வளவு பெரிய துணிச்சலான பேச்சாளரா அவர்?”

“இல்லையில்லை. 1856இல் சார்ட்டர்வாதம் பற்றிய எந்தப் பேச்சும் பெரிதாக இல்லை. ஆனாலும், அவர் பயந்து நடுங்கினார்.”

“ஆனி, நல்லா பயப்படட்டும். முதலாளிகள் நிலப்பிரபுக்களின் ஆதிக்கத்தை உடைத்தெறிந்து தமது அதிகாரத்தை நிலை நிறுத்தினர்; அதே போல தொழிலாளர்கள் இந்த முதலாளிகளின் பணமூட்டைகளை முறியடித்து மனிதத்தை நிலைநிறுத்துவார்கள்; மக்களுக்கு அதிகாரம் கிடைக்கும்; பணக்காரன் - ஏழை, உயர்ந்தவன் - தாழ்ந்தவன், வெள்ளையன் - கருப்பன் போன்ற...”

“ஆண் - பெண் வேறுபாடு மங்கள்?”

“அதுவும்தான். பெண்களும் ஆண்களின் அடக்குமுறையில்தான் இருக்கிறார்கள். எங்கள் நில உடைமையாளர்கள் இன்று வரை, ‘சதி’ என்ற உடன்கட்டை ஏறும் வழக்கத்தால் ஆயிரக்கணக்கான பெண்களை உயிருடன் கொளுத்துகிறார்கள். பெண்களை பர்தா முறைக்குள் பூட்டிவைப்பது மனிதாபிமானத்திற்கு இழுக்கு; அவர்களுக்குச் சொத்துரிமை இல்லை; ஆண்களின் அடக்குமுறைகளைச் சகித்துக்கொண்டு இருக்க வேண்டியுள்ளது.”

“இந்த நாட்டில் பெண்கள் பர்தாக்குள் முடங்காததால், நாங்கள் சுதந்திரம் மிக்கவர்களாக வாழ்வதாக நீ கற்பனை செய்யலாம்...”

“நீங்கள் விடுதலையோடு வாழ்வதாக நான் சொல்லவில்லை, ஆனி! ஆனால், எங்கள் இந்தியச் சகோதரிகளைவிட உங்கள் நிலைமை மேலென்றுதான் சொல்கிறேன்.”

“மங்கள்! அடிமை வாழ்வில் உயர்வு - தாழ்வு சொல்ல முடியுமா? நாங்கள் பாராளுமன்றத்தில் வாக்கு அளிக்க முடியாது. பல்கலைக்கழகத்திற்குள் நுழைய முடியாது. எங்கள் இடைகளை இறுகக் கட்டிச் சுருக்கிக்கொண்டு அதில் அறுபது கஜம் துணியை நிலத்தைக் கூட்டும் வகையில் அணிந்து கொண்டு, ஆண்களின் விளையாட்டுப் பதுமைகளாக வலம் வருகிறோம். மார்க்ஸ் முன்வைக்கும் கருத்து, இந்தியாவில் தொழில்கள் பெருத்து முதலாளித்துவம் வளரும்; அதனால் மக்கள் வலுப் பெறுவார்கள்; தொழிற்சாலைகள் வேலைவாய்ப்பற்ற விவசாயிகளையும் சிதறிக் கிடக்கும் கைவினைத் தொழிலாளர்களையும் ஒன்றிணைக்கும் களங்களாகும்; பிறகு அவர்கள் தொழிற்சங்கங்கள் அமைப்பார்கள்; சோஷலிச பதாகையை உயர்த்திப் பிடிப்பார்கள்; ஆங்கிலத் தொழிலாளர்களுடன் தோளோடு தோள் கொடுத்து மானுட விடுதலைக்காகக் குரல் கொடுப்பார்கள். அந்த உலகம் பணபலத்தின் அடிமைத்தனத்தில் இருந்து விடுபட்டுச் சுதந்திரம், சமத்துவம், சகோதரத்துவத்தைத் தழுவும்! ஆனால், இதெல்லாம் நடக்க பல நூற்றாண்டுகள் பிடிக்குமே, மங்கள்!”

“மார்க்ஸ் இன்னொன்றும் சொல்கிறாரே! இங்கிலாந்து இந்தியாவிற்கு இயந்திரங்கள் போன்ற அறிவியல் கண்டுபிடிப்புகளைப் பகிராமல் உள்ளது. ஆனால், புதிய ஆயுதங்கள், போர்க்கருவிகள் போன்ற அறிவியல் சார்ந்த பரிசுகளை இந்திய இராணுவ வீரர்கள் கையில் தந்துள்ளது. இந்திய இராணுவம் இந்திய விடுதலைக்கு வலிமையுடன் உதவும்.”

“ஆனால், அது விரைவில் நடக்க வாய்ப்பிருக்கா?”

“ஆனி! வரும் காலம் அல்ல; காலம் வந்துவிட்டது. பெப்ரவரி 7ஆம் தேதி அவுத் பகுதி அரசை பிரிட்டிஷார் இணைத்துக் கொண்டது பற்றிய செய்தி நாளிதழில் வந்ததே, பார்த்தாயா?”

“ஆம், பார்த்தேன். அநியாயம்.”

“சரி - தவறு பற்றியதல்ல நம் விவாதம். கம்பெனி எப்போதும் தன்னலத்துடன்தான் செயல்பட்டு வந்துள்ளது; தங்களை அறியாமலே சில வசதிகளும் செய்துள்ளது. கிராமங்களின் தன்னிறைவு பெற்ற அமைப்பை ஒழித்துக் கட்டியதன் மூலம் இந்தியா எங்கள் தாய்நாடு என்பதைக் காட்டியுள்ளது. இரயில்வே, தந்தி, நீராவிக் கப்பல்கள் மூலம் எங்கள் மனத்தடைகளைத் தகர்த்து பெரிய உலகத்திற்கு எங்களை அறிமுகப்படுத்தியுள்ளது. இப்போது அவுத் பகுதியை

இணைத்தது பெரும் விளைவுகளை உருவாக்கும். நான் அதைத்தான் எதிர்பார்த்துக் கொண்டிருக்கிறேன்.''

"மார்க்ஸின் சீடரிடம் இருந்து வேறென்ன எதிர்பார்க்க முடியும்?''

2

கங்கைக் கரைகளின் அமைதி மீண்டும் குலைவதற்கான சூழல் உருவாகிக் கொண்டிருந்தது. பிதூர் அரண்மனையில் பேஷ்வாக்களின் வாரிசான நானா சாகிப் மும்முரமாக இயங்கிக் கொண்டிருந்தார். அவர் தனது அரியணையை இழந்தது மட்டுமின்றி, அவர்க்குரிய ஓய்வூதியத்தையும் இழந்திருந்தார். அவுத் பகுதியும் ஆங்கிலேயர் கையில் பிடிபட்ட பின்னர் அவர் வேகமாகச் செயல்படத் தொடங்கினார். அவரது ஆட்கள் அவரைப் போலவே உயர் நிலையில் இருந்து வீழ்த்தப்பட்ட பிற நிலவுடைமைத் தலைவர்களை இரவு பகலின்றி தொடர்பு கொண்டார். நல்வாய்ப்பாக, அந்த நேரத்தில் பிரிட்டிஷார் இன்னொரு தவறையும் புரிந்தனர்; வெறும் தவறல்ல - பெரிய குற்றம். அது அவர்களுக்குக் கணத்துக்குக் கணம் மாறிக்கொண்டிருக்கும் அரசியல் சூழலில், சாவுமணி அடிக்கும் அளவு பெரிய குற்றமாகிவிட்டது. பழைய துப்பாக்கி ரவைகளுக்குப் பதிலாக, கூடுதல் வீரியம் உள்ள தோட்டாக்களை இராணுவத்தில் அறிமுகப்படுத்தினர். அவற்றைத் துப்பாக்கிகளில் நிரப்பும்போது அதன் மூடியை வாயால் கடித்துத் திறக்க வேண்டி இருந்தது. ஆங்கிலேயரின் எதிரிகளுக்கு இதனைத் தமக்குச் சாதகமாக ஆக்கிக் கொள்ளத் தெரிந்திருந்தது. தோட்டாக்களின் மீது பசு, பன்றிகளின் கொழுப்பு பூசப்பட்டிருப்பதாக தகவலைப் பரப்பினார்கள்; இந்தியாவில் இந்து, இஸ்லாம் ஆகிய இரு மதங்களையும் அழிப்பதற்காக வேண்டுமென்றே செய்வதாகவும், இராணுவத்தினரை கிறித்துவர்களாக மதமாற்றம் செய்ய நடக்கும் சதி எனவும் சொன்னார்கள்.

வாரணாசியின் அரசர் சேத் சிங்கின் பேரன்தான் மங்கள் சிங் என்பது இராணுவ வீரர்கள் அனைவர் மத்தியிலும் காட்டுத்தீயெனப் பரவும் என்பதை மங்கள் சிங் அறிவார். தன்னைப் பற்றி வேறு விவரங்கள் எதையும் அவர் வெளிப்படுத்தவில்லை. கலகத்தை வழி நடத்திய நானா மற்றும் பிற தலைவர்களுக்கும் வேறு தகவல்கள் தெரியாது. மங்கள் சிங் வெள்ளையரைக் கடுமையாக

எதிர்ப்பவர்; இங்கிலாந்தில் சில காலம் வசித்ததால் ஐரோப்பிய அறிவியல், அரசியல் குறித்த புரிதல் கொண்டவர்; இங்கிலாந்தில் வாழ்ந்ததனால், தனது இந்து மத அடையாளத்தை இழந்தவர்; ஆனால், இப்போது அவர் கிறித்துவ மதத்தைப் பின்பற்றுவதில்லை என்றுதான் அவர்கள் அறிவார்கள்.

கலகத் தலைவர்களின் நோக்கத்தைப் புரிந்து கொள்ள மங்கள் சிங்கிற்கு வெகுகாலம் தேவைப்படவில்லை. அவர்கள் இழந்த அதிகாரத்தையும் செல்வத்தையும் மீண்டும் பெற வேண்டும் என்ற நோக்கத்தில், பொது எதிரியான ஆங்கிலேயருக்கு எதிராக இராச்சியங்களை இழந்த பிற அரசர்களை ஒன்றிணைத்துக் கொண்டிருந்தனர். சதுரங்கப் பலகையில் உள்ள சிப்பாய்களைப் போல, அவர்கள் பலிகொடுக்க இருக்கும் இராணுவ வீரர்களின் உயிர்கள் ஒரு பொருட்டாகவே இல்லை. இராணுவ வீரர்களைப் பொறுத்தவரை தங்களது மதம் தரும் அங்கீகாரத்தை இழந்து விடக் கூடும் என்ற அச்சம் ஆட்டிப் படைத்தது. கொழுப்புத் தடவிய தோட்டாக்களைக் கடிக்க வேண்டிய தேவையில்லையென்றால் அவர்கள் "கம்பெனி வாழ்க!" என்று புகழ்ந்து தமது உயிர்களைத் தியாகம் செய்யத் தயாராக இருந்திருப்பார்கள். அதைத்தவிர, இந்துக்கள் - முஸ்லிம்கள் இடையே இருந்த இடைவெளி குறையாமலே இருந்தது. கலகம் வெற்றி அடைந்திருந்தால், இரு பிரிவினருக்கும் தத்தம் கடவுள் மீது இருந்த வெறி, புரிதல் இல்லாமல் இருந்த இராணுவ வீரர்களைக் கொதித்தெழ வைத்திருக்கும்; கலகம் செய்தவர் மனதில் இருந்த பெரும் ஆசை, செல்லும் வழியில் உள்ள நகரங்களையும் கிராமங்களையும் கொள்ளையடிப்பதுதான். இந்த வெறி கொண்டவர்கள் எண்ணிக்கையில் குறைவானவர்களாக இருக்கலாம்; அவர்கள் கொள்ளையடித்த இடங்கள் வெகுசிலவாக இருக்கலாம்; ஆனால், மக்கள் கொள்ளையரைக் கண்டு அஞ்சுவது போலவே இராணுவ வீரர்களைக் கண்டும் அஞ்சத் தொடங்கினார்கள்.

தனது நாட்டை விடுதலை செய்யக் கூடிய இராணுவத்திற்கு இத்தகைய பிம்பம் கேடு விளைவிப்பதாக இருந்தது. இதைப் பற்றி முதலில் அறிந்தபோது மங்கள் சிங் அவநம்பிக்கையில் ஆழ்ந்தார். அவர் பாட்டனாரின் அரியணையை மீட்க வரவில்லை. ஆங்கிலேயரின் முதலீட்டு ஆதிக்கம், சாதி - மத பேதங்கள் ஆகியவற்றுக்கு எதிராகப் போராடி, நாட்டில் சுதந்திரம், சமத்துவம், சகோதரத்துவத்தை நிலைநிறுத்தப் பணியாற்றவே திரும்பியிருந்தார். அவர் மத்தியகாலத்தின் இருளை மீட்டெடுக்க வரவில்லை; இந்தியாவின் பழங்காலத் தடைகளை உடைத்தெறிந்து

அனைத்து நாடுகளின் கூட்டமைப்பில் இந்தியாவைச் சேர்க்க விருப்பம் கொண்டிருந்தார். வெள்ளை ஆதிக்கத்தை நீக்குவது அவருக்கு இந்தியாவின் விடுதலை பெற்ற மக்கள் மத்தியில் நல்லுறவைப் பேணுவதற்கான முதல் படி, அவ்வளவுதான். பிறகு, மற்ற நாடுகளின் மக்கள் இயக்கங்களுடன் உறவு கொண்டு புதியதொரு உலகைப் படைக்க விரும்பினார். கொழுப்பு பூசப்பட்ட தோட்டாக்கள் பற்றிய பொய்யை அவரால் ஏற்க முடியவில்லை; அதன்மூலம் இந்தியாவில் நிலவிய மூடநம்பிக்கைகளுக்குத் தூபம் போடுவதையும் ஏற்க முடியவில்லை. நானாவும் பிற கலகத் தலைவர்களும் ஐரோப்பிய மதுவகைகளை அருந்திக் களித்துக்கொண்டுதான் இருந்தனர். வாய்ப்பு கிடைக்கும்போது திராட்சை ரசம் அருந்தி, பன்றிக்கறி உண்டு, வெள்ளைக்காரப் பெண்களை முத்தமிடத் தயாராக இருந்தார்கள். ஆனால், இராணுவ வீரர்கள் முன்பு தமது மதங்களைக் காப்பாற்றக் காத்திருக்கும் தலைவர்களாகக் காட்டிக் கொண்டார்கள்.

இத்தகைய குறைகள் இக்கலகத்தில் இருந்தாலும் மங்கள் சிங் கடமையை விட்டுத் தவறவில்லை. ஆங்கில முதலாளிகள், இந்திய நில உடைமையாளர் ஆகிய இரு தரப்பினரும் இந்தியாவை நசுக்கிக் கொண்டிருப்பதை அவர் அறிந்திருந்தார். முன்னது வலிமையும் தந்திரமும் மிக்க ஆதிக்கம். அந்நியரை வெளியேற்றி விட்டால், உள்நாட்டு ஜமீன்தார்கள் மட்டும்தான் மிஞ்சுவார்கள். அவர்களைச் சமாளிப்பது இந்திய மக்களுக்கு எளிதாக அமையும் எனக் கருதினார்.

ஜனவரி மாதக் குளிர் பரவியது; இலண்டன் அளவுக்கு இல்லையென்றாலும் குளிர் கடுமையாக இருந்தது. பிதூர் அமைதியாக இருந்தது; பேஷ்வாக்களின் அரண்மனையில் பாதுகாவலர்கள் தத்தம் இடத்தில் தயாராக இருந்தனர். எசமானரின் நம்பிக்கைக்கு உரிய நபர் ஒருவருடன் புதிய மனிதர் ஒருவர் அரண்மனைக்குள் நுழைவதைக் கண்டனர். ஆனால், இம்மாதிரி செயல்பாடுகள் இப்போது வாடிக்கையாக இருந்தன.

நானாவைச் சந்திப்பது மங்கள் சிங்கிற்கு இது முதல் முறை அல்ல; இருவரும் ஒருவரை ஒருவர் நன்கு தெரிந்து கொண்டிருந்தனர். மங்கள் சிங் தான் மட்டுமின்றி, பல முந்தைய அரசுகளைச் சார்ந்த நபர்களை ஒன்று சேர்த்திருந்தார். டெல்லி பொம்மையாட்சியின் பிரதிநிதிகள், அவுத் பகுதி நவாப், ஜகதீஷ்பூரின் குன்வர் சிங் மற்றும் பலர் அதில் அடங்குவர்.

கல்கத்தாவின் பாரக்பூர் மற்றும் தனாபூர், கான்பூர், லக்னோ, ஆக்ரா, மீரட் ஆகிய பகுதிகளில் இருந்த இராணுவ வீரர்கள் மத்தியில் புரட்சிகர உணர்வு மேலெழும்பத் தொடங்கி உள்ளது என்பதைக் குறித்த தகவல்கள் வந்து கொண்டிருந்தன. தமக்கென படைகள் இல்லாத இந்தத் தலைவர்கள், வலுமிக்க பகைவரை எதிர்கொள்ள அவர்களது படையில் கலகம் செய்பவர்களை நம்பி இருந்தனர் என்பது வியப்பிற்கு உரியது. இராணுவ அறிவியல் குறித்தும் அவர்கள் எதுவும் அறியாதவர்களாகவே இருந்தனர். ஆனால், தளபதிகளாக பொறுப்பேற்கத் தயாராக இருந்தனர்.

"பிரிட்டிஷ் ஆட்சி இந்தியப் படைகளை நம்பித்தான் நடக்கிறது. இப்போது அவை நமது பக்கம் சேருகின்றன" என்று நானா நம்பிக்கை மிக்க குரலில் கூறினார்.

"நானா சாகிப், எல்லோரும் நம்முடன் சேரவில்லை" என்று தொடங்கினார் மங்கள் சிங். "பஞ்சாப் சீக்கியர் இராணுவத்தை விட்டு விலகுவதாக செய்தியில்லை; மாறாக, இந்தியப் படைகள் பஞ்சாப்பை வெல்ல ஆங்கிலேய அரசுக்கு உதவியதை அவர்கள் மறக்கவில்லை; எனவே பழிவாங்கக் காத்துக்கொண்டிருக்கிறார்கள். ஆங்கிலேயர் புத்திசாலிகள் நானா! பஞ்சாப் இளவரசர் தலீப் சிங்கை பேஷ்வா, அவுத் நவாப் போல இந்தியாவில் எங்காவது அடைத்து வைத்திருந்தால் சீக்கியப் படைகளை வெல்வது நமக்கு எளிதாக இருந்திருக்கும். அவர்கள்தான் அப்படிச் செய்யவில்லையே! சீக்கியர், கூர்க்கா, சுதேச அரசுகள் நம் பக்கம் இல்லை என்பதை நினைவில் கொள்ள வேண்டும். நம்முடன் சேராதவர்கள் யாராக இருந்தாலும் அவர்கள் நமக்குப் பகைவர்கள் என்றுதான் புரிந்து கொள்ள வேண்டும்" என்றார்.

"நீங்கள் சொல்வது சரி. ஆனால், நாம் முதல் கட்ட வெற்றியைப் பெற்று விட்டால், உள்நாட்டுக்காரர் எவரும் நம்மை எதிர்க்க மாட்டார்கள்."

"இன்னொரு ஆயுதத்தையும் நாம் பயன்படுத்த வேண்டும்; போராட்டம் தொடங்கிய பிறகுதான் அதனைப் பயன்படுத்த வேண்டும். ஆனால், அதற்கு அனைவரையும் இப்போதிருந்து தயார் செய்ய வேண்டும். நாம் நாட்டு விடுதலைக்காகப் போரிடுகிறோம் என்பதை மக்களிடம் விளக்க வேண்டும்."

"நாம் ஆங்கிலேயருக்குச் சவால் விடுகிறோமே, அது போதாதா?" என்றார் கிழக்குப் பகுதி தூதர் ஒருவர்.

"எல்லா இடங்களிலும், எப்போது பார்த்தாலும் நமது வாள்கள் மோதிக்கொண்டே இருக்காது. நம் நாட்டில் நிறைய கோழைகளும் தன்னலவாதிகளும் ஆங்கிலேயர் வெற்றிபெற முடியாதவர்கள் என நம்புபவர்கள் பலர் இருக்கின்றனர். அவர்கள் பலவாறு கதைகட்டி விடுவார்கள். நாம் கிழக்கு, மேற்கு, மத்தியப் பகுதி என மூன்றாகப் பிரித்து இந்தி, உருது மொழிகளில் செய்தித்தாள்கள் வெளியிட வேண்டும் என்பது எனது கருத்து" என்றார் மங்கள் சிங்.

"ஆங்கிலேய முறைகளில் உங்களுக்குப் பெரும் ஈர்ப்பு உள்ளது மங்கள். எந்தச் செய்தித்தாளும் இல்லாமல் நமது கொழுப்பு தடவிய தோட்டாக்கள் பற்றிய கதை எத்தனை மக்களை அடைந்திருக்கிறது தெரியுமா?" என்றார் நானா சாகிப்.

"போராட்டத்தின் மத்தியில் இருக்கும்போது நம்மைப் பற்றி ஆங்கிலேய ஆதரவாளர்கள் கிளப்பும் கதைகளை நாம் எதிர்கொள்ள வேண்டும். ஒரே நாளில் அவர்களது நிர்வாகம் முழுவதையும் கைப்பற்றுவது இயலாத காரியம். கலகக்காரர்கள் – அப்படித்தான் நாம் நினைவு கூறப்படுவோம் – ஊரெல்லாம் கொள்ளையடித்துக் குழந்தைகளை எல்லாம் கொன்று குவிக்கிறார்கள் என்று புரளி கிளப்பினால்...?"

"மக்கள் அதை நம்புவார்களா?"

"பலமுறை திருப்பித் திருப்பிச் சொன்னால், யாரும் அதை எதிர்த்துப் பேசவில்லை என்றால், மக்கள் நம்பத்தான் செய்வார்கள்."

"கொழுப்பு தடவிய தோட்டா, மதத்திற்கு ஆபத்து ஆகிய பேச்சுகளால், நாம் ஆங்கிலேயருக்குப் பெரும் அவப்பெயர் உருவாக்கி விட்டோம். இனி அவர்கள் சொல்லும் எதுவும் எடுபடாது என நினைக்கிறேன்" என்றார் நானா.

"அதை மட்டும் நம்பி இருக்க முடியாது. ஆங்கிலேயர் இந்தப் போராட்டத்தைக் கலகம் என்று முத்திரை குத்தி உலகெங்கும் செய்தி பரப்புவார்கள் என்பதையும் நாம் நினைவில் கொள்ள வேண்டும். ஆனால், உலகத்தில் நமக்குப் பல தோழமைகள் உள்ளன; நாம் விடுதலை பெற வேண்டும் என விரும்பும் நட்புகள் அவை. ஆங்கிலேயருக்கு, உலகில் பல எதிரிகள் – குறிப்பாக ஐரோப்பிய நாடுகளில் – உள்ளனர். எனவே, நமது மோதலை அனைத்து அந்நிய நாட்டாருக்கு எதிரானதாக நாம் காட்டக் கூடாது; போரிடும்போது, ஆங்கிலேய பெண்கள், குழந்தைகள், முதியவர்களைத் தொடக் கூடாது. அது நமக்குப் போரிலும் உதவாது. மாறாக, உலகத்தார்

மத்தியில் தேவையில்லாமல் இந்துஸ்தானிற்கு கெட்ட பெயர் உருவாக்கும்.''

''இதையெல்லாம் நமது தளபதிகள் சிந்திக்கட்டும். நிலைமைக்குத் தக்கபடி அவர்கள் முடிவு எடுத்துக் கொள்ளட்டும்.''

''கடைசியாக நான் சொல்ல விரும்புவது, கொழுப்பு பூசிய தோட்டாக்கள் நமது வீரர்கள் உயிர்த்தியாகம் செய்வதற்கும், நாம் சாதாரண மக்களின் ஆதரவைப் பெறுவதற்கும் போதுமான காரணம் அல்ல. ஆங்கிலேயரை விரட்டிய பின் நாம் எத்தகைய அரசாங்கத்தை அமைக்கப் போகிறோம், அது எப்படி போரிட்ட வீரர்களுக்கும், அவர்கள் பிறந்து வளர்ந்த விவசாய சமூகத்திற்கும் சிறந்த வகையில் பலனளிக்கும் என்பதைப் புரிய வைக்க வேண்டும்.''

''அவர்களது மதத்தை அச்சுறுத்தும் அரசை நீக்க வேண்டும் என்ற ஒரு காரணமே அவர்களுக்குப் போதுமானது'' என்றார் நானா.

''உங்களிடம் யாராவது அப்படிச் சொன்னால் எப்படி உணர்வீர்கள்? உங்களுக்கு பேஷ்வாக்களின் தலைநகரான பூனா செல்ல வேண்டும் என்ற ஆசை இல்லையா? லக்னோவின் சிம்மாசனம் நவாப் மனக்கண்ணில் இல்லையா? தோட்டாக்களையும் ஆங்கிலேயரையும் விரட்டுவதற்கு உங்களுக்கு உள்ளார்ந்த நோக்கங்கள் இருப்பது போலவே, பொதுமக்களுக்கும் பலன் காத்திருக்கிறது எனப் புரிய வைப்பது நல்லது, இல்லையா?''

''எப்படி?''

''ஒவ்வொரு கிராமத்திலும் பஞ்சாயத்து அமைத்து எளிதில் நியாயம் கிடைக்கச் செய்வோம். நாடு முழுவதிற்குமான அவையை, மக்களையே தேர்ந்தெடுக்க வைப்போம்; அரசாணையைவிட இந்த அவை அதிகாரம் கொண்டதாக இருக்கும். பெரும் நிலவுடைமை முறையை மாற்றுவோம்; விவசாயிக்கும், அரசாங்கத்திற்கும் இடையில் எந்த எசமானரும் வராமல் செய்வோம்; எவருக்காவது அவரது சேவைக்காக நிலம் வழங்கப்பட்டால், அவர்கள் அதில் வரும் வருமானத்தைப் பெற மட்டுமே அனுமதி அளிப்போம். தொழிற்சாலைகள் உருவாக்கி அனைவருக்கும் வேலைவாய்ப்பு அளிப்போம். எவரும் சோம்பிக் கிடக்காமல் இருப்பதை உறுதி செய்வோம். விவசாயத்தைப் பெருக்க கால்வாய், நீர்த்தேக்கங்கள், அணைக்கட்டுகள் அமைப்போம். அதனால், கோடிக்கணக்கான மக்களுக்கு வேலைவாய்ப்பு, இரண்டு அல்லது மூன்று மடங்கு அதிகரிக்கும். உணவு உற்பத்தி, விவசாயிகளுக்குப் புதிய விளைநிலங்கள் ஆகியவை கிட்டும்'' என்றார் மங்கள் சிங்.

அவர் பட்டியல் இட்ட திட்டங்களை எவரும் செவிமடுக்கவில்லை. அதிகாரம் கைக்கு வந்தபிறகு இவற்றைப் பற்றிச் சிந்திக்கலாம் எனப் புறந்தள்ளினர்.

மங்கள் சிங் உறக்கம் இன்றி வெகுநேரம் படுக்கையில் விழித்துக் கிடந்தார். இது அறிவியல் யுகம். இரயில், தந்தி, நீராவிக் கப்பல் என இவர்கள் நேரடியாக அதனைப் பார்க்கிறார்கள். தீக்குச்சி, காமிரா, மின்விளக்கு எனக் காலம் திறந்திருக்கிறது. ஆனால், அவர்கள் இன்னமும் கடந்து போன காலத்தின் நினைவுகளில் காலம் கழிக்கிறார்கள். ஆனால், இத்தனை இருளிலும் ஒன்று தெளிவாகத் தெரிந்தது. மக்கள் சக்தியால்தான் போரை வெல்ல முடியும்; அதன்மூலம் மக்கள் தமது வலிமையை உணர்வார்கள். ஆங்கில முதலாளிகள் தொழிலாளர்களின் பலத்தைக் கொண்டு தமது பகைவர்களை முறியடித்தார்கள்; முறியடித்த பின்னர், அதே தொழிலாளர்களைக் கேவலமாக நடத்தினார்கள். அதே போல, இந்திய பணக்காரர்களும், மக்கள் துணையுடன் வெற்றி பெற்று, அதன் பின் மக்களுக்கு - படைவீரர்கள், விவசாயிகளுக்குத் - துரோகம் இழைப்பார்கள். ஆனால், அவர்களால் மக்களது நம்பிக்கையை முழுமையாக குலைக்க இயலாது; புதிய அறிவியல் கண்டுபிடிப்புகளைக் கொண்டு தம்மைப் பகைவர்களிடம் இருந்து பாதுகாத்துக் கொள்வதையும் தவிர்க்க இயலாது. இனி, இருப்புப் பாதைகள், தந்தி தொடர்புகள், கல்கத்தாவில் கட்டப்படும் நீராவிக் கப்பல்கள் ஆகியவற்றை இந்தியாவில் இருந்து அகற்ற முடியாது. மங்கள் சிங் காலாவதியான நிலவுடைமையாளர்கள் மீது நம்பிக்கை வைக்கவில்லை; மனிதத்தின் புரட்சிகர வலிமை கொண்ட மக்களின்மீது நம்பிக்கை கொண்டிருந்தார்.

3

1857, மே மாதம் 10 ஆம் நாள் மங்கள் சிங் மீரட் நகருக்கு அருகில் இருந்தபோது, சிப்பாய்கள் தமது கலகக் கொடியை ஏற்றினார்கள். பகதூர் ஷாவின் படை ஒன்றை வழி நடத்தும் பொறுப்பு அவருக்கு வந்து சேர்ந்தது. பிற தலைவர்கள் மங்கள் சிங்கின் திறமை மீது நம்பிக்கை வைத்திருந்தனர்; ஆனால், அவரது நோக்கம் தம் நோக்கங்களில் இருந்து மாறுபட்டது என்பதையும் அறிந்திருந்தனர். எனவே அவரை டெல்லி நோக்கி அனுப்பாமல் கிழக்குப் பகுதிக்கு அனுப்பினர். இந்திய விடுதலைக்கான போரில் மீரட்டில் இருந்து கிழக்கிலும் மேற்கிலும் சென்ற பாதைகள்

ராகுல் சாங்கிருத்யாயன்

பேரழிவுக்கு இட்டுச் செல்லும் என்று யார் நினைத்திருக்க முடியும்? டெல்லி நோக்கிச் சென்ற படைக்கு மங்கள் சிங் போன்ற தளபதி இருந்திருந்தால், அவர் டெல்லியின் புராதனப் பெருமைகளைப் பயன்படுத்தி வெற்றிவாகை சூடியிருப்பார்!

மங்கள் சிங்கின் படையில் ஆயிரம் வீரர்கள் இருந்தனர். கலகம் தொடங்கியதும் அப்படையில் இருந்த ஒவ்வொருவரும் தம்மைத் தளபதிகளாக நினைத்துக் கொண்டனர். தளபதிகள் மட்டும் கொண்ட படை போரில் வெல்ல முடியாது எனப் புரிய வைக்க ஒரு வார காலம் எடுத்தது. மங்கள் சிங் தவிர இராணுவவியல் குறித்து அறிந்தவர்கள் எவரும் அந்தப் படையில் இல்லை; பிற படைகளிலும் எவரும் இல்லை. தனது படைக்குப் பயிற்சி அளிக்க அவருக்கு அவகாசம் இல்லை; எத்தனை மாவட்டங்களில் அரசின் அதிகாரத்தைக் குலைக்க முடியுமோ, அதைச் செய்வதுதான் உடனடியாக செய்ய வேண்டிய வேலையாக இருந்தது. கங்கையைக் கடந்து ரோகில்கண்ட் பகுதிக்குள் நுழைந்த பிறகு மங்கள் சிங் ஒவ்வொரு நாள் இரவும் தனது வீரர்களிடம் தனது அரசியல் கொள்கைகளை விளக்குவதை அன்றாடப் பழக்கமாக மேற்கொள்ளத் தொடங்கினார். வீரர்களுக்கு அவர் சொல்வதைப் புரிந்து கொள்ள காலம் எடுத்தது; அவர்களுக்குள் பல கேள்விகளும் எழுந்தன; மங்கள் சிங் அவற்றுக்குப் பதிலுரைத்தார். 1789, 1848 ஆம் ஆண்டுகளில் நடந்த இரு பிரெஞ்சுப் புரட்சிகள் பற்றி அவர்களிடம் சொன்னார். வேல்ஸ் நாட்டுத் தொழிலாளர்கள் பிரிட்டிஷ் வர்த்தகர்களுக்கு எதிராக நடத்தும் துணிகரப் போராட்டங்கள் பற்றிக் கூறினார். இந்த பிரிட்டிஷ் வணிகர்கள்தான் இந்தியாவில் தங்கள் அதிகாரத்தை அளவுக்கு அதிகமாக வளர்த்துக் கொண்டிருக்கிறார்கள் என்பதை விளக்கினார். தொழிலாளர்கள் தமது பெரும் எண்ணிக்கையின் பலம் கொண்டு வணிகர்களை எதிர்த்த விதம் பற்றி விவரித்தார்; அவர்கள் உடலில் மூச்சு இருக்கும் வரை தமது உரிமைகளை இழக்காமல் இருந்ததைக் கூறினார்.

இவற்றைக் கேட்ட சிப்பாய்களின் செயல்களில் தீவிர மாற்றம் ஏற்பட்டது. அவர்கள் ஒவ்வொருவரும் விடுதலைப் போரின் பரப்புரையாளராக மாறினர்; கிராமங்கள், சிறு, பெரு நகரங்களுக்குச் சென்று தமது சொல், நடத்தை மூலம் மக்களுக்கு எழுச்சி ஊட்டி, மக்களது மதிப்பையும் நம்பிக்கையையும் பெற்றனர். அரசாங்க கருவூலங்களில் இருந்த பணத்திற்கு கணக்கு ஒப்புவித்தனர்; அவசியம் ஏற்பட்டால், பொதுமக்கள் விருப்பம், அனுமதியுடன்

வரி வசூலித்தனர்; உள்ளூர் பஞ்சாயத்துகளை மீண்டும் நிறுவி, நிலையை விளக்கினர்; உரிய விலை தராமல் எந்தப் பொருளையும் எடுத்துக் கொள்ளவில்லை. மங்கள் சிங் செல்லும் இடமெல்லாம் ஆயிரக்கணக்கான மக்களிடம் தனது திட்டங்களை விளக்கினார். அது விரைவில் நல்ல விளைவுகளை ஏற்படுத்தியது. இளைஞர்கள் கூட்டம் கூட்டமாக விடுதலைப் படையில் இணைந்தனர். மங்கள் சிங் முறையான இராணுவப் பயிற்சி திட்டத்தை உருவாக்கினார்; திடீர் தாக்குதல்கள், ஆணைக்குழுக்கள் போன்ற பல முறைகளை அமல்படுத்தினார். அவர் தன்னுடன் முஸ்லிம், இந்து மருத்துவர் குழுவுடன் பயணித்தார்.

நிலவுடைமை சமூகத்தின் சுரண்டல், ஊழல் ஆகியவற்றைச் சுத்திகரிக்க, கல்வி பெற்றவர் மத்தியில் தன்னலமற்ற நாட்டுப் பற்றை வளர்க்க வேண்டியது முக்கியம். அதனை வளர்ப்பது அக்காலத்தில் எளிதாக இல்லை. ஆனாலும், மங்கள் சிங்குடன் இரு நாட்கள் கழிக்கும் எவரும் புத்தொளி பெறாமல் போவது கிடையாது. படைவீரர்களுடன் நகைச்சுவையாகச் சிரித்துப் பேசிக் கொண்டு மங்கள் சிங் நிற்பதைப் பார்க்கும் எவரும் அவரைத் தளபதி என்று கருத மாட்டார்கள். அவருடன் உரையாடும் கூட்டம் ஆயிரம், இரண்டாயிரமாகப் பெருகியது. அவர்களில் ஒவ்வொரு படைவீரனும் அவருக்காகத் தன் உயிரைத் தியாகம் செய்யத் தயாராக இருந்தான். அவர் தமது வீரர்களுடன் சேர்ந்து ரொட்டி சாப்பிட்டார்; அவர்களைப் போலவே கம்பளியைச் சுற்றிக்கொண்டு உறங்கினார்; அபாயம் மிக்க இடங்களில் முன் நின்றார்.

சிறைப்படுத்திய ஆங்கிலேயரை மரியாதையாக நடத்தினார். அவர்கள் மங்கள் சிங்கின் கருணையைக் கண்டு வியந்தனர். அக்காலத்தில் ஐரோப்பாவில்கூடக் கைதிகளை அப்படி நடத்தவில்லை. ரோகிள்கண்ட் பகுதியில் நான்கு மாவட்டங்களில் அனைவரையும் அருமையாக அணியமாக்கினார்.

1857, ஜூன் மாதம் 5 ஆம் நாள் நானா சாகிப் ஆங்கிலேயருக்கு எதிராக போரைத் தொடங்கினார். ஆனால், ஒன்றரை மாதத்தில் ஜூலை 18 அன்று அவர் தோற்கடிக்கப்பட்டார். அலை மாறி அடிப்பதை மங்கள் சிங் விரைவில் உணர்ந்து கொண்டார். ஆனால், அவர் உயிர் வாழும் கடைசி கணம் வரை விடுதலைக் கொடியைத் தாழ்த்தவில்லை. பிரிட்டிஷ் அரசு தனது பழி வாங்கலைத் தொடங்கியது. ஆயுதம் தரிக்காத பொதுமக்களை அவுத் பகுதியில் தாக்கியது; பெண்களின் மானம் குலைத்து கொலையும் செய்தது;

இச்செய்திகள் வந்தும்கூட மங்கள் சிங் கைது செய்யப்பட்ட எந்த ஆங்கிலேயரையும் துன்புறுத்தவில்லை.

மழைக்காலம் முடிவதற்குள் எல்லா இடங்களிலும் கலகம் செய்தவர்களின் எதிர்ப்பு முறியடிக்கப்பட்டது. ஆனால், ரோகிள்கண்ட், மேற்கு அவுத் பகுதிகளில் மட்டும் மங்கள் சிங்கின் படை ஆயுதங்களை கீழிறக்கவில்லை; எல்லாபுறமும் ஆங்கிலேய, கூர்க்கா, சீக்கியர் படை சூழ்ந்து இருந்தபோதும் அவரது படை தாக்குப் பிடித்து நின்றது. சிறிது சிறிதாக விடுதலைப் படையினரின் எண்ணிக்கை குன்றியது. மங்கள் சிங் அவர்களது எதிர்காலத்தை மனதில் கொண்டு பலரை வீட்டுக்குத் திருப்பி அனுப்பினார். அவருடன் மீரட்டில் இருந்து பயணித்த ஆயிரம் வீரர்களில் ஒருவர் கூட அவரை விட்டுச் செல்ல விரும்பவில்லை. இறுதியில், மரணம் குறித்த கசப்புணர்வை நீக்கிய ஒரு நிகழ்வை அவர் கண்டார். தோல்வி கண்ட அச்சிறு குழுவில் இருந்த பார்ப்பனர், ரஜபுதனர்கள், ஜாட் - குஜ்ஜார், இந்து - முஸ்லிம் ஆகியவர் மத்தியில் எந்தவித சமூக வேறுபாடுகளும் இல்லாமல் போயிற்று. அவர்கள் ஒன்றாகச் சமைத்தனர்; உண்டனர். ஒன்றுபட்ட இந்திய நாட்டிற்கான மாதிரிப் படிவமாக இருந்தனர்.

மீரட் நகரைச் சேர்ந்த ஐந்து படை வீரர்கள் - பிந்தா சிங், தேவ்ராம், ஸபாலால் பாண்டே, ரஹீம் கான், குலாம் ஹுசைன் - இறுதியில் அவர் கங்கையைக் கடைசி முறையாகக் கடந்தபோது இருபுறத்தில் இருந்தும் தாக்கப்படும் வரை உடன் இருந்தனர். மங்கள் சிங்கிடம் கைதிகளாக இருந்த ஆங்கிலேயரின் கோரிக்கையை ஏற்று பிரிட்டிஷ் தளபதி மங்கள் சிங்கிற்கு மன்னிப்பு வழங்கி இருந்தார்; அவர் தம்மிடம் சரணடைவார் என எதிர்பார்த்து இருந்தார். ஆனால், அவர் அதனை மறுத்தார். இப்போதும் அந்தச் சலுகை அளிக்கப்பட்டது; மங்கள் சிங் தனது பதிலை ஒரு தோட்டாவால் கொடுத்தார். அவரது படகு கங்கைக்குள் மூழ்கிக் கொண்டிருந்தபோது ஆறு சடலங்களுடன் பிடிபட்டார். இந்தியர்களின் வீரத்திற்கு பிரிட்டிஷார் அஞ்சலி செலுத்தினர்.

19. சப்தர்

காலம் : பொ.ஆ. 1921-22

1

சிறிய, அழகிய பங்களா. அதன் சுற்றுச் சுவர் அருகில் ஒரு புறம் ரோஜாப் பாத்திகள் - சிவப்பு, இளஞ்சிவப்பு பூக்களுடன்; மறுபுறம் பாட்மிண்டன் எனப்படும் பூப்பந்து விளையாட்டுத் திடல். அதைச் சுற்றிலும் புற்கம்பளம் காலுக்கு மெத்துமெத்தென்று இருந்தது. இன்னொரு மூலையில் கோடைக்கேற்ற கொடிவீடு. பங்களாவின் பின்புறத்தில் ஒரு திறந்த தாழ்வாரம். பாரிஸ்டர் சப்தர் ஜங் மாலை வேளைகளில் அங்குதான் உட்காருவார்.

பங்களாவின் சுவர்களில் பசுங்கொடிகள் படர்ந்து இருந்தன. சப்தர் ஆக்ஸ்போர்டில் படிக்கும்போது கொடிகள் படர்ந்த வீடுகளைப் பார்த்திருக்கிறார். அதே போல இங்கும் அமைக்க வேண்டும் என உறுதியாக இருந்தார். அந்த பங்களாவில் இரண்டு கார்கள் நிறுத்த இடம் இருந்தது. சப்தர் ஜங் வாழ்முறை, பங்களாவின் சூழல் ஆகியவை ஆங்கிலேய முறையை அப்படியே பின்பற்றுவதாக இருந்தன. அவரிடம் பணியாற்றிய அரை டசன் பணியாட்கள் ஆங்கிலேய அதிகாரியிடம் வேலை செய்பவர்கள் போல பயிற்றுவிக்கப்பட்டிருந்தனர். இடுப்பில் சிவப்பு நிறப் பட்டி, எசமானரின் உருவம் பொறிக்கப்பட்ட தலைப்பாகை அணிந்திருந்தனர். சப்தர் ஐரோப்பிய உணவில் மிகுந்த ஈடுபாடு கொண்டவர். அதற்காகவே மூன்று சமையல்காரர்கள் தயாராக இருந்தனர்.

சப்தர் ஒரு 'துரை'யாகவே வாழ்ந்தார். அவரது மனைவி சகீனாவையும் வேலையாட்கள் 'துரைசானி' என்றே அழைத்தனர். அவள் புருவங்களைத் திருத்தி மைப்பென்சில் கொண்டு விரும்பிய வண்ணம் எழுதி, கால்மணி நேரத்திற்கு ஒரு முறை உதட்டுச் சாயம்

பூசி அலங்கரித்துக் கொண்டாள். ஆனால், ஐரோப்பிய ஆடைகள் அணிய விரும்பியதில்லை.

சென்ற ஆண்டில் - *1920* - சப்தர் தனது மனைவியோடு இங்கிலாந்துக்குச் சென்றபோது சகீனாவை கவுன் அணிய வைக்க முயற்சி செய்தார். அவள் அதற்கு ஒப்புதல் தரவில்லை. அவர்கள் இருவரும் சந்தித்த ஆண்களும் பெண்களும் அவளது புடவையை இரசித்தார்கள். அவளது அழகை அவர்கள் இரசித்த விதத்தைப் பார்த்த சப்தர் அவள் கவுன் போட மறுத்தது நல்லது எனக் கருதினார். அவர்கள் இருவரும் வெளுத்த தோல் கொண்டவர்களாக இருந்ததால், ஐரோப்பாவில் அவர்களை இத்தாலியர்கள் என்றே கருதினார்கள்.

1921 ஆம் ஆண்டு குளிர்காலம், இந்தியாவின் வடபகுதியில் இருந்த பிற பகுதிகள் போலவே லக்னோவிலும் மனதிற்கு இதமான காலமாக இருந்தது. நீதிமன்றத்தில் இருந்து திரும்பிய சப்தர், தனது வீட்டு வராந்தாவில் இருந்த மூங்கில் நாற்காலியில் அமர்ந்தார். அவர் முன் இருந்த சிறு மேசையின் மீது சில புத்தகங்களும், ஒரு குறிப்பு நோட்டும் இருந்தன. சப்தரின் முகத்தில் வழக்கத்திற்கு மாறாக ஆழ்ந்த சிந்தனை கவிந்திருந்தது. அருகில் இன்னும் மூன்று நாற்காலிகள் காலியாகக் கிடந்தன. அவர் சிறந்த வகை சூட் அணிந்திருந்தார். அவரது மழிக்கப்பட்ட முகத்தில் இருந்த உணர்வு வெளிப்பாடு அவர் ஆழ்ந்த சிந்தனையில் இருப்பதைக் காட்டியது. அம்மாதிரித் தருணங்களில் அவரது பணியாட்கள் அவரை நெருங்க மாட்டார்கள். அவர் அதிகம் கோபப்படமாட்டார்; ஆனால், இம்மாதிரி நேரங்களில் தன்னைத் தொந்தரவு செய்யக் கூடாது என்பதைப் பணியாட்களிடம் புரிய வைத்திருந்தார்.

மாலை நேரம் வந்தது; ஆனால், சப்தர் தன் இடத்தைவிட்டு அசையவில்லை. ஒரு பணியாள் நீண்ட மின்கம்பி கொண்ட மேசை விளக்கு ஒன்றை அவரருகில் வைத்தார். வீட்டுக்குள் இருந்து ஏதோ குரல் கேட்டது. யார் என்று சப்தர் கேட்டதும், ஆசிரியர் சங்கர் சிங் வந்ததையும் இப்போது திரும்பிச் செல்லப் போகிறார் என்றும் விளக்கினார். சப்தர் உடனடியாக அவரைத் திருப்பி அழைத்து வருமாறு பணித்தார்.

சங்கர் சிங்கிற்கு முப்பது, முப்பத்திரண்டு வயதுதான் இருக்கும். ஆனால், அவர் முகம் மூப்பின் அறிகுறிகளைக் காட்டியது. கருப்பு காற்சராய், கோட், வட்டத் தொப்பி அணிந்திருந்தார்; அவரது அடர்ந்த கரிய மீசை நீண்டு தொங்கியது. தோற்றத்தில் அவரிடம்

இளமையின் சாயல் எதுவும் இல்லை. ஆனால், அவரது கண்களில் இருந்த தீர்க்கம் அவரது சிந்தனைச் செறிவைக் காட்டியது.

அவரைக் கண்டதும் சப்தர் எழுந்து கைக்குலுக்கினார். "என்ன சங்கர்? வந்துட்டு என்னைப் பார்க்காமலே கிளம்புறியா?"

"இல்லண்ணா, ஏதோ வேலையில் மூழ்கி இருந்தது போலிருந்தது."

"வழக்குக் கோப்புகளில் புதைந்தே இருந்தாலும், உனக்குச் சில நிமிடங்கள் ஒதுக்காமல் இருப்பேனா? இன்னிக்கு கோப்புகள்கூட இல்லை பாரு மேசையில."

சங்கர் மீது சப்தர் ஆழ்ந்த அன்பு கொண்டவர். நெருக்கமான நண்பர் எனச் சொல்லிக்கொள்ள சப்தருக்கு வேறு யாருமில்லை. சௌதாபூர் பள்ளியில் நான்காம் வகுப்பில் சேர்ந்தது முதல், லக்னோவில் இளங்கலை பட்டம் முடித்தது வரை இருவரும் ஒரு சாலை மாணவர்கள். இருவரும் படிப்பில் சுட்டி. சில சமயம் தேர்வுகளில் ஒருவர் மாற்றி ஒருவர் கூடுதல் மதிப்பெண்கள் எடுப்பார்கள். ஆனால், இந்தப் போட்டி அவர்களுக்குள் எந்த வகை பிரிவையோ கசப்பையோ ஏற்படுத்தியதில்லை. இருவரும் கௌதம ரஜபுத்திரர் இனத்தைச் சேர்ந்தவர்கள். ஆனால், ஒரு குடும்பம் இந்துவாகத் தொடர, ஒரு குடும்பம் இஸ்லாத்திற்கு மாறியிருந்தது. பத்துத் தலைமுறைகளுக்கு முன்பு இருவர் குடும்பங்களும் இந்துக்களாக இருந்தனர். இருவருக்கும் பொதுவான மூதாதையர் இருந்தனர். இருவர் குடும்பங்களும் இன்றைக்கும் குடிசார்ந்த சிறப்பு நிகழ்வுகளில் ஒன்றாகக் கலந்து கொண்டன.

சப்தர் வீட்டிற்கு ஒரே மகன்; சங்கர் இருந்ததால் சகோதரன் இல்லாத குறையின்றி சப்தர் வளர்ந்தார். சங்கர் ஆறுமாதம் இளையவர். மேலே விவரித்த ஒற்றுமைகள் தவிர சங்கரிடம் இருந்த பண்புகள் அவரை உயரிய மனிதராக ஆக்கின. 'பக்கா' துரையான சப்தர், எளிமையான சாதாரணத் தோற்றம் கொண்ட சங்கரிடம் அன்பும் மரியாதையும் காட்ட அவை காரணமாக இருந்தன. சங்கர் நல்ல மனிதர்; ஆனால், யாரையும் துதி பாடத் தெரியாதவர். அதன் விளைவாக முதுகலைப் படிப்பில் முதல் வகுப்பில் தேர்ச்சி பெற்றிருந்தாலும், அரசுப் பள்ளியில் இளநிலை ஆசிரியராக பணியாற்றினார். அவர் சின்னதாக கோடிகாட்டி யிருந்தால் கூட, மற்றவர்கள் ஆளைப் பிடித்து உயர்நிலைப் பள்ளி தலைமையாசிரியராக இருந்திருக்கலாம். ஆனால், அவர்

ஆயுள் முழுதும் உதவி ஆசிரியராகவே கழிக்க விரும்புவது போலப் பட்டது. ஒரு முறைதான் அவர் நண்பர்களின் உதவியை நாடியிருக்கிறார். லக்னோவில் இருந்து அவரை வெளியூருக்கு மாற்றுவதைத் தடுக்க உதவி கேட்டார். இத்தனை மென்மையான சங்கர் மிகுந்த சுயமரியாதை கொண்டவர். சப்தர் அப்பண்பை பெரிதும் மதித்தார். பனிரெண்டு வயதில் தொடங்கிய அவர்களது நட்பு இருபது ஆண்டுகள் கடந்தும் உறுதியாகத் தொடர்ந்தது.

அவர்கள் பேசிக்கொண்டிருந்தபோது வெளிர் பச்சை நிறச் சேலையும் சிவப்பு இரவிக்கையும் அணிந்திருந்த சகீனா அங்கு வந்தாள். 'வணக்கம் அண்ணி' என்று எழுந்து வணக்கம் சொன்னார் சங்கர்.

புன்னகையுடன் 'வணக்கம்' என்றாள் சகீனா. பெரும் பணக்காரப் பிரபுவின் மகளான, படிப்பறிவு கொண்ட சகீனா தொடக்கத்தில் கிராமத்தான் போலிருந்த பள்ளியாசிரியருடன் தன் கணவன் நட்புடன் இருப்பதை ஏற்கவில்லை. தந்தையின் வீட்டிலும் அவள் பர்தா அணிய வேண்டிய கட்டாயம் இருக்கவில்லை. எனவே அவள் சங்கரைச் சந்திப்பதில் எந்தத் தடையும் இருக்கவில்லை. முதல் ஆறு மாதங்கள் சங்கர் சப்தருடன் நெருக்கமாக வேலை செய்வதைக் கண்டு அவள் முகம் சுளித்திருக்கிறாள். ஆனால், கடைசியில் அவளே சங்கர் பாசத்துக்கும் மதிப்புக்கும் உரிய நண்பர் என்று தன் கணவரிடம் ஒத்துக் கொண்டாள்.

இப்பொழுது அவள் சங்கருக்கு அண்ணியாகவே உணரத் தொடங்கி விட்டாள். அவள் குழந்தைப் பேறு வேண்டாம் என முடிவு செய்திருந்தாள். அவ்வப்போது சங்கரின் குழந்தைகள் அவளுடன் தங்கினார். கடந்த ஆறு ஆண்டுகளில் சங்கருக்கு பகவான் சங்கரரின் அருள் கிடைத்துக்கொண்டே இருந்ததால், அவரது குடும்பத்தில் எப்போதும் ஒரு கைக்குழந்தை இருந்தபடியே இருந்தது. கடந்த ஒரு வார காலமாக சப்தர் சிந்தனையில் ஆழ்ந்தபடி இருப்பதைக் கண்டு கவலைப்பட்டுக் கொண்டிருந்த சகீனாவிற்கு சங்கரின் வரவு நிம்மதியாக இருந்தது. சங்கர்தான் சப்தரை உற்சாகப்படுத்த முடியும் என அவள் அறிவாள். விருந்தாளியைப் பார்த்து, "இன்னைக்கு ஒன்றும் அவசரம் இல்லையே? நான் செய்த சாக்லேட் 'புட்டிங்' சாப்பிட்டுப் பாக்கலாம் அல்லவா?" என்றாள்.

"இதெல்லாம் கேக்கணுமா?" என்றார் சங்கர்.

"முதல்ல, நீங்க இருக்கப் போறீங்களான்னு தெரியணும். திடீர்னு மறைஞ்சு போகக் கூடாது" என்றாள்.

“இப்படிப் பேசுவது சரியில்ல அண்ணி. நீங்க சொன்னதை எப்ப நான் கேட்காமல் இருந்திருக்கிறேன்?”

“சொன்னதைக் கேட்பதைப் பற்றி இல்ல நான் பேசுவது. சொல்ல வாய்ப்பு தராமல் தப்பிப்பதும் குற்றம்தான்!”

“இதோ! தானைத்தலைவியின் ஆணைகளைக் கேட்கச் சித்தமாக இருக்கிறேன்!”

“சரி. இருந்து சாப்பிட்டு, புட்டிங் எல்லாம் முடிச்சிட்டுப் போகலாம். இப்ப, உங்களைப் பேச விடறேன்” என்று சொல்லிச் சென்றாள் சகீனா.

அவள் உள்ளே போனதும், இருவரும் தீவிரமாக உரையாடத் தொடங்கினர்.

“சங்கர்! ஒரு புதிய புரட்சிகரமான காலத்திற்குள் நாம் நுழைகிறோம். 1857 ஆம் ஆண்டுக்குப் பின்பு, இப்போதுதான் இந்தியா தன்னுணர்வு பெற்று வருகிறது” என்றார் சப்தர்.

“சப்தர் அண்ணா, அரசியல் போராட்டங்களைச் சொல்கிறீர்களா?”

“சங்கர், அப்படிச் சொல்வது குறைத்து மதிப்பிடுவதாகும். 1885இல், காங்கிரஸ் உருவானபோது, ஓய்வு பெற்ற ஆங்கிலேய அரசு அதிகாரிகளின் கைப்பாவையாகத்தான் இருந்தது. அவர்களது கிறிஸ்துமஸ் கொண்டாட்டங்கள், மதுக் குதூகலங்கள் எல்லாமே ‘போராட்டம்’ என முத்திரை குத்தப்பட்டது. அதைப் போராட்டம் எனச் சொன்னால், இப்போது நடப்பது புரட்சி என்று சொல்வேன்.”

“திலகரின் சுயராஜ்யம் நிதிக்கு காந்திஜி கோடிக்கணக்கில் பணம் சேர்த்து விட்டார். எனவே ‘சுயராஜ்யம்’ என்ற கூக்குரல் பலமாக ஒலிக்கிறது.”

“தனிமனிதராக யாராலும் புரட்சியைக் கொண்டுவர முடியாது. புரட்சியின் வேகம் ஓர் உன்னத மனிதரின் வலிமையிலோ, சில தலைவர்களின் உத்வேகத்திலோ மட்டும் நடக்காது. என்னுடைய கணிப்பு இதுதான்: 1857 கிளர்ச்சியை வழி நடத்தியவர்கள் சொத்திழந்த நிலச்சுவான்தார்கள். நமது லக்னோதான் அக்கிளர்ச்சியின் மையங்களில் ஒன்றாக இருந்தது. சொல்லப்போனால், ஆங்கிலேயர் லக்னோவைத் தம்முடன் இணைத்ததுதான் அக்கிளர்ச்சியின் உடனடிக் காரணங்களில் முக்கியமானது. ஆனால், அதில் பல சாதாரண குடிமக்கள் பலியானார்கள். நம் பக்கம் இருந்த

சில பலவீனங்களால் அது தோற்றது. அதனை ஒடுக்கியபின் ஆங்கிலேயரும் மோசமான பழிவாங்கல் நடவடிக்கைகளில் ஈடுபடத் தொடங்கினர். நான் சொல்ல வருவது என்னவென்றால், 1857க்குப் பின் இப்போதுதான் சாதாரண சனங்கள் விடுதலைப் போரில் சேருகிறார்கள். இந்திய வரலாறு அறிந்த மாணவனாக நீயே சொல்லு! வேறெந்தப் போராட்டத்திலாவது மக்கள் இப்படிப் பங்கெடுத்திருக்கிறார்களா?"

"சப்தர் அண்ணா! நாக்பூர், கல்கத்தா நகரங்களில் நடந்த காங்கிரஸ் மாநாடுகளைப் பார்த்தோம். நீங்கள் குறிப்பிடுவதுபோல கிராமங்களில் பெருகும் உற்சாகத்தை நான் நேரடியாகக் கண்டுள்ளேன். வியப்பூட்டும் அனுபவம் அது. இவ்வளவு நடந்தபோதும், லக்னோவில் அந்நியத் துணி எரிப்புகள் மேற்கொள்ளப்பட்டபோதும் நீங்கள் எந்தவிதத் தாக்கமும் பெறவில்லையே? இப்போது புரட்சிகர எழுச்சியின் மத்தியில் இருந்த மனிதரைப் போலப் பேசுகிறீர்கள்?"

"தம்பி சங்கர்! நீ சொல்வது ரொம்பச் சரி. இப்போது வெள்ளம் என்னை அடித்துச் செல்லப் போகிறது. இது வெறும் உள்நாட்டு நிகழ்வு அல்ல; உலகெங்கும் பெருகும் எழுச்சிகளுடன் தொடர்பு கொண்டது. எந்த யுகத்திலும் வலுவான புரட்சி வெகுசனத் திரள் மூலம்தான் அரங்கேறும்."

"1857 இலிருந்து தொடங்குகிறீர்கள். முழுமையான வரலாறைச் சொல்கிறீர்களா அண்ணா!"

"சங்கர், மேல சொல்லட்டுமா?"

"எனக்கும் கேட்க ஆசையா இருக்கு. 'புட்டிங்' தயாராகிட்டு இருக்கு. நாளை ஞாயிற்றுக் கிழமை. யாரையாவது விட்டு, நான் இன்றிரவு லக்னோவில் தங்குவதாக வீட்டில் தகவல் கொடுக்கச் சொல்லிடுங்க. நான் சகீனாவின் 'புட்டிங்' சாப்பிட்டுவிட்டு, இங்கேயே குறட்டை விட்டுத் தூங்குகிறேன். இப்போ நான் முழுக்க உங்க கையில். இரவு முழுக்கக் கேட்கத் தயார்."

"சங்கர், ஆக்ஸ்போர்டில் நீயும் இருந்திருந்தால் எனது மகிழ்ச்சி இரட்டை மடங்கு ஆகியிருக்கும். நான் சொல்லவருவது என்னவென்றால், வெளிநாடுகளில் உள்ள அரசியல் துறை மாணவர்கள் கடந்த நூற்றாண்டில் இருந்து, இந்த நூற்றாண்டு வரை இங்கிலாந்தில் நடக்கும் மாற்றங்கள் அனைத்தும் சர்வதேசிய நிலைமைகளைப் பொறுத்தவை எனக் கருதுகிறார்கள்; உலகில்

நடக்கும் இந்த மாற்றங்களுக்கான காரணங்கள் பெரும்பாலும் பொருளாதார ரீதியானவை. 1857இல் நமக்குக் கிடைத்த அடியில் நாம் உறக்கத்தில், அல்லது உறக்கத்தை ஒத்த சோர்வில், அயர்ந்து போய் விட்டோம். ஆனால், பிற நாடுகள் பெரும் மாற்றங்களைக் கண்டன. ரோமானியப் பேரரசு காலம் தொட்டு சிதிலமாகி சிதறிக் கிடந்த இத்தாலி 1860இல் தனக்கான தேசிய ஒன்றியத்தை அடைந்தது; மாஜினி, கரிபால்டி போன்றவர்கள் முன்மாதிரி இளைஞர்களாக திகழ்ந்தனர். ரோமானியப் பேரரசை வீழ்த்த முடிந்த ஜெர்மானியர்களால் தமக்குள் ஒன்றுபட முடியவில்லை. ஆனால், பல அரசுகள் இணைந்த ஒன்றியமாக பிரஷ்யாவின் தலைமையின் கீழ் ஐக்கிய நாடுகளாக 1866இல் இணைந்தனர்; பிறகு 1871ற்குள் பிரான்சை முறியடித்தபின் அனைவரும் சேர்ந்து கொண்டனர். 1866ஆம் ஆண்டு மிக முக்கிய ஆண்டாக ஆயிற்று. ஜெர்மனி, பிரான்ஸ் போன்ற வலிமை மிக்க ஆட்சி மீது தாக்குதல் நடத்தித் தமது வெற்றிக் கொடியை பாரீஸ், வார்ஸா நகரங்களில் ஏற்றியது பலரையும் திகைக்க வைத்தது. இங்கிலாந்தும், ரஷியாவும் பெர்லினை அச்சத்துடன் நோக்கின. அது வெளியில் இருந்து வந்த அபாயம்; ஆனால், பாரீஸ் நகரத்தில் இருந்த தொழிலாளர்கள் அமைத்த பாரீஸ் கம்யூன் ஆறு வாரங்களில் (ஏப்ரல் 2 - மே 21, 1871) ஆட்சியைக் கைப்பற்றியது. பிரபுக்கள், வணிகர்கள் மட்டும் இன்றித் தொழிலாளர்களும் ஆட்சி நடத்த முடியும் என்பதை அது நிரூபித்தது.''

“இந்தியாவில் நடக்கும் அரசியல் நிகழ்வுகளுக்கும் இவற்றுக்கும் தொடர்பு இருப்பதாக நினைக்கிறீர்களா?''

“நிச்சயமாக. அத்துடன், ஆங்கிலேய ஆட்சி இந்தியாவில் எடுக்கும் கொள்கைகளில் இவற்றுக்குப் பங்கு உண்டு. ஐரோப்பாவில் ஜெர்மனி உறுதியாக வளர்ந்தவுடன், அதன் மீது கொண்ட அச்சத்தால், பிரான்ஸ் - இங்கிலாந்துக்கிடையே இருந்த பகைமை குறைந்தது. நமது முதலாளித்துவ ஆட்சி, பாரீஸ் கம்யூன் சில நாட்கள் மட்டுமே உயிர்த்து இருந்த போதிலும் குலைநடுக்கம் கண்டது; ஆஸ்திரியா தவிர (அந்நாடு கிட்டத்தட்ட அழிந்து கிடந்தது) பிற நாடுகள் இணைந்து 1861இல் உருவான ஜெர்மன் ஐக்கியம் அவர்களை அச்சுறுத்தியது. மேலும் சில மாற்றங்களும் நடந்தேறின. 1672ஆம் ஆண்டுக்குப் பின், இங்கிலாந்தில் வர்த்தகர் என்ற நிலையில் இருந்து முதலாளிகள் உருவெடுத்தனர். கச்சாப் பொருட்களை எங்கிருந்தாலும் பெற்று, பொருட்கள் உற்பத்தி செய்து, உலகெங்கும் விற்பனை செய்து இலாபம் குவிக்கும்

வாய்ப்புகளைக் கொண்ட பெரும் முதலாளிகள் உருவாகினர். வணிகப் போட்டியில் ஏகபோக உரிமை பெற்ற ஆதிக்க சக்தியாக உருவெடுத்தனர். வர்த்தக முதலீடு ஓரிடத்தில் பொருட்களைப் பெற்று, இன்னொரு இடத்தில் விற்று இலாபம் பார்ப்பது; ஆனால், தொழில்துறை மூலதனம் ஒவ்வொரு கட்டத்திலும் இலாபம் ஈட்டும். பருத்தி கொள்முதல், சுத்திகரிப்பு, இரயில் - கப்பல் போக்குவரத்து, நூல் நூற்றல், மான்செஸ்டர் ஆலைகளில் துணி உற்பத்தி, மீண்டும் விற்பனைக்கு அனுப்புதல் என இச்சங்கிலி தொடரும். கைவினைப் பொருட்களை விற்கும் வர்த்தகருக்குக் கிடைக்கக் கூடிய இலாபத்துடன் இதனை ஒப்பிட்டுப் பார்!"

"தொழில்துறை மூலதனத்தில்தான் இலாபம்."

"1871இல் வார்ஸாவில் வெற்றி பெற்ற ஜெர்மனி, பிரஷ்யாவின் அரசர் முதலாம் வில்லியம் அகில ஜெர்மனியின் சக்கரவர்த்தி (கெய்ஸர்) என அறிவித்தது. அதற்கு அடுத்த ஆண்டு 1872இல், பழமைவாத டோரி கட்சி இங்கிலாந்தில் தங்களது ஏகாதிபத்தியக் கொள்கையை நிறுவினர். யூதப் பிரதமர் டிஸ்ரேலி அதன் தன்மையை உறுதியாக நிலைநாட்டினார். இங்கிலாந்தின் தொழிற்சாலைகள் பெருக்கத்தால் சந்தைகள் உறுதியாக பாதுகாக்கப்பட வேண்டியதாயிற்று. ஜெர்மனி, பிரான்ஸ் நாட்டில் உற்பத்தியாகும் பொருட்களுடன் போட்டியிடத் தேவையில்லாத சந்தை தேவைப்பட்டது. எனவே முழு நிர்வாகம், விற்பனை உரிமை ஆகியவைத் தமது பிடியில் இருப்பதை ஏகாதிபத்தியம் மூலம் நிலைநிறுத்திக் கொண்டனர். மூலதனம் பன்மடங்கு பெருகியதால், புதிய புதிய சந்தைகளை உருவாக்க அனைத்து நாடுகளையும் தமது ஆதிக்கத்தின் கீழ் கொண்டுவர முயன்றனர். இந்தியா அவர்களின் நோக்கத்திற்கு ஏற்ற களமாக இருந்தது. 1866இல் சூயஸ் கால்வாய் திறக்கப்பட்டதும் ஆசிய - ஐரோப்பிய நாடுகளுக்கு பயணம் செய்வது எளிதாகியது. 1875இல் எகிப்து நாட்டின் கேல்டைவ் கம்பெனியின் 1,77,000 பங்குகளை நாற்பது இலட்சம் பவுண்ட் கொடுத்து தந்தி மூலம் டிஸ்ரேலி வாங்கினார். ஏகாதிபத்திய கொள்கைக்கு இது மேலும் வலு சேர்த்தது. 1877 ஜனவரி 1ஆம் நாள் டெல்லியில் நடந்த தர்பாரில் மகாராணி விக்டோரியாவை இந்தியாவின் சக்கரவர்த்தினியாக அறிவித்தனர். டிஸ்ரேலிக்குப் பிறகு தாராளவாதக் கட்சித் தலைவர் (Liberal Party) க்ளாட்ஸ்டோன் பதவிக்கு வந்த பிறகும் ஏகாதிபத்தியக் கொள்கைகளை மாற்ற முடியவில்லை."

"நாங்கள் இங்குள்ள மாணவர்களுக்குச் சக்கரவர்த்தினியாகப் பொறுப்பேற்றதன் மூலம் விக்டோரியா மகாராணி இந்தியாவிற்கு பேருதவி செய்திருக்கிறார் என்று சொல்லித் தருகிறோம்."

"ஆறு ஆண்டுகளுக்கு முன்பு பிரஷ்யா அரசர் தன்னை 'கெய்ஸர்' - சக்கரவர்த்தி - என அறிவித்ததில் இருந்து அந்தப் பட்டத்திற்குப் பெரிய மவுசு ஏற்பட்டுவிட்டது. ரோம் சாம்ராஜ்யம் வீழ்ந்தபிறகு வழக்கொழிந்து போன அந்தச் சொல் இப்போது மீண்டும் மதிப்புடன் உலா வருகிறது."

"இலத்தீன் மொழி மூலத்தைக் கொண்ட 'கெய்ஸர்' என்பதை இந்தியாவில் பயன்படுத்துவதற்கும், 'பேரரசி' என்ற சொல்லை இங்கிலாந்தில் பயன்படுத்துவதற்கும் ஏதாவது காரணம் இருக்கும் என நினைக்கிறேன்."

"இருக்கலாம். அந்தச் சொல் மூலம் 1871இல் இருந்து நாம் ஏகாதிபத்திய காலத்திற்குள் நுழைந்து விட்டோம். முதலில் இங்கிலாந்து. பிரான்ஸ் முதலில் தோற்றபின், குடியரசாக இருக்கிறது; ஆனால், ஆப்பிரிக்க நாட்டைச் சேர்ந்த டூனிஸில் 1881இல் தனது பிரெஞ்சுப் பேரரசை நிறுவுகிறது. 1884இல் புதிய தொழிற்சாலைகள், முதலாளிகள் கொண்ட ஜெர்மனி காலனி நாடுகளைப் பெற்று தனது ஆட்சியை நிறுவ முயற்சிக்கிறது."

"இவற்றுக்கும் இந்தியாவில் மாற்றம் அடைந்துவரும் பிரிட்டிஷ் கொள்கைகளுக்கும் என்ன தொடர்பு?"

"புதிய அறிவியல் கண்டுபிடிப்புகள், இயந்திரங்கள், பூதாகரமாக வளரும் தொழிற்சாலைகள், குவியும் மூலதனம் ஆகியவற்றை இலாபகரமாகப் பயன்படுத்த நல்லதொரு தலைமை வேண்டும். 1874 - 1880 வரை அத்தகைய கட்டமைப்பை டிஸ்ரேலியின் பாராளுமன்றம் வழங்கியது. அப்போதிருந்து 1892 வரை க்ளாட்ஸ்டோன் அரசு ஆட்சிக்கு வந்தாலும் டிஸ்ரேலியின் பாதையை மாற்ற முடியவில்லை. ஆனால், முதலாளித்துவ ஏகாதிபத்தியத்தின் குரூர முகத்தை மறைக்க பொதுச்சமூகத்தில் ஏதாவது அலங்காரம் தேவைப்படும் அல்லவா? அப்போதுதானே மக்கள் பீதியடைய மாட்டார்கள்! அதற்குத்தான் டிஸ்ரேலி 'இந்தியாவின் சக்கரவர்த்தினி' என்ற இன்பியல் நாடகத்தை அரங்கேற்றினார். அடுத்து வந்த தாராளவாதிகள் தங்களை வித்தியாசமாகக் காட்டிக் கொள்ள அயர்லாந்தின் ஹோம் ரூல் கொள்கையை அமல்படுத்தினர்; ஆனால், அயர்லாந்து நிலை

ராகுல் சாங்கிருத்யாயன்

மாறவில்லை. அதனைப் பயன்படுத்தி நாம் - இந்திய பிரபுக்கள் - 1885இல் காங்கிரஸ் இயக்கத்தைத் தொடங்கினோம். பிரிட்டிஷ் தாராளவாதக் கட்சியின் வளர்ப்புக் குழந்தையாகவே காங்கிரஸ் பிறந்தது; ஒரு தலைமுறைக் காலம் அத்தகைய நம்பிக்கையுடன் செயல்படவும் செய்தது. ஆனால், இங்கிலாந்தில் 1895 - 1905 வரை மீண்டும் டோரிக்களின் ஆட்சி வந்தது. எஸ்ஜின், கர்சன் போன்ற அவர்களது வார்ப்புகளை இந்தியாவிற்கு அனுப்பி வைத்தது. அவர்கள் ஏகாதிபத்தியத்தை வலுப்படுத்த முயன்றனர்; ஆனால், விளைவு நேர்மாறாக மாறிற்று."

"லால் - பால் - பால் அதாவது லஜபதிராய், பாலகங்காதர திலகர், விபின் சந்திரபால் ஆகிய மூவரும் வழி நடத்தும் இயக்கத்தைக் குறிப்பிடுகிறீர்களா?"

"அவர்கள் எல்லாம் நடப்பனவற்றின் புறத்தோற்றங்கள்தான். 1904 - 05இல் ஜப்பான் ரஷியாவைத் தோற்கடித்தபோது உலகத்தின் வலிமையான சக்திகளுடன் சேர்ந்தது; அது ஆசியாவில் புதிய விழிப்பை ஏற்படுத்தியது. ஜப்பானின் வெற்றியும், கர்சனின் வங்கப் பிரிவினையும் இந்திய இளைஞர்களின் மீது பெரும் தாக்கத்தை ஏற்படுத்தின. அவர்கள் காங்கிரஸின் மேடைப் பேச்சு முறையை மீறிச் செல்ல விரும்பினார். அரை நூற்றாண்டு காலத்திற்குப் பின் இந்தியர்கள், இந்தியாவிற்காக உயிர்த்தியாகம் செய்யக் கற்றுக் கொண்டார்கள். அயர்லாந்து, ரஷியா போன்ற நாடுகளின் தியாகிகள் நமக்கு நிறைய உதவியுள்ளனர். எனவே, நடப்பவற்றுக்கான காரணிகளை இந்தியாவிற்குள் மட்டும் தேடுவது தவறு."

"உலகத்தின் அனைத்துப் பகுதிகளும் ஒன்றுடன் ஒன்று பிணைந்துதானே இருக்கிறது!"

"சங்கர், எனது புரட்சிகர ஈடுபாடு இரண்டு தரப்பையும் பொருத்து அமைகிறது. ஒன்று உலக அளவில் நடக்கும் நிகழ்வுகள், சூழல் ஆகியவை தரும் முன்மாதிரிகள்; மற்றது, நமது நாட்டின் புரட்சிகர வர்க்கம் எந்த அளவு இதில் பங்கெடுக்கிறது என்பது. முதல் தரப்பு பற்றி நான் இப்போதுதான் உன்னிடம் சொன்னேன். இரண்டாவதில், நமது விவசாயிகளும் தொழிலாளிகளும் ஒன்றிணைந்து வருவது முக்கியமான நடப்பு. இழப்பதற்கு எதுவும் இல்லாத மக்கள்தான் புரட்சியில் முழுமையாக பங்கெடுப்பார்கள். சகீனாவின் உதடுகள் தரும் முத்தங்களை இழப்போமே, இந்த வீடு போய்விடுமே, இந்தக் குடும்பச் சொத்து அழியுமே என்று அஞ்சுபவர்கள் புரட்சியில் போராளியாக சேர முடியாது. சாதாரண ஏழை எளிய மக்கள்தான் புரட்சியை நடத்த முடியும்."

"நூற்றுக்கு நூறு உண்மை."

"இப்போது பொதுமக்கள் மத்தியில் இருக்கும் விழிப்புணர்வை நீ அறிவாய். உலக நிலவரம் எந்தத் திசையில் அவர்களை உந்துகிறது பார்! உலகப் போர் மிகப் பெரிய வெடிப்பை உருவாக்கியுள்ளது. ஏகாதிபத்தியம் கிளப்பிய போர் அது; முதலாளிகளும், உற்பத்தியாளர்களும் தத்தம் சந்தைகளைப் பிடிக்கவும், தக்கவைத்துக் கொள்ளவும் நடத்திய யுத்தம். ஜெர்மனி புதிய காலனிகளை உருவாக்க விரும்பியது; ஆனால், ஏற்கெனவே உலக நாடுகள் பங்கு போடப்பட்டு விட்டன. எனவே, ஜெர்மனி காலனிய ஆட்சிகளான இங்கிலாந்து, பிரான்சு நாடுகளுடன் மோதியது. அம்முயற்சியில் ஜெர்மனி தோற்றது. ஆனால், அதே காலத்தில் ஏகாதிபத்தியக் கனவுகளைக் குலைக்கும் புதிய பகைமை உருவாகியது: அதுதான் கம்யூனிசம். இலாபத்திற்காக பொருள் உற்பத்தியைச் செய்யாமல் ஒட்டுமொத்த மனிதகுலத்தை வளப்படுத்தி வாழ வைக்கும் தத்துவம்! இயந்திரங்களின் தரம் மேம்படுகிறது; தொழிற்சாலைகள் விரிவாகின்றன; உற்பத்தி பெருகுகிறது; சந்தைகளின் தேவை பன்மடங்கு பெருகுகிறது. அதைவிட, மக்கள் இப்பொருட்களை வாங்க அவர்களிடம் பணப்புழக்கம் இருக்க வேண்டும். எல்லாப் பணியாளர்களுக்கும் நிரந்தரக் கூலி கிடைத்தால்தான் அவர்களிடம் பணம் இருக்கும். இல்லையென்றால், உற்பத்தியான பொருட்கள் விற்க முடியாமல் கடைகளிலும் கிடங்குகளிலும் தேங்கிக் கிடக்கும். சந்தை முடக்கப்படும். எனவே, உற்பத்தியைக் குறைக்க வேண்டும்; தொழிற்சாலைகளை மூடவேண்டும்; தொழிலாளர்களை வேலைநீக்கம் செய்ய வேண்டும்; பொருட்களை வாங்குவதற்கான சக்தி இன்னும் மந்தமாகும். அப்படியானால், மக்கள் எப்படி, எந்தப் பொருளை வாங்க முடியும்? தொழிற்சாலைகளை எவ்வாறு தொடர்ந்து நடத்த முடியும்? கம்யூனிசம் இலாப நோக்கைக் கைவிட்டு நாடு - உலகம் மொத்தத்தையும் ஒரு குடும்பமாகக் கருதி, அதன் தேவைகளுக்கு ஏற்ப உற்பத்தி செய்ய வேண்டும் எனக் கோருகிறது. ஒவ்வொரு மனிதரும் தனது வலிமை, திறன்களுக்கேற்ப உழைக்க வேண்டும்; அவர்களின் தேவைகளுக்கேற்ப வாழ வேண்டிய அமைப்பு இருக்க வேண்டும். போதுமான அளவு இயந்திரங்களும், அவற்றை இயக்கக் கூடிய திறன் மிக்க தொழிலாளர்களும் இல்லாததால், தேவைகளை நிறைவு செய்யும் அளவு உற்பத்தி நடப்பது இப்போது சாத்தியம் இல்லை; எனவே உழைப்புக்கேற்ற ஊதியம் பெற வேண்டும். இவையனைத்தும் நிறைவேற நிலம், தொழிற்சாலைகள் போன்றவை தனிச் சொத்துகளாக இருக்கக்

ராகுல் சாங்கிருத்யாயன்

கூடாது; உற்பத்திக் கருவிகள் அனைத்தும் பொதுச் சொத்தாக, குடும்பத்தில் உள்ள அனைவருக்கும் உரியதாக இருக்க வேண்டும்."

"எத்தனை அழகான தத்துவம்!"

"சங்கர், இனி இது வெறும் தத்துவம் அல்ல. 1917இல் உலகின் ஆறில் ஒரு பங்கு உள்ள ரஷியாவில் கம்யூனிச அரசு அமைக்கப்பட்டது. மனித குலத்தின் ஒரே நம்பிக்கையாக உள்ள கம்யூனிசத்தை அழித்து ஒழிக்க முதலாளித்துவ உலகம் இன்னமும் முயற்சி செய்து கொண்டிருக்கிறது. ஆனால், சோவியத் ஆட்சி தனக்கெதிரான கோரமான சோதனையை முதல் கட்டமாக சோவியத் முறியடித்துள்ளது. ஹங்கேரியில் மூன்றே ஆண்டுகளில் 1919இல் சோவியத் ஆட்சி பிரெஞ்சு, அமெரிக்க முதலீட்டால் தூக்கியெறியப்பட்டுள்ளது. ஆனால், ரஷியாவின் விவசாய - தொழிலாளர் அரசாங்கம் உலகத்திற்குப் புதிய தலைமையை வழங்கியுள்ளது. பிற நாடுகளிலும் அதே சக்திகள் ஒன்றிணைந்துள்ளன. போர் முடிந்ததும், பிரிட்டிஷ் அரசு ஏன் அவசர அவசரமாக ரௌலட் சட்டத்தை இயற்றியது? உலகெங்கும் எழுச்சியுடன் பொங்கிக் கிளம்பும் புரட்சிகர வேகத்தைக் கட்டுப்படுத்த முயன்றது. உலகத்தைப் புரட்டிப் போட வேண்டும் என்ற புரட்சிகர வலு மூலைமுடுக்கெல்லாம் பரவாமல் இருந்தால், பிரிட்டிஷார் இப்படிச் செய்திருக்க மாட்டார்கள். அப்படி ஒரு சட்டம் வரவில்லை என்றால், காந்தி மக்களை அதற்கு எதிராக கிளம்புமாறு அறைகூவல் விட்டிருக்க மாட்டார். காந்தி அதைச் செய்ததால், 1857 போராட்டத்திற்குப் பிறகு சாம்பல் பூத்துக் கிடந்த கங்குகள் இன்று தீயாகக் கிளம்பியிருக்காது. நாம் புரட்சிகளின் புது யுகத்திற்குள் நுழைகிறோம் என்று நான் சொன்னதன் பொருள் உனக்குப் புரிகிறது அல்லவா?"

"காந்தியைப் புரட்சிகரத் தலைவர் என்று சொல்ல வருகிறீர்களா? கோகலே போன்ற மிதவாதிகளைத் தனது ஆசான் எனக் கூறும் காந்தி எப்படி புரட்சியாளராக முடியும் அண்ணா?"

"காந்தியின் எல்லா செயல்களும் புரட்சிகரமானவை என நான் கருதவில்லை. சாதாரண மக்களை எழுச்சியூட்டும் அவரது பணியைப் புரட்சிகரமானது என்கிறேன். அந்த மக்கள்தானே புரட்சிகர சக்தி! அவரது மதவாதங்கள், குறிப்பாக கிலாபத் இயக்கம் பற்றிய கருத்துகள் ஆகியவை வெறும் சவடால்; புரட்சிக்கு எதிரானது எனக் கருதுகிறேன். இயந்திரங்களைப் புறந்தள்ளி, பழைய கைவினை சார்ந்த உழைப்புக்குப் போவது கடிகாரத்தைப்

பின்னுக்குத் தள்ளி வைக்கும் முயற்சி எனக் கருதுகிறேன். அதே போலப் பள்ளிகள், கல்லூரிகளை மூடச் சொல்வதும் ஏற்க முடியாத வாதம்."

"சப்தர்! நீ நீடூழி வாழ்க! நீங்கள் காந்தி புராணம் பாடத் தொடங்கியதும் மூச்சைப் பிடித்துக்கொண்டு காத்திருந்தேன். கல்விக்கூடங்கள் சாத்தானின் பட்டறைகள் எனச் சொல்லிவிடுவீர்களோ என்று பயந்தேன்."

"நமது கல்விமுறையில் ஆயிரம் குறைகள் இருக்கலாம். ஆனால், நமது நவீனக் கல்விதான் நம்மை அறிவியலுடன் உறவு கொள்ள வைத்துள்ளது. அது இல்லாமல் மனித வாழ்வு இனி சாத்தியம் இல்லை. நமக்கு விடுதலை கிடைத்ததும், அறிவியல் நம் நாட்டில் முக்கிய இடம் பெறும். நமது மக்கள்தொகை நாளுக்கு நாள் பெருகி வருகிறது; நமது எதிர்காலம் அறிவியலை நம்பியே உள்ளது. அதை விட்டுவிட்டு பழமைக்குத் திரும்புவது தற்கொலை அன்றி வேறல்ல. பள்ளி, கல்லூரிகளை மூடிவிட்டு நூல் நூற்பு, நெசவு மையங்கள் தொடங்குவது, நம்மை இருண்டகாலத்தில் தள்ளி விடும். ஆனால், மாணவர்களைப் புரட்சியாளர்களாக உருவாக்க வேண்டும் எனக் கேட்பது மோசமானது இல்லையே. நீ அதனை ஏற்பாய், இல்லையா சங்கர்?"

"கண்டிப்பாக. பிற புறக்கணிப்பு இயக்கங்கள் பற்றி என்ன சொல்கிறீர்கள்?"

"நீதிமன்ற புறக்கணிப்புகள் நல்லது. அந்நிய ஆட்சியாளருக்கு நமது அதிருப்தியையும் வலிமையையும் காட்ட அது ஒரு வழி. அந்நிய பொருட்களைப் புறக்கணிப்பது பிரிட்டிஷ் முதலாளிகளுக்கு நெத்தியடி. நமது உள்நாட்டு உற்பத்தியைப் பெருக்கும்."

"சப்தர், ரொம்பத் தீவிரமாக போயிட்டிருக்கீங்க..."

"இன்னும் போகலை; ஆனால், விரும்புகிறேன்."

"நீ போக ஆசைப்படறியா?"

"முதல்ல, நாம் புரட்சிகர யுகத்திற்குள் இருக்கிறோமா? இல்லையா?"

"அண்ணா! உங்கள் கருத்துகளை முழுமையாகத் தெரிந்து கொள்ளத்தான், நிறைய கேள்வி மேல கேள்வி கேட்டேன். ரஷியப் புரட்சி பற்றி அறிந்ததும், கம்யூனிஸ்ட் படைப்புகளை அலைந்து திரிந்து தேடி எடுத்தேன்; அவற்றைக் கற்று, அந்த

நோக்கில் சிக்கல்களை எப்படி அணுகவேண்டும் எனச் சிந்திக்கத் தொடங்கினேன். கம்யூனிசம்தான் இந்தியா மற்றும் உலகத்தின் விடிவுக்கான பாதை எனக் கருதுகிறேன். காந்தியின் ஒத்துழையாமை விரும்பிய விளைவை ஏற்படுத்துமா என்று உறுதியாகத் தெரியாததால்தான் தயங்கினேன். ஆனால், நீங்கள் இப்போது உழைக்கும் மக்கள்தான் புரட்சியின் முதுகெலும்பு என விளக்கிய பின்பு அந்த அய்யம் மறைந்து விட்டது. காந்தியால் புரட்சியை நடத்தமுடியும் என நான் நிச்சயம் நினைக்கவில்லை சப்தர்! ஆனால், மக்கள் நடத்துவார்கள் என்று நம்புகிறேன். 1857இல், ஜமீன்களை இழந்த நிலப்பிரபுக்கள் மக்களைத் திரட்ட கொழுப்பு தடவப்பட்ட தோட்டாக்கள், 'மதங்களுக்கு ஆபத்து' போன்ற பொய்களைப் பயன்படுத்தினார்கள். ஆனால், இப்போது மக்கள் தமது அடிப்படை உணவுக்காக சேர்கிறார்கள். இந்தப் போராட்டம் நியாயமானது. இந்த முழக்கங்கள் நீதிக்கானவை. இதற்குப் பின்பு காந்தி தனது உண்மையான முகத்தைக் காட்டினாலும் புரட்சியைத் திரும்பப் பெற முடியாது."

"அதனால்தான், நான் போராட்டக் களத்தில் சேர முடிவு செய்து விட்டேன்; ஒத்துழையாமை இயக்கத்தில் ஈடுபடப் போகிறேன்."

"ஏன் இத்தனை அவசரம்?"

"நான் அவசரப்பட்டிருந்தால் எப்போதோ இறங்கி இருப்பேன். நிறைய காலம் எடுத்து சிந்தித்துதான் இந்த முடிவுக்கு வந்தேன். இப்போது உனது கருத்தையும் கேட்டுக் கொண்டேன்."

சப்தர் தீவிரமான தொனியில் இதைச் சொல்லிக் கொண்டிருக்கும்போது சங்கரின் எண்ணம் வேறெங்கோ தாவியது.

அவரது அமைதியைக் கவனித்த சப்தர், "என்னப்பா, உன் அண்ணியின் உதட்டுச் சாயம், பட்டாடை, வெல்வெட் காலணிகள், இந்த மாளிகை, வேலையாட்கள் அனைத்தையும் பற்றி யோசிக்கிறாயா? நான் சகீனா மீது எந்த அழுத்தமும் தரமாட்டேன். அவள் தான் விரும்பும் வாழ்முறையைத் தீர்மானிக்க வேண்டும். அவளுக்குச் சொத்து, இந்த வீடு, நிலம், செல்வம் எல்லாம் இருக்கிறது. இவற்றின் மீது எனக்கு ஈடுபாடு இல்லை. அவளது உள்ளுணர்வை அவள் பின்பற்றட்டும்."

"நான் அண்ணி பற்றியோ உன்னைப் பற்றியோ நினைத்துக் கொண்டிருக்கவில்லை. என்னைப் பற்றித்தான் யோசித்துக் கொண்டிருந்தேன். என் மனத்தடை நீங்கியது. வா! நாம் இரு சகோதரர்களாக புரட்சிப் பாதையில் பயணிப்போம்!"

"சங்கர்! ஆக்ஸ்போர்டில் இருந்தபோது உனக்காக நான் ஏங்குவேன். இனி நான் தூக்குமேடை ஏறுவதானாலும் மகிழ்ச்சியுடன் செய்வேன்" என்றார் சப்தர் கண்கள் பனிக்க.

சகீனா வந்து இருவரையும் சாப்பிடக் கூப்பிட்டதும் அவர்களது மாநாடு முடிவுக்கு வந்தது.

2

அன்று மாலையில் இருந்து தன் கணவர் சப்தர் உற்சாகமாக இருந்ததை சகீனா கவனித்தாள். சங்கருடன் நடந்த உரையாடல்தான் அதற்குக் காரணம் என நம்பினாள். சப்தருக்குத் தன் முடிவை சகீனாவிடம் தெரிவிப்பதுதான் மிகக் கடினமானதாக இருந்தது. சப்தரும் மிகவும் பாதுகாப்பாக வளர்க்கப்பட்டவர்தான்; ஆனால், அவர் கிராமப்புறத்தில் வசித்ததால், துயரங்களின் கொடுமையை நேரடியாகக் கண்டிருக்கிறார். தான் முன்னெடுத்து வைத்த வேலையைக் கட்டாயம் நிறைவேற்ற முடியும் என்ற நம்பிக்கை அவருக்கு இருந்தது. சகீனாவின் கதை வேறு. அவர் நகர்ப்புறத்தில் பணபலம் கொண்ட குடும்பத்தில் வளர்ந்தவர். புலவர்கள் சீதையை வர்ணிப்பது போல 'வண்ணச் சீறடி மண்மகள் அறிந்திலள்.' ஞாயிறு அன்றும் சப்தருக்கு துணிவு வரவில்லை. மறுநாள் உயர்நீதிமன்றத்தில் சில நெருங்கிய நண்பர்களிடம் தனது முடிவைக் கூறினார். அதற்குப் பின், வேறு வழியின்றி சகீனாவிடம் சொல்ல வேண்டிய நெருக்கடி ஏற்பட்டது.

மாலையில் லக்னோவில் கிடைக்கும் உயர்ந்த ஷாம்பெயின் திராட்சை ரசம் வாங்கி வரச் சொன்னார். சகீனா பிற நண்பர்கள் வரக் கூடும் என நினைத்தாள். ஆனால், இரவு சப்தர் அப்போத்தலைத் திறக்கச் சொன்னபோது அவள் குழப்பம் அடைந்தாள். சப்தர் மதுக் கோப்பையை அவளது உதடுகளில் பொருத்திக் கொண்டே, "என் அன்பு சகீனா, நான் உன்னிடம் கேட்கும் கடைசி பேருதவி இது..." என்றார்.

"இனி மது அருந்துவதை விடப் போகிறீர்களா என்ன?"

"ஆம். மது மற்றும் பலவற்றை விடப் போகிறேன். ஆனால், உன்னை விடமாட்டேன். இனி, நீதான் எனது மது; உனது அழகிய முகத்தை நினைப்பதுதான் எனது போதை." அவள் முகத்தில் படரும் சோகத்தை உணர்ந்து, "நாம் இருவருமாக இதனை

அருந்துவோம், கண்ணே! ஒரு விஷயம் பற்றி நாம் இருவரும் பேச வேண்டும்."

சப்தர் உமார் கய்யாம் கவிதைகளைப் பாடியபடி மதுவை நிரப்பியபோதும், சகீனாவால் அதனை ருசித்து அருந்த முடியவில்லை.

பணியாட்கள் சென்றபின், அவள் சப்தரின் அருகில் வந்து தரையில் உட்கார்ந்தாள். ஏதோ ஒரு கெட்டது நடக்கப் போகிறது என்பது போல உணர்ந்தாள். சப்தர் தனது திட்டத்தை அவளிடம் பகிரத் தொடங்கினார்:

"சகீனா, உன்னிடம் முன்கூட்டியே கேட்காமல் நான் ஒரு முக்கியமான முடிவை எடுத்திருக்கிறேன். அது தவறுதான். அதற்குரிய விளக்கத்தை நான் கொடுத்தால் நீயே புரிந்து கொள்வாய். சுருக்கமாகச் சொல்ல வேண்டுமென்றால் - நான் தேசியப் போராட்டத்தில் சேரப் போகிறேன்."

அவளுக்கு இடி விழுந்தது போலாயிற்று; நா எழவில்லை.

அவள் மௌனமாக இருந்தாள். சப்தர், "கண்ணே! நீ பிறந்தது முதல் பொத்திப் பொத்தி வளர்க்கப்பட்டிருக்கிறாய். உன்னைக் கடினமான வாழ்க்கைக்கு இழுத்துச் செல்ல நான் விரும்பவில்லை."

முதலில் விழுந்த அதிர்ச்சியில் இருந்து மீளும் முன்னரே, இன்னொரு அடி விழுந்தது போல உணர்ந்தாள். அவளுள் எழுந்த சுயமரியாதை அவளது வாயைத் திறந்தது. "என் அன்பே! நீங்கள் கடினமான வாழ்க்கைக்குப் போகும்போது பஞ்சு மெத்தையில் இருந்து கொண்டு பார்க்க விரும்பும் சுகத்தை விரும்புபவள் என என்னை நினைத்து விட்டீர்களா? சப்தர், உன் மீது எனக்குள்ள காதல் உண்மையானது என்றால், அந்த அன்பு உங்களுடன் எதற்கும் உடன் வரும் வலிமையை எனக்குக் கட்டாயம் தரும். நான் உதட்டுச் சாயம், நவீன ஆடைகள், அலங்காரங்களில் நேரத்தை வீணடித்து விட்டேன்; வாழ்வின் கடினமான பகுதியைப் பற்றிய எந்த அறிவும் பெறாமல் இருந்து விட்டேன். ஆனால், எனக்கு எல்லாமே நீங்கள்தான் சப்தர். நான் உங்களுக்குப் பாரமாக இருக்க விரும்பவில்லை; ஆனால், உங்களுடன் எப்போதும் இருக்க விரும்புகிறேன். எனது பழைய வாழ்முறையில் என்னை வழி நடத்தியது போலவே, புதிய வாழ்விலும் எனக்கு வழிகாட்டுங்கள்" என்றாள்.

சகீனாவின் பிடிவாதம் சப்தருக்குத் தெரியும். ஆனால், இந்தப் பதிலை எதிர்பார்க்கவில்லை.

"சரி. நான் எந்தப் புதிய வழக்கையும் எடுக்கப் போவதில்லை; இருப்பவற்றில் சில வழக்குகளைப் பிற வழக்கறிஞர்களிடம் பிரித்துக் கொடுக்கப் போகிறேன். அடுத்த வாரத்திற்குள் அதை முடித்து விடுவேன். இன்னொன்றும் உன்னிடம் சொல்ல வேண்டும் - சங்கரும் என்னுடன் இதில் குதிக்கிறான்."

"சங்கரா?"

"சகீனா, சங்கர் ஒரு பத்தரை மாற்றுத் தங்கம்! உலகின் விளிம்பு வரை கூட என்னுடன் வருவான். ஆக்ஸ்போர்டில் இருக்கும்போது கூட நான் அவனை நினைத்துக்கொண்டே இருந்தேன்."

"சப்தர், சங்கர் செய்யும் தியாகம் மிகப் பெரிது."

"அவன் தியாக வாழ்வைத் தேர்ந்தெடுத்துக் கொண்டவன். கொள்கையை விட்டுப் பிறழாமல் வாழ்ந்து வருகிறான். இல்லையென்றால், அவன் பெரிய வக்கீல் ஆகியிருக்கலாம்; அவனது துறையிலேயே பெரிய வேலை ஏற்றிருக்கலாம்."

"சங்கரின் இரண்டு குழந்தைகள் மடிந்தபோது மிகவும் வருத்தமாக இருந்தது. ஒருவகையில் அது நல்லதுதான் - இப்போது இரண்டு குழந்தைகளைப் பற்றிக் கவலைப்பட்டால் போதும்."

"சம்பா இந்தச் செய்தியை எப்படி எடுத்துக் கொள்வாள் சகீனா?"

"எந்தக் கேள்வியும் இல்லாமல் ஏற்றுக் கொள்வாள். உண்மையில் அவள்தான் எனக்கு அன்பு செய்வது பற்றிக் கற்றுக் கொடுத்தவள்."

"நமது புதிய வாழ்விற்கான சில தயாரிப்புகளை நாம் செய்ய வேண்டும்."

"எனக்கு இதைப் பற்றி யோசிக்க நேரமே தரப்படவில்லை, உங்களுக்கே தெரியும். அதனால், என்னென்ன செய்ய வேண்டும் என்று நீங்களே சொல்லுங்கள்."

"மாங்கார், நமது தாதி ஷரிபான் இருவரும் நமது சொந்த கிராமத்தைச் சேர்ந்தவர்கள். அவர்களைத் தவிர பிற பணியாளர்களுக்கு இரண்டு மாதச் சம்பளத்தைப் பரிசாக அளித்து அனுப்பிவிட வேண்டும்."

ராகுல் சாங்கிருத்யாயன்

"சரி, செய்திடலாம்."

"நமது இரண்டு கார்களையும் விற்றுவிட வேண்டும்."

"உம்…"

"ஒன்றிரண்டு கட்டில்கள், சில நாற்காலிகள் தவிர மற்றவற்றை ஏலம் விடலாம்; அல்லது யாருக்காவது கொடுத்து விடலாம்."

"அப்புறம்?"

"நாம் லாட்டவுஸ் சாலையில் உள்ள அத்தை வீட்டில் தங்கிக் கொண்டு, இந்த பங்களாவை வாடகைக்கு விட்டு விடுவோம்."

"நல்லது."

"வேறு எதுவும் எனக்குத் தோன்றவில்லை."

"எனது துணிமணி, உங்கள் கோட்சூட்?"

"நான் காந்திஜியின் ஒத்துழையாமை இயக்கத்தில் சேரப் போகிறேன் என்று நினைக்கிறாயா? எனக்கு அவற்றை எரிப்பதில் உடன்பாடு இல்லை. அந்நியத் துணி எரிப்புதான் நிறைய நடக்கின்றனவே. குர்தா - பைஜாமா பருத்தித்துணியில் தைக்கச் சொல்லியிருக்கிறேன். நாளை மறுநாள் கிடைத்துவிடும்."

"எனக்கு…? சரியான சுயநலவாதியா யோசிச்சு இருக்கீங்கப்பா, நீங்க."

"கைத்தறி சேலையை உன்னால் அணிந்து கொள்ள முடியுமா?"

"நான் உங்களுடன் எதுவரைக்கும் வரச் சொன்னாலும் வருவேன்!"

"இப்ப இருக்கும் துணிகளை என்ன செய்வது?"

"அதைத்தான் தீர்மானிக்க வேண்டும். அவற்றை ஏலம் விட்டால், அந்தப் பணத்தில் ஏழை மக்களுக்குத் துணிமணி வாங்கலாம். எப்படியாவது அவற்றைக் கொடுக்க திட்டம் இடுகிறேன்."

3

விரைவில், மக்கள் வளர்ந்து வரும் வழக்கறிஞர் சப்தர் செய்த தியாகம் பற்றிப் பேசத் தொடங்கினர். உண்மையில்

சங்கருக்குத்தான் அப்பெருமை சேர வேண்டும் என்று சப்தர் நினைத்தார். அக்டோபர், நவம்பர் மாதங்களில் சப்தர் மக்களிடம் பரப்புரை செய்தார்; சகீனா அல்லது சங்கர் அவருடன் இருந்தனர். அவர் தனது பரப்புரையைக் கிராமப்புற விவசாயிகள், விவசாயத் தொழிலாளர்களிடம்தான் மையப்படுத்தினார்; நகர்ப்புற, படித்த மக்களைவிட அவர்களைத்தான் சப்தர் நம்பினார். ஆனால், ஒரு வாரத்திலேயே, தனது எழுத்து நடையிலான உருது மொழியை அவர்களால் புரிந்து கொள்ள முடியவில்லை என்பதை உணர்ந்தார். சங்கர் தொடக்கத்தில் இருந்தே மக்களிடம் அவர்களது உள்ளூர் நடையில்தான் உரையாற்றினார். அதைக் கண்ட சப்தர் அவுத் பகுதி மொழியைக் கற்க வேண்டும் என உறுதி எடுத்தார். முதலில் நிறைய இலக்கியச் சொற்கள் அவரது உரையில் புகுந்தன; சங்கரின் உதவி, கடும் முயற்சியினால், சப்தர் இரண்டு மாதங்களில் உள்ளூர் மக்கள் மொழியில் சரளமாக உரையாற்றக் கற்றுக் கொண்டார். பல பழைய சொற்களை நினைவு படுத்திக்கொண்டு பேசினார்; பல புதியனவற்றைக் கற்றுக் கொண்டார். அதன் பின், கிராமத்து மக்கள் சப்தரின் உரையைக் கேட்க கூட்டம் கூட்டமாக வந்தனர்.

1920 டிசம்பர் முதல் வாரம் சப்தர், சங்கர் மற்றும் பல அரசியல் தொண்டர்கள் ஓராண்டு சிறைவாசம் பெற்றனர். அவர்கள் ஃபாஸியாபாத் சிறையில் அடைக்கப்பட்டனர். அவர்களது மனைவிமார்கள் பணியைத் தொடர்ந்தனர்.

சிறையில் சப்தர் காங்கிரஸ் விதியின்படி, ஒரு மணி நேரம் நூல் நூற்றார். அவருக்குக் காந்திஜியின் மீது இருந்த கடும் விமரிசனங்களை அறிந்தவர்கள் அவர் சர்க்கா உடன் உட்கார்ந்து இருப்பதைக் கண்டு கேலி செய்தனர். "அந்நியத் துணி புறக்கணிப்பு என்பது ஒரு அரசியல் ஆயுதம் என நான் அறிவேன். அதைவிட, நமது நாட்டில் உரிய அளவு துணி உற்பத்தி செய்ய வாய்ப்பில்லை; எனவே, நம்மால் இயன்ற அளவு உற்பத்திக்கு உதவ வேண்டும். நமது ஆலைகள் போதுமான அளவு துணி உற்பத்தி செய்யத் தொடங்கிய பின்னர், நான் இந்த சர்க்கா உடன் உட்கார மாட்டேன்" என்று விளக்கம் அளித்தார்.

நிறைய கைதிகள் எந்த வேலையும் செய்யாமல் சோம்பிக் கிடந்தனர். அவர்கள் காந்தி கொடுத்த ஹோம் ரூல் வாக்குறுதியில் மிகுந்த நம்பிக்கை கொண்டவர்கள். சிறைக்கு வந்ததுடன் தமது கடமை முடிந்தது என நினைத்தார்கள். 'காந்தியத்திற்குள்' இதுவரை போலித்தனம், பொய் புரட்டு, நடிப்பு ஆகியவை இடம்

பெறவில்லை; எனவே ஒத்துழையாமை இயக்கத்தில் ஈடுபட்டுக் கைதானவர்களில் பெரும்பாலோர் உண்மையான நாட்டுப்பற்று கொண்டவர்கள் என நம்பலாம். ஆனால், அவர்களுக்குத் தமது அரசியல் அறிவை வளர்த்துக்கொள்ள வேண்டும் என்ற தேடல் இல்லாதது, இரு நண்பர்களுக்கும் வியப்பாகத்தான் இருந்தது. பலர் ராமாயணம், பகவத்கீதை, குரான் ஆகியவற்றை ஓதுவதில் காலம் கழித்தனர். சிலர், கையில் உள்ள பிரார்த்தனை மாலையை உருட்டியபடி இருந்தனர். இன்னும் சிலர் செஸ் அல்லது சீட்டு விளையாட்டில் பொழுதை வீணாக்கினர்.

ஒரு நாள் சப்தர் காந்தியத்தில் ஊறிய அறிஞர் விநாயக் பிரசாத் அவர்களைச் சந்தித்தார். சங்கரும் உடன் இருந்தார். காந்தியின் அகிம்சை கொள்கை சிறந்ததொரு கண்டுபிடிப்பு என்று விநாயக் சொன்னார். அகிம்சை மிகப் பெரிய கருவியாக விளங்கும் என்றும் குறிப்பிட்டார்.

"இப்போதைய சூழலில் அகிம்சை பயன்படலாம்; ஆனால், அதுதான் வெற்றிக்கு இட்டுச் செல்லும் என்று நம்ப முடியாது. எதிர்த்து நின்று போரிட முடியாத விலங்குகள் பிறருக்கு பலியாகிவிடும்" என்றார் சப்தர்.

"விலங்குகளில் நீங்கள் சொல்வது உண்மை. ஆனால், மனிதர்களில், அகிம்சை வியப்பூட்டும் வலிமையை வழங்குகிறது."

"அரசியல் வரலாற்றில் அதற்கான எந்த சாட்சியமும் இல்லை."

"இப்போதுதான் புதிதாகக் கண்டுபிடிக்கப்பட்டிருக்கும் ஒன்றிற்கு எப்படி சாட்சி இருக்கும்?"

"அப்படி ஒன்றும் இது இதுவரை அறியாத கண்டுபிடிப்பு இல்லையே? புத்தரும் மகாவீரரும் மற்றும் பல மதத் தலைவர்களும் அதைப் போதித்து இருக்கிறார்களே!" என்றார் சப்தர்.

"அவர்கள் அதை அரசியல் கொள்கையாக அணுகவில்லை."

"அதன் அரசியல் செறிவு இன்று கூடியிருப்பதற்குக் காரணம் இன்று நாகரீகம் வளர்ந்திருக்கிறது. ஆயுதம் ஏந்தாத மக்கள் கூட்டத்தின் மீது குண்டுகள் பாய்வதைச் செய்தித்தாள்களில் வாசிக்கும் மக்கள் அதிர்ந்து போகிறார்கள். பிரிட்டிஷார் ஜாலியான் வாலாபாக்கில் செய்த கொடுமை எத்தகைய விளைவுகளை ஏற்படுத்தியுள்ளது, பார்த்தீர்களா?"

"அகிம்சை முறையில் செய்யும் ஒத்துழையாமை இயக்கம் நமக்கு விடுதலை பெற்றுத் தராது எனக் கருதுகிறீர்களா?"

"முதலில் விடுதலை என்பதற்கு நீங்கள் அளிக்கும் விளக்கத்தைச் சொல்லுங்கள்."

"நீங்களும் விடுதலைப் போரில் சேர்ந்து இருக்கிறீர்கள். நீங்கள் என்ன நினைக்கிறீர்கள் எனச் சொல்லுங்கள்."

"பாட்டாளிகளின் ஆட்சி. அதுதான் விடுதலை."

"அப்படியானால், உங்கள் விடுதலை பற்றிய கருத்தில், இந்திய விடுதலைக்காக உடல், ஆன்மா, செல்வம் அனைத்தையும் கொடுத்த மாணவர்கள், வணிகர்கள், ஜமீன்தார்கள் போன்றவர்களுக்கு எந்த உரிமையும் இல்லையா?"

"உங்களுக்கே தெரியும். ஜமீன்தார்கள், வணிகர்களுக்குக் கூட்டங்கள் நடத்தவெல்லாம் நேரம் இல்லையென்பது. அவர்கள் எங்கே சிறைக்கு வரப் போகிறார்கள்? அப்படியே வருபவர்கள், தம்மை மற்ற தொழிலாளர்களில் இருந்து வேறுபட்டவர்களாகக் கருதக் கூடாது அல்லவா?"

சங்கர், சப்தர் இருவரும் நூல்களை ஒன்றாக வாசிப்பார்கள். நாட்டின் சமூக, பொருளாதார சிக்கல்கள் குறித்து விவாதிப்பார்கள். இன்னும் சிலரும் அவர்களுடன் சேர்ந்து கொண்டனர். ஆனால், 1921ஆம் ஆண்டு டிசம்பர் 31 அன்று சிறைக்கதவுகள் மூடப்பட்டே இருந்ததைக் கண்ட பலர் சோர்வடைந்தனர். அத்துடன் சௌரி - சௌரா என்ற இடத்தில் கோபம் கொண்ட ஒரு கூட்டம் காவல் நிலையத்தைத் தீக்கிரையாக்கிய உடன், காந்திஜி ஒத்துழையாமை இயக்கத்தைத் திரும்பப் பெற்றுக்கொள்வதாக அறிவித்தார். அந்த நிகழ்வு பலரை மறுபரிசீலனை செய்யத் தூண்டியது. அதில் சிலர் சப்தர், சங்கர் கூறும் கருத்துகளில் உள்ள நியாயத்தை ஏற்றனர். உண்மையான புரட்சி மக்கள் வலிமையில்தான் இருக்கிறது; காந்தியின் மூளையில் இல்லை எனப் புரிந்து கொண்டனர். மக்கள் வலிமையில் நம்பிக்கையின்மையை வெளிக்காட்டியதன் மூலம் காந்தி புரட்சிக்குத் தடையாக இருப்பதைக் காட்டிவிட்டார் என்ற கருத்தை ஒப்புக் கொண்டனர்.

20. சுமேர்

காலம்: பொ.ஆ. 1942

1

1941ஆம் ஆண்டு, ஆகஸ்டு மாதம். வழக்கத்தைவிட பருவமழை அதிகமாகப் பெய்தது. பல நாட்கள் தொடர்ச்சியாக சூரியனையே பார்க்க முடியாமல் போனது. பாட்னா நகரை அடுத்த பகுதியில் கங்கையின் நீர்ப்பெருக்கு மிகவும் அதிகரித்து இருந்தது. கரையை உடைத்துக்கொண்டு வெள்ளம் புகுந்து விடுமோ என்ற அச்சம் இருந்துகொண்டே இருந்தது. அம்மாதிரி நேரங்களில் தொடர்ந்த கண்காணிப்பு மிக மிக அவசியம். பெரும்பாலும் மாணவர்கள் அடங்கிய பாட்னாவின் இளைஞர்கள் ஆற்றுப்பாலத்தைக் கவனமாக பார்த்துக் கொள்ளும் பொறுப்பை ஏற்றுக் கொண்டிருந்தனர். சுமேர் பாட்னா கல்லூரியில் முதலாண்டு முதுகலை மாணவர். அவர் ஆற்றுக் கரையில் காவலுக்கு இருந்ததால் நடுஇரவில் நீரின் அளவு அதிகரிப்பதைக் கவனித்தார்கள். மறுநாள் காலை வரை அணையில் நீரின் கொள்ளளவு உயர்ந்தபடியே இருந்தது. அணைக்கட்டின் உச்சிப் பகுதியில் இருந்து ஓரடி உயரம் வரை தண்ணீர் வந்துவிட்டது. மக்கள் பயத்தில் நடுங்கினர். ஆயிரக்கணக்கானோர் மண்வெட்டி, கூடைகள் சகிதம் நின்று கொண்டிருந்தனர். அவர்களால் அணையின் உயரத்தை ஓர் அங்குலம் கூட உயர்த்த முடியுமா என்ற அய்யம் இருந்தது. சுமேரும் காலையில் இருந்து கவலையுடன் காவலில் இருந்தார். மதியம் போலத் தண்ணீர் கொஞ்சம் வடியத் தொடங்கியது. சுமேரும் சிறிது ஆசுவாசப்பட்டார். அதே பகுதியில் காவலுக்கு இருந்த பெரிய மனிதர் தோற்றத்தில் இருந்தவரிடம் பேச்சுக் கொடுக்கலாமா என்று சுமேர் பல முறை நினைத்தார்; ஆனால், வெள்ள அபாயம் இருக்கும்போது பேசும் மனநிலை இருக்கவில்லை. இன்று, நீர் மட்டம் குறைந்து, மேகமூட்டம்

தெளிவடையத் தொடங்கியதும் அவரிடம் பேச விருப்பம் கொண்டார்.

அவர்கள் இருவரில் ஒருவர் கோதுமை பழுப்பு நிறம்; இன்னொருவர் கருப்பு. இருவருமே சராசரி உயரம் கொண்டவர்கள். சுமேர் இருபத்தொரு வயது நிறைந்த வாலிபன்; மற்றவருக்கு நாற்பது இருக்கும் - கொஞ்சம் பருமனாக இருந்தார். சுமேர் காக்கி நிற அரைக்கால் சட்டை, அதே நிற டி - ஷர்ட் அணிந்து, கருப்பு நிற ரப்பர் பூட்ஸ் போட்டுக்கொண்டு, தோளில் மழைக்கான கோட்டை மேலாக அணிந்து இருந்தார். அவரது கூட்டாளி வெண்ணிற வேட்டி, குர்தா, காந்தி குல்லாய் என பருத்தியாலான ஆடை அணிந்திருந்தார். தோளில் ஒரு போர்வை போட்டுக்கொண்டு வெறும் காலுடன் இருந்தார். சுமேர் அவரை நோக்கிச் சென்று முகமகிழ்ச்சியுடன், "நல்ல வேளை, வெள்ளம் வடிகிறது" என்றார்.

"மேகங்களும் கலைகின்றன."

"அப்பாடா... எத்தனை பயமாக இருந்தது! பாடலிபுத்திரம் என்ற இந்த நகரத்தை 2500 ஆண்டுகளுக்கு முன்பு கட்டமைத்துக் கொண்டிருந்தபோது, கௌதம புத்தர் சொன்னதாக எங்கோ படித்தேன். இந்த நகரம் எல்லா வகைகளிலும் சிறப்புதான்; ஆனால், மூன்று பகைகள் வருவதற்கு வாய்ப்பு உள்ளது - நெருப்பு, நீர், உள்ளூர் முரண்கள்."

"நீங்கள் வரலாற்று மாணவரா?"

"இல்லை. அரசியல் துறை மாணவர். வரலாற்றில் ஈடுபாடு கொண்டவன். தொல் பழம் ஆவணங்களின் மொழிபெயர்ப்புகளைத் தேடித்தேடிப் படிப்பேன்."

"புத்தர் சொன்ன தண்ணீர் சிக்கலை நாம் கண்கூடாகப் பார்த்து வருகிறோம்."

"நெருப்பு பற்றி அவர் குறிப்பிட்டதன் காரணம், பாடலிபுத்திரத்தில் அப்போது இருந்த வீடுகள் பலவும் மரத்தால் கட்டப்பட்டவையாக இருந்திருக்கலாம். சால் மரக்காடுகள் சூழ்ந்து இருந்த நகரத்தில் அது இயற்கைதானே!"

"உள்ளூர் முரண்கள் இந்தியா முழுவதையும் ஆட்டிப்படைக்கிறது. உங்கள் பெயரைத் தெரிந்து கொள்ளலாமா?"

"சுமேர். பாட்னா கல்லூரியில் ஐந்தாம் ஆண்டு மாணவன்."

“நான் ராம்பாலக் ஓஜா. நானும் பாட்னா கல்லூரி மாணவனாக இருந்திருக்கிறேன். இருபது ஆண்டுகளுக்கு முன்பாக இருக்கலாம். எனது நெருங்கிய நண்பன் வலியுறுத்தி இருக்காவிட்டால் முதுகலைப் பட்டம் வாங்கிய பிறகுதான் ஒத்துழையாமை இயக்கத்தில் சேர்ந்திருப்பேன். பாதியில் வெளியே வந்ததற்கு நான் வருத்தப்படவும் இல்லை. இந்தப் பள்ளி, கல்லூரிகளில் கொடுக்கப்படும் கல்வி பயனற்றது என்று நான் ஏற்கனவே அறிந்திருந்தேன்.”

“அப்படியானால், படித்ததை எல்லாம் மறந்திருப்பீர்கள்?”

“அப்படி மறந்திருந்தால் நன்றாக இருந்திருக்கும். நான் மீண்டும் வெள்ளைக் காகிதமாக மாறி உண்மைகளை இன்னும் நன்றாகப் புரிந்து கொண்டிருப்பேன்.”

“உங்கள் அறிவை நம்பாமல், குருட்டுத்தனமான நம்பிக்கைகளுக்குள் போயிருப்பேன் என்கிறீர்களா?”

“சுமேர் பாபு, நம்பிக்கைகள் மோசமானவையா?”

“நான் பாபுவெல்லாம் இல்லை. நான் சமார் எனப்படும் ஏழை சக்கிலிய இனத்தைச் சேர்ந்தவன். ஓரடி நிலம்கூட இல்லாதவன். முன்பு இருந்த சிறு நிலத்தை, ஜமீன்தார் பறித்துக்கொண்டு அங்குப் பழத்தோட்டம் வைத்திருக்கிறார். என் அம்மா வீட்டு வேலை செய்து பிழைக்கிறார். ஒரு பெரிய மனிதரின் தயவாலும் கல்விக்கான உதவித்தொகை கிடைத்ததாலும்தான் இவ்வளவு தூரம் வந்திருக்கிறேன். என்னை ‘பாபு’ என்று அழைக்க நான் தகுதியில்லாதவன் என்பதைப் புரிந்து கொண்டிருப்பீர்கள்.”

“சுமேர், நான் பேசும் பழக்கம் அப்படி என்று வைத்துக் கொள்ளுங்கள். நாம் இருவரும் இன்று சந்தித்ததில் மிக்க மகிழ்ச்சி. காந்திஜியின் தொண்டரான எனக்கு ஒரு அரிசன வாலிபன் கடின உழைப்பால் இவ்வளவு தூரம் வெற்றி பெற்றிருப்பதைப் பார்ப்பது பெரும் மகிழ்ச்சி.”

“திரு. ஓஜா அவர்களே, நட்போடு நமது உரையாடலைத் தொடர வேண்டும் என நானும் விரும்புகிறேன். ஆனால், அதற்கு நீங்கள் எனது கருத்துகளை முதலில் தெரிந்து கொள்ள வேண்டும். நான் ‘அரியின் பிள்ளை’ - அரிசன் - என அழைக்கப்படுவதை வெறுக்கிறேன். அது இந்தியாவைப் பழங்கால இருளுக்குள் மீண்டும் இழுத்துச் செல்லும் பெயர் என நினைக்கிறேன். காந்தி எங்கள் இனத்தின் பெரும் பகைவர்.”

“காந்திஜி உங்கள் இனத்திற்குச் செய்த உதவிகளை நீங்கள் மதிக்கவில்லையா?”

“தொழிற்சாலை முதலாளி, தொழிலாளிகளுக்குச் செய்யும் உதவிகளைப் போலத்தான் அவையும்.”

“காந்திஜி முதலாளிகளுக்கு ஆதரவாக இருப்பது இல்லையே?”

“ஜமீன்தார்கள், முதலாளிகள், அரசர்கள் அனைவரையும் பாதுகாவலர்கள் என்று அவர் சொல்வதற்கு என்ன பொருள்? நாங்கள் இந்துமதத்தைப் புறக்கணித்து விடுவோம் என்ற அச்சத்தில்தான் எங்களிடம் அன்பு காட்டுவதாகச் சொல்கிறார். இந்துக்கள் என்ற அடையாளம் இல்லாமல் நாங்கள் ஒன்றிணைந்து எங்கள் வலிமையைத் திரட்டக்கூடாது என்பதற்காகத்தான் பூனாவில் சாகும் வரை உண்ணாநோன்பு இருந்தார். இந்துக்களுக்கு ஏவல் செய்ய மலிவான அடிமைகள் தேவைப்பட்டார்கள்; ஆயிரக்கணக்கான ஆண்டுகளாக எமது முன்னோர்கள் அந்த வேலையைச் செய்து வந்துள்ளனர். அக்காலத்தில் எங்களைத் தாசர்கள் - அடிமைகள் - என்று அழைத்தார்கள்; இப்போது அரிசனர் என்று பெயரிட்டு உதவி செய்ய நினைக்கிறாரா? இந்துக்களுக்கு அடுத்தபடியாக எங்களது பெரும் எதிரி இந்த ‘அரி’ எனப்படும் கடவுள்தான். நாங்கள் அக்கடவுளின் பிள்ளைகளாக இருப்பதை விரும்பவில்லை, புரிகிறதா?”

“அப்ப, உங்களுக்குக் கடவுள் நம்பிக்கை இல்லையா?”

“எதுக்காக நம்பணும்? பல்லாயிரம் ஆண்டுகளாக மிருகங்களை விடக் கேவலமாக நடத்தப்பட்டோம்; தீண்டத்தகாதவர்கள் என அவமதிக்கப்பட்டோம்; அதை நியாயப்படுத்திய இந்துக் கடவுள்கள் என்னென்ன அவதாரங்களோ எடுத்துக்கொண்டே இருந்தனர்; அந்த அவதாரங்கள் புராணத் தேர்களில் பவனி வந்தனர். ஆனால், எங்கள் பெண்கள் காலம் காலமாக மானபங்கம் செய்யப்பட்டனர். நாங்கள் ஆடுமாடுகள் போல சந்தைகளில் - சோனேபூர் திருவிழா சந்தைகளில் - விற்கப்படுகிறோம்; வாங்கப்படுகிறோம். இன்றுவரை ஏச்சும் பேச்சும் கேட்கிறோம்; அடிக்கப்படுகிறோம்; பட்டினியால் சாகிறோம். எல்லாம் கடவுள் விட்ட வழி என்று சொல்லப்படுகிறது. இதையெல்லாம் பார்த்தும், சுண்டுவிரலைக் கூட அசைக்காத கடவுள் நாசமாகப் போகட்டும்!”

“அப்படியானால், நீங்கள் டாக்டர் அம்பேத்கரின் வழியைப் பின்பற்றுகிறீர்களா?”

“அப்படியும் சொல்ல முடியாது. அவரும் பாதிக்கப்பட்டவர்தான். அவரைப் போலவே நானும் இந்துப் பையன்கள் செய்யும் கேலி, கொடுமைகளுக்கு ஆளாகியுள்ளேன். முதல் இரண்டு ஆண்டுகள் என்னை விடுதியில் தங்க அனுமதிக்கவில்லை. ஆனால், தீண்டத்தகாத மக்களைப் பற்றிய அணுகுமுறையில் காந்திக்கும் அவருக்கும் வேறுபாடு இருப்பதாக எனக்குத் தெரியவில்லை. இருவருமே பிர்லாக்கள், பஜாஜ்கள் கூட கைகோர்ப்பவர்கள்தான். அதாவது, தீண்டத்தகாதவர்களாக ஆக்கப்பட்ட மக்களிலும் சிலர் மாதம் ஐந்து அல்லது ஆறாயிரம் சம்பளம் பெறுபவர்களாக உயரலாம்; சிலர் பிர்லா, பஜாஜ் போல ஆகாவிட்டாலும் கொஞ்சம் பணக்காரர்களாக ஆகலாம்; சிலருக்கு நிலங்கள் கூட சொந்தமாகலாம். ஆனால், அதனால் கோடிக்கணக்கான தீண்டதகாதவர்களாக ஆக்கப்பட்ட மக்களின் மோசமான வாழ்நிலையை மாற்றமுடியாது.”

“சுரண்டல் முற்றிலும் ஒழிக்கப்பட வேண்டும் எனக் கருதுகிறீர்கள், இல்லையா?”

“ஆம். நமது உழைப்பில் தின்று கொழுக்கும் முதலைகளை அழிக்காதவரை நமக்கு விடியல் பிறக்காது.”

“அதனால்தான் காந்திஜி கைத்தறி, கைக்குத்தல் அரிசி, சர்க்கரை மற்றும் பிற குடிசைத் தொழில்கள் பற்றி வலியுறுத்துகிறார்.”

“காந்தி சங்கம் பொருள்வசதி குன்றித் தவிக்கும் போதெல்லாம் பிர்லாவும் பஜாஜும் இலட்சக் கணக்கில் பணம் கொடுக்கிறார்கள். இந்தக் கைராட்டை, கைத்தறி உற்பத்தியால் அவர்களது தொழிற்சாலைகள் மூடப்படும் என்ற நிலை வந்தால், அவர்கள் இப்படி உதவி செய்வார்களா? அவர்களது பட்டுச் சேலைகள், தங்க நகைகள் ஆகியவற்றுக்கு ஆபத்து எனத் தெரிந்தால் இந்தப் பணக்கார ஆண்களும் பெண்களும் காந்தியை வழிபட மாட்டார்கள் ஒஜாஜி!”

“காந்தியவாதிகள் முதலாளிகளின் கைக்கூலிகள் என்கிறீர்களா என்ன?”

“சந்தேகம் இல்லாமல். கொஞ்சநஞ்சம் இருந்த அய்யமும் இப்போது தீர்ந்துவிட்டது. ‘அழித்தொழித்தல்’ போராட்டத்துக்கு எதிராக முதலாளிகளுடன் சேர்ந்து கொண்டு அவர்களும் கூச்சலிட்டதில் அவர்கள் முகம் அம்பலமாகிவிட்டது.”

“சுமேர்ஜி! ஜப்பானியர் நுழையும் இடங்களில் எல்லாம், அங்குள்ள தொழிற்சாலைகளைக் கொளுத்த வேண்டும் என்கிறீர்களா?

இந்தியர்கள் எத்தனை சிரமங்களுக்கு ஆளாகி அவற்றை உருவாக்கி இருப்பார்கள் என்பதையும் சிந்தித்துப் பார்க்க வேண்டாமா?"

"இந்தியர்கள் பட்ட சிரமங்களையும் கடும் உழைப்பையும் நான் கணக்கில் எடுத்தேன். கூடவே, 'ஒரு கணம்கூட இயந்திரங்களை ஏற்கக் கூடாது' என்று காந்தியவாதிகள் பரப்புரை செய்வதையும் சிந்தித்தேன். பணக்காரக் கும்பல் ஜப்பானியர் தம் தொழிற்சாலைகளை எந்தவித தீங்குமின்றி கைப்பற்ற வேண்டும் என விரும்புகிறார்கள்; ஜப்பானியர் முதலாளிகளின் முழு ஆதரவாளர்கள். ஜப்பானியரின் வானொலிச் செய்திகளைக் கேட்டு அந்த முதலாளிகள் தமது சொத்துக்குத் தாங்களே அதிபதியாகத் தொடரலாம் என்று நம்புகிறார்கள். இதைத்தவிர அவர்களுக்கு என்ன இலட்சியம் இருக்கிறது தியாகங்கள் செய்ய என்று நீங்களே சொல்லுங்கள்."

"நமது நாட்டின் மூலதனத்தைப் பாதுகாக்க நினைக்கிறார்கள். அது தவறா?"

"வெந்த புண்ணில் வேலைப் பாய்ச்சாதீர்கள், ஓஜாஜி! இந்த வணிகக் கும்பலுக்குத் தமது சொத்துதான் முக்கியம்; நாட்டின் சொத்து அல்ல. நாடு எக்கேடு கெட்டாலும் அவர்களுக்கென்ன? கூலிஉயர்வு கேட்டு வேலை நிறுத்தம் செய்யும் உழைக்கும் மக்கள் மீது தங்கள் கார்களை ஏற்றி, நாட்டின் சொத்தைக் காக்கிறார்கள்!

"சரி, அவர்கள் குணம் அப்படி என வைத்துக் கொண்டாலும், காந்திஜியின் நேர்மையை நாம் கேள்வி கேட்கலாமா?"

"ஒரு மனிதரின் நேர்மை - வாய்மை, அவரது சொல், செயல் இரண்டையும் பொறுத்து அமையும். காந்திஜி குழந்தையல்லவே! இந்துக்கள் நிதிக்கு ஐந்து இலட்சம் தேவைப்பட்டது. ஐந்து நாட்களுக்குள் பம்பாய் முதலாளிகள் அவருக்கு ஏழு இலட்சம் கொடுத்தார்கள். பணம் படைத்த மக்களுக்கு காந்திஜி ஆற்றும் பணிக்காக இங்கிலாந்து, அமெரிக்க கோடீஸ்வரர்கள் அவருக்கு ஏழு கோடி கொடுப்பார்கள். இன்னும் இலாபம் கூடியிருக்கும்."

"இதை இலஞ்சம் என்கிறீர்களா?"

"இல்லாமல்? ஆனால், இந்திய முதலாளிகள் கடவுளுக்குச் செய்யும்போதுகூட இதுபோலத்தான் யோசிப்பார்கள். 'சுபம் - இலாபம்' என்றுதானே அவர்களது வாசல் கதவுகளில் பொறிக்கிறார்கள்?"

"நீங்கள் கைத்தறி, சுரண்டலுக்கு எதிரானது எனக் கருதவில்லையா?"

"இல்லை. அவை சுரண்டலை வளர்ப்பவை எனக் கருதுகிறேன்."

"மில்கள்? அவை சுரண்டலைத் தடுப்பவையா?"

"அவையும் சுரண்டலை வளர்ப்பவைதான். நான் சொல்லும் விளக்கத்தைக் கொஞ்சம் காது கொடுத்துக் கேளுங்கள். உலகம் கற்கருவிகளை விட்டு முன்னேறியிருப்பது போலத்தான் இதுவும். கைத்தறி காலாவதியாகிவிட்டது. பாட்னா அருங்காட்சியகத்தில் ஆயிரம் ஆண்டுகளுக்கு முந்தைய ஓலைச்சுவடிகள் உள்ளன. அந்தக் காலத்தில் வணிகர்களின் கணக்கு, நாளந்தா பல்கலை மாணவர்களின் நூல்கள், குறிப்பேடுகள் எல்லாமே ஓலைச் சுவடிகளில்தான் இருந்தன. காந்திஜி வேண்டுமானால் பனையோலைச் சுவடிகளின் காலத்திற்கு திரும்ப விரும்பலாம். ஆனால், இன்றைய உலகத்தில் வாழும் மக்கள் டிட்டாகர் நகரத்துக் காகிதம், ரோட்டரி அச்சு இயந்திரம், மோனோ டைப் ஆகியவற்றை விட்டுவிட்டு ஓலைச் சுவடிகளுக்குத் திரும்ப மாட்டார்கள். அதுதான் அவர்களுக்கு நல்லது. ஓலைச்சுவடிகள் சேவாகிராமத்தில் கடவுள் துதிகளைப் பாடத் தடையாக இருக்காது; ஆனால், அனைவரும் கல்வி பெற - நவீனக் கல்வி பெற - அவை உதவாது. கற்காலத்து ஆயுதங்களைக் கொண்டு பாசிசக் கொள்ளையரின் பீரங்கி, போர் விமானம், நீர்மூழ்கிக் கப்பல்களை எதிர்க்கலாம் என்று காந்திஜி சொன்னால், குறைந்தபட்ச அறிவு கொண்ட நாடுகூட அதனை ஏற்காது. ஏனெனில் அது தற்கொலைக்குச் சமம்."

"அகிம்சைக் கொள்கை மீது உங்களுக்கு ஒப்புதல் இல்லை, அப்படித்தானே?"

"காந்திஜியின் அகிம்சை கொள்கையில் இருந்து கடவுள் நம்மைக் காப்பாற்றட்டும்! காங்கிரஸ் அரசாங்கம் விவசாயிகள், தொழிலாளர்கள் மீது ஏவிவிடும் துப்பாக்கிகளை ஆதரிக்கும் கொள்கை இந்த 'அகிம்சை'; ஆனால், பாசிச கொலைகாரர்கள் முன்பு ஆயுதம் ஏந்தாமல் இருக்க அறிவுரை கூறுவதை எங்களால் புரிந்து கொள்ள முடியவில்லை. உங்கள் முதல் கேள்விக்கு வருகிறேன். வணிகர்களுக்குக் கைத்தறி தமது வணிகத்தைப் பாதிக்காது என்று நன்றாகத் தெரியும். கைத்தறி இன்னும் மென்மையான, மலிவான துணியைச் சந்தைக்கு வழங்கக் கூடிய நிலைமை வரும்வரை, அவை இந்த வணிகர்களின் தர்மோபகாரத்தை நம்பி இருக்க

வேண்டியதுதான். இந்தக் 'கைத்தறிவாதம்' மனிதச் சுரண்டலுக்கு ஒரே மருந்தான கம்யூனிச நடைமுறைக்குப் பெரும் தடை. ஆனால், பெருவாரியான மக்கள் சுரண்டலை ஒழிக்க கைத்தறிவாதம் உதவும் என முட்டாள்தனமாக நம்புகிறார்கள்; ஆனால், கம்யூனிசம் 'மக்களுக்குச் சொந்தமான தொழிற்சாலைகள்' பற்றிப் பேசுகின்றது. அதனால்தான், மில் முதலாளிகள் தமது துணிகளை மக்களுக்கு வழங்குகிறார்கள்; கைத்தறி வழிபாட்டாளர்கள், காந்திஜி ஆகியோருக்கும் இது நன்றாக விளங்கும்."

"இது காந்தியின் கொள்கையை, அடிப்படைகளையே விமரிசிப்பது."

"என் போன்ற சுரண்டப்படும் மக்களுக்கு அவரது ஒவ்வொரு செயலும் ஆபத்தாகத்தான் இருக்கிறது. குறிப்பாக எங்கள் சாதியைச் சேர்ந்த இந்தியாவில் மிக அதிகமாக சுரண்டப்படுபவர்களுக்கு அதுதான் நிலை. நாங்கள், எங்களை உளரீதியாக அடிமைகளாக்கி வைத்திருக்கும் இந்தக் கோவில்களை மூடியிருக்க வேண்டும்; சுரண்டலுக்குத் தூபம் போடும் இந்தக் கோவில் பூசாரிகளின் வியாபாரத்தைத் தடுத்திருக்க வேண்டும். ஆனால், மாறாக, காந்திஜி எங்களை இன்னமும் வலையில் மாட்ட அவற்றைத் திறந்து வைக்கிறார். பணம் படைத்தவர்களால் பாதுகாக்கப்பட்ட, புனித முனிவர்கள் எழுதிய பழம் நூல்களையும், வேதங்களையும் எரிக்க முடியாவிட்டாலும், பூட்டியாவது வைக்கலாம். ஆனால், அவற்றுக்குப் பணிந்து காந்திஜி எங்களை வஞ்சிக்கிறார். அவர்களது கொடுமையான வருணாசிரமம் இந்திய மண்ணில் இருந்து வேருடன் களையப்பட்டிருக்க வேண்டும். ஆனால், காந்தியோ அந்த அமைப்பிற்கு முலாம் பூசி எந்தத் தர்க்கத்திற்கும் அடங்காத வர்ண அமைப்பைக் கட்டிக் காக்கிறார். இவையெல்லாவற்றுக்கும் பின் 'தீண்டத்தகாதவர் நலம்' என்று பேசுவது கேலிக்கூத்து இல்லாமல் வேறென்ன? ஒரு சில பேருக்கு வேலை கிடைக்கலாம்; ஆனால், இம்மாதிரி 'நலத்தை' குருட்டுத்தனமாக யார் நம்ப முடியும்?"

"தீண்டத்தகாதவரும் சாதி இந்துக்களும் ஒன்று சேரக் கூடாதா?"

"காலம் எங்களை ஒன்றாக ஆக்கிவிட்டது. ஆனால், காந்திஜியின் மதம், கடவுள், கொள்கை ஆகியவை நாங்கள் ஒன்று சேர்ந்திருப்பதை உணர முடியாமல் செய்கிறது. ஓஜாஜி, என்னையே எடுத்துக் கொள்ளுங்கள்; நான் கூர்நாசியுடன், கோதுமை நிறத்தில் இருக்கிறேன்; நீங்கள் தட்டை மூக்குடன் கருப்பு நிறத்தில் இருக்கிறீர்கள். அதற்கென்ன பொருள்? என்னுள்

கூடுதலான ஆரிய இரத்தம் கலந்திருக்கிறது என்று அர்த்தம். உங்களுக்குள் எனது மூதாதையர் இரத்தம் நிறைய இருக்கிறது. சாதி அமைப்பு என்ற இரும்புச் சுவரை உருவாக்கி உங்கள் முன்னோர்கள் நம்மைக் கலக்க விடாமல் செய்தார்கள்; ஆனால், அவர்களது ஆசைகள் நிறைவேறவில்லை. பலன், இப்போது நாம் இருவரும் அந்தக் கலப்பிற்குச் சாட்சிகளாக நிற்கிறோம். வால்கா கரையும் கங்கைக் கரையும் ஒருவழியாகக் கலந்து விட்டன. இன்று தோலின் நிறத்தால் முரண்கள் இல்லை; உங்களை யாரும் பார்ப்பன சாதியில் இருந்து வெளியேற்ற மாட்டார்கள். இந்தக் கடவுள், மதம், கோட்பாடுகள் நம்மை இருக்கவிட்டால் போதும். ஆனால், நம்மைச் சுரண்டுபவர்களும், அவர்களைப் பாதுகாக்கும் காந்திகளும் இருக்கும் வரை அது நடக்காது."

"உங்கள் சொல்லம்புகள் என்னைக் கோபப்படுத்தவில்லை."

"ஓஜாஜி! இவற்றுக்குப் பின் எனது உடைந்த மனமும் இளமையின் தோல்வியும் இருக்கின்றன. என் சொற்கள் உங்களைக் காயப்படுத்தி இருந்தால், என்னை மன்னித்து விடுங்கள்."

"சிக்கல் இல்லை. நான் வருத்தப்படவில்லை. கைத்தறி போன்ற நமது மரபான அமைப்பை மீள் உருவாக்கம் செய்வது முடியாது என்கிறீர்கள்; ஆனால், அந்நிய மண்ணில் இருந்து இறக்குமதியாகும் கம்யூனிசம் போன்ற அமைப்பு இந்திய மண்ணில் வேரூன்றுமா?"

"சுரண்டுபவர்கள் ஏற்காத எல்லாம் அந்நியம்; கவைக்குதவாது, அப்படித்தானே? சர்க்கரை ஆலைகள், விமானங்கள், கார், கண்ணாடி வேலைகள், மைப்பேனா, காலணி, மின்சக்தியிலும் நீராவியிலும் ஓடும் தொழிற்சாலைகள் ஆகியவை இறக்குமதி சரக்குகள் இல்லையா? அவற்றில் கோடிக்கணக்காக நாம் முதலீடு செய்யவில்லையா? அவற்றால்தானே, நமது முதலாளிகள் கோடீஸ்வரர்கள் ஆனார்கள்?

பெரும் முதலீட்டை ஈட்டும் வானொலி, தொலைக்காட்சி, திரைப்படங்கள், பீரங்கிகள் ஆகியவை ஏழை உழைப்பாளிகளின் வியர்வையிலும் இரத்தத்திலும் உருவானவை; ஆனால், அவற்றால் இலாபம் ஈட்டிய பிறகு அவை 'அந்நியம்' அல்ல! சுரண்டலுக்கு உரமிடும் எல்லாம் நமது உள்ளூர் மரபு; பண்பாடு. ஆனால், சுரண்டலுக்கு முடிவுகட்டக் கூடிய கம்யூனிசம், அவர்களுக்கு

எப்போதுமே அந்நியமாகத்தான் இருக்கும். ஓஜாஜி, இதுதான் நேர்மையா?"

"சுமேர்ஜி! கம்யூனிசம் மதத்திற்கு எதிரானது. ஆனால், இந்தியா எப்போதும் மத நம்பிக்கை மிக்கது என்பதை நினைவில் கொள்ள வேண்டும்."

"நீங்கள்தான் கல்லூரியில் படித்த அனைத்தையும் துறந்து விட்டேன் என்கிறீர்களே! வேறென்ன சொல்ல முடியும்? நீங்கள் மதம் என்று சொல்லும்போது இந்துமதத்தை மட்டும்தான் குறிக்கிறீர்கள். பஜாஜ் வைத்துள்ள பசு நல அமைப்புகளுக்கு காந்திஜி முழு ஆதரவு தர ஒப்புக் கொண்டுள்ளார். அதன்படி, பசுவின் மாமிசம் தவிர, கோமியம், சாணம் அனைத்தையும் பயனாளர்கள் பயன்படுத்த வேண்டும் என உறுதி ஏற்கப்பட்டுள்ளது. இந்தியாவில் மாட்டிறைச்சி உணவைச் சாப்பிடுபவர்கள் எண்ணிக்கையோடு, சாப்பிடாதவர் எண்ணிக்கையை ஒப்பிட்டால், மாட்டிறைச்சி உண்பவர்கள்தான் அதிகம் என்பது புரியும். எனது சமூகமும் மாட்டிறைச்சி உண்ணும் சமூகம்தான். இல்லையென்றாலும், நம் நாட்டில் நான்கில் ஒரு பங்கினர் முஸ்லிம்கள்; கிட்டத்தட்ட ஒரு கோடி மக்கள் கிறித்துவர்கள்; ஆயிரக்கணக்கானோர் பௌத்தர்கள். இவற்றையெல்லாம் 'மதங்கள்' எனக் கருதினால், உலகில் எங்கும் மதநம்பிக்கை இல்லாத இடமே இருக்காது. முந்தைய வைஸ்ராய் இர்வின் பிரபு, இப்போதைய பிரபு ஹாலிபாக்ஸ் போன்ற காந்தியின் நண்பர்கள் கிறித்துவ மத ஆதரவாளர்கள். அந்தப் பக்தர்களும் கம்யூனிசத்தில் இருந்து ஒதுங்கி நிற்க வேண்டும் என்றுதான் போதிக்கிறார்கள். அரேபியா, துருக்கி, ஈரான், ஆப்கானிஸ்தானில் உள்ள முஸ்லிம்கள் மத நம்பிக்கை இல்லாதவர்களா? ஜப்பான் மட்டும் குறைச்சலா? அங்கு ஒரு கோவிலுக்குத் தேவைப்பட்ட மரத்தைக் கட்ட பல்லாயிரக்கணக்கான பெண்கள் விரும்பி அளித்த தலைமுடியால் உருவாக்கப்பட்ட கயிறுகளைப் பயன்படுத்தினார்கள். ஓஜாஜி! கொள்ளையடிப்பவர்கள் எப்போதும் மதநம்பிக்கையில் ஊறியவர்கள்; சுரண்டலை எதிர்ப்பவர்கள் மதத் துரோகிகள் என்று எப்போதும் குற்றம் சாட்டப்படுகிறார்கள். அந்நிய மதங்களான கிறித்துவம், இஸ்லாம், இறக்குமதி செய்யப்பட்ட இரயில்கள், தந்தி, விமானங்கள், தொழிற்சாலைகள் ஆகியவை நமது கண்முன்னரே உள்நாட்டிற்கு உரியவையாக ஆகவில்லையா? கம்யூனிசம் மட்டும் அந்நியமாகவே இருக்குமா? அதுவும் நமது மண்ணுக்குரியதாக மாறும். ஏற்கனவே அப்படி ஆகிவிட்டது என்பதுதான் உண்மை!"

2

பாட்னாவில் மாலைநேர நடைப்பயிற்சி செய்ய இரண்டு இடங்கள் மட்டும்தான் உள்ளன. பாட்னா புல்வெளி, ஹார்டிங் பூங்கா. இரண்டுமே பராமரிப்பு இன்றி இருப்பதால், அவை யாரையும் கவர்வது இல்லை. இருப்பினும், ஓய்வாக வெளியில் நடக்க விரும்புவோர், நண்பர்களைச் சந்திக்க வருபவர்கள் இந்த இடங்களுக்குத்தான் வருவார்கள். மூன்று நண்பர்கள் நடத்திக் கொண்டிருந்த விவாதம் முடிவதைப் போலத் தோன்றவில்லை. இருள் சூழ ஆரம்பித்துவிட்டது. புல்வெளிகளை விட்டு அவர்கள் எழுவதற்குத் தயாராகவில்லை.

அவர்களில் ஒருவர், "தோழர் சுமேர், மீண்டும் ஒரு முறை ஆழ்ந்து பரிசீலிக்க வேண்டுகிறேன். நீங்கள் பெரிய பாய்ச்சலைச் செய்யப் போகிறீர்கள்" என்றார்.

"மரணத்தோடு விளையாடுவதை விடப் பெரிய முடிவு வேறென்ன இருக்க முடியும்? ஆனால், நான் அவசரப்பட்டு முடிவெடுக்கவில்லை. அப்படி அவசரமாகச் செய்யவும் முடியாது."

"காற்றில் பறப்பது தம்பி! விடுதியின் மாடியில் நிற்கக்கூட பயந்தேன் நான்."

"நிறைய பேருக்கு சைக்கிள் ஓட்டுவது பயம்தான்; ஆனால், நீ இரண்டு கைகளையும் பிடிக்காமல் சைக்கிள் ஓட்டுகிறாயே!"

"எப்படி இருந்தாலும், கூலித் தொழிலாளியின் மகன் இந்த பேரரசுகளுக்கு இடையில் நடக்கும் போரில் உயிர்த்தியாகம் செய்ய வேண்டிய அவசியம் என்ன?"

"ஏனென்றால், இந்தக் கூலியின் மகனுக்கும் அவனது ஒட்டுமொத்தச் சமூகத்திற்கும் உள்ள எதிர்காலம் இந்தப் போருடன் தொடர்பு கொண்டது. இந்தப் போர் பேரரசுகளின் விதியை மட்டுமின்றி, சுரண்டிக் கொழுப்பவர் விதியையும் தீர்மானிக்கப் போகிறது."

"இந்தப் போரின் படுமோசமான குற்றவாளி பிரிட்டிஷ் பேரரசு என்பதை நீ ஏற்றுக் கொள்ளவில்லையா?"

"பால்ட்வின், சேம்பர்லே ஆகியோர் இத்தகு தன்னலத்தின் பிரதிநிதிகள். ரொம்பச் சரி - இவங்கதான் முசோலினி, ஹிட்லர் ஆகியோரை வளர்த்து, சுரண்டல்வாதிகளை கம்யூனிஸ்டுகளிடம்

இருந்து காப்பாற்றினார்கள். ஆனால், பஸ்மாசுரன் வரத்தைச் சோதித்துப் பார்க்க, பரமேசுவரன் தலையில் கைவைக்க துணிந்தது போல, இன்றைக்கு இவர்கள் நம்மையும் தாக்கத் துணிந்து விட்டார்கள். அதனால்தான், இந்த முடிவை எடுத்தேன்."

"நம்மையா? முன்பிருந்த சூழலுக்கும் இப்போது இருப்பதற்கும் என்ன வேறுபாடு? எனக்குத் தெரியவில்லையே?"

"உனது சமூகம் வணிகர் சமூகம். பாசிச ஆட்சியிலும் குளிர்காய விரும்பும் சமூகம். அதுதான் உனக்கு இது தெரியவில்லை. ஜெர்மானிய இராணுவத் தளவாடங்கள் தயாரிக்கும் க்ரூப், ஜப்பானிய கார்ப்பரேட் மிட்ஸ்யுயி ஆகிய இரு கம்பெனிகள் போரினால் இலாபம் பெறுகிறார்கள். ஆனால், சோவியத் தோற்றால், பணக்காரர்களின் சுரண்டலுக்குப் பலியான தொழிலாளர், விவசாயிகள் நம்பிக்கை ஏதுமின்றித் தவிப்பார்கள். அன்பு கிஷோர்! ஹிட்லர், டோஜோ போன்ற கொலைகாரர்களுக்கு எதிராக விவசாயிகள் தங்கள் உரிமைகளுக்காகப் போராட முடியாது. தொழிலாளர்களும் எந்த அநியாயத்தையும் எதிர்த்துக் கேட்க முடியவில்லை. பாசிசம் தொழிலாளர்களை முழு அடிமைகளாக ஆக்க விரும்புகிறது. நமக்கு சோவியத் யூனியன் பல நாடுகளில் ஒன்றல்ல; தொழிலாளர்களும் விவசாயிகளும் தமது நாடு என்று சொல்லிக் கொள்ள இருக்கும் ஒரே நாடு அதுதான். அவர்களது ஒரே நம்பிக்கையும் அதுதான். ஒன்றரை நூற்றாண்டுகள் பல்லாயிரக்கணக்கான தியாகங்கள் புரிந்து மனித சமூகத்தின் விடியல் மலர்ந்தது; நூற்றாண்டு காலமாக அடக்கப்பட்ட மக்களின் நம்பிக்கைக் கீற்றாக கம்யூனிசம் உலகத்தில் மலர்ந்தது. அதனை ஒரு முறை அணைய விட்டால், மீண்டும் பல காலம் இப்புவியை இருள் சூழும். நம் கண் முன்னால் அப்படிப்பட்ட அழிவு நடப்பதை நாம் அனுமதிக்கலாமா?"

"சுமேர், நம் நாட்டில் பிற சோஷலிஸ்டுகளும் சுரண்டலை ஒழிப்பதில் குறியாக இருக்கிறார்களே!"

"அம்மாதிரி சோஷலிஸ்டுகளிடம் இருந்து நம்மைக் கடவுள் காப்பாற்றுவாராக! சேவாகிராமத்தில் இருந்து பரவும் இருளை ஒளியென்று நம்புகிற கோஷ்டி அது. ஹிட்லர் கூடத் தன்னை சோஷலிஸ்ட் என்று சொல்லிக் கொள்கிறார். காந்தியின் சீடர்களும் அவரை அப்படித்தான் கருதுகிறார்கள். சோஷலிஸ்ட் என்று தன்னைத்தானே சொல்லிக் கொள்வதால் சோஷலிஸ்ட் ஆக முடியுமா? ஹிட்லரும் டோஜோவும் வெற்றி பெற்ற பின்னர்

இந்திய முதலாளித்துவம் அழிந்துவிடாது; மேலும் வளரும் என்பது உங்களுக்குப் புரிகிறதா? பாசிச குண்டர்கள் விவசாயிகளையும் தொழிலாளர்களையும் மூச்சு விடக்கூட அனுமதிக்க மாட்டார்கள்; கம்யூனிஸ்டுகளின் கதி பற்றி அறிய நீங்கள் ஜெர்மனி, இத்தாலியில் நடப்பதை வைத்து அறியலாம். அது மட்டுமா? பிரான்சில் நாள்தோறும் கம்யூனிஸ்டுகள் சுட்டுக் கொல்லப்படுகிறார்கள். தங்களை மார்க்சிஸ்டுகள் என்று சொல்லிக்கொண்டு இந்தப் போரில் இருந்து விலகி நிற்பவர்கள் தங்களை ஏமாற்றிக் கொள்கிறார்கள்; அல்லது மற்றவர்களை ஏமாற்றுகிறார்கள். ஹிட்லர், டோஜோ ஆட்சியில் ஒரு மார்க்சிஸ்ட் சோஷலிஸ்டின் விலை ஒரு குண்டுதான் என்பது நமக்குத் தெரியும். எந்த சோஷலிஸ்டாவது தன்னை நடுநிலையாளர் எனச் சொல்லிக் கொண்டால், அது கடைந்தெடுத்த அற்பத்தனம். சோவியத் தோல்விக்குப் பின் சோஷலிஸ்ட் கொடியை உயர்த்துவோம் என்று சொல்வது பைத்தியக்காரத்தனம்; அல்லது சூழ்ச்சி.

"இந்தப் போரில் எந்த அணியிலும் சேராமல் எவரும் இருக்க முடியாதா?"

"ஆம். சுய சிந்தனை கொண்ட எவரும் ஏதாவது ஒரு அணியில் சேரத்தான் வேண்டும். இந்தப் போர் சுரண்டலுக்கு எதிரான சக்திகளை முழுமையாக வேரறுக்கும்; அல்லது அத்தகு சக்திகளின் வலிமையை பன்மடங்கு பெருக்கி முசோலினி, ஹிட்லர், டோஜோ - அவர்களது மூதாதையர்கள் பால்ட்வின், சேம்பர்லேயின், ஹாலிபாக்ஸ் - ஆகியோரை இருந்த சுவடு இல்லாமல் ஒழிக்கும். சுபாஷ் சந்திர போஸ், அவரைப் பின்பற்றுபவர்கள் முடிவெடுத்து விட்டார்கள்; நடுநிலையாளர் என்று நீங்கள் சொல்பவர்களும் தமது முடிவை எடுத்து விட்டார்கள். அவர்கள் பாசிச சக்திகளின் பண்புகளை அறியாதவர்கள் அல்ல. எனவே அணி சேராதது போல நடிக்கிறார்கள்."

"ஆனால், இந்தியாவில் பிரிட்டிஷார் நடந்து கொள்ளும் போக்கைக் கவனிக்கிறாயா, இல்லையா?"

"சரியான குருட்டுத்தனம். முப்பது ஆண்டுகளுக்கு முந்தைய உலகில் இருக்கிறார்கள். இந்தப் பழம்பாசி பிடித்த ஆட்கள் போருக்குப் பின் தமக்குரிய புதியதொரு உலகம் பிறக்கும் எனக் கனவு காண்கிறார்கள். போருக்கான தயாரிப்பு முயற்சிகளில் அவர்கள் தடைக்கற்கள் போடுவார்கள் என்பது நாம் அறிந்ததே. பழங்காலக் கண்கள் வழியே எல்லாவற்றையும் பார்க்கும் ஜென்மங்கள் இவர்கள்."

"அமைதிக் குழுக்களில் மட்டும் பார்த்த முகங்கள் இப்போது பொதுமக்கள் முன்பு மேடையேறி போரில் தியாகம் செய்த வீரர்கள் போல முழங்குகின்றனர். நமது கவர்னர் - ஜெனரல் மக்களிடம் தியாகம் புரிவதைப் பற்றி போதிக்கிறார். அவர்களுடைய வரவு - செலவைப் பார்த்தால் நமக்குத் தலை சுற்றும். நமது ஒரு நாளுக்கான குறைந்தபட்சக் கூலி ஒரு அணா; ஓராண்டுக்கு நமது கூலி இருபத்தைந்து ரூபாய். ஆனால், அவர்களது சம்பளம்:

பதவி	ஊதியம்	உடல் உழைப்பாளியைவிட
வைஸ்ராய்	ரூ. 2,50,800	10000 மடங்கு
வங்காள கவர்னர்	ரூ. 1,20,000	4800 மடங்கு
ஐக்கிய மாகாணங்களின் கவர்னர்	ரூ. 1,20,000	4800 மடங்கு
பீகார் கவர்னர்	ரூ. 1,00,000	4000 மடங்கு

இந்தச் சம்பளம் அவர்களது மற்ற செலவுகள் இல்லாமல் கிடைக்கும் ஊதியம். அவற்றையும் சேர்த்தால் வங்காள கவர்னரின் ஊதியம் ரூ. 6,07,200 - அதாவது 42,292 மடங்கு உழைப்பாளர் கூலியைவிட அதிகம். இதில் அவர் விடுமுறைக்கு இங்கிலாந்து போய் வரும் செலவு உள்ளிட்ட ஊதியம் அடங்காது. இங்கிலாந்தில் உள்ள தொழிலாளரின் கூலியோடு இதனை ஒப்பிட்டுப் பார்க்கலாம்: உள்ளூர் சுரங்கங்களில் பணியாற்றும் தொழிலாளி வாரத்திற்கு 75 - 85 ஷில்லிங் பெறுவார்; அது நம் ரூபாய் மதிப்பில் 52 - 56விட அதிகம். நிலங்களில் வேலை செய்யும் விவசாயத் தொழிலாளர்கள் வாரம் 45 ரூபாய்க்கு மேல் பெறுவார்கள். அவர்களது ஆண்டு ஊதியம் 200 - 221 பவுண்ட். இந்தக் கணக்குப்படி, அவர்களது பிரதம மந்திரி அவர்கள் நாட்டுத் தொழிலாளரைவிட 36 மடங்கு அதிகம் ஊதியம் பெறுகிறார். சோவியத் யூனியன் தலைவர் 12,000 ரூபிள் ஊதியமாகப் பெறுகிறார்; பெரும்பாலான தொழிலாளர்களும் அதே அளவு ஊதியம்தான் ஈட்டுகின்றனர். குறைந்தபட்ச ஊதியம் பெறுபவர்கூட இத்தொகையில் ஒன்றில் ஆறு பங்கை விடக் குறைவாகப் பெறுவதில்லை.

இப்போது இந்த ஒப்பீட்டுக் கணக்கைப் பாருங்கள்:

இந்தியாவில் வங்காள கவர்னர்: உடல் உழைப்பு தரும் தொழிலாளியைவிட 42,292 மடங்கு அதிகம் பெறுகிறார்.

இங்கிலாந்து பிரதம மந்திரி: 36 மடங்கு.

ரஷியா நாட்டுத் தலைவர்: 6 மடங்கு.

இவற்றுடன் இந்த முதலாளிகள் பெரும் வருமானத்தை ஒப்பிட்டால் மயக்கமே வந்துவிடும்.''

''சுமேர், இது பகற்கொள்ளையாக அல்லவா இருக்கிறது!''

''அதனால்தான் இந்தியாவில் சம்பளம் பெற்று வாழும் ஆங்கிலேயர் மீது நாம் நம்பிக்கை வைக்கக் கூடாது என்கிறேன். அவர்கள் தன்னலவாதிகள், கோழைகள்; எதிர்காலம் குறித்த எந்த தொலைநோக்கும் அற்றவர்கள். அவர்களுக்காக நாம் இந்தப் போரை வெல்லப் போவதில்லை. உலகத்தில் ஆறில் ஒரு பகுதி பரந்து இருக்கும் சோவியத், பாசிச சக்திகளால் அழிக்கப்பட்டு விடக்கூடாது என்பதற்காக நமது உயிரைத் தியாகம் செய்யப் போகிறோம். மனித சமூகம் முழுதும் விடுதலை பெற்று, வளமாக வாழும் புதியதொரு உலகத்திற்காக நம் உயிரைக் கொடுக்கப் போகிறோம்.''

சமத் இதுவரை எதுவும் பேசாமல் அமைதியாக இருந்தான். கேள்வி கேட்கும் விருப்பத்தில் அவன், ''தோழர் சுமேர், நான் பலவிதங்களில் உம்முடன் ஒத்துப் போகிறேன்; சிலவற்றில் முரணான கருத்துகள் எனக்கு இருக்கின்றன. இருந்தாலும், நான் உங்கள் கருத்துகளை எவ்வளவு தூரம் மதிக்கிறேன் என்பது ஊரறிந்த இரகசியம். இந்த உலகம் தழுவிய மோதலில் நாம் அணி சேராமல் இருக்கக் கூடாது என்பதையும் நான் ஏற்கிறேன். ஆனால், நண்பா! நீங்கள் இராணுவத்தில் தேர்ந்தெடுக்கப்பட்டு, அனுமதிக்கப்பட்ட பிறகுதான் எங்களிடம் இதைப் பகிர்ந்து கொண்டிருக்கிறீர்கள். முன்பே எங்களிடம் சொல்லியிருக்க வேண்டாமா?''

''சொல்லியிருக்கலாம். ஆனால், நான் தேர்ந்தெடுக்கப்படாமல் இருந்திருந்தால்? அதனால்தான், அதில் சேர்ந்து இருபத்து நான்கு மணி நேரம் விமானம் ஓட்டும் பயிற்சி பெற்ற பிறகுதான் நண்பர்களிடம் சொன்னேன். இனி இதனை வெளிப்படையாகச் சொல்வதில் தயக்கம் இல்லை. நாளை மறுநாள் அம்பாலாவில் விமானப் பயிற்சிக்குச் செல்லப் போகிறேன்.''

''அம்மாகிட்ட சொல்லியாச்சா?''

''பாட்னாவில் இருந்தாலும், அம்பாலாவில் இருந்தாலும் என் அம்மாவுக்கு ஒன்றுதான். நான் நேரடியாக எனது மரணத்தைத் தழுவப் போகிறேன் என்று சொல்லாதவரை அவருக்கு எந்த

வித்தியாசமும் தெரியப் போவதில்லை. ஆனால், இதையெல்லாம் எழுதி அவளைத் துக்கத்தில் ஆழ்த்த நான் விரும்பவில்லை. சாகும் வரை அவளுக்குக் கடிதங்கள் அனுப்பிக்கொண்டே இருக்கப் போகிறேன். அது அவளுக்கு நிம்மதி தரும்.''

''உன் துணிச்சல் எனக்குப் பெருமையாக இருக்கிறது.''

''சமத்! மனிதராகப் பிறந்தவர்கள் நமக்குரிய வகைகளில் எல்லாம் கடமைகளைச் செய்துகொண்டே இருக்க வேண்டும். அதிலும் இலட்சியவாதிகளாக இருந்தால், நமக்குப் பொறுப்பு கூடுதல்.''

''இந்தப் போர் நிறைய மாற்றங்களை உலகத்தில் கொண்டுவரும் என நினைக்கிறீர்கள், அப்படித்தானே?''

''முன்பு நடந்த உலகப்போர் கொண்டுவந்த மாற்றங்களும் பெரிதுதான். அதனால்தான் உலகின் ஆறில் ஒரு பங்கு பகுதியான சோவியத்தில் சமத்துவம் நிலவியது. அது சாதாரண நிகழ்வு அல்ல. உலகையே குலுக்கிவிட்டு மீண்டும் புதிதாக உருவாக்கிய நிகழ்வு. சோவியத் யூனியன் செம்படையின் ஆதரவு இருக்கும்போது வெற்றி நிச்சயம். சீனா, இங்கிலாந்து, அமெரிக்க மக்கள் தமது உயிர்களைத் தியாகம் செய்ய உறுதி பூண்டிருக்கின்றனர்.''

சமத், ரூபகிஷோர் ஆகிய இருவர் மத்தியில் பாகிஸ்தான் பற்றிய உரையாடல் நடந்து கொண்டிருந்தது. ரூப் அதனை மீண்டும் கிளப்பினார். ''வருவது காந்திய சுயராச்சியமா, கம்யூனிஸ்டு சுயாட்சியா என்பதில் நமக்கு முரண்பட்ட கருத்து இருக்கலாம். ஆனால், சுமேர்! அது பாரதத்தின் சுயாட்சி என்பதில் அய்யம் ஏதும் உண்டா?''

''ரூப் பாபு, 'பாரதம்' என்பது ஒரு தெளிவற்ற பெயர். அது நிறைய தவறான கருத்துப் புரிதல்களைக் கிளப்பக் கூடும். சுயாட்சி, அனைத்து இந்தியர்களுக்குமானது. குடிமக்கள் தமது தலைவிதியைத் தாமே தீர்மானித்துக் கொள்ளலாம். அவசரத்தில் வரும் சுயாட்சி மேல்தட்டு வர்க்கத்திற்கானதாக மட்டும் இருக்கக் கூடாது.''

''சரி, நல்லது. ஆனால், சுயாட்சியில் ஒன்றுபட்ட நாடு துண்டு துண்டாகச் சிதறக் கூடாது அல்லவா?'' என்றார் ரூப்.

''நீங்கள் மறுபடியும் தெளிவற்ற சொல்லைப் பயன்படுத்துகிறீர்கள். இந்தியா ஒன்றாக இருப்பதா, பலவாகப் பிரிவதா என்பதை மக்கள்தான் முடிவு செய்ய வேண்டும். மௌரியப் பேரரசு

காலத்தில் இந்தியாவின் மேற்கத்திய எல்லை ஆமு கால்வாய் வரை பரவியிருந்தது; மறுபுறம் இந்துகுஷ் மலைகள் வரை இருந்தது. அப்பகுதியின் மொழி, மரபு, வரலாறு ஆகியவற்றில் ஆப்கானிய மக்களும் அடங்குவர். பொ.ஆ. 10 ஆம் நூற்றாண்டு வரை காபூல் இந்துமத அரசாங்கமாக இருந்தது. அதை வைத்துப் பார்த்தால் இந்துகுஷ் மலைதான் இந்தியாவின் எல்லைப் பகுதி. ஒன்றுபட்ட இந்தியாவிற்கு ஆதரவு அளிப்பவர்கள் இந்துகுஷ் வரை உள்ள நிலப்பகுதியை மீட்கத் தயாராக இருக்கிறார்களா? ஆப்கானிஸ்தான் மட்டுமல்ல, சிந்துப் பகுதியின் மேற்குப் பகுதி எல்லைகளில் வசிக்கும் பதான் இன மக்களைக் கூட அவர்கள் விருப்பம் இன்றி இந்தியாவுடன் இணைக்க முடியாது. அப்படி இருக்கும்போது சிந்து, பஞ்சாப், காஷ்மீர், கிழக்கு வங்காளம் ஆகிய பகுதிகளுக்கும் அந்த வாதம் பொருந்தும்தானே?"

"அப்பகுதிகள் இந்தியாவில் இருந்து பிரிய வேண்டும் என்கிறீர்களா?" என்றார் ரூப்.

"தேவையென்றால் பிரியட்டும் என்கிறேன். நாம் மக்களுக்காகப் போரிடுகிறோம். எந்த நாட்டின் மக்களையும் அவர்கள் விருப்பின்றி அடிமை படுத்தக்கூடாது. பாகிஸ்தான் பற்றி இந்துக்கள் முடிவெடுக்கக் கூடாது. முடிவு அப்பகுதி மக்களிடம்தான் இருக்கிறது; அப்பகுதிகளில் பெரும்பான்மையினராக இருக்கும் முஸ்லிம் மக்கள்தான் முடிவெடுக்க வேண்டும். மக்களாட்சி இல்லாமல், கொள்ளையரின் ஆட்சியை ஏற்படுத்தினால், பாகிஸ்தான் உருவாகித்தான் தீரும். உடல், மூளை உழைப்பு செலுத்தும் பாட்டாளி வர்க்க ஆட்சியை நிறுவினால், இந்தியா பல சுதந்திரமான குடியாட்சிகள் கொண்ட ஒன்றியமாக இருக்கும். 'ஒரு தேசம் - ஒரு நாடு' என்றால் அதில் பொதுவான ஒரு மொழி, உணவுப் பழக்கம், தீண்டாமை ஒழிந்து சாதி மறுப்பு மணங்கள் அனுமதிக்கப்படுதல் ஆகியவை தேவை. அதனை கம்யூனிசம் மட்டுமே உருவாக்க முடியும். அப்போதுகூட சுதந்திர இந்தியாவில் உள்ள மொழிகளைக் கணக்கில் எடுத்தால் எண்பதுக்கும் மேற்பட்ட தனிப்பட்ட தேசியங்கள் இருக்கும்."

"எண்பதுக்கு மேலா? பாகிஸ்தானை உருவாக்கும் எண்ணத்தில் இருந்து இன்னும் தூரப் போய்விட்டாய்."

"மொழிகளை நாமா உருவாக்கினோம்? மக்கள் ஆட்சியில் தாய்மொழி பயிற்று மொழியாக இருக்கும்; தாய்மொழியில்தான் குழந்தை இலக்கணப் பிழையில்லாமல் பயிலும். சோவியத்

யூனியன் எழுபது தேசியங்கள் அடங்கிய பல்கலாசார நாடு. ஆனால், அந்த நாட்டைவிட இரண்டு மடங்கு மக்கள்தொகை கொண்ட இந்தியாவில் எண்பது வகை தேசிய இனங்கள் இருப்பது ஏன் வியப்பளிக்கிறது நமக்கு?"

"அப்போ, பாகிஸ்தானை நீங்கள் ஆதரிக்கிறீர்கள்?"

"முஸ்லிம் மக்கள் அந்தக் கோரிக்கை வைத்தால், என் ஆதரவு பாகிஸ்தானுக்குத்தான். இன்று, வெவ்வேறு கொள்கைகள் கொண்ட முஸ்லிம் தலைவர்கள் இந்த விஷயத்தில் ஒன்றுபட்டு இருக்கிறார்கள். முஸ்லிம் அல்லாதோர் அந்தக் கோரிக்கையை நிராகரிப்பது முறையல்ல. முஸ்லிம் பெரும்பான்மை கொண்ட பகுதிகள் இந்திய ஒன்றியத்தில் இருந்து விலக விரும்பினால், அது அவர்களது உரிமை."

3

கரிய கடலின் நீர்ப்பரப்பு அமைதியாக தென்பட்டது. அதன் அடியில் எந்த அசைவும் தென்படவில்லை. மேகங்கள் முடிவற்றுப் பரந்து கிடந்தன. வானத்தில் சுமேருக்கு முன்னால் உள்ள வேகமானி மூலம்தான் வேகத்தைக் கணக்கிட முடியும். ஒரு மணிக்கு முன்னூறு மைல் வேகத்தில் விமானத்தை ஓட்டிக் கொண்டிருந்த சுமேர் ஒரு கணம், கரடுமுரடான கற்கருவிகள் கொண்டு வாழ்ந்த யுகம் பற்றி நினைத்தார். ஆனால், இன்று மனிதர் வானத்தின் அரசர். மனிதகுலம் எத்தனை வளர்ச்சி பெற்றுள்ளது! அதே சமயம், மனிதத்திற்கு எதிரான பாசிஸ்டுகள் மனித மூளையின் அருமையான கண்டுபிடிப்புகளைக் கொண்டு மனிதகுலத்தை அடிமைப்படுத்தத் திட்டமிடுகின்றனர். பாசிஸ்ட் ஜப்பான் இந்தியாவை அடுத்த பர்மாவிற்குள் நுழைந்துவிட்டது என்ற எண்ணம் அவருள் நடுக்கத்தை ஏற்படுத்தியது. அதே நேரம் பாட்னாவில் உள்ள வீடுகள், அவற்றில் வசிக்கும் பெண்கள், அவர்களுள் ஒருவரான அவரது காதலி அனைவரும் அவரது நினைவுத்திரையில் வந்தனர். அப்பெண்கள் தீண்டத்தகாதவராக ஆக்கப்பட்ட தாயின் துணிச்சலான மகனைத் தமது மகனாகவும் சகோதரனாகவும் ஏற்றுக் கொண்டவர்கள். பாசிஸ்டுகள் பற்றிய சிந்தனை அவரது இரத்தத்தைக் கொதிக்க வைத்தது.

இந்த நினைவுகளில் ஆழ்ந்த அவர் தனக்கு முன்பாக சூரியன் பொறிக்கப்பட்ட மூன்று விமானங்கள் பறப்பதைக் கண்டார். சுமேர்

துப்பாக்கியாளருக்குத் தகவல் கொடுத்தார்; இரண்டு நிமிடங்களில் பாசிஸ்டு விமானங்களுக்கு இடையில் தனது விமானத்தை நிறுத்தினார். இதைச் சொல்வதற்கு, அதைவிட எழுதுவதற்கு அதிக நேரம் எடுக்கிறது. ஆனால், சுமேர் மிக விரைவில் தனது விமானத்தை இயக்கியதை யாரும் உணரக்கூட முடியவில்லை. அவரது துப்பாக்கியாளர் ஷரீஃப் தனது குண்டுகளைப் பொழிந்தார். 'ட் ட் ட்... ர் ர் ர்...' எனச் சத்தம் கேட்டது. அடுத்த பத்து நிமிடங்களில் மூன்று எதிரிகள் விமானங்களும் கடலுக்குள் உயிரிழந்த பறவைகள் போல விழுந்தன.

சுமேர் தனது திறமையைக் காட்ட இதுதான் முதல் வாய்ப்பு. தனது வெற்றியில் அவர் மகிழ்ந்தார். தனது விமானத்தை இறக்கிவிட்டுக் கிளம்பும்போது அவர் ஷரீஃபிடம், "ஷாரூ... நமது கடமையைச் செய்து விட்டோம். நாம் ஒவ்வொருவரும் மூன்று பாசிஸ்டுகளைக் கொன்றால் நன்றாக இருக்கும், என்ன?" என்றார்.

"நானும் இப்போது இலேசாக உணர்கிறேன். நமது சாவு இனி பொருளற்றதாக இருக்காது."

"நாம் உயிருடன் இருக்கும்வரை பாசிஸ்டுகளைக் கொன்று மேலும் மேலும் இலாபம் ஈட்டுவோம்."

அதற்குப் பின் சுமேர் இருநூறு நாட்கள் உயிருடன் இருந்தார். நூறு ஜப்பானிய விமானங்களை வீழ்த்தினார். அவரது இறுதி நாளன்று அவர் வங்கக் கடல் மீது பறந்து கொண்டிருந்தார். ஒரு ஜப்பானிய போர்க்கப்பல் நாற்பதாயிரம் டன் தளவாடங்களோடு அந்தமான் தீவுகளின் மேற்குக் கரையைக் கடந்து கொண்டிருப்பதைக் கண்டார். அந்தக் கப்பலுக்கு மேல் பாதுகாப்பு விமானங்கள் பறந்து கொண்டிருந்தன. ஆனால், மேகக் கூட்டத்தில் இருந்து எட்டிப் பார்த்த சுமேரை அவர்களால் பார்க்க முடியவில்லை.

சுமேர் தனது துப்பாக்கியாளரை குண்டுமழை பொழியத் தயாராக இருக்கும்படிக் கூறினார். யுத்தக்கப்பல் மீது மேகம் கவிந்திருந்தது. சுமேர் தனது விமானத்தைப் படுவேகமாகச் செலுத்தினார். எதிரி விமானங்கள் கப்பலின் மீது ஒரு விமானம் தோன்றி அதனுள் மோதி நொறுங்கியதைப் பார்க்க கணநேரம் கூடக் கிட்டவில்லை. சுமேர், ஷரீஃப் உடல்கள் கிடைக்கவில்லை. ஆனால், அவர்கள் தங்களுடன் எதிரியின் யுத்தக் கப்பலையும் மூழ்கடித்தார்கள்.

நன்றிக்குரிய நன்கொடையாளர்கள்

1. அரசமுருகுபாண்டியன், இணைப் பேராசிரியர் (ஓய்வு), பள்ளத்தூர்
2. அரவிந்தன், தலைமைக் கல்வி அலுவலர், விருதுநகர்
3. இராதாகிருஷ்ணன் ஜெ, உதவிப்பேராசிரியர், காஞ்சிபுரம்
4. இராசகோபால் கோவி, பேராசிரியர் (ஓய்வு), புதுதில்லி
5. இளையபத்மநாதன், அண்ணாவியார், ஆஸ்திரேலியா
6. கண குறிஞ்சி, சமூக செயல்பாட்டாளர், ஈரோடு
7. கதிரவன் ஜெ, மென்பொறியாளர், சென்னை
8. கதிரேசன், இணைப் பேராசிரியர் (ஓய்வு), திருச்செந்தூர்
9. கருணாநிதி மூ, பேராசிரியர், புதுச்சேரி
10. கிருஷ்ணமூர்த்தி உ, தமிழாசிரியர், திருவண்ணாமலை
11. குப்புசாமி பா, உதவிப் பேராசிரியர், தருமபுரி
12. சதீஷ்குமார் செ, உதவி தமிழ்ப்பேராசிரியர், காங்கேயம்
13. சிபி அ, சூழலியல் இதழாளர், பெங்களூரு
14. சிவ இளங்கோ, உதவிப் பேராசிரியர், சென்னை
15. சுப்ரமணியன் கே, வழக்கறிஞர், கோவை
16. செந்தில்குமார் த, இணைப் பேராசிரியர், சென்னை
17. செந்தில்ராஜா க, உதவிப் பேராசிரியர், தருமபுரி
18. தனலெட்சுமி வ, இணைப் பேராசிரியர், புதுச்சேரி
19. நடராஜன், இணைப் பேராசிரியர், திருவாரூர்
20. நாகராஜன் கி, இணைப் பேராசிரியர் (ஓய்வு), ஈரோடு
21. நிர்மலா, இணைப் பேராசிரியர், சென்னை

22. நீலாவதி ப, உதவிப் பேராசிரியர், கும்பகோணம்
23. பஞ்சாட்சரம், தமிழாசிரியர், மயிலம்
24. பன்னீர்செல்வம், வழக்கறிஞர், சென்னை
25. பாத்திமா, உதவிப் பேராசிரியர், சென்னை
26. பாலசுப்ரமணியன் பி, உதவிப் பேராசிரியர், சென்னை
27. பிரியா சி, திட்ட ஒருங்கிணைப்பாளர், சென்னை
28. புலிகேசி மு, மென்பொறியாளர், சென்னை
29. பொன்னி அ, பெண்ணியச் செயல்பாட்டாளர், சென்னை
30. மாரியப்பன் சு.மா, உதவி தமிழ்ப்பேராசிரியர், கிருஷ்ணகிரி
31. மிதிலா இரெ, உதவிப் பேராசிரியர், சென்னை
32. மோகனா அ திருஞானசம்பந்தம் ப, உதவிப் பேராசிரியர்கள், மதுரை
33. ரமேஷ் மு, இணைப் பேராசிரியர், சென்னை
34. லீனா மெடில்டா, உதவிப் பேராசிரியர், திருவனந்தபுரம்
35. வெற்றிச்செல்வன் தெ, பேராசிரியர், தஞ்சாவூர்
36. ஜவஹர் க, உதவிப் பேராசிரியர், திருவாரூர்
37. ஜெயசித்ரா எஸ், நிதி ஆலோசகர், கோவை
38. ஸ்டான்லி, இணைப் பேராசிரியர், சென்னை
39. ஸ்ரீநேசன், இணைப் பேராசிரியர், கிருஷ்ணகிரி